मोदी

आव्हान २०२४चे

मोदी

आव्हान २०२४चे

भारताच्या राजकारणाची अग्निपरीक्षा

मिन्हाज मर्चंट

अनुवाद : सविता म्हसकर

मंजुल पब्लिशिंग हाउस

First published in India by

Manjul Publishing House

Corporate and Editorial Office
•2nd Floor, Usha Preet Complex, 42 Malviya Nagar,
Bhopal 462 003 – India
Sales and Marketing Office
•C-16, Sector 3, Noida, Uttar Pradesh 201301, India
Website: www.manjulindia.com
Distribution Centres
Ahmedabad, Bengaluru, Bhopal, Kolkata, Chennai,
Hyderabad, Mumbai, New Delhi, Pune

Marathi translation of *Modi: The Challenge of 2024* by Minhaz Merchant

This edition first published in India in 2023

Marathi edition first published in 2023
by Manjul Publishing House Pvt. Ltd.

ISBN: 978-93-5543-980-2

Marathi translation: Savita Mhaskar

Printed and bound in India by Nutech Print Services-India

अनुक्रमणिका

विभाग ४ : चीन

विभाग ५ : भौगोलिक राजकारण

विभाग ६ : धर्मनिरपेक्षता

विभाग ७ : उदारमतवाद

विभाग ८ : ब्रिटन

विभाग ९ : पाकिस्तान

विभाग १० : माध्यमे

लेखकाचं मनोगत

सर्वप्रथम सांगू इच्छितो की, हे पुस्तक पंतप्रधान नरेंद्र मोदी यांचं चरित्र नाही. माझी आणि मोदींची पहिल्यांदा भेट २०१२ साली झाली. असोसिएशन ऑफ डेमोक्रॅटिक रिफॉर्म्स (एडीआर) सोबत, मुंबई प्रेस क्लबमध्ये मी आयोजित केलेल्या टाऊनहॉल मीटिंगचं आमंत्रण देण्याच्या निमित्तानं मी त्यांना भेटलो.

त्यानंतर एक वर्षानी, गुजरातचे मुख्यमंत्री असताना मोदींनी मला त्यांचं चरित्र लिहिण्याबद्दल विचारलं. याला मी अत्यंत नम्रपणे नकार दिला आणि इतर काही लेखकांची नावं त्यांना सुचवली. सरतेशेवटी, लंडनमधील इंग्रजी साहित्यात डॉक्टरेट संपादन केलेल्या अँडी मरिनो यांची या कामासाठी निवड झाली. मरिनो यांनी लिहिलेलं मोदींचं चरित्र २०१४ साली प्रकाशित झालं. हे पुस्तक किंवा चरित्र म्हणजे मोदींच्या जीवनाचा आणि कार्याचा वस्तुनिष्ठ लेखाजोखाच म्हणावा लागेल.

हे पुस्तक मात्र थोडं निराळ्या स्वरूपाचं आहे. मोदींच्या पंतप्रधानपदाच्या दोन पर्वांतील कार्यकाळ या पुस्तकाच्या केंद्रस्थानी ठेवण्यात आला आहे. जवळपास दशकभर सत्तेत राहिल्यानंतर, देशाच्या अर्थव्यवस्थेत सुधारणा आणण्यात मोदी कितपत यशस्वी झाले? जागतिक राजकारण अधिक गुंतागुंतीचं बनत चाललं असताना, मोदींचं परराष्ट्र धोरण भारताला प्रमुख जागतिक सत्ता म्हणून प्रस्थापित करण्यात कितपत उपयोगी पडत आहे? २०१४ साली जेव्हा मोदी पहिल्यांदाच भारताच्या पंतप्रधानपदी विराजमान झाले, तेव्हा भारताची अर्थव्यवस्था जगात दहाव्या क्रमांकावर होती. आज तिची जागतिक क्रमवारी पाचव्या क्रमांकावर आहे.

तथापि, अशी लक्षणीय आणि विलक्षण कामगिरी करत असतानाच काही वेळा निराशाही पदरी पडली आहे. संस्थात्मक सुशासन ढासळतं आहे, कारभारातली पारदर्शकता कमी होत आहे, इतकंच नाही, तर भाषणांमधली धारही आता बोथट झालीशी वाटते. अर्थात, या दोषांसाठी काही प्रमाणात विरोधी पक्षही जबाबदार आहेच. त्यांनीच संसदेत वारंवार गोंधळ माजवून, संसदेचं पावित्र्य नष्ट केलं आहे.

आणि या सगळ्या दोषांमध्येच, मोदींच्या नेतृत्वातील सरकारने जी कामगिरी केली ती झाकोळली गेली. जसं की, प्रत्येक नळाला पाणी, सर्वदूर पोहोचलेली वीज, स्वच्छता, पायाभूत सुविधांची मोठ्या प्रमाणावर करण्यात आलेली उभारणी, डिजिटायझेशन, मोफत

विमा कवच आणि सर्व क्षेत्रांना देण्यात आलेली तंत्रज्ञानाची जोड. या क्षेत्रांमधे जी लक्षणीय कामगिरी झाली, ती काहीशी मागे पडली.

हे पुस्तक सामाजिक सुधारणांवर प्रकाश टाकतंच, शिवाय धर्मनिरपेक्षता आणि उदारमतवाद यांचा खरा अर्थ सांगतं, तसंच त्यांची पुनर्व्याख्याही करतं. मोदींच्या पंतप्रधानपदातील दशकभराच्या काळात भारताच्या धर्म, लोकशाही आणि प्रसारमाध्यमांच्या स्वातंत्र्याचं मूल्यांकनही करतं.

३० नोव्हेंबर २००३ रोजी भारताचं जी-२० परिषदेचं अध्यक्षपद समाप्त होत आहे. त्यानंतर मोदी आपला सगळा मोर्चा, आगामी लोकसभा निवडणुकांकडे वळवतील. राजस्थान, छत्तीसगढ आणि मध्य प्रदेश या राज्यांमध्ये डिसेंबर, २०२३ला विधानसभा निवडणुका होत आहेत. या राज्यांतून मिळालेला जनमताचा कौलच २०२४च्या लोकसभा निवडणुकांचं भाकीत असेल.

२०२४च्या लोकसभा निवडणुकीत जर मोदी तिसऱ्यांदा विजयी झाले, तर पाच वर्षांचा सत्तेतील कार्यकाळ सलग तीन वेळा पूर्ण करणारे, नेहरूंनंतरचे मोदी पहिलेच भारतीय नेते असतील.

२०२४च्या निवडणुकीत मोदींचं वारू रोखायचं असेल, तर एकमेव मार्ग म्हणजे त्यांच्या विरोधात एकजूट करणं, हे त्यांचे विरोधक पक्के ओळखून आहेत; परंतु यात समस्या अशी आहे की, राहुल गांधी, ममता बॅनर्जी, अरविंद केजरीवाल यांच्यासारखी वादग्रस्त व्यक्तिमत्त्वं एकाच राजकीय धोरणाच्या छताखाली सामावली जातील का?

तिकडे विरोधक आपली फळी उभारत असताना, इकडे मोदींसाठी महत्त्वाचा मुद्दा असा आहे की, भविष्यात आपली गादी चालवणारी, तितकीच सक्षम अशी दुसरी फळी उभी करणं. मोदींच्या पंतप्रधापदाच्या तिसऱ्या पर्वात, गृहमंत्री अमित शहा, उत्तर प्रदेशचे मुख्यमंत्री योगी आदित्यनाथ, आसामचे मुख्यमंत्री हेमंता बिस्वा शर्मा यांच्यासारख्या राजकारणी धुरंधरांकडे मोदींचे निकटवर्ती म्हणून बघण्यात येतं, तर परराष्ट्रव्यवहारमंत्री एस. जयशंकर, अर्थमंत्री निर्मला सीतारमण या आणि यांच्यासारख्या, तंत्रज्ञान आणि विज्ञानाची उत्तम जाण असलेल्या मंत्र्यांचं पाठबळही त्यांना असणारच आहे.

२०२४च्या लोकसभा निवडणुकांच्या निकालांवरच भारतीय राजकारणाची पुढील दशकाची दिशा ठरणार आहे. २०२६-२७पर्यंत, अमेरिका आणि चीनपाठोपाठ भारतीय अर्थव्यवस्था जगातील तिसऱ्या क्रमांकाच्या अर्थव्यवस्थेवर झेप घेण्याच्या स्थितीत आहे, त्यामुळेच २०२४च्या निवडणुकांचे निकाल हे देशाच्या दृष्टीनं ऐतिहासिक वळण सिद्ध होईल.

मिन्हाज मर्चंट
ऑगस्ट २०२३

विभाग १

मोदी

प्रकरण १

पंतप्रधानपदाचा प्रवास

२०१२ साली जेव्हा नरेंद्र मोदींना मी पहिल्यांदा भेटलो, तेव्हा माझं सर्वांत लक्ष ज्यांनी वेधलं असेल ते म्हणजे त्यांचे डोळे! अगदी अनिमिष परंतु वेधक आणि करारी नजर.

आमची भेट मुंबईत झाली. मोदी तेव्हा गुजरातचे मुख्यमंत्री होते आणि भारतीय जनता पक्षाच्या एका परिषदेसाठी ते मुंबईत आले होते. भेट सार्वजनिक स्वरूपात न होता, खाजगी स्वरूपात असावी असं त्यांच्या कार्यालयाकडून सुचवण्यात आलं होतं. त्या बैठकीला केवळ मी, मोदी आणि त्यांचे माध्यम सचिव (प्रेस) जगदीश ठक्कर हे तिघेच उपस्थित असणार होतो. मोदींविषयी अधिक जाणून घेण्यास मी खूपच उत्सुक होतो. क्षेमकुशल विचारून झाल्यानंतर मी त्यांना मुंबई प्रेस क्लबच्या कार्यक्रमाचं आमंत्रण दिलं. त्यांचं भाषण आणि नंतर पत्रकारांशी प्रश्नोत्तरं अशी त्या कार्यक्रमाची रूपरेषा मी त्यांना समजावून सांगितली. मोदींनी माझ्यावरून नजर न हटवता मला विचारलं, ''पण माझ्यासाठी भाषांतर कोण करेल? मला हिंदीत बोलणंच सोयीचं पडतं.''

मी म्हणालो, ''काहीच अडचण नाही.''

मोदींच्या चेहऱ्यावर हसू उमटलं. नजरेत काहीसा तरल भाव उमटला. ते म्हणाले, ''ठीक आहे मिन्हाझभाई. तुम्ही कार्यक्रम ठरवा. मी त्यावर विचार करतो.''

त्यानंतर आम्ही देशाच्या राजकीय स्थितीबाबत बोललो. २०११-१२ मधे अण्णा हजारेंचं भ्रष्टाचारविरोधी आंदोलन अगदी जोमात सुरू होतं. काँग्रेसच्या नेतृत्वाखालील यूपीए सरकारमध्ये होत असलेले भ्रष्टाचार, घोटाळे हळूहळू उघडकीला येत होते. तेव्हा, अद्याप, मोदी, आघाडीचं किंवा प्रमुख राष्ट्रीय व्यक्तिमत्त्व म्हणून उदयाला यायचे होते. मोदींचं सगळं लक्ष डिसेंबर २०१२ मध्ये होणाऱ्या गुजरात विधानसभा निवडणुकांकडे एकवटलं होतं. या निवडणुकीत ते सलग तिसऱ्यांदा मुख्यमंत्री म्हणून विजयी झाले असते तर भाजपचे पंतप्रधानपदाचे संभाव्य उमेदवार म्हणून त्यांच्याकडे पाहिलं गेलं असतं का? तेव्हा कोणाला याची कल्पना असेल नसेल माहिती नाही; परंतु सोनिया गांधींना मात्र

त्याबाबत पक्की खात्री होती. मोदींनी २००७ साली जेव्हा दुसऱ्यांदा गुजरात विधानसभा निवडणुकीत विजय मिळवला, तेव्हापासून सोनिया गांधी मोदींवर लक्ष ठेवून होत्या. २००२ साली, गुजरातमध्ये झालेल्या दंगलीत कथित सहभागी असल्यावरून, त्यांनीच मोदींना 'मौत का सौदागर' हे बिरूद चिकटवलं होतं. तथापि, काँग्रेस पक्षातील तसंच भाजपमधील काही जणांनी त्यांना २०१२च्या पूर्वार्धात, पंतप्रधानपदाचे दावेदार म्हणून गांभीर्याने बघायला सुरुवात केली.

बघायला गेलं तर, लालकृष्ण आडवाणी हे अटलबिहारी वाजपेयी यांच्यानंतरचे पंतप्रधानपदाचे स्वाभाविक वारसदार होते असं म्हणायला हरकत नाही. २०१४च्या लोकसभा निवडणुकीत भाजपला बहुमत मिळाल्यानंतर तर, आडवाणी हेच पंतप्रधानपदाचे उमेदवार असल्याचं स्पष्ट झालं होतं. वाजपेयींच्या नेतृत्वातील राष्ट्रीय लोकशाही आघाडीच्या (एन डी ए) सरकारमध्ये ते उपपंपतप्रधानपदी होते. याशिवाय महत्त्वाची बाब म्हणजे, ते भारतीय जनता पक्षाचे सहसंस्थापकही होते. १९७० सालापासून संसदपटू असलेले आडवाणी, पहिल्यांदा दिल्लीतून राज्यसभेवर खासदार म्हणून निवडून गेले होते. ऑक्टोबर २००१मध्ये गुजरातच्या मुख्यमंत्रीपदाची माळ गळ्यात पडल्यानंतर मोदींचं राजकारण फक्त त्या राज्यापुरतंच मर्यादित राहिलं होतं. तेव्हा त्यांच्याकडे अनुभवाची कमतरता होती, पण त्यांची महत्त्वाकांक्षा दुर्दम्य होती.

❧

मोदींची भेट होण्याआधी १ वर्षं म्हणजे २०११ साली, मी याच प्रेस क्लबच्या कार्यक्रमासाठी आडवणींना आमंत्रण दिलं होतं. तेव्हाही त्यांचं भाषण आणि पत्रकारांची प्रश्नोत्तरं असा कार्यक्रम होता. त्या कार्यक्रमात असोसिएशन ऑफ डेमोक्रॅटिक रिफॉर्म्स (एडीआर), ही एक अग्रगण्य वकिलांची संघटना माझा भागीदार होती. आडवाणी यांच्या भाषणानंतर त्यांना प्रश्न विचारण्यासाठी मी नामांकित तज्ज्ञ अशा तीन जणांची एक समिती तयार केली होती. परंतु, प्रत्यक्षात तिथे पत्रकारांची इतकी गर्दी जमली होती, की आडवाणींना जवळपास २०० पत्रकारांच्या प्रश्नांना उत्तरं द्यावी लागली होती.

आडवाणींना प्रश्न विचारण्यासाठी मी ज्या तीन नामांकित लोकांना समितीत नियुक्त केलं होतं त्यात, 'द हिंदू'चे एन. राम, कुमार केतकर (तेव्हाचे महाराष्ट्र टाईम्सचे संपादक आणि आता राज्यसभेतील काँग्रेसचे खासदार), आणि स्टार टी. व्ही.चे तेव्हाचे प्रमुख आणि आता जागतिक माध्यम उद्योजक उदय शंकर यांचा समावेश होता. प्रसिद्ध अर्थतज्ज्ञ आणि एडीआर चे संस्थापक अजित रानडे माझ्या साथीला होते.

त्या दिवशी प्रेस क्लबचं मुख्य सभागृह पत्रकारांनी तुडुंब भरलं होतं. काही पत्रकार तर आजुबाजूला जागा मिळेल तिथे दाटीवाटीने उभे राहिले होते. समितीचे सदस्य आणि प्रचंड संख्येने आलेल्या पत्रकारांच्या प्रश्नांना, आडवाणींनी नेहमीप्रमाणे खेळीमेळीने, दिलखुलासपणे उत्तरं दिली. एका मोठ्या टी. व्ही. च्या पडद्यावर या कार्यक्रमाचं थेट प्रक्षेपण करण्यात आलं होतं. २०११मध्ये काँग्रेसप्रणीत युपीए, भ्रष्टाचारांच्या घोटाळ्यात अडकल असतानाच, २०१४ च्या लोकसभा निवडणुकीत आपलाच विजय होणार आणि

पंतप्रधानपदाची माळ आपल्याच गळ्यात पडणार याची आडवाणींना पक्की खात्री होती. मोदींनादेखील याची जाणीव होती. राष्ट्रीय स्वयंसेवक संघ अर्थात आरएसएसमधून भाजपमधे आल्यानंतर, तीन वर्षांनी, मोदींनीच १९९० साली आडवाणींच्या 'रथ यात्रे'चं आयोजन केलं होतं. रथयात्रेच्या माध्यमातून आडवाणींनी केलेल्या राष्ट्रव्यापी आवाहनाची मोदींना चांगलीच जाण होती.

तथापि, सोनिया गांधींच्या नेतृत्वाखालील काँग्रेस सरकारने मात्र, संसदेत आडवाणींना काहीशी तुच्छ वागणूक दिली, त्यांचा आदर राखला नाही. २००९ सालातील, काँग्रेसच्या सार्वत्रिक निवडणुकीतील विजयाला आडवाणींनी 'बेकायदेशीर' असं म्हटलं होतं. यावरून सभागृहात झालेल्या गदारोळानंतर त्यांना त्यांच्या वक्तव्यातील 'बेकायदेशीर' शब्द मागे घेऊन माफी मागणं भाग पडलं होतं. मात्र, मोदी हे आडवाणींच्याहून वेगळे आहेत हे सोनियांनी हेरलं होतं. गुजरातला भाजपचा बालेकिल्ला बनवण्यात मोदी यशस्वी झाले होते. त्यांनी गुजरातमधे हिंदुत्वाची बीजं रोवली, आणि त्याला आलेल्या वृक्षाला निवडणुकीतील विजयाच्या रूपाने घसघशीत फळं आली.

सोनिया गांधींचे पती आणि माजी पंतप्रधान राजीव गांधी यांचे एके काळी घनिष्ठ मित्र असलेले काँग्रेस नेते डॉ. सुब्रमण्यम स्वामी यांना सोनियांनी, १९८०च्या उत्तरार्धात असं सांगितलं होतं की, त्या स्वामींपासून चार हात लांबच राहतात कारण ते अन्य भारतीय राजकारण्यांसारखे नाहीत, तर ते सिसिलियन माफियांप्रमाणे अतिशय क्रूर आहेत. डॉ. स्वामींनी समाजमाध्यमांवर ही बाब नुकतीच अतिशय दिलखुलासपणे जाहीर केली; परतु तोपर्यंत ते गांधी कुटुंबीयांसाठी खलनायक बनले होते. कारण, त्यांनी सोनिया गांधी, राहुल गांधी आणि प्रियंका गांधी-वाड्रा यांच्या भ्रष्टाचारांच्या एकामागोमाग एक कहाण्या प्रसिद्ध करायला सुरुवात केली.

आडवाणींमध्ये ज्या कठोरपणाचा अभाव होता, तोच कठोरपणा सोनियांना मोदींमध्ये दिसला. त्यांचं अंतर्मन ग्वाही देत होतं, की २०१४च्या निवडणुकीत खरा धोका आडवाणींकडून नाही, तर मोदींकडून आहे.

२०१२पर्यंत तुलनेने मोदींचा प्रभाव कमी होता. डिसेंबर २०१२ची गुजरात विधानसभेची निवडणूक त्यांच्या दृष्टीने अतिशय महत्त्वाची होती. कारण त्यांच्या राष्ट्रीय राजकीय महत्त्वाकांक्षेसाठी त्या निवडणुकीचा निकाल वेगळं वळण देणारा, निर्णायक असा सिद्ध होणार होता. आणि राष्ट्रीय राजकीय पटलावर येण्याची त्यांना महत्त्वाकांक्षा निश्चितपणे होतीच. २०१२ साली, आमची बंद दाराआडची ती खाजगी बैठक संपल्यावर मोदी मला हळूच म्हणाले, ''एकदा गांधीनगरला या, आपण बोलू या.'

आणि त्यामुळेच, २०१३च्या सुरुवातीला मी गांधीनगरला गेलो. मोदी खूपच उत्साहात होते. डिसेंबर २०१२च्या गुजरात विधानसभा निवडणुकीत त्यांना घवघवीत यश मिळालं होतं आणि सगल तिसऱ्यांदा ते गुजरातचे मुख्यमंत्री झाले होते. राष्ट्रीय स्तरावर कर्तृत्व गाजवण्यासाठी आता मैदान मोकळं झालं होतं.

आम्ही भेटलो आणि त्यांना अपेक्षित असलेल्या चरित्राच्या स्वरूपाबाबत आम्ही चर्चा केली. ते म्हणाले, ''विशेषत: गोधरा दंगलींपासून माझ्या आयुष्यावरची चुकीचीच माहिती प्रसारित झाली आहे. मला असं पुस्तक हवं आहे, जे माझ्या आयुष्याची खरी कहाणी लोकांसमोर आणेल. तुम्हीच का लिहित नाही ते?'' मी हसलो आणि नकारदर्शक मान हलवली. मी त्यांना म्हणालो, ''माजी पंतप्रधान राजीव गांधी यांचं आत्मचरित्र मी लिहिलं आहे. त्यामुळे एका पंतप्रधानाचं चरित्रच माझ्यासाठी पुरेसं आहे.'' एखाद्या संपादकासाठी किंवा लेखकासाठी, त्याच्यावर कुठल्याही प्रकारचा शिक्का न बसणं हे खूप महत्त्वाचं असतं. मोदींना ते पटलं. ते म्हणाले, ''ठीक आहे, तरीपण एकदा विचार करा.''

मग मी त्यांना सुचवलं, की त्यांच्या आयुष्याचा आणि त्यांनी केलेल्या कामांचा त्रयस्थपणे आणि वस्तुनिष्ठ अभ्यास व्हावा असं वाटत असल्यास या कामासाठी एखाद्या परदेशील लेखकालाच पाचारण करावं हे उत्तम.

मोदींना ही कल्पना पसंत पडली. मुंबईला परतल्यानंतर, लंडनमधील माझ्या काही ओळखीच्या लोकांमार्फत मी ब्रिटीश लेखक अँडी मरिनो यांच्याशी संपर्क साधला. त्यांनी इंग्रजी साहित्य या विषयात डॉक्टरेट मिळवली आहे. अँडीने अगदी उत्साहाने आणि आनंदाने हे काम करायला होकार दिला. गांधीनगरमध्ये मी अँडीची मोदींशी ओळख करून दिली आणि हे काम करण्यासाठी त्याला तिथेच सोडून आलो. *नरेंद्र मोदी : ए पॉलिटिकल बायोग्राफी* या शीर्षकाखाली, हार्पर-कॉलिन्स प्रकाशनाने मार्च २०१४ साली हे पुस्तक प्रकाशित केलं. या पुस्तकाचा प्रचंड खप झाला. मोदींच्या जीवनातलं आणि राजकीय कारकिर्दीतलं हे अतिशय तटस्थ विवेचन आहे.

दरम्यान, जून २०१३ मध्ये सर्व सज्जता झाली होती. गोव्यामधे झालेल्या भाजपच्या राष्ट्रीय कार्यकारिणीच्या बैठकीत, पक्षाध्यक्ष राजनाथ सिंह यांनी, २०१४च्या आगामी लोकसभा निवडणुकीच्या प्रचाराची धुरा नरेंद्र मोदींकडे सोपवत असल्याचं जाहीर केलं. याचा सगळ्यांनाच आनंद झाला असं नव्हतं. आडवाणींनी या बैठकीवर बहिष्कार घातला. मोदींमध्ये त्यांना पंतप्रधानपदाचा पक्षप्रणीत प्रबळ दावेदार दिसला. भाजपने अद्याप याबाबतची कसलीच अधिकृत घोषणा केली नव्हती, तरीही प्रचारप्रमुख म्हणून मोदी कंबर कसून कामाला लागले होते. पुढील काही महिने आपल्याला पक्षप्रचाराकरिता जीवाचं रान करावं लागणार, याची खूणगाठ त्यांनी आधीच मनाशी बांधून ठेवली होती.

गोव्यातील राष्ट्रीय कार्यकारिणीची बैठक आटोपून मोदी गांधीनगरला परतल्यानंतर, थोड्याच दिवसांत मी त्यांना त्यांच्या मुख्यमंत्री कार्यालयात भेटलो.

२०१३च्या ऑगस्ट महिन्यात, मोदी अनेक आठवडे भाजपच्या निवडणूक प्रचारात व्यग्र होते. पक्षाचे प्रचारप्रमुख म्हणून त्यांनी देशभर अनेक ठिकाणी प्रचारसभा घेतल्या. त्यांच्यावर याचा किती ताण होता हे त्यांना बघितल्यावर दिसून येत होतं. त्यांच्या कार्यालयातील मोठ्या टेबलावर बसून जरी ते काम करत होते, तरीही त्यांच्या चेहऱ्यावरील थकवा लपत नव्हता.

मुख्यमंत्री कार्यालयातील त्या बैठकीला आमच्याव्यतिरिक्त कोणीही हजर नव्हतं. मी मोदींना स्पष्टपणे सांगितलं, की मी अत्यंत तटस्थ भूमिकेतून काही गोष्टी तुम्हाला सांगतोय. मी त्यांना सांगितलं, ''भाजपकडून तुम्हाला, पंतप्रधानपदाचे उमेदवार म्हणून कसलंही आश्वासन नसताना, पक्षाचा देशभर प्रचार करून स्वत:ला इतक्या यातना देण्यात तुम्ही चूक करत आहात. इतर लोकांना जर वरची जागा मिळवायची असेल, तर त्यांनीही प्रचारात सहभागी व्हावं.''

माझा हा आवेश पाहून मोदींना अगदी आश्चर्य वाटलं. मी पुढे म्हणालो, ''तुम्ही एका दिवसांत इतक्या प्रचारसभांमध्ये भाषणं करता, पण त्याचा फायदा मात्र शेवटी इतरांनाच होणार आहे. जोपर्यंत पक्ष तुम्हाला पंतप्रधानपदाचा उमेदवार म्हणून घोषित करत नाही, तोपर्यंत इतरांचं काम करणं थांबवा. किंवा मग तुम्हीच एकदाचं ठरवा की आपल्याला पंतप्रधानपद नको आहे.''

माझं हे म्हणणं ऐकून मोदी काहीच बोलले नाहीत. त्यांना माहीत होतं, की काँग्रेसमध्ये फूट पडते आहे. अर्थव्यवस्था डबघाईला आली होती. सगळ्या सरकारी योथजना बारगळल्या होत्या. भ्रष्टाचाराचे नवनवीन घोटाळे उघडकीला येत होते. ऑगस्ट २०१३मध्ये भाजपचा निवडणूक प्रचार शिगेला पोचला होता, अगदी जोमानं सुरू होता. मे २०१४च्या सार्वत्रिक निवडणुकांमधे आपल्याला जिंकण्याच्या अधिक संधी आहे हे आता भाजप गोटात सर्वांना कळून चुकलं होतं. आणि पक्ष ज्याची पंतप्रधानपदाचा उमेदवार म्हणून निवड करेल, तोच नऊ महिन्यांनी पंतप्रधानपदी विराजमान होणार होता.

या वेळेपर्यंत भाजपाने पंतप्रधानपदासाठी दोन नावं जवळजवळ निश्चित केली होती. ती म्हणजे लालकृष्ण आडवाणी आणि नरेंद्र मोदी. माझ्या मनात आडवाणींबद्दल काहीशी आत्मीयता होती. मी सुरू केलेल्या माझ्या पहिल्या मीडिया स्टार्टअप स्टर्लिंग न्यूजपेपर्स प्रा.लि.मध्ये दशकभराहून अधिक काळ ते नियमित स्तंभलेखन करत असत. त्यांच्यासोबतच के. सुब्रमण्यम, शशी थरूर आणि हेन्री किसिंजर हेदेखील स्टर्लिंगमध्ये स्तंभलेखन करत असत.

भाजपमधे तेव्हा, आडवाणी आणि आता मोदी सोडल्यास, आतापैकी इतर कोणाशीही माझा परिचय नव्हता; परंतु इतरांप्रमाणेच माझीही मनिषा हीच होती की, भ्रष्टाचाराने बरबटलेल्या, घोटाळ्यांच्या दलदलीत गळ्यापर्यंत बुडालेल्या युपीए सरकारला सत्तेवरून खाली खेचलंच पाहिजे. मला भाजपबद्दल काही विशेष आत्मीयता नव्हती; परंतु काँग्रेसप्रणीत युपीए सरकारला टक्कर देऊन त्याचा पराभव करू शकेल अशी एकमेव शक्यता त्या पक्षात मला दिसत होती.

तथापि, भाजपचे पंतप्रधानपदाचे उमेदवार म्हणून मोदींना पक्षांतर्गत तीव्र विरोध झाला. पक्षाचे ज्येष्ठ आणि अनुभवी नेते लालकृष्ण आडवाणी आणि मुरली मनोहर जोशी यांच्याकडूनच प्रामुख्याने हा विरोध झाला. आज भारतीय जनता पक्षावर मोदींची संपूर्ण हुकूमत आहे, वर्चस्व आहे. परंतु २०१४च्या लोकसभा निवडणुकीपूर्वी केवळ काही महिने आधी, पंतप्रधानपदासाठीच्या उमेदवारीला सर्वोच्च पक्षनेतृत्वाकडून मान्यता मिळण्यासाठी मोदींना संघर्ष करावा लागला होता, याची कल्पना करणंदेखील कठीण आहे.

एक काळ असा आला की, मोदींना पक्षाकडून पंतप्रधानपदाचे उमेदवार म्हणून घोषित केल्यास भाजपचा राजीनामा देण्याची धमकी आडवाणींनी दिली होती. राष्ट्रीय स्वयंसेवक

संघाचे *सरसंघचालक* मोहन भागवत यांनी मध्यस्थी करून त्यांनी फोनवरून अडवाणींचं मन वळवलं होतं.

परंतु त्याचा फारसा काही उपयोग झाला नाही आणि मोदींच्या पंतप्रधानपदाच्या उमेदवारीला आडवाणींनी ठाम विरोध केलाच. दरम्यान, भाजपमध्ये अंतर्गत कुरबुरी सुरू असतानाच, इकडे युपीए सरकारला घरघर लागली होती. अण्णा हजारेंच्या भ्रष्टाचारविरोधी आंदोलनानं गाशा गुंडाळायला घेतला होता. अरविंद केजरीवाल अण्णा हजारेंपासून फारकत घेऊन, भाजप समर्थकांमधे फूट पाडण्यासाठी, काँग्रेस पक्षाला वाकुल्या दाखवत, स्वत:चा 'आम आदमी पक्ष (आप)' हा नवीन राजकीय पक्ष स्थापन करण्याच्या बेतात होते.

तेव्हा सामान्य जनतेला हे प्रश्न पडत होते की, भ्रष्टाचारविरोधी आंदोलनाचा अंत असा मुसमुसत होणार का? ऑगस्टा वेस्टलँड, टूजी घोटाळा, कोळसा खाण घोटाळा, अशा घोटाळ्यांतील भ्रष्ट गुन्हेगारांना शिक्षा होणारच नाही का? परंतु आज दहा वर्षांनंतर मागे वळून पाहिलं की वाटतं, हेच तर झालं आहे. विरोधीपक्षात असताना भाजपने भ्रष्टाचार आणि तो करणाऱ्यांविरूद्ध रान उठवलं होतं. मात्र भाजप सत्तेत आल्यावर दोषींना शिक्षा देण्याच्या बाबतीत उदासीन दिसून असल्याचं दिसतं आहे.

२०१३च्या ऑगस्टच्या सुरुवातीला, आडवाणी गटाचा मोदींना असलेला विरोध डावलून, मी आडवाणींना एक खुलं पत्र लिहिण्याची मोकळीक घेतली. *द ऑपोझिशन* या नावाचा स्तंभ आडवाणी, गेली दहा वर्षे नियमितपणे लिहित होते. त्या लेखाचं संपादन मीच करत असे आणि माझ्या मीडिया फर्मकडून प्रकाशित होणाऱ्या मासिकामध्ये तो प्रकाशित केला जात होता. तेव्हा काँग्रेस पक्ष सत्तेत होता आणि आम्हाला प्रत्येक राजकीय पक्षाला त्याचं मत मांडण्यासाठी व्यासपीठ आणि आवाज द्यायचा होता. विरोधी पक्षातील अन्य नेते दिवंगत मधू दंडवते आणि आय. के. गुजराल हेदेखील आमच्या मासिकाचे स्तंभलेखक होते.

हे खुलं पत्र लिहिण्याचा उद्देश असा होता की, मला आडवाणींना अगदी आदरपूर्वक असं सांगायचं होतं, की गेले दहा वर्षं चालत असलेला युपीए सरकारचा गैरकारभार उलथवून टाकून संपवण्याची उत्तम संधी तुम्हाला नसून नरेंद्र मोदींनाच आहे. यात वैयक्तिक असं काहीच नव्हतं. माझा तेव्हाही विश्वास होता – आणि अजूनही आहे – की कदाचित तेव्हा असलेल्या परिस्थितीहून वेगळ्या परिस्थितीत, वेगळ्या वेळी, आडवाणी मोदींहून श्रेष्ठ असे पंतप्रधान बनू शकलेही असते; परंतु तो काळ मात्र चमत्कारिक होता, असामान्य होता. मी आडवाणींना लिहिलेलं पत्र याप्रमाणे :

''आदरणीय श्री. आडवाणीजी,

देशाचं राजकारण आज अगदी नाजूक पण तितक्याच गंभीर वळणावर येऊन ठेपलं असताना, मी हे पत्र लिहीत आहे. १९७७ ला, आणीबाणी उठल्यानंतर तुम्ही पहिल्यांदा मंत्री झालात. त्यानंतर देशाच्या राजकारणाला पहिल्यांदाच इतकं गंभीर वळण लागलं आहे. असो. पण त्या आधी थोडी पार्श्वभूमी पाहू.

१९८०च्या मध्यात, जेव्हा भारतीय जनता पक्ष अस्तित्वातही आला नव्हता, तेव्हा मी नुकत्याच सुरू केलेल्या एका मासिकासाठी स्तंभलेखन करण्याची मी तुम्हाला विनंती केली होती. स्तंभाचं शीर्षक होतं 'द ऑपोझिशन' (विरोधक). माझ्या या विनंतीला तुम्ही तत्काळ आणि खुल्या दिलाने होकार दिलात.

तेव्हा मी फक्त २५ वर्षांचा होतो. आणि तुम्ही, पंतप्रधान मोरारजी देसाई यांच्या नेतृत्वाखालील अल्पायुषी जनता पार्टीच्या सरकारमध्ये केंद्रीय माहिती व प्रसारण मंत्री म्हणून आपला कार्यकाळ पूर्ण केला होता.

आय. के. गुजराल आणि मधु दंडवते यांसारख्या दिग्गज नेत्यांनी लिहिलेल्या लेखांसोबतच तुमचाही स्तंभ आमच्या मासिकात प्रकाशित झाला. वास्तविक १९८० सालात, इंदिरा गांधी आणि राजीव गांधी यांच्या सरकार काळात विरोधकांनाही त्यांची भूमिका मांडता यावी, त्यांना बोलण्यासाठी व्यासपीठ उपलब्ध व्हावं हा या स्तंभाचा हेतू होता. तुमच्या त्या स्तंभलिखाणाला वाचकांचा उदंड प्रतिसाद मिळाला, मासिकाच्या सर्वात लोकप्रिय लेखांमध्ये त्याचा समावेश झाला, आणि पुढे दशकभर म्हणजे १९९० पर्यंत हे स्तंभलेखन अव्याहत सुरू राहिलं.

१९९८ साली राष्ट्रीय लोकशाही आघाडी (रा.लो.आ.) अर्थात एनडीए सरकारने देशाची सूत्रं म्हणजेच सत्ता हाती घेतली. तुम्ही उपपंतप्रधान झालात. माझ्या प्रकाशनाच्या माध्यमातून आम्ही जेवढी टीकेची झोड, पूर्वीच्या काँग्रेसप्रणीत सरकारवर उठवत होतो, तितकीच टीका १९९८ ते २००४ दरम्यानच्या काळात, भाजपप्रणित रा.लो.आ. सरकारवरही करत होतो.

पत्रकारितेचं पहिलं सूत्र आहे की, कायम सत्तेत असलेल्या सरकारच्या विरोधात राहणं आणि विरोधी पक्षात असलेल्या पक्षाला वादविवाद आणि मतभेद प्रदर्शित करण्यासाठी समान संधी देणं.

पत्रकारितेचं दुसरं सूत्र असंही आहे की, व्यावसायिक कामांव्यतिरिक्त सत्तेतील सरकारशी कोणतीही जवळीक ठेवू नये, त्यांना 'हातभर लांब'च ठेवावं. त्यामुळेच, गेल्या दहा वर्षांपासूनचे आपले संपादकीय संबंध असूनही १९९८ ते २००४ या काळात मी तुमच्याशी स्तंभलेखनासाठी संपर्क साधला नाही, कारण तेव्हा तुम्ही देशाचे उपपंतप्रधान होतात.

खरं तर, २८ मार्च, २०११ रोजी, असोसिएशन फॉर डेमोक्रॅटिक रिफॉर्म्स (एडीआर)ने आयोजित केलेल्या, मुंबई प्रेस क्लबमधे झालेल्या ***फेस द प्रेस*** या कार्यक्रमात तुम्ही याचा उघडउघड आणि सुस्पष्टपणे उल्लेख केलात. या कार्यक्रमाचं आयोजनात माझ्यासह एडीआर चे अजित रानडे तसंच त्रीसदस्यीय समिती सदस्य, द हिंदूचे एन. राम, महाराष्ट्र टाईम्सचे कुमार केतकर[१] आणि स्टार टी. व्ही. चे उदय शंकर[२] यांचाही सहभाग होता.

---

१ कुमार केतकर हे काँग्रेसपक्षातर्फे निवडून गेलेले राज्यसभेतील विद्यमान खासदार आहेत.

२ उदय शंकर हे एका माध्यमसमूहाचे सह-संस्थापक आहेत.

या कार्यक्रमाचं दूरदर्शनवरून थेट प्रसारण करण्यात आलं होतं. या कार्यक्रमात तुम्ही 'लोकशाही आणि शासनाचं उत्तरदायित्व' या विषयावर भाषण केलं होतं. त्या अतिशय प्रभावी भाषणाची प्रस्तावना तुम्ही अशी केली होती :

''फेब्रुवारी २०११ मधे, जेव्हा मिन्हाझ मर्चंट यांनी मला या कार्यक्रमासाठी आमंत्रित केलं, तेव्हा त्यांनी मला सांगितलं, की तुम्ही या व्याख्यानमालिकेतील पहिला वक्ता म्हणून आलात तर मला आवडेल. यासाठी त्यांनी माझ्या नावाचा विचार केला याबद्दल मला खूप सन्मानित झाल्यासारखं वाटलं. परंतु मी त्यांना हेही सांगितलं, की ***फेस द प्रेस*** कार्यक्रमाच्या उद्घाटनपर भाषणाला माझ्याऐवजी तुम्ही पंतप्रधान डॉ. मनमोहन सिंग यांना पाचारण केलं असतं, तर ते जास्त उचित ठरलं असतं.''

खरं तर दिवंगत उद्योगपती आदित्य बिर्ला यांच्या चरित्रपर पुस्तकाच्या प्रकाशन सोहळ्याला पंतप्रधान डॉ. मनमोहन सिंग हे प्रमुख पाहुणे होते. तरीदेखील, ***फेस द प्रेस*** कार्यक्रमाला संबोधित करणारे पहिले राष्ट्रीय नेते म्हणून तुमची निवड करताना माझ्या मनात कोणताही किंतु आला नाही. मी तुम्हाला कायमच देशातील सर्वांत ज्येष्ठ आणि प्रतिष्ठित राजकारणी म्हणून मान देत आलो आहे.

सर, तुम्हाला ठाऊक असेलच की २०१४ च्या लोकसभा निवडणुकीचे तीन संभाव्य परिणाम समोर येऊ शकतात : एनडीए ३, युपीए ३ किंवा युएफ २.

डिसेंबर १९८० साली अटलबिहारी वाजपेयी यांच्यासमवेत भारतीय जनता पक्षाची स्थापना करण्यात तुम्ही अग्रणी होतात. १९८४ साली भाजपला मिळालेल्या २ जागांवरून, १९९८च्या निवडणुकीत त्याचं संख्याबळ १८२ वर नेण्यात तुमचा मोठा हातभार होता. त्यामुळेच, २०१४च्या लोकसभा निवडणुकीपर्यंतचे हे १० महिने किती महत्त्वाचे, किती निर्णायक आहेत हे तुमच्यापेक्षा जास्त चांगलं कोण जाणून असणार आहे!

२०१४च्या निवडणुकीत रा.लो.आ. ३ सरकार स्थापन करण्याचा एकमेव मार्ग म्हणजे भाजपने पंतप्रधानपदासाठी, अतिशय सक्षम, खंबीर आणि निर्णयक्षम असणारा उमेदवार उभा करणं.

असा उमेदवार जो या चार निकषांच्या कसोट्यांवर खरा उतरेल : **पहिला निकष** – तो भ्रष्टाचारी नसावा, ('ना खाऊँगा, ना खाने दूँगा' या तत्त्वाचा), **दुसरा निकष** – त्याच्या अखत्यारीत प्रशासन हे सुशासन असेल अशी त्याची ख्याती असावी, **तिसरा निकष** – त्याला पक्षाच्या सर्व स्तरांतून पाठिंबा असावा आणि **चौथा निकष** – अधिकाधिक मतं कशी खेचून आणायची याची त्याला उत्तम जाण असावी.

गेल्या तीन महिन्यांतील जनमत चाचण्यांतील निकालांनी हेच दाखवून दिलं आहे, की भारतीय जनता पक्षाच्या राज्यस्तरीय आणि केंद्रस्तरीय नेत्यांपैकी, केवळ एकाच नेत्यामध्ये, भाजपला लोकसभेत आवश्यक असणारं बहुमत मिळवून देण्याची क्षमता आहे आणि तो नेता म्हणजे नरेंद्र मोदी.

भारतीय जनता पक्षातील तुम्ही सर्वांत ज्येष्ठ आणि आदरणीय नेते आहात. या नात्याने, पंतप्रधानपदाच्या उमेदवारीसंदर्भातील तुमचा सुज्ञ सल्ला, तुमचं मार्गदर्शनच २०१४च्या लोकसभा निवडणुकीचे निकाल ठरवू शकते आणि पुढील दहा वर्षांसाठी भारतीय राजकारणाला एक नवीन दिशा देऊ शकते.

गोव्यात ७ जूनपासून भाजपची राष्ट्रीय कार्यकारिणीची बैठक होत आहे. ही बैठक तुम्हाला, भारतासाठी योग्य नेतृत्वाची निवड करण्याची ऐतिहासिक संधी प्रदान करत आहे.

तुमचा विश्वासू,
मिन्हाझ मर्चंट

त्या वेळेस, राजनाथ सिंह हे भाजपचे पक्षाध्यक्ष होते. जून २०१३मध्ये झालेल्या राष्ट्रीय कार्यकारिणीच्या बैठकीत, आगामी सार्वत्रिक अर्थात लोकसभा निवडणुकांसाठी प्रचार प्रमुख म्हणून मोदींच्या नावाला पक्षांतर्गत प्रखर विरोध असतानाही, प्रचारप्रमुख म्हणून त्यांच्याच नावाची घोषणा करण्यासाठी राजनाथ सिंह यांनी खूप धडपड केली होती. आडवाणी गटाची समजूत काढून त्यांना माघार घेण्यास भाग पाडण्यातही राजनाथ सिंह यांनी महत्त्वाची भूमिका बजावली. परंतु अखेरीस, राष्ट्रीय स्वयंसेवक संघाच्या हस्तक्षेपानंतर, मोदींच्या नावावर शिक्कामोर्तब झालं आणि मोदी हे भाजपचे पंतप्रधानपदाचे अधिकृत उमेदवार असल्याची घोषणा झाली.

अखेरीस सगळ्या शक्याशक्यता मावळल्या, अनिश्चितता संपली. आता पुढच्या सहा महिन्यांचा काळ खरा कसोटीचा काळ होता. देशभर झंझावाती आणि घणाघाती प्रचार करावा लागणार होता.

पंतप्रधानपदाच्या उमेदवारीवरून, भाजपमध्ये रंगलेलं हे नाट्य सोनिया गांधी आणि राहुल गांधी पाहत होतेच. मोदींच्या नावाची घोषणा होताच त्यांची चिंता वाढली. २०१४च्या आगामी लोकसभा निवडणुकीत, काहीशा सौम्य वृत्तीच्या लालकृष्ण आडवाणींपेक्षा, ताठर आणि कठोर वृत्तीचे नरेंद्र मोदी हेच काँग्रेसला जास्त धोकादायक ठरणार असल्याचे ते दोघेही पक्कं जाणून होते. त्यामुळेच काँग्रेसच्या तालमीत तयार झालेले राजकारणी, पत्रकार, चळवळीतील कार्यकर्ते, वकील, शिक्षणतज्ज्ञ इतकंच नाही तर, नागरी स्तरांतूनही मोदींवर जहाल आणि प्रखर असे वैयक्तिक स्वरूपातील हल्ले करण्यास सुरुवात केली.

अँडी मरिनो लिहीत असलेल्या त्यांच्या चरित्राच्या प्रगतीवर चर्चा करण्यासाठी मी मोदींना गांधीनगरमध्ये भेटलो. भाजपचे पंतप्रधानपदाचे अधिकृत उमेदवार म्हणून नुकतीच त्यांच्या नावाची घोषणा करण्यात आली होती. अँडीचं पुस्तकावर काम सुरूच होतं आणि मी हार्पर-कॉलिन्सच्या संयुक्त विद्यमानं ते सह-प्रकाशित करण्याचं मान्य केलं. दरम्यान, मोदींचे देशभर निवडणूक प्रचार दौरे सुरूच होते. पुढच्या प्रचारदौऱ्यावर जाण्यापूर्वी ते काही दिवस गांधीनगरमध्ये थांबले होते. निवडणुकांमुळे अवतीभवतीचं वातावरण तापलं होतं,

असं असूनही मोदी मात्र आपल्या झेन मनोवस्थेत, अतिशय शांत चित्ताने बोलत होते. मोदींना ते दिवस आठवत होते, जेव्हा वयाच्या सतराव्या वर्षी, कुमार वयात हिमालयात भटकंती करण्यासाठी, तिथल्या संन्यासी, भिक्षुंकडून ज्ञानप्राप्ती करून घेण्यासाठी, त्यांच्या जीवनशैलीनुसार जगण्यासाठी मोदींनी घरादाराचा त्याग केला होता.

हिमालयात परिभ्रमण करून दोन वर्षांनी मोदी घरी परतले. त्यांनी आपलं सामान एका पिशवीत भरलं आणि वयाच्या १९व्या वर्षी, राष्ट्रीय स्वयंसेवक संघ अर्थात आरएसएस मध्ये सामील होण्यासाठी त्यांनी कुटुंबाचा त्याग केला. त्यांचे पालक सुन्न झाले. परंतु त्यांचा १९ वर्षांचा मुलगा तितकाच हट्टी होता, आणि तो आपल्या निश्चयावर ठाम होता. त्याला घरी परतायचं नव्हतं. राष्ट्रीय स्वयंसेवक संघाच्या कार्याला त्याने आपलं आयुष्य समर्पित केलं होतं.

गतकाळातील स्मृतींना उजाळा देत असतानाच, मोदींचं लक्ष त्यांच्या ऑफिसातील एका कोपऱ्याकडे गेलं. तिथे एक पारंपरिक गुजराती झुला (झोपाळा) ठेवलेला होता. त्यांनी त्या झुल्याकडे अगदी आशाळभूत नजरेने पाहिलं. एक ना एक दिवस, राजकारणातली धकाधक नाहीशी होऊन, एखाद्या योग्यासारखं ध्यान लावून, शांतपणे आपल्याला त्या झुल्यावर कधी बसायला मिळेल हीच इच्छा त्यांच्या नजरेत तरळून गेली.

त्यांचा निरोप घेण्यापूर्वी मी त्यांच्या हातात काहीतरी टाईप केलेला एक कागद सोपवला. ती विख्यात, ज्येष्ठ परराष्ट्रीय आणि आर्थिक धोरणतज्ज्ञांची यादी होती. सार्वत्रिक निवडणूक जिंकल्यास सल्लागार समित्यांवर नियुक्त करण्याजोगीच ही सर्व मंडळी होती. त्यांनी एक मिनिट त्या यादीवर नजर टाकली, त्याचा अभ्यास केला आणि होकारार्थी मान हलवत म्हणाले, ''पण हे तर खूप मोठे विद्वान लोक आहेत!''

मी उत्तरलो, ''तुम्हाला कोणत्याही बाबतीत सल्ला हवा असल्यास तो यांच्याकडून मिळू शकेल. शिवाय, पुढील काही महिने निवडणूक प्रचार सभांमध्ये भाषण करण्याव्यतिरिक्त, परदेशी आणि आर्थिक मुद्द्यांवर श्वेतपत्रिका काढण्याची कल्पना उत्तम आणि उपयुक्त ठरू शकेल.''

यावर मोदींनी नकारार्थी मान हलवली आणि गुजरातीतून म्हणाले, (ते बरेचदा गुजरातीतच बोलत), ''पंतप्रधान मनमोहन सिंह साहेबांचं पंतप्रधान कार्यालय (पीएमओ ऑफिस) खूप मोठं आहे. त्यांच्याकडेही या विषयातील तज्ज्ञ असतीलच की! आत्ता या घडीला तरी, मला त्यांच्या कारभारात ढवळाढवळ करायची नाहीये; विशेषत: परराष्ट्र धोरण वगैरे मुद्द्यांवर.''

मात्र, काही महिन्यांतच मोदींनी आपलं मौन सोडलं. आपल्या प्रत्येक प्रचारसभेत त्यांनी काँग्रेसच्या पाकिस्तानविषयक धोरणांवर, त्यांच्या भ्रष्ट नेत्यांवर आणि दहशातवादाला खतपाणी घालण्यावर यथेच्छ टीका केली, सगळ्याचा खरपूस समाचार घेतला. गांधी घराणं हे तर त्यांच्या टीकेचं लक्ष्य होतंच; परंतु तत्कालीन पंतप्रधान मनमोहन सिंह हेदेखील टीकेचे धनी ठरले. मोदी त्यांना सोनिया गांधी आणि राहुल गांधी यांच्या हातातलं बाहुलं म्हणत, तसंच सोनिया आणि राहुलच्या हातातील 'रिमोट कंट्रोलवर चालणारा पंतप्रधान' अशा शब्दांत मोदींनी त्यांच्यावर ताशेरे ओढले होते.

जानेवारी २०१४मध्ये मी मोदींना पुन्हा भेटलो. या वेळची आमची भेट त्यांच्या शासकीय निवासस्थानी झाली. तसे आम्ही या आधीही त्यांच्या घरी, त्यांच्या कार्यालयात भेटलो होतो. आमच्या एकाही भेटीदरम्यान मला एकदाही नागरी कृती समिती (सिटीझन ॲक्शन कमिटी) चा किंवा मोदींच्या निवडणूक प्रचार समितीतील एकही सदस्य उपस्थित असलेला आढळून आला नाही. तेव्हा, नागरी कृती समितीचे, प्रशांत किशोर मुख्य होते, नंतर या समितीचं नाव बदलून आय–पॅक असं ठेवण्यात आलं. खरं सांगायचं तर, मला स्वत:ला भाजपची प्रचारनीती फारशी काही रुचली नव्हती. पत्रकारितेत, तुम्ही राजकीय दृष्ट्या तटस्थ असावं तर लागतंच, परंतु, तो तटस्थपणा दाखवणंही तितकंच महत्त्वाचं असतं. आणि त्यामुळेच, मोदींच्या मंत्रिमंडळातील कोणत्याही मंत्र्याशी मी तेव्हापासूनच संपर्क करणं मी टाळलं आहे ते आजतागायत. आजही पंतप्रधान नरेंद्र मोदी ज्या २५०० लोकांना ट्विटरवर फॉलो करतात, त्या निवडक लोकांत मी आहे – ज्याने अजून त्यांना 'फॉलो बॅक' केलेले नाही. जानेवारी २०१४ मध्ये, आम्ही मोदींच्या निवासस्थानातील अभ्यासिकेत बसलो होतो तेवढ्यात बातमी आली, की अरविंद केजरीवाल आणि त्यांच्या आम आदमी पक्षाचे (आप) चे काही उपद्रवी कार्यकर्ते, अहमदाबाद महामार्गावरून मोदींच्या निवासस्थावर चालून येत आहेत. गुजरात पोलीसांनी खोट्या चकमकी केल्याच्या कथित प्रकरणांचा त्यांना मोदींना जाब विचारायचा होता.

ही बातमी ऐकून मोदी जराही विचलीत झाले नाहीत. ''त्यांना येऊ द्या.'' असं शांतपणे म्हणून त्यांनी खांदे उडवले आणि पुन्हा आमच्या संभाषणाकडे वळले. अखेरीस, मोदींच्या निवासस्थानाच्या सुरक्षा क्षेत्राच्या अलीकडेच काही मैल अंतरावर पोलीसांनी केजरीवालांना थोपवलं.

मोदींवर शाब्दिक हल्ले करण्यात, त्यांना शिवीगाळ करून त्यांची निर्भत्सना करण्यात केजरीवाल आघाडीवर होते. मोदींना शह म्हणून केजरीवालांनी एक धूर्त राजकीय चाल खेळली. २०१४च्या लोकसभा निवडणुकीत ते मोदींच्या विरुद्ध वाराणसी मतदारसंघातून उभे राहिले. चार लाख मतांच्या फरकाने केजरीवालांचा दारुण पराभव झाला. अनामत रक्कम जप्त होता होता राहिली, हे नशीबच म्हणायचं! कालांतराने दिल्लीचे मुख्यमंत्री म्हणून केजरीवालांची नवीन राजकीय कारकिर्द सुरू झाली. तेव्हाही 'भ्याड', 'मनोरुग्ण' अशी मोदींची निर्भत्सना करणं सुरूच होतं. परंतु मोदींना करत असलेल्या शिवीगाळीमुळे त्यांचंच नुकसान होतंय हे कळायला केजरीवालांना कदाचित पुष्कळ वर्षे जावी लागतील. कालांतराने केजरीवाल आणि मोदी यांच्या संबंधात काहीसा मवाळपणा आला, मात्र त्यातील खदखद कायम राहिली.

मोदींच्या केंद्रीय मंत्रिमंडळातील ज्येष्ठ मंत्री दिवंगत अरुण जेटली यांची बदनामी केल्याबद्दल केजरीवाल यांनी माफी मागून समेट साधण्याचा प्रयत्न केला. बदल्यात, जेटली यांनीही केजरीवालांविरुद्ध दाखल केलेला फौजदारी खटला मागे घेतला आणि या प्रकरणावर पडदा पडला. केजरीवाल हे नेहमीच एक संधीसाधू राजकारणी होते. झोटींगशाही आणि शिवीगाळ या दोनच गोष्टी त्यांच्या राजनैतिक रणनीतीचा भाग होत्या. मार्च २०२२ साली, पंजाबमध्ये त्यांच्या आम आदमी पक्षाने निसटता विजय मिळवला खरा; परंतु एक संधीसाधू

राजकारणी ते सुजाण, परिपक्व राजकारणी हे अंतर कापण्यासाठी त्यांना अनेक वर्षे लागली. असं जरी असलं तरीही त्यांच्या अंगातली झोटींगशाही आणि संधीसाधुपणा पूर्णपणे गेला आहे असं आपण आजही म्हणू शकत नाही.

~

हा सगळा भविष्यकाळ होता. थोडे मागे जाऊ या... २६ मे २०१४ रोजी, नरेंद्र मोदी भारताचे नवनिर्वाचित पंतप्रधान आहेत आणि त्यांनी आपल्या कामाला नुकतीच सुरुवात केली आहे. पाकिस्तानचे तत्कालीन पंतप्रधान नवाझ शरीफ यांच्यासह दक्षिण आशियाई देशाच्या (सार्क) नेत्यांच्या उपस्थितीत शपथविधी समारंभ पार पडल्यानंतर मोदींनी लगेचच कामाला सुरुवात केली. काही दिवसांतच त्यांच्याकडे पहिलं निवेदन आलं ते अर्थमंत्रालयाकडून. त्यात देण्यात आलेली माहिती अतिशय धक्कादायक होती.

देशाची अर्थव्यवस्था कल्पनेपलीकडे खालावली होती. बँकांची स्थिती देखील दयनीय होती. बँकांकडून घेण्यात आलेली कर्जे चुकवली गेली नव्हती, सगळी कर्जे मुदतबाह्य झाली होती. मुदलाचा पत्ता नव्हता तर, व्याज कुठून चुकतं झालं असणार होतं? अशा कर्जांना 'नॉन परफॉर्मिंग असेट्स' म्हणतात. पण अशा नॉन परफॉर्मिंग असेट्स मोठ्या खुबीने कॉर्पोरेट बॅलन्सशीटमध्ये दडवल्या जात होत्या. सकल राष्ट्रीय उत्पादन (जीडीपी) दरात वाढच होत नव्हती. दिवसेंदिवस महागाई वाढतच चालली होती. परकीय चलनाच्या गंगाजळीने तळ गाठला होता. त्या वेळी देशाचा परकीय चलनसाठा, ३०० अब्ज डॉलर्सपेक्षाही कमी होता, ज्यात केवळ आठ महिने आयात करणं शक्य होणार होतं. संरक्षण सामग्री खरेदीत तर भ्रष्टाचार नुसता बोकाळला होता.

सुरुवातीला अर्थव्यवस्थेची ही ढासळलेली अवस्था लक्षात घेता, त्यावर श्वेतपत्रिका काढण्याचा विचार मोदींनी केला होता; परंतु नंतर त्यांनी तसं न करण्याचं ठरवलं. याचं कारण त्यांनी त्यांच्या नंतरच्या अनेक मुलाखतींतून अनेक वेळा स्पष्ट केलं आहे. त्यांच्या मते, तेव्हा जर श्वेतपत्रिका काढली असती तर त्याचा परदेशी गुंतवणुकीवर अत्यंत प्रतिकूल परिणाम झाला असता.

श्वेतपत्रिका जारी न करणं ही एक चूक होती, आणि हे मी अनेक वेळा माझ्या लेखांमधून लिहिलंही आहे. मुंबई प्रेस क्लबने मे २०१५मध्ये आयोजित केलेल्या एका कार्यक्रमात, मोदींच्या पंतप्रधानपदाच्या पहिल्या वर्षात झालेल्या चुकांचा पाढा मी वाचला होता.

त्या कार्यक्रमाच्या अहवालानुसार[३], गेल्या वर्षभरात देशात राजकीय तसंच आर्थिक स्वरूपाच्या उलाढाली झाल्या. त्यात, गेल्या वर्षभरात झालेली स्थित्यंतरे समजून घेण्यासाठी मुंबई प्रेस क्लबने, राजदीप सरदेसाई आणि मिन्हाझ मर्चंट यांच्यात 'नरेंद्र मोदींनी भारतीय राजकारणाचा चेहरामोहरा बदलला आहे का?' या शीर्षकाखाली एक परिसंवाद घडवून आणला. राजदीप सरदेसाई म्हणाले, 'अगदी प्रामाणिकपणे सांगायचं तर, गेल्या वर्षभरात, मोदींनी सरकारी कारभारात जे लक्षणीय चैतन्य आणलं आहे, ते मनमोहन सिंह यांच्या

---

३ e4m २० मे २०१५

कारकिर्दीत कधीच जाणवलं नव्हतं. अर्थात असं नाही, की मनमोहन सिंह कुठेच गेले नाहीत, त्यांनी परदेश दौरे केले नाहीत. वास्तविक पाहता, जेव्हा मनमोहन सिंह जर्मनीला गेले होते, तेव्हा आपल्याला जर्मन लोकांकडून भारतात गुंतवणुकीसाठी खूप चांगला प्रतिसाद मिळाला होता; परंतु मोदींमधली ऊर्जा, त्यांच्यातला जोश पाहून उद्योगजगतामध्ये एक आश्वासक वातावरण निर्माण झालं आहे. अखेरीस भारताला एक 'नेता' आहे ही जाणीव निर्माण होते.'

मात्र, एकाच व्यक्तीभोवती सत्तेचं केंद्रीकरण होणं ही पंतप्रधान मोदींच्याबाबतीत जमेची बाजू आहे, त्याचा पुढे जाऊन फटकादेखील बसू शकतो, असं मत सरदेसाई यांनी व्यक्त केलं. त्यांच्यात इतकी ताकद आणि हातोटी आहे की, ते प्रकल्प उत्तम रितीने कार्यान्वित करू शकतात; परंतु त्याच वेळी हेदेखील समजून घेतलं पाहिजे, की सर्वच लढाया एकट्याने जिंकता येणार नाहीत. मला वाटतंय, की ते हळूहळू त्यांच्या लक्षात येतंय. सरदेसाई पुढे म्हणाले, ''संसदेत जर, अपेक्षित विधेयकं पारीत करून घ्यायची असतील तर त्यांना मायावती, ममता बॅनर्जी अशा लोकांच्या पाठिंब्याची गरज आहे.'' सरदेसाई पुढे म्हणतात, नोकरशाहीला एका विशिष्ट प्रकारच्या कार्यपद्धतीची सवय झाली आहे. परंतु ती देखील आता पंतप्रधान मोदींच्या वेग, आवेग, गती आणि कार्यपद्धतीशी जुळवून घेण्याचा प्रयत्न करत आहे.'

मिन्हाझ मर्चंट यांनी आपलं मत व्यक्त करताना म्हटलं, की मोदी पंतप्रधानपदी आल्यापासून, खाजगी क्षेत्रातली समभाग (ईक्विटी) गुंतवणुकीत वाढ झाली आहे. हे मोदींच्या नेतृत्वाकडून जनतेच्या अपेक्षा असल्याचं द्योतक आहे. 'सूट बूट की सरकार' असं म्हणत काँग्रेसने मोदींवर निशाणा साधला, जे हिणवलं त्याचंही आपल्याला आश्चर्य वाटत असल्याचं मर्चंट यांनी नमूद केलं. वास्तविक मोदींनी उद्योगपतींना एक हात लांबच ठेवलं आहे आणि ते बेकायदेशीरपणे कोणतेही फायदे मिळवून देत नाहीत असं मर्चंट पुढे म्हणाले. या विधानाशी राजदीप सरदेसाई यांनीही आपली सहमती दर्शवली. याला पुष्टी देत ते म्हणाले, की काही उद्योगपतींना वाटत होतं की मोदी सत्तेत आल्याचा त्यांना तत्काळ फायदा होईल; परंतु असं घडलं नाही. ज्यांना असं वाटलं त्यांना, त्या त्या योजना प्रत्यक्ष कार्यान्वित होईपर्यंत धीर धरावाच लागला.

मिन्हाझ मर्चंट यांनी मोदींच्या पंतप्रधानपदाच्या पहिल्या वर्षात झालेल्या चुकांचाही परामर्श घेतला. ते म्हणाले, 'पहिल्या वर्षात, प्रतिगामी करप्रणाली आणि पाकिस्तानसंदर्भातल्या योग्य आणि कठोर परराष्ट्रधोरणाचा अभाव या चुका प्रामुख्याने होत्या.' सरदेसाई म्हणाले ''आपल्या व्यक्तिमत्त्वाभोवती सत्तेचं केंद्रीकरण केल्याने किंवा झाल्याने, नोकरशाहांत तसंच मंत्रिमंडळात त्यांच्याबद्दल दडपण, भीती निर्माण होऊन परिणामी त्यांच्यात नेतृत्वगुणाचा अभाव निर्माण होणार नाही ना याकडे मोदींनी लक्ष दिलं पाहिजे.''

मोदींच्या पहिल्या पर्वाच्या पंतप्रधानपदाची सुरुवात अगदी धडाकेबाज कामांनी झाली. यात सगळ्यात प्राधान्यक्रम परराष्ट्रधोरणाला देण्यात आला. तर खालावलेल्या अर्थव्यवस्थेत सुधारणा करणे हे त्याच्या खालोखाल होतं. परंतु हे काम तसं सोपं नव्हतं. यातही काहीसा

पेच आणि गुंतागुंत होती. ज्या काँग्रेस पक्षाला २००९च्या लोकसभा निवडणुकीत २०६ जागा मिळाल्या होत्या, त्याच काँग्रेस पक्षाची २०१४च्या लोकसभा निवडणुकीत ४४ जागा मिळवण्यापर्यंत घसरण झाली. असं असलं तरीही, काँग्रेसशी निष्ठावंत असलेल्यांची जणू एक परिसंस्थाच नोकरशाहीत कार्यरत होती.

काँग्रेस सत्तेवर असतानाच्या अनेक दशकांच्या काळात, ही परिसंस्था अत्यंत काळजीपूर्वक आणि जाणूनबुजून निर्माण करण्यात आली आणि तशीच जोपासण्यातही आली. १९४७ ते २०१४ या स्वातंत्र्य मिळाल्यानंतरच्या ६७ वर्षांच्या काळात काँगेस तब्बल ५५ वर्षे सत्तेत होती. तिच्या निष्ठावंतांमध्ये डाव्या विचारसरणीचे शिक्षणतज्ज्ञ, इतिहासकार, चळवळीतील कार्यकर्ते, नोकरशाह वकील आणि पत्रकारांचा भरणा होता. या परिसंस्थेला काँग्रेसनेच प्रोत्साहन दिलं, खतपाणी घातलं आणि तिचं संरक्षणही केलं. यातील सगळ्यांनी सत्ता आणि विशेषाधिकारांचा यथेच्छ उपभोग घेतला; परंतु कोणत्याही प्रकारचं दायित्व मात्र कधी स्वीकारलं नाही. मार्क्सवादी इतिहासकारांनी राजकीय आणि सामाजिक व्यवस्थेचं चित्रण रंगवलं. पाठ्यपुस्तकांमधून रंगवलेला इतिहास हा वसाहतवादाला खतपाणी घालणारा होता. अनेक शैक्षणिक संस्थांना नेहरू-गांधी घराण्यातील व्यक्तींची नावं देण्यात आली. नुसत्या शैक्षणिक संस्थाच नाहीत; तर रस्ते, विमानतळ, समुद्रसेतू, उद्यानं, महाविद्यालयं, तारांगणं, ग्रंथालयं, वस्तु संग्रहालयं आणि कल्याणकारी योजनांनादेखील नेहरू आणि गांधी घराण्यातील व्यक्तींची नावं देण्यात आली होती.

नेहरूंच्या निधनानंतरच काँग्रसने स्वतःचा उदो उदो करून घेण्यास सुरुवात केली. नेहरू स्वतः द्रष्टे होते. अनेक क्षेत्रांमध्ये त्यांनी दूरदृष्टी दाखवली होती. इंडियन इन्स्टिट्यूट ऑफ टेक्नॉलॉजी (आयआयटी), इंडियन इन्स्टिट्यूट ऑफ मॅनेजमेंट (आयआयएम) यांसारख्या प्रतिष्ठित संस्था त्यांच्याच पुढाकाराने स्थापन झाल्या. ब्रिटीश वसाहतीने लुटून भकास केलेल्या देशात पायाभूत सुविधांचा अभाव होता. त्यासाठी त्यांनी देशात पोलादनिर्मितीचे कारखाने उभारले तसंच बारकाईने अभ्यास करून देशाचं परराष्ट्र धोरण आखलं. मात्र ते चीन आणि पाकिस्तानला ओळखूच शकले नाहीत. १९६० साली पाकिस्तानसोबत केलेल्या, 'सिंधु जल करारा'च्या वेळी (इंडस वॉटर ट्रिटी) नेहरूंनी पाकिस्तानच्या काही अटी अगदी उदारपणे मान्य केल्या आणि हीच त्यांची घोडचूक ठरली. या करारासाठी जागतिक बँकेने मध्यस्थी केली होती. नेहरूंची आणखी एक घोडचूक म्हणजे त्यांना, चीनचा 'हिंदी-चिनी भाई भाई'च्या मैत्रीच्या बुरख्याआड लपलेला शत्रू ओळखता आला नाही. १९६२ साली चीनने भारतावर हल्ला केला. त्या युद्धात झालेल्या भारताच्या पराभवाने नेहरू अतिशय खचले आणि युद्धानंतर १९ महिन्यांतच, मे १९६४ साली त्यांचं निधन झालं.

नेहरूंच्या निधनानंतर सत्तेत आलेल्या इंदिरा गांधींनी चुकीचा मार्ग निवडला आणि त्यांनी देशाला आर्थिक समाजवादाकडे नेलं. याची देशाला खूप मोठी किंमत चुकवावी लागली. १९६६ साली, त्यांनी पहिल्यांदा पंतप्रधानपदाची सूत्रे हाती घेतल्यापासून ते १९८४ साली त्यांची हत्या होईपर्यंत, म्हणजे जवळजवळ वीस वर्षं, भारताचा सरासरी आर्थिक विकासदर वर्षाला सरासरी तीन टक्के इतका कूर्मगतीने वाढत होता. तर त्याच काळात, आग्नेय आशियातील सिंगापूर, मलेशिया, थायलंडपासून फिलिपाईन्स, तैवान आणि

इंडोनेशिया या देशांचा आर्थिक विकासदर वर्षाला सरासरी आठ टक्के इतका वाढत होता. त्या वीस वर्षांत अर्थव्यवस्थेला अक्षरश: खीळ बसली होती आणि त्याचे परिणाम देशाला येत्या काळात भोगावे लागले. १९७७ ते १९७९ ही आणीबाणीनंतरची दोन वर्षं वगळता, १९६६ ते १९८४, ही जवळपास दोन दशकं इंदिरा गांधीच पंतप्रधान होत्या.

आता पुन्हा २०१४कडे वळू या. मोदींच्या पहिल्या तीन वर्षांच्या कार्यकाळात, देशाची अर्थव्यवस्था जोमानं वाढली. २०१४-१५ मध्ये देशाच्या सकल उत्पादन दरात (जीडीपी) ७.४ टक्के वाढ झाली; २०१५-१६ मध्ये ७.९ टक्के इतका उसळला. २०१६मध्ये झालेल्या नोटाबंदीनंतरही, त्याच्यात ८.२ टक्के वाढ झाली. पण नंतर मात्र काहीशी घट झाली आणि तो ७.४ टक्क्यांवर आला.

परंतु एव्हाना धोक्याच्या घंटा वाजू लागल्या होत्या. नोटाबंदीचा निर्णय २०१६ साली झाला, मात्र त्याचे परिणाम २०१७-१८ पासून दिसायला लागले. ज्या कंपन्यांचं किंवा उद्योगांचं कामकाज रोखीवर म्हणजेच रोख पैशांवरच चालत होतं, त्यांचे धंदे बंद पडले. त्यातच जुलै २०१७ पासून जीएसटी अर्थात वस्तू आणि सेवा कर लागू करण्यात आला. त्याचादेखील अर्थव्यवस्थेला नाही म्हटलं तरी फटका बसलाच. २०१७-१८ साली जीडीपी दर घसरून ७.२ टक्क्यांवर आला होता. खरं संकट तर पुढेच होतं. २०१८-१९ मध्ये आर्थिक विकासदराने बुडी मारली आणि तो ६.८ टक्क्यांवर घसरला; अर्थव्यवस्थेला खीळ बसली. ही घसरण इथेच थांबली नाही. परिस्थिती अधिकच गंभीर होत चालली. २०१९-२० पर्यंत, म्हणजेच, कोविडची वैश्विक साथ येईपर्यंत देशाचा आर्थिक विकास दर ४.२ टक्क्यांवर आला होता, कालांतराने तो अजूनच खाली म्हणजे ४ टक्क्यांवर पोहोचला.

नोटाबंदी, जीएसटीची अंमलबजावणी या निर्णयांचा सूक्ष्म, लघु आणि मध्यम उद्योगांना चांगलाच फटका बसला. छोटे छोटे उद्योग बंद झाल्यामुळे बेकारी वाढली. मार्च २०२०मध्ये, मोदी पंतप्रधान झाल्याला सहा वर्षं झाली होती. असं वाटत होतं की, भारतीय अर्थव्यवस्थेचा हा सर्वांत पडता काळ आहे. पण नाही, ते इतक्यावर थांबणारं नव्हतं. एक वादळ अजूनही घोंघावत होतं. मार्च २०२०मध्ये आलेल्या कोविड-१९च्या जागतिक साथीच्या रूपात त्याने संपूर्ण जगासोबतच भारतीय अर्थव्यवस्थेलाही हादरवून टाकलं. देशाचा आर्थिक विकास दर गेल्या पन्नास वर्षांतील नीचांकी पातळीवर आला आणि देश भीषण आर्थिक संकटात सापडला.

~

आता थोडं त्या आधीच्या घटनांकडे पाहू. फेब्रुवारी २०१९मध्ये पुन्हा लोकसभा निवडणुकांचे वारे वाहू लागले. मोदींच्या मनात आता सतत निवडणुकीचेच विचार घोळत होते. प्रचार दौऱ्यांच्या निमित्ताने, मोदींनी पुन्हा एकदा सगळा देश उभा-आडवा पालथा घातला, शेकडो सभांमध्ये भाषणं केली. २०१४च्या निवडणूक प्रचारांत, काँग्रेसचा अपप्रचार करण्यासाठी, सोनिया आणि राहुल या 'माँ-बेटा'चं प्रभावी अस्त्र त्यांनी वापरलं होतं. त्यांची राजकीय घराणेशाही, त्यांनी केलेला भ्रष्टाचार आणि त्यांची क्षुद्र व बालीश बुद्धी यांवर त्यांनी जोरदार शाब्दिक हल्ले चढवले होते.

दरम्यान, काँग्रेस अध्यक्ष राहुल गांधी यांनीदेखील तोपर्यंत मौन सोडलं होतं आणि मोदींवर घणाघाती हल्ले चढवायला सुरुवात केली होती. राजस्थान, मध्य प्रदेश आणि छत्तीसगढ या राज्यांच्या, डिसेंबर २०१८ साली झालेल्या विधानसभा निवडणुकांमध्ये काँग्रेसला मोठं यश मिळालं होतं. त्या विजयाने उन्मादित झालेल्या राहुल गांधींनी, आपल्या सर्व प्रचारसभांमध्ये, मोदींना 'चौकीदार चोर है' असे टोमणे मारले. त्यामागची पार्श्वभूमी अशी, की मोदींनी एकदा 'मी देशाचा चौकीदार म्हणजेच पहारेकरी' असल्याचं म्हटलं होतं. त्याचा अर्थ होता – 'मी (मोदी) देशाला भ्रष्ट घराणेशाहीच्या कारस्थानांपासून वाचवलं आहे आणि डोळ्यांत तेल घालून त्यांच्यावर नजर ठेवून आहे.' परंतु, राहुल यांना मात्र त्यातला गर्भितार्थ कळलाच नाही आणि मोदींनी वापरलेल्या 'चौकीदार' या उपाधीचा त्यांनी विपर्यास केला.

मोदी सरकारच्या भ्रष्टाचाराचा पुरावा म्हणून राहुल गांधी ५९,००० कोटी रुपयांच्या राफेल विमानांच्या खरेदी व्यवहाराचा दाखला देत. राहुल अतिशय कठोर, निर्मम शब्दांत मोदींवर हल्ला चढवत; परंतु ते सर्व हल्ले अपयशी ठरले. २३ मे, २०१९ रोजी लोकसभा निवडणुकांचे निकाल जाहीर झाले. काँग्रेसचे फक्त ५२ खासदार या निवडणुकीत जिंकले होते. काँग्रेसवर पुन्हा नामुष्कीची वेळ आली होती. २०१४तील निवडणुकीपेक्षा त्यांना आणखी केवळ ८ जागा जास्त मिळाल्या होत्या आणि ३०३ जागांवर दणदणीत विजय मिळवत भारतीय जनता पक्ष पुन्हा दिमाखात सत्तेत आला होता.

लोकसभा निवडणुकीत, काँग्रेसच्या दुसऱ्यांदा झालेल्या दारुण पराभवाची जबाबदारी राहुल यांनी स्वीकारली आणि त्यांनी काँग्रेस पक्षाच्या अध्यक्षपदाचा राजीनामा दिला. आता असं वाटतंय, की राहुल गांधी यांनी काँग्रेसकडे एक राजकीय पक्ष न पाहता, वारसाहक्काने आलेली कौटुंबिक मालमत्ता म्हणूनच पाहिलं.

काँग्रेसमध्ये होत असलेल्या अंतर्गत घडामोडी किंवा अंतर्गत पडझडीपेक्षा मोदींना चिंता करण्यासारख्या अनेक बाबी होत्या आणि त्यांमध्ये त्वरित लक्ष घालणं महत्त्वाचं होतं. पाकिस्तानचा पाठिंबा असलेल्या जैश-ए-महम्मद या दहशतवादी संघटनेनं, १४ फेब्रुवारी २०१९ला पुलवामामध्ये दहशतवादी हल्ला घडवून आणला होता. त्याला प्रत्युत्तर म्हणून, मोदींनी हवाई हल्ले करून, बालाकोटमधील दहशतवाद्यांचे प्रशिक्षण तळ उद्‌ध्वस्त करण्याचे आदेश दिले. सप्टेंबर २०१६मध्ये, नियंत्रण रेषा (एलओसी) ओलांडून केलेल्या सर्जिकल कमांडो हल्ल्यानंतर, पाकिस्तानची भारताकडे बघण्याची नजर बदलली होती. भारताच्या पूर्वीच्या मुळमुळीत धोरणाच्या जागी आता करारीपणा आणि धारिष्ट्य आलं आहे, हे पाकिस्तानला जाणवू लागलं होतं.

चीनच्या बाबतीतही तेच घडलं. प्रत्यक्ष ताबा रेषेजवळ (एलएसी) चीन सैन्य चिथावणीपूर्वक हालचाली करत होतं. चीन सरकारच्या पाठिंब्याने होत असलेल्या या कृत्यांमुळे भारतीय सैन्याचं मनोबल खच्ची होत होतं. पूर्व लडाखमधे चीनच्या कारवाया वाढत चालल्या होत्या. पण त्याच वेळेला देशात झालेल्या लोकसभा निवडणुकीत भाजपने घवघवीत यश मिळवलं आणि मोदी पुन्हा पंतप्रधान झाले. आता वेळ आली होती चीनकडे लक्ष देण्याची. त्यासाठी ठोस राजकीय आणि वैधानिक रणनीती आखण्यात येणार होती.

माझी आणि मोदींची पहिली भेट २०१२ साली झाली. २०१९मध्ये ते दुसऱ्यांदा पंतप्रधान होईपर्यंत, दरम्यानच्या काळात मोदींमध्ये किती आणि काय बदल झाले होते?

आता मोदींची ख्याती सातासमुद्रापार पोचली होती. आता ते आंतरराष्ट्रीय मान्यता मिळालेले जागतिक राजकारणी नेते होते. २०१९ लोकसभा निवडणुकांचे निकाल जाहीर झाले. भारतीय जनता पक्ष पुन्हा सत्तेत आला. आता सगळ्यांचं लक्ष मोदींच्या नव्या मंत्रिमंडळाकडे लागलं होतं. पूर्वीच्या मंत्रिमंडळात काही मोठे फेरबदल होतील का याची सगळ्यांना उत्सुकता लागून राहिली होती. आधीच्या मंत्रिमंडळात अर्थमंत्री असलेले अरुण जेटली तेव्हा खूपच आजारी होते. (निवडणुकांनंतर लगेचच, म्हणजे २०१९च्या जुलै महिन्यात त्यांचं निधन झालं.) माजी परराष्ट्रव्यवहार मंत्री सुषमा स्वराज यादेखील गंभीर आजाराने ग्रस्त होत्या (ऑगस्ट २०१९मध्ये त्यांचं निधन झालं.) माजी संरक्षणमंत्री मनोहर पर्रीकर हेदेखील मार्च २०१९पासून कर्करोगाशी झुंज देत होते. केवळ पाच महिन्यांत मोदींनी महत्त्वाच्या चार मंत्र्यांपैकी तीन हिरे गमावले.

साधारणपणे असा प्रघात आहे, की देशाच्या कॅबिनेट सुरक्षा समितीमध्ये पंतप्रधानांसमवेत जे चार ज्येष्ठ मंत्री असतात, त्यांच्याकडे गृह, संरक्षण, अर्थ (वित्त) आणि परराष्ट्र व्यवहार ही महत्त्वाची खाती सोपवण्यात येतात. या आधीच्या मंत्रीमंडळात अरुण जेटली, सुषमा स्वराज आणि मनोहर पर्रीकर यांच्याकडे या चार महत्त्वाच्या खात्यांपैकी तीन खाती होती. या तिघांच्या अनुपस्थितीत त्यांच्या तोडीची प्रतिभा असलेली आणि तितकीच अनुभवी व्यक्ती मिळणं हे मोदींसाठी खूप मोठं आव्हान होतं. त्या चारांपैकी फक्त राजनाथ सिंह आता उरले होते. पूर्वीच्या मंत्रिमंडळात गृहमंत्री असलेले राजनाथ सिंह यांच्याकडे संरक्षणखातं सोपवण्यात आलं, तर अमित शाहांकडे गृहखातं. अरुण जेटली आजारी पडल्यानंतर अर्थमंत्रीपदाची धुरा निर्मला सीतारामन यांच्याकडे देण्यात आली होती. सीतारामन यांना अर्थमंत्रीपदी कायम ठेवण्यात आलं. या महत्त्वाच्या चार खात्यांमधे आश्चर्यकारक समावेश झाला तो एस. जयशंकर यांचा. माजी परराष्ट्र सचिव असलेल्या जयशंकर यांना परराष्ट्रव्यवहार मंत्रीपद देण्यात आलं. भारतीय परराष्ट्र सेवेत असलेल्या, प्रशासकीय (आयएफएस) अधिकाऱ्याला, एका नोकरशहाला, परराष्ट्र व्यवहार मंत्रालयाचा कारभार सोपवण्याची बहुधा ही पहिलीच वेळ असेल.

जयशंकर हे अतिशय विद्वान, चाणाक्ष आणि तत्त्वनिष्ठ आहेत. इथे, जयशंकर यांची संदर्भसंगती आणि माहिती देणं इष्ट होईल. जयशंकर यांचे वडीलदिवंगत के. सुब्रमण्यमयांनी अनेक वर्षे, 'इन्स्टिट्यूट फॉर डिफेन्स स्टडीज अ‍ॅन्ड अ‍ॅनालिसिस'चे प्रमुख म्हणून काम पाहिलं आहे. भारताच्या आण्विक सिध्दान्ताची मुहूर्तमेढ करण्याचं श्रेय त्यांनाच जातं. सुब्रमण्यम यांनी, माझ्या पहिल्या मीडिया स्टार्टअप मध्ये दहा वर्षे संपादक म्हणून योगदान दिलं आहे, तर दुसऱ्या स्टार्टअपमध्ये, त्यापुढची दहा वर्षं त्यांनी स्तंभलेखन केलं आहे. २०११ साली त्यांचं निधन झालं.

त्यांचे पुत्र जयशंकरदेखील, भारतीय परराष्ट्र सेवेत उत्तम कारकिर्द घडवत होते. २०१६मध्ये परराष्ट्र सचिव असताना, त्यांनी माझ्याकडे खाजगीत भेट घेण्याची विनंती केली. आमचा भेटीचा दिवस ठरला. त्या दिवशी मी मुंबईहून विमानाने दिल्लीला आलो. त्यांच्या

दिल्लीतील अधिकृत निवासस्थानी आम्ही भेटलो. ती भेट जवळजवळ दोन तासांपेक्षा जास्त काळ चालली. चीन आणि पाकिस्तानसंदर्भातील भारताची भविष्यातली धोरणं हाच आमच्या त्या बैठकीचा मुख्य विषय होता (त्या संभाषणाची नोंद नसल्याने ते गोपनीयच ठेवावं लागणार आहे). पाकिस्तान आणि चीनविषयक काय नीती राबवायची याचा एक धोरणात्मक आराखडा तयार करावा हा विचार त्या बैठकीत पुढे आला.

मंत्रीपदावर येण्यापूर्वी जयशंकर, वॉशिंग्टन आणि बिजींगमध्ये भारताचे राजदूत होते. त्यांना मँडेरिन, रशियन, हंगेरियन, जपानी या परदेशी भाषा बोलता येतात (त्यांची पत्नी जपानी आहे) तमिळ, हिंदी या भाषांवरही त्यांचं प्रभुत्व आहे. इंग्रजी तर ते अस्खलित बोलतातच.

तसा, आमच्या संभाषणाशी या घटनेचा थेट असा संबंध नाही. पण, आमच्या भेटीनंतर एका महिन्यातच, सप्टेंबर २०१६ मध्ये, भारताने नियंत्रण रेषेच्या पलीकडे जाऊन, पाकिस्तानात घुसून सर्जिकल स्ट्राईक केला. उरी हल्ल्याला, भारताकडून देण्यात आलेलं ते प्रत्युत्तर होतं. पाकिस्तान खतपाणी घालत असलेल्या दहशतवादापुढे भारत नमणार नाही, तर त्याला तोडीस तोड उत्तर दिलं जाईल हा मोदी सरकारचा निर्धार सगळ्या जगाला दिसला.

जयशंकर यांच्या भेटीनंतर मला पंतप्रधानांच्या, ७ लोककल्याण मार्गावरील निवासस्थानी नेण्यात आलं. हे निवासस्थान म्हणजे तीन बंगल्यांचं संकुल आहे. इथे अत्यंत कडेकोट सुरक्षा व्यवस्था तैनात असते. महत्त्वाच्या बैठका मोदी इथेच घेतात.

परराष्ट्रसचिव पदावरून निवृत्त झाल्यानंतर, जयशंकर यांनी टाटा समूहात काही काळ 'धोरणात्मक सल्लागार' म्हणून काम केलं. मे २०१९च्या निवडणुकीत मिळालेल्या प्रचंड यशानंतर, मोदींनी मंत्रिमंडळ बांधणीबाबत काही विशेष निर्णय घेतले. विशिष्ट क्षेत्राचं ज्ञान आणि त्यातलं तंत्रज्ञान माहिती असलेल्या व्यक्तींना, म्हणजेच टेक्नोक्रॅट्सना मंत्रिमंडळात समाविष्ट करण्याचं त्यांनी ठरवलं. त्यामुळेच जेव्हा, परराष्ट्रव्यवहार मंत्रीपदासारख्या महत्त्वाच्या पदासाठी पंतप्रधान आपल्या नावाचा विचार करत असल्याचा फोन जेव्हा जयशंकर यांना आला, तेव्हा त्यांना आश्चर्याचा धक्काच बसला. 'न भूतो न भविष्यति' अशीच घटना होती ती. या आधी कधीही, एका परराष्ट्र सचिवाची परराष्ट्रव्यवहार मंत्री म्हणून नियुक्ती करण्यात आली नव्हती.

जयशंकर यांनीदेखील मोदींनी दाखवलेला विश्वास सार्थ ठरवत, त्यांच्या मंत्रिमंडळातील उत्कृष्ट मंत्री असल्याचं सिद्ध केलं. परराष्ट्रव्यवहार मंत्रीपदाची शपथ घेतल्यानंतर वर्षभराच्या आतच, २०२०मध्ये त्यांना, प्रत्यक्ष नियंत्रण रेषेवर चीनसोबत उद्भवलेल्या कुरबुरींचा सामना करावा लागला. त्यांच्या मंत्रालयाकडून चीनसोबत मुत्सद्देगिरीच्या वाटाघाटी सुरू होत्याच, पण कोंडी काही केल्या सुटत नव्हती. इतक्या धामधुमीतही, त्यांनी बारकाईने संशोधन करून, *द इंडिया वे : स्ट्रॅटेजीज फॉर ॲन अनसर्टन वर्ल्ड* हे पुस्तक लिहिलं. या पुस्तकात त्यांनी, भारतासमोरील भौगोलिक तसंच राजकीय आव्हानं आणि संधी यावर उहापोह केला आहे. आपल्या या पुस्तकात ते लिहितात :

जसजशी जगाची वाटचाल झपाट्याने वैविध्यकरणाकडे होत आहे, तसतशी जागतिक नैतिक मूल्यांची परस्पर सांगडही तितकीच मजबूत आणि चांगल्या पद्धतीने घातली जाईल.

या दिशेने भारत अधिक उद्दिष्टपूर्ण वाटचाल करू शकतो. परंतु ती वाटचाल करताना त्याने देशांतर्गत क्षमतांशी समतोल साधायला हवा. आत्मनिर्भरतेच्या जोरावर जो सक्षम, मजबूत आणि सामर्थ्यशाली भारत उदयाला येईल, त्याच्याकडे जगाला देण्यासाठी खूप काही असेल. जगातील सर्व क्षेत्रांत सहभागी होण्यासाठी देश सिद्ध होत आहे आणि तोही संपूर्ण तयारीनिशी! असं असताना त्याला जगाकडे पाठ फिरवून कसं चालेल? शेवटी, आत्मनिर्भर भारताचा पायादेखील, 'वसुधैव कुटुंबकम्' (जग हेच कुटंब) हेच ब्रीद आहे.

जगात सर्वत्र अशांतता पसरली असता, इतरांपेक्षा स्वतःला वेगळं सिद्ध करण्याच्या भारताच्या क्षमतेवरच खूप बाबी अवलंबून आहेत. गेल्या काही वर्षांत, विविध जागतिक मुद्द्यांवर भाष्य करण्याची भारताची क्षमता वाढली असून, त्याचा आंतरराष्ट्रीय परिणामांवर झालेला फरकही दिसून आला आहे. आम्ही परस्परांमधील मतभेद बाजूला सारून त्या समस्यांची एक रूपरेषा बनवली. त्यासाठी अनेक प्रकल्प राबवले. यात आमच्या जवळच्या शेजाऱ्यांनाही सामील करून घेतलं. दहशतवादाविरूद्ध एकदिलाने मोहिम राबवल्यामुळे, जागतिक पटलावर तो सर्वांत कळीचा मुद्दा बनला आणि त्याने सर्व जगाचं लक्ष वेधून घेतलं. जगभरात जिथे कुठे, सागरी सुरक्षा, मानवतावादी सहकार्य, आपत्ती निवारण याबाबत समस्या उद्भवल्या, तिथे तिथे भारताने मोलाची भूमिका बजावली आहे. विशेषतः हिंदी महासागरात.

राजकीय पातळीवर बोलायचं तर, पूर्वी विचारांमधे जो डळमळीतपणा होता, द्विधा मनःस्थिती होती त्यावर मात करण्याचा आत्मविश्वास आला आहे. आणि त्यामुळे आम्हाला अनेक नवी दालनं, नव्या संधी खुल्या झाल्या. या नव्या संधींचा पुरेपूर वापर करून घेण्यासाठी, धोरणात्मक स्पष्टीकरणं उपयोगी पडली. एकंदरीत विविध क्षेत्रांमध्ये आणि विविध तऱ्हेने, आता भारताची पडत असलेली छाप स्पष्टपणे दिसून येत आहे. आफ्रिकेसह अनेक देश जिथे भारताचे संबंध काहीसे नाजूक होते तिथेदेखील भारताचा प्रभाव पडत असल्याचं चित्र आहे. सहभाग आणि सहकार्य या द्वयीच्या जोरावर आमची वाटचाल जागतिक विचारसरणीच्या दिशेने होत आहे यात शंकाच नाही. जग भले नवीन दशकाच्या उंबरठ्यावर उभं असेल, परंतु भारत मात्र स्वतःतील उत्क्रांतीच्या पुढील टप्प्यासाठी सज्ज झाला आहे.

आज आपण ज्या जगात प्रवेश करण्यासाठी सज्ज आहोत, तिथे तीव्र मतभेद आहेत. राजकीय, आर्थिक आणि तंत्रज्ञान क्षेत्रातील परिवर्तनामुळे तर परिस्थिती अधिकच बिकट होणार आहे. १९४५ नंतरचे जे आदेश, जे नियम आजही अस्तित्वात आहेत, त्यांच्याशी जुळवून घेणं किती कठीण आहे हे मान्य करायलाच हवं. निर्मितीप्रक्रियेत कोणते घटक कामी येतात हे ओळखणं तर सर्वांत मोठं आव्हान आहे. स्वदेश असो वा परदेश, विविध पैलूंच्या गृहीतकांवरच प्रश्नचिन्ह उभं केलं जातं. ज्यावर आपण सहमत होऊ शकतो ती बाब म्हणजे, जग खरोखरच एका संक्रमणातून जात आहे. कोणत्या गोष्टींना आपण प्राधान्य देतो, आपल्या आवडी-निवडी, आपला दृष्टिकोन आणि आपल्या आशा-आकांक्षा यांच्या आपल्यावर असलेल्या प्रभावानुसार आपण त्या संक्रमणाची दिशा ठरवत असतो.

जयशंकर यांच्या अनेक विचारांमध्ये मोदींच्या जागतिक दृष्टिकोनाचं प्रतिबिंब दिसतं. रशिया–युक्रेन युद्धानंतर जी भौगोलिक आणि राजकीय स्थित्यंतरे झाली, त्यात ते प्रकर्षाने दिसून येतं.

ꟹ

मे २०१४ मध्ये पंतप्रधानपदाचा पदभार स्वीकारल्यानंतर, मोदींनी आखाती देश, जपान, अमेरिका आणि दक्षिण चिनी समुद्रातील तटीय देशांशी जवळीक वाढवायला सुरुवात केली. आता, २०१९ मध्ये पुन्हा सत्तेत आल्यानंतर त्यांनी आपलं लक्ष देशांतर्गत समस्यांवर केंद्रित केलं. केंद्रीय गृहमंत्री म्हणून नव्याने नियुक्त केलेल्या अमित शाहांकडे दोन संसदेत दोन महत्त्वाची विधेयकं संमत करून घेण्याची जबाबदारी सोपवण्यात आली. पहिलं विधेयक होतं जम्मू–काश्मीर पुनर्रचना विधेयक आणि दुसरं–नागरिकत्व सुधारणा कायदा (सीएए). ही दोन्ही विधेयकं वादग्रस्त ठरली. नागरिकत्व सुधारणा कायद्याची दोन उद्दिष्टं होती. एक प्रकट आहे, दुसरं अप्रकट आहे. ३१ डिसेंबर २०१४ पूर्वी, जाचातून सुटका करून घेण्यासाठी जे लोक अवैध मार्गाने निर्वासित किंवा स्थलांतरित म्हणून आलेल्या हिंदू, शीख, जैन, बौद्ध, पारशी आणि ख्रिश्चन अशांना भारताचं नागरिकत्व बहाल करणं हे प्रकट उद्दिष्ट आहे; आणि छळ झालेल्या मुस्लीम निर्वासित किंवा स्थलांतरितांना सीएएच्या सुरक्षित किंवा कायदेशीर कक्षेतून काढून टाकून हिंदू मतदारांचं ध्रुवीकरण करणं हे अप्रकट उद्दिष्ट होतं.

तथापि, जे भारताचे अधिकृत रहिवासी आहेत, ज्यांना संविधानिक अधिकार प्राप्त आहेत असे देशांतील २१० दशलक्ष मुस्लीम नागरिक हे सीएएचं लक्ष्य नव्हते. या विधेयकाच्या निमित्ताने १.१० दशलक्ष हिंदूंना यातून संदेश पोहोचवायचा होता. निवडणुकाची महत्त्वाकांक्षा डोळ्यांसमोर ठेवूनच, सीएए विधेयकावर भाजपने संसदेत प्रखर युक्तिवाद केला. २०२४ च्या निवडणुकीसाठी सीएए आणि एनसीआर (नॅशनल रजिस्टर ऑफ सिटिझन्स) हीच दोन महत्त्वाच्या शस्त्रांची योजना करण्यात आली आहे.

तसं, सीएएचे नेमके फायदे कोणते आणि तोटे कोणते याची उकल अजून झालीच नाहीये. केंद्र सरकारच्या विधी आणि न्याय मंत्रालयाने जारी केलेल्या सीएएवरील राजपत्रित अधिसूचनेत काय म्हटलं होतं ते विचारात घेऊ. अधिसूचनेतील हे कलम तसं महत्त्वाचं आणि गुंतागुंतीचं आहे. त्यात म्हटलं आहे, 'नागरिकत्व कायदा १९५५ च्या, (ज्याला यापुढे मुख्य कायदा म्हणून संदर्भित करण्यात येईल), विभाग २, उपविभाग (१) आणि कलम (ब) मध्ये खालील तरतूद समाविष्ट करण्यात येईल. ती अशी : जी कोणी व्यक्ती हिंदू, शीख, बौद्ध, जैन, पारशी किंवा ख्रिश्चन समुदायातील असेल, ज्या व्यक्तीने ३१ डिसेंबर, २०१४ रोजी किंवा त्या पूर्वी, अफगाणिस्तान, बांग्लादेश किंवा पाकिस्तानातून प्रवेश केला असेल, आणि ज्यांना केंद्र सरकारच्या पारपत्र (भारतात प्रवेश) १९२०च्या कायद्यांतील कलम (सी), उपविभाग (२) अंतर्गत किंवा परदेशी कायदा १९४६ किंवा त्याखालील असलेल्या कोणत्याही नियमाद्वारे किंवा आदेशाद्वारे सूट देण्यात आली असल्यास, या कायद्यानुसार बेकायदा स्थलांतरित म्हणून मानण्यात येणार नाही.'

यातील कलम (३) सीएएचा हेतू अधिक स्पष्ट करतं : मुख्य कायद्यातील कलम ६'अ' नंतर, खालील कलम ६इ त्यात समाविष्ट करण्यात येईल. जसं : ६इ (१) केंद्र सरकार किंवा त्याच्या अखत्यारीतील, विनिर्दिष्ट करण्यात आलेल्या प्राधिकरणाच्या वतीने केलेल्या अर्जावर विहित केलेल्या अटी, निर्बंध आणि पद्धतींच्या अधीन राहून, कलम २च्या उप-कलम(१)च्या खंड (ब)मधील तरतुदींमध्ये नमूद केलेल्या व्यक्तीला नोंदणीचे प्रमाणपत्र किंवा नागरिकत्वाचं प्रमाणपत्र देण्यात येईल.

थोडक्यात, ३१ डिसेंबर रोजी किंवा त्यापूर्वी भारतात प्रवेश केलेल्या निर्वासितांना किंवा स्थलांतरितांना, जे कोणत्याही राज्याचे रहिवासी नाहीत, ज्यांच्याकडे कोणतीही कागदपत्रं नाहीत आणि जोपर्यंत ते, सीएएच्या, कलम २मध्ये नमूद केलेल्या, सहा गैर-मुस्लीम धर्म म्हणवलेल्या धर्माचे आहेत, अशांना आपसूकच भारताचं नागरिकत्व मिळणार.

आता, घटनेच्या १४व्या कलमात, गटांचं वर्गीकरण वैध आहे किंवा नाही याचा निर्णय एका मोठ्या घटनापीठाकडून करण्यात येईल. सीएएला होणारा विरोध मोडून काढण्याचा एकमेव मार्ग म्हणजे त्यातील कलम (२) मध्ये पुढील १० शब्द काढून, '... हिंदू, शीख, बौद्ध, जैन, पारसी किंवा ख्रिश्चन समुदायाचे...' त्याच्या ऐवजी, 'छळ झालेल्या अल्पसंख्याक समुदायाचे,...' असं लिहिणे.

परंतु, राष्ट्रीय लोकसंख्या नोंदणी (एनपीआर)आणि राष्ट्रीय नागरिकत्व नोंदणी (एनआरसी)चं काय? सरकारने याआधीच जाहीर केलं आहे की, एनपीआर खाली माहिती पुरवणं ही घटनात्मक आवश्यकता असून ती पूर्णपणे ऐच्छिक आहे. परंतु, एनपीआरच्या माहितीचा वापर एनआरसीसाठी करण्यात येणार नाही कशावरून? असं झालं तर ते खूपच वाईट ठरेल. सरकार पक्कं ओळखून आहे, की एनआरसी राज्यसभेत कधीच मंजूर होणार नाही. अगदी मित्रपक्षांनीही याला विरोध केला आहे.

सीएएचं पूरक शस्त्र म्हणून एनआरसीची निर्मिती करण्यात आली आहे. एनआरसीशिवाय सीएए प्रभावहीन आहे. विशेषत: त्यात जर बदल करण्यात आले नाहीत तर. शाहा यांनी स्पष्टपणे नमूद केलं आहे, की ते सीएए विधेयक मागे घेणार नाहीत. परंतु जर सर्वोच्च न्यायालयाने त्यांना यावरून फटकारलं, तर ते त्या महत्त्वाच्या १० शब्दांमधे सुधारणा किंवा बदल करतील का? सीएए विरोधाचा अपेक्षित परिणाम होऊन हिंदू मतदारांच्या ध्रुवीकरणाचा दीर्घकालीन हेतू साध्य झाला की कदाचित करतीलही. एनआरसीच्या बाबतीत बोलायचं झालं, तर अद्याप तरी ते व्यवहारात आलेलं नाही. २०२४च्या निवडणुकांसाठीचं ते भाजपचं भात्यातील शस्त्र आहे. गेल्या काही वर्षांमध्ये मोदींनी हीच रणनीती वापरली आहे.

किशोरवयापासूनच मोदींचे विचार स्फटीकाइतके सुस्पष्ट आणि पारदर्शी होते. मी आणि हार्पर कॉलिन्स यांच्या संयुक्त विद्यमाने प्रकाशित करण्यात आलेल्या, *नरेंद्र मोदी : ए पॉलिटीकल बायोग्राफी* या मोदींच्या चरित्रपर पुस्तकाचे लेखक अँडी मरिनो बरेच आठवडे मोदींची मुलाखत घेत होते, त्यांच्या भाषणांना जात होते. किशोरवयातच घरादाराचा त्याग

करून भारतभ्रमण केल्याचा, मोदींच्या चारित्र्यावर आणि राजकीय भविष्यावर काय परिणाम झाला याचं मार्मिक निरीक्षण मरिनो यांनी या पुस्तकात नोंदवलं आहे.

सतरा ते एकोणीस या किशोरवयात नरेंद्र मोदींनी नेमकं काय केलं, ते कुठे आणि का गेले, हे अद्याप गूढच आहे. त्यांच्यासोबतच्या संभाषणातून याबाबत काही फुटकळ माहिती मिळते आणि त्यातून त्यांनी जे भारतभ्रमण किंवा परिभ्रमण केलं त्याची एक रूपरेषा तयार व्हायला मदत मिळू शकेल. त्या भ्रमंतीविषयी विचारलं असता ते केवळ हसतात आणि त्या प्रश्नांना बगल देतात. परंतु काही संकेत मात्र मिळून जातातच. बाकी काहीही असो, ती भ्रमंती म्हणजे स्वामी विवेकानंदांच्या पावलावर पाऊल टाकत केलेली एक तीर्थयात्रा होती. मोदींनी घराचा त्याग करेपर्यंत त्यांनी स्वामी विवेकानंदांचं सगळं साहित्य, त्यांचं तत्त्वज्ञान आत्मसात केलं होतं. वडनगरमधील एक स्थानिक, डॉ. वसंतभाई पारिख त्यांना स्वामीजींवरील पुस्तकं वाचायला देत असत. विवेकानंदांच्या तत्त्वज्ञानाचा, शिकवणीचा किशोरवयीन नरेंद्रच्या मनावर सखोल ठसा उमटला होता.

घर सोडताना नरेंद्रने सोबत अगदी कमी सामान घेतलं होतं. स्वतःचे कपडे आणि काही पैसे. ते पैसे त्याने स्वतःच्या कमाईतून बाजून काढून ठेवलेले होते. वडिलांच्या चहाच्या दुकानातली कमाई तर त्यात होतीच; परंतु एका स्थानिक दुकानदाराकडे खाद्यतेलाचे डबे वागवण्याचं काम करून त्यांनी काही शिल्लक साठवली होती. सगळी रक्कम एकत्र केली तर ती केवळ दोन आठवडे पुरेल इतकीच भरली असती. पण जेव्हा तुम्ही तरुण असता ना, तेव्हा तुम्ही कफल्लक असलेलंच चांगलं असतं. कारण त्यामुळे कधीही पैशांवर अवलंबून राहू नये हे शिकण्याची सोनेरी संधी मिळते. त्या अनिश्चिततेच्या काळात, नरेंद्रने शिकलेला हा बहुधा सर्वांत मौल्यवान धडा असावा. पण त्या अनुभवातून ते जो संयम, कठोरपणा शिकले त्याचा देशाच्या अंदाधुंद राजकारणात अनेक प्रलोभनांकडे पाठ फिरवताना फायदा झाला असावा.

तरुण नरेंद्रने १९६८ सालच्या उन्हाळ्यात आपल्या भ्रमंतीला सुरुवात केली. तो सर्वप्रथम पश्चिम बंगाल आणि त्यानंतर हुगळी नदीच्या पश्चिम किनाऱ्यावर वसलेल्या कलकात्याजवळच्या बेलूर मठात गेला. (तेव्हा तो मठ तिथे होता). बेलूर मठ हा स्वामी विवेकानंदांनी १९व्या शतकाच्या शेवटी स्थापन केलेल्या रामकृष्ण मिशनचं मुख्यालय होतं आणि तिथेच त्यांचं मुख्य मठ-मंदिरही होतं. मात्र आताची इमारत १९३५ साली बांधण्यात आली आहे. नरेंद्र जेव्हा बेलूर मठात गेला तेव्हा, स्वामी माधबानंदजी महाराज तिथले अध्यक्ष होते. नरेंद्रचं दुर्दैवं म्हणजे तो मठ पदव्युत्तर शिक्षण देणारी संस्था होती. स्वामी माधबानंदांनी त्याला सांगितलं, की त्याला जर इथे शिक्षण घ्यायचं असेल तर आधी त्याला पदवीपर्यंतचं शिक्षण पूर्ण करावं लागेल.

बेलूर मठात नरेंद्र फार थोडा वेळ म्हणजे आठवडाभरासाठी राहिला आणि कोलकाता व त्याच्या आजूबाजूच्या प्रदेशाचा छोटासा फेरफटका मारून त्याने उत्तरेकडे प्रयाण केलं. प्रवासादरम्यान लागणारे पैसे त्याने कामं करून कमावले की धर्मादायातून मिळवले हे काळाच्या धुक्यात हरवून गेलं आहे. परंतु एकदा आपण ईशान्य भारतातील सिलीगुडीमार्गे गुवाहाटी किंवा त्याहूनही पुढे अतिशय दुर्गम जंगलात फिरत असल्याचं त्याला आढळून आलं. नागरी वस्तीपासून कोसभर लांब, नरेंद्रला एक योगी संन्यासी भेटला. नरेंद्रची आणि त्याची गट्टी जमली. तो माणूस अतिशय कृश होता. त्याची कातडी अत्यंत पारदर्शी होती. नरेंद्रला पुढे मार्गक्रमणा करण्याची घाई होती. तरीदेखील पुढे जाण्याचं ठरवण्याआधी, जवळ जवळ महिनाभर तो त्या योग्याजवळ थांबला. त्याने त्याला त्याच्या बागकामात मदत केली. 'आध्यात्मिक विषयावर' त्यांच्याशी संवाद साधला.

अखेरीस, नरेंद्र हिमालयाच्या पायथ्याशी असलेल्या अल्मोरा जवळच्या अद्विता आश्रम इथल्या बंगलावजा मठात येऊन पोहोचला. या मठाची स्थापना स्वामी विवेकानंदांनी केली होती. कोलकाता सोडल्यानंतर त्याने पश्चिमेकडे जाण्यापूर्वी नरेंद्रने उत्तरेकडे प्रयाण का केलं याचं उत्तर इथे सापडतं. आपलं घर म्हणजे गुजरात सोडल्यानंतर तो बिहार, उत्तर प्रदेश, आताचा उत्तराखंड या मार्गाद्वारेच कोलकात्याला गेला असणार. त्यामुळे एका दृष्टीने त्याने आडवा भारत ओलांडलाच होता.

नरेंद्रची भ्रमंती म्हणजे एक शोधप्रवास होता. परंतु इथवर यायचा त्याचा नेमका काय उद्देश होता? त्याला खरोखरच संन्यासी व्हायचं होतं की आयुष्याची नेमकी दिशा सापडत नसल्याने तो गोंधळला होता? अल्मोड्याला त्याला निदान काही काळ स्वामी विवेकानंदांची शिकवण थोडीफार आत्मसात करायला मिळाली. परंतु इथेही कोलकात्याप्रमाणेच उत्तर मिळालं. महाविद्यालयाची पदवी मिळवा आणि मग इथे या.

अखेरीस आणखी एका वर्षाच्या भटकंतीनंतर नरेंद्र गुजरातला परतला आणि स्वामी विवेकानंदांचा संबंध असलेल्या, राजकोटमधील रामकृष्ण मिशन इथे अंतिमत: गेला. तो आधी दिल्लीमार्गे खाली दक्षिणेकडे उतरून राजस्थानमार्गे राजकोटला पोचला. त्याला नवनवीन जागा बघायच्या होत्या. एकदा गेलेल्या मार्गावरून पुन्हा जाणं त्याला मान्य नव्हतं. तो हिमालयाच्या कडेकडेने वायव्येकडे हिमाचल प्रदेशला पोहोचला. तेव्हा हिमाचल प्रदेश केंद्रशासित प्रदेश होता. मोदींना आजही ती जागा विशेष आवडते. वीस वर्षांनंतर हिमाचल प्रदेशातच भाजपचे निवडणूक प्रभारी म्हणून त्यांना नेमण्यात आलं होतं आणि त्यानंतर इथेच भाजपचे सरचिटणीस म्हणून त्यांनी सूत्रे हाती घेतली. जेमतेम एकोणीस वय असलेला नरेंद्र अद्याप स्वत:च्या आणि भारताच्या शोधात फिरत होता. हे वय तसं संस्कारक्षम असतं. त्या कोवळ्या वयात त्याच्या मनात किती विचार, किती कल्पना साकारल्या असतील आणि

मोदी कबूल करतात की आजही ते विचार, त्या कल्पना त्यांच्यासोबत आहेत; परंतु आता, भूतकाळापेक्षा ते भविष्यकाळावर बोलणं जास्त पसंत करतात. देशाचा भविष्यकाळ, भारताविषयीची त्यांची स्वप्नं, सुशासन, विकास आणि आर्थिक सुधारणा यांबद्दल बोलायला त्यांना जास्त आवडतं.

मिशनच्या राजकोटमधील मठात, ते एखाद्या गूढ जातककथेतल्या पात्रासारखे वावरत होते. ही तिसरी वेळ होती, की नरेंद्र योगी किंवा संन्यासी होण्यापासून दूर गेला. १९६६ साली तिथे आलेल्या आणि आजही तिथेच असलेल्या स्वामी आत्मस्थानंदजी महाराजांनी अखेरीस नरेंद्रला निर्वाणीचा सल्ला दिला, ''रामकृष्ण मिशनचा संन्यासी होण्याचा विचार तू सोडून द्यायला हवास. कारण संन्यासी होण्याचे मुलभूत गुणच तुझ्यात नाहीयेत.'' हे तर निश्चितच होतं आणि मोदींनी स्वत:च याची कबुलीही दिली आहे. २०१३ साली जेव्हा मोदी पुन्हा बेलूर मठात गेले, तेव्हा तिथे ते स्वामींना भेटले. वास्तविक संन्यासी न होण्याचा मोलाचा सल्ला आणि मार्गदर्शन दिल्याबद्दल त्यांनी स्वामीजींचे आभारच मानले.

स्वामीजी चाणाक्ष होते. ते १९६९ साल होतं. अद्याप ज्या गोष्टी नरेंद्रच्या लक्षात आल्या नव्हत्या, त्या स्वामीजींना आकळल्या होत्या. तो कसल्याही शोधात असो, एक तपस्वी संन्यासी बनून त्याला त्याच्या प्रश्नांची उत्तरं कदाचित मिळाली नसती. स्वामी आत्मस्थानंदजी यांनी नरेंद्रला सांगितलं तुझी नियती इथे नाही, ती तू अन्यत्र शोध. त्या क्षणापासून नरेंद्रने आपल्या आयुष्याची दिशा बदलली. त्या क्षणापासून 'नरेंद्र मोदीं'ची जडणघडण सुरू झाली.

प्रकरण २

२०१९ चा झंझावाती विजय

२०१९च्या लोकसभा निवडणुकीत, भाजपच्या नेतृत्वाखालील राष्ट्रीय लोकशाही आघाडी अर्थात एनडीएला मिळालेलं यश हे 'न भूतो न भविष्यति' असंच होतं. या निवडणुकीत, भाजपला उत्तर प्रदेशात बहुजन समाजवादी पक्ष-समाजवादी पक्ष आणि राष्ट्रीय लोकशाही दल या त्रयीच्या महायुतीचा सामना करावा लागला. इथे भाजपच्या जागांमधे घट होईल अशी अपेक्षा होती. परंतु तसं झालं नाही. उत्तर प्रदेशातील लोकसभेच्या ८० जागांपैकी ६२ जागा भाजपने जिंकल्या. झारखंडमध्येही काँग्रेसच्या नेतृत्वातील 'गठबंधन' अपयशी ठरलं. कर्नाटकात काँग्रेस आणि जेडी(एस) आघाडीचा दारुण पराभव झाला.

मध्य प्रदेश, छत्तीसगढ, राजस्थान आणि गुजरात या राज्यांत अटीतटीची लढत होईल असं वाटत होतं; परंतु इथेही २०१४चाच कित्ता गिरवला गेला. २०१९च्या सार्वत्रिक अर्थात लोकशाही निवडणुकीतील सर्वांत मोठी बाब म्हणजे पश्चिम बंगालमध्ये भाजपचा वाजलेला डंका! राज्यातील लोकसभेच्या ४२ पैकी १८ जागांवर भाजपचे उमेदवार निवडून आले आणि तृणमूल काँग्रेसची आठ वर्षांची मक्तेदारी संपुष्टात आली.

भाजपप्रणित राष्ट्रीय लोकशाही आघाडी (एनडीए)चा दणदणीत विजय हा अनेक कारणांसाठी ऐतिहासिक म्हणावा लागेल. एक तर, देशाला स्वातंत्र्य मिळाल्यानंतर पहिल्यांदाच बिगर-काँग्रेसी सरकार पाच वर्षांचा कार्यकाळ आटोपून सलग दुसऱ्यांदा सत्तेवर आलं होतं. याचे अनेक निष्कर्ष निघाले. पहिला २०१९च्या लोकसभा निवडणुकीच्या निकालांमुळे आजवरच्या विजयाने घट्ट झालेली स्वार्थाने बरबटलेल्या लोकांची, पक्षाला वारसा समजणारी, आत्मप्रशंसेत मग्न परंतु जनतेपासून दूर असणाऱ्यांची मक्तेदारी संपुष्टात आली.

दुसरा निष्कर्ष असा २०१९च्या निवडणुकीत भारतीय जनता पक्ष प्रचंड बहुमतानं सत्तेत आला. त्याने १९४७पासून चालत आलेल्या निवडणुकांच्या समीकरणाचे पुरते तीन तेरा वाजवले. या निवडणुकीने हिंदू मतांचं एकत्रीकरण घडवून आणलं. हेच शेवटी निर्णायक ठरलं.

काँग्रेस आणि त्याच्या मित्रपक्षांनी मांडलेली गणितं या वस्तुस्थितीवर आधारित होती : त्यांच्या अंदाजानुसार, जर त्यांना मुस्लीम आणि ख्रिश्चन समुदायाची २० टक्के मतं मिळाली असती (जी बहुधा एकगठ्ठा असतात), आणि जरी धर्मनिरपेक्ष, पुरोगामी, डावे हिंदू यांची मतं जरी बाजूला काढली असती, परी पक्षाला ३५ टक्के जागा नक्की मिळणार होत्या.

फर्स्ट-पास्ट-द-पोस्ट (साधारण बहुमत प्रणाली) ही संसदीय निवडणूक प्रणाली, लोकसभेत सहजपणे बहुमत मिळवण्यासाठीची चांगली प्रणाली आहे. १९७० आणि १९८०च्या दशकांमधल्या निवडणुकांमध्ये तिने आपलं काम चोख बजावलं होतं. १९७१ साली काँग्रेसला ४३.६८ टक्के मतं आणि ३५२ जागा मिळाल्या होत्या, १९८० मध्ये ४२.६९ टक्के मतं आणि ३७४ जागा मिळाल्या होत्या, १९८४ साली ४८.१२ टक्के मतं आणि ४१४ जागा, तर १९९१ च्या निवडणुकीत ३५.६६ टक्के मतं आणि २४४ जागा मिळाल्या होत्या.

आणि तेव्हापासूनच, देशाचा कल काय आहे याकडे काँग्रेसने डोळेझाक करायला सुरुवात केली किंवा कल कुठे आहे हे तिला ओळखता आलं नाही, किंवा त्याचा चुकीचा अर्थ लावत राहिली. बाबरी मशीद घटनेनंतर १९९६ साली झालेल्या लोकसभा निवडणुकीत त्यांची मतांची टक्केवारी २८.८० टक्के इतकी घसरली होती, आणि जागा मिळाल्या फक्त १४० जागांची आकडेवारी इतकी गडगडली होती. काँग्रेस नेहमीच हे गृहीत धरून चालत होती की, हिंदुंची मतं विभागली गेली आहेत. इतकी की ते भाजपसारख्या 'हिंदुत्ववादी' पक्षाला पाठिंबा देणारच नाहीत.

आणि या गोष्टीत तथ्य होतंच. १९९८ आणि १९९९ मध्ये अटलबिहारी वाजपेयी यांनी भाजपप्रणित सरकार स्थापन केलं असलं, तरी भाजपची मतांची टक्केवारी कधीही ३० टक्क्यांच्या पलीकडे गेली नाही. १९९८मध्ये तर ती २५.५९ टक्के इतकीच होती. १९९९ मध्ये त्यात आणखी घसरण झाली आणि ती २३.७५टक्के इतकी खाली गेली. पुढील काही वर्षांत तर ती अधिकाधिक खालावतच गेली. २००४मध्ये भाजपच्या मतांची टक्केवारी होती २२.१६ टक्के आणि २००९ मध्ये, १८.८० टक्के. म्हणजे एका दृष्टीने काँग्रेसचं अनुमान बरोबरच होतं. बाबरी मशीद, अयोध्या आणि राम मंदिर हे मुद्दे असूनही ८० टक्के हिंदू मतं फुटल्याचंच दिसून येत होतं. त्यामुळे निवडणुकीत काँग्रेसला कोणताही धोका नाही असंच वाटत होतं.

पण हिंदू मते म्हणजे नक्की काय? ढोबळमानाने, ब्राह्मण आणि इतर उच्चवर्णीय (ठाकूर, नायर, मेनन, कायस्थ इत्यादी) यांचं हिंदू मतदारांमध्ये २५ टक्के प्रमाण आहे. यापुढचे२५ टक्के दलित मतदारांची मतं आहेत. इतर मागासवर्गीय (ओबीसी), आर्थिकदृष्ट्या मागासवर्गीय (ईबीसी) आणि अन्य हे मधले ५० टक्के आहेत. काँग्रेसला असा विश्वास होता, की भाजपसारख्या ब्राह्मणांचं वर्चस्व असणाऱ्या पक्षाला दलित मतं देणार नाहीत. मधले ५० टक्के मतदार आपली मतं भाषिक आणि प्रांतिक आधारावरच देतील. २५ टक्के उच्चवर्णीय किंवा ब्राह्मणांची मतं जरी भाजपला मिळाली, तरी तेवढ्याने सरकार स्थापन करण्यासाठी आवश्यक असलेले ३० टक्के काही भाजप गाठू शकणार नाही.

'ओबीसी' वर्गातील एका 'चहावाल्या'ने मात्र २०१४ साली या तथाकथित आकडेवारीचा फज्जा उडवला. मोदींनी सगळी गणितं धुळीला मिळवली. त्यांनी भाजपच्या

उच्चवर्णियांची मतं अबाधित ठेवलीच, शिवाय ओबीसी, ईबीसी आणि दलितांची मतंही खेचून आणली. परिणामस्वरूप, भारतीय जनता पक्षाच्या इतिहासात प्रथमच पक्षाने ३० टक्क्यांचा आकडा पार केला. भाजपच्या नेतृत्वाखालील एनडीएने ही टक्केवारी ३९ टक्क्यांवर नेली. फर्स्ट-पास्ट-द-पोस्ट (साधारण बहुमत प्रणाली) या निवडणुक प्रणालीनुसार, २०१४च्या लोकसभा निवडणुकीत भाजप आणि एनडीएला अनुक्रमे २८२ आणि ३३६ जागा मिळाल्या आणि सत्ता स्थापन करण्यासाठी हे संख्याबळ पुरेसं होतं.

२०१९च्या निवडणुकीत झालेल्या दारुण पराभवानंतर, आपल्या दशकानुदशकं चालवलेल्या रणनीतीतला फोलपणा आणि मूर्खपणा काँग्रेसच्या लक्षात आला. पण तोपर्यंत खूप उशीर झाला होता. काँग्रेस आणि त्याच्या मित्रपक्षांनी वर्षानुवर्षे आपल्याला गृहीत धरलं याचा मवाळ प्रकृतीच्या हिंदूंच्या मनात खदखदत असलेला राग या निवडणुकीत उफाळून आला. २०१९मध्ये याच खदखदत असलेल्या संतापाची, उच्चवर्णीय, ओबीसी, आणि दलित यांना एकत्र करण्यास मदत झाली. भाजपप्रणित एनडीए सरकारने सत्तेत येण्यासाठी अडथळा ठरणारा ४० टक्क्यांचा टप्पा पार केला. २०१९च्या निवडणुकीत एनडीएला मिळालेले ४५ टक्के हे राजीव गांधींनी १९८४ साली मिळवलेल्या प्रचंड यशाच्या जवळपास जाणारेच होत. त्या निवडणुकीत काँग्रेसला ४८.१२ टक्के मतं मिळाली होती. २०१९च्या निवडणुकीत भाजपने स्वबळावर ३७.४ टक्के मतं खेचून आणली, जागांच्या संख्येत म्हणायचं तर त्याने ३०३ जागा जिंकल्या. भाजप आणि घटक पक्ष मिळून एनडीएला ३५३ जागा मिळाल्या.

मोदींना या निवडणुकीत मिळालेल्या घवघवीत यशामागे आणखी इतरही महत्त्वाची कारणं आहेतच. अनेक गावांमध्ये प्रथमच वीज आली. मोफत एलपीजी सिलिंडर्स देण्यात आली. त्यामुळे धोकादायकपणे लाकडावर किंवा कोळशावर स्वयंपाक करण्याचा महिलांचा त्रास वाचला. शिवाय, सिलिंडर्स पुन्हा मोफतच भरून मिळणार होती. अनेक गावांमध्ये प्रथमच पक्के रस्ते आणि शौचालयं बांधण्यात आली. गरिबांना सार्वत्रिक विमा योजना, बँक खाती तसेच अनुदाने अशा सुविधा मिळू लागल्या. अनुदानाची रक्कम त्यांच्या खात्यात थेट जमा होऊ लागली. त्यामुळे मध्यस्थांची दलाली बंद झाली.

मे २०१९मध्ये अमेठी मतदारसंघात राहुल गांधींना तडफदार स्मृती ईराणी यांच्याकडून पराभव पत्करावा लागला होता. इथेच खरी धोक्याची घंटा वाजायला सुरुवात झाली होती; परंतु पक्षावर घराणेशाहीचं वर्चस्व असल्यामुळे सर्वोच्च नेतृत्व जोपर्यंत गप्प आहे, तोपर्यंत पक्षानेही बहिरेपणाची भूमिका स्वीकारली.

दरम्यान, अमित शाह यांनी अगदी जोमाने गृहमंत्रीपद स्वीकारलं. राजनाथ सिंह यांच्या नेतृत्वाखालील गृहमंत्रालय सक्रिय कमी आणि प्रतिक्रियाशील जास्त होतं. मध्य भारतातील नक्षलवाद त्यांनी यशस्वीपणे मोडून काढला होता. खरंतर राजनाथ सिंह यांनीच मोदींना पंतप्रधानपदाची उमेदवारी मिळावी म्हणून पुढाकार घेतला होता. वरिष्ठांच्या मर्जीविरूद्ध, त्यांच्या नाकावर टिच्चून, त्यांनी मोदींना पंतप्रधानपदाची उमेदवारी दिली; परंतु त्याच

राजनाथ सिंहांचं कर्तृत्व मोदींच्या पंतप्रधानपदाच्या पहिल्या पर्वात जेटली आणि स्वराज यांच्या कर्तृत्वामुळे काहीसं झाकोळलं गेलं.

अमित शाह यांनी गृहमंत्रालयाचा कारभार सांभाळायला सुरुवात केल्यानंतर राजनाथ सिंह पुन्हा नव्या जोमाने संरक्षणखात्याचा कारभार सांभाळण्यास सिद्ध झाले. भारत आणि चीनच्या सैन्यांत पूर्व लडाखमध्ये दीर्घ काळ सुरू असलेला तिढा सोडवण्यात राजनाथ सिंह यांची भूमिका महत्त्वाची असणार होती; परंतु २०१९च्या उत्तरार्धापर्यंत खरी संसद गाजवली ती अमित शाहांनीच. गेल्या दोन दशकांपासून शाहा, हे मोदींचे निष्ठावंत सहकारी आहेत. मोदी गुजरातचे मुख्यमंत्री असताना शाहाच तिथे गृहमंत्री होते. कर्तव्यकठोर, मोदींखालोखालचं नेतृत्व आणि अत्यंत विश्वासू नेता अशी त्यांची ओळख आहे. जम्मू आणि काश्मीरचा मुद्दा त्यांनी अत्यंत कठोरपणे आणि ताकदीने हाताळला.

२०१९ साली जम्मू-काश्मीरमधून कलम ३७० हटवण्यात आलं. आज तिथे अनेक चांगली स्थित्यंतरे घडून येत असल्याचं दिसून येत आहे. पर्यटन, आतिथ्य, पायाभूत सुविधा, जल-विद्युत प्रकल्प, एफएमसीजी, औषधनिर्माणशास्त्र (फार्मास्युटीकल), कृषी या क्षेत्रांत खाजगी गुंतवणूक झपाट्याने वाढत आहे. ३० वर्षांनी आज इथे चित्रपटगृहं खुली होत आहेत. १९९० नंतर पाकिस्तानपुरस्कृत दहशतवाद्यांनी काश्मीर खोऱ्यातली चित्रपटगृहं बंद पाडली होती.

जम्मू-काश्मीरमध्ये होत असलेला हा सकारात्मक बदल इथल्या सत्तेवर गेली ७० दशके वेटोळं घालून बसलेल्या काही ठराविक कुटुंबांच्या पचनी पडला नाही. अद्यापही इथले पोलिस, नागरिक, पंचायत नेते, काश्मिरी पंडित आणि बीएसएफ यांच्यावर पाकिस्तानी समर्थक जिहादींकडून अधून मधून दहशतवादी हल्ले सुरूच आहेत. आगामी निवडणुकांच्या निमित्तानं जम्मू-काश्मीरचा होत असलेला विकास आणि क्रांती अधिक बारकाईने बघता येईल.

२०१९ साल तसं शांततेत पार पडलं. जम्मू-काश्मीर आणि सीएए विधेयकांवर संसदेत झालेला प्रचंड गदारोळ, सर्वोच्च न्यायालयाने राममंदिराच्या बाजूने दिलेला निकाल या सर्व घटना २०२० साली वादळी ठरणार याची नांदीच होती. अशातच, २०२०च्या फेब्रुवारीत अमेरिकेचे अध्यक्ष डोनाल्ड ट्रम्प भारतभेटीवर आले. त्याच वेळी सीएए विधेयकावरून दिल्लीत दंगली उसळल्या होत्या.

मोदी प्रथमपासूनच परदेशी प्रसारमाध्यमांच्या निशाण्यावर होते. मे २०१४ मधे, द *इकॉनॉमिस्ट* या ब्रिटीश साप्ताहिकाने तर, राहुल गांधींना पंतप्रधानपद बहाल करूनही टाकलं होतं. अमेरिकेच्या राष्ट्राध्यक्षांसमवेत परदेशी माध्यम प्रतिनिधीही आले होते. त्यांच्यासमोर मोदींच्या भारताची, 'प्रखर राष्ट्रवादी आणि हिंदू बहुसंख्य असलेलं राष्ट्र' अशी प्रतिमा जगासमोर आणण्याची हीच ती संधी होती. परंतु मोदी सत्तेत येईपर्यंत इथे विरोधाचं अतिशय क्रूर पद्धतीने दमनच करण्यात येत होतं.

भारतीय लोक अँग्लो-सॅक्सन माध्यमांकडे वाजवीपेक्षा जास्त लक्ष देतात का? परदेशांत भारताची प्रतिमा कशी आहे हा आजही अनेकांच्या चिंतेचा विषय आहे. असे लोक बीबीसी, सीएनएन चॅनेल्स बघतात. *न्यू यॉर्क टाइम्स*, द *गार्डियन* ही वृत्तपत्रं वाचतात

आणि भारताच्या जागतिक प्रतिष्ठेबाबतची काळजी करत बसतात. खरं तर भारतीयांनी इथे घडणाऱ्या प्रत्येक बलात्काराची, प्रत्येक जातीय अत्याचाराची, प्रत्येक सामुदायिक दंगलीची आणि विरोध दडपणाऱ्या प्रत्येक कृतीची काळजी करायला हवी.

भारत हा तसा गुंतागुंतीचा देश आहे. पराकोटीचं दारिद्र्य, जातीय भेदाभेद आणि अधून-मधून उसळणारा हिंसाचार यांच्या जोडीला जागतिक दर्जाचे उत्कृष्ट उद्योगपती, विद्वान शास्त्रज्ञ आणि तळमळीने काम करणारे सामाजिक कार्यकर्ते यांचं सह-अस्तित्व तुम्हाला जगातल्या इतर कुठल्या देशात विरळाच बघायला मिळेल. भारतीय समाजातला हा विरोधाभास परदेशी माध्यमांच्या पचनीच पडत नाही. बलात्कार, हिंसात्मक गुन्हे जसे आपल्यासारख्या संपन्न आणि श्रीमंत देशात होतात, तसेच भारतातदेखील घडतात याची जाण पाश्चात्त्य पत्रकारांना आहे. भारतीय वृत्तपत्रांतून मोदींवर रोजच्या रोज जी टीकेची झोड उठते, ती, ते नियमितपणे वाचतात आणि मोदींच्या आर्थिक धोरणांची खिल्ली उडवणारे भारतीय वृत्तवाहिन्यांवरील कार्यक्रमही बघतात. सरकारच्या परराष्ट्रीय धोरणांचे वाभाडे काढणाऱ्या तसंच सरकारच्या चुका कुठे झाल्यात हे दाखवणाऱ्या साईट्स इंटरनेटवर शोधत राहतात.

भारतीय लोकशाही बहुढंगी आहे. नोकरशाही, विरोधी पक्षांच्या नेतृत्वातील सरकारं, पोलीस, बुद्धिजीवी असे ऑक्टोपससारखे त्याला अनेक हात आहेत; परंतु तूर्तास तरी यांच्यापासून खरा धोका नाहीये. तर, न्यू यॉर्क आणि लंडनमध्ये बसलेले संपादक भारताबद्दलच्या एखाद्या वाईट बातमीकडे डोळे लावून बसलेले असतात. अशा बातम्यांमुळेच त्यांच्या वृत्तपत्रांचा चांगला खप होतो. भारतीय पत्रकार अमेरिकी आणि ब्रिटीश वृत्तपत्रांना बलात्कार, दंगली, जातीयवाद आणि सांप्रदायिकता यांवरच्या, त्यांना हव्या असलेल्या बातम्यांचं खाद्य पुरवतात. तसं बघायला गेलं तर, अशा पत्रकारितेत वैधच आहे, त्यात काही चूक आहे असं नाही; परंतु अशा पत्रकारांनी सारासार विचार करून योग्य आणि अयोग्य यांचा समतोल साधत पत्रकारिता करायला हवी.

सर्वात समृद्ध लोकशाही असं बिरुद मिरवणाऱ्या अमेरिकी लोकशाहीत देखील वांशिक हिंसाचार, पोलिसांची पाशवी वृत्ती, राज्या-राज्यांतून होणारा अंदाधुंद गोळीबार अशा समस्या आहेतच. या समस्यांवर त्यांना अजूनही तोडगा काढता आलेला नाही. त्यामुळे त्यांनी भारतीय समस्यांचा संदर्भ तारतम्याने द्यायला हवा. अनेक पाश्चात्य देशांना भारत सलतो, खुपतो. म्हणजे त्यांना असा भारत अपेक्षितच नव्हता. त्यांच्या मते खरं तर स्वातंत्र्य मिळाल्यानंतर भारताची शकलं व्हायला हवी होती. १९० वर्षांच्या ब्रिटीश राजवटीने, इथल्या नागरिकांमध्ये जातीयतेचं, धार्मिक तेढीचं विष पेरलं असताना भारताची अर्थव्यवस्था एवढी भरारी घेऊन जगातली पाचवी अर्थव्यवस्था बनूच कशी शकते?

विवेकी आणि विचारशील पत्रकारांना हे ठाऊक आहे की, १७५०नंतर, आफ्रिका आणि अमेरिकेने अटलांटिक महासागरातून गुलामांचा जो अमानुष व्यापार केला, आशिया खंडात आक्रमणं करून तिथे आपल्या वसाहती स्थापन करून तिथल्या नागरिकांचं शोषण करूनच पश्चिमी राष्ट्रं श्रीमंत झाली आहेत. या सगळ्यानेच औद्योगिक क्रांतीला चालना दिली. १९४७ साली गरीब, वसाहतवादी, अज्ञानरूपी अंधकाराच्या गर्तेत सापडलेल्या

भारताचा साक्षरता दर केवळ १२ टक्के होता, सरासरी आयुर्मान ३२ वर्षे आणि सकल राष्ट्रीय उत्पन्न होतं, २.७० लाख कोटी रुपये! आज साक्षरता दर आहे ८० टक्के, सरासरी आयुर्मान ७० वर्षे आणि जीडीपी आहे ३.६ ट्रीलियन रुपये! ही आकडेवारी बघून परदेशी पत्रकारांची मती गुंग झाली. हे असं कसं झालं? हे असं व्हायला नको होतं. पण आता परिस्थिती अशी आहे, की जागतिक तिसरी अर्थव्यवस्था असलेल्या, वेगाने वाढणारी ग्राहकपेठ आणि जागतिक दर्जाची तंत्रज्ञानातली स्टार्ट-अप्स वेगाने उभी राहत असलेल्या त्याच भारतात पाश्चिमात्त्य व्यावसायिक, उद्योजक, गुंतवणुकदार बँका लाखो डॉलर्सची थेट परकीय गुंतवणूक (एफडीआय) करण्यासाठी उत्सुक आहेत. अक्षरशः दिल्लीत रांग लावून उभे आहेत असं म्हटलं तर ती अतिशयोक्ती ठरणार नाही.

पण वैचारिक भिन्नता आणि लोकशाहीचं काय? भारतीय राजकारण आणि भारतीय समाज एका परिवर्तनातून जात आहेत. पुरातन उच्चभ्रूंच्या, घट्ट रुजलेल्या वसाहतवादी विचारसरणीला नवीन अभिजात विचारसरणी आवाहन देते आहे. जुने उच्चभ्रू आजही घराणी, घराणेशाही यांनाच चिकटून आहेत. त्यांना केवळ त्यांच्या नातेवाईकांची, त्यांच्याच वर्तुळातील लोकांची भलावण करायची असते. भारत एक खुली लोकशाही आहे, जिथे प्रत्येक व्यक्ती आवाज उठवू शकते. त्यामुळे तिला बदनाम करण्याची संधीही प्रत्येक जण घेतो. मी नेहमी म्हणतो त्याप्रमाणे, तीच भारताची खरी ताकद आहे आणि ती तशीच असायला हवी.

हां, तर आपण कुठे होतो? परदेशी पत्रकार. तर या सगळ्या दरम्यान परदेशी पत्रकार गोंधळून गेले. यातील बहुतेक जण दक्षिण आशियामधल्या कार्यालयांचे प्रमुख म्हणून काम करत होते. भारतात नेमणूक होणं म्हणजे युरोप, चीन किंवा अमेरिकेची दारं खुली होण्यासारखं होतं.

पत्रकारितेतील कारकिर्दीच्या मध्यात असलेल्यांसाठी भारतात काम करणं म्हणजे एक आव्हान असतं. त्यातल्या अनेकांना चांगलं माहिती असतं, की त्यांचा इथे कितीही जम बसला, तरीही काही वर्षांतच त्यांची भारताबाहेर बदली केली जाणार आहे. सायमन डेन्येर यांचंच उदाहरण पाहू. सायमन हे *वॉशिंग्टन पोस्ट* वृत्तपत्राचे नवी दिल्लीतल्या ब्युरोचे प्रमुख होते. २०१२मध्ये मी त्यांच्यासोबत *टाइम्स नाऊ*ने आयोजित केलेल्या माजी पंतप्रधान मनमोहन सिंह यांच्या 'सुप्रसिद्ध मौना'संदर्भातील एका वादविवादात भाग घेतला होता. भारतातील परिस्थितीबाबत त्यांनी विस्तृत अहवाल देण्याअगोदरच त्यांना चीनला पाठवण्यात आलं. त्या चर्चेत आमची एका मुद्द्यावर सहमतीदेखील झाली होती, की ज्यांना भारताबद्दल फारच थोडी माहिती आहे अशांना परदेशी पत्रकार बातम्यांचं खाद्य पुरवतात. अशा अर्ध्या-कच्च्या माहितीच्या आधारे तिथले वाचक भारताविषयी काही ग्रह करून घेतात.

'ला हॉजी द ला हांदे' या फ्रेंच वृत्तपत्राचे मुख्य संपादक ख्वाँसा गोचिए हे ऐतिहासिक दृष्टिकोनातून याविषयी सांगतात, 'ब्रिटीशांनी भारतीयांमध्येच त्यांचे मध्यस्थ प्रस्थापित करण्याची एक स्पर्धा सुरू केली. असे मध्यस्थ, ज्यांच्यावर ते निर्धास्तपणे, पूर्ण विश्वासाने आपली कामं सोपवू शकतील आणि त्यांचंच हत्यार वापरून सुलभपणे

आपला राज्यकारभाराचा कार्यभाग साधून घेऊ शकतील. मग प्रश्न होता, अशा ब्रिटीश प्रतिकृती तयार कशा करायच्या? त्याचं उत्तर होतं-शिक्षण. मेकॉलेच्या शब्दांत सांगायचं तर : आपण (ब्रिटीश सरकार) इथल्या लोकांचा असा एक वर्ग तयार करण्यासाठी सर्वतोपरी प्रयत्न केलेच पाहिजेत जो आपल्यातील (ब्रिटीश सरकार) आणि आपल्या अधिपत्याखालील जनतेतला दुवा साधेल आणि दुभाषी म्हणून काम करेल. असा एक वर्ग, जो रक्ताने आणि वर्णाने भारतीय असेल, परंतु त्याची अभिरुची, त्याचा दृष्टिकोन, त्याची मूल्यं, नैतिकता आणि बुद्धी ब्रिटीश असेल. परंतु यातील दुर्दैवी भाग असा आहे, की आता जेव्हा भारतातीलच विद्वान लोक भारतावर टीका करतात, तेव्हा पाश्चात्य पत्रकार त्यांचीच री ओढत म्हणतात, 'बघा, आम्ही काही बोलत नाही, भारतीय लोक स्वत:च असं म्हणतायत.'

प्रकरण ३

दुसरं पर्व

२०१९ची लोकसभा निवडणूक जिंकून मोदी पुन्हा सत्तेत आले. जवाहरलाल नेहरू, इंदिरा गांधी आणि डॉ. मनमोहन सिंग यांच्यानंतर पहिल्या पाच वर्षांचा कार्यकाळ पूर्ण करून सलग दुसऱ्यांदा सत्तेत येणारे मोदी देशाचे चौथे पंतप्रधान होते. 'मोदी२.०' हे पर्व काहीसं वेगळं असणार याची झलक अगदी पहिल्या दिवसापासूनच मिळायला सुरुवात झाली होती. हा शपथविधी सोहळा २०१४ सारखा भव्यदिव्य नव्हता. यात कोणत्याही दक्षिण आशियाई नेत्यांना वगैरे आमंत्रणं देण्यात आली नव्हती. २०१९चा शपथविधी समारंभ अतिशय आटोपशीर आणि अगदी व्यावसायिक पद्धतीने पार पडला. सरकार स्थापन झालं आणि लगेचच कामालाही लागलं. लोकसभेत भाजपला ५४३ पैकी ३०३ जागांवर विजय मिळाला होता. त्यामुळे राजकीय, सामाजिक आणि सांस्कृतिक कार्यसूची जलदगतीने मार्गी लावायला हवी होती.

नवनियुक्त केंद्रीय गृहमंत्री अमित शाह यांनी हे कार्य हातात घेतलं. निवडणुकीनंतर जम्मू-काश्मीरची पुनर्रचना आणि नागरिकत्व सुधारणा विधेयकं या दोन गोष्टी त्यांनी प्राधान्यक्रमानं हाती घेतल्या. नोव्हेंबर २०१९मध्ये सर्वोच्च न्यायालयाने अयोध्येतील वादग्रस्त बाबरी मशिदीच्या जागी राम मंदिर बांधण्याची परवानगी दिली. त्यामुळे २०२०मध्ये होऊ घातलेल्या काही महत्त्वाच्या राज्यांच्या विधानसभा निवडणुकांसाठी भाजपच्या भात्यात तीन अतिशय टोकदार बाण आले. पहिला बाण- ३७० कलम हटवल्यानंतर जम्मू-काश्मीरमधली बदललेली परिस्थिती. दुसरा बाण होता- वादग्रस्त नागरिकत्व (सुधारणा) विधेयक आणि तिसरा बाण होता - 'राम'बाण अर्थात अयोध्येतील राममंदिराची उभारणी. ध्रुवीकरणाचं राजकारण बळकटी घेऊ लागलं होतं.

सीएएला विरोध करणारी निदर्शनं, जम्मू-काश्मीरबाबत उठवण्यात आलेलं कठोर पाऊल आणि राममंदिरासंदर्भात सर्वोच्च न्यायालयानं दिलेला आदेश या सगळ्यांमुळे भिन्नभिन्न समुदायांतली दरी आणखीनच वाढली. दिल्लीतील शाहीन बाग धरणं आंदोलनामुळे २०२०

साली दिल्लीत जातीय दंगे उसळले. परिणामी जातीय वातावरण गढूळ झालं. या सगळ्यातच कोविड-१९ नामक आरोग्य संकटाने सगळ्या जगावर घाला घातला. एप्रिल २०२०पर्यंत संपूर्ण जग त्याच्या विळख्यात आलं होतं. जगभरातील टाळेबंदीमुळे अर्थव्यवस्थेचं प्रचंड नुकसान झालं. २०२१मध्ये युरोपमध्ये अनेकदा कोविडच्या लाटा आल्या, त्यात प्रचंड प्राणहानी झाली. अमेरिकेमध्ये कोविडच्या बळींच्या संख्येने कहर केला. कोविडच्या विनाशकारी संकटातून, २०२३मध्ये जनजीवन आणि रोजगार काहीसे मार्गावर आले खरे; परंतु परिस्थिती आता पूर्वीसारखी होईल असं मात्र वाटत नाही.

कोविड-१९च्या जागतिक साथीच्या संकटाने मोदींच्या मनसुब्यांना मात्र सुरुंग लागला. कोविडमुळे 'न भूतो न भविष्यति' इतकी आर्थिक आणि जीवितहानी झाली. अमित शाहांची कोविड चाचणी पॉझिटिव्ह आल्यानंतर त्यांना रुग्णालयात भरती करण्यात आलं. अनेक लोकप्रतिनिधी या आजाराला बळी पडले.

कोविड-१९ या चीनमधील प्राणघातक ठरू शकेल अशा विषाणूच्या गळतीला, २०२०च्या जानेवारी महिन्यापासून सुरुवात झाली. चिनी अधिकारी, वुहानमधील जैविक प्रयोगशाळा आणि चीनला चोरी-छुपे याबाबतचं ज्ञान पुरवणारे अमेरिकी विकृत शास्त्रज्ञ यांचे गुप्त लागेबांधे अमेरिकी माध्यमांनी उघड केले.

या विषाणुमुळे होणारा धोका मोदींनी त्वरित ओळखला. ३० जानेवारी, २०२० रोजी या विषाणूमुळे बाधित झालेला देशातला पहिला रुग्ण केरळमध्ये आढळून आला. तोपर्यंत या विषाणुचं बारसं झालेलं नव्हतं. अमेरिकेचे राष्ट्राध्यक्ष डोनाल्ड ट्रम्प फेब्रुवारी २०२०मध्ये भारतभेटीवर येणार होते. सीएएच्या निषेधार्थ, शाहीनबाग इथे सुरू असलेलं धरणे आंदोलन ही मोदींसाठी आणखी एक वेगळीच डोकेदुखी आणि चिंतेची बाब होऊन बसली होती. झपाट्याने पसरत जाणारा हा विषाणूजन्य आजार आणि दिल्लीत पसरत चाललेल्या जातीय दंगली दोन्ही संकटं हातात हात घेऊन येऊ घातली होती. दोन्ही संकटांनी चांगलाच डाव साधला होता.

मोदींनी रातोरात एक ठाम निर्णय घेतला, जो नोटाबंदीइतकाच वादग्रस्त ठरला : केवळ चार तासांत त्यांनी संपूर्ण देशभरात पूर्ण टाळेबंदी लॉकडाऊन जाहीर केली. २४ मार्च, २०२० पासून रातोरात, सगळे आर्थिक व्यवहार बंद करण्यात आले. अनेक राज्यांतून इतर राज्यांत गेलेले लाखो स्थलांतरित कामगार अडकून पडले. रस्त्यांवर बस, टॅक्सी, ट्रक, मोटारी कोणतंही वाहन धावत नव्हतं ना रेल्वे धावत होती. संपूर्ण देश ठप्प, स्तब्ध झाला होता. जगातील सर्वांत कठोर आणि असह्य काळ होता तो! यामुळे जागतिक अर्थव्यवस्थाही जोखडात सापडली. जीडीपी दर डळमळीत होत होताच. २०२०च्या पहिल्या तिमाहीत म्हणजेच, जानेवारी ते मार्च या काळात तो ३.१ टक्क्यांपर्यत इतका घसरला होता. दुसऱ्या तिमाहीचे म्हणजे एप्रिल ते मेपर्यंतचे आकडे हादरवणारे होते. टाळेबंदीमुळे अर्थव्यवस्थेचं किती नुकसान झालं आहे याचं सगळं प्रतिबिंबच त्यात होतं. त्या तिमाहीत जीडीपी घसरून २३.९ टक्के इतका झाला होता.

एमएसएमई अर्थात सूक्ष्म, लघू आणि मध्यम उद्योगधंद्यांना नोव्हेंबर २०१६ च्या नोटाबंदीची झळ लागली होती. त्यातच २०१७ मध्ये लागू करण्यात आलेल्या वस्तू आणि सेवा कराच्या (जीएसटी) गुंतागुंतीच्या अंमलबजावणीमुळे या त्रासात आणखीनच भर पडली. त्यामुळे या उद्योगांच्या विकासाला खीळ बसली. बेरोजगारीत प्रचंड वाढ झाली. विकासाची गती ठप्प झाली. परंतु एक गोष्ट मात्र नक्की, टाळेबंदीमुळे निर्माण झालेल्या स्थलांतरित कामागारांच्या समस्या आणि दु:खं, छोट्या उद्योगधंद्यांची झालेली वाताहात अशा प्रतिकूल परिस्थितीतही सगळ्या राजकीय शक्याशक्यता, तर्क-वितर्क यांच्यातही मोदींची लोकप्रियता मात्र वाढतच राहिली.

मिंट या व्यावसायिक मासिकाच्या २२ सप्टेंबर, २०२०च्या अहवालानुसार, २०१९च्या सार्वत्रिक निवडणुकांच्या १७ -महिन्यांनंतर म्हणजे ज्या काळात सरकार-विरोधी मानसिकता ही अत्युच्चपातळीवर असते अशा काळात-विविध स्तरांतील जसे की सामाजिक-आर्थिक क्षेत्रातील व्यक्तींनी, मोदींनी कोविड संकटाला चांगल्या प्रकारे हाताळलं आणि त्याच वेळी पंतप्रधान मोदींनी अर्थव्यवस्थेचं धनुष्यही तितक्याच समर्थपणे पेललं असा प्रतिसाद दिला आहे. २०२१ आणि २०२२च्या सर्वेक्षणांनी याची पुष्टीच केली. या सर्वेक्षणांतून असं दिसून आलं की, 'वाढती किंवा वाढलेली बेरोजगारी, कोविडमुळे झालेली अपरिमित जीवितहानी, प्रत्यक्ष नियंत्रणरेषेजवळ (एलएसी) चीनच्या वाढत्या कारवाया या सर्व बाबी असूनही जनमानसात मोदींची लोकप्रियता कायम होती. एकेकाळी अमेरिकेत राष्ट्राध्यक्ष रोनाल्ड रेगन यांना जी अभूतपूर्व लोकप्रियता मिळाली होती, त्याच तोडीची लोकप्रियता मोदींना लाभली होती. परंतु आर्थिक क्षेत्रात रेगन यांची कामगिरी फारच निराशाजनक ठरली. त्यामुळे त्यांच्यावर टीकेची झोड उठली. प्रसारमाध्यमांनी त्यांना उपहासाने नाव दिलं - 'टेफ्लॉन प्रेसिडेंट'. (टेफ्लॉन प्रसिडेंट याचा अर्थ - टेफ्लॉनच्या आवरणामुळे त्या भांड्याला जसं काही चिकटत नाही, त्याचप्रमाणे विरोधकांनी कितीही चुका काढू देत, दूषणं देऊ देत; परंतु मतदार मात्र अशा नेत्यांना माफ करतात आणि त्यांची लोकप्रियता अबाधित राहते.)

इकडे भारतात तर मोदींकडे आणखी एक जमेची बाजू होती. ते देवत्व स्थानी पोहोचले होते. टाळेबंदीच्या काळात त्यांनी दाढी वाढवली, चांगली लांब वाढवली. त्यांच्या वागण्या-बोलण्यातून एक प्रकारचं संतत्व प्रतीत होत होतं. कोविडच्या पर्यायानं टाळेबंदीच्या रूपात भारताला जितक्या संकटांचा सामना करावा लागला, तितकेच मोदी वंदनीय होत गेले. नोव्हेंबर २०१९ मध्ये सर्वोच्च न्यायालयाने अयोध्येत राम मंदिर उभारणीच्या बाजूने निकाल दिला. त्यामुळे तर मोदींभोवतालच्या गूढतेत आणखीनच भर पडली. धूर्तपणे, राममंदिराच्या उद्घाटनाची तारीख जानेवारी २०२४मध्ये, म्हणजेच आगामी लोकसभा निवडणुकांच्या पूर्वीची ठरवण्यात आली आहे.

२०२२ साली मी एक पुस्तक लिहिलं होतं, *इक्बाल सिंह चहल : कोविड वॉरियर*. या पुस्तकात नमूद केल्यानुसार, कोविडच्या साथीने पंतप्रधान कार्यालय (पीएमओ) आणि बृहन्मुंबई महानगरपालिका (बीएमसी) यांच्यात दुर्मीळ असा समन्वय घडवून आणला. बृहन्मुंबई महानगरपालिकेचे तत्कालीन आयुक्त चहल यांनी कोविडसाथी दरम्यानचा एक प्रसंग सांगितला त्यावरून मोदी किती निर्णयक्षम आणि निर्णय घेण्यात तत्पर होते हेच दिसून

येतं. चहल सांगतात, अगदी पहाटे १ वाजतादेखील ते समस्या हाताळत असत. ते पुढे लिहितात :

> ''सिप्ला कंपनीला सिल्वासा इथं रेमडेसिविर आणि टॉसिलिझुमॅब ही औषधे निर्माण करण्यासाठी भारत सरकार आणि ड्रग कंट्रोलर ऑफ इंडिया (डीसीजीआय)कडून परवाना मिळाला होता. कोविड प्रतिबंधक लस यायला अद्याप काही महिने लागणार होते. तो दिवस होता, शुक्रवार, २६ जून २०२०. संध्याकाळचे सात वाजले होते. सिप्लाचे तत्कालीन मुख्य कार्यकारी अधिकारी (सीईओ) निखिल चोप्रा यांचा मला फोन आला. त्यांनी मला सांगितलं, की रेमिडिसिविर निर्माण करण्यासाठी जे एक घटक औषध लागतं ते त्यांनी चीनकडून आयात केलं आहे. ते औषध मुंबईतल्या आंतरराष्ट्रीय विमानतळाच्या कार्गो विभागात येऊन दाखल झालं आहे.
>
> आता या आयात करण्यात आलेल्या औषधापासून रेमडेसिविरच्या जवळपास एक लाख इंजेक्शन्सचं उत्पादन होऊन ते देशभरात वितरित होऊ शकणार होतं; परंतु याच दरम्यान दोन मोठ्या आणि महत्त्वाच्या घटना घडल्या होत्या. पहिली, भारत सरकारने चीनच्या ५९ ॲप्सवर बंदी घातली होती आणि दुसरी महत्त्वाची घटना म्हणजे १५ जूनला पूर्व लडाखमधील गलवान खोऱ्यात भारत आणि चिनी लष्करात चकमक झाली होती. यानंतर आठवडाभरातच, चीनच्या प्रमुख उत्पादनांवर बंदी आणत असल्याचे आदेश जारी करण्यात आले होते. इतकंच नव्हे, भारतीय बंदरांवर चिनी मालांचे कंटेनर असतील, तर त्यातील माल उतरवून घेऊ नये, आणि हवाईमार्गे आलेला चिनी माल तर न उतरवता परत पाठवला जावा असेही आदेश सरकारने जारी केले होते.
>
> निखिल चोप्रांनी मला फोनवर सांगितलं की, एक लाख रेमडेसिविर इंजेक्शन्स तयार करण्यासाठी लागणारं घटक औषध चीनमधून आलं आहे; परंतु सीमाशुल्क विभागाच्या (कस्टम्स डिपार्टमेंट) प्रमुख आयुक्तांनी,तो माल सोडवून द्यायला नकार दिला होता. आयुक्तांनी सांगितलं, की माल न सोडण्याच्या सूचना त्यांना केंद्र सरकारकडूनच आलेल्या आहेत. चोप्रा म्हणाले, की हे औषध जर मिळालं नाही तर सिप्लाला रेमडेसिविर उत्पादन करण्यासाठी मिळालेल्या परवान्याला काहीच अर्थ उरणार नाही. कारण हे इंजेक्शन निर्माण करण्यासाठी लागणारी घटक औषधं फक्त चीन आणि भारताकडेच आहेत. वॉशिंग्टनने (अमेरिकेने) या औषधाच्या आयातीवर बंदीच घातली आहे. जर चीनकडून आयात केलेलं हे औषध चीनला परत पाठवलं, तर देशात हे इंजेक्शन बनूच शकणार नाही असं चोप्रा म्हणाले.

हे ऐकून चहल काळजीत पडले. त्यांना समजलं, की आता वेळ घालवून चालणार नाही, तातडीने काही तरी करावं लागणार. यानंतर या प्रकरणात घटना कशा घडत गेल्या आणि मोदींचा हस्तक्षेप किती महत्त्वपूर्ण ठरला, याचं वर्णन करताना चहल सांगतात :

''मी शनिवारी माझ्या कार्यालयात गेलो आणि चोप्रांना फोन केला. मी त्यांना सांगितलं, की या घटक औषधांबाबत चीन काही तरी समस्या निर्माण करणार अशी आशंका अर्थमंत्रालयाच्या सचिवांना वाटत आहे. मी त्यांना पुढे म्हणालो, 'तुमची कंपनी जागतिक दर्जाची आहे. तुमच्याकडे अशी एखादी प्रयोगशाळा नाही का, जिथे हे औषध वापरण्यापूर्वी चीनने पाठवलेल्या या घटक औषधांत काही भेसळ नाही ना हे शोधून काढता येईल. म्हणजे त्या घटक औषधात कोणता विषाणू किंवा आणखी काही मिसळलेलं नाही ना हे ओळखता येईल. या सर्व शक्यतांचं प्रमाणिकरण करणारा ईमेल पाठवण्याची मी चोप्रांना विनंती केली.

यावर चोप्रांकडून मला शनिवार २७ जूनला रात्री सव्वा नऊ वाजता मेल आला. त्यात त्यांनी घटक औषधांमध्ये कसलीही भेसळ नसल्याचा निर्वाळा दिला होता. तशी खात्रीच त्यांनी व्यक्त केली होती. पंतप्रधान कार्यालयात श्रीकर परदेशी नावाचे प्रशासकीय अधिकारी होते (आयएएस ऑफिसर). मागे ते नांदेडचे जिल्हाधिकारी असताना त्यांना मी भेटलो आहे. निवडणुका सुरू होत्या आणि निवडणूक आयोगातर्फे निवडणूक निरीक्षक म्हणून मी तिथे गेलो होतो. कालांतराने–परदेशी व मी– आम्ही दोघांनी दिल्लीत एकत्र काम केलं. पंतप्रधान कार्यालयाचे संयुक्त सचिव म्हणून मी परदेशींना तातडीने एक मेल पाठवला. त्या मेलमध्ये मी संपूर्ण परिस्थिती त्यांना कथन केली. ते घटक औषध जर कस्टम्समधून सोडवलं, तर त्याचा केवळ मुंबईलाच नव्हे, तर संपूर्ण देशाला फायदा होईल हेदेखील मी त्यात नमूद केलं. त्या घटक औषधांत कोणताही आक्षेपार्ह घटक किंवा भेसळ नसल्याचा सिप्लाने निर्वाळा दिलेला मेलही मी सोबत पाठवला.

त्या काळात, देशभरात लाखो रुग्ण रेमडेसिविरचे इंजेक्शन घेत होते. त्यामुळे २०२०च्या जून–जुलै महिन्यात कोविडच्या पहिल्या लाटेत जर ही लाखो इंजेक्शन्स उत्पादित झाली असती, तर त्यामुळे हजारो रुग्णांचे प्राण वाचणार होते. चीनकडून आयात केलेल्या या घटक औषधाला अपवाद म्हणून परवानगी द्यावी यासाठी मी पंतप्रधान कार्यालयाकडे तळमळीची याचना केली. पीएमओमधील या तरुण–तडफदार अधिकाऱ्याला मेल मिळताक्षणीच मी त्यांना रात्री दहाच्या सुमारास फोन केला. त्यांच्याशी बोललो आणि पंतप्रधान जेव्हा कधी उपलब्ध होतील तेव्हा त्यांना हा मेल वाचायला द्यावा अशी कळकळीची विनंती केली. मी त्यांना सांगितलं, 'तुम्ही पंतप्रधानांना सांगा की बृहन्मुंबई महानगरपालिकेच्या आयुक्तांकडून करण्यात आलेली ही तातडीची विनंती आहे आणि हा मेल त्यांनी नक्की वाचावा. त्यानंतर ते (पंतप्रधान) जो काही निर्णय घेतील तो मान्य असेल; परंतु हा मेल त्यांनी आधी वाचणं महत्त्वाचं आणि अत्यंत तातडीचं आहे. या भीषण परिस्थितीची त्यांना कल्पना असायलाच हवी.'

तोपर्यंत मध्यरात्र उलटून गेली होती. मला नंतर समजलं, की पंतप्रधान कार्यालयातील त्या तरुण अधिकाऱ्याने पंतप्रधानांना तो मेल दाखवला.

पंतप्रधान अतिशय कर्तव्यदक्ष आणि कामसू आहेत. ते रात्री उशिरापर्यंत काम करत असतात. त्यांनी तो मेल पहाटे एक वाजण्याच्या सुमारास वाचला. ती शनिवारची रात्र होती. मी साडेबाराच्या सुमारास झोपी गेलो होतो. दुसऱ्या दिवशी सकाळी नऊ वाजता मला विनायक आझाद यांचा फोन आला. त्यानंतर सीमाशुल्क विभागाच्या आयुक्तांचा आणि त्यानंतर कार्गो विभागातून फोन आला. त्यांनी मला सांगितलं, की चीनमधून आयात करण्यात आलेलं ते घटक औषध सोडण्याच्या सूचना त्यांना मिळाल्या असून, विशेष बाब म्हणून ते औषध अर्ध्या तासापूर्वीच कस्टम्समधून सोडवण्यात आलं आहे. तो दिवस होता रविवार, २८ जून. या दिवसाच्या बरोब्बर दोन आठवडे आधी, गलवान खोऱ्यात पीपल्स लिबरेशन आर्मीसोबत झालेल्या लष्करी चकमकीत आपल्या लष्कराचे वीस जवान शहीद झाले होते.

एका रात्रीत झालेल्या या घडामोडींची खात्री करण्यासाठी मी निखिल चोप्रांना फोन लावला. ते म्हणाले, 'होय. बातमी खरी आहे आणि सिप्लाचे एक अधिकारी विमानतळाच्या कार्गो विभागाकडे रवाना झाले असून, अर्ध्या तासात सगळा माल कंपनीच्या ताब्यात आलेला असेल.' यावर मी फक्त इतकंच म्हणू शकतो, 'पंतप्रधानांना शतशः नमन!' चीनसोबत युद्धजन्य परिस्थिती निर्माण झाली असतानाही, जनहित लक्षात घेऊन रात्री एक वाजता या प्रश्नी जातीने लक्ष घालून देशातील असंख्य नागरिकांचे जीव वाचवण्यासाठी त्यांनी जो निर्णय घेतला यासाठी त्यांना माझा सलाम! आजपर्यंत अनेकांना याची माहिती नव्हती. देशाने, जनतेने पंतप्रधानांना अभिवादन केलं पाहिजे, ते यासाठी खरोखरच पात्र आहेत!

२०२४च्या लोकसभा निवडणुकीत मतांचा किती हिस्सा जागांमध्ये रूपांतरित होतो इथेच खरी मेख असणार आहे. दिल्लीची सत्ता काबीज करण्याचा हा मार्ग उत्तर प्रदेशातील लखनौ आणि अयोध्येतून जातो. २०२२मध्ये झालेल्या उत्तर प्रदेश विधानसभा निवडणुकीनं अनेक मुद्द्यांवर शिक्कामोर्तब केलं. पहिला मुद्दा– ही निवडणूक म्हणजे मुख्यमंत्री योगी आदित्यनाथ यांच्या लोकप्रियतेची चाचणी ठरली. देशातील या सर्वांत मोठ्या राज्यात लोकसभेच्या ८० जागा आहेत. दुसरा मुद्दा–मुख्यमंत्री योगी आदित्यनाथ यांच्या नेतृत्वाखाली कायदा व सुव्यवस्था सुरळीत असल्याचा जनमताचा कौल स्पष्ट झाला. उत्तर प्रदेश विधानसभा निवडणुकीत त्यांनी मिळवलेल्या सलग दुसऱ्या विजयामुळे ते मोदींनंतर देशाची धुरा वाहू शकणारे भविष्यातील राष्ट्रीय नेते म्हणून उदयाला आले. तिसरा मुद्दा–उत्तर प्रदेश विधानसभा निवडणूक ही प्रियंका गांधी–वाड्रा यांच्या राजकीय बुद्धिचातुर्याची परीक्षा होती.

उत्तर प्रदेशातील काँग्रेस पक्षाच्या प्रभारी नेत्या या नात्याने उत्तर प्रदेशात प्रियंका गांधी–वाड्रा यांची कामगिरी अतिशय निराशाजनक सिद्ध झाली आहे, त्यामुळेच त्यांचं राजकीय भविष्य अंधकारमय होताना दिसत आहे. वयाच्या ५१व्या वर्षी त्यांना काळाची साथ मिळू शकलेली नाही. आज २० वर्षं त्या देशाच्या राजकारणात सक्रिय आहेत, मात्र अजूनही त्यांना

कोणताही परिणाम साधता आलेला नाही. प्रियंका यांनी आतापर्यंत एकही घटनात्मक पद भूषवलेलं नाही. २०२४ च्या लोकसभा निवडणुका तोंडावर असताना, त्यांच्या टीकाकारांचं तोंड गप्प करण्याची ही प्रियंकासाठीची शेवटची संधी होती. उत्तर प्रदेशातील विधानसभा निवडणुकीत काँग्रेसचा ६.२३ टक्के असलेला मतदानातील हिस्सा २०२२च्या निवडणुकीत घसरून २.३३ टक्क्यांवर आला. काँग्रेसची ही मान खाली घालायला लावणारी अतिशय निराशाजनक कामगिरी हे प्रियंका गांधी-वाड्रा यांच्या राजकीय कारकिर्दीतील सर्वांत मोठ अपयश म्हणावं लागेल.

उत्तर प्रदेशातील २०२२च्या विधानसभा निवडणुकीने आणखी दोन प्रश्नांची उत्तरं ही मिळाली. योगी आदित्यनाथ यांच्याकडे आणखी राष्ट्रीय स्तरावरील समर्थ नेता होण्याची ताकद आहे का? निश्चितच आहे. दुसरा प्रश्न : उत्तर प्रदेशची ओळख असलेला कट्टर हिंदुत्वाचा डंका २०२४च्या निवडणुकीत ही दुमदुमेल काय? याचं ही उत्तर आहे - होय, निश्चितच वाजेल.

२०१९च्या लोकसभा निवडणुकीत भारतीय जनता पक्षाला एकूण मतांपैकी ३७ टक्के मतं मिळाली. या निवडणुकीत मित्रपक्षांची टक्केवारी सोडल्यास आरामशीरपणे सत्तेवर येण्यासाठी भाजपची म्हणजे स्वतःच्या पक्षाची टक्केवारी ४२ ते ४३ टक्क्यांपर्यंत नेली पाहिजे याची मोदींना पूर्ण कल्पना आहे. विरोधकांचे एकमेकांशी कितीही भांडण-मतभेद असतील, पण या निवडणुकांसाठी ते एकत्र येण्याची, संघटित होण्याची शक्यता आहे. ते राष्ट्रीय तसेच राज्य पातळीवर युती करतील. २०२४मध्ये भाजप विजयी झाल्यास अनेक घराण्यांची राजकीय मक्तेदारी धुळीला मिळेल. एकटी काँग्रेसच नाही तर, जवळपास प्रत्येक राजकीय पक्षात घराणेशाही बघायला मिळते. त्यात समाजवादी पक्ष, राष्ट्रीय जनता दल, नॅशनल कॉन्फरन्स, जेडी (एस), राष्ट्रवादी काँग्रेस पार्टी, तृणमूल काँग्रेस, द्रमुक, भारतीय जनता दल, एआयएमआयएम एसएडी आणि बीआरएस या सर्व पक्षांत घराणेशाही आहे; अपवाद फक्त डावे पक्ष आणि भारतीय जनता पक्ष.

२०२९ पर्यंत मोदींनी १५ वर्षे पंतप्रधानपद भूषवल्यास दशकानुदशके ठाण मांडून बसलेलं घराणेशाहीचं राजकारण कायमचं उद्‌ध्वस्त होऊ शकेल. त्यामुळे २०२४ची लोकसभा निवडणूक ही विरोधी पक्षांसाठी अस्तित्वाची लढाई ठरली आहे. विरोधी पक्षातील अनेक नेत्यांसाठी, सत्ता पुन्हा काबीज करण्याची आणि पर्यायाने आपलं राजकीय भवितव्य अबाधित ठेवण्याची ही अखेरची संधी आहे. २०२९पर्यंत अनेक राजकीय परिसंस्थांचे बालेकिल्ले उद्‌ध्वस्त झालेले असतील, अगदी डागडुजीच्याही पलीकडे गेलेले असतील. अल्पसंख्याकांचं लांगूलचालन आणि मतपेटीचं राजकारण यापुढे चालणारं नाही. वारसाहक्क आणि विशेषाधिकार संपुष्टात येतील. घराणेशाहीला घरघर लागेल. आधीच्या भ्रष्ट अधिकाऱ्यांनी गंज चढलेली नोकरशाही, शैक्षणिक धोरण यांचे इमले बांधले, त्यातली वीट न वीट आता उद्‌ध्वस्त होण्याच्या मार्गावर आहे.

मात्र काँग्रेसच्या काही वाईट चालीरिती भाजपमध्ये ही येतात का काय, असे चित्र दिसते.हे संकट भाजपमध्ये ही घोंघावताना दिसत आहे. १९७०च्या दशकाच्या सुरुवातीला ज्याप्रमाणे सर्वत्र इंदिरा गांधी पूजल्या जायच्या, तसाच आज मोदींचाही उदो उदो होतो

आहे. भाजपमध्ये खुशामत करण्याचं, हांजीहांजी करण्याचं पेवच फुटलं आहे. शक्ती किंवा सत्तेचं केंद्रीकरण झालं आहे. युवा प्रतिभांना, ज्येष्ठांना डावलून वर येणं कठीण जात आहे. हेच मोदींपुढील खरं आव्हान आहे. मे २०२४ पर्यंत, म्हणजेच लोकसभेच्या आगामी निवडणुकांपर्यंतचं त्यांचं सत्तेतील दहावं वर्ष त्यांचा वारसा पुढे नेण्यासाठी म्हणूनच निर्णायक ठरणार आहे.

२०२४ची लोकसभा निवडणूक भाजपने जिंकली असं गृहीत धरलं, तर मे २०२९च्या सार्वत्रिक निवडणुकांपर्यंत मोदी ७८ वर्षांचे झालेले असतील. सलग तीन पर्व पंतप्रधानपदी विराजमान होण्याचा पंडित जवाहरलाल नेहरू यांच्या विक्रमाशी त्यांनी बरोबरी साधलेली असेल. २०२९ची अभूतपूर्व निवडणूक ते चौथ्यांदा लढवतील का? आजपर्यंतच्या इतिहासात एकाही भारतीय पंतप्रधानाने अगदी जवाहरलाल नेहरू असोत वा इंदिरा गांधी, एकदाही चौथ्यांदा निवडणूक लढलेली आणि जिंकलेली नाही.

सप्टेंबर २०१९ मध्ये, *इंडिया टुडे* टी. व्ही. चॅनेलचे संपादकीय सल्लागार राजदीप सरदेसाई यांनी माझी मुलाखत घेतली होती. त्या मुलाखतीचं थेट प्रक्षेपण करण्यात आलं होतं. त्यात मी म्हणालो होतो, '२०२४च्या सार्वत्रिक निवडणुकीत जर मोदी जिंकले, तर १५ वर्षांच्या पंतप्रधानपदानंतर २०२९मध्ये ते स्वतःच बाजूला राहू शकतात.'

हे ऐकून सरदेसाई आश्चर्यचकित झाले. भारतात हार पदरी पडल्याशिवाय कोणीही राजकारणी राजकारणातून स्वेच्छेने बाजूला होत नाही. मी सरदेसाईंना समजावून सांगितलं, की वयाच्या १७व्या वर्षी मोदींनी वडनगरमधल्या घराचा त्याग करून दोन वर्षे हिमालयात भ्रमंती केली आहे. तिथे ते गुहेत राहिले, संन्याशांबरोबर उठले, बसले, भोजन केलं. आमच्या अनेक वेळा झालेल्या भेटीत त्यांनी मला सांगितलं आहे, की त्यांनी एका ठिकाणी केवळ एकदाच अन्नग्रहण केलं आहे, त्याहून जास्त नाही. मोदी ऋषितुल्य आयुष्य जगले आहेत.

त्या दूरचित्रवाणीच्या मुलाखतीत मी सरदेसाईंना सागितलं, 'वयाच्या ७८व्या वर्षी मोदी पुन्हा त्याच संन्यस्त आणि आध्यात्मिक जीवनाकडे वळू शकतात.' या मुलाखतीनंतर दुसऱ्याच दिवशी 'इंडिया टुडे'ने ठळक या मथळ्याखाली बातमी झळकवली : 'पुढच्या ११ वर्षांत पंतप्रधान नरेंद्र मोदी राजकारणातून निवृत्त होऊन हिमालयात जाणार असा दावा ज्येष्ठ पत्रकार आणि लेखक मिन्हाज मर्चंट यांनी 'इंडिया टुडे'च्या विशेष मुलाखतीत केला आहे.'

'इंडिया टुडे'ने आपल्या ऑनलाईन आवृत्तीत म्हटलं होतं :

> ''ज्येष्ठ पत्रकार आणि लेखक मिन्हाज मर्चंट यांनी मंगळवारी झालेल्या मुलाखतीत असा दावा केला आहे की पंतप्रधान नरेंद्र मोदी २०२९ पर्यंत सत्ता सोडतील आणि संन्यस्य जीवन जगण्यासाठी हिमालयात जातील. ते असं म्हणाले की, 'वयाच्या १८व्या वर्षी त्यांनी हिमालयात भ्रमंती केली आहे आणि मी खात्रीपूर्वक सांगतो की वयाच्या ८०व्या वर्षी ते पुन्हा हिमालयात जातील. त्यांना सत्तेचा मोह जडणार नाही. ते अगदी संन्यस्त जीवन व्यतीत करतील.' मिन्हाझ मर्चंट यांनी माजी पंतप्रधान राजीव गांधी यांचं चरित्र लिहिलं आहे.'

> इंडिया टुडे टी. व्ही. चे संपादकीय सल्लागार राजदीप सरदेसाई यांच्याशी बोलताना मिन्हाझ मर्चंट म्हणाले, 'जर त्यांनी २०२४ची निवडणूक जिंकली तर हे स्थित्यंतर नक्की घडेल. २०२९च्या निवडणुकांपूर्वी ते सत्तेतून पायउतार होतील याची पूर्ण शक्यता आहे.' पंतप्रधान मोदी यांच्या पुतळ्याची पूजा करण्यासंदर्भात विचारलेल्या प्रश्नाला उत्तर देताना मिन्हाझ मर्चंट यांनी हे सांगितलं.

मी सरदेसाईंना स्पष्टपणे सांगितलं, की हे जे सर्व मी बोललो आहे आणि इंडिया टुडेने अगदी जसंच्या तसं छापून आणलं आहे ते २०२४ आणि २०२९ मधल्या राजकीय परिस्थितीवर अवलंबून असेल. २०२९ मध्ये काँग्रेसचा चेहरामोहरा कसा असेल? मोदींना आव्हान देईल असा कोणी नेता विरोधी पक्षात उदयाला आलेला असेल का? मी त्यांना म्हणालो, 'सगळ्यात महत्त्वाचं, मोदींनी त्यांची गादी चालवणारा कोणी सक्षम उत्तराधिकारी तयार केला असेल का? मग ते अमित शाह, योगी आदित्यनाथ असतील की अजून कोणी 'लंबी रेस का घोडा' असेल? यावर ते अवलंबून आहे.'

काहीशा संभ्रमित झालेल्या सरदेसाईंना मी स्पष्टपणे हेही सांगितलं होतं , अर्थातच २०२९चा विचार करण्याआधी, मोदींना २०२४ची निवडणूक जिंकावी लागेल. मोदी भविष्यकाळात नाही, तर वर्तमानकाळात जगतात.

~

भारत हा जगातील सर्वांत श्रद्धाळू लोकांचा देश आहे. भारतातील ९० टक्के जनता धार्मिक असून, ती वारंवार, मंदिरे, गुरुद्वारा, मशिदी, चर्चमध्ये जाऊन प्रार्थना करते, असं एका सर्वेक्षणातून दिसून आलं आहे. लोकांचा हाच श्रद्धाळूपणा, धार्मिकता मोदींनी निवडणुकीसाठी आपलं हत्यार म्हणून वापरलं आहे.

२०२४च्या पहिल्या तीन महिन्यांत, अयोध्येत राम मंदिराच्या उद्घाटनाचं नियोजन करण्यात आलं आहे. त्यामुळे साहजिकच जनतेच्या धार्मिक भावना उचंबळून येतील. त्याचा निवडणुकीवर होणारा परिणामही दुर्लक्षित करण्यासारखा नसेल. ऑगस्ट २०२०मध्ये, याच राममंदिराच्या कोनशिला समारंभादरम्यान रामाच्या भव्य पुतळ्यासमोर मोदी अगदी नतमस्तक झाले होते. याहून अधिक स्पष्ट संदेश देता येऊ शकतो का? २०२४च्या सुरुवातीपासूनच, जेव्हा भव्यदिव्य अशा राममंदिरात दर्शनासाठी भक्त येऊ लागतील, तेव्हा तिथल्या झगमगाटाने हिंदू भाविकांच्या मनात धर्मभावना चेतून उठेल. परंतु मतं पाडण्यासाठी तितकं पुरेसं ठरणार आहे का?

खरं तर या निवडणुकीसाठी मोदींच्या भात्यातलं दुसरं शस्त्र आहे : भाजपची सदस्यसंख्या वाढवणं. आजमितीला भाजपचे १२० दशलक्ष लोक सदस्य आहेत. प्रत्येक कुटुंबातील मतदानपात्र वयातील सरासरी तीन मतदार जरी घेतले, तरी निष्ठावंत सदस्यसंख्या होते ३६० दशलक्ष. २०१९च्या लोकसभा निवडणुकीत पात्र मतदारांची संख्या होती ८११ दशलक्ष. २०२४मध्ये ही संख्या ९०० दशलक्षांहून जास्त असण्याची शक्यता आहे.

सैद्धांतिकदृष्ट्या या ९०० दशलक्ष मतदारांपैकी भाजपकडे ३६० दशलक्ष निष्ठावान मतदार आहेत. अगदी मानलं, की २०२४ पर्यंत कोणीही नवीन सदस्य भाजपमध्ये सामील होणार नाहीत, तरीही पक्षाला जवळपास ४० टक्के मतं मिळतील. भारताची २०२४मधील लोकसंख्या १.२४ अब्ज असेल असा अंदाज धरला, तर त्यात सुमारे ७९ टक्के किंवा १.१० अब्ज हिंदू आहेत. यातील २५ टक्क्यांहून अधिक हिंदू दलित आहेत आणि ते रालोआ (एनडीए)चे घटक नसलेल्या प्रादेशिक पक्षांना मतदान करू शकतात. हिंदुंमधील आणखी एक छोटा, १० टक्के लोकांचा वर्ग आहे– त्यांचा कल, पारंपरिक काँग्रेस किंवा डाव्या पक्षांना मतदान करण्याकडे आहे.

थोडक्यात, २०२४मध्ये ७० टक्के अपेक्षित मतदान होईल असं गृहीत धरलं, तर ४५ टक्के मतांचं लक्ष्य गाठण्यासाठी भाजपला ९०० दशलक्ष पात्र मतदारांमधल्या ६३० दशलक्ष मतदारांपैकी २८५ दशलक्ष मतदारांची मतं जिकणं गरजेचं आहे. हिंदूंचं श्रद्धास्थान असलेल्या अयोध्येत २०२४ सालाच्या पूर्वार्धात राममंदिराचं उद्घाटन होऊन लोकांच्या ज्या धार्मिक भावना उचंबळून येतील, ते बघता हे आकडे गाठणं काही तितकंसं कठीण जाणार नाही. पण राजकारणात काहीही गृहीत धरणं मूर्खपणाचं असतं. मोदींना तर हे चांगलंच ठाऊक आहे.

२०१४च्या लोकसभा निवडणुकीत भाजपला ३१ टक्के मतं आणि २८२ जागा मिळाल्या होत्या. २०१९ मध्ये ३७ टक्के मतं आणि ३०३ जागा मिळाल्या होत्या. २०२४च्या निवडणुकीत जर ४५ टक्के मतांचा अडथळा भाजपने पार केला, तर ती घटना ऐतिहासिक ठरेल. स्वतंत्र भारतात कोणाही पंतप्रधानाने सार्वत्रिक निवडणुकीत आजवर ४८ टक्क्यांहून अधिक मतं मिळवलेली नाहीत. १९५२ मध्ये झालेल्या, देशाच्या पहिल्या लोकसभा निवडणुकीपासून आतापर्यंत झालेल्या लोकसभा निवडणुकीत विजयी झालेले पंतप्रधान आणि मतांची टक्केवारी याप्रमाणे :

१९५२ : नेहरू (४४.९९ टक्के)
१९५७ : नेहरू (४७.७८ टक्के)
१९६२ : नेहरू (४४.७२ टक्के)
१९६७ : इंदिरा गांधी (४०.७८ टक्के)
१९७१ : इंदिरा गांधी (४३.६८ टक्के)
१९७७ : मोरारजी देसाई (४१.३२ टक्के)
१९८० : इंदिरा गांधी (४२.६९ टक्के)
१९८४ : राजीव गांधी (४६.८६ टक्के)
१९८९ : व्ही. पी. सिंग (१७.७९ टक्के, घटकपक्षांसह राष्ट्रीय आघाडीचं सरकार)
१९९१ : पी. व्ही. नरसिंह राव (३६.४० टक्के)
१९९६ : देवेगौडा (८.०८ टक्के, घटक पक्षांसह जनता दलाच्या नेतृत्वाखालील संयुक्त लोकशाही आघाडी सरकार)
१९९८ : अटलबिहारी वाजपेयी (२५.५९ टक्के)

१९९९ : अटलबिहारी वाजपेयी (२३.७५ टक्के)
२००४ : मनमोहन सिंह (२६.५३ टक्के)
२००९ : मनमोहन सिंह (२८.५५ टक्के)
२०१४ : नरेंद्र मोदी (३१.०० टक्के)
२०१९ : नरेंद्र मोदी (३७.३६ टक्के)

मोदींच्या निवडणुकीसाठीच्या भात्यातील आणखी एक शस्त्र म्हणजे कल्याणकारी योजना. मोदींनी जनतेसाठी, विशेषत: गरिबांसाठी ज्या कल्याणकारी योजना सुरू केल्या, त्याचा मोठा प्रभाव जनमानसावर पडला आहे. या प्रभावित लोकांच्या मतांची संख्या बाजी पलटवणारी ठरू शकते. तर मग मोदींचं गणित कुठे चुकू शकतं? याचं एका शब्दातलं उत्तर आहे : अर्थव्यवस्था. मोदींची मॅक्रो-इकॉनॉमिक व्यवस्थापनाची, संरक्षणवाद (देशांतर्गत उद्योगांना मदत करण्यासाठी आंतरराष्ट्रीय व्यापाराला प्रतिबंधित करणारी सरकारी धोरणं) आणि नियमनाचा अतिरेक यांमुळे काहीशी पिछेहाट झाली आहे. ज्यामुळे विनाकारण वैधानिक अनुपालनअवघड झालं आहे. कृषी आणि कामगार सुधारणा संरचनात्मकदृष्ट्या योग्य असल्या, तरीही त्यांची अंमलबजावणी कधी होणार हे अद्याप निश्चित नाही. २०१६मधील दिवाळखोरी संहितासारख्या महत्त्वाच्या सुधारणांबाबत सुरुवातीला करण्यात आलेल्या आश्वासनांचं अद्याप पालन झालेलं नाही.

वैयक्तिक करात सुधारणा करण्याच्या उद्देशाने बनवण्यात आलेल्या डायरेक्ट टॅक्स कोडची अद्याप अंमलबजावणी करण्यात आलेली नाही. यासाठी जी समिती गठित करण्यात आली होती, तिने तिचा अहवाल २०१९ सालीच सादर केला; परंतु त्या अहवालाकडे दुर्लक्ष करण्यात आलं. नोकरशाहीतही काहीच सुधारणा झालेल्या नाहीत. संस्थात्मक कारभार (सुशासन) ढासळलेला आहे. संवादाचा अभाव आहे. केंद्रीय मंत्रिमंडळाचा आकार भव्य आहे; परंतु संबंधित मंत्र्यांना आपल्या मंत्रालयाची माहिती किंवा ज्ञान असल्याचं अभावानेच दिसतं आहे. तथापि, अनेक मंत्र्यांनी आपल्या क्षेत्रातल्या जटील समस्या लवकर समजून घेतल्या आणि त्यावर चांगल्या पद्धतीने काम केल्याचंही दिसून येत आहे.

आता वळू या भारतीय प्रसारमाध्यमांकडे. ज्या प्रसारमाध्यमांनी सुरुवातीला मोदींना नाकारलं होतं, आता त्यांचेच दोन भाग झाले आहेत. एक भाग आहे, तो जणू काही सरकारसाठीच प्रचार करत असल्याचं दिसतंय, तर दुसरा विरोधक, सतत सरकारवर टीका करणारा म्हणून काम करतोय. खरं म्हणजे लोकशाहीत हे असंच असायला हवं; परंतु सरकारवर टीका करणारी माध्यमं बऱ्याचदा ऐकीव किंवा चुकीच्या माहितीवर आधारित टीका करतात. बऱ्याचदा ती समस्या मांडतात, परंतु समस्येवर उत्तर क्वचितच सुचवतात. विदेशी प्रसारमाध्यमांचा नेहमीप्रमाणेच सरकारविरोधी सूर असतो आणि अगदी खोल उकरून उकरून माहिती मिळवून भारताची प्रतिमा मलीन करण्याची त्यांची सवयच आहे. भारताने यशस्वीपणे राबवलेल्या अंतराळ मोहिमा, त्याने तंत्रज्ञानात घेतलेली भरारी यांबद्दल आंतरराष्ट्रीय प्रसारमाध्यमांतून फार क्वचित सांगितलं जातं, किंबहुना ते मौनच बाळगून बसतात.

मोदींचं परराष्ट्रीय धोरण व्यामिश्र आहे. त्यांनी अत्यंत चतुराईने सौदी अरेबिया आणि संयुक्त अरब अमिरातीशी, अर्थात सुन्नी अरब मुस्लिमांशी व्यावहारिक संबंध प्रस्थापित केले आहेत. आग्नेय आशियाई देशांशी मात्र त्यांची तितकीशी जवळीक झालेली नाही, ती काही प्रमाणात मर्यादितच राहिली आहे. ॲक्ट इस्ट पॉलिसी सैद्धांतिकदृष्ट्या योग्य आहे. आग्नेय आशियाई देशांबरोबर भारताचे इतिहासकालीन सांस्कृतिक संबंध आहेत. अगदी पार मलेशिया, सिंगापूर ते कम्बोडिया आणि इंडोनेशियापर्यंत ते पसरले आहेत. दोन्ही देशांत हिंदू आणि बौध्द धर्माचं साधर्म्य आहे आणि त्यामुळेच या देशांमध्ये भारतीय वंशाचे लोक मोठ्या संख्येने आढळतात.

आग्नेय आशियाई देशांत बहुसंख्य भारतीय हे ब्रिटीश साम्राज्यातील बंधित कामगार म्हणून आले. त्यानंतर, विशेषत: तामिळनाडूतून भारतीयांनी ऐच्छिक स्थलांतर केलं. श्रीमंत भारतीय व्यावसायिकांनी आणि उद्योजकांनी सिंगापूरसारख्या देशांत आपलं बस्तान बसवलं. भारताच्या तुलनेत इथे व्यवसाय उभारणं हे अतिशय सुलभ आणि सोपं होतं. आज इ-कॉमर्समध्ये आघाडीवर असलेल्या फ्लिपकार्टचं उदाहरण घेऊ. आज अनेक वर्षं फ्लिपकार्टचं सगळं व्यवस्थापन सिंगापूरमधूनच होत आहे. आज सिंगापूरच्या अनेक शहरं तसंच राज्यांच्या राजकीय आस्थापनांमध्ये भारतीय वंशाचे लोक वरिष्ठ पदांवर काम करत आहेत.

क्षेत्रीय सर्वसमावेशक आर्थिक भागीदारी (आरसीईपी)मधून बाहेर राहण्याचा भारताचा निर्णय हा चीनच्या त्या समूहावर असलेल्या मोठ्या प्रभावामुळे घेण्यात आला होता. या निर्णयामुळे अनेक पूर्व आशियाई देशांनी भारताच्या 'ॲक्ट इस्ट' धोरणाच्या गांभीर्यावर प्रश्नचिन्ह निर्माण केलं. तथापि आरसीईपीचे सदस्य देश असलेल्या जपान, न्यूझीलंड आणि ऑस्ट्रेलिया आणि आसियान समूहातील १० देशांचे भारतासोबत या भागीदारीच्या आधीच व्यापारविषय करार झालेले आहेत. त्यामुळे आरसीईपीमधून बाहेर राहण्याचे तोटे हे वाढवून-चढवून सांगितले जातात. शिवाय भारत या भागीदारीत जेव्हा वाटेल तेव्हा सामील होऊ शकतो, तसं १५ सदस्य गटांनी आधीच निश्चित केलं आहे. ऑस्ट्रेलिया आणि संयुक्त अरब अमिरातीसोबतच्या मुक्त व्यापार करारावर स्वाक्षऱ्या करून, तसंच ब्रिटन, गल्फ को-ऑपरेशन कौन्सिल (जीसीसी), कॅनडा आणि युरोपीयन महासंघाशी व्यापारी करार करून, जागतिक स्तरावरील व्यापार-विस्ताराचा आपला हेतू भारताने स्पष्ट केला आहे.

जी-२० देशांच्या परिषदेचं अध्यक्षपद भारताकडे ३० नोव्हेंबर, २०२३ पर्यंत आहे. हे अध्यक्षपद भारताचा जागतिक दबदबा वाढण्यास आणि मोदींची आंतरराष्ट्रीय नेता म्हणून उजाळा देण्यास खूप उपयुक्त सिद्ध होणार आहे. २०२३च्या सप्टेंबर महिन्यात, नवी दिल्लीत होणाऱ्या जी-२० शिखर परिषदेत जागतिक नेत्यांची मांदियाळीच उपस्थित राहणार आहे. अमेरिकेचे राष्ट्राध्यक्ष ज्यो बायडेन आणि चीनचे राष्ट्राध्यक्ष शी जिनपिंग यांची उपस्थिती तर लक्षणीय असणार आहे.

यात मुख्य अडथळा आहे चीनचा. काही ना काही कुरापती काढून चीन यात विघ्न आणत आहे. बिजिंगचे अर्थात चीनचे दक्षिण चीन समुद्राच्या अनेक किनारी देशांशी वाद आहेत.

भारताचा चीनसोबतच्या तीव्र होत चाललेल्या स्पर्धेचा उपयोग मोदींनी मुत्सद्दी राजकारण आणि आर्थिक स्तरावर करून घ्यायला हवा. शिवाय आणखी एक आगामी कार्यकाळ (२०२४च्या लोकसभा निवडणुका) तोंडावर आलेला असताना आग्नेय आशियाई देशांशी विशेषत: आसिआन राष्ट्रांशी संबंध मजबूत करण्याची नामी संधी मोदींकडे आहे. कारण ही राष्ट्रं चीनकडे संशय आणि भीती या दोन्ही नजरेतून बघतात. बायडेन यांच्या कारकिर्दित नवी दिल्लीचा कल आता वॉशिंग्टनकडे झुकत चालला आहे.

अमेरिकेचे विद्यमान राष्ट्राध्यक्ष ज्यो बायडेन यांच्या कारकिर्दीकडे, त्यांच्या कारभाराकडे भारतीय धोरणकर्ते बारकाईनं लक्ष ठेवून आहेत. कारण ते भौगोलिक-राजकीय सिध्दान्तांची उकल करताहेत. अमेरिकेतील डेमोक्रॅटिक पक्षात कट्टर डाव्या विचारसरणीचे लोक आहेत, जे मोदींच्या 'हिंदू राष्ट्रवादी' सरकारवर टीका करतात. परंतु अमेरिकी जनतेवर त्यांचा (कट्टर डाव्यांचा) तितकासा प्रभाव नाही. फेब्रुवारी २०२१ साली सिनेटने डोनाल्ड ट्रम्प यांना दुसऱ्यांदा दोषमुक्त केल्यानंतर, नोव्हेंबर २०२४मध्ये होणारी राष्ट्राध्यक्षपदाची निवडणूक आपण पुन्हा लढवणार असल्याचे संकेत डोनाल्ड ट्रम्प यांनी दिले आहेत. अमेरिकी राज्यघटनेनुसार त्यांना पुन्हा निवडणूक लढवता येऊ शकते. तथापि, ट्रम्प यांच्याविरूद्ध विविध न्यायालयांमध्ये दिवाणी आणि फौजदारी खटले दाखल करण्यात आलेले आहेत. त्यामुळे पुन्हा राष्ट्राध्यक्षपदी पोहोचणं हा ट्रम्प यांच्यासाठी काहीसा जिकिरीचा खडतर प्रवास असेल. परंतु १५ नोव्हेंबर २०२२ला जेव्हा त्यांनी आपण २०२४ची राष्ट्राध्यक्षपदाची निवडणूक लढवणार हे जाहीर केलं, तेव्हाच या सगळ्या चिंता झटकून टाकल्या. नोव्हेंबर २०२२च्या मध्यावधी निवडणुकांमध्ये ट्रम्प यांचं समर्थन असलेल्या रिपब्लिकन पक्षाची कामगिरी खराब झाली. इतकंच नाही, तर रिपब्लिकन पक्षावरील त्यांची पकडही ढिली झाली आहे.

बराक ओबामा अमेरिकेचे राष्ट्राध्यक्ष असताना त्यांच्या सरकारमध्ये ज्यो बायडेन उपाध्यक्षपदावर होते. त्यामुळे भारताशी संबंध कसे ठेवावेत याचा त्यांना दीर्घकालीन अनुभव आहे. २०२४ साली वयाच्या ८२व्या वर्षी बायडेन राष्ट्राध्यक्षपदाच्या निवडणुकीच्या शर्यतीत पुन्हा उतरण्याची शक्यता आहे. अमेरिकेत राष्ट्राध्यक्षपदी कोणीही असलं तरीही त्यांच्या परराष्ट्र धोरणात शक्यतो बदल होत नाहीत, ते तसंच चालू राहतं. अमेरिकी सरकार, मग ते कोणत्याही पक्षाचं असो, त्यात एकवाक्यता आहे की, हिंद-प्रशांत क्षेत्राच्या पलीकडे चीनचा असलेल्या धोक्याचा सामना करण्यासाठी ब्रिटन, फ्रान्स, जर्मनी, जपान, कॅनडा, ऑस्ट्रेलिया आणि दक्षिण कोरिया यांसारख्या 'मध्यम प्रबळ' राष्ट्रांसह अमेरिका-भारत युती असणं आवश्यक आहे. क्वाड आणि ऑकस हेदेखील या धोरणाची रणनीती तयार करण्यासाठी पूरक आहेत.

आता इथे गंमत अशी आहे, की मोदींच्या या दुसऱ्या पर्वातील परराष्ट्र धोरणविषयक चिंता या आग्नेय आशियाभोवतीच केंद्रित झालेल्या आहेत. नेपाळशी संबंध काही तितकेसे सौहार्दपूर्ण नाहीत. सीएए आणि तिस्ता नदी करारावर स्वाक्षरी करण्यात होत असलेला विलंब यांमुळे बांग्लादेशशी असलेले संबंधही काही फारसे समाधानकारक नाहीत. श्रीलंकेचं चीनला झुकतं माप देण्याचं धोरण ही तर कायमचीच डोकेदुखी आहे. भूतानचे चीनशी असलेलं मित्रत्वाचं नातं ही एक धोक्याची निशाणीच आहे. यांपैकी कोणत्याही समस्येवर

आत्ता तरी मात करता येण्याजोगी परिस्थिती नाही. शेजारी देशांच्या मतानुसार, या दशकात भारतानं जागतिक महासत्ता म्हणून उदयाला येणं अटळ आहे, अपरिहार्य आहे. मालदीव आणि नेपाळप्रमाणेच शेजारील राष्ट्रांच्या नातेसंबंधात कधीही चढ-उतार होऊ शकतो.

चीन आणि पाकिस्तानचं संधान हा तर दीर्घकालीन सामरिक चिंतेचा विषय आहे. १९५०पर्यंत भारत आणि चीनदरम्यान कोणतीही सामायिक सीमा नव्हती. परंतु ज्या वर्षी चीनने तिबेटवर आक्रमण केलं, त्या वर्षानंतर समीकरणं कायमची बदलली. भारत आणि चीनसाठी तिबेट हे दुखरं गळू झालं आहे. १९५९ साली भारताने दलाई लामांना भारतात आश्रय दिल्यानंतर तर ती जखम आणखीनच भळभळायला लागली. १९६२चं युद्ध असेल वा अक्साई चीनचं बेकायदेशीर सामिलीकरण करणं असेल, चीननं केलेल्या प्रत्येक कृतीचं मूळ दलाई लामांना भारतात आश्रय देण्याशीच आहे. या अशा वागण्यातून तिबेट आपल्या कब्जात असल्याचं चीन जणू छाती पिटून सांगत आहे.

१९६२नंतर भारताच्या परराष्ट्र धोरणकर्त्यांना बिजींग आपल्याला दुरावेल की काय अशी सतत भीती वाटू लागली. दलाई लामांना भारताने आश्रय दिला, पण तो आश्रय देतानाच त्यांना कोणत्याही प्रकरची राजकीय विधानं, टिकाटिप्पणी करता येणार नाही ही अट घातली. भारताच्या या भित्रेपणामुळेच अधूनमधून दलाई लामांची बदनामी होईल अशी विधानं करण्याची चीनची भीड चेपते. भारताने तिबेटबाबत मुत्सद्देगिरी दाखवत मौन बाळगल्याचं चीनला अजिबात आवडलेलं नाही. त्यामुळेच अरुणाचल प्रदेश हा दक्षिण तिबेटचा भाग असल्याचं तो धिटाईने दावा करतो. दलाई लामांच्या अरुणाचल प्रदेशाच्या प्रवासावरही चीनने नेहमीच आक्षेप घेतलेला आहे.

देशाचे पहिले पंतप्रधान पंडित जवाहरलाल नेहरू यांना १९५० साली चीनची चाल ओळखता आली नाही, त्याप्रमाणे मोदींनाही त्यांच्या पहिल्या पर्वात चीनला नीट ओळखता आलं नाही. चीन सामर्थ्याचा, सत्तेचा, ताकदीचा भोक्ता आहे. दुर्बलतेचा त्याला तिरस्कार आहे. भारताने बिजिंगचा जो राजकीय अनुनय केला, त्याला चीन भारताचा भेकडपणा समजतो. प्रत्यक्ष नियंत्रण रेषेजवळ (एलएसी) चीनने केलेली घुसखोरी ही भारताच्या धोरण संकल्पतेचीचाचणीच होती. बिजिंगशी संघर्ष टाळण्यासाठी भूतकाळात एकामागोमाग आलेल्या प्रत्येक सरकारांनी चीनच्या छोट्या छोट्या चिथावण्या शांतपणे स्वीकारल्या. आताही चीनला नेमकी अशीच प्रतिक्रिया अपेक्षित आहे.

मात्र १५ जून,२०२०ला गलवान खोऱ्यात झालेल्या घटनेने सगळी गणितं बदलली. भारतील लष्कर आणि चीनच्या पीपल्स लिबरेशन आर्मी (पीएलए)मध्ये गलवान खोऱ्यातील एका अरुंद कड्यावर घमासान लढाई झाली. त्यात दोन्ही बाजूंकडील सैनिक धारातिर्थी पडले. या घटनेने बिजिंगने भारताचे उद्देश पुन्हा तपासून पाहिले. भारताने प्रत्यक्ष नियंत्रण रेषेजवळ केलेली ५० हजारांहून अधिक सैनिकांची जमवाजमव, हवाई हल्ला संरक्षण यंत्रणा, टेहाळणी करणारे ड्रोन्स, लढाऊ हेलिकॉप्टर्स, रणगाडे आणि जेट विमानं या साऱ्यांतून चीनला इशारा दिला आहे-भारताला युद्ध नको आहे; परंतु भारत युद्धसज्ज आहे.

तिबेट हा चीनचा सगळ्यात संवेदनशील मुद्दा आहे. पहिला आहे तैवान. 'एक-चीन' या धोरणानुसार तैवान हा चीनचा अविभाज्य भाग मानला जातो; परंतु भारताने याबाबत

मौनधोरण स्वीकारलं आहे, यावरूनही चीनने कित्येक वेळा भारताला दमदाटी केली आहे. चीनच्या या धोरणाला भारताने संमती द्यावी असं चीनचं म्हणणं असेल तर, 'एक भारत' या धोरणाअंतर्गत, चीन पाकव्याप्त काश्मीरला आणि चीनव्याप्त अक्साई चीनला भारताचा अविभाज्य भाग मानेल का? नाही, तर चीनचं वागणं बरोबर उलट असतं. जेव्हा केव्हा एखाद्या मंचावरून संधी मिळते तेव्हा चीन जम्मू-काश्मीरमधे पाकिस्तान खतपाणी घालत असलेल्या दहशतवादी कारवायांकडे डोळेझाक करतो, पाकिस्तानला पाठीशी घालतो. 'एक चीन' धोरणावर भारत २०१० सालापासून मौन बाळगून आहे. तसं मौन बाळगून बसणं भारताला आता परवडणारं नाही. तैवान आणि तिबेटच्या मुद्द्यांवर मोदींनी आता चीनवर शरसंधान करायलाच हवं. ही दोन्ही ठिकाणं चीनचे 'वीक पॉइंट्स'आहेत.

भारताने तैवानसोबत व्यापार तातडीने वाढवायला हवा. ॲपल आयफोनचे सर्वांत मोठे कंत्राटदार - फॉक्सकॉन आणि पेगॅट्रॉन-त्यांचं आयफोनचं उत्पादन विस्तार भारतात करत आहेत. या दोन्ही कंपन्या तैवानी आहेत. तैवानसोबत व्यापार वाढवण्याची इतकी आवश्यकता या आधी कधीच भासली नव्हती. भारताने चीनची कुरापत काढण्याच्या सवयीला अवास्तव महत्त्व देऊ नये, त्याचप्रमाणे तैवानला चीनच्या मुख्य भूमीशी जोडण्याच्या निर्धाराला कमी लेखू नये.

चीन ही एक विषवल्ली आहे. त्याचे सर्वांत जवळचे देशही तितकेच विश्वासघातकी आणि उलट्या काळजाच्या प्रवृत्तीचे आहेत. ते म्हणजे, पाकिस्तान आणि उत्तर कोरिया. हे देश कोणत्याही जागतिक नियमांचं पालन करत नाहीत. त्यांनी २०१६च्या 'युनायटेड नेशन्स कन्व्हेन्शन ऑन द लॉ ऑफ द सीज' च्या निर्णयाचं पालन करण्यास नकार दिला. हा ठराव बिजिंगने दक्षिण चीन समुद्रात उल्लंघन केल्यामुळे फिलिपाईन्सच्या बाजूने करण्यात आला होता. चीन एक मोठा आर्थिक भागीदार असूनही युक्रेन युद्धानंतर चीनची रशियाशी जवळीक वाढली आहे. अमेरिकेच्या नेतृत्वाखाली असणाऱ्या पश्चिमी राष्ट्रांमध्येआणि चीनमध्ये दुरावा निर्माण होतो आहे.

पण जर का एखादा बाका प्रसंग आलाच, तर विख्यात चिनी धोरणतज्ज्ञ सुन त्सू यांनी म्हटलं आहे - 'छल-कपटाचा वापर करा.' सुन त्सू यांनी सुमारे अडीच हजार वर्षांपूर्वी *आर्ट ऑफ वॉर* अर्थात 'युद्धकला' हा विवेचक ग्रंथ लिहिला. चिनी नेते आजही सुन त्सू यांचा आदर करतात, त्यांना मानतात. या ग्रंथात त्यांनी आणखी काय काय लिहिलं आहे? नेता नेहमी अतर्क्य असावा. त्याच्या मनाच्या तळाचा ठाव लागता कामा नये, पण त्याच वेळी तो अक्षुब्ध, धीरगंभीर असावा. शत्रूला अतर्क्य वाटतील अशा योजना त्याने आखायला हव्यात. शत्रूवर मात करण्यासाठी सुन त्सू यांनी फसवणूक अर्थात लांडी-लबाडी आणि मुत्सद्देगिरी यांचं मिश्रण करण्याचा सल्ला दिला आहे.

चिनी लोकांनी सुन त्सू यांच्या या युद्धावरील ग्रंथात सांगितलेल्या सगळ्या क्लृप्त्या वापरल्या आहेत. प्रत्यक्ष नियंत्रण रेषेवर (एलएसी) लवकरात लवकर घुसखोरी करता यावी यासाठी त्यांनी लबाडी केली. उभय देशांदरम्यानच्या लष्करी संवादामध्ये त्यांची भूमिका संदिग्ध असते. लडाखमधील वादग्रस्त क्षेत्रासंदर्भात भविष्यातील त्यांचे डावपेच अनाकलनीय आहेत. भारताला अजून किती रेटता येईल याची चाचपणी करण्यासाठी त्यांनी

मुत्सद्देगिरी आणि वेळकाढूपणाचं धोरण सुरू ठेवलं आहे. अशी कोंडी झाली, की मग भौगोलिक आणि राजकीय प्रश्न उभे राहतात.

बिजिंग भारताकडे केवळ एक भौगोलिक शत्रू म्हणून पाहत नाही. पश्चिमी राष्ट्रांशी हातमिळवणी करून आणि जपान, ऑस्ट्रेलिया आणि दक्षिण कोरियासारख्या 'हिंद-प्रशांत' क्षेत्रातील 'मध्यम' ताकदीच्या राष्ट्रांशी संधान साधून भविष्यातला जागतिक स्तरावरला प्रतिद्वंद्वी या दृष्टीने भारतरकडे पाहिलं जातं. सगळ्या चीन-विरोधी आघाडीत भारत महत्त्वाचा घटक असून, तो केंद्रस्थानी आहे. त्याचं सैन्यबळ दिवसेंदिवस वाढतच चाललं आहे. मॅक्रोइकॉनॉमिक व्यवस्थापन काहीसं ढासळलेलं असल तरीही आज भारताची अर्थव्यवस्था २०२७पर्यंत जगातली तिसऱ्या क्रमांकाची अर्थव्यवस्था म्हणून गणली जाणार यात शंका नाही. क्रयशक्ति समता किंवा तुल्यतामुळे भारताचा जीडीपी याआधीच जागतिक क्रमवारीत तिसऱ्या स्थानावर आहे. भारताच्या भौगोलिक सीमांमध्ये महत्त्वाच्या अशा हिंदी महासागर क्षेत्रावर भारताची मजबूत पकड आहे आणि तेच क्षेत्र काबीज करण्याची अभिलाषा चीन बाळगून आहे. भारताच्या लोकसंख्येत मोठ्या संख्येनं युवावर्ग आहे. चीनच्या लोकसंख्येतील वृद्ध लोकांचा आलेख वेगाने वाढत चालला आहे. माओ त्से तुंगने चीनमधे जे 'एक बालक' धोरण राबवलं त्याचाच हा परिणाम आहे.

आशिया खंडातल्या चीनच्या आक्रमक धोरणासाठी सर्वस्वी चीनचे राष्ट्राध्यक्ष शी जिनपिंग हेच दोषी आहेत. अगदी आताआतापर्यंतच्या कोणत्याही चिनी नेत्याने चीनमध्ये इतकी हुकुमशाही आणली नव्हती. तसंच परदेशात आपल्या महत्त्वाकांक्षांचा विस्तार केला नव्हता. प्रत्येक जागतिक मंचावर, अणू पुरवठादार समुहात भारताच्या प्रवेशासाठी त्यांनी कायमच अडथळे आणताना दहशतवादाचा पोशिंदा असणाऱ्या पाकिस्तानला मात्र पंखाखाली घेतलं. तथापि शी जिनपिंग यांनी आपल्या कुवतीपेक्षा मोठी महत्त्वाकांक्षा बाळगली आहे. जिनपिंग यांचं राष्ट्राध्यक्ष म्हणून तिसरं पर्व आहे. या आधी त्यांनी दोन वेळा पाच -पाच वर्षांचे कार्यकाळ पूर्ण केले आहेत. आपल्या या तिसऱ्या पर्वाच्या पहिल्या वर्षात चीनमध्ये त्यांच्याविरुद्ध असंतोष वाढत आहे. त्यांची 'बेल्ट अँड रोड' ही मोहीम (आशिया खंडाला आफ्रिका आणि युरोपशी भू व सागरी मार्गाने जोडण्याची मोहीम)देखील आता ठप्प झाली आहे. कोविड-१९ संकटाने तर त्यांचं 'अजिंक्य' हे बिरुद हिरावून घेतलं आहे.

अनेक शतकांनंतर २०२३च्या मध्यात चीनला मागे टाकत 'सर्वाधिक लोकसंख्येचा देश' म्हणून भारत उदयाला आला. त्यामुळे भारताच्या आर्थिक, लष्करी आणि बाजारपेठेच्या क्षमतेकडे जगाचं लक्ष वेधलं गेलं आहे. बाजारपेठेच्या आकारमानाला महत्त्व आहेच; परंतु गुणवत्तेकडे दुर्लक्ष करून चालणार नाही. तीदेखील तितकीच महत्त्वाची आहे. मी आधी लिहिल्याप्रमाणे[४] : '३०० वर्षांनंतर भारत पुन्हा एकदा जगातील सर्वांत जास्त लोकसंख्येचा देश झाला आहे. यामुळे चीनला अजिबात आनंद झालेला नाही. बिजिंगच्या (चीनच्या) परराष्ट्र मंत्रालयाचे प्रवक्ते वांग वेनबिन यांनी अजिबात वेळ न दवडता असा दावा केला आहे, की अजूनही चीनमध्ये ९०० दशलक्ष लोक क्रियाशील आयु असलेल्या गटात मोडतात. पण हा दावा करतानाच ही संख्या झपाट्याने कमी होत असल्याचं सांगायला त्यांनी बगल दिली.'

---

४ बिझनेस वर्ल्ड, ६ जून २०२३.

ही संख्या झपाट्याने म्हणजे किती झपाट्याने कमी होत असेल याचा काही अंदाज? १९ एप्रिल, २०२३ रोजी प्रकाशित झालेल्या संयुक्त राष्ट्रांच्या अहवालात एक धक्कादायक बाब नमूद करण्यात आली आहे. त्यात असं म्हटलं आहे, की २१०० पर्यंत चीनची लोकसंख्या सध्याच्या १.४३ अब्जवरून त्याच्या निम्मी म्हणजे ७०० दशलक्षांवर जाईल. त्याउलट भारताची लोकसंख्या २१००मध्ये आजच्याइतकीच म्हणजे १.४० अब्ज असेल. परंतु त्या आधी २०५०मध्ये ती उच्चांकी म्हणजे १.६० अब्ज असेल. सरासरीने आजच ज्यांनी चाळिशी पार केली आहे अशा चिनी व्यक्तींनी २१००मध्ये वयाची ५५ वर्षे पार केलेली असतील हे निश्चित. भारताचं आजचं सरासरी वय २८ वर्षे आहे, म्हणजे २१०० पर्यंत ते केवळ ४० वर्षं इतकं झालेलं असेल.

'याचा कामगारांच्या उत्पादनक्षमतेवर कसा परिणाम होईल?' हिंदुस्तान टाइम्सचे संपादक रोशन किशोर यांनी या बाबीकडे लक्ष वेधलं आहे. ते म्हणतात, 'वर्ल्ड पॉप्युलेशन प्रॉस्पेक्ट्सचा डेटा, (जो संयुक्त राष्ट्रांच्या १९ एप्रिल, २०२३ रोजी प्रसिद्ध झालेल्या अहवालाचा आधार आहे) असं दर्शवितो की, २०२३मध्ये भारत केवळ एकूण लोकसंख्येच्या बाबतीतच नव्हे, तर क्रियाशील आयु गटाच्या (१५ ते ५९ वर्षे) बाबतीतही चीनला मागे टाकेल. २०४८पर्यंत भारत आणि चीन यांच्यात तुलना करायची तर, २०४८पर्यंत चीनमधील क्रियाशील आयुगटाची संख्या दीडपट होईल, आणि त्यानंतर २०७६ पर्यंत ती दुप्पट होईल. २१००पर्यंत, (डब्ल्यू पी पी चे अंदाज आहेत त्यानुसार) भारताची क्रियाशील लोकसंख्या चीनच्या २.३ पट असेल. इतर सर्व गोष्टी समान असतील असं मानलं तर चीनच्या तुलनेत भारताला मोठा आर्थिक लाभ व्हायला हवा.

चीनचे अतर्क्य नेतृत्व पाहता भारताने काय करावं? त्यानेही सुन त्सूचं धोरण अनुसरावं : 'धीर धरा. भूमिका संदिग्ध ठेवा, आत एक बाहेर एक म्हणजे फसवेगिरीचं धोरण ठेवा. आणि सर्वांत महत्त्वाचं, तुमच्या योजनांचा थांगपत्ता लागू देऊ नका.' सुन त्सू यांच्या काही सल्ल्यांचा वापर मोदींनी मध्यपूर्वेत केला आहे. पहिल्या पर्वाच्या सुरुवातीला त्यांनी जी संबंधांची व्याप्ती वाढवली, त्याची फळं दुसऱ्या पर्वात चाखायला मिळत आहेत. सौदी अरबच्या नेतृत्वाखालील आखाती देश आणि ईस्राईल यांच्यातील सुधारलेले संबंध मोदींच्या राजनैतिक आणि सुरक्षा सिध्दान्तांमध्ये चपखल बसतात. याआधीच्या पंतप्रधानांच्या तुलनेत मोदींनी ब्रेक्झिटनंतरच्या ब्रिटनकडे फारसं लक्ष पुरवलं नव्हतं. मात्र आता ही परिस्थिती ही बदलत आहे. कारण उभय देशांदरम्यान मुक्तव्यापार करार (एफटीए) आहे. ब्रिटनचे अतिशय सुस्वभावी पंतप्रधान ऋषी सुनक भारतासोबत सौहार्दपूर्ण संबंध प्रस्थापित करत आहेत. युरोपियन समुदायासोबत व्यापार आणि सुरक्षा सहकार्याबाबतच्या वाटाघाटींना मोदींनी आता चालना दिली आहे. विशेषत: रशिया-युक्रेन युद्धामुळे आशियातील युरोपियन संघाच्या आर्थिक आणि धोरणात्मक प्राथमिकतांची पुनर्रचना झाल्यानंतर या वाटाघाटींना वेग आला आहे.

मध्य-पूर्वेकडील देशांमधून पश्चिमी युरोपीय राष्ट्रांमध्ये मोठ्या प्रमाणात स्थलांतरित आणि निर्वासित येऊन दाखल झाले. यामुळे युरोप खंडात कट्टरपंथी मुसलमानांच्या संख्येत लक्षणीय वाढ झाली. विशेषत: फ्रान्स आणि जर्मनीमध्ये. मध्यपूर्वेतील देशांत असलेली

अस्थिरता, इस्लामी धोका, अफगाणिस्तानमध्ये तालिबानचा वाढत असलेला प्रभाव या सगळ्याचं पर्यावसान दहशतवादाला लागणारा पैसा, दहशतवादी आणि शस्त्रास्त्रं यांचा ओघ भारताकडे वळण्यात झालं आहे.

२०२३च्या अखेरीला काही राज्यांमध्ये विधानसभा निवडणुका आहेत. ती राज्यं भाजपच्या दृष्टीने महत्त्वाची आहेत. त्यामुळे मोदींचं सगळं लक्ष आता त्या राज्यांकडे एकवटलं आहे. २०२१ साली पश्चिम बंगालमध्ये झालेल्या निवडणुकीत भाजपचं संख्याबळ ३ वरून ७७ जागांवर गेलं होतं. त्यानंतर झालेले मृत्यू, पक्षांतर आणि पोटनिवडणुकीत झालेल्या पराभवामुळे ते नंतर काहीसं कमी झालं. नेहमीच बहुसंख्याकांच्या भावना भडकावून सत्ता मिळत नसते हे मोदी चांगलंच ओळखून आहेत. स्थानिक मुद्दे आणि प्रादेशिक अस्मिता हे मुद्दे पश्चिम बंगालात कळीचे ठरले, तसे ते इतरत्रही ठरतात हे मोदी जाणून आहेत .

काँग्रेस सरकारच्या धर्मनिरपेक्षतेला अनेक दशकं समाजमान्यता होती. स्वातंत्र्योत्तर काळात ती अधिकच विकसित होत गेली आणि नेहरूंपासून मोदींपर्यंत तिची वैशिष्ट्यं, तिचे आयाम बदलत गेले. १९९० साली आडवाणींच्या अयोध्येला निघालेल्या रथयात्रेपासून भारतीय जनता पक्षाच्या निवडणुकीच्या वाटचालीला सुरुवात झाली. हिंदू राष्ट्रवाद हा मुद्दा ऐरणीवर घेण्यात आला. त्यानंतर एकामागोमाग एक घटना घडत गेल्या. डिसेंबर १९९२ ते मार्च १९९३ या तीन महिन्यांत बाबरी मशीद प्रकरण, त्यानंतर उसळलेल्या जातीय दंगली आणि मार्च महिन्यात मुंबईत झालेल्या बॉम्बस्फोटांच्या मालिकांनी सगळा देश हादरला. देशातलं वातावरण ढवळून निघालं. १९९८ साली खऱ्या अर्थाने भाजपचा राजकीय उदय झाला. १९८४च्या लोकसभा निवडणुकीत केवळ २ जागा जिंकलेला भारतीय जनता पक्ष १४ वर्षांनी केंद्रात सत्तेवर आला होता. १९९८च्या सार्वत्रिक निवडणुकीत पक्षाने १८२ जागा मिळवल्या आणि १९९९च्या निवडणुकीतदेखील याच कामगिरीची पुनरावृत्ती केली.

बहुसंख्यत्व आणि हिंदुत्व यांचा भाजपला सत्ता मिळवण्यात कितपत उपयोग झाला? वाजपेयी अजातशत्रू म्हणून ओळखले जात. मोदींचा उदय झाल्यानंतर सगळी गणितं बदलली. आता हिंदुत्व हाच मुख्य राजकीय विषय ठरला. हिंदुत्वाच्या मुद्द्यावर भाजपचे नेते आता कच खात नव्हते. १९९५ साली सर्वोच्च न्यायालयाने मत नोंदवलं होतं, 'हिंदुत्व ही एक जीवनशैली आहे.' याचाच आधार घेत भाजप नेते हिंदुत्वाची पताका फडकावू लागले.

मोदींच्या 'हिंदुत्वा'च्या बलदंड बाहूंनी राजकीय व्यवस्थेला ललकारलं. जाती-जातीतली दरी वाढली. भारतात अनेक आदर्शवाद आहेत आणि त्या त्या आदर्शवादी तत्त्वांनुसार तो विभागला गेला होता. मोदींसारख्या निर्लेप, टीकेची तमा न बाळगणाऱ्या, सुप्रतिष्ठित व्यक्तिमत्त्व असलेल्या नेत्याच्या विरोधात, काँग्रेस, डावे पक्ष, यांच्यासह तृणमूल काँग्रेस व सपा, शिवसेना (उध्दव बाळासाहेब ठाकरे) व राष्ट्रवादी काँग्रेस पार्टी (शरद पवार) यांसारख्या प्रादेशिक पक्षांनीही एक विरोधी आघाडी उभारण्याचा प्रयत्न केला आहे. इकडे

मोदी मात्र आपली जागतिक राजकारणाची भूमिका अतिशय गांभीर्याने निभावत आहेत. मतांचं ध्रुवीकरण कसं करायचं याची जबाबदारी त्यांनी अमित शाह आणि उत्तर प्रदेशचे मुख्यमंत्री योगी आदित्यनाथ यांच्यावर सोपवली आहे.

त्यावरूनही, निष्ठावंत हिंदूंकडून त्यांच्यावर टीका होत आहे. त्यांना मोदींची नवी 'धर्मनिरपेक्षता' मान्य नाही. काही प्रमाणात ते योग्यही आहे. हिंदुत्वाचं अनेक कप्प्यांमधे विभाजन करण्याची हातोटी मोदींना साधली आहे. त्यांचं हिंदुत्वं प्रकर्षाने पुढे येतं ते निवडणुकांच्या प्रचार सभांमधे, 'जय श्रीराम', 'भारत माता की जय' आणि 'वंदे मातरम्' अशा त्यांनी दिलेल्या घोषणांमधून. मात्र जागतिक स्तरावर ते सर्वसमावेशक आदर्शवादी नेते असतात. एका मुरब्बी नेत्यासारखे मुत्सद्दीपणे वावरणारे नेते!

प्रकरण ४

हिमालयातील वास्तव्यानंतरची दोन वर्षे

मोदींनी १९६७ साली घराचा त्याग केला होता. त्या अनुभवाचा त्यांच्या व्यक्तिमत्त्वावर आणि जागतिक दृष्टिकोनावर किती परिणाम झाला? मोदींनी दोन वर्षं भारतभर प्रवास केला. घरी परतण्यापूर्वी बहुतांश काळ त्यांचं वास्तव्य हिमालयात होतं. त्यांना परत आलेलं पाहून त्यांच्या मातोश्रींना खूप आनंद झाला. त्यांनी मोदींना सांगितलं, 'आता तुझं सामान जागेवर ठेव आणि घरात लक्ष घाल.' १९ वर्षांच्या मोदींनी माता आणि पिता दामोदरदास यांना वंदन करून उभयतांचे आर्शीर्वाद घेतले आणि त्यांना सांगितलं, 'मी घरी राहण्यासाठी परतलेलो नाही, तर राष्ट्रीय स्वयंसेवक संघात (आरएसएसमध्ये) सामील होण्यासाठी निघालो आहे. माझं उर्वरित आयुष्य संघकार्यासाठीच वेचणार आहे. मोदींचं मन वळवण्यात त्यांच्या मात्या-पित्यांना यश आलं नाही, ते काहीच करू शकले नाहीत. ते साल होतं १९६९. त्यानंतरची पुढची १८ वर्षं मोदींनी संघप्रचारकांचे कपडे धुतले, शौचालयं साफ केली तसंच इतर किरकोळ कामंही केली. १९८७ साली संघाने त्यांना भारतीय जनता पक्षात सामील होण्यास सांगितलं. त्यापुढच्या १४ महिन्यांत ते गुजरातच्या मुख्यमंत्रीपदी विराजमान झाले होते आणि त्यानंतर १३ वर्षांनी भारताच्या पंतप्रधानपदी .

१९९८मध्ये मोदी भाजपमध्ये सामील झाले. त्यानंतर दशकभरातच त्यांच्याकडे उत्तरेतील अनेक राज्यांचा कार्यभार सोपवण्यात आला. तेव्हा त्यांचं वय होतं ४७. निश्चितच ते देशाच्या राजकारणातला एक उगवता तारा होते. तेव्हा वाजपेयींनी नुकतीच आपल्या पंतप्रधानपदाच्या कारकिर्दीला सुरुवात केली होती आणि काही महिन्यांतच १९९८च्या मे महिन्यात भारताने पोखरणमध्ये अणुचाचणी केली. याच दरम्यान मी कुटुंबासमवेत न्यू यॉर्कला छोट्या सुट्टीवर गेलो होतो.

भारताने पोखरणमध्ये अणुचाचणी केल्याची बातमी अमेरिकी प्रमाणवेळेनुसार दुपारी येऊन धडकली. मी टी.व्ही.वर वृत्तवाहिन्यांचं वार्तांकन पाहू लागलो. त्या वार्ताहरांच्या आवाजाचा रागरंग पाहून मला धक्काच बसला. सीएनएन, एबीसी, सीबीएस, एनबीसी

आणि फॉक्स या वाहिन्यावरील वृत्तनिवेदकांनी जणू अणुचाचण्या करून भारताने अक्षम्य पाप केलं आहे असा आव आणला होता. एनपीटी सदस्य असताना भारताने असं धाडस केलंच कसं? युनायटेड स्टेट्स (अमेरिका)कडे तेव्हा ६ हजार अण्वस्त्रं होती; परंतु भारताच्या अणुचाचणीला मात्र त्यांनी जागतिक नियमांचं उल्लंघन, उपमर्द मानला.

अमेरिकी प्रसारमाध्यमांकडे भारताच्या दृष्टिकोनातून बघण्याची क्षमताच नव्हती. अमेरिकेतील लष्करी तज्ज्ञ, सुरक्षा अधिकारी आणि संरक्षण क्षेत्रातली बडी धेंडं-सगळे एकत्र येऊन भारताचा निषेध, निंदा करू लागली. राष्ट्राध्यक्ष बिल क्लिंटन यांनी भारतावर तातडीने आर्थिक आणि तंत्रज्ञानविषयक निर्बंध लादावेत अशी मागणी केली. त्यांनी कालांतराने ते लादलेच.

न्यूज चॅनेलवर दाखवत असलेल्या या एकतर्फी वार्तांकनामुळे मी संतापलो. माझ्या हॉटेलच्या खोलीतूनच मी सीएनएनला फोन लावला, 'तुमच्या कार्यक्रमात या अणुचाचण्यांविषयी भारताचा काय दृष्टिकोन आहे हे तरी जाणून घ्या.' असं मी तिथल्या एका वृत्तसंपादकाला म्हणालो. तेव्हा ती म्हणाली, की या संदर्भात कोणशी संपर्क साधायचा याची आपल्याला काहीच माहिती नाही.

त्यावर मी तिला सुचवलं, 'वॉशिंग्टनमधले भारताचे राजदूत नरेश चंद्रा यांच्याशी बोला. भारताच्या अणुचाचणी संदर्भातील बातमी देताना काही तरी तारतम्य बाळगा, भारताचीही बाजू ऐकून घ्या, एकांगी वार्तांकन करू नका.'

अखेरीस त्यांनी नरेश चंद्रा यांच्याशी संपर्क साधला आणि भारताचा दृष्टिकोनही प्रसारित केला. पण जे दाखवलं ते सगळं विकृत आणि तिरकस होतं. खरं तर राष्ट्राध्यक्ष बिल क्लिंटन हे भारताचे चांगले मित्र होते, पण वाजपेयींचं पंतप्रधानपद केवळ दोन महिने टिकलं. या दोन महिन्यांच्या कमी कालावधीमध्ये उभय देशांत म्हणावा तसा संवाद प्रस्थापित होऊ शकला नव्हता. भारतीय मुत्सद्देगिरीत काही दम नव्हता आणि ती काहीशी कचखाऊ होती. त्या वेळेस वॉशिंग्टनमध्ये भारताचा दबदबा नव्हता. टी.व्ही. चॅनेल्सप्रमाणेच अमेरिकी वृत्तपत्रदेखील पक्षपाती, पूर्वग्रहदूषित होती. द *न्यूयॉर्क टाइम्स* आणि द *वॉशिंग्टन पोस्ट* या वृत्तपत्रांनी तर अणुचाचण्यांवरून भारताचे लचके तोडले. त्यांचा एकूण स्वर संतापाचा होता.

यशस्वी अणुचाचण्या केल्याबद्दल इकडे भारतात सगळीकडे आनंदाचं आणि उत्साहाचं वातावरण होतं. परंतु पाश्चिमात्त्य राष्ट्रांनी मात्र विशेषत: ब्रिटन आणि अमेरिका यांनी प्रतिकूल प्रतिक्रिया दिल्या होत्या. या देशांनी जो नाराजीचा सूर लावला होता, त्यावरून त्या देशांबद्दल कडवटपणा आलाच होता. तरीही, जे राजनितिज्ञांनी केलं तेच भारतातील प्रसारमाध्यमांनीही केलं - कचखाऊपणा. इतकंच नाही, तर अमेरिकेने लावलेल्या निर्बंधांबाबतही केवळ सौम्य टीका करण्यापलीकडे काहीही करण्यात आलं नाही. वास्तविक हे निर्बंध लावण्यात कोणताही आधार नव्हता.

न्यू यॉर्कहून परतल्यावर मी 'टाइम्स ऑफ इंडिया'च्या मुख्य संपादकांना फोन लावला. त्यांच्या हाताखाली मी काही वर्षांपूर्वी काम केलं होतं. त्यांनी मला सांगितलं, की भारताने केलेल्या अणुचाचण्या आणि त्यावर पाश्चिमात्त्य देशांची प्रतिक्रिया यावर लगेच एक लेख लिहून पाठव. पश्चिमी देशांच्या प्रसारमाध्यमांनी या बातमीचं जे वार्तांकन केलं, ते अतिशय

दुटप्पीपणाचं, दांभिक आणि उद्दाम होतं ही बाब या संपादकांनाही मान्य होती. १६ जून, १९९८च्या त्या लेखातील काही अंश मी इथे देत आहे. त्या लेखाचं शीर्षक होतं : *द एनपीटी गेम इज अप – इंडिया मस्ट सेंड द अजेंडा नाऊ* (एनपीटी वगैरे खेळ आता संपलेला आहे – भारताने आपली ठोस भूमिका आता जगासमोर मांडावी.)

> ‘भारताने केलेल्या अणु चाचण्यांमुळे ‘आद्य’ पाच देशांनी (पी–५) अतिशय पद्धतशीरपणे उभारलेल्या आण्विक वर्चस्वाला हादरा बसलेला आहे. अत्यंत काळजीपूर्वक आणि जबाबदारीने आण्विक कार्यक्रम राबवत असल्याचा आव आणलेल्या या देशांनी, अण्वस्त्र निर्मितीचे सर्वाधिकार स्वत:च हडपले आहेत. आणि हेच अधिकार, हाच हक्क अन्य राष्ट्रांना ते नाकारतात. अर्थात, आंतरराष्ट्रीय स्तरावर त्यांच्या या दुटप्पीपणाचं पितळ उघडं पडलं आहे. आता तर जगाचं लक्ष्य या ‘पी–५’ देशांनी इतर देशांशी केलेल्या दुजाभावाकडे प्रकर्षाने असणार आहे. अण्वस्त्र चाचणी करून भारताने देशांतर्गत वा आंतरराष्ट्रीय कोणत्याही कायद्याचं उल्लंघन केलेलं नाही. यालउलट, ‘आण्विक अप्रसार करारा’तील जी दोन महत्त्वाची कलमं आहेत, त्यांचं या ‘पी–५’ राष्ट्रांनीच सातत्यानं उल्लंघन केलं आहे. त्यातलं पहिलं कलम, हे देश त्यांच्याकडलं आण्विक तंत्रज्ञान अन्य कोणा देशाला हस्तांतरित करणार नाहीत किंवा साहाय्य करणार नाहीत (पाकिस्तान, ईराण आणि उत्तर कोरियाला चीनने हे तंत्रज्ञान चोरट्या मार्गाने पुरवलं आहे.) आणि दुसरं कलम, स्वत:कडची अण्वस्त्रे निकामी करण्याच्या दिशेने काम करतील. त्यामुळे संरक्षणात्मक डावपेच किंवा संरक्षण धोरणदृष्ट्या भारताने केलेली अण्वस्त्रे चाचणी आणि अंतिमत: त्याचं शस्त्रास्त्रकरण हे तार्किकदृष्ट्या न्याय्य ठरतं.

आज भारताची आण्विकशक्ती मान्यताप्राप्त आहे. आण्विक पुरवठादार गटाच्या सदस्यत्वाबाबत अद्याप चर्चा सुरू असली तरीही, १९९८ साली भारताने केलेल्या अण्वस्त्र चाचणीला ज्या अमेरिकेने कडवा विरोध दर्शवला होता, तीच अमेरिका आज एनएसजीमध्ये भारताला सदस्यत्व मिळण्यासाठी हिरीरीने त्यांची बाजू मांडत आहे. आज जरी हे चित्र असलं तरीही १९९८ मध्ये असं नव्हतं. अण्वस्त्र चाचणीबाबत अमेरिकेने टोकाची प्रतिकूल भूमिका घेतली होती. अगदी काँग्रेसचे खासदार शशी थरूर, जे तत्कालीन संयुक्त राष्ट्रांचे महासचिव कोफी अन्नान यांचे कार्यकारी साहाय्यक म्हणून कार्यरत होते, तेदेखील भारताने अणुचाचणी करण्याच्या विरोधात होते. भारताने अणूचाचणी केली, तेव्हा शशी थरूर माझ्या माध्यम कंपनीत परदेशी घडामोडी विभागाचे सहयोगी संपादक होते. पोखरण चाचणीच्या नंतर लगेचच ते मुंबईत वैयक्तिक कामासाठी दाखल झाले. माझ्यासोबतच्या खाजगी लंचमध्ये थरूर भारताच्या या ‘आण्विक साहसा’बद्दल माझ्याशी अगदी पोटतिडकीने बोलले. थरूर यांनी केलेला युक्तिवाद मोडून काढण्यासाठी मला दोन तास लागले. शेवटी मी त्यांना सांगितलं, की पाश्चिमात्त्यांचं हे जे आण्विक विद्वेषाचं धोरण आहे त्याला विरोध करा. मला सांगायला आनंद वाटतो, की थरूर यांनी माझा सल्ला मानला आणि आज संसदेतील

खासदार म्हणून थरूर यांची भारताच्या आण्विक धोरणाकडे बघायची दृष्टी बदलली आहे, ती सकारात्मक झाली आहे.

भारताने केलेल्या अण्वस्त्रचाचणीचा थेट परिणाम म्हणून पाकिस्तानने देखील लगेचच एका महिन्याच्या आत त्यांची आण्विक चाचणी घडवून आणली. हे अपेक्षित होतंच. पाकिस्तान अधूनमधून असे स्फोट घडवून आणतच असतो, आणि त्याला ते 'इस्लामाबाद वाचवण्याचा शेवटचा उपाय' असं संबोधतं. अर्थात ही एक पोकळ धमकी, अगदी शुद्ध लोणकढी थाप आहे. पाकिस्तानने २०१५ साली एक निवेदन जारी केलं होतं. त्यात त्यांचे तत्कालीन राष्ट्रीय सुरक्षा सल्लागार सरताज अझीज यांनी जवळजवळ इशारा दिला होता की, 'भारताने आमच्या देशाला (म्हणजे पाकिस्तानला) कधीही गृहीत धरू नये. आमच्याकडे अण्वस्त्रे आहेत.' अशीच धमकीवजा विधानं पाकिस्तानी आस्थापनांतील अन्य सदस्यांनीही काही दिवसांपूर्वीदेखील केली आहेत. असं असलं तरीही, पाकिस्तानी लष्करप्रमुखदेखील हे चांगलं ओळखून आहेत, की इस्लामाबाद आपल्याकडचा अण्वस्त्रसाठा कधीही वापरू शकत नाही, शकणार नाही. पाकिस्तानने यातील अगदी लहान-सहान युद्धात वापरण्याजोगंदेखील अण्वस्त्र स्वत: विकसीत केलेलं नाहीये. याचं कारणही अगदी सोपं आहे - भारताने जर त्या अण्वस्त्रांना प्रत्युत्तर दिलं, तर पाकिस्तान होत्याचा नव्हता होईल.

पाकिस्तानी राष्ट्रीय सुरक्षा सल्लागार सरताज अझीज यांनी उद्धृत केलेल्या आण्विक धोक्याबद्दल एका मुलाखतीत बोलताना, जम्मू काश्मीरचे माजी मुख्यमंत्री फारूक़ अब्दुल्ला[५] म्हणाले होते, 'जेव्हा एक वरिष्ठ मुत्सद्दी आणि माजी परराष्ट्रमंत्री अण्वस्त्रांबद्दल बोलतो, तेव्हा तो वेडेपणा ठरतो. सरताज अझीज यांना मी हिरोशिमा आणि नागासाकीचं काय झालं याची आठवण करून देऊ का? त्यांना काय जम्मू-काश्मीरवर अणुबाँब टाकायचे आहेत की काय? भारताकडेदेखील अणुबॉम्ब आहे. अण्वस्त्र चाचणीनंतर जेव्हा मी पोखरणला गेलो होतो, तेव्हा पंतप्रधान वाजपेयीजींचे शब्द आजही माझ्या स्मरणात आहेत. ते म्हणाले होते, 'अण्वस्त्रांचा वापर आम्ही प्रथम करणार नाही. त्याचा वापर आम्ही विध्वंसासाठी नव्हे, तर स्वसंरक्षणासाठी करणार आहोत. यातून बाहेरील जगाला आम्हाला फक्त इतकंच ध्वनीत करायचं आहे की आम्हाला गृहीत धरू नका. आम्ही आमचं संरक्षण उत्तम रितीने करू शकतो.' मला अझीजना इतकंच सांगायचं आहे, भारतावर बॉम्ब टाकण्याचा विचारही मनात आणू नका. कारण त्यात नाहक निष्पापांचा बळी जाईल. सरताज अझीझ साहेब, अहो, बॉम्ब टाकलातच, तर त्यात तुमचंही मरण ओढवणारच.'

जमीन, समुद्र आणि हवेतून मारा करता येणाऱ्या लांब पल्ल्यांच्या क्षेपणास्त्रांसोबतच अण्वस्त्र संरक्षणात्मक हत्यार म्हणून वापरण्यावर मोदी ठाम आहेत. भारताच्या या क्षेपणास्त्र त्रयीसोबतच, रशियन बनावटीच्या एस-४०० या अत्याधुनिक हवाईहल्ला रोधक प्रणालीमुळे भारताच्या आक्रमक आणि बचावात्मक क्षमतेमध्ये मोठ्या प्रमाणावर वाढ झाली आहे.

युक्रेन युद्धानंतर चीन, रशिया, पाकिस्तान आणि तुर्की या देशांतील समन्वय भारतासाठी एक भौगोलिक आणि राजकीय आव्हान ठरू शकतं. त्याउलट, पाकिस्तानसाठी तालिबान एक विषारी प्याला बनला आहे. गेली दोन दशकं पाकिस्तानी सैन्य तालिबानी सशांच्यामागे

५ द टाइम्स ऑफ इंडिया, २७ ऑगस्ट, २०१५

सैरावैरा धावत होतं आणि अमेरिकनांच्या साथीने त्यांची शिकार करत होतं. आता तर तो पर्यायही शिल्लक राहिलेला नाही.

भारताच्या राष्ट्रीय हिताच्या मुद्द्यांना अनेक वेळा देशांतर्गत घातपात, देशांतर्गत कारवायांमुळेच हरताळ फासला जातो. या कारवाया विविध क्षेत्र आणि विविध व्यावसायिक स्तरांतून केल्या जातात, होत असतात; राजकीय, कायदा आणि सुव्यवस्था, पत्रकारिता, शैक्षणिक किंवा कोणतीतरी चळवळ. अशा कारवायांच्या मागे एक कलमी कार्यक्रम असतो. भारताला राष्ट्रीय पातळीवर असो वा आंतरराष्ट्रीय पातळीवर तोंडघशी पाडायचं, बदनाम करायचं. अशा कारवाया करणारे मग शेतकऱ्यांना चिथावतात, इस्लामिक गटांना सहकार्य करतात, डाव्या विचारसरणीच्या शिक्षणतज्ज्ञांना हाताशी धरून एक उगवती शक्ती होण्यासाठी भारत करत असलेल्या सर्व प्रयत्नांवर सगळीकडून पाणी ओतण्याचं काम करतात. अशा घातपाती कारवाया करणाऱ्यांना भारताला 'आकाराला येत असलेली सत्ता' किंवा 'उगवती सत्ता' असं म्हटलेलं आवडत नाही. त्यांना हिंदुत्वद्वेष्ट्यांना एकत्र आणायचं असतं. ते कंठशोष करून सांगतात, की इथे लोकशाही नाही, तर हुकूमशाही आहे, अभिव्यक्ती स्वातंत्र्याची इथे गळचेपी होते, मानवाधिकार पायदळी तुडवले जातात आणि इस्लामविरुद्ध प्रचंड द्वेषाचं वातावरण आहे.

देशातले अंतर्गत शत्रूच बाह्य विरोधकांपेक्षा जास्त कपटी आहेत.हे मोदी चांगलंच ओळखून आहेत, अशा प्रकारे बुध्दीला गंज चढण्याचा हा गुण भारतीयांमध्ये आढळून येतोच. त्याला वर्णद्वेष म्हणता येणार नाही, पण विद्वेष पसरवण्याचं काम तो चोख बजावतो. भारताला पद्धतशीर बदनाम करण्याची मोहीम चालवणारे अंतर्गत विरोधक (रितसर विरोध करणारे सोडून) आणि पश्चिमेत भारताचा धसका घेणारे या दोघांच्या विद्वेषाच्या तारा नेमक्या कुठे जुळतात हे समजून घेण्यासाठी इतिहासाच्या मुळाशी जाणं आवश्यक आहे.

❧

मेफ्लॉवर यात्रेकरूंचा एक गट–त्यांचं मूळ स्थान इंग्लंडमध्ये होत असलेल्या धार्मिक छळापासून वाचण्यासाठी–साउथॅम्प्टन बंदरातून रवाना झाला. या गटात ७४ पुरुष आणि २८ स्त्रिया होत्या. १६२०च्या नोव्हेंबर महिन्यात ते दक्षिण अमेरिकेच्या केप कॉडच्या किनाऱ्याला लागले. त्या वेळी दक्षिण अमेरिकेत असलेल्या एकूण लोकसंख्येत सात लाखांपेक्षा जास्त एतद्देशिय भारतीय होते.

आजच्या मॅसेच्युसेट्समधील प्लायमाऊथमध्ये कायमस्वरूपी वसाहत स्थापन करणाऱ्या पहिल्या युरोपियनांपैकी हे इंग्लिश यात्रेकरू होते. इथेच श्वेतवर्णीय अमेरिकेचा पाया रचला गेला. पुढील चारशे वर्षांत म्हणजेच १६२० ते २०२० दरम्यान उत्तर अमेरिकेतील एतद्देशिय भारतीयांची लोकसंख्या कमी कमी होत जाऊन, सात लाखांवरून आजमितीला ती चार लाखांवर आली आहे.

दरम्यान अमेरिका खंडात युरोपियन लोकांची लोकसंख्या झपाट्याने वाढली. १९०० साली, अमेरिकेच्या ७६ लाख लोकसंख्येपैकी ८९ टक्के लोक गोरे किंवा श्वेतवर्णी होते. उरलेले आफ्रिकन–अमेरिकन होते, ज्यांना युरोपियन व्यापाऱ्यांनी १६०० सालापासून

अमेरिकते गुलाम म्हणून आणलं होतं. तसंच त्यांच्यात स्थानिक भारतीयही होते, जे युरोपियन वसाहतवाद्यांनी वेळोवेळी केलेल्या हत्याकांडात बळी पडले. अशा भारतीयांना 'रेड इंडियन्स' असं परिभाषित करण्यात आलं आणि त्यांची संख्या मर्यादितच राहिली.

अमेरिकेने आपला पहिला जनगणना अहवाल १७९० साली प्रकाशित केला. १२ ऑगस्ट, २०२१ रोजी अमेरिकी जनगणना कार्यालयाने बहुप्रतिक्षित असा २०२०चा जनगणना अहवाल प्रसिद्ध केला. कोविड-१९च्या साथीमुळे तो प्रसिद्ध होण्यास विलंब लागला. या अहवालात प्रसिद्ध झालेल्या माहितीमुळे संपूर्ण अमेरिकेत गदारोळ उठला. ३०० वर्षांत प्रथमच असं आढळून आलं आहे, की ज्या श्वेतवर्णीय किंवा गोऱ्या युरोपियन वसाहतवाद्यांनी स्थानिक भारतीय आणि आफ्रो-अमेरिकी लोकसंख्येला मागे टाकत आपलं वर्चस्व मिळवलं होतं, त्याच गोऱ्यांची संख्या अमेरिकेच्या ३३२ दशलक्ष या एकूण लोकसंख्येच्या ५० टक्क्यांहूनही खाली घसरली आहे.

या अमेरिकन लोकसंख्येत हिस्पॅनिक (ज्यांचे पूर्वज स्पॅनिश भाषा बोलणाऱ्या देशांतून आले आणि अमेरिकेत स्थायिक झाले असे लोक) लोकांचं प्रमाण ५७.८ टक्के आहे. यांचं प्रमाणही घसरलं आहे. २०१०च्या जनगणनेत त्यांचं प्रमाण ६३.७ टक्के होतं. १७९० च्या पहिल्या जनगणनेपासून हिस्पॅनिक लोकांचं प्रमाण ६० टक्क्यांच्या खाली जायची ही पहिलीच वेळ आहे. २०४० पर्यंत अमेरिका अश्वेत बहुसंख्येचा देश झालेला असेल असे भाकित वर्तवणाऱ्यांचा विश्वास आहे. जगातील सर्वशक्तिमान देश असं बिरुद मिरवणाऱ्या अमेरिकेवर झपाट्याने होत असलेल्या या लोकसंख्याशास्त्रीय बदलांचे दूरगामी परिणाम होऊ शकतात. जागतिक सत्ता आता अटलांटिक महासागराकडून पॅसिफिक महासागराकडे झुकत आहे. चीनचा महासत्ता म्हणून होत असलेला उदय त्याच्या शेजारी देशांसाठी तसंच इतर जगासाठीही हानिकारक ठरत आहे. परंतु या परिस्थितीतही भारताने पुढच्या काही दशकांमध्ये मूलभूतपणे बदलत जाणाऱ्या जगाला सामोरं जाण्याची तयारी केली पाहिजे.

अमेरिकेने अफगाणिस्तानमधून सैन्य मागे घेणं हे पाश्चिमात्त्यांची सत्ता धसास लागल्याचं प्रतीक आहे असं सांगत ब्रिटनचे माजी पंतप्रधान टोनी ब्लेअर यांनी सांकेतिक इशारा दिला होता. आपल्या 'टोनी ब्लेअर इन्स्टिट्यूट ऑफ ग्लोबल चेंज' या संकेतस्थळावर २१ ऑगस्ट, २०२१ रोजी लिहिलेल्या लेखात ब्लेअर म्हणतात : 'पाकिस्तानचे पंतप्रधान (इम्रान खान) तालिबान्यांचं त्यांना मिळालेल्या 'विजया'बद्दल अभिनंदन करतात यातच सर्व काही आलं. इस्लामचा पुरस्कार करणाऱ्यांपैकी अनेकांचा हिंसेला विरोध असला तरीही, जे हिंसेचा वापर करतात त्यांच्यासोबत अनेक बाबतीत त्यांचं वैचारिक साधर्म्य आहेच. 'इस्लाम' ही एक विचारधारा आहे, जी सहिष्णुता आणि धर्मनिरपेक्षता यांचा पाया असलेल्या आधुनिक समाजाशी पूर्णपणे विरूद्ध, विसंगत आहे. तरीही पाश्चात्त्य धोरणकर्ते इस्लामला 'जहाल' समजायला तयार नाहीत. आपल्याला या दोन्ही गोष्टी वेगळ्या ठेवायच्या आहेत आणि प्रत्येकाला स्वतंत्रपणे हाताळायचे आहे. अफगाणिस्तानातून सैन्य मागे घेण्याचा निर्णय, आमच्या सर्वांत मोठ्या मित्राने, अमेरिकेने, ना ब्रिटनसोबत, ना कुठल्याही युरोपीय देशाबरोबर सल्लामसलत न करता घेतला. आम्ही यावर गंभीर बाब म्हणून विचार करत आहोत. जागतिक सत्तेच्या स्पर्धेत आता आमची अवनती होण्याचा धोका आता आम्हाला भेडसावत आहे.'

चीनला टक्कर देण्यासाठी पश्चिमी राष्ट्रांना भारताची गरज आहे. हां, पण एका विशिष्ट बिंदुपलीकडे ते सशक्त, सामर्थ्यवान भारताला थारा देणार नाहीत. मेफ्लॉवर पिल्ग्रिम्सनी या नव्या जगात जिथे पाय रोवले, आपली उद्दिष्टं जिथे साध्य केली ते वारसाहक्काचं ठिकाण– वॉशिंग्टन–जाणून आहे, की अमेरिकेत होत असलेल्या लोकसंख्येतील बदल भारताच्या मुत्सद्दी धोरणांना पोषक ठरतील. २०२०च्या दशकाच्या अखेरीला जगातल्या तीन आर्थिक महासत्ता असतील अमेरिका, चीन आणि भारत. २०४९ पर्यंत युरोप आणि अमेरिकेतील ४०० वर्षं जुन्या भौगोलिक, राजकीय आणि सांस्कृतिक संबंधांमधे जसजशी ढिलाई येत जाईल, तसतसं चीनच्या वाढत जाणाऱ्या जागतिक वर्चस्वाला टक्कर म्हणून अमेरिका भारताकडेच बघणार आहे. २०४९च का? तर हे वर्ष पीपल्स रिपब्लिकन ऑफ चायना अर्थात चीन प्रजासत्ताकाच्या स्थापनेचं शताब्दी वर्ष आहे.

त्याच्या दोन वर्षे आधीच आपल्या स्वातंत्र्याचे शताब्दी वर्ष आधीच साजरे करणाऱ्या भारताने २१व्या शतकाच्या दुसऱ्या तिमाहीत बहुवर्णीय अमेरिकेसह जागतिक सत्तेचा तोल साधण्यात महत्त्वाची भूमिका बजावली असती. पाश्चात्त्य शिक्षणजगत आणि विचारवंतांमधल्या मोदी सरकारच्या विरोधकांना याचा काही फार आनंद झालेला नाही. मोदींच्या पंतप्रधानपदाखाली भारत जागतिक सत्ता म्हणून उदयाला येत असताना, भारताच्या धोरणात्मक योजनांवरचा त्यांचा प्रभाव पाडण्याची त्यांची क्षमता त्यांना गमवायची नाहीये. नवी दिल्लीसोबतची यशस्वी भागीदारी याच गमकाभोवती केंद्रित आहे.

❧

मोदींवर सर्वांत गंभीर टीका केली जाते ती म्हणजे, त्यांचं मंत्रिमंडळ 'रबर स्टॅम्प' मंत्रिमंडळ आहे. एकाही मंत्र्यात मोदींना विरोध करण्याची हिंमत नाही. मोदींच्या विशाल आणि विराट व्यक्तिमत्त्वाचं भाजपवरही वर्चस्व आहे. मोदीच भाजपचे प्रमुख निवडणूक प्रचारक, देशांतर्गत धोरणकर्ते आणि जागतिक राजकारणी आहेत.

मोदी वैयक्तिकरित्या अपदवादात्मक लोकप्रिय आहेत, पण त्यांची कारणं काहीशी गुंतागुंतीची आहेत. त्यांनी स्वतःचं व्यक्तिमत्त्व एका विशिष्ट उंचीवर नेऊन ठेवलं आहे. जर का अर्थव्यवस्थेत काही बिघाड झाला तरी सर्वसामान्य मतदार त्यासाठी मोदींना जबाबदार धरणार नाहीत. तर, कोविडचा जगातील अर्थव्यवस्थेला दीर्घकालीन बसलेला फटका, रशिया–युक्रेन युद्धाचा परिणाम याच कारणांमुळे देशाची अर्थव्यवस्था बिघडली असं म्हणतील. म्हणजे इथे मोदींना 'बेनिफीट ऑफ डाउट' अर्थात संशयाचा फायदा मिळतो असं म्हणायला हरकत नाही. चीन भारताच्या भूभागावर हळूहळू कब्जा करत आहे; परंतु ही वस्तुस्थिती गलवान खोऱ्यात भारतीय जवानांनी चिनी लष्कराला जी कडवी टक्कर दिली त्या अभिमानास्पद कामगिरीत झाकोळली जाते. एका क्षणासाठी मानून चालू, की मोदींसाठी हे सगळं अनुकूल आहे. ही अनुकूलता २०२४मध्ये अयोध्येत राममंदिराच्या उद्घाटनापर्यंत टिकेल. मोदींनी अतिशय काळजीपूर्वक रचलेल्या लोकप्रियतेचं शिखर काही नाट्यमय घडामोडींमुळे कोसळलं नाही, तर २०२४च्या लोकसभा निवडणुकीत भारतीय जनता पक्ष विजयी होणार हे निश्चित. परंतु मोदी हे इतिहासाचे अतिशय अभ्यासू विद्यार्थी आहेत. त्यांना आत्मसंतुष्टतेचे धोके चांगलेच माहीत आहेत.

आता थोडं मागे, इंदिरा गांधींकडे जाऊ. १९७२ साली, बांग्लादेश युद्धानंतर लगेचच त्यांच्यात अजिंक्यत्वाची भावना दिसायला लागली. त्यांच्या प्रशंसकांचा एक पंथच निर्माण झाला. लोकसभेत तेव्हा काँग्रेसला ३५२ जागांचं स्पष्ट बहुमत होतं. इंदिरा गांधींच्या मंत्रिमंडळात जसे अनेक प्रतिभावान मंत्री होते तसेच वेळकाढू मंत्रीदेखील होते. खुशामतगिरीला, लाळघोटेपणाला नुसतं उधाण आलं होतं. काँग्रेसचे तेव्हाचे अध्यक्ष डी. के. बारुआ यांनी तर, 'भारत म्हणजे इंदिरा आणि इंदिरा म्हणजे भारत' अशी घोषणाही दिली होती; आणि या घोषणेला श्रीमती गांधींनीही काही हरकत घेतली नाही. किंबहुना त्यांनाही असंच वाटत होतं.

याबाबतीत मोदी आणि इंदिरा गांधी यांच्यात विलक्षण साम्य आहे. पंतप्रधानपदाच्या दुसऱ्या पर्वात मोदींना देवत्वच बहाल करण्यात आलं आहे. कोणाही मंत्र्याचा लेख असो वा प्रसारमाध्यमांना दिलेली मुलाखत, 'मोदीजींच्या प्रेरणादायी नेतृत्वाखाली' या वाक्याशिवाय सुरूच होत नाही किंवा संपत नाही.

इंदिरा गांधी दुसऱ्यांदा पंतप्रधान झाल्या. परंतु त्यांच्यासाठी वाईट बातमीचं ताट वाढून ठेवलेलं होतं. श्रीमती गांधींच्या वाढत्या एकसूत्री अंमलाविरोधात किंवा वाढत्या हुकूमशाही विरोधात म्हणू या, जयप्रकाश नारायण यांनी १९७४ साली नागरी असहकार आंदोलन उभारलं. त्यानंतर वर्षभरात श्रीमती गांधींनी एक भयंकर घोडचूक केली. १२ जून, १९७५ रोजी अलाहाबाद उच्च न्यायालयाने १९७१ साली झालेल्या निवडणुकीत श्रीमती गांधींनी रायबरेलीमधून राजनारायण यांच्या विरोधात मिळवलेला विजय अवैध ठरवला तसंच त्या वेळच्या मतदानात सरकारी यंत्रणेचा गैरवापर केल्यावरून त्यांच्यावर सहा वर्षांसाठी निवडणूक लढवण्यास बंदी घातली. न्यायालयाच्या या निर्णयावर अत्यंत प्रतिकूल प्रतिक्रिया देत, इंदिरा गांधींनी २६ जून, १९७५ रोजी देशात आणीबाणी जाहीर केली.

मार्च १९७७मध्ये आणीबाणी उठवण्यात आली; परंतु तोपर्यंत काँग्रेस सत्तेच्या शर्यतीतून बाहेर फेकली गेली होती आणि ११ वर्षं पंतप्रधानपद उपभोगलेल्या श्रीमती गांधींचा तुरुंगवास खरं तर अकरापैकी नऊ वर्षे त्या कायदेशीर पंतप्रधान होत्या कसाबसा टळला.

काँग्रेसच्या आताच्या अध:पतनाला कारणीभूत असणाऱ्या गोष्टी म्हणजे आता हा पक्ष श्रेणींच्या आधारावर काम करत नाही, तर पक्ष म्हणजे खाजगी कौटुंबिक व्यवसाय झाला आहे आणि गांधी कुटुंब हेच केवळ त्यातले भागधारक आहेत. बाकीचे सगळे नेते त्यांच्या (गांधी कुटुंबीयांच्या) मर्जीनुसार काम करतात, अगदी पक्षाध्यक्ष मल्लिकार्जुन खर्गेदेखील! काँग्रेसमधील काही विचारी नेते ही गांधी घराण्यातील लोकांना झुगारून देण्याचं धाडस दाखवू शकत नाहीत हे अलीकडच्या काही घटनांतून दिसून आलं आहे. त्यांना नियमितपणे पक्षांतर्गत निवडणुका व्हायल्या हव्या आहेत. परंतु वरून दबाव आल्यावर हेच लोक अगदी कर्तव्यदक्षतेने म्हणतील, की सगळ्या निर्णयांवरच्या व्हेटोचा अधिकार गांधी कुटुंबीयांकडेच आहे. याला खुशामत नाही, तर गुलामगिरी म्हणतात.

पण असं असलं तरी भाजपने ही काही हुरळून जाता कामा नये. भाजप ही काँग्रेसचं अनुकरण करत आहे. मोदींना देवत्व बहाल करणं, त्यांचं दैवतीकरण करणं आता थांबलं

पाहिजे. त्यांना आता कोणीतरी प्रामाणिक सल्ला देण्याची गरज आहे, तो कितीही अप्रिय असला तरीही. त्यांच्या मंत्र्यांनी मोदींना आवडेल असा सल्ला न देता, जे योग्य आहे असे सल्ले दिले पाहिजेत. १९७५ पर्यंत इंदिरा गांधी, पश्चिम बंगालचे माजी मुख्यमंत्री आणि केंद्रीय मंत्रिमंडळातील एक मंत्री सिद्धार्थ शंकर रे यांच्या प्रतिक्रिया घेत, त्यांचा सल्ला ऐकत. जो सर्वस्वी चुकीचा आणि स्वार्थी स्वरूपाचा होता. त्यांच्या सल्ल्यानेच देशावर आणीबाणी लादली गेली आणि परिणामी, श्रीमती गांधींची प्रतिमा धुळीला मिळाली.आज मोदींना कार्यक्षम, आपापल्या कार्यक्षेत्राचं उत्तम ज्ञान असणाऱ्या आणि अयोग्य निर्णयाप्रती मोदींशी असहमती दर्शवण्याचं धारिष्ट्य असणाऱ्या मंत्र्यांची गरज आहे. तथापि, कोविडची साथ तसंच रशिया–युक्रेन युद्ध या संकटकाळातही मोदींनी स्वतःची पाठ थोपटून घेता येईल अशी कामगिरी गेल्या नऊ वर्षांत केली आहे. अनेक कल्याणकारी योजना, आर्थिक समावेशन, विद्युतीकरण, पायाभूत सुविधांची उभारणी, संरक्षण सामग्रीचं स्वदेशीकरण, नळपाणी योजना, आरोग्य विमा, थेट अनुदान लाभ , अन्न सुरक्षा, स्वच्छता अभियान, डिजिटायझेशन या क्षेत्रांत त्यांनी भरीव कामगिरी केली आहे. यशस्वी परराष्ट्रीय धोरणं राबवून त्यांनी सर्वाधिक प्रशंसा मिळवली आहे. पण त्याच वेळी मॅक्रो इकॉनॉमी, प्रत्यक्ष करात सुधारणा घडवून आणणं, खाजगीकरण आणि नियमन या विषयांकडे मात्र त्यांचं काहीसं दुर्लक्ष झालं आहे किंबहुना म्हणावं तसं काम झालेलं नाही.

२०२४च्या मे महिन्यात मोदी त्यांचा दुसरा कार्यकाळ पूर्ण करतील, तेव्हाच पंतप्रधानपदाची दहा वर्षं ते पूर्ण करतील. २०२४च्या लोकसभा निवडणुकीत ते जर पुन्हा सत्तेत आले आणि २०२९पर्यंतचा संपूर्ण कार्यकाळ त्यांनी पूर्ण केला, तर मोदी सलग १५ वर्षं पंतप्रधानपदी असतील. या १५ वर्षांव्यतिरिक्त आधी १२ वर्षं त्यांनी गुजरातच्या मुख्यमंत्रीपदाची धुरा वाहिली आहे. याचा अर्थ अभूतपूर्व अशी सलग २७ वर्षं त्यांनी घटनात्मक पद भूषवलेलं असेल.

सप्टेंबर २०२३मध्ये मोदी ७३ वर्षांचे होतील. २०२९मध्ये ते ७९ वर्षांचे असतील. पंतप्रधानपदाच्या दुसऱ्या पर्वात, इंदिरा गांधींनी ज्या घोडचुका केल्या, त्या जर मोदींनी टाळल्या, तर त्यांना २०२४मध्ये विजय मिळण्याची दाट शक्यता आहे. पण तत्पूर्वी भाजपमधली खुशामतगिरी, हांजीहांजी संपली पाहिजे. अन्यथा इतिहासाची पुनरावृत्ती होण्याची दाट शक्यता आहे.

मे २०२४ जसजसा जवळ येत चालला आहे, तसतसा मोदींसमोर आणखी एक यक्षप्रश्न उभा राहिला आहे. त्यांनी आपल्या संपूर्ण राजकीय कारकिर्दीत घराणेशाही, वशिलेबाजीवर टीका केली. काँग्रेस पक्षाच्या गांधी घराण्याला त्यांनी आपल्या टीकेचं लक्ष्य केलंच; परंतु समाजवादी आणि राष्ट्रीय जनता दल पक्षाचे यादव, द्रमुकचे करुणानिधी, नॅशनल कॉन्फरन्सचे अब्दुल्ला तसंच पीडीपीचे मुफ्ती यांनाही त्यांनी सोडलं नाही. त्यांच्या घराणेशाहीवरही सडकून टीका केली. मात्र पवार, पटनायक आणि ठाकरे कुटुंबातील घराणेशाहीबाबत ते मुत्सद्देगिरी आणि निवडणुकीच्या कारणास्तव फारसं बोलत नाहीत.

बहुसंख्यावाद आणि राष्ट्रीयत्व या दोन्हींच्या मधे एक सीमारेषा आहे. या दोघांना एकत्र आणून बलसंख्या दुप्पट होण्यातच आपली खरी ताकद, खरं सामर्थ्य आहे हे मोदी जाणतात. या दोन्हींमुळे देशातील १५ टक्के मुस्लीम आज दुरावले आहेत. ख्रिश्चन आणि अन्य अल्पसंख्याक धरले तर देशात सुमारे २० टक्के गैर-हिंदू आहेत. २००२ साली गुजरातमध्ये उसळलेल्या दंगलींमुळे समुदायांचं ध्रुवीकरण झालं. गुजरातमध्ये एकूण लोकसंख्येच्या केवळ ९ टक्केच मुस्लीम आहेत; परंतु २०२२ साली गुजरात विधानसभा निवडणुकीत भाजपला मिळालेल्या प्रचंड विजयाचं मोठं श्रेय इथल्या मुस्लीम लोकवस्तीला जातं.कारण अनेक मुस्लीम मतदारांनी भाजपलाच मत दिलं होतं. गुजरातमध्ये भाजपने बहुसंख्याकांच्या मतांच्या राजकारणाचा प्रयोग केला. पण मोदींच्या लवकरच लक्षात आलं, की हे राजकारण राष्ट्रीय स्तरावर करून चालणार नाही, ते यशस्वी होणार नाही. दिल्लीमध्ये लब्धप्रतिष्ठितांनी निर्माण केलेल्या व्यवस्थेमध्ये पश्चिम बंगालमध्ये व केरळमध्ये अल्पसंख्याकांचे लागेबांधे, हितसंबंध गुंतलेले आहेत. त्यामुळे इथे अतिशय सावधगिरीने चाल खेळावी लागणार आहे.

पंतप्रधानपदाच्या दोन्ही कार्यकाळात, मोदींनी वाढत्या जातीय हिंसाचारावर क्वचितच भाष्य केलं आहे. त्यांनी जसं घडतंय तसं घडू दिलं. डावे पक्ष आणि काँग्रेसच्या विचारसरणीवर पोसलेले लब्धप्रतिष्ठित, त्यांची सगळी पिलावळ मोदींना सतत तुच्छ लेखत आली आहे. त्यांच्या मते मोदी नवशिके, एक चहावाले. विरोधी पक्ष, त्यांचे कार्यकर्ते आणि प्रसारमाध्यमे अशा सर्व स्तरांतून मोदींवर यथेच्छ चिखलफेक करण्यात आली. अर्थातच ही चिखलफेक अत्यंत नियोजनबद्ध पद्धतीने करण्यात आली होती.

डिसेंबर २०१८, २०१९च्या लोकसभा निवडणुकीला केवळ चार महिने बाकी असताना भाजपसाठी गोष्टी धार्जिण्या आहेत असं वाटत नव्हतं. राजस्थान, छत्तीसगढ आणि मध्य प्रदेश या सलग तीन राज्यांतील विधानसभा निवडणुकांमध्ये पक्षाला काँग्रेसकडून हार पत्करावी लागली होती. त्यामुळे जनमत चाचण्यांमध्ये २०१९ची निवडणूक अटीतटीची होणार हे भाकीत आलं याचं काही नवल वाटायला नको.

मोदींनी प्रचाराची धुरा सांभाळली. सगळ्या देशभर त्यांचे झंझावाती प्रचारदौरे सुरू झाले. २०१४प्रमाणेच भाजपच्या प्रचारासाठी त्यांनी अखखा देश पालथा घातला. जवळपास १५० सभांमधून भाषणं केली; परंतु तीन तीन राज्यांत सत्ता हातात आल्यामुळे काँग्रेस अगदी जोमात होती. काँग्रेस अध्यक्ष राहुल गांधींच्या आनंदाला उधाण आलं होतं, त्यांनी मोदींवर जोरदार हल्ला चढवला. (खरं तर मध्यप्रदेशात काँग्रेसला अगदी निसटता विजय मिळाला होता आणि पुढच्या एकाच वर्षात सत्ता पुन्हा भाजपकडे आली.)

या काळात, मोदींनी पहिल्यांदाच बचावात्मक पवित्रा घेतला. ते काहीसे थकलेले दिसत होते. दरम्यान राहुल गांधींना आपण काश्मिरी ब्राह्मण असल्याचं स्मरण झालं आणि त्यांनी देवळांना भेटी देण्याचा सपाटा सुरू केला. २०१७च्या डिसेंबर महिन्यात झालेल्या गुजरात विधानसभा निवडणुकांमध्ये जेव्हा भाजपला १८२ जागांपैकी केवळ ९९ जागा मिळाल्या, तेव्हा हिंदुत्वाची रणनीती कामी आली होती. काँग्रेसमधून पक्षत्याग करून अनेक नेते भाजपला येऊन मिळाले आणि भाजपचं संख्याबळ तीन आकडी झालं; परंतु खुद्द पंतप्रधानांनी हिंदुत्व राष्ट्रवादाचे प्रयोग केलेल्या गुजरातच्या भूमीत राहुल गांधींनी मंदिरभेटीचे

व देवदर्शनाचे माकडचाळे सुरू केले. ते राहुल गांधींच्या व पर्यायाने काँग्रेसच्याच पथ्यावर पडले. २०१९च्या लोकसभा निवडणुकीच्या प्रचाराच्या अंतिम टप्प्यात राहुल हे मोदींच्या विरोधात सगळीकडे बोंबाबोंब करत फिरत होते. त्यांनी मोदींना भ्रष्ट म्हटलं, नोटाबंदीच्या निर्णयावर ताशेरे ओढले, वस्तु आणि सेवा कराची घाईघाईने अंमलबजावणी केली असं म्हणत त्याचा निषेध केला. तीन राज्यांत भाजपच्या झालेल्या पराभवावरून त्यांना टोमणे मारले, राफाल लढाई विमान व्यवहारात भ्रष्टाचार केल्याचा आरोप केला इतकंच नव्हे, तर अर्थव्यवस्थेवरून मोदींवर त्यांनी हल्ला चढवला.

इतर विरोधी पक्ष नेत्यांनी, पश्चिम बंगालच्या मुख्यमंत्री ममता बॅनर्जी आणि दिल्लीचे मुख्यमंत्री अरविंद केजरीवाल यांच्या नेतृत्वाखाली मोदींच्या हिंदू बहुसंख्याकतेवर हल्लाबोल केला. राम मंदिर, राफाल विमान सौदा, तसंच मुंबई उच्च न्यायालयाचे न्यायमूर्ती लोया यांच्या कथित गूढ मृत्यूबाबत सर्वोच्च न्यायालयात याचिका दाखल झाली आणि जुन्या धेंडांना जणू नवसंजीवनी मिळाली.

राहुल गांधी यांच्या सल्लागारांमध्ये अनेक परदेशी शिक्षित तंत्र आणि तज्ज्ञ व्यक्तींचा समावेश होता. त्यांनी राहुलना फेब्रुवारी २०१९मध्ये अगदी खाजगीत सांगितलं, की भाजपला १५०पेक्षा जास्त जागा मिळणार नाहीत. त्यांनी हेही सांगितलं, की काँग्रेस १७० जागा जिंकू शकते आणि समविचारी मित्रपक्षांसमवेत मे २०१९मध्ये ती सरकार स्थापन करू शकते.

१४ फेब्रुवारी २०१९ रोजी रातोरात सगळं चित्र पालटलं. जम्मू आणि काश्मीरमधल्या श्रीनगरपासून ३० किलोमीटर अंतरावरील पुलवामा इथे दहशतवादी हल्ला झाला. पाकिस्तान पुरस्कृत दहशतवादी संघटना जैश-ए-महम्मद या संघटनेने हा अमानुष हल्ला घडवून आणला होता. पाकिस्तानी दहशतवाद्यांनी भारतात घुसून, भारताच्या मातीत अनेक वर्षांनी असा भ्याड हल्ला केला होता. २०१६च्या सप्टेंबरमध्ये झालेल्या उरी हल्ल्याला भारताने चोख प्रत्युत्तर दिलं होतं. भारताच्या विशेष प्रशिक्षण घेतलेल्या निधड्या छातीचे कमांडोज नियंत्रण रेषेच्या दोन किलोमीटर आत घुसले आणि अनेक पाकिस्तानी दहशतवाद्यांचे तळ उद्ध्वस्त करण्यात आले; तेही आपल्या एकाही सैनिकाचा बळी न देता.

उरीवर दहशतवादी हल्ला झाल्यानंतर लगेचच भारतानं सर्जिकल स्ट्राइक करून पाकिस्तानला चोख उत्तर दिल्याबद्दल मोदींचं सगळ्या स्तरांत कौतुक केलं गेलं. आता, पाकिस्तानमधल्या दहशतवादी तळांवर निर्णायक कारवाई करून त्यांना नेस्तनाबूत करण्याचा दबाव वाढला. पुलवामा हल्ल्यामुळे तर पाकिस्तानविरोधी जनक्षोभ उफाळून आला. पाकिस्तानमध्ये घुसून त्यांच्याच देशात त्यांच्यावर हल्ला करणं हे महाभयंकर जोखमीचं काम होतं. पण ती जोखीम पत्करली नसती, तर 'दहशतवादाचा ताकदीने बिमोड करणारा नेता' या मोदींच्या जनमानसातील प्रतिमेचा भंग झाला असता आणि ते नुकसान भरून काढता आलं नसतं.

तो काळ कसोटी पाहणारा होता. पुलवामा हल्ल्याला लवकरच उत्तर दिलं नसतं, तर तो डळमळीतपणा दिसला असता. राष्ट्रीय सुरक्षा सल्लागार अजित डोवाल, लष्कर, हवाई दल व नौदल अशा तीनही सेनादलांचे प्रमुख आणि उच्चस्तरीय मंत्रिमंडळ समितीच्या सदस्यांनी यावर मार्ग काढण्यासाठी अनेक भेटी घेत बैठका घेतल्या.

पुलवामा हल्ल्याला भारतीय सैन्याने प्रत्युत्तर दिलं त्याचे निवडणुकीवर काय परिणाम होतील याबाबत मोदी सजग होते. २०१९ची लोकसभा निवडणूक निर्णायक टप्प्यावर आणि जेमतेम काही आठवड्यांवर आली असताना, पाकिस्तानला प्रत्युत्तर देण्यात जर आपण यशस्वी झालो, तर निवडणुकीसाठी त्याचा उपयोगच होईल. पण हे प्रत्युत्तर देताना जर ढिलाई झाली, मोहीम यशस्वी झाली नाही तर मात्र त्याचा विपरित परिणाम होणार होता. अजिबात प्रतिसाद न देणं हा तर पर्याय नव्हताच.

मोदींनी पाकिस्तानला अशी अद्दल घडवायची ठरवली की भविष्यात असा हल्ला करायचा त्यानं विचारही करू नये किंबहुना तसे करणे त्याला परवडणारच नाही. पाकिस्तानला पुलवामा हल्ल्याची जबर किंमत चुकवावी लागेल असं त्यांनी राष्ट्रीय सुरक्षा एजन्सी (एनएसए) आणि अन्य सुरक्षा दलाच्या प्रमुखांना सांगितलं. त्यांनी या संदर्भात अनेक उच्चस्तरीय बैठका घेतल्या आणि त्यात स्पष्टपणे हेच सांगितलं, की आत्ता निवडणुका, त्यातली हार-जीत हा मुद्दा गौण आहे. आता लक्ष्य पाकिस्तानला धडा शिकवणं हे असायला हवं. पाकिस्तानने भारताविरुद्ध युद्ध पुकारल्याचं 'पुलवामा हल्ला' हे द्योतक होतं.

२७ फेब्रुवारी, २०१९ला भारतीय हवाई दलाच्या विमानांनी पाकिस्तानी हद्दीत आतवर घुसून बालाकोटवर हल्ला केला. या हल्ल्यामुळे २०१९च्या निवडणुकीची सगळी समीकरणं अस्ताव्यस्त झाली. निवडणूक विश्लेषकांनी, जनमत चाचण्या घेणाऱ्यांनी निवडणूक अटीतटीची होईल असं भाकित या आधी वर्तवलं होतं. त्यांच्या मते भाजपला २५० ते २६० जागा मिळतील आणि पूर्ण बहुमत मिळवण्यासाठी काहीच जागा कमी पडतील. निवडणुकांचे निकाल जाहीर झाले, तेव्हा भाजपने दणदणीत ३०३ जागा मिळवून बहुमतावर मोहोर उमटवली.

प्रकरण ५

२०२४ : हिशेबाचं वर्ष

मोदींचं पंतप्रधानपदाचं दुसरं पर्व आता संपुष्टात येत असताना आणि २०२४ची लोकसभा निवडणूक तोंडावर येऊन ठेपली असताना, इंदिरा गांधींच्या पश्चात, त्यांच्याइतका सर्वांत चतुर आणि धोरणी नेता कोणी उदयाला आला असेल तर ते आहेत,नरेंद्र मोदी. दोघेही अतिशय वेगवेगळ्या पार्श्वभूमीतून आले आहेत. इंदिरा गांधीचा जन्म १९१७ साली एका प्रतिष्ठित कुटुंबात झाला. त्यांचं शिक्षण ऑक्सफर्ड विद्यापीठातील सॉमरव्हिल कॉलेजात झालं; परंतु त्यांना पदवी घेता आली नाही. इंदिरा गांधींचा विवाह १९४२ साली स्वातंत्र्य चळवळीत अग्रणी असलेल्या तरुणाशी फिरोझ गांधींशी पारशी पद्धतीने झाला.

त्या ४१ वर्षांच्या असताना त्यांचे वडील जवाहरलाल नेहरूंनी त्यांना काँग्रेसच्या अध्यक्षपदी बसवलं. ही जबाबदारी यायच्या आधी ना त्यांनी कोणतं संस्थात्मक पद भूषवलं होत, ना त्यांना कोणत्याही प्रशासकीय कामाचा अनुभव होता. ही होती १९५९ साली स्वतंत्र भारतात झालेली घराणेशाहीच्या राजकारणाची सुरुवात. त्यानंतर जवळपास प्रत्येक राजकीय पक्षामध्ये ती एखाद्या साथीच्या रोगासारखी झपाट्याने फैलावली. या घराणेशाहीच्या रोगाच्या संसर्गामुळे भारताच्या राजकारणाला कीड लागली, ते पोखरून निघालं.

नेहरू पंतप्रधान असताना इंदिरा गांधीही त्यांच्यासोबत '३, त्रिमूर्ती हाउस' या पंतप्रधानांचं अधिकृत निवासस्थान असलेल्या आलिशान बंगल्यात राहत असत. आपल्या विधुर पित्याच्या वतीने अनेक राजनैतिक मेजवान्यांचं यजमानपद त्यांनी निभावलं आहे. आपले पती फिरोझ यांच्यापासून त्यांनी फारकत घेतली होती. त्यांचे पती फिरोझ निष्णात संसदपटू होते. संसदेत त्यांनी सासरे पं.नेहरूंशी अनेक मुद्द्यांवरून वाद घालून त्यांनाच आव्हान दिलं होतं. तेव्हा, फिरोझ *नॅशनल हेरॉल्ड* हे काँग्रेस पक्षाचं मुखपत्र असलेलं वृत्तपत्र चालवत असत. १९६० साली हृदयविकाराच्या झटक्याने फिरोझ यांचं निधन झालं.

जानेवारी १९६६ साली तत्कालीन पंतप्रधान लालबहादूर शास्त्री यांचा ताश्कंदमध्ये अचानक मृत्यू झाल्यानंतर इंदिरा गांधींनी लगेचच स्वत: पंतप्रधान होत असल्याली ग्वाही फिरवली. इंदिरा

गांधींनी एकूण १६ वर्षं देशाचं पंतप्रधानपद भूषवलं. हा कार्यकाळ त्यांच्या वडिलांच्या-नेहरूंच्या एकूण कार्यकाळापेक्षा केवळ नऊ महिन्यांनीच कमी भरतो. त्यांच्या राजकीय कारकिर्दित, १९७५मध्ये देशात लादलेल्या आणीबाणीच्या नंतरचे १९ महिने फक्त व्यत्यय आला.

आता मोदींची परिस्थिती, त्यांच्या राजकीय सत्तेचा उदय या बाबी इंदिरा गांधींपेक्षा पूर्णत: विरुद्ध होत्या. गुजरातमधील एक छोटंसं शहर वडनगरमध्ये ते लहानाचे मोठे झाले. वयाच्या १७व्या वर्षी त्यांनी घरदार सोडलं, १९व्या वर्षी राष्ट्रीय स्वयंसेवक संघात सामील झाले आणि ३७व्या वर्षी त्यांनी भाजपची साथ धरली. वयाच्या ४८व्या वर्षी त्यांच्याकडे सहा राज्यांचा पक्षकार्यभार होता. ५१व्या वर्षी ते गुजरातचे मुख्यमंत्री बनले आणि पक्षांतर्गत विरोध, काँग्रेसकडून शिवीगाळ हे सर्व मोडून काढत वयाच्या ६३व्या वर्षी ते देशाच्या पंतप्रधानपदी विराजमान झाले.

गुजरातचे मुख्यमंत्री म्हणून मोदींनी तीन पर्व मिळून एकंदर बारा वर्षे कारभार केला. २००२, २००७ आणि २०१२ अशी सलग तीन पर्व त्यांनी गुजरात विधानसभेत भाजपचा झेंडा फडकावला. गोधरा दंगलींनंतर, २००२ मध्ये तत्कालीन पंतप्रधान अटलबिहारी वाजपेयी गुजरात दौऱ्यावर आले असता, त्यांनी मोदींची कानउघाडणी केली होती. वाजपेयी येण्याआधी केवळ चार महिने आधी मोदींनी मुख्यमंत्रीपदाचा कार्यभार स्वीकारला होता. खचाखच भरलेल्या पत्रकार परिषदेत, आपल्या बाजूला बसलेल्या मोदींना वाजपेयींनी 'राजधर्म पाळा' असा कानमंत्र दिला. 'मी तेच करतोय' असं मोदींनी त्यावर उत्तर दिलं. वाजपेयींनी होकारार्थी मान हलवली आणि तिथे जमलेल्या पत्रकारांना सांगितलं, 'मुख्यमंत्री (मोदी) तेच करत आहेत. (राजधर्माचंच पालन करत आहेत.)'

प्रसारमाध्यमांनी वाजपेयी आणि मोदी यांच्यातल्या संभाषणाचा पहिला भाग फक्त उचलून धरला - मोदींना वाजपेयींनी फटकारलं - पुन्हा पुन्हा तोच अंश प्रसारित करण्यात आला. इंटरनेटवर तर तो झपाट्याने व्हायरल झाला. वाजपेयींच्या बोलण्यावर मोदींनी दिलेलं उत्तर आणि त्याला वाजपेयींनी दिलेला समाधानकारक प्रतिसाद हे त्यातून सोयीस्करपणे आणि हेतुपुरस्सर वगळण्यात आलं. मोदींना राक्षस ठरवत, त्यांची तशी प्रतिमा रंगवायला सुरुवात झाली. २००२ साली गोधरामध्ये उसळलेल्या दंगलीत ७९० मुस्लीमांचा आणि २५४ हिंदूंचा बळी गेला होता. या मृत्यूंबाबत सह-आरोपी म्हणून मोदींवर खटला दाखल करण्यात आला. मात्र सर्वोच्च न्यायालयाने या खटल्यातून मोदींची निर्दोष मुक्तता केली. तथापि, या रक्तपातावर नियंत्रण ठेवण्यासाठी मोदींनी विशेष आणि पुरेसे प्रयत्न केले नाहीत, असं आजही अनेकांचं म्हणणं आहे.

या दंगलीची पहिली ठिणगी पडली ती गोधरा रेल्वे स्थानकावर. गंची मुस्लिमांच्या जमावाने अयोध्येहून रेल्वेने परतलेल्या ५९ राम (कार)सेवकांना जिवंत जाळून मारलं. २०१४मध्ये मोदी पंतप्रधान झाल्यानंतर २००२ साली घडलेल्या, माणुसकीला काळीमा फासणाऱ्या या घटनेचा आणि त्यानंतर उसळलेल्या दंगलीचा वापर विरोधी पक्षांनी आणि प्रसारमाध्यमांनी प्रत्येक निवडणुकीत आपल्या स्वार्थासाठी केला, मग ती विधानसभा असो वा लोकसभा. या घटनेचा वापर करून त्यांनी मोदींची नेता म्हणून असलेली प्रतिमा कलंकित करण्याचा प्रयत्न केला. अर्थातच हे डावपेच निवडणुकीत कामी आले नाहीत. पण त्यातून एक मात्र साध्य झालं - मोदींचं हळूहळू वाजपेयीकरण होत गेलं.

डिसेंबर १९८०मध्ये भारतीय जनता पक्षाची स्थापना झाली आणि एक ज्वलंत हिंदू समर्थक नेता म्हणून वाजपेयींची भाजपमधली कारकिर्द सुरू झाली. १९८३ साली आसाममध्ये वाजपेयींनी केलेल्या भाषणाचा एक अंश देतो, त्यावर विचार करा, 'इथे परदेशी नागरिक येतात आणि त्याबाबत सरकार काहीही करत नाही. समजा, ते विदेशी नागरिक इथे आसाममध्ये न येता पंजाबमध्ये आले असते तर? तर पंजाबमधल्या लोकांनी त्यांचे तुकडे तुकडे करून त्यांना फेकून दिलं असतं.'

वाजपेयींच्या या भाषणानंतर लगेचच आसाममधील नेल्ली इथे बंगाली मुस्लिमांचं हत्याकांड घडलं.

लालकृष्ण आडवाणी भाजपचे कट्टर, जहाल वृत्तीचे नेते समजले जात. बाबरी मशिदीचे अवशेष पाडून टाकण्यासाठी त्यांनीच भाजप कार्यकर्त्यांना प्रोत्साहित केलं होतं. तर, वाजपेयींची ओळख मवाळ प्रवृत्तीचे नेते अशी होती; परंतु बाबरी मशिदीचा ढाचा पाडण्याच्या आदल्याच दिवशी त्यांनी केलेल्या भाषणातून त्यांच्या या विषयावरच्या खऱ्या भावना प्रतिबिंबीत होतात.,'(मशिदीच्या ढाच्यातून) धारदार आणि अणकुचीदार दगड बाहेर आले आहेत, त्यामुळे आता तिथे कोणालाही बसता येणार नाही. ती जागा बसण्यायोग्य बनवावी लागेल आणि त्यासाठी ती आधी सपाट करावी लागेल. तिथे यज्ञाची (राम मंदिर) तयारीही करण्यात येईल, जेणेकरून तिथे राममंदिरही उभारलं जाईल.'

गुजरात दंगलींनंतर दोन महिन्यांनी, २००२च्या एप्रिल महिन्यात, वाजपेयी पंतप्रधानपदावर होते. तेव्हा झालेल्या भाजपच्या राष्ट्रीय परिषदेच्या बैठकीत ते म्हणाले होते, 'गुजरातच्या शोकांतिकेला सुरुवात कशी आणि कुठून झाली हे आपण विसरता कामा नये. त्यानंतर जे झालं ते नि:संदेहपणे निंदनीयच होतं, यात तीळमात्र शंका नाही; परंतु पहिली ठिणगी कोणी टाकली? आणि मग आग कशी पसरत गेली? मुस्लीम जिथे कुठे राहतात, तिथे त्यांना इतर धर्मीयांचा शेजार नकोसा असतो, त्यांना इतर धर्मियांमध्ये मिळून मिसळून राहायचं नसतं. आपल्या विचारांचा शांततेच्या मार्गाने प्रसार करण्याऐवजी दहशत आणि धाकदपटशा या मार्गांचा अवलंब करून त्यांना त्यांचं धर्ममत मांडायचं असतं. आता जगदेखील या धोक्याची सावधगिरी बाळगून आहे.'

वाजपेयी कवी होते. त्यांनी आपले विचार शांतपणे, कवितेच्या माध्यमातून, दीर्घ मौनातून आणि शांततावादी गद्यातून मांडले. त्यामुळे मे २००२ मध्ये संसदेत ते जाहीरपणे म्हणाले, 'मी स्वामी विवेकानंदांचं हिंदुत्व मानतो. परंतु ज्या प्रकारच्या हिंदुत्वाचा आज प्रसार केला जात आहे तो चुकीचा आहे आणि प्रत्येकाने त्यापासून सावध राहिलं पाहिजे.'

अनेक नेत्यांप्रमाणेच वाजपेयींनादेखील हे सुरुवातीलाच समजलं होतं, की विविधतेने नटलेला हा देश चालवण्यासाठी तुमच्या हातात केंद्रातली सत्ता हवी. चूक की बरोबर अशी टोकाची भूमिका घेऊन चालणार नाही, त्यांचा टिकावच लागणार नाही. म्हणूनच सार्वजनिक जीवनात वाजपेयींनी योग्य अर्थात जे बरोबर आहे त्याचा रस्ता धरला आणि अंतिमत: केंद्रातील सत्तेपर्यंत ते पोहोचले. जवाहरलाल नेहरू, इंदिरा गांधी आणि इतर काही नेत्यांनी अयोग्य, असत्याच्या मार्गाने सत्ता मिळवली.

परंतु मोदींच्या स्वत:च्या वैचारिक मार्गाचं काय? गेल्या नऊ वर्षांत मोदींची वाटचाल, एका राज्यातील नेता ते राष्ट्रीय नेता, देवत्वाला पोचलेला नेता आणि अखेरीस जागतिक नेता अशी चढत्या भाजणीची आहे. हे साध्य करत असताना मोदींनी वाजपेयींची तत्त्वं, त्यांची शिकवण अनुसरली : ''निवडणुकांच्या वेळी कट्टर हिंदुत्ववादी, देशात गरिबांचा मसीहा-तारणहार, आणि परदेशात अतिशय शांत, सम्यक राजकारणी. त्यामुळेच निवडणुकीच्या प्रचारसभेत भाषण करताना मोदींचं जाज्वल्य हिंदुत्व आपण पाहतो. ८० कोटी जनतेला जेव्हा ते मोफत अन्न आणि अनुदान प्रदान करतात, तेव्हा ते त्यांचे मसीहा म्हणजेच तारणहार झालेले असतात आणि अखेरीस, जी-२० परिषदेसारख्या जागतिक स्तरावरील घडामोडींमध्ये त्यांची मुत्सद्देगिरी दिसून येते.

येऊ घातलेल्या २०२४च्या निवडणुकीसाठी सिद्ध होताना, मोदींचे ही तीनही अवतार दिसून येत आहेत. १९९८च्या लोकसभा निवडणुकीत वाजपेयींनी भाजपला दोन जागांवरून १८२ जागांपर्यंत नेलं. २००४मध्ये ते सर्वांत जास्त काळ पंतप्रधानपदावर राहणारे, पहिले बिगरकाँग्रेसी नेते होते. वाजपेयींच्याच पावलावर पाऊल ठेवत, मोदींनी सहा वर्षे पंतप्रधानपदी राहून वाजपेयींचाच विक्रम सहज मागे टाकला आहे. मोदी ना अती योग्य वागले, ना अती अयोग्य. त्यांनी मधला मार्ग स्वीकारला. दीर्घकाळ सत्ता हातात ठेवण्यासाठी हा मार्गच उपयुक्त असतो.

असं असलं तरीही, १९९८ साली जे झालं तसं, २०२४मध्ये घडेलच असं नाही. तेव्हा लहान असलेली मतदारांची पिढी आता वयात आली आहे. त्यांना राष्ट्रवाद डावा आहे की उजवा की मधला यात भेदभाव दिसत नाही. आजची बहुसंख्य पिढी उपभोगवादी आहे. २०२४ जवळ येत असताना मोदी असं करण्याचा प्रयत्न करत आहे जे आजपर्यंत कोणाही भाजप किंवा काँग्रेसी नेत्याने केलेलं नाही.ते म्हणजे लोकसभेच्या निवडणुका सलग तिसऱ्यांदा जिंकणे; परंतु नेहरूंनीदेखील सलग तीनदा लोकसभेची निवडणूक जिंकली होती, नाही का? हो, १९५२, १९५७ आणि १९६२ सालांत त्यांनी सलग तीन निवडणुका जिंकल्या होत्या. पण अर्थातच, पंतप्रधानपदाचं तिसरं पर्व ते पूर्ण करू शकले नाहीत.

तीनदा निवडणूक जिंकून पंतप्रधानपदावर येण्याचा नेहरूंचा विक्रम मोडीत काढायचा असेल तर मोदींना २०२४ची निवडणूक केवळ जिंकून भागणार नाही, तर त्यांना पुढचा पाच वर्षांचा कार्यकाळही पूर्ण करावा लागणार आहे. ज्याला कोणीतरी 'राजधर्म'पालनाचं स्मरण करून दिलं होतं, त्यासाठी तो अत्युच्च आनंदाचा क्षण असणार आहे.

१९४७नंतरही काँग्रेसचं वागणं-बोलणं हे जवळपास ब्रिटीश वसाहतीसारखंच राहिलं. आपण ब्रिटीशांना घालवून दिलं; परंतु त्यांनी स्थापन केलेल्या संस्था, शिष्टाचार, त्यांनी मनात भरवून दिलेले पूर्वग्रह, पक्षपात, हाव आणि उच्चभ्रूपणा हे काही आपण घालवू शकलो नाही. 'पोषाख भारतीय थाटाचा पण वागणं-बोलणं इंग्रजी थाटाचं' असं आपलं वर्णन केलेलं नेहरूंना खूप आवडायचं. ते ब्रिटीशांशी अधिक सलगीनं वागत; विशेषत: माऊंटबॅटन यांची तर ते खूपच खुशमस्करी करायचे.

ब्रिटीशकालीन भारतीय नागरी सेवा (आयसीएस) जाऊन त्याच्या जागी भारतीय प्रशासकीय सेवा (आयएएस) आलं. एके काळी 'स्टील फ्रेम' म्हणून ओळखल्या जाणाऱ्या या सेवांना आता गंज चढला आहे. अल्पसंख्याकांना सक्षम नाही, तर त्यांची खुशामत करण्यात आली. इतर आशियाई देश उद्योगांत अग्रेसर होत असतानाच देशातील खाजगी उद्योगांवर निर्बंधांच्या बेड्या घालण्यात आल्या. राज्यकारभारात कोणतीही तत्त्वं, व्यावहारिकपणा नव्हता; तर एखाद्या पितृसत्ताक पद्धतीने राज्यकारभार चालवला जात होता. 'गरिबी हटाओ' यासारख्या घोषणा देऊन गरिबांना भुलवलं जात होतं. इंदिरा गांधींच्या समाजवादी सरकारच्या काळात, १९६० आणि १९७०च्या दशकांमध्ये, अर्थव्यवस्थेचं उदारीकरण करण्याऐवजी त्याच्या मुसक्या आवळण्यात आल्या.

उद्योगांना विस्तार करण्यापासून रोखण्यात आलं. मक्तेदारी आणि प्रतिबंधात्मक व्यापार कायद्याचं झेंगट मागे लागू नये म्हणून अनेक उद्योगांनी आपलं स्वरूप लहान ठेवणंच पसंत केलं. सर्वाधिक उत्पन्न असलेल्या स्तरांतील कराचे दर ९७ टक्क्यांहून अधिक झाले. सरकार दरबारी कर भरण्याऐवजी अनेक भारतीयांनी आपलं अवैध उत्पन्न हवाला व्यवहारामार्फत गुप्तपणे स्विस बँक खात्यांत जमा केलं. परिणामी देशात काळी अर्थव्यवस्था वाढीला लागली. बेकायदेशीरपणे पैसे हस्तांतरण करण्याची सुरुवात ही १९६०च्या उत्तरार्धातील समाजवादी सरकारच्या काळातच झाली आणि ते आज होत असलेल्या कठोर न्यायालयीन चौकशीतून उघड होत आहे.

म्हणजे मग मोदींची दुसरी इंदिरा गांधी होत चालली का आहे? मोदींमध्ये इंदिरा गांधींसारखीच राजकीय सहजप्रवृत्ती दिसून येते. पण म्हणजे तेदेखील इंदिराजींसारखेच संरक्षणवादी आणि नियमनांत वाजवीपेक्षा अती उत्साही आहेत का? थोडक्यात उत्तर : शक्यता आहे. मोदींचा एक नारा आहे : 'स्थानिकांसाठी आवाज उठवा.' *बी वोकल अबाउट लोकल* या नाऱ्यात, संरक्षणवाद प्रतीत होतोच. सप्टेंबर २०२०मध्ये, *हिंदुस्तान टाईम्स*मध्ये मी एक लेख लिहिला होता. त्यात मी असं लिहिलं होतं, की 'बी वोकल अबाउट लोकल' या घोषणेची पुनर्रचना करून ती, 'बी वोकल अबाउट बोथ लोकल ॲन्ड ग्लोबल' अशी करण्यात यावी. थोडक्यात भारताला स्वावलंबी बनवत असतानाच, देशाला निर्यातीचं जागतिक केंद्र बनवा, देशांतर्गत उत्पादनांची निर्यात वाढवा आणि असं झालं तरंच ते खरं उदारीकरण होईल. मोदींना जो दूरदर्शी व्यापार आणि आर्थिक धोरण अपेक्षित आहे, त्या दिशेकडे जाणारी ही वाटचाल असेल.

२०२० साली, अलिगढ मुस्लीम विद्यापीठाच्या शतकमहोत्सवी समारंभात मोदींनी केलेल्या भाषणात त्यांच्यातील मवाळ, तरल बाजू दिसून आली. 'इस्लाम हा भारताच्या सांस्कृतिक वारशाचा अविभाज्य भाग आहे.' हे विधान उच्चारून त्यांनी वाजपेयींनादेखील मागे टाकलं. मोदींच्या भाषणाचं एका अग्रगण्य दैनिकाने भाषांतर केलं. जे भाषांतर करण्यात आलं त्यानुसार, मोदींनी या भाषणात[६] धार्मिक सलोख्याचा सूर लावला होता.

या भाषणात ते म्हणाले होते, 'सरकार ज्या कल्याणकारी योजना आखतं त्या देशातल्या प्रत्येकापर्यंत पोहोचतात. त्यात जात, धर्म आड येत नाही. आज कोणत्याही प्रकारचा

---

६ २२ डिसेंबर २०२०

भेदभाव न करता, देशभरात ४० कोटींहून अधिक गोरगरिबांची खाती उघडण्यात आली आहेत. २ कोटींहून अधिक गरिबांना पक्की घरं बांधून देण्यात आली आहेत. ८ कोटींहून अधिक महिलांना स्वयंपाकासाठी गॅस जोडणी देण्यात आली आहे, त्यातही कसलाच भेदभाव करण्यात आला नाही. आयुष्मान भारत योजनेअंतर्गत ५० कोटी नागरिकांना ५ लाख रुपयांपर्यंतचे उपचार मोफत देण्यात आले आहेत, तेही कुठला पक्षपात न करता. जे देशाचं आहे ते देशातील प्रत्येक देशवासियाचं आहे आणि त्याचा लाभ इथल्या प्रत्येक नागरिकाला मिळाला पाहिजे. आमचं सरकार याच भावनेने काम करत आहे.'

'अलिगढ मुस्लीम युनिव्हर्सिटी (एएमयु)चे संस्थापक सर सय्यद यांचं एक वाक्य आहे, 'कोणत्याही जाती-धर्मापेक्षा देशाचा विकास हा महत्त्वाचा असतो. यासाठी त्यांनी एक उदाहरणही दिलं होतं. ते म्हणाले होते, की शरीर सुदृढ, निरोगी राहण्यासाठी, शरीरातील प्रत्येक घटक, अवयवदेखील निरोगी असणं आवश्यक आहे. धर्म हे कोणाच्या मागासलेपणाचं कारण असू नये असंही सय्यद यांचं म्हणणं होतं. आज भारत अशा मार्गावर वाटचाल करत आहे जिथे कोणताही नागरिक केवळ त्याचा धर्म अमुक आहे म्हणून मागासलेला राहणार नाही, प्रत्येकाला समान संधी मिळेल जेणेकरून प्रत्येकच जण आपली स्वप्नं पूर्ण करू शकेल.'

हे ऐकून कट्टर मोदीभक्तांना अशी भीती वाटते, की मोदींचा 'धर्मनिरपेक्षतेकडचा ओढा' हा राहुल गांधींच्याच 'हिंदुत्वाच्या' ओढ्याइतकाच निवडणुकांपुरताच मर्यादित आहे की काय? त्यामुळे त्यांच्या लेखी मोदी काय किंवा राहुल गांधी काय, दोघेही वैचारिकदृष्ट्या भ्रष्टच आहेत. मोदीभक्तांच्या मते, मोदी करत असलेला मुस्लीम अनुनयाचा उलटा परिणाम होऊ शकतो. अलिगढ विद्यापीठात मोदींनी केलेलं भाषण त्यांना ढोंगीपणा वाटतो. जसं राहुल गांधींचं देव-दर्शन वगैरे कट्टर हिंदूंना थोतांड वाटतं आणि ते राहुल गांधींच्या म्हणजेच काँग्रेसच्या विरोधात मतदान करतात. तसंच मुस्लीमही या भाषणाला केवळ एक वरवरचं सोंग मानून भाजपच्या विरोधात मतदान करू शकतात.

मोदीभक्त म्हणतात, त्यांच्या कृती-उक्तीत ताळमेळ नाही. त्या परस्परविरोधी आहेत. नागरिकत्व सुधारणा कायदा (सीएए), जम्मू आणि काश्मीरचा विशेष दर्जा रद्द करणं आणि अयोध्येत बाबरी मशिदीच्या भग्नावशेषांच्या जागी राम मंदिराची उभारणी या सगळ्या गोष्टी फक्त एकाच गोष्टीकडे निर्देशित होतात ते म्हणजे - कट्टर हिंदुत्व.

भारताची अर्थव्यवस्था आणि राष्ट्रीय सुरक्षा वेळोवेळी संकटात आली आहे. इतकी संकटं येऊनही मोदींची लोकप्रियता अबाधित आहे याचं काय स्पष्टीकरण देता येईल? या लोकप्रियतेचा बराचसा संबंध सरासरी भारतीय मतदारांच्या मानसिकतेशी आहे. भारतीय मानसिकता मोदींना लहान वयातच आकळली होती. कुमार वयातच हिमालयात केलेली भ्रमंती, साधुसंतांचं सान्निध्य, त्यांच्या जीवनशैलीनुसार आचार, सामान्य गावकऱ्याचं राहणीमान यांमुळे त्यांना भारतीय नागरिकांच्या मानसिकतेबाबत एक अंतदृष्टी प्राप्त झाली. राष्ट्रीय स्वयंसेवक संघात सामील झाल्यानंतर त्यांनी अगदी क्षुल्लक, हलक्या कामांपासून ते संघटनात्मक कार्यापर्यंत, अनेक तऱ्हेची, अगदी पडतील ती कामं केली. या सगळ्यातून त्यांना मानवी स्वभाव उलगडत गेला.

संतांमध्येही दोष असू शकतात; परंतु भारतवासियांची अशी मान्यता आहे, की ईश्वरी आत्म्याचा वास असणाऱ्यांचे हेतू चांगलेच असतात, मग त्यांचे परिणाम काहीही असोत आणि म्हणूनच कोविडच्या साथीत टाळेबंदी जारी केली असताना, स्थलांतरित कामगारांच्या प्रश्नांप्रती असंवेदनशीलता दाखवूनही, लोकांनी मोदींचं समर्थनच केलं हे सर्वेक्षणातून आढळून आलं आहे. मोदींनी आपली 'पिता'स्वरूप प्रतिमा जोपासली आहे. त्यांची भाषणं मृदू, धीर देणारी होती, त्यात कुठेही आक्रमकता नव्हती. तरीही, हिंदुत्वाच्या समर्थकांना जे भय वाटतं त्याप्रमाणे मोदी हे कधीही वाजपेयी होणार नाहीत, ना नेहरूंची भगवी आवृत्ती होतील. मोदींची हिंदुत्वावरील निष्ठा तितकीच दृढ राहणार, फक्त त्याचं बाह्य आवरण, बाह्यरूप बदललं आहे.

काँग्रेस आणि डाव्या आघाडीला मात्र मोदींची ही रणनीती पूर्णपणे समजलेली नसल्याने ते त्यांच्यावर वैयक्तिक आणि विखारी हल्ले करतात. राहुल गांधी त्यांना सतत टोमणे मारत असतात. स्वयंसेवी संस्था (एनजीओ) त्यांच्यावर निशाणा साधतात. परदेशी माध्यमांबाबत तर काय बोलावं? ती तर सुधारण्याच्या पलीकडे गेलेली आहेत. या सगळ्या हल्ल्यांना तोंड देता देता मोदी मात्र दिवसेंदिवस काटक होत चालले आहेत. उलट, त्यांची लोकप्रियता आटत नाही, तर वाढतच चालली आहे.

भारतात हुतात्मा होणाऱ्यांचं गुणगान केलं जातं. त्यामुळेच गांधी घराण्यातील लोकांना तुरुंगवास घडेल अशा संबंधित खटल्यांचा मोदींनी जाणुनबुजून पाठपुरावा केला नाही. ३००० कोटी रुपयांचा कथित नॅशनल हेरॉल्ड घोटाळा किंवा सोनिया गांधींचे जावई रॉबर्ट वाड्रा यांच्यावर अनेक दशकांपासून सुरू असलेला जमीन व्यवहार भ्रष्टाचार खटला. इंदिरा गांधींनी १९८० साली जी लोकसभा निवडणूक जिंकली होती, त्यातून मिळालेले धडे आजही मोदींच्या स्मरणात आहेत. आणीबाणी मागे घेतल्यानंतर लगेचच झालेल्या १९७७च्या लोकसभा निवडणुकीत इंदिरा गांधींना सत्तेवरून पायउतार व्हावं लागलं होतं. मार्च १९७७ ते डिसेंबर १९७९ दरम्यान त्यांच्यावर माध्यमांनी आणि जनता सरकारने सतत हल्ले चढवले. खरं तर, फार थोड्या काळासाठी त्यांना तुरुंगवास झाला; परंतु जानेवारी १९८० साली पुन्हा झालेल्या निवडणुकीत देशवासीयांना त्यांच्याच बाजूने मतदान करून त्यांना पुन्हा सत्तेत आणलं.

✥

मोदी म्हणजे 'विश्वास' अशी त्यांनी स्वत:ची प्रतिमा जनमानसात निर्माण केली आहे. त्यामुळे मध्यमवर्गीयांच्या आणि गोरगरिबांच्या मनात त्यांच्याप्रती विश्वासभाव निर्माण झाला आहे. आपल्या कुटुंबीयांबद्दल मोदी अपवादाने किंवा फारच कमी वेळा बोलतात. माझ्या त्यांच्याशी झालेल्या प्रत्यक्ष संभाषणात मोदींनी, त्यांच्या वडिलांशी, आईशी आणि इतर भावंडांशी असलेल्या नातेसंबंधांचे पदर उलगडून दाखवले होते. त्यांच्या मातोश्रींचं वयाच्या ९९व्या वर्षी निधन झालं. जून २०२२ साली, त्यांच्या आईच्या ९९व्या वाढदिवशी, त्यांनी आपल्या ब्लॉगच्या माध्यमातून आईबद्दलच्या भावना व्यक्त केल्या होत्या.[७]

---

७ द टाईम्स ऑफ इंडिया, १९ जून २०२२

त्यांनी लिहिलं होतं, 'माझ्या आईचा जन्म गुजरातमधल्या मेहसाणा जिल्ह्यातील विसनगर इथे झाला. माझं जन्मस्थळ असलेल्या वडनगरपासून हे ठिकाण अगदी जवळ आहे. तिला तिच्या स्वत:च्या आईचं प्रेम, माया मिळाली नाही. माझी आई अगदी लहान असातानच, माझी आजी म्हणजे तिची आई, स्पॅनिश फ्ल्यूच्या साथीत दगावली. या आघातामुळे माझ्या आईला बालपण फारसं अनुभवता आलं नाही, परिस्थितीने तिला तिच्या वयापेक्षा प्रौढ बनवलं. ती तिच्या कुटुंबातलं सर्वांत मोठं अपत्य होतीच, आणि लग्नानंतरही सासरची सर्वांत मोठी सूनही झाली.

'माझे वडील घड्याळ्याच्या ठोक्याला पहाटे चार वाजता कामाला बाहेर पडायचे. त्यांच्या पावलांच्या आवाजावरून शेजाऱ्यांना समजायचं, की पहाटेचे चार वाजलेत आणि आता दामोदरकाका कामावर निघालेत. जवळच्या एका देवळात जाऊन देवदर्शन घेऊन मग चहाचं दुकान उघडणं हा त्यांचा रोजचा परिपाठ असे. आईदेखील तितकीच वक्तशीर होती. तीही वडलांसोबत उठायची आणि घरातली बरीचशी कामं भल्या पहाटेच उरकायची. तांदूळ, डाळी यांचं दळण-कांडण सगळं ती एकटीच करायची. तिला कोणाचीही मदत नव्हती. काम करता करता एकीकडे ती तिची आवडती भजनं म्हणायची, श्लोक गायची.

'पावसाळ्यात आमच्या घराचं छप्पर गळायचं, सगळ्या घरभर पाणी पाणी व्हायचं. गळक्या छपराखाली आई बादल्या, भांडी असं काय काय ठेवायची आणि त्यात पावसाचं पाणी साठवायची. याही परिस्थितीला ती अत्यंत धैर्याने, न डगमगता सामोरं जायची. अगदी आजही ती भुके इतकंच अन्न ताटात घेते. अन्नाचा एक कणही ती वाया घालवत नाही.

'आज इतक्या वर्षांनी जेव्हा तिला लोक विचारतात, की तुमचा मुलगा देशाचा पंतप्रधान झाल्याचा तुम्हाला अभिमान वाटतो का? तेव्हा तिची प्रतिक्रिया अत्यंत सम्यक असते. ती म्हणते, 'मलादेखील तुमच्याइतकाच अभिमान वाटतो. पण त्यात माझं योगदान काहीच नाही. दैवी योजनेत मी केवळ एक निमित्तमात्र !' तुमच्या लक्षात आलं असेलच, की कुठल्याही सरकारी किंवा सार्वजनिक कार्यक्रमांमध्ये आई कधीच माझ्यासोबत येत नाही.

'या आधी ती केवळ दोनदा माझ्यासोबत आली होती. एकदा, श्रीनगरच्या लाल चौकात तिरंगा फडकावून एकता यात्रा पूर्ण करून आलो होतो, तेव्हा अहमदाबादमध्ये झालेल्या सार्वजनिक कार्यक्रमात तिने माझ्या कपाळावर टिळा लावला होता. आईसाठी हा क्षण अत्यंत भावनिक होता. कारण एकता यात्रेदरम्यान फगवाडा इथे झालेल्या दहशतवादी हल्ल्यात काही लोकांचा मृत्यू झाला होता. त्यामुळे ती अत्यंत काळजीत पडली होती.

'आणि दुसऱ्यांदा, गुजरातचा मुख्यमंत्री म्हणून मी पहिल्यांदाच शपथ घेतली तेव्हा. या घटनेला जवळजवळ वीस वर्षं उलटून गेली आहेत. सार्वजनिक ठिकाणी माझ्यासोबत यायची तिची ती शेवटची वेळ. त्यानंतर एकाही सार्वजनिक कार्यक्रमात ती माझ्याबरोबर आली नाही.

'मी घर सोडण्याचा निर्णय घेतला. खरं सांगायचं तर, मी तिला हे सांगण्याआधी तिलाच ते जाणवलं होतं. मी माझ्या आई-वडिलांना नेहमी म्हणायचो, की मला घराबाहेर पडून बाहेरचं जग बघायचं आहे. मी त्यांना स्वामी विवेकानंदांबद्दल सांगायचो. रामकृष्ण मिशनचा मठ बघण्याची इच्छा मी त्यांना बोलून दाखवली होती. असं अनेक दिवस मी त्यांना सांगत होतो. अखेरीस घर सोडण्याचा माझा निश्चय सांगितला आणि त्यांचे आशीर्वाद मागितले. माझे वडील भयंकर निराश झाले आणि चिडून मला म्हणाले, 'जशी तुझी इच्छा.' पण मी हे ही सांगितलं, की तुमचा आशीर्वाद मिळाल्याशिवाय मी जाणार नाही. माझ्या आईने माझं मन ओळखलं आणि आशीर्वाद देत ती म्हणाली, 'तुझ्या मनाप्रमाणे कर.' माझ्या वडलांचं मन शांत करण्यासाठी तिने माझी पत्रिका एका ज्योतिषाला दाखवायला सांगितली. आमच्या एक नातेवाईकांचा ज्योतिषाचा अभ्यास होता. माझ्या वडलांनी त्यांना माझी पत्रिका नेऊन दाखवली. माझ्या पत्रिकेचा अभ्यास केल्यावर ते नातेवाईक म्हणाले, 'याचा मार्ग वेगळाच आहे. त्या सर्वशक्तिमान परमपित्याने त्याच्यासाठी निवडलेल्या मार्गावरच तो जाईल.'

'यानंतर काही तासांतच मी घरातून निघालो. तोपर्यंत वडीलही काहीसे शांत झाले होते, त्यांनी माझ्या घरातून जाण्याला मान्यता आणि आशीर्वाद दिले. माझ्या आयुष्याच्या एका शुभ नव्या सुरुवातीचा शकुन म्हणून आईने माझ्या हातावर दही आणि गुळाचा खडा ठेवला. आता इथून पुढे माझं आयुष्य एका वेगळ्याच वळणाने जाणार याची तिला जाणीव झाली होती. प्रसंगी सगळ्या आया आपल्या भावनांवर नियंत्रण ठेवण्यात अगदी निपुण असतात, मात्र जेव्हा मूल घराबाहेर पडण्याची वेळ येते, तेव्हा त्यांच्या भावनांचे बांध फुटतातच. माझ्याही आईच्या डोळ्यांत अश्रू होते; परंतु त्यातून झरणारं पाणी मात्र भविष्यासाठीचे आशीर्वादच होते.

'मी दिल्लीला आल्यानंतर तिच्या आणि माझ्या भेटीगाठी पूर्वीपेक्षाही कमी होऊ लागल्या. जेव्हा केव्हा मी गांधीनगरला जातो, तेव्हा थोड्या वेळासाठी तिला बोलावून घेतो. परंतु माझ्या नसण्याबद्दल तिने कधीही नापसंती दर्शवली नाही. माझ्याबद्दलचं तिचं प्रेम आणि जिव्हाळा, तिचे आशीर्वाद आजही तसेच आहेत.

'आई मला नेहमी विचारत असते, 'तुला दिल्ली आवडते का? तुझं मन तिथे रमतं का?' तिचं मला नेहमी असंही सांगणं असतं, की तू माझी काळजी करू नकोस आणि देशाची जी मोठी जबाबदारी तुझ्या शिरावर आहे त्याकडे नीट लक्ष दे. जेव्हा जेव्हा आमचं फोनवर बोलणं होतं, तेव्हा तेव्हा ती हेच सांगते, 'कधीही चुकीचं किंवा कोणाचंही वाईट करू नकोस आणि गोरगरिबांसाठी काम करत रहा.'

मोदींच्या मातोश्री-हिराबेन मोदी-यांचं ३० डिसेंबर, २०२२ रोजी अल्पशः आजारानं निधन झालं.

प्रकरण ६

राज्यांच्या बाबी

२००७ साली काँग्रेसप्रणित, पहिल्या संयुक्त पुरोगामी आघाडीचं (युपीए) सरकार अगदी जोमात होतं. २००४च्या लोकसभा निवडणुकीत काँग्रेसला १४५ जागा मिळाल्या होत्या. म्हणजे भाजपपेक्षा केवळ ७ जागा जास्त! तरीही डावे पक्ष आणि इतर आघाडीच्या घटक पक्षांनी पाठिंबा दिल्यामुळे काँग्रेसला सरकार स्थापन करता आलं होतं. भारतीय परराष्ट्र सेवेतील निवृत्त अधिकारी (आयएफएस) हमीद अन्सारी यांची राष्ट्रीय अल्पसंख्याक आयोगाच्या जबाबदारीतून मुक्त करत त्यांना देशाचे उपराष्ट्रपती म्हणून निवडून आणण्यात आलं. २०१२ साली, युपीए२ सरकारच्या काळात त्यांची पुन्हा उपराष्ट्रपतीपदी निवड करण्यात आली.

अन्सारींची आणि काँग्रेसची विचारधारा एकच होती. २००४मध्ये पदभार स्वीकारल्यानंतर पक्षाने स्वत:ला अल्पसंख्याकांचा प्रमुख संरक्षक म्हणून स्वत:ची छबी बनवण्याचा प्रयत्न केला. उपराष्ट्रपतीपदी अन्सारीच असल्याने त्यांच्या या प्रयत्नांना बळकटीच मिळाली. परिस्थिती फारशी अनुकूल नसतानाही, २००९च्या लोकसभा निवडणुकीत काँग्रेसला २०६ जागांवर विजय मिळाला. २०१७ साली तिसऱ्यांदा उपराष्ट्रपतीपद मिळवण्यासाठी अन्सारी उत्सुक होते, परंतु याला भाजपप्रणित राष्ट्रीय लोकशाही आघाडी (एनडीए) सरकारचा विरोध लक्षात घेऊन त्यांनी हळूच काढता पाय घेतला.

१९९० ते १९९२ या काळात अन्सारी हे इराणमध्ये भारताचे राजदूत होते. हा काळ भारतीय राजकारणाचा काहीसा झाकोळलेला किंवा काळवंडलेला काळ म्हणता येईल. १९९० सालच्या नोव्हेंबर महिन्यात पंतप्रधान व्ही. पी. सिंह यांनी राजीनामा दिला. त्यांचा कार्यकाळ केवळ ११ महिन्यांचा ठरला. त्यानंतर जून १९९१ पर्यंत, सात महिने चंद्रशेखर पंतप्रधान होते. यानंतर पंतप्रधानपदाची धुरा पी. व्ही. नरसिंह राव यांच्याकडे गेली. याच्या अगोदर काहीच आठवड्यांपूर्वी, माजी पंतप्रधान राजीव गांधी यांची 'लिबरेशन टायगर्स ऑफ तमिळ इलमच्या' एका महिला आत्मघातकी बॉम्बरने हत्या केली होती.

अशा प्रकारे या काळात देशात अंदाधुंद माजली होती. दोन वर्षांपेक्षाही कमी कालावधीत देशाने तीन पंतप्रधान आणि एका माजी पंतप्रधानाची हत्या बघितली होती. इराणमध्ये राजदूत असलेले अन्सारी तिकडे काय करताहेत याकडे दिल्लीतील राजकारण्यांनी विशेष लक्ष दिलं नाही.

त्यांचं तिकडे नेमकं काय चाललं होतं? भारताच्या गुप्तहेर विभागाचे (रॉ) माजी वरिष्ठ अधिकारी आर. के. यादव यांनी मिशन रॉ या शीर्षकाचं एक पुस्तक लिहिलं होतं. ते २०१७ साली प्रकाशित झालं होतं. त्या पुस्तकात अन्सारींनी इराणमध्ये केलेले सगळे कारभार उघडकीला आणले आहेत. यादव यांच्या म्हणण्यानुसार, अन्सारी तिथे असताना इराणमधल्या भारतीय गुप्तचर विभागाच्या अनेक कारवाया आम्हाला मागे घेणं भाग पडलं. तेहरानमधल्या रॉच्या एका एजंटचं इराणच्या गुप्तचर संस्थेने अपहरण केलं, तेव्हा अन्सारींनी सहकार्य करण्यास नकार दिला. तेव्हा नरसिंह राव पंतप्रधान होते, तर अटलबिहारी वाजपेयी संसदेत विरोधी पक्षनेते होते. त्यांनी राव यांना रॉ एजंटला सोडवण्यासाठी इराणचं मन वळवावं असा आग्रह धरला. अन्सारींनी मात्र इराणमधल्या भारताच्या गुप्तचर कारवायांचं नुकसान केलं होतं.

यादव यांनी आपल्या पुस्तकात लिहिल्यानुसार, 'या घटनेनंतर रॉच्या बहुतेक कारवायांना हादरा बसला. अन्सारींच्या निष्क्रियतेमुळे कारवाईत सहभागी होणाऱ्या रॉच्या एजंटना असुरक्षित वाटू लागलं. जम्मू अणि काश्मीरच्या सुरक्षिततेच्या दृष्टीने घातक ठरू शकणाऱ्या काही घडामोडी घडत असल्याच्या संशयावरून रॉचे काही एजंट 'कौम' या धार्मिक केंद्रात घुसले होते; परंतु या घटनेमुळे त्यांना आणखी पुढे जाता आलं नाही, तिथली कारवाई त्यांना तेव्हा स्थगित करावी लागली.

भारताच्या उपराष्ट्रपतीपदावरून पायउतार झाल्यानंतर काही आठवड्यांतच, सप्टेंबर २०१७मध्ये अन्सारींनी *पॉप्युलर फ्रंट ऑफ इंडिया* (पीएफआय) या कट्टर इस्लामी संघटनेने आयोजित केलेल्या परिषदेचं आमंत्रण स्वीकारलं. इराणमधील त्यांचा एकंदर इतिहास आणि कार्य पाहता हे आमंत्रण स्वीकारल्याचं काही आश्चर्य वाटायला नको. पुढे मोदी सरकारने या संघटनेवर सप्टेंबर २०२२ साली बंदी घातली.

२०२१ साली, *इंडियन अमेरिकन मुस्लिम कौन्सिल* (आयएएमसी) या इस्लामी संघटनेने दृकश्राव्य माध्यमातून एक परिषद भरवली होती. त्यात अन्सारींनी आपल्या भाषणात त्याच त्या चावून चोथा झालेल्या संज्ञांचा पुनरुच्चार केला. 'हिंदू राष्ट्रवादाचा उदय', 'नागरी राष्ट्रवादाच्या सुस्थापित मूल्यांना बाधा आणणाऱ्या प्रथा आणि चालीरितींचा उदय' वगैरे. अन्सारी पुढे म्हणाले, 'हा सांस्कृतिक राष्ट्रवादाच्या नवीन आणि काल्पनिक प्रथेत अप्रत्यक्षणे हस्तक्षेप आहे. धर्माने बहुसंख्य आणि राजकीय मक्तेदारी असलेल्यांनी निवडणुकीत विजय मिळवण्यासाठी केलेलं हे वेषांतर आहे. त्यांना नागरिकांमध्ये त्यांच्या श्रद्धेच्या, सहिष्णुतेच्या आणि मुद्द्यांच्या आधारे फूट पाडायची आहे, यामुळे अशांततेला आणि असुरक्षिततेला प्रोत्साहन मिळतं. अलीकडेच काही घटना घडल्या त्या अंगावर काटा आणणाऱ्या आहेत आणि आम्हाला कायदेशीर लढाई का हवी आहे याचंच त्या प्रतिबिंब आहेत. या प्रश्नाचं उत्तर आम्हाला मिळालंच पाहिजे. या प्रथांना विरोध झालाच पाहिजे, तोदेखील कायदेशीर आणि राजकीय.'

इंडियन अमेरिकन मुस्लिम कौन्सिलच्या या परिषदेत (आयएएमसी) जे अन्य सहभागी होते, त्यात अमेरिकी विधीज्ञ होते, ते कट्टर भारतविरोधी म्हणूनच ओळखले जातात. अनेक जण पाकिस्तानच्या इंटर सर्व्हिस इंटेलिजन्स (आयएसआय) साठी काम करतात. त्यांच्या कपट कारस्थानांच्या, गोपनीय माहिती पुरवल्याच्या खुणा सगळीकडे सापडतात. प्रसारमाध्यमं, कडव्या डाव्या विचारसरणीचे कार्यकर्ते आणि विधीज्ञ, सुपारी घेऊन संसदेत सतत गदारोळ माजवणारे, आपल्या लेखांमधून संरक्षणविषयक दिशाभूल करणारी माहिती देणारे निवृत्त लष्कर अधिकारी, परराष्ट्र मंत्रालयातील माजी सनदी अधिकारी आणि आतल्या गोटातली माहिती काढणारे विशेषज्ञ.

लोकशाहीत एखाद्या मुद्द्यावरच्या सर्वलक्षी दृष्टिकोनांवर चर्चा व्हायलाच हवी. प्रखर मतभेदांशिवाय लोकशाही बौद्धिकदृष्ट्या शुष्क होईल, करपून जाईल. जेव्हा वास्तवाला, आधीच ठरवून ठेवलेल्या मुद्द्यांशी जोडलं जातं, तेव्हा तिथे खरी समस्या सुरू होते. सरकारवर टीका व्हायलाच हवी. मोदी सरकारच्या धोरणांची छाननी झालीच पाहिजे आणि त्यातील यशापयशासाठी त्यांना जबाबदार धरलं गेलंच पाहिजे; परंतु ठरावीक तथ्यांवर मुद्दाम केलेली टीका, प्रचाराचा मुद्दा बनू शकत नाही.

२०१४च्या मे महिन्यात पंतप्रधान म्हणून मोदींनी पहिल्यांदा संसदेच्या पायऱ्या चढल्या, तेव्हा त्यांनी लोकसभेच्या पायऱ्यांवर साष्टांग लोटांगण घातलं. हे ६७ वर्षे जुन्या प्रस्थापित परंपरेशी (ही परंपरा काही अडथळ्यांनी खंडित होतीच) नातं सांगणार वर्तन होतं. मोदींच्या प्रभावी भाषणात ते म्हणाले, 'मी दिल्लीत नवीन आहे. मला ठाऊक आहे इथले प्रतिष्ठित लोक माझी 'चहावाला' म्हणून हेटाळणी करतात; परंतु आता लोकसभेच्या निवडणुका पार पडल्या आहेत, त्यामुळे एकमेकांवर चिखलफेक न करता, एकमेकांची उणी-दुणी न काढता, सर्व मतभेद बाजूला ठेवून नवभारताच्या निर्मितीसाठी आपण एकमेकांना सहकार्य करायला हवं.'

मोदींच्या या आवाहनाला प्रतिसाद त्वरित आला मात्र ते कोणीही मनावर घेतलं नाही. २०१४च्या लोकसभा निवडणुकीत झालेल्या पराभवामुळे काँग्रेसच्या प्रतिष्ठित नेत्यांचा माथा ठणकत होता, मत्सरापोटी त्यांच्या अंगाची लाही लाही होत होती, त्यांनी मोदींच्या गावंढ मार्गांप्रती नाकं मुरडली. मोदींनी जेव्हा खास बनवून घेतलेला पिनस्ट्रीप सूट परिधान केला, तेव्हा राहुल गांधींनी त्यांना 'सुटा-बुटातलं सरकार' असा टोमणा मारला. त्या पहिल्या पर्वात मोदींच्या मनावर प्रचंड दडपण तर होतंच शिवाय स्वत:बद्दलचा आत्मविश्वासही कमी होता, ते स्वत:बाबत साशंक होते. जुन्या लब्धप्रतिष्ठितांकडून त्यांना अद्यापही अपमानास्पद वागणूक मिळत होती. २०१९पर्यंत हे स्पष्ट झालं, की मोदींना ल्युटीयन्सची दिल्ली बदलता आली नाही (विख्यात ब्रिटीश वास्तुविशारद एडविन ल्युटीयन्स यांच्या नावाने असलेला, राष्ट्रपती भवनाजवळील उच्चभ्रू लोकवस्तीचा निवासी परिसर). आता त्यांच्या मंत्रिमंडळातील मंत्र्यांनी तिथली बरीच निवासस्थानं ताब्यात घेतली आहेत; परंतु ल्युटियन्सबाबत खरी समस्या तिथली घरं, इमारती कधीच नव्हती. खरी समस्या त्यांच्या तिरकस विचारसरणीत होती.

मे २०१९च्या लोकसभा निवडणुकीत मिळालेल्या प्रचंड यशानंतरच्या सत्तेच्या दुसऱ्या पर्वात मोदींच्या नेतेपणात खूप बदल झाले होते. प्रमुख विधेयकं संसदेत मांडण्यात आली आणि ती मंजूरही करण्यात आली. सगळं सुरळीत सुरू असतानाच, अचानक आलेल्या कोविड-१९ साथीरूपातल्या जागतिक संकटाने या गतीला खीळ बसली. नागरिकत्व सुधारणा कायद्यातील (सीएए) तरतुदी अद्याप अधिसूचित करण्यात आल्या नव्हत्या, समान नागरी कायदा अंमलबजावणीचं काम प्रगतीपथावर आहे. २०२४च्या सार्वत्रिक निवडणुका काही महिन्यांवर येऊन ठेपल्या असतानाच मोदींसमोर तीन मोठी आव्हानं उभी ठाकली आहेत. ती म्हणजे अर्थव्यवस्था, महागाई आणि रोजगार. उत्पादन-आधारित-प्रोत्साहन योजना ही सरकारच्या सर्वांत नाविन्यपूर्ण आर्थिक उपक्रमांपैकी एक आहे. भारताला देशांतर्गत उत्पादनांच्या निर्यातीचं प्रमुख केंद्र बनवण्याची क्षमता या योजनेत आहे. कारण सध्या चीनमध्ये श्रमिक खर्चात वाढ होत आहे तसंच विदेशी कंपन्या आपलं उत्पादन चीनबाहेर हलवण्यासाठी त्यांच्या पुरवठा साखळीत विविधता आणत असल्याच्या पार्श्वभूमीवर या योजनेला विशेष महत्त्व आहे.

२०२४च्या या निवडणूक धामधुमीत, मोदींसमोर आणखी एक आव्हान आहे. ते म्हणजे, सुशासनाची घडी पुन्हा नीट बसवणे किंवा त्यात सुधारणा आणणे. खरं तर, आधीच्या निवडणुकीत मोदींना जो जनमताचा कौल मिळाला, त्यात, 'किमान सरकार, कमाल सुशासन' अर्थात सरकार दरबारी कमीत कमी घोडे चालवायला लागणं आणि लवकरात लवकर सरकारी कामांची पूर्तता, या आश्वासनाची मोठी भूमिका आहे. खेदाची बाब म्हणजे अनेकदा याच्या उलट घडलं आहे. जुन्या प्रतिष्ठितांच्या सरकारचे काही गुण भाजपला आधीच लागलेले आहेत. युपीए सरकारच्या पहिल्या आणि दुसऱ्या पर्वात गांधी कुटुंबीय आणि त्यांचे हुजरे हे निर्णय घेत असत. भाजप सरकारमध्ये पंतप्रधान, गृहमंत्री आणि त्यांच्या आतील गोटातील काही मंत्री निर्णय घेत असतात, सरकारी धोरणं ठरवतात.

काँग्रेसचे अंकित असलेले ल्युटियन्स तसे सामान्य कुटुंबातूनच आलेले होते. सामाजिक, आर्थिक आणि राजकीय अशा निसरड्या वाटेवरून प्रवास करत बहुतेकांनी आपलं वरचं स्थान स्वत: निर्माण केलं आणि त्या स्थानी पोहोचल्यावर, आपण कोण कुठून आलो हे सगळं विसरायला लावलं. आता सांगा, ल्युटियन्समधे ६०० कोटींहून अधिक किंमत असणाऱ्या, सरकारी मालकीच्या बंगल्यात राहणाऱ्या सोनिया गांधींना जवळपास ६० वर्षांपूर्वी त्या १७ वर्षांच्या असताना इंग्लिश शिकण्यासाठी त्यांना इंग्लंडला पाठवण्यात आलं होतं हे कोण लक्षात ठेवतं? सोनिया गांधींची कौटुंबिक परिस्थितीदेखील मोदींच्या घरच्या परिस्थितीसारखीच काहीशी हलाखीचीच होती.

राहुल गांधींना वारशात असा राजकीय पक्ष मिळाला आहे, जो १९९० नंतर अनेक बड्या नेत्यांना गमावत चालला होता. जे बाहेर पडले त्यातल्या काही जणांनी आपापले प्रति-काँग्रेसपक्ष काढले होते. शरद पवारांनी राष्ट्रवादी काँग्रेस पक्ष, ममता बॅनर्जींनी तृणमूल काँग्रेस पक्ष आणि वाय. एस. जगनमोहन रेड्डींनी वायएसआय काँग्रेसपक्ष स्थापन केले. 'काँग्रेस' या नावातली जादू, त्याचं वजन आणि पत ओळखून यांनीही आपल्या पक्षाच्या नावातला 'काँग्रेस' हा शब्द तसाच कायम ठेवला आहे.

गांधी कुटुंबाच्या 'मालकीचा' असलेला काँग्रेस पक्ष पैशाने भरपूर श्रीमंत आहे; परंतु त्यांच्याकडे निष्ठावंतांची चणचण आहे. अधूनमधून ते बंड करून उठतात. मग काही काळातच पुन्हा घूमजाव करत शस्त्र खाली ठेवतात. गांधी कुटुंबातील त्रयींनी (सोनिया, प्रियंका आणि राहुल) पक्षाच्या व्यवस्थापनाची आपापसात विभागणी करून घेतलेली आहे. सोनिया गांधी या तर सर्वश्रेष्ठ! जणू पक्षाचा अंतिम शब्द. पक्षाबाबत निर्णय घेण्याचे सर्व अंतिम अधिकार त्यांनाच आहेत. कोणत्याही काँग्रेस नेत्यात त्यांना विरोध करण्याची हिंमत नाही. पक्षातल्या नेत्यांमधल्या कुरबुरी, भांडणं सोडवून त्यांच्यात समेट घडवून आणण्याची जबाबदारी पियंका गांधी-वाड्रा यांच्याकडे आहे. आपल्या गोड बोलण्याने त्या सगळ्यांची मनं वळवतात खरी; पण ही मंडळी आपल्या वज्रमुठीत राहतील याची खबरदारी घेतात, नव्हे, तशी खात्रीच करून घेतात आणि हे सर्वश्रुत आहे. राहुल गांधींची भूमिका स्पष्ट आहे- जेव्हा केव्हा संधी मिळेल, तेव्हा पंतप्रधान नरेंद्र मोदींवर हल्ला चढवणे. अगदी वैयक्तिक पातळीवर जाऊनही. जनसामान्यांमध्ये पंतप्रधानांबद्दल जी विश्वासार्हता आहे, तिच्यावरच घाला घातला तर निवडणूक जिंकली जाऊ शकते, हीच काँग्रेसची निवडणूक रणनीती आहे.

काँग्रेस-अध्यक्ष मल्लिकार्जुन खर्गे यांचा गांधी कुटुंबातील त्रिकुटाला कधीच आणि कुठलाच धोका नाहीये. वयाच्या ८१व्या वर्षीदेखील ते गांधी कुटुंबीयांसाठी राजकीय ढाल बनून उभे आहेत. निवडणुकीत पक्षाची हार झाली तर त्याचं उत्तरदायित्त्व ते स्वत:च्या खांद्यावर घेतात आणि जर विजय मिळाला पर त्याचं सर्व श्रेय गांधी त्रिकुटालाच देतात. सोनिया गांधी पक्कं ओळखून आहेत, की ममता बॅनर्जी आणि शरद पवार यांचे पक्ष प्रादेशिक पातळीवरचे आहेत. नुसते दिखाव्याचे आहेत. या दोघांनी कितीही आकाश-पाताळ एक केलं तरीही २०२४ च्या लोकसभा निवडणुकीत या दोघांच्या प्रादेशिक पक्षांना २७२चा जादुई आकडा गाठता येणं अशक्य आहे. तसंच राहुल गांधींचं आजचं वय आहे ५३, ममता बॅनर्जी ६९ वर्षांच्या आहेत; तर शरद पवार ८३ आणि मोदी ७३ वर्षांचे आहेत. म्हणजे वयाच्या तुलनेत राहुल गांधींकडे कारकिर्दीसाठी अधिक वेळ आहे.

अरविंद केजरीवाल यांचं वयही राहुल गांधींइतकंच ५३ वर्षं आहे; परंतु ते काँग्रेस पक्षासाठी कडवे प्रतिस्पर्धी म्हणून उभे ठाकले आहेत. डिसेंबर २०२२ साली, गुजरात आणि हिमाचल प्रदेशच्या विधानसभा निवडणुकीत ते काँग्रेसच्या विरोधात प्रबळ दावेदार होते. या राज्यांच्या विधानसभा निवडणुकीत केजरीवालांच्या 'आम आदमी पक्षाने (आप)' उडी घेतल्यामुळे काँग्रेसला मतं मिळवण्यात अडचणी आल्या. केजरीवालांनी देशातील मध्यमवर्गीय नव्या पिढीला साद घेतली. त्यांनी केलेल्या या आवाहनाला कमी लेखता कामा नये. केजरीवालांचं खरं लक्ष्य २०२४ नाही, तर २०२९ आहे.

❧

आज देश एका वळण वाटेवर उभा आहे. ब्रिटीशांच्या काळात मुंबई, कोलकाता, चेन्नई ही शहरं वसाहती होत्या. इ.स. १७०० पूर्वी देशाची आर्थिक व्यवस्था भरभराटीस येत होती आणि ती सुरतसारख्या किनारी शहरांभोवती केंद्रित होती. ब्रिटीशांनी सत्तेचा समतोल

साधण्यासाठी आपलं लक्ष्य किनारी शहरांकडून किनाऱ्यापासून दूर असलेल्या, आतल्या क्षेत्रावर एकवटलं. जेणेकरून त्यांना व्यापारातही नफा होईल आणि ते तिकडे कर लादू शकतील. भारतातील छोटी शहरं आणि खेडी ब्रिटीशांची अंकित झाली होती. कलेक्टर फक्त करवसूलीसाठी तिथे जात. देशातील ग्रामीण भागाला ब्रिटीशांनी सातत्याने आणि ठरवून गरिबीच्या आणि दुष्काळाच्या खाईत लोटलं.

१९४७नंतर ही सत्तेची सूत्रं वसाहतोत्तर उच्चभ्रू लोकांच्याच हातात राहिली. महात्मा गांधींच्या 'खरा भारत खेड्यात राहतो' या उक्तीचं समर्थन करण्यात आलं, मात्र खेडी समर्थ होण्यासाठी कोणतेही ठोस प्रयत्न केले गेले नाहीत. भारतात आजमितीला ६ लाख खेडी आहेत. इथे ८०० दशलक्षांहून अधिक लोक राहतात. अनेक दशकं उलटली, पण आजही कित्येक खेडी दुर्लक्षित असून, त्यांची स्थिती अत्यंत हलाखीची आहे. मात्र आता हे चित्र बदलताना दिसत आहे आणि याला महत्त्वाचे राजकीय ध्वन्यर्थ आहेत. स्वातंत्र्योत्तर काळात काँग्रेसने, निवडणुकांसाठी मोठ्या प्रमाणात अशिक्षित आणि ग्रामीण गरीब भारताला लक्ष्य केलं. एका अर्थी त्यांनीही वसाहतवादी वारसाच पुढे चालवला. भारतीय जनता पक्षांचं निवडणुकीतील यश सामाजिक आणि आर्थिक परिवर्तनात होतं हे एक वैशिष्ट्य आहे. यालाच 'नया इंडिया' किंवा अगदी अचूक म्हणायचं तर 'नवभारत' असं म्हटलं जातं.

भारत आणि इंडिया यांच्या आर्थिक व सांस्कृतिक सामर्थ्यात सूक्ष्म, मार्मिक फरक आहे. देशातल्या अनेक राजकारण्यांना हा सूक्ष्म फरक जाणवतच नाही. हा फरक राजकीय सामर्थ्यातील संतुलन दर्शवतो. मोदींना हा बदल लगेचच जाणवला होता. त्यांनी आणलेल्या सर्व कल्याणकारी योजनांच्या- उदा. प्रत्येक खेड्यातील शेवटच्या घरापर्यंत वीज पोहोचवणं, प्रत्येक घरात नळ आणि पाणी, थेट अनुदान हस्तांतरण, आरोग्य विमा आणि ग्रामीण भागात घरं बांधून देणं-यासारख्या योजनांच्या केंद्रस्थानी देशभरातील छोटी शहरं आणि खेडी आहेत. ग्रामीण भागातील मध्यमवर्गीय भले संख्येने थोडे असतील; परंतु ग्रामीण भारत हादेखील महत्त्वाकांक्षी आहे - भविष्यकालीन शहरी मध्यमवर्ग आहे.

रिचर्ड वर्मा यांनी २०१४ ते २०१७ या काळात अमेरिकेचे राजदूत म्हणून भारतात काम केलं आहे. भारतीय वंशाचे अमेरिकन असलेल्या वर्मा यांनी २०२१ साली भारतातील एका विद्यापीठाच्या विद्यार्थ्यांना संबोधित केलं होतं. आपल्या भाषणात ते म्हणाले होते, 'माझं लक्ष २०३०कडे आहे. मी असा भारत बघतो आहे, जो जवळजवळ प्रत्येक क्षेत्रात जगाचं नेतृत्व करू शकतो. इथून पुढे, सर्वाधिक लोकसंख्या असलेला, सर्वाधिक महाविद्यालयीन पदवीधर असलेला, सर्वांत जास्त मध्यमवर्गीय असलेला, मोबाइल आणि इंटरनेटचे सर्वात जास्त वापरकर्ते असणारा, संरक्षण तसंच आर्थिक क्षेत्रात जागतिक तिसऱ्या क्रमांकावर असणारा आणि जगातली सर्वांत मोठी लोकशाही असणारा देश म्हणून मी भारताकडे पाहतो. जागतिक नेतृत्वाच्या दिशेने भारताचा प्रवास सुरू झाला आहे.

जिंदाल विद्यापीठाच्या स्कूल ऑफ बँकिंग अँड फायनान्सच्या तरुण विद्यार्थ्यांनी वर्मा यांचं हे भाषण अगदी लक्षपूर्वक ऐकलं. अमेरिकेचे राजदूत म्हणून भारतात भरपूर आणि अनेक ठिकाणी प्रवास केलेल्या तसंच देशातील उद्योजक, स्वयंसेवी संस्था, चळवळीतील कार्यकर्ते, पत्रकार, राजकारणी इतकंच नव्हे तर सामान्य लोकांना भेटलेल्या एका प्रतिष्ठित,

माजी राजनीतिज्ञाकडून जे ऐकायला मिळत होतं ते, वेळोवेळी स्वदेशी किंवा विदेशी प्रसारमाध्यमांकडून प्रसारित होणाऱ्या देशाच्या निराशाजनक कथनापेक्षा वेगळंच होतं.

याचा अर्थ, वर्मा अती आशावादी होते का? त्यांनी जे भाकित केलं आहे ते वास्तवादी आहे का? वर्मा यांनी अचूकपणे निदर्शनास आणल्याप्रमाणे, २०३०च्या दशकाच्या सुरुवातीला भारतामध्ये मोठ्या प्रमाणात मध्यमवर्गीयांचा उदय होणार आहे. हा वर्ग महत्त्वाकांक्षी आणि तरुणही असेल. पाश्चात्त्य आणि भारतीय कंपन्यांसाठी तर हा जणू स्वर्गच असणार आहे. भौगोलिकरित्या मोठ्या आकाराचा देश, मोठी लोकसंख्या, तरुणाई, महत्त्वाकांक्षा, सगळंच व्यवसायपूरक! ॲपलसारख्या कंपन्यांनीही आपली काही उत्पादनं चीनमधून भारतात हलवण्यास सुरुवात केली आहे. थेट परकीय गुंतवणूक (एफडीआय) विक्रमी उच्चांक गाठते आहे. अमेरिका आणि चीननंतर भारत हे जगातलं सर्वांत मोठं स्टार्टअप केंद्र आहे. ब्रिटन आणि जपानचा नंबर ही त्यानंतर येतो. भारताने दिलेल्या गुंतवणुकीच्या संधींचं, प्रस्तावांचं पश्चिमी देशांनी स्वागतच केलं आहे. चीनविरूद्ध ज्या लोकशाही देशांनी दंड थोपटले आहेत, त्या देशांच्या समूहात त्यांनी भारताला सामावून घेतलं आहे. तथापि, भारत आपलं स्वायत्ततेचं किंवा मार्मिक तटस्थतेचं धोरणच भविष्यातही अवलंबत राहणार हे हा समूह नक्की जाणून आहे. रशिया आणि युक्रेन युद्धात भारताने हे दाखवून दिलंच आहे.

२०१९च्या लोकसभा निवडणुकीत मिळालेल्या विजयात मोदींनी गरिबांसाठी राबवलेल्या अनेक कल्याणकारी योजनांचा मोठा वाटा होता. मात्र इतकी वर्षं होऊनही अनेक योजनांचं काम प्रगतीपथावर आहे. असं का? उदाहरण घ्यायचं झालं तर, देशभर शौचालयांची मोहिम राबवण्यात आली. शौचालयांची टक्केवारी ४३ टक्क्यांवरून ९८ टक्क्यापर्यंत वाढली, तरी अजूनही अनेक लोक उघड्यावर शौचास का बसतात? उत्तर आहे : परंपरा आणि धर्म. काही गावात शौचालयांचं रूपांतर साठवणीचं कोठीघर म्हणून करण्यात आलं आहे. अनेक शौचालयांमध्ये सांडपाणी निःसारणाची सोय नाही, त्यामुळे ती वापरात नाहीत. अनेक ग्रामीण भागांमध्ये वीज जोडण्यामध्ये अनेक अडचणी आहेत. सुरुवातीला स्वयंपाकाचे सिलिंडर्स मोफत तर देण्यात आली. परंतु इंधनाच्या किमती भरमसाठ वाढल्यामुळे अनेक गरिब कुटुंबांना तो पुन्हा भरून घेणं परवडणारं नसतं. आरोग्य विम्याच्या संदर्भात बोलायचं तर, विशेषतः कोविड साथीनंतर, शस्त्रक्रिया किंवा अन्य उपचारपद्धतींचे दर सरकारी विम्यात कमी असल्यामुळे, चांगली रुग्णालयं या विमा योजनेशी संलग्न होण्यास तयार नसतात.

यावरून मोदी जे काम करत आहेत, त्या कामांचा आवाका किती मोठा आहे याची कल्पना येते. अद्याप काही कामं अर्धवट अवस्थेत असली तरीही ती मोठ्या प्रमाणात यशस्वीदेखील होत आहेत. मोदी सरकारने गरिबांसाठी ज्या कल्याणकारी योजना सुरू केल्या त्यातील काहींची सुरुवात तर २०१४ मधील सरकारने केली होती. खरं तर मागील सरकारने या सगळ्या योजना पूर्णत्वाला न्यायला हव्या होत्या.

स्वराज्य मासिकाचे संपादकीय संचालक आर. जगन्नाथन यांनी ३ नोव्हेंबर, २०२१ रोजी *बिझनेस स्टँडर्ड* मधील अभ्यासपूर्ण लेखात लिहिलं होतं, 'मोदी एखाद्या सामाजिक-

राजकीय भागभांडवलदारासारखं काम करतात. स्वच्छ भारत अभियान ते उज्ज्वला योजना ते अगदी आताचं आत्मनिर्भर भारत अभियान असो, इतक्या काळात मोदींनी सरासरी दर दोन महिन्यांनी एक नवीन योजना सुरू केली आहे. काही सुधारणांसहित सुरू केलेली जन-धन योजना, आधार आणि मोबाइल लिंक, थेट रक्कम हस्तांतरण आणि दिवाळखोरी संहिता या योजनांच्यापेक्षाही स्वच्छ भारत आणि उज्ज्वला योजनांना अभूतपूर्व यश मिळालं. या सगळ्यांत वस्तु आणि सेवा कराचं काहीसं योगदान आहेच. सामान्य नागरिकांसाठी 'नल से जल' योजना अत्यंत फायदेशीर असणार आहे. तसं तर उज्ज्वला, सौभाग्य (प्रत्येक घरात वीजजोडणी), स्वच्छ भारत, आयुष्मान भारत आणि नल से जल या योजनांचं स्वरूप भिन्न भिन्न आहे; परंतु या सगळ्या योजना एकत्रित केल्यास त्या गृहिणींचं आयुष्य सुकर करतात, सक्षम करतात आणि त्यांच्या आरोग्यातही सुधारणा घडवून आणतात.

'मोदींनी भारतीय अर्थव्यवस्थेचं सुसूत्रीकरण केलं, जे आधी कोणीही केलं नव्हतं. वस्तु आणि सेवा कर, कर अनुपालनाचा आग्रह आणि सक्ती तसंच अनेक कामगारांना (विशेषतः स्वयं-सहायता क्षेत्रातील) सामाजिक सुरक्षा योजनेचे लाभ यांमुळे भारतातील व्यापार आणि वाणिज्य क्षेत्राने सुसूत्रीकरणाकडे मोठी झेप घेतली आहे. सध्या कर्ज देण्याच्या प्रक्रियेत विस्कळीतपणा असल्यामुळे सूक्ष्म तसंच लघु उद्योगांना अवाच्या सवा भावाने कर्ज घ्यावं लागतं; परंतु आता तशी परिस्थिती राहणार नाही. रिझर्व्ह बँकेच्या अकाऊंट ॲग्रेगेटर इनिशिएटिव्ह (खाते समुच्चय उपक्रम)मुळे कर्ज सहजगत्या मिळणं शक्य होणार आहे; परंतु मोदींचं सुसूत्रीकरणाचं धोरण केवळ छोटे उद्योग आणि बड्या कंपन्यांपुरतं मर्यादित नाही, तर ते गरिबांनाही लागू आहे. जन धन, डीबीटी आणि युपीआय यांमुळे अनेक देशवासी आज या सुसूत्रीकरण होत असलेल्या आर्थिक क्षेत्राचा भाग बनले आहेत. स्थलांतरित कामगारांसाठी इ-श्रम पोर्टल तयार करण्यात आलं आहे. त्यामुळे श्रमिक कामगारांनाही त्याचे लाभ मिळताना दिसत आहेत.'

२०१४मध्ये मोदी सरकार सत्तेत आलं, तेव्हा त्यांना वारसाहक्काने जी अर्थव्यवस्था हातात आली ती अतिशय डबघाईला आलेली होती. वाढती महागाई, मोठी वित्तीय तूट आणि घसरणीला लागलेला जीडीपी दर. मोदींनी पहिली पाच वर्षं जितका, सूक्ष्म (मायक्रो) (वित्तीय सुधारणांवर, कल्याणकारी योजना राबवण्यावर भर दिला, तितका त्यांनी मॅक्रो (स्थूल) वित्तीय सुधारणा करण्यावर दिला नाही. आता मात्र कल्याणकारी योजनांच्या अंमलबजावणीतील त्रुटी दूर करून त्या पूर्णत्वास नेणं, अर्थव्यवस्थेचं विस्तारीकरण आणि विकास, रोजगारात वाढ आणि महागाई कमी करणं हे खरं महत्कार्य आहे.

∞

इंदिरा गांधीनंतर, कोणत्याही भारतीय पंतप्रधानावर इतकी स्तुतीसुमनं उधळली गेली नाहीत, ना इतकी चिखलफेक झाली, जितकी नरेंद्र मोदींवर झाली. इंदिरा गांधींचा १९६६ ते १९७१ हा पहिला कार्यकाळ तसा संमिश्र होता. इंदिरा गांधींनी बँकांचं राष्ट्रीयीकरण केलं, संस्थानांना मिळणारी वतने रद्द केली, अन्नटंचाईशी मुकाबला केला आणि सरासरी वार्षिक तीन टक्के या दराने आर्थिक वाढ नोंदवली.

२०१४ साली मोदी ज्या लाटेच्या प्रवाहात सत्तेत आले, अशा लाटा देशाने यापूर्वी फक्त अनुभवल्या आहेत. पहिली लाट आली मार्च १९७७ साली. आणीबाणी रद्द करण्यात आल्यानंतर घेण्यात आलेल्या सार्वत्रिक निवडणुकांमध्ये काँग्रेस पक्षाची धुळधाण उडाली आणि पक्ष सत्तेवरून पायउतार झाला. तेव्हा जनता पक्षाचे नेते मोरारजी देसाई स्वातंत्र्योत्तर भारताचे पहिले बिगर काँग्रेसी पंतप्रधान झाले. दुसरी लाट आली ऑक्टोबर १९८४ साली, इंदिरा गांधींच्या हत्येनंतर. इंदिराजींच्या हत्येनंतर दोनच महिन्यात झालेल्या लोकसभा निवडणुकीत काँग्रेसला प्रचंड बहुमत मिळालं आणि राजीव गांधी पंतप्रधान झाले. डिसेंबर १९८४ साली, काँग्रेस पक्षाने जवाहरलाल नेहरू आणि इंदिरा गांधी यांच्या नेतृत्वात झालेल्या निवडणुकांत अभूतपूर्व यश प्राप्त केलं. या निवडणुकीत त्यांनी ४०० हून अधिक जागा जिंकल्या.

मात्र या दोन लाटा येण्याआधी, प्रत्येक लाटेच्या आधी, खळबळजनक घटना घडल्या होत्या. पहिली, इंदिरा गांधींनी देशात आणीबाणी जाहीर केली होती आणि दुसरी त्यांची झालेली हत्या. २०१४मध्ये जी लाट मोदींना पंतप्रधानपदापर्यंत घेऊन गेली, त्या लाटेला भ्रष्टाचाराच्या आणि घोटाळ्यांच्या दलदलीत रुतलेल्या काँग्रेस पक्षाविरूद्धच्या आंदोलनाची पार्श्वभूमी होती. तथापि, १९७७ आणि १९८४ मध्ये घडलेल्या घटनांइतकी ती तीव्र नव्हती.

१९८४च्या निवडणुकांनंतर, पहिल्यांदाच एकल पक्षीय बहुमत मिळवून सत्तेत आलेल्या मोदी सरकारकडून जनतेला मोठ्या अपेक्षा होत्या. मोठमोठे विकास प्रकल्प तसेच विविध कल्याणकारी योजना राबवण्यात मोदींची हातोटी आहे. परंतु संरचनात्मक आर्थिक सुधारणांच्या बाबतीत त्यांची कामगिरी संमिश्र स्वरूपाची आहे. भूसंपादन विधेयक अद्यापही प्रलंबित आणि साशंकावस्थेतच आहे. शेतकऱ्यांच्या विरोधामुळे शेतीविषयक कायदे रद्द करण्यात आले. पायाभूत सुविधांचे अनेक प्रकल्प गोगलगायीच्या गतीने पुढे सरकत आहेत. कारण, त्यात संपादित करण्यात आलेल्या जमिनींचे कायदे अतिशय क्लिष्ट आणि संभ्रमित करणारे आहेत. कामगार कायद्यांची अंमलबजावणीदेखील अत्यंत धीम्या गतीने होत असून ती जवळजवळ थांबलेलीच आहे.

भारताच्या उदासीन न्यायव्यवस्थेमुळे नादारी आणि दिवाळखोरी विधेयक (आयबीसी) हे दुर्लक्षित राहण्याची भीती आहे. दिवाळखोरी आल्यावर पूर्वीच्या कर्जपद्धतीनुसार वसुली होवू नये यासाठी या विधेयकाच्या अंमलबजावणीची निकड ओळखून सरकारने त्यात सुधारणा घडवून आणल्या. या सुधारणांमुळे काहीशी मदत झाली; परंतु ते अधिक प्रभावी होण्यासाठी आणखी सुधारणा घडवून आणण्याची आवश्यकता आहे.

मोदींच्या पहिल्या पाच वर्षांतली सर्वांत निराशाजनक कामगिरी म्हणजे सार्वजनिक क्षेत्रातील निर्गुंतवणुकीवर दाखवण्यात आलेली तत्परता. सार्वजनिक क्षेत्रातील उद्योगांनी आपली निर्गुंतवणुकीचं लक्ष्यं साध्य करण्यासाठी एकमेकांचे समभाग खरेदी केले. महानगर टेलिफोन निगम लिमिटेड (एमटीएनएल), भारत संचार निगम लिमिटेड (बीएसएनएल) आणि अन्य सतत तोट्यात चाललेल्या सरकारी कंपन्यांचं खाजगीकरण करण्यासाठी गांभीर्याने प्रयत्न केले गेले नाहीत. गुजरातप्रमाणे राष्ट्रीय स्तरावरही मोदींनी सार्वजनिक क्षेत्र आणि नोकरशाहीवर विश्वास ठेवला. मात्र मोदींच्या दुसऱ्या पर्वात, एअर इंडियाचं खाजगीकरण झाल्यानंतर आणि जगातील सर्वांत मोठ्या विमा कंपन्यांपैकी एक असलेल्या

लाईफ इन्श्युरन्स कॉर्पोरेशन (एलआयसी) च्या समभागांच्या यशस्वी विक्रीनंतर सार्वजनिक निर्गुंतवणुकीला वेग आला.

तत्कालीन अर्थमंत्री दिवंगत अरुण जेटली यांनी २०१४ ते २०१८ दरम्यान सहा केंद्रीय अर्थसंकल्प सादर केले. (यात जुलै २०१४मध्ये सादर केलेल्या अंतरिम अर्थसंकल्पाचाही समावेश आहे). या सगळ्या अर्थसंकल्पांमध्ये उत्साहपूर्ण असं काहीही नव्हतं. त्यांनी कर संरचनेत बदल केले, नवीन करतालिका प्रस्थापित केली नाही. काँग्रेस सरकारमधील अर्थमंत्र्यांनी डायरेक्ट टॅक्स कोडसारखी नवीन कर प्रणाली विकसीत केली होती, तसे प्रयोग जेटली यांनी केले नाहीत. आयात शुल्कात सातत्याने फेरबदल करण्यात आले, त्यामुळे त्या क्षेत्रात बरीच पिछेहाट झाली. आता अर्थमंत्रिपदाची धुरा निर्मला सितारामन यांच्याकडे असून त्या अधिक जबाबदारीने काम करताना दिसताहेत. कॉर्पोरेशन करात कपात, पूर्वलक्षी कर कायदा रद्द करणे आणि मोदींनी दिलेल्या मॅक्रो इकॉनॉमिक सुधारणांची वचनपूर्ती करण्याची जबाबदारी त्यांच्यावर सोपवण्यात आली आहे.

मात्र या दरम्यान सरकार दरबारचे कागदी घोडे कमी होण्याऐवजी वाढतच गेले. कंपन्यांसाठी कंम्प्लायन्स करणं आता कागदोपत्री अधिकच अवघड आणि कंटाळवाणं झालं आहे. सरकारी नियामक संस्थांचा कारभारही आता अनागोंदीचा झाला आहे. सेबी, आरबीआय आणि ट्राय ही तीन त्याची विशिष्ट उदाहरणं आहेत. गुंतवणुकीच्या अनेक सुलभ मार्गांवर प्रतिबंध आणले आहेत. आरबीआयने जारी केलेले अनेक आदेश वेळकाढू आणि अंमलात आणण्यास अत्यंत अवघड आहेत. ट्रायने प्रक्षेपणात केलेले नवीन नियम दर्शक किंवा श्रोत्यांच्या निवडी सोप्या करण्याऐवजी अधिक गुंतागुंतीचेच आहेत.

परंतु दुसरीकडे अनेक क्षेत्रांत बरीच प्रगती होत आहे. पंतप्रधानांची गती शक्ती योजना पायाभूत सुविधांमध्ये अतुलनीय परिवर्तन घडवून आणण्याची वचनबद्धता आहे. लडाख तसंच जम्मू आणि काश्मीरमध्ये बांधण्यात आलेल्या रस्ते व बोगद्यांमुळे भारताच्या संरक्षण क्षमतेत वाढ झाली आहे, तसंच पूर्वीपेक्षा इथले दुर्गम प्रदेश आता एकमेकांशी जोडले गेले आहेत. या भागातील पायाभूत सुविधा जलद गतीने सुधारण्यासाठी सीमा रस्ते संघटना (बीआरओ)ने अत्यंत कठीण परिस्थितीत प्रशंसनीय काम केलं आहे.

असं असलं तरीही प्रशासनात सुलभता आणि सुधारणा आणणं आवश्यक आहे. मोदी असं मानतात, की अनेकदा निवडणूक प्रचारावर बराच किंवा नको इतका वेळ घालवला जातो, ज्यामुळे शासन चालवण्यासाठी वेळ कमी पडतो. मोदींच्या मनात लोकसभा निवडणूक आणि २८ राज्यांच्या विधानसभा निवडणुका एकसंध, एकाच वेळी घडवून आणण्याच्या आहेत. मोदी म्हणतात, यामुळे चार उद्दिष्टं साध्य होतील.

पहिलं, त्यामुळे दर वेळी निवडणुका घेण्यात होणाऱ्या भरमसाठ खर्चात बचत होईल. २०१९च्या लोकसभा निवडणुकांमुळे सरकारी तिजोरीवर ८००० कोटी रुपयांचा भार आला. राजकीय पक्ष, त्यांचे उमेदवार यांनी एकत्रितरित्या ५० हजार कोटी रुपये खर्च केले ते वेगळेच! यातली बहुतांश रक्कम ही बेहिशेबी मार्गाने आलेली, काळ्या पैशाच्या स्वरूपातली होती. लोकसभा आणि राज्यांच्या विधानसभांच्या एकत्रित निवडणुका घेतल्यास सर्वच खर्चांमध्ये कपात तर होईलच, शिवाय बेहिशोबी काळ्या पैशालादेखील लगाम बसेल.

दुसरं आणि सर्वांत महत्त्वाचं. एकत्रित निवडणुकांमुळे नेत्यांना किंवा राज्यकर्त्यांना, त्यांच्या पाच वर्षांच्या कार्यकाळात, दर वेळी उठून विधानसभा निवडणुकांच्या प्रचाराला जावं लागणार नाही, त्यांना त्यांच्या कारभारावर लक्ष केंद्रित करता येईल. तिसरं उद्दिष्ट – दर पाच वर्षांनी येणाऱ्या निवडणुका आणि फक्त दोन निवडी (लोकसभा आणि विधानसभा) यांमुळे मतदार मोठ्या संख्येने त्यांचा मतदानाचा हक्क बजावतील. अर्थात मतदानाचा टक्का वाढेल आणि चौथं उद्दिष्ट – निवडणुकांसाठी तैनात करण्यात येणाऱ्या सुरक्षा खर्चात कपात होईल, सुरक्षा दलांवरील दबाव-तणाव कमी होईल आणि ज्या भागांत त्यांची जास्त जरूरी आहे तिथे त्यांना तैनात करता येईल.

एकत्रित निवडणुकांच्या या प्रस्तावाच्या अंमलबजावणीत येणाऱ्या व्यावहारिक अडचणी विरोधी पक्षांनी निदर्शनास आणून दिल्या आहेत. माजी मुख्य निवडणूक आयुक्त एस. वाय. कुरेशी यांनीदेखील त्याला दुजोरा दिला. त्यांनी *द हिंदू*[८] या दैनिकात लिहिलेल्या लेखात म्हटलं आहे, 'सर्वात प्रथम, लोकसभाच अकाली विसर्जित केल्यास किंवा झाल्यास 'एक राष्ट्र एक निवडणूक' हे तत्त्व कसं अंमलात आणता येईल? उदाहरणार्थ, १९९०च्या दशकाच्या उत्तरार्धात, पाच वर्षांचा कार्यकाळ पूर्ण व्हायच्या आतच लोकसभा विसर्जित करण्यात आली तेव्हा काय घडलं? अशा परिस्थितीत आपण सगळ्याच राज्यांच्या विधानसभा विसर्जित करणार का? त्याचप्रमाणे, एखाद्या राज्याची विधानसभा विसर्जित केल्यावर काय होतं? सगळ्या देशात आपण पुन्हा मतदान घेणार का? लोकशाहीमध्ये हे सैद्धांतिक आणि व्यावहारिक पातळ्यांवर लागू पडणार नाही असंच वाटतं.'

अर्थतज्ज्ञ स्वामिनाथन अय्यर यांनी, *इकॉनॉमिक टाईम्स*[९] च्या त्यांच्या एका स्तंभात एक मार्ग सुचवला होता. त्यांच्या म्हणण्यानुसार, दर पाच वर्षांनी एक सार्वत्रिक (लोकसभा) निवडणूक घ्यावी आणि त्या पाच वर्षांच्या मध्यात सर्व राज्यांच्या विधानसभा निवडणुका घ्याव्यात, 'केंद्रात पाच वर्षं स्थिर सरकार असणं ही प्राथमिक गरज आहे आणि यासाठी कायद्यात सुधारणा किंवा बदल करणं आवश्यक आहे. निवडणुकांनंतर प्रत्येक विधीमंडळाने पाच वर्षांसाठी पंतप्रधान किंवा मुख्यमंत्री निवडावा.'

'निवड झालेल्या नेत्याने त्याचा कार्यकाळ पूर्ण करावा, कितीही पक्षांतर झालं किंवा घटक पक्षांनी साथ सोडल्यामुळे सरकार अल्पमतात आलं तरीही. आता मेख अशी आहे-जर का पाच वर्षांतून एकदाच निवडणुका झाल्या, तर दरम्यानच्या काळात मतदारांना त्यांचा असंतोष दाखवण्याची संधीच मिळणार नाही. त्यामुळे विधानसभेच्या निवडणुका या लोकसभेच्या निश्चित मुदतीच्या मध्यावर घेणे हाच एक उपाय त्यावर आहे. यामुळे दर अडीच वर्षांनी केंद्र आणि राज्य सरकारच्या निवडणुका येतील. परिणामी निवडणुकांच्या पहिल्या अडीच वर्षांच्या कालखंडात राज्या-राज्यांतील विशिष्ट्य मुद्द्यांवर लक्ष केंद्रित करायला पूर्ण वाव मिळेल आणि दुसऱ्या भागात केंद्रीय मुद्द्यांवर लक्ष केंद्रित केलं जाईल.

---

८ १९ जून २०१९

९ २३ जून २०१९

कुरेशी आणि अय्यर यांच्या प्रस्तावांमध्ये मुलभूत त्रुटी आहेत. ठरावीक मुदतीच्या, पंचवार्षिक मुदतीच्या लोकसभेची आणि विधानसभेची कल्पना भारताच्या संसदीय लोकशाही संघराज्यात्मक रचनेच्या विरोधी आहे. पक्षांतर किंवा अन्य कुठल्याही कारणामुळे केंद्रातलं किंवा राज्यातलं सरकार कोसळलं तर, ते सरकार पाच वर्षांच्या निश्चित मुदतीमधे कामं कोणती करणार? जर का केंद्रात किंवा राज्यात सरकारने बहुमत गमावलं, तर संसद किंवा विधीमंडळ बरखास्त करून नव्याने निवडणुका घ्याव्याच लागणार.

तथापि, या प्रस्तावांमुळे अनेकांना वाटतं तसं इतकं काही गोंधळाचं वातावरण निर्माण होणार नाही. गेल्या २५ वर्षांत लोकसभेत अविश्वास ठराव संमत होऊन सरकार कोसळल्याची उदाहरणं एका हाताच्या बोटांवर मोजण्याइतकी असतील. तीही १९९० च्या दशकात, गौडा-गुजराल-वाजपेयींच्या काळात.

पाच वर्षांच्या काळात राजकीय डावपेचांतून बहुमत गमावून एखाद्या राज्याचं सरकार कोसळलंच, तर साधारणपणे संपूर्ण भारतात जास्तीत जास्त तीन ते चार मध्यावधी निवडणुका होतील. दुसऱ्या राज्यांच्या विधानसभा निवडणुकांसोबत या राज्याच्या निवडणुकीचा ताळमेळ साधायचा म्हटलं तर, सरकार कोसळलेल्या राज्यात मध्यावधी निवडणुका घेतल्यास, उर्वरित राज्यांचा पाच वर्षांचा कार्यकाळ पूर्ण होईपर्यंत पुन्हा निवडून आलेल्या सरकारला कालावधी कमीच मिळणार. अशा प्रकारे संसदीय आणि विधीमंडळांची शुचिता जपण्यासाठी पाच वर्षांच्या कालावधीत मध्यावधी निवडणुका घ्याव्याच लागतील.

इतर देशांमध्ये अशी समस्या येत नाही का? ते ही समस्या कशी हाताळतात? २०११ साली ब्रिटनने अशी पावलं उचलली होती, ज्याला अनेक स्तरांतून विरोध झाला होता. ब्रिटीश संसदेने पाच वर्षांचा ठरावीक कार्यकाळ निश्चित केला. ब्रेक्झिटवरून उठलेल्या गदारोळाने हा निर्णय किती चुकीचा होता हे सिद्ध झालं. ब्रेक्झिट सार्वमताच्या धक्कादायक निकालानंतर लगेचच २०१६ साली ब्रिटनच्या पंतप्रधानपदावरून डेव्हिड कॅमेरून पायउतार झाले. खरं तर ब्रिटीश संसदेच्या हाऊस ऑफ कॉमन्सने तेव्हा एक बहुमत चाचणी घ्यायला हवी होती. विश्वासदर्शक ठरावात जर कॉन्झर्व्हेटिव्ह पक्षाचा पराभव झाला असता, तर संसद तत्काळ विसर्जित करून नव्याने सार्वत्रिक निवडणुका घेता आल्या असत्या.

पण त्याऐवजी ब्रिटनच्या पाच वर्षीय निश्चित मुदतीच्या संसदेने, कॅमेरून, थेरेसा मे, बोरीस जॉन्सन, लिझ ट्रुस आणि ऋषी सुनक अशी पंतप्रधानांची वारीच पाहिली. संसदेची मुदत पाच वर्षांसाठी निश्चित करणं एक डोकेदुखीच होऊन बसली. झालेला मूर्खपणा किंवा चूक लक्षात आल्यावर ब्रिटनने २०११चे कायदे विसर्जित केले आणि शतकानुशतकांची परंपरा असलेली पद्धत पुन्हा आणली.

अमेरिकेत अर्थात युनायटेड स्टेट्समध्ये सुव्यवस्थित अशी प्रणाली आहे. तिथे दर दोन वर्षांनी नोव्हेंबर महिन्यात, राष्ट्राध्यक्षपदासाठी आणि काँग्रेसच्या निवडणुका होतात. परंतु अमेरिका ही भारत किंवा ब्रिटनसारखी संसदीय लोकशाही नाही त्यामुळे इथे काटेकोर तुलना करता येणार नाही. भारतात जर 'वन नेशन,वन व्होट' ही प्रणाली अवलंबली तर त्याची स्थिती अमेरिकेच्या राष्ट्राध्यक्षप्रणाली सारखी होईल, ज्याचा फायदा मोदींना होईल. कारण आज मोदींची देशात जनमानसात लोकप्रिय नेता म्हणून प्रतिमा निर्माण झालेली आहे.

त्यामुळे कदाचित विधानसभा निवडणुकांच्या निकालांवर ही याचा परिणाम होऊ शकतो. स्थानिक उमेदवाराऐवजी मोदींनाच जास्त मतं पडतील.

प्रशासनात सुधारणा आणत असतानातच स्थानिक राजकारणातल्या चालीदेखील मोदींच्या डोक्यात सतत घोळत असतात. मतांचं ध्रुवीकरण करणाऱ्या योगी आदित्यनाथ यांना उत्तर प्रदेशच्या मुख्यमंत्रीपदी बसवून त्यांनी तिथे चिघळलेला जातीयवाद मोडून काढला. अनेक दशकं उत्तर प्रदेशात मतांचं विभाजन करण्यासाठी समाजवादी पार्टी (सपा), काँग्रेस आणि बहुजन समाजवादी पार्टी (बसपा) यांनी जाती आणि धर्माधिष्ठित राजकारण केलं. यादव, मुस्लीम आणि दलित यांच्या मतपेट्यांच्या जोरावरच सपा आणि बसपाने आजवर निवडणुका जिंकल्या होत्या. गोरखपूर लोकसभा मतदारसंघातून पाच वेळा खासदार म्हणून निवडून आलेले ४४ वर्षीय योगी आदित्यनाथ ठाकूर यांची मोदींनी निवड केली तेव्हा त्यांनी त्यांच्या जातीला नाही, तर राजकारणाला प्राधान्य दिलं. २०१९च्या निवडणुकीत उत्तर प्रदेशातल्या ८० जागा जर कोणी जिंकून देईल तर ते योगी आदित्यनाथच असतील, असा मोदी आणि शाह द्वयीचा विश्वास होता. भाजपच्याच एका नेत्याने अत्यंत तिरकस शेरा मारला होता, 'देशातल्या सर्वांत मोठ्या राज्याच्या नेतृत्वासाठी तुम्ही योगी आदित्यनाथांची निवड करता, तेव्हा आम्ही हिंदू आणि हिंदुत्व याची पाठराखण करतो हे तुम्हाला ओरडून सांगण्याची गरज नसते.'

२०१७ साली झालेल्या उत्तर प्रदेश विधानसभा निवडणुकीत भारतीय जनता पक्षाला घवघवीत यश मिळालं आणि योगी आदित्यनाथ यांची मुख्यमंत्रीपदी नियुक्ती झाली. पण यामुळे भारतात आणि परदेशातही अनेक जण नाराज झाले. अनेकांचा तिळपापड झाला. उदाहरणच घ्यायचं झालं तर द *न्यूयॉर्क टाईम्स*ने ज्या संवेदनाहीनपणे लिहिलं त्याचं घेऊ, 'भारतातील सर्वांत मोठं राज्य असलेल्या उत्तर प्रदेशात (श्रीयुत मोदींच्याच)अलीकडेच झालेल्या निवडणुकांमध्ये मुख्यमंत्रीपदी अतिशय जाज्वल्य अशा हिंदू धर्मगुरूंना नियुक्त करण्यात आलं. ही खेळी किंवा चाल धार्मिक अल्पसंख्याकांना कानपिचक्या देणारी आहे, तसंच २०१९मध्ये येऊ घातलेल्या लोकसभा निवडणुकीसाठी मोदींच्या नेतृत्वाखालील भारतीय जनता पक्षाने जणू इशाराच दिला आहे, की देशाला धर्मनिरपेक्ष राष्ट्राकडून हिंदू राष्ट्र बनवण्याच्या दीर्घकाळ उरी बाळगलेल्या स्वप्नाच्या आड आता कोणतीही अडचण येणार नाही.'

'श्री. आदित्यनाथ त्यांच्या राजकीय कारकिर्दित मुस्लिमांचा कर्दनकाळ बनून राहिले आहेत आणि 'लव्ह जिहाद'सारख्या काल्पनिक गोष्टींवर त्यांनी हल्लाबोल केला आहे. त्यांच्या मनात एक धारणा आहे, की मुस्लीम पुरुष संगनमताने हिंदू स्त्रियांना फूस लावतात आणि बहुसंख्येने असलेल्या हिंदुंच खच्चीकरण करतात. श्रीयुत मोदींच्या आर्थिक धोरणांमुळे भारतात विकास झाला आहे, परंतु रोजगारात वाढ झाली नाही. रोजगाराची मागणी पूर्ण होण्यासाठी भारतात दर महिन्याला एक लाख नवीन रोजगार निर्माण होणं गरजेचं आहे. योगी आदित्यनाथ आणि मोदी या द्वयीला जर हे करणं शक्य झालं नाही तर सत्तेत टिकून राहण्यासाठी कदाचित मुस्लिमांना आमिषं दाखवतील आणि मोदींचा स्वप्नातील भारत

अल्पसंख्याकांसाठी दुःस्वप्न ठरेल आणि 'सबका साथ सबका विकास' हे मोदींनी आपल्या नागरिकांना दिलेलं वचन धोक्यात येईल अशी भीती आहे.'

एक हिंदू संन्यासी एका राज्याचं नेतृत्व करू शकतो याची द *न्यूयॉर्क टाईम्स*ने जबरदस्त धास्ती घेतली. खरं तर त्यांनी या तथ्याच्या अंतरंगात डोकावून पाहिलं पाहिजे. याउलट, अमेरिकेतील रिपब्लिकन पक्षातील प्रचारकांच्या काही जहाल, प्रक्षोभक आणि अति-पुराणमतवादी भाषणांतून योगी आदित्यनाथ हे धर्मनिरपेक्ष दिसून येतात. फ्रान्स आणि इटलीतील अती-उजव्या, वर्णद्वेषी राजकारण्यांच्या उदयामुळे हेच दिसून येतं, की भारताने जात, धर्म, भाषा आणि संस्कृतींची वैविध्यता असलेल्या समुहांना किती चांगल्या पद्धतीने हाताळलं आहे. द *न्यूयॉर्क टाईम्स* आणि द *इकॉनॉमिस्ट* यांसारखी परदेशी प्रसारमाध्यमं भारतातील कोणत्याही घटनेवर चटकन मत व्यक्त करतात; परंतु त्यातील गुंतागुंत समजून घेण्यात कमी पडतात.

२०२२च्या ऐतिहासिक विजयाने काही प्रमाणात तरी परदेशी माध्यमांचे आवाज बंद झाले. मुख्यमंत्रीपदी एका संन्याशाचे आरोहण तसे आश्वस्त वाटत होते; परंतु देशातल्या सर्वांत मोठ्या आणि तितक्याच मागासलेल्या राज्यात, धर्म आणि जात यांचा वरचष्मा असलेल्या राज्यात विकास कुठे आहे? मोदींच्या दुसऱ्या पर्वाच्या उरलेल्या कालखंडात या मुद्द्याला नक्कीच प्राथमिकता असणार आहे. परंतु आता भाजपनेदेखील विरोधकांनी दशकभर अनुसरलेलं मतांच्या ध्रुवीकरणाचं प्रारूप स्वीकारलं आहे. त्याच्यासोबतच सुशासन आणि आर्थिक विकासासाठीचा पाठपुरावा या गोष्टी विरोधकांनीही केल्या नाहीत आणि दुर्दैवाने आताही घडत नाहीयेत. उत्तर प्रदेशसारख्या देशातील सर्वांत मोठ्या राज्यात विकास घडवून न आणण्याची चूक मोदी आणि आदित्यनाथ यांना परवडणारी नाही.

२०२२च्या विधानसभा निवडणुकीत, आदित्यनाथांनी प्रचंड मोठा विजय मिळवला. दुसऱ्यांदा विजयी होण्यासाठी त्यांना पाच विरोधी किंवा प्रतिकूल घटकांवर मात करावी लागली होती. पहिलं, दर पाच वर्षांनी उत्तर प्रदेशात नवीन पक्ष सत्ताधारी होत असे. ही प्रथा आदित्यनाथांनी भंग केली आणि नवीन इतिहास घडवला. दुसरी, इतर घटक पक्षांसोबतच्या युतीतून मायावतींचा बहुजन समाज पक्ष (बसप) बाहेर पडला आणि लढत सरळ सरळ भाजप विरुद्ध सप अशी झाली. दुहेरी लढतीत मतांचं विभाजन होण्याऐवजी ती एकत्र आल्यास सत्ताधारी पक्षासाठी धोकादायक असतं. २०२२च्या निवडणुकीत भाजपला २०१७ पेक्षा कमी मतं पडली; परंतु विजय मिळाला. यातून आदित्यनाथांनी हेच दाखवून दिलं, की २०२४च्या विजयासाठी मोदींसोबतची त्यांची घोडदौड अशीच सुरू राहणार आहे.

तिसरं असं की, शेतकऱ्यांच्या आंदोलनामुळे उत्तर प्रदेशच्या पश्चिमेकडील जाट संतप्त झाले होते. भाजपला रोखण्यासाठी समाजवादी पक्षाच्या मुस्लीम-यादव व्होट बँकेने त्यांच्याशी संगनमत करून भाजपसमोर तगडं आव्हान उभं केलं या कथनाला पूर्णविराम मिळाला. भाजपने पश्चिमी उत्तर प्रदेशात अपेक्षेपेक्षा चांगली कामगिरी केली होती आणि त्यामुळेच भाजपला स्पष्ट बहुमताकडे वाटचाल करता आली. चौथा घटक, २०२१ च्या उन्हाळ्यात कोविड-१९ची दुसरी लाट सुरू असताना गंगा नदीत मृतदेह तरंगताना आढळून आले. त्यामुळे कोविडचं व्यवस्थापन करण्यात आदित्यनाथ कमी पडले आणि यामुळे

त्यांची प्रतिष्ठा धोक्यात आली. पण हा समज खोटा ठरला. हे अर्धसत्य होतं आणि त्यात पाणी घालून ते अतिरंजीत करून पसरवण्यात आलं होतं. कोविडच्या दुसऱ्या लाटेत उत्तर प्रदेशने त्वरित हालचाली करत परिस्थिती लवकर नियंत्रणात आणली होती.

पाचवं हे की, आदित्यनाथ भाजपच्या गोटातील अंतर्गत शत्रूंसोबत दोन हात करत होते. २०२२च्या सुरुवातीला त्यांच्या कार्यशैलीबद्दलचा रोष शिगेला पोचला होता. हे मतभेद हाताबाहेर जाण्याआधीच मोदींनी त्यात हस्तक्षेप केला. या पाच अडथळ्यांवर मात करण्यासाठी आणि भाजपला विजयी करण्यासाठीची रणनीती आखण्यात आली होती. यातून मिळालेले धोक्याचे इशारे, तसंच कोणते मुद्दे २०२४च्या लोकसभा निवडणुकीतही मतदारांना आपल्याकडे वळवण्यात उपयोगी पडतील हे निश्चित करण्यासाठी ही रणनीती उपयोगी ठरू शकेल.

कोणत्याही राज्यात कायदा आणि सुव्यवस्थेला महत्त्वाचं स्थान असतं. उत्तर प्रदेशात दशकानुदशके सुरू असलेल्या माफिया राजचा आदित्यनाथांनी बिमोड केला. त्यांनी गरिबांना मोफत रेशन वितरीत केलं, कल्याणकारी योजनांचे फायदे डिजिटल माध्यमातून थेट लाभार्थ्यांपर्यंत पोहोचवले, त्यामुळे मध्यस्थांना भ्रष्टाचाराला वावच मिळाला नाही. या सगळ्याचा फायदा २०२४च्या निवडणुकीत आदित्यनाथांना नक्कीच होणार आहे. २०२४च्या निवडणुकीत उत्तर प्रदेशातील भाजपच्या ८० जागा अत्यंत महत्त्वाच्या ठरणार आहेत. डिजिटल माध्यमातून जे अनुदान वितरित करण्यात आलेलं, त्यात कोणताही धर्माचं राजकारण करण्यात आलं नाही. त्यात जसे हिंदू लाभार्थी होते, तसेच मुस्लीम लाभार्थीही होते.

दरम्यान उत्तर प्रदेशात पायाभूत सुविधांमध्येही सुधारणा होत गेली. आधीच्या सरकारचा वारसा म्हणून भाजप सरकारला अनेक अपूर्ण प्रकल्प हातात मिळाले होते. विमानतळ, रस्ते, गृहबांधणी प्रकल्प तसंच मेट्रो – अनेक प्रकल्प अपूर्णावस्थेत होते. आदित्यनाथांच्या सरकारने ते पूर्णत्वाकडे नेले. विशेषकरून त्यांनी राज्यातील कार्यरत विमानतळांची संख्या वाढवली.

आदित्यनाथांच्या विजयात महिला मतदारांचा मोठा वाटा होता; परंतु ही बाब काहीशी दुर्लक्षित राहिली होती. त्या निवडणुकीत भारतीय जनता पक्षाने समाजवादी पक्षावर जी आघाडी घेतली, त्यात पुरुषांपेक्षा महिलांच्या मतांची संख्या लक्षणीय होती. याची तीन कारणं होती. पहिलं, उत्तर प्रदेशातील कायदा आणि सुव्यवस्थेत लक्षणीय सुधारणा झाली होती, ज्यामुळे महिलांमध्ये सुरक्षिततेची भावना आली. दुसरं, मोफत स्वयंपाकाचा गॅस सिलिंडर, ग्रामीण भागात पोचवलेली वीज, प्रत्येक घरात नळ व पाणी योजना आणि शौचालयांची बांधणी यांमुळे भाजपने महिला मतदारांचा विश्वास संपादन केला. तिसरं कारण, भाजपने आणलेल्या तीन तलाक विरोधी कायद्याने मुस्लीम महिलांना दिलासा मिळाला. मुस्लीम महिलांनी तारतम्याने आणि बहुतांशी गुप्तपणे भाजपला मतं दिली, तर त्यांचे यजमान (पुरुष) समाजवादी पक्षाशी एकनिष्ठ राहिले, हे पुराव्याअंती सिद्ध झालं आहे.

अधिक मिळालेल्या आकडेवारीवरून असं दिसून येतं, की २०१७ साली उत्तर प्रदेश विधानसभा निवडणुकीत तरुण मतदारांचा वाटा २८.७३ टक्के इतका होता. २०२२मध्ये हे प्रमाण २२.९३ टक्क्यांवर घसरलं. युवा मतदारांची टक्केवारी घसरण्याचं प्रमुख कारण

बेरोजगारी होतं. परंतु मुस्लीम महिला मतदारांसह ज्या थोड्या फार तरुणांनी भाजपला मत दिलं, त्या आधारावर भाजपला विजय मिळवता आला.

सर्वांत मोठा फटका बसला काँग्रेसला. तशीही उत्तर प्रदेशच्या राजकारणात काँग्रेसची भूमिका दुय्यम होती; परंतु उत्तर प्रदेशातील काँग्रेसच्या निवडणूक प्रभारी प्रियंका गांधी–वाड्रा यांनी आदित्यनाथांपेक्षा अधिक प्रचारसभा घेतल्या होत्या. प्रियंका यांनी २१३ प्रचारसभा घेतल्या, तर आदित्यनाथांनी २०६. मात्र तरीही, काँग्रेसला काही फारसा प्रभाव पाडता आला नाही. त्यामुळे गांधी कुटुंबीयांसाठी २०२४ चं भविष्यदेखील अंधकारमयच असेल असं वाटतं.

योगी आदित्यनाथ विरोधकांना जितकं घाबरवून सोडतात तितकेच परदेशी पत्रकारही त्यांना वचकून असतात, असं का? मोदींचे उत्तराधिकारी म्हणून स्वाभाविकपणे अमित शाहांकडे पाहिलं जातं; परंतु २०२९ पर्यंतची वाटचाल काहीशी दीर्घ आहे. तोपर्यंत शाहांचं वय असेल ६४. विरोधकांना आज ज्या माणसाची सर्वांत जास्त भीती किंवा जरब आहे ते म्हणजे योगी आदित्यनाथ. मे २०२९ पर्यंत ते ५७ वर्षांचे असतील.

मोदी रूपातील धोक्याला सर्वांत प्रथम कोणी ओळखलं असेल, तर ते सोनिया गांधींनी. तेव्हा मोदींचा इतका बोलबाला नव्हता. २००२ च्या दंगलींनंतर गुजरातमध्ये मतदारांचं ध्रुवीकरण झालं. डिसेंबर २००२च्या गुजरात विधानसभा निवडणुकीत मोदींना मिळालेल्या विजयानंतर मात्र दोषारोपांच्या फैरी सुरू झाल्या. २००७च्या विधानसभा निवडणुकींपर्यंत सोनिया गांधींनी धीर धरला, मात्र त्यानंतर त्यांनी मोदींवर शरसंधान करत त्यांना आपल्या प्रचारसभांमधून 'मौत का सौदागर' अशी टोमणेबाजी सुरू केली. २००२मधल्या दंगलींवरून मोदींना पुढली सात वर्षं सतत अवहेलना सहन करावी लागली, त्यांची अथक चौकशी होत राहिली. पण राष्ट्रीय स्तरावर ते एका अर्थाने भाजपला पोषक ठरलं. कारण २०१४ आणि पुन्हा २०१९ साली भाजपच्या नेतृत्वाखाली एनडीए सरकार केंद्रात सत्तेवर आलं.

म्हणजे मग आता योगी आदित्यनाथ विरोधकांच्या निशाण्यावर आहेत का? तसेही विरोधक बऱ्याच काळापासून त्यांच्यावर डुख धरून आहेतच. २०१२मध्ये गुजरात विधानसभेची निवडणूक तिसऱ्यांदा जिंकल्यावर मोदींनी विरोधकांमध्ये जी दहशत निर्माण केली होती, तशीच दहशत योगी आदित्यनाथ यांनीही निर्माण केलेली आहे. आता, आदित्यनाथ म्हणजे मोदी जरी नसले तरी, ब्रिटन, फ्रान्स आणि जर्मनी यांच्या एकत्रित लोकसंख्येपेक्षाही जास्त लोकसंख्या असलेलं आणि काहीसं गुंतागुंतीचं व्यामिश्र राज्य ते चालवतात. मोदी आणि आदित्यनाथ यांच्यात काही गोष्टींत साम्यही आहे. मोदींप्रमाणेच आदित्यनाथांमध्येही एक कठोर, काहीशी निर्दयी छटा जाणवते. तरुणपणी मोदींनी जी संन्यस्तवृत्ती स्वीकारली होती, तसेच योगीदेखील एक संन्यासी आहेत.

प्रकरण ७

मोदी – वाजपेयींचा नवा अवतार?

स्वातंत्र्य मिळाल्यानंतरच्या सुरुवातीच्या काळात जवाहरलाल नेहरू अतिशय मृदुभाषी, जागतिक कीर्तीचे विद्वान होते; तर तत्कालीन गृहमंत्री आणि उपपंतप्रधान सरदार वल्लभभाई पटेल अतिशय कणखर वृत्तीचे होते. म्हणूनच त्यांना भारताचे 'पोलादी पुरुष' असं म्हणतात. १९९८ साली जेव्हा भाजप पहिल्यांदाच केंद्रात सत्तेवर आली, तेव्हा पंतप्रधान अटलबिहारी वाजपेयी हेदेखील अत्यंत मृदुभाषी होते. शांत आणि मवाळ वृत्तीने ते समोरच्याचं मन वळवत असत आणि त्यांचे गृहमंत्री व उपपंतप्रधान लालकृष्ण आडवाणी कार्य तडीस नेत.

याच इतिहासाची आज पुनरावृत्ती होते आहे का? गंमत म्हणजे २००२ पासून मोदींची निंदानालस्ती करणारे आज अमित शाह आणि योगी आदित्यनाथ यांच्याकडे भयभीत नजरेने पाहतात. अशा लोकांची मनोमन इच्छा हीच आहे, की भाजपने २०२४ ची लोकसभा निवडणूक जिंकल्यास मोदीच पुन्हा पंतप्रधानपदी यावेत आणि २०२९ पूर्वी काही हिमालयात जाऊ नयेत. अमित शाह किंवा आदित्यनाथ पंतप्रधान होण्याचा विचार या लोकांना अस्वस्थ करतो. तिसऱ्या पर्वातील मोदी म्हणजे जणू काही वाजपेयीच आहेत असं त्यांना वाटतं – आंतरराष्ट्रीय स्तरावर आदरणीय, संयमी आणि मुत्सद्दी.

विशेष म्हणजे, वाजपेयींच्या बाबतीतही बऱ्याच अंशी असंच घडलं. वाजपेयी आणि त्यांच्या घटकपक्षांची काँग्रेसने 'जातीयवादी' म्हणून निंदा केली. १९८४ साली भाजपचे राष्ट्रीय अध्यक्ष असलेल्या ५८ वर्षीय वाजपेयींना मध्य प्रदेशातील ग्वाल्हेर मतदारसंघात माधवराव सिंधियांकडून पराभव पत्करावा लागला होता. तिथल्या मतदारांनी हिंदुत्वाला झिडकारल्याबद्दल काँग्रेसने जल्लोष साजरा केला होता.

१९८६ साली भाजपचे अध्यक्ष म्हणून वाजपेयींच्या जागी आडवाणींची नियुक्ती करण्यात आली. तेव्हा लोकसभेत भाजपला केवळ दोन जागा मिळाल्या होत्या. वाजपेयींचं मवाळ, संयमी हिंदुत्व मोडून काढत आडवाणींनी ते अधिक उग्र आणि आक्रमक केलं. १९९० साली त्यांनी काढलेल्या रथयात्रेमुळे हिंदू अस्मितेच्या राजकारणाचं पुनरुत्थान झालं.

त्यानंतर एकामागोमाग एक अशा घटना घडत गेल्या आणि त्याची परिणती बाबरी मशीद पाडण्यात झाली.

आडवाणींची कट्टर हिंदुत्ववादाची प्रतिमा जसजशी अधिक ताठर होत गेली, तसतशी वाजपेयींनीदेखील त्याला नेमस्तपणे सहमती दाखवायला सुरुवात केली.आडवाणी-वाजपेयींच्या या एकत्र येण्याने डाव्या विचारसरणीच्या काँग्रेसऐवजी भाजप हा पर्याय होऊ शकतो असा मतदारांमध्ये विश्वास निर्माण होऊ लागला. १९९८ पर्यंत भाजपने मोर्चेबांधणी करून, स्वतःच्या नेतृत्वाखाली २४ पक्षीय राष्ट्रीय लोकशाही आघाडीचं (एनडीए) सरकार स्थापन केलं. वाजपेयींच्या मवाळ आणि मृदू स्वभावाने, नॅशनल कॉन्फरन्सचे ओमर अब्दुल्लांना आणि ममता बॅनर्जींनी नव्याने स्थापन केलेल्या तृणमूल काँग्रेससारख्या पक्षांना एनडीए युतीत सामील होण्यासाठी आकर्षित केले. ओमर अब्दुल्ला आणि ममता बॅनर्जी दोघांनीही वाजपेयींच्या मंत्रिमंडळात काम केलं.

दरम्यान, वाजपेयी निवृत्तीकडे झुकले होते आणि २००५ साली आपल्या पाकिस्तानभेटीत आडवाणींनी पाकिस्तानचे निर्माते मोहम्मद अली जिना यांना 'धर्मनिरपेक्ष' असं संबोधल्यामुळे राष्ट्रीय स्वयंसेवक संघाचा आडवाणींवर रोष होता. या घटनांनंतरच मोदींचं खऱ्या अर्थाने आरोहण सुरू झालं. २०१४ साली मोदी पंतप्रधान झाले. भारताच्या राजकीय इतिहासात मोदींच्या वाट्याला जितकी निंदा आली, तितकी कोणाच्याच वाट्याला आली नसेल. या निंदेचं मुख्य कारण म्हणजे, गुजरातचे मुख्यमंत्री असताना २००२ साली गुजरातमध्ये झालेल्या दंगलीत सहभागी असल्याचा त्यांच्यावर आरोप होता. २०१२ साली, विशेष तपास पथकाने (एसआयटी)आपल्या अहवालात मोदी निर्दोष असल्याचा निर्वाळा दिला आणि सर्वोच्च न्यायालयाने एसआयटीच्या या अहवालावर शिक्कामोर्तब केलं.

दरम्यान, मोदींनी समस्या हाताळण्याचा आपला दृष्टिकोन बदलला आहे. २०१९ साली भाजपला घवघवीत यश मिळवून दिल्यानंतर मोदी हे पूर्वीच्या वाजपेयींसारखे काहीसे सौम्य झाले आहेत. ते सर्वसमावेशकतेबद्दल बोलतात, मशिदींना भेटी देतात, पोप फ्रान्सिसना भेटतात, इतकंच नाही तर जी-२० परिषदेचं अध्यक्षपद भारताकडे आल्यानंतर त्याच्या वेळोवेळी होणाऱ्या परिषदांच्या अध्यक्षपदावरून जागतिक नेत्याची भूमिका बजावतात.

२०१९मध्ये[१०] भाजपच्या विजयानंतर मोदींनी जे भाषण केलं, त्याचा काही अंश पुढे देत आहे. हे भाषण जणू वाजपेयीच देत आहेत असं त्यातून प्रतीत होतं, 'माझ्या प्रिय भारतदेशवासियांनो, तुम्ही माझ्यासारख्या याचकाची झोळी अपेक्षा, आशा आणि स्वप्नांनी भरून टाकली आहे. यामागच्या तुमच्या भावना किती खोल आहेत हे मी समजू शकतो; परंतु मी देशाला सांगू इच्छितो, की २०१४ साली तुम्ही मला फारसे ओळखतही नव्हतात आणि तरीही तुम्ही माझ्यावर विश्वास ठेवलात. आता २०१९मध्ये, आपली चांगली ओळख- झाल्यानंतर विजयी करून तुम्ही मला आणखी बळ दिलं आहे. याचा अर्थ माझ्या देशवासियांचा माझ्यावर दृढ विश्वास आहे आणि विश्वास जितका जास्त वाढत जातो, तितकीच जबाबदारीही अधिक वाढत जाते. कदाचित माझ्या हातून काही चुका घडतीलही; परंतु त्या कुठल्या कुटील किंवा वाईट हेतूने नक्कीच होणार नाहीत. काही कारणाने मी

१० १६ फेब्रुवारी २०२२

तुमच्या अपेक्षा पूर्ण करू शकलो नाही, तर माझ्यावर अगदी खुशाल टीका करा. परंतु एक नक्की सांगतो, ज्या गोष्टी मी जाहीरपणे सांगतो, त्या पूर्ण करण्याचा मी निश्चित आणि मनापासून प्रयत्न करेन.'

सध्या अमित शाह यांची प्रतिमा 'कट्टर हिंदुत्वाचं प्रतीक' अशी बनत चालली आहे. जम्मू आणि काश्मीरचा प्रश्न एकदाचा धसास लावण्यासाठी तिथे लागू असलेलं ३७० कलम रद्द करण्याचा आग्रह त्यांनीच मोदींकडे धरला. सप्टेंबर २०२२मध्ये राष्ट्रीय सुरक्षा सल्लागार अजित डोवाल यांच्याशी सल्लामसलत करून पॉप्युलर फ्रंट ऑफ इंडिया (पीएफआय) या दहशतवादी गटाचा बिमोड करण्यात त्यांचाच पुढाकार होता. संसदेमधील त्यांचा वावर, त्यांचं वक्तृत्व, त्यांचा अभिनिवेश अगदी धारदार असतो.

शाह यांच्या याच कट्टर, कठोर प्रतिमेने अशक्यप्राय गोष्टी साध्य केल्या आहेत. जसे आडवाणींनी वाजपेयींना एक मुत्सद्दी नेता बनवलं, तसंच शाह मोदींच्या बाबतीतही करत आहेत.

ऑगस्ट २०२२ साली, देशाच्या अमृतमहोत्सवी (७५व्या) वर्धापन दिनानिमित्त अनेक लेख छापून आले. अनेक लेखकांनी त्या लेखांत भारताला एक 'अयशस्वी राष्ट्र' असं संबोधलं होतं. हे असं कमी लेखणं बहुतेक वेळा मुद्दामून करण्यात येतं. किंबहुना, ती परंपरागत चालत आलेली गोष्ट आहे. असे लेख लिहिणारे लेखक छोट्या छोट्या गोष्टींच्या तपशीलांमध्ये इतके गुंतलेले असतात, की त्यापुढे नेमकं काय महत्त्वाचं आहे हे त्यांच्या लक्षातच येत नाही. तर मग, स्वतंत्र राष्ट्र म्हणून भारताने गेल्या ७५ वर्षांत काय कामगिरी केली आहे?

बिझनेस स्टँडर्ड[११] मधे माजी परराष्ट्र सचिव श्याम सरन यांचा एक लेख (ओप-एड) छापून आला होता. त्यात त्यांनी अनेक निरीक्षणं नोंदवली होती; परंतु त्यातून ते चुकीच्या निष्कर्षाप्रत पोहोचले होते.

सरन यांनी त्या लेखात लिहिलं होतं, 'भारतातील अद्भुत अशा वैविध्यपूर्ण जनसमुदायांमध्ये दडलेल्या राक्षसी वृत्तीची महात्मा गांधींना पूर्ण जाणीव होती. हा राक्षसी वृत्तीचा वणवा द्वेषाच्या ठिणगीने सहज पेटवता येणार होता. म्हणूनच हिंदू-मुस्लीम ऐक्याची, तळागाळातील तसंच दलित व शोषितांच्या मुक्तीची आणि आर्थिक विकासाच्या अधिक समावेशक – समतावादी संरचनेची त्यांना कळकळ होती.

'स्वातंत्र्य मिळण्यापूर्वी लोकमान्य टिळक, सुभाषचंद्र बोस, जवाहरलाल नेहरू, सी. राजगोपालाचारी,डॉ. बाबासाहेब आंबेडकर आणि अशा असंख्य भारतीय नेत्यांच्या मनात, हिंदू-मुस्लिम ऐक्य होणं गरजेचं आहे हा विचार अग्रस्थानी होता. १९२०च्या मध्यात ज्या देशाची लोकसंख्या २७० दशलक्ष होती, त्यात १८० दशलक्ष हिंदू, ६५ दशलक्ष मुसलमान आणि बाकीचे बौद्ध, ख्रिश्चन, शीख आणि इतर धर्मीय होते. असा देश विभाजित कसा असू शकत होता? १९२४ साली ओटोमन खिलाफत संपुष्टात आली. गांधींनी खिलाफत

---

११ १६ फेब्रुवारी २०२२

चळवळीला पूर्ण पाठिंबा दिला. त्यातून त्यांना हिंदुस्तानातील मुस्लिमांना आश्वस्त करायचं होतं, की स्वतंत्र हिंदूबहुल राष्ट्रात ही तुम्ही सुरक्षित आहात.

सरन यांनी पुढे नमूद केलं आहे, 'गांधीजी फाळणीच्या विरोधात होते. फाळणी म्हणजे त्यांच्या दृष्टीने देशाचं विच्छेदन होतं. अशी एक जखम जी वर्षानुवर्षे भळभळत राहणार होती. आणि पुढे झालंही तसंच.'

फाळणीमुळे हिंदू, मुस्लिम, शीख आणि अन्य धर्मीयांना ही अतोनात हालअपेष्टा सहन कराव्या लागल्या; परंतु त्यांच्याकडे कोणता पर्याय होता? जन्मत: ३५ टक्के मुस्लीम लोकसंख्या असलेला अविभाजीत भारत, त्याच्यातही पुन्हा कल्पित असा पश्चिम पाकिस्तान की पूर्व पाकिस्तान? यातून न संपणारा संघर्ष जन्माला आला असता. नवीन राष्ट्राला मारक ठरणारी एक भळभळती जखम.

मुहम्मद अली जिनांच्या नेतृत्वाखालील मुस्लीम लीगचे नेते इस्लामिक रिपब्लिक ऑफ पाकिस्तान (पाकिस्तान संघराज्य) आपला प्रादेशिक आणि धार्मिक जन्मसिद्ध हक्क समजत होते. हिंदूबहुल भारतात राहण्यास ते तयार नव्हते. कारण इथे त्यांना कोणतेही विशेषाधिकार मिळाले नसते. मुघल सल्तनतीत ते राज्यकर्ते होते. ब्रिटीश अंमलात फौजेत जास्त भरती यांचीच होत असे. ब्रिटीश इंडियन आर्मीचे ते एक मोठा हिस्सा होते. शेवटी, इस्लामी फौजांनी युरोपचा बराच भूप्रदेश पादाक्रांत केला होता आणि १६८३ साली व्हिएन्नाच्या वेशीवरच त्यांना थांबवण्यात आलं होतं. जवळ जवळ ७०० वर्षांहून अधिक काळ स्पेन मुसलमानांच्या अधिपत्याखाली होतं, अगदी १४९२ साली ग्रॅनाडाला जी निर्णायक लढाई झाली तोपर्यंत.

ब्रिटीश लोक अँग्लो-सॅक्सन आहेत. त्यांची वांशिक मुळं जर्मनीमध्ये आहेत. मुस्लिमांप्रमाणेच ब्रिटीश लोकदेखील लष्कराचा एक मोठा हिस्सा आहेत. रोमन साम्राज्यानंतर तीन जर्मन जमाती मिळून इंग्लंडची निर्मिती झाली - अँगल्स, सॅक्स आणि ज्यूट्स. अनेक शतके ब्रिटीश राजघराण्याचं आडनावदेखील जर्मन धाटणीचं सॅक्स-कोबर्ग-कोथा असं होतं. १९१७ साली, जर्मनीविरूद्धच्या पहिल्या महायुद्धादरम्यान गुपचुपपणे त्याचं नामकरण 'विंडसर' असं करण्यात आलं. भारताला स्वातंत्र्य मिळाल्यानंतर ब्रिटनचा झुकाव पाकिस्तानकडे होता. जम्मू आणि काश्मीरवरून १९४७-४८ साली झालेल्या पहिल्या भारत-पाकिस्तान युद्धादरम्यान लंडनने संयुक्त राष्ट्रांत कुटील, नीच डाव खेळला.

सरन पुढे नमूद करतात, की गांधीजी पर्यावरणीय शाश्वततेचे पुरस्कर्ते होते. सरन लिहितात, 'गांधीजी हयात असेपर्यंत तापमान बदल हा चिंतेचा विषय नव्हता. परंतु आता मात्र हे स्पष्ट झालं आहे, की जग एका पर्यावरणीय आणीबाणीला सामोरं जात आहे आणि गांधीजींना आपल्या द्रष्टेपणाने, पूर्वज्ञानातून या संकटाचं भाकीत केलं होतं.'

परंतु सरन हे नमूद करायला विसरले, की औद्योगिक क्रांतीनंतर १७६० सालापासून वसाहतवादी ब्रिटन लक्षावधी टन कार्बन डायऑक्साईड उत्सर्जित करत आहे. आजचं हवामान बदलाचं संकट हे पुढारलेल्या देशांनी जगभरात औद्योगिक वसाहती स्थापन करताना जी प्रचंड संपत्ती गोळा केली त्यामुळेच उभं ठाकलं आहे.

सरन गांधीजींचं एक वाक्य उद्धृत करतात, 'स्वत:ला समृद्ध करण्यासाठी ब्रिटनने पृथ्वीवरचे निम्मे स्रोत वापरले. भारतासारख्या देशाला किती ग्रह लागतील?'

सरन यांना यातून हेच सुचवायचं होतं, की इतर देशांना स्वत:च्या अंकित करून, तिथे वसाहती स्थापन करून तिथली नैसर्गिक संसाधनं ओरबाडणं हाच 'समृद्धीचा मंत्र' आहे अशी गांधींची धारणा होती.

अर्थातच, औद्योगिकीकरणाला गांधीजींचा ठाम आणि खुला विरोध होता. 'खरा भारत खेड्यात राहतो' या विधानाची प्रखरतेने ते देशातील नेत्यांना आठवण करून देत. गांधीजी म्हणाले होते, 'ईश्वर ना करो, पाश्चिमात्य देशांप्रमाणे भारताने कधी औद्योगिकीकरणाचा विचार करू नये. एकाच देशाच्या (ब्रिटन) आर्थिक साम्राज्यवादाने आज साऱ्या जगाला जखडून टाकलं आहे. ३० कोटी लोकसंख्येच्या देशाने जर असंच सगळ्यांचं शोषण करायचं ठरवलं, तर सगळं जग टोळधाड आल्यासारखं नेस्तनाबूत होईल.'

सरन याची पुष्टी करत म्हणतात, 'भारतीय संस्कृतीत निसर्गाला मातेचं रूप मानण्यात आलं आहे. आई ज्याप्रमाणे पालनपोषण करते, त्याप्रमाणे निसर्गदेखील आपलं पालनपोषण करतो. निसर्गात पुनर्निर्मिती आणि नवीकरण सातत्यानं होत असतं. त्यामुळे निसर्गाला आपण ओरबाडता कामा नये. पाश्चिमात्त्य देशांच्या सुबत्तेमुळे भारतातील लोकांचे डोळे आधीच दिपले होते, अशा लोकांना गांधीजी हेच सांगण्याचा प्रयत्न करतात, 'निसर्गाच्या देणगीचा आपण मनमानी वापर करतो, पण निसर्गमाता त्याचा हिशेब ठेवत नाही, सढळ हस्ते ती आपल्याला देतच राहते.'

भारताने आता शाश्वत विकासावर लक्ष केंद्रित करणं आवश्यक आहे. परंतु खरा मुद्दा आहे-विकास. जगाचं झपाट्यानं शहरीकरण होत आहे; परंतु भारतातील एकंदर लोकसंख्येच्या ७० टक्के जनता मात्र आजही खेड्यापाड्यांत राहते. जसजसा शहरीकरणाचा वेग वाढतो आहे, तसतसं हे प्रमाण ५० टक्क्यांवर येणार आहे.

खरं म्हणजे भारताला गावंढळ राहू देणं ब्रिटनच्या पथ्यावर पडणारं होतं. ब्रिटीशांच्या या ठेक्याला गांधीजींनीही ताल दिला, अर्थात ब्रिटीश सरकारच्या या धोरणाला गांधीजींचाही पाठिंबा होताच. १७०० सालादरम्यान भारताचं सरासरी दरडोई उत्पन्न अंदाजे ६०० डॉलर्स (समायोजित चलनात) होतं. याच काळात ब्रिटन, फ्रान्स आणि नेदरलँड्स या देशांचं सरासरी दरडोई उत्पन्न अंदाजे ७५० डॉलर्स इतकं होतं. म्हणजेच तेव्हा युरोपियन आणि भारतीय राहणीमानातील अंतर तुलनेने कमी होतं.

१९४७ पर्यंत भारताचं सरासरी दरडोई उत्पन्न अंदाजे १०० डॉलर्स (पुन्हा समायोजित चलनात) घसरलं होतं. आणि त्याच काळात ब्रिटन, युनायटेड स्टेट्स (अमेरिका) आणि पश्चिम युरोपात सरासरी दरडोई उत्पन्न अंदाजे ५००० डॉलर्स इतकं वधारलं होतं. पश्चिमी देश आणि भारत यांच्यातील सुबत्तेच्या दरात मोठी दरी निर्माण झाली होती. १७०० सालापर्यंत, पश्चिमी देश आणि भारत यांच्यातील सरासरी दरडोई उत्पन्नात केवळ दीड पट फरक होता, तोच १९४७ सालापर्यंत वाढून ५० पट झाला. वसाहतवादाने आपली चांगलीच छाप सोडली होती.

भारताला स्वातंत्र्य मिळून आता जवळजवळ ७६ वर्षं झाली आहेत. या दरम्यान भारताचं सरासरी दरडोई उत्पन्न १०० डॉलर्स वरून २५०० डॉलर्स वर गेलं आहे. क्रयशक्ती

समता दर ७५० डॉलर्स आहे. पश्चिम युरोप आणि उत्तर अमेरिकेचं सरासरी दरडोई उत्पन्न ४५,००० डॉलर्स आहे. हे देश आणि भारत यांच्यातील सरासरी दरडोई उत्पन्नातील हा फरक आता हळहळू कमी होतो आहे. पूर्वी जो ५० पट होता, तो आता ६ पटीवर आला आहे. अर्थात अजूनही बराच मोठा पल्ला गाठायचा आहे. सरन यांचा भर सर्वसमावेशक विकासावर आहे; परंतु एक मोठा मुद्दा त्यांच्याकडून दुर्लक्षित राहिला आहे. विकासाशिवाय सर्वसमावेशकता साध्य होणं कठीण आहे. पुढील दहा वर्षं सतत, जर आपण आर्थिक विकास दर ८ टक्के इतका राखू शकलो तर, १७व्या शतकात भारताची जी सुबत्ता हिरावून घेतली गेली, ती सुबत्ता हळूहळू परत येईल आणि तीच सर्वसामवेशकता असेल.

विभाजीत झालेले विरोधी पक्ष आता एकत्र येऊ पाहत आहेत. काही मुद्द्यांवर त्यांची एकमेकांशी सहमती आहे, पण नेतृत्वाबाबत नाही. परंतु एका बाबतीत सर्व विरोधकांची एकवाक्यता, एकमत आहे. ती म्हणजे २०२४च्या लोकसभा निवडणुकीत भारतीय जनता पक्षाला सत्तेवरून खाली खेचणे. २०२४च्या लोकसभा निवडणुकीत पश्चिम बंगालच्या मुख्यमंत्री ममता बॅनर्जी यांच्यापासून भाजपला मोठा धोका आहे का? काही मुद्द्यांवर एकमत नसलं, तरी विरोधकांना एका धाग्यात जोडण्यात त्या यशस्वी होऊ शकतील का?

ममता बॅनर्जींच्या पक्षातील अनेक सदस्यांवर भ्रष्टाचारासह गंभीर आरोप आहेत. पक्षसदस्य संख्या कायम किंवा वाढवण्यासाठी त्यांनी तीन धारदार अस्त्रांचा अवलंब केला आहे. पहिलं अस्त्र – इतर पक्षातील आमदार, खासदारांना तृणमूल काँग्रेस पक्षाकडे आकर्षित करून घेणं. कधी कधी अनेकांना आपण आपल्या पक्षात उपेक्षित असल्याची भावना असते, असे नेते बरोबर गळाला लागतात. याचं एक उदाहरण म्हणजे, पक्षातून हकालपट्टी करण्यात आलेले, जद(यु) पक्षाचे माजी सरचिटणीस पवन वर्मा. सुरुवातीला भाजपमध्ये असलेले, मग काँग्रेस पक्षात गेलेले कीर्ती आझाद. दोन्ही पक्षांत त्यांना बराच काळापर्यंत बाजूला ठेवण्यात आलं होतं. भाजपचे माजी केंद्रीय मंत्री बाबुल सुप्रियो हे आणखी एक उदाहरण. यावरून तृणमूल काँग्रेस पक्षाची कमान किती उंचावत चालली आहे हेच दिसून येतं.

दुसरं अस्त्र आहे ते चाणाक्षपणे, परिस्थितीसुसंगत आहे. छोट्या राज्यांतल्या पक्षत्याग केलेल्या आमदारांना एकत्र आणायचं. मेघालयात बॅनर्जींच्या तृणमूल काँग्रेसने मुख्यमंत्री मुकुल संगमांसह काँग्रेसच्या बारा आमदारांना आपल्याकडे खेचून तिथे अवचित सत्तांतर घडवून आणलं होतं. त्यामुळे तिथे भाजपसमोर प्रमुख विरोधी पक्ष म्हणून तृणमूल काँग्रेस पक्षाचं आव्हान उभं ठाकलं. आता बॅनर्जींनी आपला मोर्चा ईशान्य भारताकडे वळवला आहे. तिथल्या प्रादेशिक निवडणुकांमध्ये त्यांना टीमसीचे पाय रोवायचे आहेत. त्रिपुरामध्ये २०२२ साली झालेल्या स्थानिक स्वराज्य संस्थांच्या निवडणुकीत तृणमूलला भले एकही जागा मिळवता आली नाही, तरीही २० टक्क्यांपेक्षा जास्त मतं त्यांना खेचून घेण्यात यश मिळालं. आता २०२३च्या विधानसभा निवडणुकीत एक प्रमुख विरोधी राजकीय पक्ष म्हणून त्याने तगडं आव्हान दिलं होतं.

तृणमूल काँग्रेसचं तिसरं अस्त्र किंवा रणनीती म्हणजे काँग्रेस पक्षाची सदस्य संख्या कमी करत आणणं. मेघालय आणि गोव्यातील आमदारांवर त्यांनी ज्या पद्धतीने निशाणा साधला त्यातून, त्यांनी काँग्रेस आणि त्याच्या सहयोगी पक्षांच्या संयुक्त पुरोगामी आघाडी (युपीए)ला एक रोखठोक संदेश दिला. दिल्लीच्या आपल्या वाऱ्यांमध्ये त्यांनी सोनिया गांधी किंवा राहुल गांधींना भेटण्यास चक्क नकार दिला; परंतु २०२४च्या निवडणुकांसाठी जर विरोधक एकत्र झाले तर मात्र त्या काँग्रेसशी युती करू शकतात, पण आपल्या शर्तींवरच.

एक गोष्ट कबूल करायलाच हवी, बॅनर्जी वास्तववादी आहेत. २०२४च्या लोकसभा निवडणुकीत भारतीय जनता पक्ष सर्वांत मोठा पक्ष म्हणून उदयाला येऊ शकतो हे त्या पक्कं जाणून आहेत. भाजपची सदस्यसंख्या कमी करणं आणि नंतर मित्रपक्षांना वेठीला धरणं हे त्यांचं खरं उद्दिष्ट आहे. १९९६च्या लोकसभा निवडणुकीत केवळ ४६ जागांच्या बळावर जनता दलाचे एच. डी. देवेगौडा हे पंतप्रधान झाले. त्यांनी डाव्या पक्षांसह ११९ खासदारांची साथ मिळवली होती. तर काँग्रेसच्या १४० खासदारांनी युनायटेड फ्रंटला (संयुक्त आघाडी) बाहेरून पाठिंबा दिला होता. ममता बॅनर्जीदेखील हीच 'ॲसेट-लाईट' पद्धत, म्हणजे कमीत कमी भांडवलात जास्तीत जास्त फायदा मिळवून देणारी पद्धत अनुसरत आहेत.

आता, ममता बॅनर्जींची ही 'ॲसेट-लाईट' पद्धत काय आहे किंवा कशी काम करते ते पाहू. समजा, २०२४च्या निवडणुकीत तृणमूल काँग्रेस पक्षाने पश्चिम बंगालमधील लोकसभेच्या ४२ जागांपैकी ३० ते ३५ जागा जिंकल्या. तुलनेने २०१९ साली या पक्षाने २२ जागांवर विजय मिळवला होता. ममतांना ठाऊक आहे, की त्यांना समविचारी पक्षांचे लोक येऊन मिळतील; परंतु इतर राज्यांत त्यांच्या पक्षाला फार काही जागा जिंकता येणार नाहीत. मग माशी नक्की कुठे शिंकते? अर्थात अडचण अशी आहे, की तृणमूल काँग्रेसच्या अनेक माजी मंत्र्यांवर भ्रष्टाचाराचे आरोप आहेत, ज्यातले अनेक जण तुरुंगात आहेत किंवा खटला सुरू होण्याच्या प्रतीक्षेत आहेत.

याउलट स्थिती काँग्रेस पक्षाची आहे. राहुल गांधी यांची 'भारत जोडो यात्रा', 'हाथ से हाथ जोडो' अभियान आणि पक्षाच्या अध्यक्षपदी मल्लिकार्जुन खर्गे यांना आणून बसवल्याने २०२४मध्ये भाजपनंतर काँग्रेस हा दुसऱ्या क्रमांकाचा सर्वांत मोठा पक्ष बनण्याची शक्यता आहे. २०२४च्या निवडणुकीत, २०१९च्या तुलनेत काँग्रेस पक्ष चांगली कामगिरी करेल अशी आशा आहे. तेव्हा पक्षाने द्रमुकसोबत युती करून केरळमध्ये १५ आणि तामिळनाडूमध्ये ८ जागांवर विजय मिळवला होता. २०२४च्या निवडणुकीत काँग्रेस कर्नाटकातील लोकसभेच्या २८ जागांवरदेखील चांगली कामगिरी करण्याची, तसंच झारखंड आणि छत्तीसगढमध्ये आणखी मुसंडी मारेल अशी अपेक्षा आहे.

काँग्रेसला मोठ्या राज्यांमधून पूर्वीचंच दुखणं सतावत आहे. ते असं, की त्या राज्यांमध्ये ज्या प्रादेशिक पक्षांचं वर्चस्व आहे ते पक्ष काँग्रेसशी एक तर भागीदारी करायला तयार नाहीत किंवा केली तरी जागावाटपात काँग्रेसला फार काही वाव देणार नाहीत. महाराष्ट्र आणि तामिळनाडूच्या बाबतीत ही गोष्ट विशेषत्वाने लागू होते. आगामी लोकसभा निवडणुकींत राजस्थान, मध्य प्रदेश, छत्तीसगढ, उत्तराखंड, हिमाचल प्रदेश आणि अन्य काही राज्यांत, काँग्रेस विरुद्ध भाजप अशी थेट लढत आहे. या राज्यांत तृणमूल काँग्रेस पक्ष

खिजगणतीत देखील नाही. त्यामुळेच काँग्रेसवर मात करून दुसऱ्या क्रमांकाचा सर्वांत मोठा राजकीय पक्ष बनण्याच्या तृणमूल काँग्रेसच्या आशा धुसर आहेत. गुजरात आणि हिमाचल प्रदेशात, काँग्रेसला मागे सारून भाजपचा प्रमुख विरोधक म्हणून शड्डू ठोकण्याचे आम आदमी पक्षाचे (आप) प्रयत्न सुरू आहेत. आम आदमी पक्षाने काँग्रेसची मतं खाल्ल्यामुळे, त्याचा भाजपलाच जास्त फायदा झाला. आम आदमी पक्षातील अराजकता, बेबनाव, अंदाधुंदी, त्यांच्या अनेक वरिष्ठ नेत्यांवर असलेले भ्रष्टाचाराचे आरोप असं सगळं असूनही हा पक्ष भविष्यात आपला पाया मजबूत करण्याच्या दिशेने वाटचाल करत आहे.

२०१४च्या लोकसभा निवडणुकीत, काँग्रेसच्या मतांची टक्केवारी १९.३ टक्के होती, त्याच्या तुलनेत तृणमूल काँग्रेसची टक्केवारी होती ३.८ टक्के. २०१९च्या लोकसभा निवडणुकीत या टक्केवारीत किंचितशी वाढ होऊन ती ४.१ टक्के झाली, तर काँग्रेसच्या टक्केवारीत अगदी नगण्य वाढ झाली. पूर्वीच्या १९.३ टक्क्यांवरून वाढून ती १९.५ टक्के झाली. राष्ट्रीय स्तरावरच्या इतक्या कमी टक्केवारीसह, विरोधी पक्षाच्या नेतृत्वाखालील पंतप्रधानपदाची आशा ममता बॅनर्जी कशी काय करू शकतात? अशक्य आहे! अर्थात राजकारणात कशाचीच खात्री देता येत नाही. फासे कधीही पलटू शकतात.

१९९६ साली पश्चिम बंगालचे मुख्यमंत्री ज्योती बासु यांची संयुक्त आघाडीचे पंतप्रधानपदाचे उमेदवार म्हणून सर्वसंमतीने निवड झाली होती; परंतु डाव्या आघाडीच्या पॉलिट ब्युरोने हा प्रस्ताव फेटाळून लावला. या घडामोडींकडे ममता बॅनर्जी बारकाईने लक्ष ठेवून होत्या. २०२४मध्ये युतीसंदर्भात वाटाघाटी करताना याचा चांगलाच उपयोग होणार आहे. उलटपक्षी, आता असं वाटतंय की, भाजपशी थेट लढत असलेल्या राज्यांमध्ये काँग्रेसची कामगिरी सरस झाल्यास 'ज्योती बासू रणनीती' प्रभावी ठरेल. त्यामुळे भाजपच्या जागांची संख्या कमी होईल आणि काँग्रेसच्या नेतृत्वाखालील युपीएच्या जागा वाढतील. आणि मग, एच. के. देवेगौडा यांच्याप्रमाणे ममता बॅनर्जी यांचा तृणमूल काँग्रेस पक्ष आणि त्यांचे मित्र पक्ष केंद्रात सत्ता मिळवण्यासाठी काँग्रेसप्रणित आघाडी आणि त्यांच्या प्रादेशिक घटक पक्षांशी हातमिळवणी करू शकतात. हे असं घडण्याची शक्यता कितपत आहे? अर्थातच, काँग्रेस अंतिमतः किती जागांवर राजी होतो त्यावर आणि राहुल गांधींचे बॅनर्जींसोबत किती सौख्याचे संबंध आहेत यावर सर्व काही अवलंबून आहे. आजपर्यंत तरी या दोघांचं एकमेकांशी कधी पटलेलं नाही. त्यामुळे टीएमसी–युपीए युती काही शक्य होईल असं वाटत नाही.

निवडणुकीत ममता आणि राहुल दोघांचाही डोळा एकाच मतदारावर आहे, तो म्हणजे मुस्लीम. अल्पसंख्याकांची मतं मिळाल्याशिवाय ममता पश्चिम बंगालच्या मुख्यमंत्रीपदी विराजमान होऊच शकत नाहीत आणि राहुल गांधींना वायनाडमधून खासदारकी मिळणार नाही. २०१९ साली, राहुल गांधींना त्यांच्या घराण्याच्या परंपरागत असलेल्या लोकसभा मतदारसंघातून–अमेठीतून–भाजपच्या स्मृती इराणींकडून पराभव पत्करावा लागला होता.

भाजपने यावरच संतुष्टी मानू नये. गुजरात, उत्तर प्रदेश यांसारख्या महत्त्वाच्या राज्यांमध्ये भाजपने सत्ता कमावली असली, तरी काही प्रमाणात राजकीय नुकसान आणि पडझडही झाली आहे. पश्चिम बंगाल, तामिळनाडू आणि पंजाब या राज्यांत तृणमूल काँग्रेस, द्रमुक आणि आप पक्षांच्या कार्यकर्त्यांनी भाजप कार्यकर्त्यांवर हल्ले केले आणि हिंसाचार घडवून

आणला. त्यामुळे काही प्रमाणात भाजप कार्यकर्त्यांचं मनोबल खच्ची झालं आहे. शेतकरी कायदे आणि भूसंपादन विधेयकाच्या बाबतीत झालेल्या पिछेहाटीमुळे सरकारच्या 'सुधारक' प्रतिमेला काही अंशी तडा गेला आहे. पेट्रोल आणि डिझेलचे दर आजही चढेच आहेत, महागाई चिंताजनक आहे आणि बेरोजगारीची समस्या दिवसेंदिवस वाढतच आहे.

तरीही आगामी २०२४च्या निवडणुकीवर मोदींचीच मजबूत पकड आहे. कल्याणकारी योजना आता फलद्रूप होत आहेत, पायाभूत सुविधांचे अनेक प्रकल्प मोठ्या प्रमाणावर कार्यान्वित होताहेत, औद्योगिक विकास झपाट्याने होतो आहे, युक्रेनमधील युद्धामुळे आंतरराष्ट्रीय व्यापाराला काही प्रमाणात खीळ बसूनही जगात भारताचा जीडीपी सर्वांत वेगाने वाढतो आहे. जी-२० परिषदेच्या अध्यक्षपदाने तर भारताच्या शिरपेचात मानाचा तुरा खोवला गेला आहे, भारताची पत उंचावली आहे.

लोकशाही आली म्हणजे मतमतांतरं असणारच. किंबहुना मतभेद हाच लोकशाहीचा प्राण आहे आणि चिथावणी किंवा फूस लावणं म्हणजे यमघंटाच. परंतु भारतात असं दिसून येतं, की अनेकदा असंतोष किंवा मतभेद लक्ष्मणरेषा ओलांडतो आणि त्याचा भडका उडतो. 'तुम्ही तुमचं काय ते बघा, मी काय करावं, कोणासोबत जावं, मी काय विचार करावा हे तुम्ही मला सांगू शकत नाही.' अभिव्यक्ती स्वातंत्र्यावरील वाजवी निर्बंधांचा अर्थ हा आहे : जोपर्यंत तुम्ही कायद्याचं उल्लंघन करत नाही, हिंसेला चिथावणी देत नाही, सार्वजनिक कायदा-सुव्यवस्थेचा भंग करत नाही आणि इतरांच्या स्वातंत्र्यावर घाला घालत नाही, तोपर्यंत तुम्हाला पाहिजे ते करा आणि बोला.'

बंडखोर गटांचे अनेक आश्रयदाते आहेत. जसं, दहशतवादाला पाकिस्तानने चिथावणी दिली, तसंच माओवादी, काश्मिरी अतिरेकी, स्थानिक मुजाहिदीन गट. जिकडे तिकडे अराजक माजावं, हिंसाचार पेटावा या उद्देशाने हे गट लोकांमध्ये तेढ पसरवतात. मतभेद आणि चिथावणी यातील फरक ओळखणं हे कोणत्याही सरकारसाठी महत्त्वाचं असतं.

मतभेद आणि चिथावणी दोन्ही गोष्टींना एकाच मापदंडात तोलून चालत नाही. दोन्ही गोष्टींसाठी दडपशाहीचा मार्ग अवलंबून उपयोग नसतो. अशानं ज्यांना चर्चा नको, हिंसाचार हवा आहे, त्यांचं ईप्सित साध्य होतं. 'देशविरोधी किंवा देशविघातक' हा शब्द विवादात्मक दिशाभूल करणारा आहे. सरकारला जे पत्रकार विरोध दर्शवतात ते 'देशद्रोही' नसतात; परंतु काही अराजकांचं ते समर्थन करतात. तसं तर पत्रकार आणि राजकारणी यांचं विळ्या-भोपळ्याचं सख्य असतं. प्रसारमाध्यमांनी खरं तर देशाच्या राजकारणावर अंकुश ठेवणं, पहारा करणं आवश्यक आहे, त्यांनी डोक्यावर बसता कामा नये. 'देशद्रोह' या शब्दाची व्याख्या मांडण्याच्या नादात जे खरोखरच देशद्रोही, देशविघातक आहेत ते मात्र सहीसलामत सुटतात. पडद्याआडून तेच चिथावणी देण्याचं, उचकावण्याचं काम करत असतात आणि त्यांची व्याप्ती मोठी व घातक असते.

राजद्रोह ही गंभीर बाब तर आहेच, पण अगदी दुर्मिळातल्या दुर्मीळ बाबतीतच या शब्दाचा प्रयोग केला गेला पाहिजे. ब्रिटीशांच्या काळात स्वातंत्र्य चळवळीतील स्वातंत्र्यसैनिकांचं

खच्चीकरण आणि उच्चाटन करणं हा या कायद्याचा उद्देश होता. कोणत्याही देशाच्या नागरिकांमध्ये देशभक्ती किंवा राष्ट्रीयवाद हा जबरदस्तीने पेरता येत नाही, तो उपजत असावा लागतो. त्याहूनही महत्त्वाचं आहे राष्ट्रीय हित. राष्ट्रीय हित जपण्यासाठी संरक्षण आणि दक्षतेची आवश्यकता असते. राष्ट्रवाद आणि राष्ट्रहित यांची गल्लत केल्यामुळे देशातील शत्रूंना पडद्यामागून वार करण्यास वाव मिळतो. जसे महात्मा गांधी राष्ट्रवादी होते, तसेच जवाहरलाल नेहरू आणि सरदार वल्लभभाई पटेलही होते. पण मग अलीकडच्या काळात राष्ट्रवाद हा शब्द अत्यंत तुच्छभावाने का उच्चारला जातो? याचं थोडक्यात उत्तर असं : राष्ट्रवाद या शब्दाचा विपर्यास केला गेला आहे. हा विपर्यास करण्यात 'सार्वजनिक बुद्धिजीवी'देखील आघाडीवर आहेत. त्यांच्यामुळेच 'राष्ट्रवाद' ही संज्ञा काहीशी बदनाम झाली आहे.

भारतातील विरोधी पक्षनेते, इतिहासतज्ज्ञ आणि शिक्षणतज्ज्ञ 'राष्ट्रवाद' या शब्दाच्या खऱ्या अर्थाऐवजी चुकीचा अर्थ का लावतात? याच्या कारणातील एक भाग वैचारिक स्वरूपाचा आहे. हे विरोधी पक्षनेते, इतिहासतज्ज्ञ वगैरे प्रभृती मोदींचा तिरस्कार करतात आणि राष्ट्रवाद या शब्दाचा चुकीचा अर्थ लावून त्याच्या मागे 'कट्टर' किंवा 'हिंदू' राष्ट्रवाद असा प्रत्यय लावतात. भारताबाबत त्यांनी अतिशय भयंकर भविष्यवाणी वर्तवली आहे. संयुक्त राष्ट्रांच्या मानवी हक्क आयोगापुढे भारताची बदनामी होईल असे संदर्भ या 'विद्वान' मंडळींनी सादर केले आहेत. आंतरराष्ट्रीय संस्था जे संदर्भ सादर करतात, ते तर केवळ नमुना असतात, त्याला तसा काहीच अर्थ नसतो. बदनामी करणाऱ्यांना हे पक्कं ठाऊक असतं, परंतु ते मुद्दामच असा विपर्यास करतात.

सरकार अनेक मुद्द्यांवर टीकेला पात्र आहे. त्या टीकेतून कोणालाच अगदी मोदींनाही सूट नाही. पण ती टीका जर पूर्वग्रहदूषित असेल, तर विश्वासार्हता नाहीशी होते. भारताला आत्यंतिक राष्ट्रवादामुळे कधीच झळ बसली नाही, उलटपक्षी त्याची अती कमतरता असल्याचेच परिणाम भोगावे लागले आहेत.

एका समारंभात थोर समाजशास्त्रज्ञ[१२] आशिष नंदी प्रेक्षकांना उद्देशून म्हणाले होते, 'मी राष्ट्रवादावर काम केलं आहे त्यामुळे काहीशा आत्मविश्वासाने मी त्यावर भाष्य करू शकतो. राष्ट्रवादासंबंधी असणारं सगळं साहित्य तुम्ही वाचता. मग मला सांगा, की हा राष्ट्रवाद आपल्या राष्ट्रवादापेक्षा निराळा कसा आहे, किंवा आपला राष्ट्रवाद इतर प्रकारच्या राष्ट्रवादापेक्षा वेगळा आहे?

'तुम्हाला त्यात फरक दिसणारच नाही. सगळे राष्ट्रवाद समानच आहेत, त्यावर लिहून येणारं सगळं साहित्यही सारखंच आहे. बदल असलाच तर, त्यातील काही नावं, किरकोळ तपशील यात असेल. तुम्ही कुठेही जा, राष्ट्रवादात भिन्नता आढळणारच नाही. मानसिकदृष्ट्या बघितलं तर राष्ट्रवादाची एकंदर रूपरेषा प्रत्येकाच्या मनात सारखीच असते.'

यावरून असं दिसतं की, नंदींच्या दृष्टिकोनातून १९३०च्या दशकातला महात्मा गांधींचा राष्ट्रवाद, त्याच दशकातल्या ॲडॉल्फ हिटलरच्या राष्ट्रवादासारखाच होता. नंदींच्या वक्तव्यातला मुख्य आशय पुन्हा एकदा नीट वाचा : 'सगळे राष्ट्रवाद सारखेच असतात. कुठेही जा, तुम्हाला राष्ट्रवादात भिन्नता आढळणारच नाही.'

---

१२ ६ डिसेंबर, २०१९

तथापि, राष्ट्रवादात ऐतिहासिक आणि समकालीन या दृष्टिकोनांतून फरक नक्की आढळून येतो. त्यासाठी राष्ट्रवादाचा गर्भितार्थ समजून घेण्याची गरज आहे. काँग्रेसला आणि डाव्या पक्षांना राष्ट्रवादाची समज कमी असण्याचं एक कारण म्हणजे ते त्याकडे युरोपियन दृष्टिकोनातून बघतात. देशभक्त 'प्रेम' पसरवतात आणि राष्ट्रवादी 'द्वेष' पसरवतात असं म्हणण्याची पाश्चिमात्त्य देशात आणि भारतातील नवश्रीमंतांमध्ये फॅशन आहे. असं म्हणण्याची पद्धत पडली त्याचा आधार दुसऱ्या महायुद्धाला कारणीभूत ठरलेल्या विस्तारलेल्या पाश्चिमात्त्य वसाहतींचा युरोपियन राष्ट्रवाद आहे.

भारतीय राष्ट्रवाद थोडा निराळा आहे. उदाहरणार्थ, १९३०च्या दशकात जर्मनीने 'आक्रमण करा आणि जिंका' अशा पद्धतीचा राष्ट्रवाद अंगिकारला होता. पण त्याच्या बरोबर विरुद्ध महात्मा गांधींजींच्या नेतृत्वाखालील भारतीय राष्ट्रवाद होता. तो अहिंसक होता, ब्रिटीशांच्या गुलामगिरीतून देशाला मुक्त करण्याची तळमळ त्या राष्ट्रवादात होती. जर्मन किंवा ब्रिटीश राष्ट्रवादाप्रमाणे तो आक्रमक, हिंसक आणि विस्तारवादी नव्हता. जर्मन किंवा ब्रिटीश राष्ट्रवादाला खरं तर राष्ट्रवाद असं म्हणताच येत नाही, आपलंच राष्ट्र सर्वश्रेष्ठ किंवा 'आम्हीच कसे शहाणे' अशी दर्पोक्ती त्यात होती. भारतातील डाव्या विचारसरणीचे पक्ष खोडसाळपणे युरोपियन राष्ट्रवादासोबत भारतीय राष्ट्रवादाची सांगड घालून, भारतीय राष्ट्रवादाला बदनाम करतात.

आपल्या देशातील उजव्या विचारसरणीचे विचारवंतदेखील यात एक मोठी चूक करतात. ते राष्ट्रवाद आणि हिंदुत्ववाद यांची सरमिसळ करतात. पण प्रत्यक्षात तसं नाहीये. वास्तवात, राष्ट्रवाद सर्वसमावेशक आहे. राष्ट्रीय हिताची जपणूक म्हणजे प्रत्येक देशवासीयाच्या राष्ट्रीय हिताचं रक्षण करणं. मग ते हिंदू, मुस्लीम, ख्रिश्चन, पारशी, गरीब, श्रीमंत, ब्राह्मण, दलित, सुन्नी किंवा शिया असोत; पुरुष, स्त्री अगदी तृतीयपंथी वगैरे कोणीही असो. राष्ट्रवाद राष्ट्राचा विकास साधत असतो, पण त्यासाठी इतर देश, वंश, जाती, पंथ यांना वेठीस धरत नाही. खरा राष्ट्रवाद निष्पक्ष, मुक्त आणि प्रत्येकाला सामावून घेणारा असतो. तो भारताचं दहशतवादापासून रक्षण करतो, अर्थव्यवस्थेचं जागतिकीकरण करून देशाच्या आर्थिक विकासाला चालना देतो आणि देशातील अल्पसंख्याकांच्या हक्कांचं रक्षण करत त्यांना सक्षम करतो.

मात्र, आम्हाला पढवलं जातं की देशभक्ती आणि राष्ट्रवाद या परस्परविरोधी, दोन विरुद्ध टोकाच्या गोष्टी आहेत. देशभक्ती निःस्वार्थी आणि भली असते, तर राष्ट्रवाद स्वार्थी आणि वाईट असतो. याबाबत नंदी म्हणतात, 'जुन्या वळणाची देशभक्ती एके काळी युरोपसाठी ही फायदेशीर होती. भारतात मात्र आज देशभक्ती, देशप्रेम वगैरे एकेकाळच्या संकल्पना आता पुसट होत जाताना दिसताहेत. खरं तर देशप्रेम ही भावना अगदी नैसर्गिक आहे, पण तीच भावना मावळत चालल्यामुळे राष्ट्रवादाला खतपाणी घातलं जात आहे. राष्ट्रवादामध्ये देशभक्तीचा तो आत्मिक अर्थ अंतर्भूत नसतो. माझं तर म्हणणं आहे, की प्रत्येक भारतीय हा स्वाभाविकतः देशभक्त असतोच. त्याला देशभक्ती मुद्दाम शिकवण्याची गरज नसते. पण राष्ट्रवाद एक विचारधारा आहे. तुमचा जन्म ज्या देशात झाला, त्याची भौगोलिक रचना, त्याविषयी वाटणारं प्रेम, केवळ या गोष्टींनी राष्ट्रवादाची व्याख्या करता येत

नाही; तर तुमचे विशिष्ट शत्रू कोणते, विशिष्ट मित्र कोणते यावर त्याची व्याख्या केली जाते. यावरच राष्ट्रवादाची उभारणी होते. देशभक्तीवर असं कोणतंही उत्तरदायित्व नसतं. तुमचे शत्रू कोण, मित्र कोण हे ती ठरवत नाही.'

नंदींच्या मते, 'राष्ट्रवादाची व्याख्या विशिष्ट शत्रूंद्वारे केली जाते,' तर, 'देशभक्ती शत्रू वा मित्रांची व्याख्या करत नाही.'

इथे नंदी पुन्हा त्यांच्या समविचारी लोकांसारखीच घोडचूक करतात. अतिशय हिरिरीने ते राष्ट्रवाद आणि इतर घटकांची सरमिसळ करतात. गांधीजी हे प्रखर आणि आदर्श राष्ट्रवादी विचारांचे होते. ते अहिंसेचे भोक्ते होते. त्यांचा शत्रू होता ब्रिटीश वसाहतवाद. अशा या विशिष्ट शत्रूचा सामना करून त्याला पराभूत करण्यासाठी त्यांनी आयुष्यभर अहिंसा आणि अहिंसक मार्गांचाच पुरस्कार व अवलंब केला. ते देशभक्तही होते आणि राष्ट्रवादीदेखील होते. देशभक्ती आणि राष्ट्रवाद या एकाच नाण्याच्या दोन बाजू कशा आहेत हे त्यांनी स्वतःच्याच उदाहरणातून दाखवून दिलं. डाव्या विचारसरणीकडे कल असलेल्या इतिहासतज्ज्ञ आणि शिक्षणतज्ज्ञांनीच राष्ट्रवाद व देशभक्ती यांच्यामध्ये सीमारेषा आखली आहे. मात्र प्रत्यक्षात त्यांच्यात अशी कोणतीही सीमा असत नाही.

'हिंदुस्तान हिंदूसाठी आहे' असं मागे एकदा एका भाजपच्या आमदाराने म्हटलं होतं. असं म्हणणं हे अत्यंत खेदजनक, अती-उजव्या विचारसरणीचं आणि धर्मांधतेचं लक्षण आहे. हे विधान खऱ्या राष्ट्रवादाला कमी लेखणाऱ्या कोत्या मनोवृत्तीचं प्रतीक आहे. यातून राष्ट्रीय हित तर साधलं जात नाहीच, शिवाय भारतीय राष्ट्रवादाच्या मुळावरच घाव घातला जातो. सर्व भारतीय, मग त्यात हिंदू, मुस्लीम, ख्रिश्चन सर्व हिंदुस्तानी सभ्यतेचा भाग आहेत; भौगोलिक आणि वांशिकदृष्ट्याही. उजव्या विचारसरणीच्या लोकांनी हे समजून घेतलं पाहिजे, की भारतीय राष्ट्रवादाची एकच राष्ट्रीय ओळख आहे.

राष्ट्रवाद म्हणजे काय आणि इतिहासात वेगवेगळ्या राष्ट्रांनी, विभिन्न व्यक्तिमत्त्वांनी वेळोवेळी त्याचे काय अर्थ लावले यावर 'द इकॉनॉमिस्ट'ने अनेक लेख प्रसिद्ध केले आहेत. 'जॉर्ज ऑरवेल आणि एली केडोरी यांसारख्या विचारवंतांनी असा युक्तिवाद केला आहे, की देशभक्ती ही सहिष्णू, स्वागतार्ह आणि बुद्धिनिष्ठ किंवा तार्किक असते आणि त्याचा राष्ट्रवादाशी दूरवयेही संबंध नसतो. हा एक आश्वासक विचार असतो. देशप्रेमाने आंधळ्या झालेल्या आणि धर्मांध व्यक्तींपासून समंजस, विवेकी व्यक्तींना वेगळं काढतो; परंतु एका व्यक्तीला असलेली देशभक्तीची भावना ही दुसऱ्या व्यक्तीचा विद्वेष असू शकतो. १९१७ साली थोर लेखक रविंद्रनाथ टागोर यांनी एक कळकळीचा लेख लिहिला होता. त्यात त्यांनी, 'ज्यांना स्वातंत्र्य अतिशय प्रिय आहे असे (ब्रिटीश)लोक, एकीकडे कर्तव्यपालनाचा अभिमान बाळगत दुसरीकडे जगाच्या अधिकांश भागात गुलामगिरी चिरकाळ कशी टिकेल याचा विचार करतात. या विचारसरणीच्या ब्रिटीश लोकांनी मानवजातीची जी दुर्दशा केली त्याकडे स्नेहशील हृदयाच्या ब्रिटीश व्यक्तींनी दुर्लक्ष केलं.'

वसाहतवादी ब्रिटीशांचा 'राष्ट्रवाद' म्हणजे ना देशभक्तीप्रद होता ना राष्ट्रवादी. तो राष्ट्रवाद वर्णद्वेषी होता, राष्ट्रवादाच्या नावाखाली नुसत्या वल्गना होत्या. लेनिन, स्टॅलिन आणि माओ यांचा राष्ट्रवाददेखील असाच फसवा होता आणि अशा फसव्या राष्ट्रवादाचा,

भारतातील डाव्या विचारसरणीचे लोक अविचाराने अंगीकार करतात. भारतीय राष्ट्रवादाची व्याख्या इतिहासानुरूप तयार झाली आहे. स्वातंत्र्यचळवळीच्या काळात गांधीजींचा राष्ट्रवाद अत्यंत उदात्त होता. आजचा राष्ट्रवाद लुच्चेगिरी आणि फसवणुकीचा बळी ठरला आहे. राष्ट्रवाद या शब्दाला जो विपरीत किंवा विकृत अर्थ आज चिकटला आहे तो खोडून काढण्यासाठी तीन गोष्टींवर लक्ष देणं आवश्यक आहे. असं करताना त्यात कोणतीही तडजोड करता कामा नये. पहिलं, राष्ट्रवाद हा बहुवचनी, स्वैर आणि विविधतेला आपलसं करणारा आहे. दुसरं, युरोपियन राष्ट्रवादासारखा तो आक्रस्ताळी आणि विस्तारवादी नाही. आणि तिसरं, तो भारताच्या हिताचं म्हणजे राष्ट्रहिताचं रक्षण करतो.

२० मे, २०२२ रोजी मोदींनी जयपूरमध्ये, भाजपच्या राष्ट्रीय पदाधिकाऱ्यांना दृकश्राव्य माध्यमातून संबोधित केलं होतं. तेव्हा आपल्या भाषणात ते 'भारतीयता हा भारताचा आत्मा आहे' असं म्हणाले होते. २०२४ आणि त्यापुढील काळातही मोदींना देशाचा विश्वास परत मिळवायचा असेल, तर हा सिध्दान्त पाळावा लागेल आणि विरोधी पक्षांच्या गळीही उतरवावा लागेल.

विभाग २

विरोधी पक्ष

प्रकरण ८

राहुलच्या प्रतिक्षेत

विख्यात नाटककार *सॅम्युएल बेकेट* यांनी १९५३ साली लिहिलेल्या *वेटिंग फॉर गोदो* या नाटकात दोन अजागळ प्रमुख पात्रं होती – व्लादिमिर आणि एस्ट्रॅगॉन. ते गोदोच्या येण्याची अथक वाट बघत असतात. मात्र अदृश्य आणि अज्ञात असा गोदो कधीच येत नाही.

राहुल गांधींचं मात्र गोदोसारखं नाही – ते अवतरतात, वेळोवेळी. कधी शेतकऱ्यांच्या मेळाव्यात, तर कधी पक्षाच्या अधिवेशनात. काँग्रेसच्या विश्वासूंच्या मनात गांधी कुटुंबातील या उथळ मुलाबद्दल संमिश्र भावना आहेत. सोनिया गांधींच्या आवतीभोवतीच्या जुन्या नेत्यांच्या कडबोळ्याला असं वाटत होतं, की एकदा का उत्साहमूर्ती राहुल गांधी ३,५७० किलोमीटरची *भारत जोडो पदयात्रा* करून आले, की पुन्हा एकदा ते दुर्लक्षित होतील; परंतु राहुलनी त्यांना खोटं पाडलं. उत्तराधिकारी निश्चित झाला आहे. भारत जोडो यात्रेतून नवचैतन्य मिळवलेल्या राहुलनी पक्षाची कमान सांभाळली आहे, तर पक्षाध्यक्ष *मल्लिकार्जुन खर्गे* यांनी संघटनात्मक जबाबदारी स्वीकारली आहे. मुलं मोठी झाल्यामुळे आता, प्रियंका गांधी वाड्रा या पक्षाच्या उपप्रमुखपदी आहेत. सोनिया गांधींनी आपली भूमिका हळूहळू आवरती घेतली आहे. आता त्या मार्गदर्शकाच्या भूमिकेत आल्या आहेत. आता त्या, काही महत्त्वाच्या मुद्द्यांवर पक्षप्रचार करतात आणि अधिकृत पक्षाध्यक्षांवर बारीक लक्ष ठेवतात.

जानेवारी २०२३मध्ये राहुल गांधींच्या *भारत जोडो* यात्रेची श्रीनगरमध्ये सांगता झाली. या यात्रेमुळे त्यांच्याकडे राष्ट्रीय नेता म्हणून पुन्हा गांभीर्याने पाहण्यास सुरुवात झाली. जवळजवळ पाच महिने सुरू असलेल्या या यात्रेत राहुल यांनी अंदाजे साडे तीन हजार किलोमीटर अंतर पायी कापलं. पण या यात्रेतून पक्षाचं संघटनात्मक कौशल्य, आर्थिक बळ आणि हजारो कार्यकर्त्यांचा व नेत्यांचा पाठिंबा काँग्रेस पक्षाला आहे हे दिसून आलं.

१० ते १७ मे, २०२३ या कालावधीत एनडीटीव्ही-सीएसडीएस यांनी एक जनमत चाचणी घेतली. त्यानुसार २०१९ साली घेतलेल्या जनमत चाचणीत राहुल यांची लोकप्रियता १९ टक्के होती, ती वाढून आता २७ टक्क्यांवर पोचली होती; तर मोदींच्या लोकप्रियतेत अगदी किरकोळ एकाच टक्क्याची घट झाली होती. २०१९ साली मोदींची लोकप्रियता ४४ टक्के होती. ती २०२३ साली ४३ टक्के झाली होती. यावरून हेच दिसून येतं, की राहुल गांधी आणि मोदी या दोन्ही नेत्यांमधल्या लोकप्रियतेतील अंतर कमी झालं असून, २५ टक्क्यांवरून १६ टक्के झालं आहे.

मार्च २०२३मध्ये गुजरात न्यायालयाने राहुल गांधींची खासदारकी अपात्र ठरवल्यामुळे त्यांच्या बाजूने एक सहानुभूतीची लाट निर्माण झाली; परंतु मे २०२३मध्ये कर्नाटकात विधानसभेच्या निवडणुकीत मिळालेल्या विजयाने राहुल यांची राजकीय पत आणि काँग्रेसचं मनोबल खऱ्या अर्थाने उंचावलं. या विजयामुळे मोदी-शाह या जोडगोळीच्या इंजिनाला काहीसा ब्रेक लागला.

तेव्हा मी लिहिलं होतं त्याप्रमाणे[१३], 'कर्नाटकातील निवडणूक प्रचाराच्या शेवटच्या दोन आठवड्यांमध्ये भाजपने राज्यभरात २०हून अधिक प्रचारसभा घेतल्या आणि त्या सगळ्या सभांमधून मोदींनी भाषणं केली. मोदींचा हा अतिरेकी प्रचारच भाजपची मोठी चूक ठरली. यामुळे मोदी-शाह यांची रणनीती कमकुवत असल्याचं उघड झालं. विशेषत: उमेदवारांची निवड आणि वरिष्ठ नेत्यांमधली बंडखोरी या गोष्टी प्रकर्षाने नजरेत भरल्या गेल्या.'

'कोविड-१९च्या जागतिक साथीनंतर उद्भवलेली परिस्थिती आणि रशिया-युक्रेन युद्धामुळे उद्भवलेली आर्थिक अस्थिरता या दोन्ही संकटांतही मोदींनी देशाचं सुकाणू यशस्वीरित्या हाकलं. देशात परिवर्तन आणू शकतील अशा योजना त्यांनी आणल्या. 'गती शक्ती' राष्ट्रीय प्रमुख योजनेमुळे भारताच्या पायाभूत सुविधांमध्ये वाढ होत आहे. डिजिटायझेशनमुळे युपीआय ही जगातील सर्वोत्कृष्ट आर्थिक व्यवहार प्रणाली विकसित झाली आहे.

'यासोबतच, नळ पाणी, गावागावात वीज आणि वैश्विक विमा योजना हे उपक्रमही आहेतच. या आणि इतर कल्याणकारी योजनांवर खर्च करूनही वित्तीय तूट आटोक्यात राहिली आहे. वैयक्तिक आणि कॉर्पोरेट स्तरावरील कर महसूलात मोठी वाढ झाली आहे. वस्तु आणि सेवा कर संकलनही मोठ्या प्रमाणात होत आहे. ही परिस्थिती अशीच राहिली तर, २०२७पर्यंत भारत जगातील तिसऱ्या क्रमांकाची अर्थव्यवस्था होण्याचा पल्ला निश्चितपणे गाठेल. २०१४ साली भारतीय अर्थव्यवस्था जगातील दहाव्या क्रमांकाची सर्वांत मोठी अर्थव्यवस्था होती.

'चांगल्या नेत्यांची दुसरी फळी तयार करण्यात मोदी मागे पडले आहेत. अमित शाह तर त्यांचे अत्यंत विश्वासू आणि सेकंड इन कमांड आहेत. योगी आदित्यनाथ आणि हिमंता बिस्वा सर्मा यांच्यावर निवडणुकीची मोठी जबाबदारी सोपवण्यात आली आहे. असं असलं तरीही अद्याप भाजपची धुरा एकाच्याच खांद्यावर असल्याचं चित्र आहे.

१३ द टाइम्स ऑफ इंडिया, १८ मे, २०२३

थोडक्यात, आज भाजप वन मॅन आर्मी आहे. २०२४च्या निवडणुकीत तिसऱ्यांदा विजयी व्हायचं असेल, तर भाजपच्या वरिष्ठ नेत्यांनी अधिकाधिक सक्षम नेते तयार करण्याची, सक्षम नेत्यांची दुसरी फळी निर्माण करण्याची गरज आहे.'

राजस्थान, मध्य प्रदेश, छत्तीसगढ आणि तेलंगणा या चार राज्यांच्या विधानसभा निवडणुका डिसेंबर २०२३मध्ये येऊ घातल्या आहेत. त्यासाठी भाजपला आपल्या निवडणूक रणनीतीचं पुनरावलोकन करावं लागेल. मध्य प्रदेशात भाजपतील अनेक नेते पक्षांतर करून काँग्रेसच्या गोटात गेले आहेत. त्यांचं जाणं हा भाजपसाठी अपशकुन ठरू शकतो.

*इंडिया टुडे*च्या[१४] वृत्तानुसार, मध्य प्रदेशातील वरिष्ठ भाजप नेते दीपक जोशी तीन वेळा आमदार, मंत्री व दिवंगत माजी मुख्यमंत्री कैलाश जोशी यांचे पुत्र. दिवंगत कैलाश जोशी यांची पाळंमुळं जनसंघ आणि भाजपशी खोलवर रुजलेली आहेत. दीपक जोशी यांनी ६ मे, २०२३ रोजी मध्यप्रदेशचे काँग्रेसचे राज्याध्यक्ष कमल नाथ यांच्या उपस्थितीत काँग्रेस पक्षामध्ये प्रवेश केला. त्याच दिवशी भाजपचे आणखी एक आमदार राधेलाल बघेल यांनीदेखील भाजपशी काडीमोड घेत, काँग्रेसशी हातमिळवणी केली.

'जोशींनी पक्षत्याग केल्यानंतर त्यांच्या जागी भाजप नेते कैलाश विजयवर्गीय यांची वर्णी लागली. विजयवर्गीय हेदेखील नवीन जबाबदारी घेण्यास उत्सुक होतेच. भाजपमध्ये काही अंतर्गत मुद्दे, तंटे आहेत; परंतु आता त्यांचं निराकरण करण्यात येत आहे. मध्य प्रदेशात भाजपला पराभूत करता येईल इतकी ताकद काँग्रेसमध्ये नाही. हां, परंतु भाजपने अंतर्गत कलहांविषयी ठोस पावलं आत्ताच उचलली नाहीत, तर भाजपला भाजपकडूनच हार पत्करावी लागेल.'

कर्नाटक विधानसभा निवडणुकीत काँग्रेस पक्ष विजयी झाला. या विजयात राहुल आणि प्रियंका यांनी मोलाची भूमिका बजावली. प्रकृती बरी नसतानाही सोनिया गांधींनी प्रचारसभांना संबोधित केलं. बोम्मई सरकारने केलेल्या अतोनात भ्रष्टाचार आणि गैरकारभाराच्या पार्श्वभूमीवर तिथला विजय पदरात पाडून घेणं सोपं आहे हे गांधी कुटुंबीयांनी नेमकं हेरलं होतं.

परंतु २०२४ची लोकसभा निवडणूक हे प्रकरण एकंदरीतच निराळी बाब आहे. विरोधी पक्ष नव्याने एकत्र येऊन त्यांनी नवी आघाडी उघडली आहे. ही निवडणूक आता भारताच्या अस्मितेचा प्रश्न झाला आहे. यात सगळी तत्त्वं, मूल्य, चारित्र्य, उद्दिष्टं पणाला लागली आहेत. भारत आज आर्थिक आणि आंतरराष्ट्रीय राजकारणाच्या एका उंचीवरती पोहोचला आहे. 'बलशाली भारत' बनवण्याचा १९४७मध्ये नेहरूंनी नियतीशी केलेल्या कराराची पूर्तता होते की नाही, हे येणारा पुढील पाच वर्षांचा काळ निश्चित करेल. म्हणूनच भारताच्या पुढील वाटचालीसाठी २०२४ची निवडणूक ऐतिहासिक असणार आहे.

काँग्रेस पक्षातील सदस्यांना राहुल गांधींचं काही वर्तन खटकतं. दबक्या आवाजात याबद्दल त्यांची सतत चर्चा चालते. राहुल यांच्या तीन खटकणाऱ्या गोष्टी म्हणजे, पहिली – त्यांच्याशी सहजासहजी संपर्क साधता येत नाही. दुसरी – जेव्हा त्यांची नितांत

---

१४ २२ मे, २०२३

आवश्यकता असते, अशा मोक्याच्या क्षणी ते कुठे तरी गायब होतात आणि कळीच्या किंवा महत्त्वाच्या विषयांवर हे पुरसे लक्ष पुरवत नाहीत.

गेल्या काही वर्षांत भारतात किती बदल झाले, किती उलथापालथ झाली, कोणत्या क्षेत्रात झाली याचा काँग्रेस आणि विशेषतः गांधी कुटुंबीयांना थांगपत्ताच नाही, किंबहुना घडलेल्या बदलांची त्यांना पूर्ण जाणच आलेली नाहीये. वारसाहक्काने अधिकार मिळालेल्या आणि शिवाय भ्रष्ट अशी प्रतिमा असलेल्या घराण्याकडे लक्ष द्यायला आजच्या तरुणाईला वेळही नाही आणि इच्छाही नाही. दिवंगत माजी पंतप्रधान *राजीव गांधी* यांचं चरित्र मी लिहायला घेतलं, तेव्हा त्यांच्या बाबतीतील दोन गोष्टी अगदी आश्चर्यकारक होत्या. एक, त्यांची उपजत शालीनता आणि राजकारणातील निरागसता; परंतु जेव्हा त्यांचा शेवट झाला तेव्हा त्यांच्यातील शालीनता टिकून होती, निरागसता मात्र लोप पावली होती.

राहुल गांधी त्यांचे पिता राजीव यांच्यासारखेच आहेत की त्यांच्यात त्यांची आई सोनिया यांचेही गुण आलेले आहेत? राहुल गांधी राजकारणात नवखे, नवशिके आहेत असं म्हणताच येत नाही. शक्यता म्हणूनसुद्धा ती धरता येत नाही. इंदिरा गांधींबाबत अनेकांनी हीच चूक केली होती. त्यावेळी अनेकांनी इंदिराजींना 'गुंगी गुडिया' (मुकी बाहुली) असं म्हणत त्यांची खिल्ली उडवली होती. पण १६ वर्षं पंतप्रधानपदावर विराजमान होऊन त्यांनी आपल्या विरोधकांचीच बोलती बंद केली होती.

राजीव गांधींनाही सुरुवातीला 'वैमानिक पंतप्रधान' म्हणून नाकारण्यात आलं होतं. त्यांच्यावर बोफोर्स घोटाळा आणि शीख हत्याकांडाचा ठपका होता. असं असूनही मे १९९१मध्ये, *लिबरेशन टायगर्स ऑफ तमिळ इलम* (एलटीटीई)च्या आत्मघातकी बाँबद्वारा त्यांची हत्या झाली नसती, तर इतिहासात राजीव गांधी यांची एक सक्षम नेता म्हणून नक्की नोंद झाली असती. हत्या झाली तेव्हा राजीव गांधी केवळ ४६ वर्षांचे होते.

राहुल गांधींमध्ये गरिबीकडे कनवाळूपणे बघण्याच्या दृष्टिकोणाचा अभावच आहे. त्यांना गरीबांची कणव येते; परंतु त्यांना गरीबीच्या जोखडातून मुक्त करण्यासाठी भरीव काम करण्यावर त्यांचा भर नाही. त्यांना असं वाटतं, की भांडवलशाही विरुद्ध घोषणा किंवा शेरेबाजी करून 'गरिबी हटाव' साधता येते. गरीबीच्या जोखडातून त्यांना मुक्त करण्यासाठी रोजगारनिर्मिती किंवा आर्थिक सुधारणा घडवून आणण्यासाठी प्रयत्न करावे लागतात हे त्यांच्या गावीच नाहीये. नुसतं आज एका दलित गावाला भेट दे, उद्या दुसरी पदयात्रा, परवा कुठे मंदिरात जाऊन दर्शन घे अशा देखाव्यांमुळे देशातील गरिबी कमी होत नसते. म्हणजे थोडक्यात, राहुल यांचं धोरण असं आहे की, गरिबांसाठी काहीतरी करा, पण त्यासाठी अशा योजना राबवा, ज्या गरिबांच्या नाही तर गरिबीच्या समर्थनार्थ असतील.

१९७१ साली इंदिरा गांधींनी 'गरिबी हटाव'चा नारा दिला होता. त्याही वेळी त्यांची हीच नीती होती. राजीव गांधी यांनी याला कुठे तरी छेद देण्याचा प्रयत्न करून पाहिला; परंतु दिल्लीच्या अतिशय क्लिष्ट आणि गुंतागुंतीच्या राजकारणाने त्यांचे हे प्रयत्न फोल ठरले. गरिबांना रोजगार आणि वृद्धी हवी असते. त्यांना स्वस्त आणि स्थिर किंमतीत अन्नधान्य हवं असतं. त्यांच्या मुलांना दर्जेदार शिक्षण हवं असतं, त्यांच्या

आकांक्षांना पंख हवे असतात. हे संतुलन साधणं अतिशय अवघड असतं. मोदी सरकार आजही हे संतुलन साधण्यासाठी धडपडतंय. नवचैतन्याने भारित झालेल्या राहुल गांधींना २०२४मध्ये मोदींच्या विरोधात एक प्रबळ विरोधक म्हणून उभं राहायचं असेल तर, आपण आपल्या आजीचा आर्थिक आणि प्रशासकीय वारसा नाकारल्याचं त्यांना सिद्ध करून दाखवावं लागेल.

ऑटम ऑफ द मॅट्रिआर्क : इंदिरा गांधीज फायनल टर्म इन ऑफिस हे लेखक *दिएओ मायोरानो* यांनी उत्तम संशोधन करून लिहिलेलं पुस्तक आहे. *झरीर मसानी* यांनी या पुस्तकाचं *इंडिया टुडे*मध्ये परीक्षण लिहिलं होतं. या पुस्तकात मायोरानो लिहितात, 'भारतीय राजकारणातील अनेक वाईट प्रथा, वाईट गोष्टींचं मूळ इंदिरा गांधींच्या कार्यकाळातील शेवटच्या दिवसांमध्येच असल्याचं आढळून येतं.' मसानी आपल्या परीक्षणात लिहितात, 'फ्रान्समधील क्रांतिकारी बरबॉन घराण्याप्रमाणेच, गांधी घराणं आणीबाणीतून काही शिकलं नाही आणि काही विसरलंही नाही. आणीबाणी लादण्यासारख्या गुन्ह्यातल्या शिक्षेतून सुटण्यासाठी काहीही करून पुन्हा झटपट सत्तेवर येणं हाच एकमेव खात्रीशीर मार्ग होता. मायोरानो असं प्रतिपादन करतात, की भारतीय राजकारणातील सर्वांत नकारात्मक प्रथांचा उदय १९८०च्या दशकात झालेला आढळून येतो. जेव्हा इंदिरा गांधींची घराणेशाही आणि भ्रष्टाचार दोहोंनी कळस गाठला होता.

'आपल्या शेवटच्या कार्यकाळात इंदिरा गांधींनी 'गरीबी हटाव' वगैरे थाटाच्या असंख्य घोषणा जाहीर केल्या होत्या. प्रत्यक्षात स्वत:ची आणि आपल्या मुलांच्या किमान एका पिढीची सत्तेची बेगमी करण्याच्या एकाच ध्येयाने त्या झपाटलेल्या होत्या. हे साध्य करण्यासाठी त्यांनी देशातील नागरी सेवा, न्यायव्यवस्था, संसद आणि स्वत:च्या काँग्रेस पक्षाला कसं पद्धतशीरपणे वेठीला धरलं याची माहिती मायोरानो यांनी याबाबत केलेल्या संपूर्ण संशोधनात्मक अहवालात मिळते. सत्तेची सर्व पदं आपल्या भोवती लाळघोटेपणा करणाऱ्यांनी, हांजीहांजी करणाऱ्यांनी भरणं हा यामागचा उद्देश होता; परंतु याचा परिणाम ज्या संस्थात्मक पायावर निरोगी लोकशाहीचा डोलारा उभा असतो त्याच्या अखंडतेशी आणि स्वाधीनतेशी असतो त्याच्याशी तडजोड करण्यावर झाला.'

अनेक दशके सुरू असलेली नेहरूवादी विचारधारा मोदींनी मोडीत काढली. १९४७ ते २०१४ जवळपास ६७ वर्षं या विचारधारेचा राजकारणावर पगडा बसला होता. या विचारधारेची मुख्य तत्त्वं कोणती होती? पहिलं – धर्मनिरपेक्षता; दुसरं – समाजवाद, तिसरं – अलिप्ततावाद आणि चौथं तत्त्व – घराणेशाही. इंदिरा गांधींनी आणीबाणीच्या दरम्यान भारतीय राज्यघटनेत *धर्मनिरपेक्षता* आणि *समाजवाद* हे शब्द अंतर्भूत केले.

वाजपेयींच्या सहा वर्षांच्या कार्यकाळातही म्हणजे १९९८ ते २००४ दरम्यान याच तत्त्वांचा पगडा होता. इतक्या दीर्घकाळ सुरू असलेल्या या विचारधारेमध्ये आणखी काही विचारधारा जोडल्या गेल्या आणि त्यांच्या मिश्रणाने एक परिसंस्था वाढीस लागली. मार्क्सवादी इतिहासकार, मॅकॉलेचे वसाहतवादी नोकरशाह, ढोंगी धर्मनिरपेक्ष विचारवंत,

विकले गेलेले पत्रकार आणि नेहरू-गांधी घराण्याच्या उंबरठ्यावर लाळघोटेपणा करत त्यांची पूजा बांधणारे राजकारणी असे अनेक घटक उदयाला आले. यांच्यातील सामायिक विचारधारा एकमेकांत गुंफून जाऊन धर्मनिरपेक्ष, साम्यवादी लोकशाहीची रचना झाली. मुस्लीमांचं सक्षमीकरण नाही, तर फक्त तुष्टीकरण करण्यात आलं. धर्मनिरपेक्षतेच्या नावाखाली त्यांना वेगळं काढण्यात आलं, आणि दर पाच वर्षांनी काँग्रेस व त्याच्या मित्रपक्षांना मतं देण्यासाठी मात्र त्यांचं लांगुलचालन केलं जाऊ लागलं. दलितांबद्दल कळवळा असण्याचा खोटा खोटा आव आणला जायचा. दलितांची आर्थिक स्थिती हलाखाची होती, तरीही मुस्लीमांप्रमाणेच त्यांचे मतदारही मोठ्या संख्येने होते.

गरिबी, दारिद्र्य आणि समाजवाद हे हातात हात घालून होते. भारत सोडून उर्वरित आशियाई देशांचा, म्हणजे पार अगदी मलेशिया ते थायलंड पर्यंतच्या देशांचा सकल देशांतर्गत उत्पादन (जीडीपी) दर जेव्हा दरवर्षी सात टक्क्यांहून अधिक प्रमाणात वाढत होता, तेव्हा नेहरूंच्या शासनकाळात भारताचा विकास दर (यालाच उपहासाने 'हिंदु विकास दर' म्हटलं जायचं) तीन टक्क्यांहूनही कमी इतक्या कूर्मगतीने वाढत होता. त्या २० वर्षांच्या कालावधीत भारताच्या अर्थव्यवस्थेने इतर आशियाई देशांच्या अर्थव्यवस्थेशी बरोबरी साधली असती, तर आज भारताची अर्थव्यवस्था ३.७५ ट्रिलियन डॉलर्स नव्हे, तर त्याच्या दुप्पट ७.५ ट्रिलियन डॉलर्सची झाली असती. आजचं दरडोई उत्पन्न जे २५०० डॉलर्स आहे, तेदेखील दुप्पट म्हणजे ५००० डॉलर्स झालं असतं आणि दारिद्र्य पातळी ५ टक्क्यांपेक्षाही खाली गेली असती, जी आज १० टक्के आहे. थोडक्यात, आणखी १५० दशलक्ष भारतीय आज ज्या गरिबीत राहत आहेत, ते दारिद्र्याच्या खाईतून वर आले असते.

नेहरूवादी विचारधारेला मिळालेली सहमती ही खरं तर चांगल्या अर्थी होती. पाकिस्तान आणि चीनबाबत केलेली चूक वगळता, नेहरू स्वत: अतिशय सन्माननीय व्यक्ती होते. नेहरूंचा जन्म ब्रिटीश आमदानीत, उच्च आणि श्रीमंत कुळात झाला. त्यांचं राहणीमान आणि शौकही उच्च दर्जाचे होते, जे तेव्हाच्या भारताला परवडण्यासारखे नव्हते. लॉर्ड माऊंटबॅटन यांच्या इंग्लिश-जर्मन (अँग्लो-जर्मन) व्यक्तिमत्त्वाचा त्यांच्यावर मोठा प्रभाव होता. (माऊंटबॅटन यांचं मूळ आडनाव बॅटेनबर्ग होतं. जर्मन भाषेत 'बर्ग' याचा अर्थ होतो 'पर्वत'. त्यामुळे त्यांनी असं इंग्रजाळलेलं आडनाव घेतलं होतं.)

भारताचे पहिले पंतप्रधान या नात्याने नेहरूंची कामगिरी तशी उत्कृष्टच होती. नव्यानं स्वातंत्र्य मिळालेल्या देशाची एक मजबूत संस्थात्मक पायाभरणी करण्यात त्यांचा मोलाचा वाटा होता. असं असलं तरी, १९६६पासून त्यांच्या उत्तराधिकाऱ्यांनी त्यांच्या वैचारिक, सैद्धांतिक विचारांच्या वारशाची वासलात लावायला सुरुवात केली. घराणेशाहीचं राजकारण देशाच्या राजकारणात एखाद्या विषाणूसारखं फैलावलं आणि त्यामुळे भारतीय शासनव्यवस्थेला वशिलेबाजी, सरंजामशाही आणि खुशामतगिरी या रोगांचा संसर्ग झाला.

ब्रिटीशांच्या काळात भारतातील विद्वान आणि उच्चशिक्षित हे ब्रिटीशांच्याच नियम आणि कायद्यांनुसार वागत होते. त्यांचं वर्तनही ब्रिटीशांना अपेक्षित असंच होतं.

त्यांच्या निष्ठा ब्रिटीश राजगादी समर्पित होत्या. आपल्या १९० वर्षांच्या राज्यकारभारात भारताच्या अर्थव्यवस्थेचा वाढीचा दर प्रती वर्ष ०.५ टक्क्यांहूनही कमी दराने वाढण्याची खात्री देणाऱ्या ब्रिटीशांचा नेहरूवादी विचासरणीला आशीर्वाद होता.

१९४७ ते १९९१ दरम्यान नेहरूवादी विकासाचा दर जरी मंद होता, तरी १९० वर्षांच्या ब्रिटीश गुलामगिरीच्या काळापेक्षा जास्तच होता. भारतीय स्वभावाने कशातही समाधानीच असतात, तेव्हादेखील समाधानीच होते. याच काळात समाजवाद आणि धर्मनिरपेक्षतेने आपली मुळं खोलवर रुजवायला सुरुवात केली. मुस्लीमांचं खच्चीकरण झालं त्यामुळे त्यांची गरिबी आणि मागासलेपण तसंच राहिलं. परिणामी, सरकारविरोधी संताप आणि इस्लामी कट्टरता वाढीस लागली. १९९१ साली भारत दिवाळखोरीच्या उंबरठ्यावर होता. आंतरराष्ट्रीय नाणेनिधीचा (आयएमएफ)चा दबाव वाढत चालला होता. त्यामुळे तत्कालीन पंतप्रधान नरसिंह राव आणि अर्थमंत्री डॉ. मनमोहन सिंह यांना दारिद्र्य निर्मूलनासाठी ज्या आर्थिक सुधारणा तयार करण्यात आल्या होत्या, त्या बासनात गुंडाळून ठेवाव्या लागल्या.

२०१४च्या लोकसभा निवडणुकीच्या प्रचारांतून मोदींनी नेहरूवादी विचारसरणीवर जोरदार हल्ला चढवला. घराणेशाहीविरुद्ध शाब्दिक लचके तोडण्यात आले. डाव्या विचारसरणीच्या 'गरीबाला आणखीनच गरीब करणाऱ्या' अर्थव्यवस्थेचं पितळ उघडं पडलं. धर्मनिरपेक्षतेच्या बुरख्याआडच्या साम्यवादाचा पर्दाफाश झाला होता. ल्युटियन्सच्या घराणेशाहीचे तळवे चाटणाऱ्या भ्रष्ट परिसंस्थेचं खरं रूप जगासमोर उघड झालं. या सगळ्यामुळे उत्पन्न झालेला जनतेच्या रोषावर मोदींनी बरोब्बर निशाणा साधला आणि त्यामुळेच ते सत्तेवर आले. आणि इथेच खऱ्या समस्यांना सुरुवात झाली. सत्ता हस्तगत करणं सोपं असतं; परंतु ती चालवणं कठीण असतं. पंतप्रधानपदाच्या सुरुवातीच्या काळात मोदींनी एक भयंकर चूक केली. त्यांना वाटलं, की नेहरूवादी विचारधारेच्या परिसंस्थेतील लोकांना आपल्या कृत्यांची लाज वाटेल आणि ते आत्मपरीक्षण करतील.

नेहरूवादी विचारसरणीच्या परिसंस्थेतील बिलंदर आणि धनदांडग्यांचा कळप पुन्हा गोळा होऊ लागला आणि हळूहळू त्यांनी आपली नखं पुन्हा बाहेर काढायला सुरुवात केली. २०१५ साली अमेरिकेचे राष्ट्राध्यक्ष बराक ओबामा यांना प्रजासत्ताक दिनी प्रमुख पाहुणे म्हणून आमंत्रित करण्यात आलं होतं. त्यांच्या भारतभेटीनंतर 'चर्चवरील हल्ले' हे उजव्या विचारसरणीच्या उग्रवाद्यांनी पद्धतशीरपणे घडवून आणले अशी तिरकस शेरेबाजी करण्यात आली. दरम्यान, भाजपच्या काही नेत्यांनीच बेताल वक्तव्यं करून स्वत:चं आणि पक्षाचं हसं करून घेतलं. अनेकांनी मिळालेले नागरी आणि अन्य सन्मान परत करण्याचा सपाटा लावला. देशात असहिष्णुता पसरत असल्याची आवई उठवून मोदी हे पंतप्रधानपदावरील 'हुकूमशहा' असल्याचं चित्र निर्माण करण्यात आलं. त्यांना दलितांबद्दल कणव नाही, त्यांनी भारताची 'धर्मनिरपेक्ष' ही जागतिक स्तरावरील प्रतिमा डागाळली असा आभास निर्माण करण्यात आला. परिणामी, अल्संख्याकांमध्ये घबराट पसरली.

या सगळ्या परिस्थितीबाबत, मोदी सरकारने मौन बाळगून स्वत:वर संकट ओढवून घेतलं. अर्धवट आणि चुकीच्या माहितीचं खंडन न केल्यामुळे त्यात तथ्य आहे, तेच

खरं आहे असं मानलं जाऊ लागलं. कालांतराने सरकारने स्पष्टीकरण दिलं; परंतु तोपर्यंत उशीर झाला होता. सत्याच्या शाश्वततेसाठी तत्परता आणि पारदर्शीपणा आवश्यक असतो, तर खोट्याचा फुगा एका पोकळ फुंकरीतदेखील फुगतो. खरं तर मोदी सरकारला मिळालेला हा महत्त्वाचा धडा आहे; परंतु त्यांच्या मंदगती आणि मंदमती यंत्रणेच्या अजून तो गळी उतरला नाहीये.

घराणेशाहीच्या बाजूने बोलणारे किंवा त्याचं समर्थन करणारे दोन अत्यंत बेगडी युक्तिवाद किंवा विधानं करतात. पहिला युक्तिवाद – अमेरिकेसारख्या लोकशाही असणाऱ्या देशातदेखील राजकीय घराणेशाही आहे. बुश, क्लिंटन, केनेडी हे त्याचेच धादांत पुरावे आहेत. दुसरा युक्तिवाद – ज्याप्रमाणे वकिलांची मुलं वकील होतात, डॉक्टरांची मुलं डॉक्टर होतात किंवा अभिनेत्यांची मुलं अभिनेते किंवा अभिनेत्री होतात, तसंच राजकारण्यांची मुलं राजकारणी होतात.

घराणेशाहीचे समर्थक हे लक्षात घेत नाहीत, की डॉक्टर किंवा वकिलांची मुलं संबंधित विषयाचं शिक्षण घेऊन त्या त्या क्षेत्रात येतात. व्यावसायिक किंवा उद्योगपतींना आपला वारसा चालवण्यासाठी मुलांना काही विशिष्ट समभाग द्यावे लागतात, आपलं पद पणाला लावावं लागतं. अभिनेते किंवा अभिनेत्रींचं नशीब दर शुक्रवारी बदलतं; परंतु राजकारणात तसं नसतं. मतदारांच्या पसंतीचा परीघ संकुचित नाही, तर वाढवणं हा लोकशाहीचा उद्देश आहे. घराणेशाहीमुळे राजकीय पक्ष मतदारांवर उमेदवार लादतात. परिणामी, मतदारांच्या पसंतीला मर्यादा येतात आणि संसदेत सक्षम आणि अभ्यासू नेतृत्वाची पातळी खालावते.

अमेरिकेचे (युनायटेड स्टेट्स) पहिले अध्यक्ष जॉर्ज वॉशिंग्टन यांनी १७८९ साली पदभार स्वीकारला. तेव्हापासून आजतागायत म्हणजे २३४ वर्षांत ४६ राष्ट्राध्यक्षांपैकी केवळ एकाच कुटुंबातील सदस्य राष्ट्राध्यक्षपदावर आले असं फक्त तीनदा घडलं आहे. जॉन ॲडॅम्स (१७९७–१८०१) आणि त्यांचे पुत्र जॉन क्विन्सी ॲडॅम्स (१८२५–१८२९), विल्यम हॅरिसन (१८४१ साली, राष्ट्राध्यक्ष बनल्यापासून केवळ एकच महिन्यात त्यांचं निधन झालं) आणि त्यांचे नातू बेंजामिन हॅरिसन (१८८९–१८९३). आणि अलीकडचंच उदाहरण म्हणजे दोन जॉर्ज बुश. हे तीन अपवाद सोडले, तर अमेरिकी लोकशाहीत घराणेशाहीला थारा नाही हेच दिसून येतं. विसाव्या शतकातील यशस्वी घराणेशाही म्हणून, राष्ट्राध्यक्ष थिओडोर रूझवेल्ट आणि फ्रँकलिन रूझवेल्ट यांचादेखील अनेकदा उल्लेख केला जातो; परंतु ते दोघेही लांबचे चुलत भाऊ होते.

ब्रिटनच्या हाउस ऑफ कॉमन्समधील एकूण सदस्यसंख्येच्या दहा टक्क्यांहूनही कमी लोक एकमेकांच्या कुटुंबातील सदस्य असत. विन्स्टन चर्चिल यांचा कोणताही राजकीय वारसदार नाही. फ्रान्समध्ये देखील द *गॉल* घराण्याची राजकीय परंपरा नाही. जर्मनीमध्ये घराणेशाही नाही. लुप्त होत चाललेल्या घराणेशाहीचं केनेडी हे एक उत्तम उदाहरण आहे. जेएफके यांच्यानंतर त्यांचा कोणताही वारसदार राष्ट्राध्यक्षांच्या गादीवर

आला नाही. टेड केनेडी यांनी १९८० साली राष्ट्राध्यक्षपदाची निवडणूक लढवण्याचा प्रयत्न केला होता; परंतु त्यांना डेमोक्रॅटिक पक्षाच्या जिमी कार्टर यांच्याकडून पराभव पत्करावा लागला. २०१६ साली, जॉर्ज डब्ल्यू बुश यांचे बंधू जेब बुश यांनी, त्यांच्या प्रतिस्पर्ध्यांसोबत झालेल्या वादविवादात निराशाजनक कामगिरी केल्यामुळे त्यांना माघार घेण्यास भाग पाडण्यात आलं होतं.

अमेरिकेत घराणेशाहीविरोधी भावना इतकी तीव्र आहे, की राष्ट्राध्यक्ष जॉन केनेडी यांची कन्या कॅरोलिन यांना न्यू यॉर्क सिनेटपदासाठी उमेदवारी देण्यास डेमोक्रॅटिक पक्षाच्या सदस्यांनीच नकार दिला. भविष्यात, प्रियंका गांधी-वाड्रा यांना रायबरेली मतदारसंघातून उमेदवारी नाकारण्यासारखंच आहे हे.

मनिला इथल्या *एशियन इन्स्टिट्यूट ऑफ मॅनेजमेंट पॉलिसी सेंटरच्या* (ए आय एम) संशोधकांनी राजकीय घराणेशाही आणि फिलिपाईन्समधील गरिबी यांच्यातील कारणात्मक संबंधांच्या काही चाचण्या केल्या. त्या संशोधनातून काही लक्षणीय निष्कर्ष समोर आले. ए आय एम पॉलिसी सेंटरला असं आढळून आलं, की फिलिपाईन्समधील घराणेशाहीचे उमेदवार ज्या मतदारसंघात उभे आहेत असे मतदारसंघ, बिगर घराणेशाहीतील उमेदवार असलेल्या मतदारसंघापेक्षा २६ टक्क्यांनी गरीब आहेत. फिलिपाईन्सच्या संसदेतील जवळपास ६८ टक्के सदस्य घराणेशाहीतून आलेले आहेत. याउलट, अमेरिकेत केवळ ६ टक्के सिनेट सदस्य राजकीय वारशापोटी आलेले आहेत. फिलिपाईन्स (जी एके काळी अमेरिकनांची वसाहत होती) आणि अमेरिका यांचं दरडोई उत्पन्न अनुक्रमे ३५०० डॉलर्स आणि ७०००० डॉलर्स आहे.

भारतात घराणेशाहीच्या राजकारणाचा पाया काँग्रेस पक्षानेच रचला. सार्वजनिकरित्या लोकशाहीचे पक्के पाईक असल्याचं दाखवणारे नेहरू खाजगी आयुष्यात मात्र आपल्याच घराण्याचा राजकीय वारसा पुढे कसा नेता येईल याची योजना आखत होते. १९५९ साली, त्यांनी आपल्या ४२ वर्षीय मुलीला - इंदिराला काँग्रस पक्षाच्या अध्यक्षपदावर बसवलं. स्वातंत्र्य मिळाल्यानंतर महात्मा गांधी म्हणाले होते, 'भारत आता ब्रिटीशांची वसाहत नाही, त्यामुळे काँग्रेस पक्षाची 'स्वातंत्र्यसैनिकांचा पक्ष' अशी ओळख पुसून टाकून त्याचं रूपांतर लोकशाहीवादी भारताच्या सापेक्ष करणं गरजेचं आहे.' तरीही, अतिशय सुसंस्कृत आणि संवेदनशील असणाऱ्या नेहरूंनी दबकत का होईना घराणेशाहीच्या दिशेने पाऊल उचललंच आणि महात्मा गांधींच्या या वक्तव्याला दहा वर्षंही उलटली नसतील, त्याच्या आतच काँग्रेस पक्षाचं रूपांतर एका कुटुंबाच्या राजकीय उद्योगधंद्यात होण्यास सुरुवात झाली.

प्रियंका गांधी-वाड्रा यांची आणि त्यांची आजी - इंदिरा गांधी - यांची व्यावहारिक किंवा बुद्धीचातुर्याच्या बाबतीत तुलना करायची झाल्यास, प्रियंका केवळ १९ वर्षांच्या असतानाच राजकारणात सक्रिय झाल्या होत्या. १९९१ सालच्या लोकसभा निवडणुकीत प्रियंका यांनी त्यांचे वडील राजीव गांधी यांच्यासाठी अथक प्रचार केला. १९८९ साली झालेल्या पराभवातून राजीव गांधी तितकेसे सावरले नव्हते, ते दुःख त्यांना तेव्हाही बोचत होतं. १९८४च्या निवडणुकीत काँग्रेसला ४०० जागा मिळाल्या होत्या. मात्र १९८९च्या निवडणुकीत या संख्येत चांगलीच घसरण होऊन पक्षाला केवळ २०० जागा मिळाल्या.

पुढे २५ वर्षांनंतर ही संख्या आणखी घसरणार होती. २००९ साली मिळालेल्या २०६ जागांवरून, २०१४ साली ती संख्या केवळ ४४ जागांपर्यंत गडगडली.

राजीव गांधी यांची हत्या झाली, तेव्हा प्रियंका केवळ १९ वर्षांच्या होत्या. २२ मे १९९१ रोजी, भल्या पहाटे, प्रियंका आणि त्यांची आई सोनिया गांधी यांनी एका विशेष विमानाने, राजीव गांधींचं पार्थिव आणण्यासाठी चेन्नईपासून ४२ किलोमीटरवर असणाऱ्या श्रीपेरुम्बदुर इथे जाण्यासाठी दिल्लीहून प्रयाण केलं. श्रीपेरुम्बदुर इथेच राजीव गांधी यांची हत्या करण्यात आली होती. तेव्हा प्रियंका यांचे बंधू - वीस वर्षांचे राहुल गांधी - अमेरिकेत होते. या प्रसंगाला प्रियंका गांधी अत्यंत धीरोदात्तपणे सामोरं गेल्या. अमेरिकेहून भारतात परतलेल्या आपल्या भावाचं आणि आईचं सांत्वन केलं. राजीव गांधी यांच्या अंत्यसंस्काराच्या वेळीदेखील त्या अत्यंत संयमित आणि शांत दिसत होत्या.

२०१४च्या निवडणुकीत काँग्रेस पक्षाचा पराभव झाला. त्यानंतर पत्रकारांनी राहुल गांधींना विचारलेल्या प्रश्नांमुळे भांबावलेल्या आपल्या भावाच्या, राहुलच्या खांद्यावर आश्वासक हात ठेवून त्याला घरी घेवून जात असलेल्या प्रियंका यांचं छायाचित्र प्रसिद्ध झालं. आपल्या कुटुंबाच्या मागे शांत; परंतु कणखरपणे उभी असलेली, सगळे मान-अपमान पचवून योग्य वेळ येताच सावलीतून बाहेर पडून, योग्य प्रत्युत्तर देण्याच्या तयारीत असलेली प्रियंका या समयी प्रतीत होत होती. आई सोनिया गांधी यांच्या प्रकृति-अस्वास्थ्यामुळे प्रियंका यांना २०१९च्या सार्वत्रिक निवडणुकांनंतर राजकारणात अधिक सक्रिय होणं भाग पडलं.

सुरुवातीला प्रियंका जरी शांत दिसत होत्या, तरी काँग्रेस पक्षावर त्यांचाच वरचष्मा होता. त्यांचाच शब्द अंतिम मानला जायचा. काँग्रेसमधील निष्ठावंतांनी प्रियंकांनी राजकारणात उतरावं यासाठी दशकानुदशकं आकाशपाताळ एक केलं. २०१७च्या उत्तर प्रदेशातील विधानसभा निवडणुकीत उमेदवारांची निवड करण्यात प्रियंकांनी पडद्याआडून, पण महत्त्वाची भूमिका बजावली. त्या निवडणुकीत भाजपने घसघशीत यश मिळवलं. काँग्रेसच्या या दारूण आणि लाजिरवाण्या पराभवानंतर उठलेल्या टीकेच्या वादळातही काँग्रेस निष्ठावंत राहुल आणि सोनिया यांच्याप्रमाणेच प्रियंकाच्याही पाठीशी उभे राहिले. २०२२ची उत्तर प्रदेशची विधानसभा निवडणूक प्रियंका यांच्यासाठी खरं तर सत्त्वपरीक्षा होती. २०१७च्या निवडणुकीत काँग्रेसची मतांची टक्केवारी ६.५ टक्क्यांवरून २ टक्के इतकी घसरली होती आणि पदरी दारूण अपयश पडलं होतं. २०२२मध्ये पुन्हा एकदा निष्ठावंत मदतीला धावून आले आणि त्यांनी काँग्रेसच्या अपयशाचं खापर प्रियंका गांधींच्या नेतृत्वावर नाही, तर तळागाळातील कमकुवत संघटनावर फोडलं.

प्रियंका यांच्या या सहज सौजन्यशील वर्तणुकीच्या आड अत्यंत बिलंदर मानसिकता दडलेली आहे. १९९७ साली त्यांचा विवाह तेव्हाचे छोटेखानी उद्योगपती रॉबर्ट वाड्रा यांच्याशी झाला. या विवाहामुळे त्यांच्या निकटवर्तीयांच्या भुवया उंचावल्या गेल्या होत्या. प्रियंकाशी विवाह झाल्यानंतर दहा वर्षांच्या आतच रॉबर्ट हे रियल इस्टेट व्यवसायातील एक बडं प्रस्थ बनलं. स्थावर मालमत्तेतील अनेक मोठे सौदे त्यांनीच घडवून आणले, शरीरसौष्ठव कमावलं आणि दिल्लीच्या नवश्रीमंत-उच्चभ्रू वर्तुळात त्यांची उठबस होऊ

लागली, पेज थ्रीवर ते झळकू लागले. या सगळ्यामुळे प्रियंकांच्या राजकीय कारकिर्दीत रॉबर्ट अडथळा होऊ शकतात हे भाकीत दशकभरापूर्वीच करण्यात आलं होतं.

प्रियंकांना त्यांच्या आईकडून संयमित धूर्तपणाचा वारसा मिळाला आहे. याच गुणाचा वापर करून त्यांनी स्वत:ची, विरोधकांनी छळ केलेल्या पतीच्या पाठीशी खमकेपणाने उभी राहणारी, वडिलांच्या मारेकऱ्यांना उदार अंत:करणाने माफ करणारी आणि इंदिरा गांधींच्या छबीशी मिळतीजुळती अशी प्रतिमा उभी केली. बंधू राहुल यांच्याप्रमाणेच, कुठल्या तरी स्वयंसेवी संस्थेचं काम करण्याव्यतिरिक्त प्रियंका गांधींनी कुठलंही ठोस काम केलेलं नाही. अनेक वर्षे काँग्रेसशी निष्ठावंत असलेल्यांना बाजूला सारून त्या नेहमीच राहुलच्या एकनिष्ठ आणि विश्वासू राहिल्या आहेत.

२०१९च्या निवडणुकीतील काँग्रेसच्या पराभवानंतर राहुल गांधींनी पक्षाच्या अध्यक्षपदावर राहावं यासाठी मनधरणी करण्याचं मोठं प्रदर्शन केलं. अगदी त्यांच्या निवासस्थानासमोर लोटांगणं काय घातली गेली! सामूहिक राजीनामा मोहीम (नाट्य) चालवली गेली!! भारतातील सरंजामशाहीतील राजकीय कुटुंबांना किती त्रास असतो हेच यातून दिसून आलं. सरतेशेवटी पक्षाची समजूत काढण्यासाठी गांधी कुटुंबीयांनी त्यांच्या ट्वीटर संदेशाला एक खुलं पत्र जोडलं. राहुल गांधी जे अनेक महिने पक्ष सदस्यांना ओरडून सांगत होते, तेच या पत्रात लिहिलं होतं. त्या पत्राचा मथितार्थ असा की, मला सत्ता हवी परंतु कोणत्याही जबाबदारीशिवाय!

अखेरीस, तीन वर्षांनी, २०२२ साली काँग्रेस पक्षाने गांधी घराण्यातील व्यक्तीव्यतिरिक्त पक्षाध्यक्ष निवडण्यासाठी पक्षांतर्गत निवडणूक घेतली. अगदी 'खेळी-मेळी'च्या झालेल्या या निवडणुकीत ८० वर्षांच्या मल्लिकार्जुन खर्गे यांनी ६६ वर्षीय शशी थरूर यांना पराभूत केलं आणि १९९८नंतर गांधी घराण्यातील व्यक्ती सोडून पहिले काँग्रेस पक्षाध्यक्ष होण्याचा मान पटकावला. गांधी कुटुंबीयांसाठी ही काही फार नवलाईची किंवा विशेष गोष्ट नव्हती. घराणेशाहीवर होत असलेल्या टीकेवर पांघरूण टाकण्याचं काम खर्गे यांनी उत्तमरित्या निभावलं. तसंच प्रत्यक्ष कारभारातही त्यांनी त्यांच्या सिंहासनाची भूमिका चोख बजावली : एक 'कुटुंब नियुक्त पक्षाध्यक्ष' ज्याने, धोरणात्मक निर्णय घेण्यासाठी नेहमीच गांधी कुटुंबाचं 'मार्गदर्शन' घेतलं आहे.

घराणेशाहीनुसार चालणाऱ्या राजकीय पक्षांनी, सार्वजनिक राहणीमानाचा दर्जा नेहमीच खालावत नेला आहे. खर्गे यांना काँग्रेस पक्षाध्यक्षपदी नियुक्त केल्यानंतरही गांधी कुटुंबीयांचाच पक्षावर वरचष्मा आहे. गांधी कुटुंबीयांनी राजकारणातून किंवा पक्षाच्या कारभारातून अंग काढून घेतलं तर पक्षांतर्गत बंडाळी माजेल, अशी भीती पक्षाच्या निष्ठावंत सदस्यांना वाटते. सोनिया गांधींची प्रकृती बरी नसते तसंच त्यांना कोणत्याही पदाची आता इच्छाही नाही. नव्यानं 'पुनरुज्जीवीत' झालेले राहुल हेदेखील एक गूढच आहे. २०२४च्या लोकसभा निवडणुका जवळ येत असताना त्यांचं वागणं, आचरण कसं आहे यावरच काँग्रेस पक्षाचं भवितव्य बहुतांशाने अवलंबून असेल.

खरं तर भारतीय जनता पक्षाच्या स्वतःच्या ज्या अडचणी आहेत, त्यांमुळे काँग्रेस पक्षाला नवी उभारी आली पाहिजे. नवीन शेतकरी सुधारणा कायद्यांच्या विरोधात, २०२१ साली शेतकऱ्यांचं मोठं आंदोलन झालं आणि त्यानंतर मोदी सरकारनं शरणागती पत्करली. पक्षात एकजूट घडवून एकसंघ होण्याची काँग्रेसकडे तेव्हा नामी संधी होती. २०२२ची उत्तर प्रदेश विधानसभा निवडणूक हीदेखील अशीच एक वाया घालवलेली संधी. २०२४साठी स्वतःला सक्षम करण्याचा कोणताही खटाटोप काँग्रेसने केला नाही. काँग्रेसचं अनुकरण करत घराणेशाही चालवणाऱ्या इतर विरोधी पक्षांनाही याचा फटका बसला आहेच. २०१९ साली झालेल्या लोकसभा निवडणुकीत बहुतेक घराणेशाही चालवणाऱ्या पक्षांना मतदारांनी चांगली अद्दल घडवली. त्यात होते लालुप्रसाद यादव – राजद (शून्य जागा), अखिलेश यादव – समाजवादी पक्ष (पाच जागा), चन्द्राबाबू नायडू – टीडीपी (तीन जागा), शरद पवार – राष्ट्रवादी काँग्रेस (चार जागा), एच. डी. कुमारस्वामी – जेडीएस (एक जागा) आणि मेहबुबा मुफ्ती – पीडीपी (शून्य जागा). या साऱ्यांना मतदारांनी चांगलीच अद्दल घडवली.

मतदारांनी संकेत दिलेले होते; परंतु ते विरोधी पक्षातील घराणेशाही चालवणाऱ्या राजकारण्यांनी वाचले नाहीत. बहुजन समाजवादी पक्षाच्या मायावती यांनी त्यांचे बंधू आनंद कुमार आणि पुतण्या आकाश आनंद यांची अनुक्रमे पक्षाच्या राष्ट्रीय उपाध्यक्षपदी आणि राष्ट्रीय समन्वयकपदी नियुक्ती केली. ममता बॅनर्जींचा भाचा अभिषेक याची अगदी सहजपणे तृणमूल काँग्रेसचा वारसदार म्हणून वर्णी लागली.

जेव्हा जेव्हा घराणेशाही डोकं वर काढते, तेव्हा तेव्हा निवडणुकीवर कालांतराने का होईना त्याचे परिणाम होतातच. आपल्यात घराणेशाही नसल्याचा, भारतीय जनता पक्षाला अभिमान होता. अटलबिहारी वाजपेयींचं मानसकुटुंब, तसंच लालकृष्ण आडवाणी यांचे सुपुत्र जयंत व कन्या प्रतिभा यांनी आपणहून स्वतःला राजकारणापासून लांब ठेवलं; परंतु घराणेशाहीच्या किड्याने भाजपमध्येही शिरकाव केला आहे. नरेंद्र मोदींना अपत्य नसल्याने साहजिकच त्यांचा कोणीही वारसदार नाही. त्यांचे इतर बंधू गुजरातमध्ये शांतपणाने मध्यमवर्गीय आयुष्य जगतात. अमित शाह किंवा राजनाथ सिंह यांच्या घरातूनही कोणी राजकीय वारसा सांगणार नाहीत; परंतु पक्षातील इतर काही नेत्यांमध्ये मात्र चिन्हं काही चांगली नाहीत.

अशुभ चिन्हांचं पहिलं उदाहरण म्हणजे, केंद्रीय माहिती आणि प्रसारण मंत्री अनुराग ठाकूर. अनुराग हे हिमाचल प्रदेशचे माजी मुख्यमंत्री प्रेमकुमार धुमल यांचे चिरंजीव. अनुराग यांचे लहान बंधू अरुण धुमल हे बीसीसीआय (भारतीय क्रिकेट नियामक मंडळ)चे खजिनदार होते आणि आता पैशाने ओथंबून वाहणाऱ्या इंडियन प्रिमिअर लीग (आय पी एल)मध्ये ते कार्यरत आहेत. असं असलं तरीही, संसदेत भाजपच्या ३०२ खासदारांपैकी घराणेशाहीची उदाहरणं तुलनेने कमीच सापडतात; परंतु म्हणून भाजपने स्वतःचीच पाठ थोपटून घेऊ नये. राज्य स्तरावर घराणेशाही फोफावत चाललेली दिसून येत आहे, ती थांबवलीच पाहिजे.

राज्य किंवा विधीमंडळ स्तरासोबतच, अगदी जिल्हा, तालुका स्तरावरदेखील घराणेशाहीला बळी न पडता, गुणवत्तेला प्राधान्य देण्यासाठी भाजपने जास्त प्रयत्न

करायला हवेत. कोणाचेही, मुलगा-मुलगी, भाऊ-बहीण, भाचे-भाच्या, पुतणे-पुतण्या जे कोणी नातेवाईक असतील, त्यांना स्वत:चा मार्ग शोधून त्यात प्रतिष्ठा मिळवू द्या. वारसाहक्काने मिळणाऱ्या राजकारणाच्या प्रवेशाचे सर्व मार्ग बंद करून टाकले पाहिजेत. घराण्याच्या भोवती असलेल्या खुषमस्कऱ्यांची स्वत:ची एक परिसंस्था असते. ती परिसंस्था त्या घराण्याच्या भोवती भक्कम पोलादी भिंत निर्माण करते, जी भेदणं बाहेरच्या प्रतिभावान आणि गुणवंतांसाठी अशक्य असतं; परंतु एकदा का तुम्ही आत गेलात, की प्रतिष्ठा आणि संपत्ती तुमच्या पायाशी असतात. दिल्लीतील या ल्युटियन्सच्या पोलादी भिंतीची मोदींना 'बाहेरचा' व्यक्ती म्हणून चांगलीच माहिती होती.

वारसाहक्काने मिळणाऱ्या पदांचा आनंद लुटण्यासाठी भाजपातलेच काही नेते आसुसलेले आहेत. नव्हे, मोठे झाले आहेत. या 'घटकां'पासून होणारा धोका पंतप्रधानांनी वेळीच ओळखायला हवा. त्यांचं स्वत:चं घराणं यात नसेल कदाचित, परंतु घराणेशाहीला त्यांची सहानुभूती जाऊ शकते. ल्युटियन्सची परिसंस्था, ही नव्याने काँक्रिटीकरण केलेल्या भिंतीसारखी अभेद्य असू शकते. बाहेरच्यांना आत येण्यासाठी मज्जाव असतो. आत शिरकाव करून घ्यायचाच असेल, तर त्यांना एक तर धर्मांतर करावं लागतं. नाही तर मग बाहेरच उभं राहावं लागतं. इतकी प्रतिष्ठित अशी ही भिंत मोदी भेदू शकतील का? जर त्यांना ती भेदता आली नाही, तर भाजपविरोधातला तो एक मुद्दा असू शकतो.

अनुभव आणि निरीक्षणात्मक अभ्यासातून हे निश्चितपणे सिद्ध झालं आहे, की घराणेशाही गरिबीला जन्माला घालते. ज्यांनी ज्यांनी घराणेशाहीचं राजकारण फार पूर्वीपासून नाकारलं अशा देशांची गणना आज जगातील सर्वांत यशस्वी देशांत झालेली दिसून येते. गरीबांवर किंवा आपल्या अधीन असलेल्यांवर वचक ठेवण्याचा घराणेशाहीचा एक मार्ग म्हणजे त्यांना अनुदान देऊन खुश ठेवणे. भारताचे माजी मुख्य आर्थिक सल्लागार कृष्णमुर्ती सुब्रमण्यम (सध्या ते आंतरराष्ट्रीय नाणेनिधीचे संचालक म्हणून भारताचं प्रतिनिधीत्व करत आहेत) आणि अर्थतज्ज्ञ अभिषेक भारद्वाज यांनी संयुक्तपणे एक सर्वेक्षण केलं. त्यात त्यांना असं दिसून आलं, की घराणेशाही लोकशाहीला हळूहळू परंतु निष्ठुरपणे पोखरत जाते. 'अविचारी किंवा बेफाम लोकप्रियता मिळवून सत्ता टिकवण्याची ही एक परंपराच आहे' असं त्यांनी नमूद केलं आहे. ते पुढे लिहितात, 'दिलेल्या सवलतींचे किंवा अनुदानांचे काय आर्थिक परिणाम किंवा दुष्परिणाम होतील याचा सारासार विचार न करताच सवलतींचा डोंगर उभा करणे.' किती अनुदान किंवा सवलती दिल्या यांची संख्या बोलकी आहे.

जोपर्यंत काँग्रेस पक्ष स्वत:चं आत्मपरीक्षण किंवा अंतर्गत शुद्धी करत नाही, तोपर्यंत त्याच्यावर कौटुंबिक अधिसत्ता गाजत राहणार. त्याचा परिणाम म्हणजे प्रशासनात अनागोंदी, वशिलेबाजी आणि अकार्यक्षमता वाढीस लागणार. काँग्रेसच्या अभद्र पावलांवर पावलं टाकत १९८० आणि १९९०च्या दशकात देशभरातील अनेक राज्यांतून राजकीय घराणेशाहीचा उदय झाला आणि त्यांनी पद्धतशीरपणे राजकारणाचा किफायतशीर धंदा केला. काही अपवाद वगळता, जवळपास सर्वांनीच भ्रष्टाचार, अनागोंदी प्रशासन आणि वशिलेबाजीला उत आणला.

जेव्हा गुणवत्तेपेक्षा घराणेशाही वरचढ ठरायला लागते, तेव्हा प्रशासनाची गुणवत्ता ढासळायला लागते. हे किती घातक आहे याचे पुरावे भारतात जितके सापडतात, तितकेच जगभरातही सापडतात. उदाहरण घ्यायचं झालं तर, झिम्बाब्वेचे दिवंगत माजी अध्यक्ष रॉबर्ट मुगाबे यांचं घेऊ. सलग ३७ वर्षे ते झिम्बाब्वेचे राष्ट्राध्यक्ष होते. आपल्या राष्ट्राध्यक्षपदाच्या इतक्या दीर्घ कारकिर्दीत त्यांनी देशाच्या अर्थव्यवस्थेचे पार तीन तेरा वाजवले होते. त्यांची पत्नी ग्रेसवरही भ्रष्टाचार आणि जनतेवर जुलूम-जबरदस्ती केल्याचे आरोप होते. लष्कराने उठाव करून मुगाबे यांना राष्ट्राध्यक्ष पदावरून खाली खेचलं; परंतु त्याच्या काही दिवसच अगोदर मुगाबे यांनी अशी इच्छा वर्तवली होती, की आपल्या पत्नीलाच राष्ट्राध्यक्ष म्हणून नियुक्त करण्यात यावं. क्युबामध्ये फिडेल कॅस्ट्रो यांचे बंधु रौल यांनी त्यांच्या बेट असणाऱ्या देशाला गरीब बनवणाऱ्या समाजवादी शासनाला उलथवून टाकण्याचा अयशस्वी प्रयत्न केला होता. मात्र त्यात त्यांना मर्यादित यश मिळालं.

उत्तर कोरिया, पाकिस्तान आणि आखाती देशांतील म्हणजेच मध्य पूर्वेकडील शेखशाही ही इतर काही उदाहरणं आहेत. या देशांतील राजकीय कुटुंबांनी त्यांच्या देशातील नागरिकांच्या स्वातंत्र्याची गळचेपी केली, दहशतवाद्यांना प्रोत्साहन दिलं आणि घराणेशाही टिकून राहावी म्हणून मध्ययुगीन कायदे लादले.

घराणेशाहीच्या राजकारणामुळे भारतात मध्यमवर्गीय समाज वाढीस लागला. जागतिक गुंतवणूकदार आणि लेखक रुचिर शर्मा यांनी त्यांच्या, *डेमोक्रसी ऑन द रोड – ए ट्वेन्टी फाइव्ह इयर जर्नी थ्रू इंडिया* या पुस्तकात, २००७ सालचा एक किस्सा सांगितला आहे. राहुल गांधी दौऱ्यावर असताना, शर्मा आणि त्यांचे काही सहकारी राहुल यांच्या सोबत होते. शर्मा सांगतात, 'दोन तासांच्या जेवणाच्या वेळेत राहुल गांधी १ तास ५९ मिनिटं बोलत होते.'

यातून राहुल गांधींनी शिकायचं आहे, की २०२४च्या लोकसभा निवडणुकांपर्यंतचे पुढचे काही महिने आपलं वागणं कसं असायला पाहिजे. खरं म्हणजे त्यांनी केवळ इतरांचं ऐकलं पाहिजे.

प्रकरण ९

गांधी घराण्याची भूमिका

२०२२मध्ये सात राज्यांत विधानसभा निवडणुका झाल्या, त्यांतील पाच राज्यांमध्ये भाजपने सफाईदार विजय मिळवला. या विजयामुळे २०२४च्या लोकसभा निवडणुकीसाठी भाजपची स्थिती अधिक भक्कम झाली आहे. पंजाब आणि हिमाचल प्रदेशातील हार काहीशी अपेक्षितच होती; परंतु उत्तर प्रदेश, उत्तराखंड, गोवा, मणिपूर आणि गुजरातमधील विजयाने मोदी मतदारांशी किती थेट जोडले गेले आहेत हेच अधोरेखित होतं. फेब्रुवारी आणि मार्च २०२२मध्ये उत्तर प्रदेशच्या विधानसभा निवडणुकीत भाजपचा झालेला विजय, मतदारांवर मोहिनी टाकून, मतं खेचून आणण्याची मोदींची हातोटी आणि योगी आदित्यनाथ यांची अमाप लोकप्रियता यांचं संधान होतं. २०२२च्या विधानसभा निवडणुकीतून एकहाती दीर्घकाळ सत्ता मिळवणारा नेता म्हणून योगी आदित्यनाथ उदयास आले.

२०२२ साली, सातपैकी पाच राज्यांत विजयी झालेल्या भाजपच्या गोटात जल्लोष होत होता, तिथे काँग्रेसच्या गोटात मात्र भयाण शांतता होती. सातपैकी पाच राज्यांत पराभव हा काही शुभ शकुन नव्हता. त्यामुळे पक्षाने २०२३च्या सुरुवातीलाच *हाथ से हाथ जोडो* हे अभियान सुरू केलं. सहा लाख गावांमध्ये पक्षप्रसार, तिथल्या लोकांच्या गाठीभेटी घेऊन सदस्यसंख्या वाढवणं हा या अभियानाचा उद्देश होता. उत्तराखंड, गुजरात आणि गोवा या राज्यांमध्ये भाजपशी काँग्रेसची सरळ लढत होती, त्यात आम आदमी पक्षाने मिठाचा खडा टाकत काँग्रेसची मतं खाल्ली. २०२४च्या लोकसभा निवडणुकीसाठी ही धोक्याची घंटा आहे. २०२३च्या अखेरीस काही महत्त्वाच्या राज्यांच्या विधानसभा निवडणुका होऊ घातल्या आहेत. मे २०२३मध्ये कर्नाटक विधानसभेवर काँग्रेसची सत्ता आली खरी; परंतु आता नोव्हेंबर २०२३ मध्ये राजस्थान, मध्यप्रदेश, तेलंगण आणि छत्तीसगढ या राज्यांमध्ये काय घडतं ते बघणं महत्त्वाचं आहे. या राज्यांमधली हार-जीतच २०२४च्या लोकसभा निवडणुकांचे संकेत ठरवेल.

या दरम्यान काँग्रेस पक्षाची पुनर्बांधणी करण्यासाठी, त्याला नवी उभारी देण्यासाठी राहुल आणि प्रियंका यांना काही महत्त्वाचे निर्णय घ्यावे लागतील. मल्लिकार्जुन खर्गे यांच्यासारख्या गांधी कुटुंबीयांबाहेरच्या व्यक्तीची पक्षाच्या अध्यक्षपदी नेमणूक हे या सुधारणांच्या दिशेने टाकलेलं पहिलं पाऊल म्हणता येईल. वास्तविक पाहता, हे पाऊल काँग्रेस पक्षाच्या घराणेशाहीच्या बाण्याला न मानवणारं आहे. १९६९ साली इंदिरा गांधींनी पक्षाचे दोन भाग केले आणि काँग्रेसला आपल्या कुटुंबाचा धंदाच बनवलं तेव्हापासून घराणेशाही काँग्रेसच्या नसानसात भिनली आहे. त्यामुळेच आपला हा बाणा सोडून, जोपर्यंत काँग्रेस नवीन धोरणं आत्मसात करत नाही, पक्षाचं आधुनिकीकरण करत नाही, तोपर्यंत निवडणुकांत विजय तर मिळणार नाहीच; शिवाय पक्ष उतरणीला लागेल, दिवसेंदिवस ढासळत जाईल. पंजाबमध्ये आता आम आदमी पक्षाची सत्ता आहे. त्यामुळे सध्या देशात अशी दोनच मोठी राज्यं आहेत, जिथे काँग्रेसची सत्ता अद्याप आहे. ती म्हणजे राजस्थान आणि कर्नाटक. छत्तीसगढ आणि हिमाचल प्रदेशात तसं काही फार नुकसान संभवत नाही. झारखंडमध्ये प्रादेशिक पक्ष *झारखंड मुक्ती मोर्चा*शी युती करून काँग्रेस दुसरा मोठा पक्ष आहे; तर तामिळनाडूमध्येही सत्ताधारी *द्रमुक* पक्षाशी काँग्रेसने हातमिळवणी केली आहे.

पंजाब विधानसभा निवडणुकीत *आम आदमी पक्षाने (आप)* दणदणीत विजय मिळवला, जणू दिल्लीतील विजयाचाच तो प्रतिध्वनी होता. *आप*ने गोवा आणि गुजरातमध्येही मुसंडी मारली. हिमाचल प्रदेशात मात्र *आप*ला काहीसा मिश्र प्रभाव दिसून आला. परंतु हे संचित २०२४च्या लोकसभा निवडणुकीत मोदींविरूद्ध शड्डू ठोकून उभं राहण्यासाठी *आप*चे नेते *अरविंद केजरीवाल* यांना पुरेसं होईल का? असंभव. त्याचं कारण असं – राहुल गांधी वगळता, ममता बॅनर्जीरूपी रणरागिणीच्या प्रादेशिक पक्षाचं आव्हान त्यांच्या समोर आहे.

२०२१ साली झालेल्या पश्चिम बंगाल विधासभा निवडणुकीत ममता बॅनर्जींचा तृणमूल काँग्रेस पक्ष प्रचंड विजय मिळवून सत्तेत आला. पश्चिम बंगाल पंजाबपेक्षा मोठं राज्य आहे. पंजाबचे १३ खासदार संसदेवर आहेत; तर पश्चिम बंगालचे ४२. त्यामुळेच केजरीवाल यांना पंजाबमध्ये मिळालेल्या विजयाइतकाच बँनर्जींचा हा विजयदेखील तितकाच प्रभावशाली होता. गोव्यामध्ये मात्र तृणमूल काँग्रेसला सपशेल हार पत्करावी लागली. तरीही २०२४च्या लोकसभा निवडणुकीत हा पक्ष दुसऱ्या क्रमांकाचा विरोधी पक्ष होईल यात शंका नाही. अर्थातच त्यासाठी पश्चिम बंगालमधील मतदारांचा गळा धरून मतं खिशात पाडली जाणार. केरळ, कर्नाटक, तामिळनाडू, मध्य प्रदेश, छत्तीसगढ, तेलंगण, झारखंड आणि राजस्थान या राज्यांमध्ये सत्तेचा फायदा काँग्रेसला सार्वत्रिक निवडणुकीत होऊन तो पक्ष पहिल्या क्रमांकाचा विरोधी पक्ष असेल आणि त्याखालोखाल कदाचित तृणमूल काँग्रेसचा नंबर लागू शकेल.

२०२४च्या निवडणुकीनंतर पंतप्रधान कोण होणार? विरोधी पक्षांकडून अनेकांनी या पदासाठी दावेदारी सुरू केली आहे. पंतप्रधानपदासाठी आपणच कसे श्रेष्ठ हे सांगत, इतरांना कमी लेखण्याचा विरोधकांचा उद्योग मोदी काठावरूनच बघण्याचा प्रयत्न

करतील. *शरद पवार, उद्धव ठाकरे* आणि *एम. के. स्टॅलिन* यांनी आधीच स्पष्ट केलं आहे, की काँग्रेसशिवाय संयुक्त विरोधी आघाडी होऊ शकत नाही. परंतु नव्याने स्थापन झालेल्या *इंडिया आघाडीत* राहुल गांधी आणि केजरीवाल एकत्र काम करू शकतील? ममता बॅनर्जी आणि राहुल गांधी यांच्यात अगदी अलीकडेपर्यंत एकमेकांतून विस्तव जात नव्हता, ते मोदींना शह देण्यासाठी म्हणजेच पर्यायाने भाजपला आव्हान देण्यासाठी त्यांच्यातील मतभेत मिटवतील?

उत्तर प्रदेशातील निवडणुकीत हे दिसून आलं, की भाजपविरुद्धच्या दुहेरी लढतीत समाजवादी पक्षासारखा पक्ष त्याच्या छोट्या छोट्या भागीदारी पक्षांसह ४७पासून १२५ जागा अर्थात तिप्पट जागा जिंकू शकतो; परंतु हा परिणाम साधण्यासाठी बसपच्या मायावतींना निवडणुकीतून माघार घ्यावी लागली होती. २०२४मध्येही त्या असाच स्वार्थत्याग करतील हे अशक्यच आहे आणि हाच मोदींचा हुकमी एक्का आहे!

आता जरा केजरीवालांकडे वळू. केजरीवाल हे एक गूढ आहे. *टाटा स्टील*मध्ये एक अधिकारी म्हणून त्यांनी आपल्या कारकिर्दीला सुरुवात केली. अण्णा हजारेंच्या चळवळीत सहभागी होण्यापूर्वी ते भारतीय महसूल सेवेत (*आय.आर.एस*) रुजू झाले होते. २०११-१२मध्ये अण्णा हजारे यांनी भ्रष्टाचारविरोधी आंदोलन उभारलं. या आंदोलनात केजरीवाल अण्णांच्या खांद्याला खांदा लावून सहभागी झाले आणि जनमानसातील त्यांची प्रतिमा उंचावली. २०१५ साली झालेल्या दिल्ली राज्य विधानसभा निवडणुकीत केजरीवाल यांच्या नेतृत्वाखाली, नव्याने स्थापन झालेल्या *आम आदमी* पक्षाने ७०पैकी ६७ जागा जिंकून आणि २०२० सालच्या निवडणुकीत ६२ जागांवर विजयी होत दणदणीत विजय मिळवला.

तरीही प्रश्न असा उरतो, की काँग्रेसची सध्याची स्थिती ढासळली असली तरी एके काळी या पक्षाने गाजवलेली विरोधी पक्षाची जागा *आप* भरून काढू शकेल का? अनेक प्रादेशिक पक्षांनी आपापल्या राज्यात धुरंधर कामगिरी केली आहे; परंतु समस्या अशी आहे, की 'प्रादेशिक पक्ष' अशी त्यांची ओळखच त्यांची कमजोरी ठरली आहे. पश्चिम बंगालच्या बाहेर ममता बॅनर्जींची जादू चालत नाही हे २०२२च्या गोवा विधानसभा निवडणुकीतून सिद्धच झालं आहे. या निवडणुकीत, तृणमूल काँग्रेसचा मतांचा वाटा होता ५.२ टक्के. शिवाय एकही जागा जिंकता आली नाही ते वेगळंच. पंतप्रधानपदाला आव्हान देणाऱ्यांना हाच संकुचित प्रादेशिकवाद त्रस्त करतो. त्यात तेलंगणचे *के. चंद्रशेखर राव, संयुक्त जनता दलाचे नितिश कुमार*, ओडिशाचे *नवीन पटनायक* यांचा समावेश आहे. (भुवनेश्वरमध्ये एकहाती सत्ता मिळणार असेल तर दिल्लीत सत्तेचे भागीदार होण्यासाठी पटनायकांची तयारी आहे.)

पण या सगळ्यांतून केजरीवाल निराळे ठरतात कारण त्यांचा पक्ष प्रादेशिक नाही. म्हणूनच, काँग्रेससमोरच्या सततच्या बदलत्या आव्हानांनी निराश झालेल्यांचा असा समज आहे, की राहुल गांधी आता नव्या अवतारात अवतरीत झाले असले तरी फारसा काही फरक पडणार नाही आणि राष्ट्रीय स्तरावर भाजपला टक्कर देऊ शकेल असा पर्याय काँग्रेसनंतर आता केजरीवाल यांच्या आम आदमी पक्षातच आहे. परंतु वचन देणं आणि

वचनपूर्ती यात खूप फरक आहे. गेल्या तीन वर्षांत, केजरीवाल यांच्यात खूप बदल झाला आहे. आधीच्या रूढीवादी शासनव्यवस्था मोडून काढणाऱ्यापासून ते आता मुरलेले राजकारणी बनले आहेत. आपल्या सुरुवातीच्या राजसत्ताविरोधी मानसिकतेत त्यांनी पंतप्रधान मोदींचा 'मनोरुग्ण' अशा तुच्छ शब्दांत उल्लेख केला होता. इतकंच नाही, तर त्यांनी दिवंगत भाजप नेते अरुण जेटली यांच्याबद्दलही अवमानकारक उद्गार काढले होते. जेटलींनी त्यांच्याविरूद्ध मानहानीचा दावा दाखल केला होता. या खटल्यात त्यांना जेटली यांची माफी मागावी लागली होती. दिल्लीचे मुख्यमंत्री असताना दिल्लीच्या नायब राज्यपालांच्या कार्यालयाच्या प्रतिक्षा कक्षात धरणं आंदोलनादरम्यान ते अनेक दिवस तिथेच राहिले होते.

'आम आदमी पक्ष' – या पक्षाचं व्यवस्थापन अत्यंत कडक शिस्तीचं. *योगेंद्र यादव, प्रशांत भूषण, कुमार विश्वास* असे पक्षाचे कितीतरी सहसंस्थापक पक्ष सोडून गेले आहेत वा अनेकांची पक्षातून हकालपट्टी करण्यात आली आहे. पंजाबचे मुख्यमंत्री *भगवंत सिंग मान* यांचे दिल्लीशी लागेबांधे आहेत. मान हे कोणे एके काळी विनोदी कलाकार होते आणि हलक्या फुलक्या राजकारणाशी संबंधित होते. व्यवसायाने चार्टर्ड अकौंटंट असलेले राघव चड्ढा हे आप पक्षाचा व्यावसायिक चेहरा आहेत. २०२२साली पंजाबमध्ये यांनीच यशस्वीरित्या निवडणुकीची धुरा सांभाळली होती; परंतु भ्रष्टाचाराच्या आरोपाखाली गेले कित्येक महिने तुरुंगात असलेल्या आपचे दोन वरिष्ठ नेते – मनिष सिसोदिया आणि सत्येंद्र जैन – यांनी पक्षाची प्रतिमा धुळीस मिळवली आहे.

तरीही, केजरीवाल 'लंबी रेस का घोडा' आहेत. ते असे तसे हार मानणाऱ्यातले नाहीत. २०२४च्या लोकसभा निवडणुकांनंतर २०२९च्या सार्वत्रिक निवडणुकांपर्यंत, राष्ट्रीय पातळीवर काँग्रेसची असलेली जागा काबीज करणं हेच त्यांचं ध्येय आहे; परंतु यात अडचण अशी आहे, की अनेक बिगर-भाजपशासित राज्यांमध्ये प्रादेशिक पक्षांचा मोठा पगडा आहे, त्यांची पकड मजबूत आहे. या राज्यांतून केजरीवाल यांना फार काही वाव मिळेल असं वाटत नाही. त्यामुळे ते काँग्रेस आणि भाजपशासित राज्यांमध्येच आपल्याला संसार थाटायला मिळतो का हे चाचपडत बसतील आणि इथेच आप अडचणीत येईल. राजस्थान आणि छत्तीसगढसारख्या काँग्रेसशासित राज्यांना *आप*ची राजकारण करण्याची पद्धत भावत नाही. २०२२ साली हिमाचल प्रदेश विधानसभा निवडणुकीत आपच्या पदरात मोठ्ठा भोपळा पडला, त्याला एकही जागा जिंकता आलेली नाही, शिवाय मतदानात त्यांचा हिस्सा केवळ १.१० टक्के इतकाच होता.

असं असताना, भाजप आणि राष्ट्रीय लोकशाही आघाडी (एनडीए)शासित राज्यांमध्ये हातपाय पसरणं तर आपसाठी महाकठीण आहे. उत्तराखंड आणि उत्तर प्रदेशच्या निवडणुकीत हे सिद्ध झालंच आहे. भाजपशासित हिंदीभाषिक मध्यवर्ती राज्ये, तसंच दक्षिण आणि पूर्वेकडील विरोधी पक्षांचं शासन असलेली राज्ये वगळता उर्वरित राज्यांतून *आप*ला आपले हातपाय पसरता येतील याची केजरीवाल यांना पूर्ण जाणीव आहे. २०२२ साली त्यांनी गुजरात आणि हिमाचल प्रदेशात याचा अयशस्वी प्रयोग करून पाहिलाच आहे. आता त्यांचं लक्ष्य असेल – हरियाणा (त्यांची मायभूमी).

हरियाणात भाजपचं नेतृत्व कमकुवत आहे, इथे २०२४च्या ऑक्टोबर महिन्यात विधानसभा निवडणुका होत आहेत.

दरम्यानच्या काळात, राहुल गांधींनी जी चूक केली ती चूक टाळण्याचा केजरीवाल आटोकाट प्रयत्न करत आहेत. डाव्या विचारसरणीच्या आणि मुसलमान मतदारांना खुश करणं हीच ती चूक. त्यांनी स्वत:ला आपण चांगले हिंदू असल्याचं प्रस्थापित केलं आहे; परंतु मतांसाठी आवश्यक असलेल्या आक्रमक हिंदुत्वाचे ते समर्थक नाहीत. वैचारिक भूमिकांमध्ये सतत बदल करत राहणं हे केजरीवालांचं वैशिष्ट्य आहे; परंतु त्यामुळेच त्यांच्यात तत्त्वांचा अभाव असल्याची त्यांच्यावर सतत टीका होत असते. दिल्लीसारख्या मुबलक साधनसंपत्ती असलेल्या राज्यात शिक्षण आणि आरोग्यसेवा पुरवणं, पंजाबसारख्या राज्याची निवडणूक जिंकून लक्ष्यपूर्ती साध्य करणं हे खलिस्तानी फुटीरतावाद्यांना असलेली कथित सहानुभूती तसंच पाकिस्तानपुरस्कृत दहशतवादाबद्दल असलेली द्विधा मन:स्थिती यांचं निराकरण करण्यासाठी पुरेसं नाही. २०१६ साली करण्यात आलेला *उरी सर्जिकल स्ट्राईक* आणि २०१९मध्ये *बालाकोट* हवाई हल्ल्यावर प्रश्नचिन्ह उपस्थित करून आपल्या व्यक्तिमत्त्वाची एक वाईट बाजू केजरीवालांनी उघड केली आणि आता त्यावर ते सावरासावर करत आहेत.

विरोधी पक्षाने तीन निकष पूर्ण केले पाहिजेत. पहिला निकष, त्यांनी सरकारला विरोध करावा; परंतु तो विरोध विधायक कारणांसाठी असावा, केवळ विरोधाला विरोध किंवा उपद्रवी विरोध नसावा. दुसरा निकष, सरकार ज्या विद्यमान योजनांचा पाठपुरावा करत आहे त्यांना केवळ विरोध न करता, ठोस पर्याय उपलब्ध करून द्यायला हवा. आणि तिसरा निकष, पुढच्या किंवा आगामी निवडणुकीसाठी मतदारांना चांगले आणि सक्षम उमेदवारांचे पर्याय उपलब्ध करून देण्यासाठी सदस्य संख्या वाढवायला हवी.

भाजपवर टीका करताना काँग्रेस पक्षाने सुसंगत धोरणं मांडली नाहीत, वास्तविक प्रमुख विरोधी पक्ष म्हणून असं करण्याचा त्याला पूर्ण अधिकार आहे; परंतु ना सोनिया गांधींनी, ना राहुल गांधींनी दोघांनीही कधीही मोदी सरकारची आर्थिक धोरणं, कर आणि कामगार कायद्यात सुधारणा, चीनशी सुरू असलेला संघर्ष, दहशतवादाला खतपाणी घालून पाकिस्तान खेळत असलेलं छुपं युद्ध, माओवादाविरुद्धचा लढा आणि देशात कायदा-सुव्यवस्थापनात सुधारणा - यांतील कोणत्याही मद्द्याबद्दल विशिष्ट, रचनात्मक धोरणं सुचवली नाहीत. वास्तविक मे २०१९च्या पराभवानंतर काँग्रेसने आपलं एक प्रतिसरकार किंवा मंत्रिमंडळ तयार करायला हवं होतं. प्रत्येक महत्त्वाच्या खात्याचा अगदी गृह, संरक्षण ते परराष्ट्र व्यवहार, पर्यावरण सगळ्या खात्यांचा एक प्रती मंत्री नियुक्त करायला हवा होता आणि त्यांनी नियमितपणे आपापल्या खात्यानुषंगिक धोरणं सुचवायला हवी होती.

काँग्रेसने सुचवलेली एकमेव ठोस धोरणात्मक सूचना म्हणजे 'एकसमान उत्पन्न योजना'. काँग्रेसचे प्रमुख माहिती विश्लेषक (डाटा ॲनॅलिस्ट) प्रवीण चरावर्ती यांच्या

मतानुसार, 'आपल्या सर्वांना एका माणसाची गोष्ट ठाऊक असेल. तो माणूस त्याची हरवलेली चावी रस्त्यावरील दिव्याखाली शोधत होता. का? तर ती तिथे हरवली होती म्हणून नव्हे, तर त्या दिव्याखाली उजेड होता म्हणून. या 'स्ट्रीटलाईट इफेक्ट'लाच समाजशास्त्रात निरीक्षणात्मक पूर्वग्रह असं म्हटलं जातं. अशा पूर्वग्रहांची सरकारी अर्थतज्ज्ञांना आणि परिणामी धोरणांना झळ बसते. तसं बघायला गेलं, तर आता खरी वेळ आहे ती आर्थिक संकटातून बाहेर पडून, अर्थव्यवस्थेची पुनरावस्था जी आपण प्राप्त केली आहे, तो विजय साजरा करण्याची.'

इतक्या वर्षांत मतदार काँग्रेसच्या विरोधात का गेले? गांधी कुटुंबीयांच्या नेतृत्वाखाली काँग्रेस पक्ष सरंजामशाहीच्या मार्गाला गेला आणि भारतीय राजकारणात सरंजामशाही शक्ती म्हणूनच त्याचा विकास झाला. १९७५ ते १९७७ दरम्यान इंदिरा गांधींनी देशात आणीबाणी लागू केली होती. त्या दरम्यान जवळपास एक लाख पत्रकार, विरोधी पक्षनेते आणि सामाजिक कार्यकर्त्यांना तुरुंगात डांबण्यात आलं. (या तुरुंगात गेलेल्या नेत्यांमध्ये लालकृष्ण आडवाणी, अटलबिहारी वाजपेयी तसंच दिवंगत अरुण जेटली यांचा समावेश होता.) इंदिरा गांधींच्या या कृत्यातून काँग्रेसमध्ये असलेला एकछत्री अंमल प्रतिबिंबीत झाला. जवळ जवळ दोन वर्षं देशातील नागरिकांच्या मुलभूत हक्कांची आणि अधिकारांची गळचेपी करण्यात आली. संविधानाला पायदळी तुडवण्यात आलं आणि सर्वोच्च न्यायालयाला गौण ठरवण्यात आलं.

राजीव गांधी खरं तर सालस राजकारणी होते; परंतु त्यांच्या आवतीभोवती असलेल्यांनी चुकीचे आणि वाईट सल्ले दिल्यामुळे त्यांची कारकिर्द धोक्यात आली. १९८६ साली राजीव गांधी यांनी मुख्य विचारधारेतील राजकारणात सांप्रदायिकतेची बीजं रोवली. १९८५ सालातली गोष्ट आहे. एक घटस्फोटित मुस्लिम महिला शहाबानो हिला तिच्या पतीने निर्वाह निधी म्हणून ठरावीक रक्कम दरमहा द्यावी असा आदेश सर्वोच्च न्यायालयाने दिला होता; परंतु राजीव गांधी सरकारने सर्वोच्च न्यायालयाचा आदेश धुडकावून लावत, संसदेत याविरुद्ध आणि मुसलमानांच्या बाजूने कायदा संमत करून घेतला; परंतु १९९८ साल उजाडेपर्यंत काँग्रेसचं अध्यक्षपद सोनिया गांधींकडे आलं आणि पक्षावर कोणाची हुकूमत आहे हे दिसून आलं. काँग्रेसचे तत्कालीन अध्यक्ष सीताराम केसरी यांना एका रात्रीत, अविचारीपणे पदच्युत करणं हे पक्षातील बेबंदशाही आणि तानाशाहीचेच संकेत होते.

आठ वर्षांच्या खंडानंतर २००४ साली जेव्हा काँग्रेसकडे पुन्हा सत्ता आली, तेव्हाही त्यांनी आपली सरंजामी प्रवृत्तीच दाखवली. पंतप्रधानपदावर 'बसवण्यात आलेले' डॉ. मनमोहन सिंह हे अत्यंत सज्जन, मवाळ आणि विद्वान होते. दहा वर्षं ते जरी काँग्रेसचा चेहरा बनून वावरले असले, तरी पडद्यामागचे खरे सूत्रधार गांधी कुटुंबीयच होते.

प्रकरण १०

भ्रष्टाचाराविरुद्ध बिगुल

नवी दिल्लीतल्या *बहादुर शहा जफर* मार्गावरून तुम्ही जायला लागलात, की उजवीकडे इमारतींची रांग दिसते. त्या इमारतीत भारतातील सर्वांत जुन्या वर्तमानपत्रांची कार्यालयं आहेत – *टाइम्स ऑफ इंडिया*, *द इंडियन एक्स्प्रेस* आणि *नॅशनल हेराल्ड*.

भारताचा *फ्लीट स्ट्रीट* (लंडनमधील एक रस्ता, जिथे पूर्वी ब्रिटनमधील बहुतेक राष्ट्रीय वर्तमानपत्रे तयार होत असत. कालांतराने ही सर्व वर्तमानपत्रांची कार्यालयं लंडनमधील स्वस्त किंमती असलेल्या भागात स्थलांतरित झाली.) अशी ओळख असणाऱ्या या रस्त्याला *शेवटचा मुघल सम्राट मिर्झा अबु जफर सिराजुद्दीन मुहम्मद बहादुर शहा जफर* यांचं नाव देण्यात आलं. या इमारतींमधून आताच्या अनेक वर्तमानपत्रांच्या छपाईचा आवाज सतत घुमत असतो. दररोज लाखो वर्तमानपत्रं इथूनच शहरभरात वितरणासाठी बाहेर पडतात. दुसऱ्या दिवशी आपल्यापर्यंत बातम्या, माहिती पोहोचवण्यासाठी इथे पत्रकार, संपादक दिवसरात्र काम करत असतात.

तथापि या इमारतींच्या संकुलातील एक इमारत मात्र रात्रीच्या वेळी शांत असते. इतर वर्तमानपत्रांप्रमाणे इथे ना छपाईचा कारखाना आहे, ना वितरणासाठी वृत्तपत्रं. *नॅशनल हेराल्ड*चा खटला सध्या दिल्ली न्यायालयात न्यायप्रविष्ट आहे. या खटल्यात काँग्रेस नेते राहुल गांधी आणि त्यांच्या मातोश्री तसंच युपीएच्या अध्यक्ष सोनिया गांधी आरोपी असून त्या सध्या जामिनावर आहेत. गांधी माता–पुत्राच्या या खटल्याला काँग्रेसने 'विच हंट' म्हणजेच 'जाणुन बुजून बदनाम करण्याचा प्रयत्न' असं म्हटलं आहे. या प्रकरणात दोन मुद्दे वादग्रस्त आहेत.

पहिला मुद्दा, माजी राज्यसभा सदस्य सुब्रमण्यम स्वामी यांनी गांधी कुटुंबीय आणि इतर काही जणांनी *नॅशनल हेराल्ड*च्या मालमत्तेचा गैरवापर केल्याप्रकरणी खटला दाखल केला आहे.

दुसरा मुद्दा, गांधी कुटुंबीयांच्या मालकीच्या *यंग इंडिया प्रायव्हेट लिमिटेड* या खाजगी कंपनीने १५४ कोटी रुपयांचं उत्पन्न दडवून ठेवल्याचा आरोप आयकर विभागाने केला आहे. या आरोपावरून त्यांना २४९ कोटी रुपयांचा दंडही ठोठावण्यात आला आहे. तथापि हे दोन्ही आरोप गांधी कुटुंबीयांनी नाकारले आहेत. त्यांचं वकीलपत्र घेणाऱ्यांमध्ये *पी. चिदंबरम, अभिषेक मनु सिंघवी* असे काँग्रेसचे ज्येष्ठ आणि निष्ठावंत आहेत.

१९३७ साली जवाहरलाल नेहरूंनी *असोसिएटेड जर्नल्स लिमिटेड*ची स्थापना केली आणि १९३८च्या सप्टेंबर महिन्यापासून *नॅशनल हेराल्ड* प्रकाशित होण्यास सुरुवात झाली. *असोसिएटेड जर्नल्स*चे तेव्हा १०००हून अधिक भागधारक होते, ज्यात मुख्यत्वेकरून काँग्रेस नेत्यांचा समावेश होता. *बहादुर शहा जफर* मार्गावरील *हेराल्ड हाउस* या सात मजली इमारतीतून *नॅशनल हेराल्ड*चा सर्व कारभार चालतो. २००८पर्यंत *नॅशनल हेराल्ड* हे तोट्यात जाणारं वर्तमानपत्र दाखवण्यात आलं आणि एकंदर तोटा दाखवण्यात आला ९० कोटी. कर्मचाऱ्यांची कपात करण्यात आली आणि २००८ साली या वृत्तपत्राचं सर्व कामकाज बंद करण्यात आलं.

नॅशनल हेराल्ड बंद झाल्यानंतर त्याचं ९० कोटींचं कर्ज हे *असोसिएटेड जर्नल्स*च्या खात्यावर हस्तांतरित झालं. काँग्रेसने सार्वजनिक निधीतून हे पैसे उसने किंवा कर्जाऊ दिले होते. लोकप्रतिनिधी कायदा १९५० नुसार, राजकीय पक्षांना कोणालाही कर्ज देण्याची परवानगी नाही.

नॅशनल हेराल्ड बंद केल्यानंतर, २०१० साली गांधी कुटुंबीयांनी *यंग इंडियन प्रा. लि.* या कंपनीची स्थापना केली. या कंपनीला, भारतीय कंपनी कायद्याच्या सेक्शन २५ अंतर्गत असलेल्या तरतुदींनुसार 'नफा न कमावणारी' (नॉट-फॉर-प्रॉफिट) कंपनी दाखवण्यात आलं. त्याचं देय भांडवल होतं ५ लाख रुपये. या *यंग इंडियन प्रा. लिमिटेड* कंपनीची समभागधारणाची रचना बघण्यासारखी आहे. या कंपनीतील ७६ टक्के समभाग हे राहुल गांधी आणि सोनिया गांधी यांच्या मालकीचे आहेत, ज्यात दोघांचा समसमान म्हणजे प्रत्येकी ३८ टक्के हिस्सा आहे. उर्वरित २४ टक्के हिस्सा काँग्रेस पक्षाचे माजी कोषाध्यक्ष दिवंगत मोतीलाल व्होरा आणि अन्य पक्षनिष्ठावंतांच्या मालकीचा आहे.

राहुल आणि सोनिया यांनी नव्याने स्थापन केलेल्या *यंग इंडियन प्रा. लि.* या कंपनीने *असोसिएटेड जर्नल्स*चे समभाग विकत घेऊन त्याचं ९० कोटी रुपयांचं कर्ज फेडण्याचा निर्णय घेतला. आता, *असोसिएटेड जर्नल्स* खरेदी करण्यासाठी निधी हवा होता. तो उभारण्यासाठी *यंग इंडियन कंपनी*ला कोलकात्यातील एक अतिशय दिलदार फर्म सापडली. *असोसिएटेड जर्नल्स*चे संपूर्ण समभाग विकत घेण्यासाठी या फर्मने यंग इंडियनला ५० लाख रुपये दिले, तेही कोणतंही व्याज न आकारता! त्याच वेळी काँग्रेसने *असोसिएटेड जर्नल्स*ने ९० कोटींचं कर्ज बुडीतखाती दाखवून खातं बंद करून टाकलं. तेव्हा *असोसिएटेड जर्नल्स*चे अध्यक्ष कोण होते? मोतिलाल व्होरा. त्याच वेळी काँग्रेस पक्षाचे कोषाध्यक्ष कोण होते? पुन्हा – मोतिलाल व्होरा.

२०२० साली मोतिलाल व्होरांचं निधन झालं. हा खटला अद्याप न्यायप्रविष्ट आहे. इतक्यात तरी त्याचा काही निर्णय लागेल अशी शक्यता वाटत नाही.

दरम्यान, *यंग इंडियन प्रायव्हेट लिमिटेड*ने कोलकात्यातील ज्या फर्मकडून व्याजमुक्त ५० लाख रुपये उसने घेतले होते, ते त्यांना परत केले. २०१२पर्यंत *यंग इंडियन*ने, कर्जमुक्त झालेल्या *असोसिएटेड जर्नल्स कंपनी* आणि त्याचं बंद पडलेलं वृत्तपत्र *नॅशनल हेराल्ड*चे सगळे समभाग विकत घेतले; इतकंच नव्हे, तर त्यांच्या देशभरातील सर्व प्रमुख मालमत्ताही खरेदी केल्या, ज्यात दिल्लीतील सात मजली *हेराल्ड हाउस* या इमारतीचाही समावेश होता. या सगळ्या मालमत्तांचं सध्याचं मूल्य किती आहे याचा काही अंदाज? तब्बल २००० कोटींहून जास्त!

२०१४ साली सुब्रमण्यम स्वामींना या सगळ्या घडामोडींमध्ये, या सगळ्या प्रकरणात काहीतरी काळंबेरं आहे असं वाटू लागलं. आपल्या देशाची न्यायव्यवस्था चीड येईल इतक्या कूर्मगतीने चालते; परंतु त्याची तमा स्वामींनी बाळगली नाही आणि *नॅशनल हेराल्ड*च्या बहुमूल्य किंमतीची मालमत्ता नगण्य किंमतीत खरेदी करून त्याचा गैरवापर केल्याचा आरोप करत त्यांनी गांधी कुटुंबीय व इतरांवर दिल्ली उच्च न्यायालयात खटला दाखल केला.

द इंडियन एक्स्प्रेस या दैनिकाने दिलेल्या वृत्तानुसार[१५], '*असोसिएटेड जर्नल्स प्रायव्हेट लिमिटेड* (एजेएल)च्या अनेक भागधारकांनी दावा केला आहे, की कंपनीचे अध्यक्ष मोतीलाल व्होरा आणि अन्य संचालकांनी कंपनीचे सर्व समभाग, डिसेंबर २०१०मध्ये *यंग इंडियन प्रायव्हेट लिमिटेड*कडे हस्तांतरित करण्याचा निर्णय घेताना आपली संमती घेतली नाही की त्याबाबत माहितीही देण्यात आली नाही. या व्यवहाराबाबत व्यवस्थापनाने आपली कोणतीही मंजूरी घेतली नसल्याचं किमान दहा भागधारकांनी तरी *द इंडियन एक्स्प्रेस*शी बोलताना सांगितलं.'

असोसिएटेड जर्नल्स (एजेएल)च्या ताळेबंदाच्या विश्लेषणावरून असं दिसून येतं, की गांधी कुटुंबीयांनी २००८ साली *नॅशनल हेराल्ड* वृत्तपत्र बंद केल्यानंतर आणि ही कंपनी *यंग इंडियन कंपनी*च्या (वायआयएल) ताब्यात गेल्यानंतर, *एजेएल*ची सगळी मालमत्ता *वायआयएल*ने भाडेतत्त्वावर दिली आणि त्यानंतरच खऱ्या अर्थाने एजेएलचं नशीब उजळायला सुरुवात झाली. २००८-०९ या सालात *एजेएल*ला ३३.७८ कोटी रुपयांचा तोटा झाला होता. तेच, २०१३-१४ सालात, कंपनीने ७.९५ कोटी रुपयांचा नफा कमावला. त्या वर्षी कंपनीला भाड्यापोटी ९.४० कोटी रुपयांचं उत्पन्न प्राप्त झालं होतं. विद्यमान ताळेबंद मात्र अत्यंत दुर्बोध आणि अस्पष्ट आहे.

असं मानू या, की *एजेएल*च्या एकूण मालमत्तेपैकी केवळ २० टक्के मालमत्ता भाडेतत्त्वावर देण्यात आली आहे. (अजूनही अशा अनेक इमारती आहेत ज्यात कोणीही राहात नाही). आणखी पुढे असं गृहीत धरलं, की या मालमत्तेच्या भाड्यापोटी येणारं उत्पन्न वार्षिक सरासरी ४ टक्के आहे, तर एजेएलच्या मालमत्तेचं मूल्य सहज काढता येऊ शकतं. ते येतं १५ कोटी रुपये! (२०२२-२३ मधील अदांजे भाडे उत्पन्न) गुणिले ५ (भाड्याने दिलेल्या जागेच्या २० टक्के) गुणिले २५ (४ टक्के भाडे उत्पन्न) = १,८७५ कोटी. हे मूल्य *हेराल्ड हाउस* आणि एजेएलच्या अन्य मालमत्तेच्या २००० कोटी

---

१५ १४ जुलै, २०१६

रुपये अंदाजे मुल्यांकनाशी मिळतंजुळतं आहे. तथापि, त्याचं वास्तविक किंवा सध्याचं मूल्यांकन यापेक्षा किती तरी पटींनी जास्त असू शकतं.

या सगळ्याबाबत काही प्रश्न वारंवार विचारण्यात येतात. त्यावर काँग्रेस पक्षातर्फे एक निवेदन जारी करण्यात आलं आहे. त्यात असा दावा करण्यात आला आहे, की, राहुल आणि सोनिया दोघांनाही *वायआयएल*मधून काहीही फायदा झालेला नाही. अगदी थेट विचारायचं झालं तर, 'आज, एजेएलच्या मालमत्तेचे मालकी हक्क वायआयएलकडे आहेत का? तर, नाही. वायआयएल आणि एजेएल या दोन्ही स्वतंत्र आस्थापना आहेत. एजेएलच्या सर्व स्थावर, जंगम मालमत्तांची मालकी *एजेएल*कडेच राहणार.'

अर्थातच हे विधान फसवं आणि तथ्यहीन आहे. *एजेएल* ही *वायआयएल*च्या पूर्ण मालकीची दुय्यम किंवा उपकंपनी आहे. त्यामुळे *एजेएल*च्या ताळेबंदात येणारं भाडेउत्पन्न आणि मालमत्ता *एजेएल* आणि *वायआयएल*च्या एकत्रित खात्यातच येणार. *इंडियन एक्स्प्रेस*ला सुब्रमण्यम स्वामींनी सांगितलं, 'आता सरकारने त्वरेने पावलं उचलत *नॅशनल हेराल्ड*च्या नवी दिल्लीतील इमारतीवर टाच आणली पाहिजे. ही इमारत तत्कालीन सरकारच्या साहाय्याने बांधण्यात आली होती. त्या सरकारने *नॅशनल हेराल्ड*च्या या इमारतीसाठी जवळजवळ विनामोबदला म्हणजे फुकटात जमीन दिली होती. *यंग इंडियन लिमिटेड* ही 'कंपनी कायद्या'च्या २५व्या कलमाअंतर्गत एक ना-नफा तत्त्वावरची धर्मादाय कंपनी आहे. त्यामुळे व्यावसायिक कंपनीचे समभाग विकत घेण्याचा तिला कोणताही अधिकार नाही. त्यांनी हा व्यवहार रद्द केला पाहिजे.'

दरम्यान आयकर विभागाने स्वत:चं नवं आरोपपत्र दाखल केलं आहे. कर आकारणी वर्ष २०११-१२मध्ये *यंग इंडियन प्रा. लि. कंपनी*ने १५४ कोटी रुपयांचं उत्पन्न दडवून ठेवलं. त्यासाठी त्यांनी कंपनीला २४९ कोटी रुपयांचा दंड ठोठावला आहे. सन २०१२पासून आतापर्यंतच्या सर्व ताळेबंदांची न्यायालयाकडून तपासणी सुरू आहे, आणि या ताळेबंदातच या प्रकरणाचं खरं रहस्य दडलं आहे. *नॅशनल हेराल्ड हाउस* इमारतीचे अनेक मजले भाडे करारावर देण्यात आले आहेत. त्या भाड्यातून मिळणारं उत्पन्न तसंच होणारे खर्च त्या ताळेबंदांतून निश्चितपणे समोर येणार. सोनिया आणि राहुलची पाठराखण करणारे एक युक्तिवाद करतात आणि तो युक्तिवाद पटण्याजोगा आहे असं त्यांना वाटतं. ते म्हणतात, '*यंग इंडियन* ही कंपनी, भारतीय कंपनी कायद्याच्या कलम २५ नुसार, नफा न घेणारी कंपनी आहे. त्यामुळे त्या कंपनीला होणारा फायदा काढता येऊ शकत नाही आणि त्यामुळेच सोनिया गांधी व राहुल गांधी यांना त्यातून होणाऱ्या नफ्यातून काहीही लाभ होऊ शकत नाही.'

ते नफ्यातून प्रत्यक्ष उचल घेऊ शकत नाहीत; मात्र सर्व प्रकारच्या खर्चासाठी त्याचा वापर करू शकतात. अगदी खाजगी विमानं/चार्टरने प्रवास करण्यापासून ते हॉटेल्स, वैद्यकीय सेवा, कर्मचाऱ्यांचे पगार आणि असे अनेक खर्च यातून करू शकतात. *असोसिएटेड जर्नल लिमिटेड*च्या मालमत्तेवर सरकारची मालकी आहे. वृत्तपत्रं प्रकाशित करण्याच्या एकमेव हेतूपोटी अनेक वर्षांपूर्वी काही निवडक माध्यम समूहांना या मालमत्ता भाडेतत्त्वाने देण्यात आल्या आहेत, त्याही अगदी किरकोळ भाड्यात, जवळजवळ फुकटच.

नॅशनल हेराल्ड प्रकरणात सोनिया गांधी आणि राहुल गांधी जामिनावर बाहेर आहेत. अनेक वर्षं हा खटला न्यायप्रविष्ट आहे. याला कंटाळून शेवटी काँग्रेसने *नॅशनल हेराल्ड* दैनिकाला साप्ताहिकाचं रूप देत, दर रविवारी ते एका संकेतस्थळाच्या माध्यमातून प्रकाशित करायला सुरुवात केली. न्यायालयात हा खटला उभा राहिल्यानंतर हा एक प्रभावी युक्तिवाद म्हणून कामी येईल अशी काँग्रेसजनांना पक्की खात्री आहे; परंतु प्रश्न असा उरतो, की जर *नॅशनल हेराल्ड* दैनिक म्हणून छापून न येता, एक वेबसाईट बनून राहिलं किंवा बंगळुरूबाहेरून साप्ताहिक वृत्तपत्र म्हणून छापून येऊ लागलं, तर त्याची मालमत्ता सरकारला परत सुपुर्द करावी लागेल का? प्रश्न असादेखील आहे, की सेक्शन २५ अंतर्गत उभारण्यात आलेली ना-नफा तत्त्वावर उभारण्यात आलेल्या *यंग इंडियन*सारख्या कंपनीला २००० कोटी रुपये किंमतीची मालमत्ता एक दमडीही खर्च न करता ताब्यात का घ्यायची आहे?

मोदी सरकारने, ट्रायल कोर्टात हा खटला चालवण्यात अजिबात स्वारस्य दाखवलं नाही. डॉ. सुब्रमण्यम स्वामीदेखील इतर विषयांमध्ये गुंतलेले दिसतात, त्यामुळे त्यांचं लक्षही या खटल्यातून निघालेलं दिसतं. भारतात भ्रष्टाचार हा दुहेरी, द्विपक्षीय असतो. अनेक व्यावहारिक हेतूंसाठी, *नॅशनल हेराल्ड* हे प्रकरण दफन करण्यात आलं आहे. योग्य वेळ येताच मोदी सरकार ते उकरून काढेलच.

विभाग ३

अर्थव्यवस्था

प्रकरण ११

जागतिक संकटांतून तरून घेतली भरारी

सप्टेंबर २००८ साली आलेल्या जागतिक आर्थिक मंदीची झळ भारतातील अनेक महत्त्वाकांक्षी प्रकल्पांनाही लागली. जेव्हा जागतिक आर्थिक व्यवस्था कोंडीत सापडते, तेव्हा उच्च व्याज दरांच्या कर्जाची परतफेड करणं कठीण होऊन बसतं. भारतातील बँकांतून, एनपीए (अर्थात उत्पन्न न देऊ शकणाऱ्या मालमत्ता) संकटाची हीच नांदी ठरली. पण तेव्हा भारती रिझर्व्ह बँकेने (आरबीआय)ने काय केलं? आरबीआयनं उद्योगांच्या कर्जावरील व्याज दर कमी करण्याऐवजी (जसे अमेरिकेतील फेडरल रिझर्व्ह ने केले) ते वाढवले. हे म्हणजे बुडणाऱ्या माणसावर आणखी पाणी ओतण्यासारखं होतं.

२०१२-१३मध्ये, काँग्रेसच्या नेतृत्वाखाली युपीए सरकारच्या काळात *रघुराम राजन* हे अर्थमंत्रालयाचे मुख्य आर्थिक सल्लागार होते. सप्टेंबर २०१३मध्ये त्यांना, रिझर्व्ह बँकेचे गव्हर्नर म्हणुन नियुक्त करण्यात आलं होतं. राजन यांनी व्याजदरात वाढ केली, कॉर्पोरेट क्षेत्रातील कर्ज घेण्याच्या खर्चात वाढ केली, परिणामी वृद्धी दर कमी झाला.

गेली अनेक दशकं, आरबीआयच्या प्रत्येक गव्हर्नरांनी (रघुराम राजन यांच्यासह) महागाई किंवा चलनवाढीचा दर कमी कसा ठेवता येईल यावर आधारित आर्थिक धोरण तयार केलं होतं. जागतिक आर्थिक मंदी आणि देशांत असलेले चढे व्याज दर यांच्या कात्रीत सापडल्यामुळे, २००८नंतर बँक कर्जांची स्थिती बिकट होऊ लागली. अनेक मोठमोठ्या कंपन्या कर्जाच्या चक्रव्यूहात अडकल्या. एक तर आर्थिक मंदी, त्यात कर्जांवरचे चढे व्याज दर. रिझर्व्ह बँकेचे गव्हर्नर म्हणून नियुक्त होण्यापूर्वी राजन एनपीएच्या या येऊ घेतलेल्या संकटावर बारीक नजर ठेवून होते.

पी. चिदंबरम २०१३-१४ आणि २००६ ते २००८ काळात अर्थमंत्री होते, आणि तेव्हाच मोठ्या प्रमाणावर एनपीए तयार झाला. इथेच खरी गुंतागुंत सुरू झाली. २००६ ते २००८मध्ये अनेक बड्या उद्योगांना बँकांनी मोठमोठ्या रकमांची कर्जं दिली होती. २०१३पर्यंत त्यातली बरीचशी बुडीतखाती गेली होती; परंतु तरीही त्या बँकांच्या

ताळेबंदात त्या कर्जांचं एनपीए असं वर्गीकरण करण्यात आलं नाही. राजन यांच्या मते, आर्थिक क्षेत्रदेखील एखाद्या 'ऋतुचक्रा'सारखं असतं. बुडीतखाती गेलेली कर्जं, कर्जदारांकडून थकलेलं व्याज या परिस्थितीतदेखील बँका आपलं कामकाज सुरूच ठेवतात. या आशेवर, की एक ना एक दिवस औद्योगिक प्रकल्प पुनरुज्जीवीत होतील, कॉर्पोरेट क्षेत्र वाढीला लागेल आणि डबघाईला गेलेली कर्जांवरील व्याजाची परतफेड केली जाईल.

आपल्या नवनियुक्त गव्हर्नर रघुराम राजन यांच्या नेतृत्वाखाली आरबीआयनं काय कर्तृत्व केलं? सप्टेंबर २०१३पर्यंत भारताचा आर्थिक विकास दर पाच टक्क्यांहूनही खाली घसरला होता. चढ्या व्याजदरांविरुद्ध कॉर्पोरेट क्षेत्रात ठणाणा होत होता आणि तरीही महागाई नामक शत्रूचा पाडाव करायचा आहे असं सांगत, राजन व्याज दर वाढवतच राहिले. धोक्याची घंटा सतत वाजत होती, तरीही तिकडे दुर्लक्ष करत, आरबीआयने बुडीत कर्जांना एनपीएचा दर्जा देण्यास बँकांना भाग पाडलं नाही. ऋतुचक्र सुरूच राहिलं. चढ्या व्याजदरासह बँका कर्ज देतच राहिल्या. परंतु बँकांचे ताळेबंद अगदी व्यवस्थित होते.

मे २०१४ साली, भाजपप्रणित एनडीए सरकारने, डबघाईला गेलेल्या अर्थव्यवस्थेची कमान हाती घेतली. व्याजदर चढे करण्याचा आरबीआयने चुकीचा प्रयत्न करूनही महागाईने कळस गाठला होता. जीडीपी नीचांकी स्तरावर गेला होता. मोठमोठ्या रकमेच्या कर्जाच्या ओझ्याखाली दबलेल्या अनेक बड्या उद्योगांना बँकांनी कर्ज देणं बंद केलं होतं. त्यातच, अशा भयावह परिस्थितीवर श्वेतपत्रिका न काढून मोदींनीही मोठी चूक केली होती. जागतिक गुंतवणूकदार भारतातून पळून जाऊ नयेत या भीतीने आपण श्वेतपत्रिका काढली नाही, असं मोदींनी नंतर कबूल केलं; परंतु तेव्हा म्हणजे २०१४ साली जर श्वेतपत्रिका काढण्याचा पारदर्शिपणा दाखवला गेला असता, तर भारतावरची विश्वासार्हता वाढली असती.

राजन म्हणतात, की मोदींनी नेतृत्व स्वीकारल्यानंतर, त्यांच्या नव्या पंतप्रधान कार्यालयाला आपण परिस्थितीची कल्पना दिली होती; पण 'कधी' हे राजन सांगत नाहीत. ते म्हणतात, की बँकांची बुडीतकर्जं आणि त्यामुळे उद्भवलेलं (दडवलेल्या) एनपीएचं संकट, आणि परिणामी खाजगी गुंतवणुकीत झालेली घसरण हे सगळं आपण पीएमओला कळवलं होतं असं राजन सांगतात. २०१५ साली मोदी सरकारने, बुडीत कर्जांची एनपीए अशी वर्गवारी करण्यासाठी कडक नियमांची अंमलबजावणी करण्याच्या सूचना दिल्या. त्यासाठी आरबीआयला ठरावीक कालावधीही निश्चित करून दिला. २०१६ साली मोदी सरकारने नादारी आणि दिवाळखोरी बिलाचं (आयबीसी) कायद्यात रूपांतर केलं. आयबीसी कार्यान्वित केल्यामुळे प्रवर्तकांना प्रथमच आपण कंपनी गमावू अशी भीती वाटू लागली. अनेकांना गमवावीही लागली; परंतु अनेक जण मात्र बँकांचं व्याज नियमितपणे भरू लागले. बुडीत कर्जांची नव्यानं एनपीए अशी वर्गवारी करण्यात आल्यामुळे, दडविण्यात आलेल्या बुडीत कर्जांचा ढीगच समोर आला. अशा बुडीत कर्जांची आता, बँकांच्या ताळेबंदात एनपीए अशी नोंद होते. परिणामी बँकांच्या तिमाही कामगिरीवर परिणाम झाला, त्यात तोटा दिसू लागला. अनेक बँकांनी एनपीए असं

वर्गीकरण करण्यात आलेली कर्जं ताळेबंदातून काढून टाकली. अशा कर्जांना वर्षानुवर्षं चालू कर्ज या नावाखाली लपवण्यात आलं होतं.

रघुराम राजन यांच्यानंतर त्यांच्या जागी *उर्जित पटेल* यांची आरबीआयच्या गव्हर्नरपदी नियुक्ती करण्यात आली. २०१६ आणि २०१७ साली, कॉर्पोरेट क्षेत्रातील उचलखर्चात कपात आणि खाजगी गुंतवणूक पुन्हा वाढीला लागावी या हेतूने त्यांनी व्याजदर कमी केले. एनपीए आणि आयबीसीच्या नवीन वर्गीकरण नियमांमुळे हे सुनिश्चित झालं, की एनपीएची संख्या खूपच स्फोटक वाटावी इतकी मोठी होती; परंतु आता त्यात घट होत आहे. ३१ मार्च २०२३पर्यंत एनपीएच्या संख्येत लक्षणीय घट झाली होती. फेब्रुवारी २०२३मध्ये जाहीर झालेल्या २०२३-२४च्या केंद्रीय अर्थसंकल्पानंतर, भांडवली खर्चामध्ये सरकारी आणि खाजगी गुंतवणूक वाढवण्याकडे कल वाढला आहे. किरकोळ क्षेत्र तसंच औद्योगिक क्षेत्रांतून कर्जाची मागणी वाढल्यामुळे बँकादेखील कर्ज देण्यास इच्छुक असून ग्राहकांच्या ठेवींवरील व्याजदरांतही वाढ करण्यात आली आहे.

युक्रेन-रशिया संघर्ष तसंच पाश्चिमात्त्य राष्ट्रांनी रशियावर लादलेल्या निर्बंधांमुळे व्यापार क्षेत्रावर परिणाम झालेला असूनही भारताची अर्थव्यवस्था या सगळ्या संकटांत टिकून राहिली. या संकटांची फारशी झळ आपल्या अर्थव्यवस्थेला लागली नाही. आज भारताची अर्थव्यवस्था जगातील सर्वांत झपाट्याने वाढत असलेली मोठी अर्थव्यवस्था आहे. हार्वर्ड विद्यापीठाच्या आंतरराष्ट्रीय विकास केंद्राने केलेल्या अभ्यासातून[१६] असा निष्कर्ष निघाला आहे, की पुढील दहा वर्षं भारतीय अर्थव्यवस्था जगातील सर्वांत वेगाने वाढणारी अर्थव्यवस्था राहील. हार्वर्डच्या त्या अभ्यासात असं नमूद करण्यात आलं आहे, 'हार्वर्ड विद्यापीठाच्या आंतरराष्ट्रीय विकास केंद्रातील संशोधकांनी सादर केलेल्या विकासाच्या नवीन अंदाजानुसार, येत्या दशकात भारतामध्ये सर्वाधिक वेगाने वाढणारी अर्थव्यवस्था बनण्याची क्षमता आहे.'

यासाठी संशोधनकर्त्यांनी आर्थिक जटिलतेसंबंधातील आधुनिक परिमाणं वापरली. या परिमाणांद्वारे विकासाची योजना आखण्यासाठी देशाची निर्यातक्षमता, त्यातील आधुनिकता आणि विविधता यांची माहिती मिळवली. आर्थिक वृद्धीचं एकंदर जागतिक चित्र असं दर्शवतं, की दक्षिण आशिया आणि पूर्व आफ्रिकेत जलद गतीने विकास होण्याची क्षमता मोठ्या प्रमाणावर आहे. याउलट ज्यांची अर्थव्यवस्था तेल आणि अन्य वस्तूंच्या व्यापारावर उभी आहे अशा अर्थव्यवस्था मंद गतीने विकसीत होतात. आगामी दशकात भारताचा वार्षिक विकास दर ७ टक्के राहील, असा अंदाज वर्तवण्यात आला आहे. यानुसार भारत जागतिक यादीत अव्वल स्थानावर असेल.'

२०२२ साली भारतीय अर्थव्यवस्थेने ब्रिटनला मागे टाकत, सर्वांत मोठ्या जागतिक अर्थव्यवस्थेच्या क्रमवारीत पाचवं स्थान पटकावलं. २०२५ साली जर्मनीला मागे टाकत आणि २०२७ साली जपानवर मात करत, अमेरिका आणि चीननंतर, जगातील तिसरी सर्वांत मोठी अर्थव्यवस्था होण्याकडे वाटचाल करत आहे. सध्या मोदी अनेक आघाड्यांवर व्यग्र आहेत, ज्यात सर्वांत प्रतिष्ठित आणि महत्त्वाचं आहे ते जी-२० परिषदेचं वर्षभरासाठी

---

१६ जुलै २०१७

मिळालेलं अध्यक्षपद आणि २०२४च्या लोकसभा निवडणुकांची तयारी. असं असलं तरीही कोविडची जागतिक साथ आणि युक्रेन-रशिया युद्धामुळे काहीशा बिघडलेल्या अर्थव्यवस्थेचं पुनरुज्जीवन करण्यालाही त्यांनी तितकंच प्राधान्य द्यायला हवं, नव्हे ते अत्यंत महत्त्वाचं आहे. गेली दहा वर्षं, अर्थव्यवस्थेच्या मोडकळीला आलेल्या, भरकटलेल्या आणि हेलकावे खाणाऱ्या जहाजाचं सुकाणू हातात घेऊन, त्याची योग्य ती डागडुजी करून, त्याचं योग्य दिशेकडे मार्गक्रमण सुरू केल्यानंतर पुन्हा एकदा दहा वर्षांपूर्वीच्याच जहाज-बुडव्यांकडे ते जहाज सोपवलं जावं अशी मोदी कधी कल्पनाही करणार नाहीत.

नेहरूंच्या मृत्यू होण्याच्या अगदी अलीकडचीच घटना आहे. १९६४च्या उन्हाळ्यात, नेहरूंच्या अगदी जवळच्या एका सहकाऱ्याने त्यांना खाजगीत विचारलं होतं, 'भारताचे पहिले पंतप्रधान म्हणून आपण कोणत्या बाबतीत अयशस्वी ठरलो असं तुम्हाला वाटतं?' तेव्हा नेहरूंचं उत्तर होतं, 'मी प्रशासन बदलू शकलो नाही. आजही आपण वसाहतवादी प्रशासनच अनुसरतो आहोत. आणि हेच देशातील गरिबीच्या समस्येचं निराकरण करण्यातील भारताच्या असमर्थतेचं मुख्य कारण आहे.'

मोदी पंतप्रधान झाल्यानंतर त्यांनी तत्काळ दोन निर्णय घेतले. पहिला, त्यांनी आधीच्या म्हणजेच युपीए सरकारच्या काळातील मंत्रिगट बरखास्त केले. युपीए सरकारच्या काळात असे २०हून अधिक मंत्रिगट बनवण्यात आले होते. आणि दुसरा निर्णय, त्यांनी विविध मंत्रालयांच्या ७५हून अधिक वरिष्ठ अधिकाऱ्यांची बैठक बोलावली.

या दोन कृतींतून त्यांनी एक महत्त्वाचा संदेश दिला : आता तुम्ही माझ्याशी थेट संपर्क साधू शकता. कठोर परिश्रम करा आणि झपाट्याने कामं मार्गी लावा.

'हेतू : भारताला बदनाम करणाऱ्या लाल फितीच्या कारभाराच्या जागी लाल गालिचा पसरला जाईल या प्रचारादरम्यान केलेल्या मोदीवचनाची पूर्तता. (कामं होण्यासाठी लोकांना तिष्ठत न ठेवता सुविहित कारभार).

परिणाम : कारकुनांनी (बाबू लोकांनी) अनेक महिने भरपूर मेहनत घेऊन कामं जलद गतीने मार्गी लावली. मंत्रिगटाच्या दीर्घसूत्री, कंटाळवाण्या आणि निष्फळ बैठका नाहीशा झाल्यामुळे नोकरशाहीत नवचैतन्य आलं.

परंतु हा उत्साह फार काळ टिकला नाही. भारतीय नोकरशाही एक विचित्र आणि अद्वितीय जमात आहे. ब्रिटीशांनी भारतीय नागरी सेवा या नावाने याची निर्मिती केली. जवाहरलाल नेहरू याला 'स्टील ग्रीड' (पोलादी, भक्कम व्यवस्था) म्हणत असत. देशाला स्वातंत्र्य मिळाल्यानंतर त्याच्या नावांत बदल करून त्याचं 'भारतीय प्रशासकीय सेवा' असं नामकरण करण्यात आलं; परंतु केवळ एका अक्षराचा बदल केल्याने त्या सेवांमध्ये म्हणावे तसे बदल झालेच नाहीत. आयसीएस अधिकाऱ्यांनी शोषण करणाऱ्या सरकारची सेवा केली होती. त्यांच्या पदांच्या नावांतूनच त्यांनी कोणतं काम करणं अपेक्षित आहे ते कळायचं. उदा. डिस्ट्रिक्ट कलेक्टर (आताचं जिल्हाधिकारी) - यांचं मुख्य काम जिल्ह्यातील महसूल गोळा (कलेक्ट) करणं हे होतं.

स्वातंत्र्य मिळाल्यानंतर खरं तर आयएएसने केवळ पदनामांमध्ये नाही, तर ध्येयांमध्येदेखील बदल करणं गरजेचं होतं. सत्तेच्या ऐवजी सेवा अशी ध्येयनिश्चिती

करायला हवी होती. नागरी सेवेच्या या पोलादी व्यवस्थेला बराच काळ झाला गंज चढला आहे. सर्वांत वाईट म्हणजे राजकारण्यांनी या व्यवस्थेला वेठीला धरलं आहे. अर्थातच सगळेच नोकरशाह बेपर्वा किंवा कामचुकार असतात असं नाही. काहींनी परिवर्तन घडवून आणलं आहे, निदान तसा प्रयत्न केला आहे. माओवाद्यांचा प्रादुर्भाव असलेल्या भागातले प्रशासकीय अधिकारी अत्यंत धाडसी, झोकून देऊन आणि नि:स्वार्थीपणे आपली सेवा बजावत आहेत. मात्र जेव्हा केंद्र सरकारमधील एखादं पद खुणावतं, तेव्हा खरी समस्या उभी राहते. राजकारणी आणि नोकरशाह यांचं संगनमत असलेल्या प्रतिष्ठेच्या पदाचं प्रलोभन भल्याभल्यांना भुरळ घालतं. आयएएस अर्थात भारतीय प्रशासकीय सेवेत सुधारणा होणं गरजेचं आहे. अशी सुधारणा घडवून आणण्यासाठी मोदींनी संयमितपणे आणि ठरवून प्रयत्न केले; परंतु त्यांना त्यात मर्यादित यश आलं. आता पंतप्रधानपदाच्या या दुसऱ्या पर्वातील उर्वरित काळात, या व्यवस्थेत कमालीचे आणि कठोर बदल घडवून आणणं याला मोदींनी प्राधान्य द्यायला हवं.

आयएएस अधिकारी असलेले अश्विनी वैष्णव यांची, माहिती तंत्रज्ञान आणि रेल्वेमंत्रीपदी केलली नियुक्ती याचं एक उत्तम उदाहरण आहे. नागरी सेवेतील प्रतिभावान अधिकारी धोरणात्मक निर्णय किती उत्कृष्टपणे घेऊ शकतात, हेच यातून अधोरेखित होतं. भारतीय परराष्ट्र सेवेतील माजी अधिकारी, माजी परराष्ट्र सचिव आणि भारताचे प्रशंसापात्र विद्यमान परराष्ट्र व्यवहारमंत्री एस. जयशंकर हे एक नोकरशाह उत्कृष्ट मंत्री कसा होऊ शकतो याचं बोलकं उदाहरण आहे.

नोकरशाहीची पुनर्रचना तातडीने करायला हवीच आहे, त्याव्यतिरिक्त फौजदारी न्याय व्यवस्थेत सुधारणा करणंही तितकंच निकडीचं आहे. सप्टेंबर २००६ साली, ज्येष्ठ माजी पोलिस महासंचालक प्रकाश सिंह यांनी सर्वोच्च न्यायालयात एक अतिशय कळकळीची याचिका दाखल केली होती. कायदा आणि सुव्यवस्थेच्या केंद्रस्थानी असलेल्या पोलीस दलातील, भ्रष्ट आणि आणि अकार्यक्षम पोलीस कर्मचाऱ्यांमध्ये सुधारणा करण्याच्या उद्देशाने त्यांनी ही याचिका दाखल केली होती.

सर्वोच्च न्यायालयाने सात मुद्द्यांतून सुधारणावादी सूचना मांडल्या होत्या. सर्वांत धक्कादायक बाब म्हणजे यातला प्रत्येक मुद्दा केंद्र आणि राज्य दोन्ही सरकारांनी खोडून काढला. अर्थात यात आश्चर्य वाटायला नको. पोलीसांच्या वाईट कामगिरीचं दुष्टचक्र आणि ढासळलेली गुन्हेगारी न्यायव्यवस्था एकमेकांशी जोडले गेलेले आहेत. सिंह यांनी याचिकेद्वारा या समस्येच्या मुळावरच घाव घालायचा प्रयत्न केला. या याचिकेवर सर्वोच्च न्यायालयाने अतिशय विद्वत्तापूर्ण आणि अभ्यासपूर्ण आदेश दिला होता; परंतु त्याची अंमलबजावणी करण्यात त्याला अपयश आलं.

सर्वोच्च न्यायालयाच्या आदेशात नमूद करण्यात आलेले सात मुद्दे याप्रमाणे :

१. खालील बाबींसाठी राज्य सुरक्षा आयोग गठित करणे. (अ) राज्य सरकार पोलीसांवर अनावश्यक नियंत्रण किंवा दबाव आणणार नाही याची खात्री करणे (ब) पोलीसांसाठी व्यापक धोरणात्मक मार्गदर्शक तत्त्वं तयार करणे (क) राज्य पोलीसांच्या कामगिरीचे मूल्यमापन करा.

२. पोलीस महासंचालकांची नियुक्ती, गुणवत्तेवर आधारित आणि पारदर्शक पद्धतीने होते आहे हे सुनिश्चित करा. त्यांचा किमान कार्यकाळ दोन वर्षांचा असावा.

३. कार्यरत असलेल्या अन्य पोलीस अधिकाऱ्यांना (जिल्ह्यातील प्रभारी पोलीस अधिक्षक आणि पोलीस स्थानकातील प्रभारी स्टेशन हाऊस अधिकाऱ्यांसकट)देखील किमान दोन वर्षांचा कार्यकाळ देण्यात येईल हे सुनिश्चित करा.

४. कायदा, सुव्यवस्थापन आणि तपासयंत्रणा या दोन्ही यंत्रणा वेगळ्या करा.

५. पोलीस उपअधिक्षक दर्जाच्या आणि त्याखालील दर्जाच्या पोलीस अधिकाऱ्यांच्या बदल्या, नेमणुका, पदोन्नती तसंच इतर सेवांसंबंधी अन्य बाबींवर निर्णय घेण्यासाठी पोलीस आस्थापना मंडळाची स्थापना करा. तसंच पोलीस उपअधीक्षक दर्जाच्या वरच्या पदांची स्थापना आणि बदल्यांच्या शिफारशी करा.

६. आरोपी पोलीस कोठडीत असताना त्याचा झालेला मृत्यू, गंभीर दुखापत किंवा पोलीस कोठडीत बलात्कार यांसह गंभीर प्रकारच्या गैरवर्तनाच्या प्रकरणांमध्ये, पोलीस उपअधीक्षक दर्जाच्या आणि त्यावरच्या अधिकाऱ्यांविरुद्ध सार्वजनिक तक्रारींची चौकशी करण्यासाठी राज्य तसंच जिल्हा स्तरावर पोलीस तक्रार प्राधिकरण स्थापन करा.

७. केंद्रीय पोलीस संघटनेच्या प्रमुखांची निवड आणि नियुक्ती करण्यासाठी एक पॅनेल तयार करा. ते पॅनेल तयार करण्यासाठी संघ स्तरावर राष्ट्रीय सुरक्षा आयोगाची स्थापना करा.

सर्वोच्च न्यायालयाने दिलेल्या या सात निर्देशांची जर तेव्हा अंमलबजावणी झाली असती तर, गुन्हेगारी नाहीशी झाली नसती; परंतु त्यात घट मात्र नक्कीच झाली असती. जेव्हा पोलीस गुन्हेगारांशी संगनमत करतात किंवा करताना दिसतात, तेव्हा नागरिकांचा कायदा आणि सुव्यवस्थेवरील विश्वास झपाट्याने ढासळायला लागतो. महाराष्ट्र, पश्चिम बंगाल, पंजाब, उत्तर प्रदेश आणि ईशान्येकडील राज्यांत घडलेल्या किंबहुना घडत असलेल्या घटना, गुन्हेगारांना पोलीसांची साथ असते हेच दर्शवतात आणि या समस्येचं गंभीर स्वरूप अधोरेखित करतात.

केरळ आणि पश्चिम बंगाल या राज्यांमध्ये राजकीय नेत्यांची हत्या घडवून आणण्यासाठी पोलीस हलगर्जीपणाचा आव आणतात किंवा मारेकऱ्यांशी संगनमत तरी साधतात. देशाची न्यायव्यवस्था किती निष्क्रिय आहे याची या गुन्हेगाऱ्यांना चांगलीच जाणीव असते. ही न्यायव्यवस्था प्रसंगी आपलं संरक्षण करेल, पण शिक्षा करणार नाही याची बालंबाल खात्री असल्यामुळे किरकोळ गुन्हेगारांमध्येही बलात्कार आणि खुनासारखे गुन्हे करण्याची धिटाई येते.

या दारुण आणि तितक्याच संतापजनक परिस्थितीसाठी न्यायालयं आणि सरकार दोघेही दोषी आहेत. दोघांचाही दोष समसमान आहे. कैद्यांनी ओसंडून वाहणारी कारागृहं हा या उदासीन आणि आळसटलेल्या कारभाराचाच परिणाम आहे. न्यायालयात वेळेवर खटला उभा न राहिल्यामुळे कित्येक कैद्यांनी तर त्यांच्या गुन्ह्याच्या स्वरूपानुसार जितकी शिक्षा झाली असेल, त्याहून जास्त काळ तुरुंगात घालवला आहे. मोदी सरकारनेदेखील पोलीस प्रशासनात सुधारणा आणण्यात फार काही स्वारस्य दाखवलं नाही, अगदी जिथे

भाजपची सत्ता आहे त्या राज्यांतही. पोलीस प्रशासन ही राज्यसापेक्ष बाब आहे असं एक सर्वसाधारण विधान करून प्रश्न सुटणार नाही.

सरकार पोलीसांचा वापर जनतेच्या हिताचं नाही, तर स्वत:च्या हितांचं रक्षण करण्यासाठी करतं. कॉमनवेल्थ मानवी हक्क उपक्रमाचे संचालक माजा दारूवाला याबाबत एक निरीक्षण नोंदवतात,[१७] 'पोलीस प्रशासनाबाबत राज्यं चार पद्धती वापरतात. तटस्थ राहायचं, काहीही करायचं नाही तसंच काही तरी करायचं परंतु चुकीच्या पद्धतीने. आणि शेवटी, असे कायदे करायचे जे सर्वोच्च न्यायालयाच्या आदेशांबरहुकूम असतील पण प्रत्यक्षात ती वाईट प्रथांना दिलेली वैधानिक मंजुरी असेल. उदाहरणार्थ, २००६पासून पारित झालेल्या १७ पोलीस कायद्यांमध्ये, युपीएससी (संघ लोकसेवा आयोग)ने शिफारस केलेल्या पॅनेलमधून निवड करण्याऐवजी पोलीस प्रमुखांची नियुक्ती करण्याचा पूर्ण अधिकार राज्य सरकारांनी स्वत:कडे राखून ठेवला आहे. कार्यरत असलेल्या नऊपैकी बहुतांश पोलीस तक्रार प्राधिकरणांमधून स्वत:च्या सोयीसाठी, न्यायाधीशाऐवजी सेवेत असलेल्या पोलीस अधिकाऱ्याची नियुक्ती करण्यात आली आहे. इतरत्र, तपास करणारी स्वतंत्र यंत्रणा अस्तित्वात नसल्यामुळे कामकाज रखडत रखडत सुरू आहे.'

सर्वोच्च न्यायालयाचा अवमान केल्याप्रकरणी किरकोळ गुन्हेगारांना शिक्षा फर्मावली जाते. देशातील सर्वांत महत्त्वाच्या कायद्याची अंमलबजावणी न केल्याबद्दल आता राज्य आणि केंद्र सरकारलाही तितकंच दोषी मानून शिक्षा सुनावली गेली पाहिजे.

ढासळलेल्या कायदा आणि सुव्यवस्थेप्रमाणेच, आरोग्य सेवेतील पायाभूत सुविधांच्या दुरवस्थेचाही आर्थिक उत्पादकतेवर नकारात्मक परिणाम होऊ शकतो. अनेक वर्षं चाललेल्या कोविड-१९च्या साथीमुळे विशेषत: ग्रामीण भागांत तसंच दुसऱ्या आणि तिसऱ्या दर्जाच्या शहरांमध्ये असलेला आरोग्य सुविधांचा अभाव अधोरेखित झाला. मोठ्या शहरांमध्ये खाजगी रुग्णालयं, रुग्णांकडून मन मानेल तसं शुल्क आकारतात. खेड्यांमधल्या आरोग्य सुविधा अगदीच प्राथमिक दर्जाच्या आहेत. छोट्या शहरांतील सरकारी रुग्णालयांची अवस्था भयावह आहे. अस्वच्छ ऑपरेशन थिएटर्स, प्रशिक्षित कर्मचाऱ्यांचा अभाव तसंच उपलब्ध कर्मचाऱ्यांमध्ये प्रशिक्षणाचा अभाव आणि निकृष्ट दर्जाच्या पायाभुत सुविधा हे चित्र सरकारी रुग्णालयांतून दिसून येतं. केंद्र सरकार जीडीपीच्या ०.९ टक्के आरोग्य सुविधांवर खर्च करतं. कोविड-१९च्या साथीनंतर आता ही टक्केवारी वाढवण्यात येत आहे.

याउलट परिस्थिती ब्रिटनमध्ये आहे. उदाहरणार्थ, अंदाजपत्रकात अन्य गोष्टींच्या खर्चात कपात करून, *नॅशनल हेल्थ सर्व्हिस*च्या (एनएचएस) अंतर्गत येणाऱ्या आरोग्य सुविधांसाठी निधी बाजूला काढून ठेवण्यात येतो. ही रक्कम २०० बिलियन पाऊंड म्हणजेच २० लाख कोटी रुपयांहून जास्त म्हणजेच ब्रिटनच्या जीडीपीच्या सात टक्के इतकी आहे. अमेरिकेत मात्र ॲफॉर्डेबर केअर ॲक्ट (जो ओबामाकेअर म्हणून ओळखला जातो) काहीसा मागे पडला आहे. बायडेन प्रशासनाने आटोकाट प्रयत्न

---

१७ २२ सप्टेंबर २०१६

करूनही त्याला साजेसा दुसरा पर्याय अद्याप मिळालेला नाही. त्यामुळे लाखो अमेरिकन लोकांना परवडणाऱ्या आरोग्य सुविधेपासून वंचित राहावं लागत आहे. (यात बहुतांशाने कृष्णवर्णीय आणि हिस्पॅनीक्स लोकांचा समावेश आहे.)

नारायणा हेल्थ या मोठ्या रुग्णालय साखळीच्या संस्थापिका डॉ. देवी शेट्टी यांच्या मते, 'भारतातील सार्वजनिक आरोग्याबाबत तीन मुख्य समस्या आहेत आणि त्याचा पैशाच्या कमतरतेशी किंवा आर्थिक गरिबीशी काहीही संबंध नाही. त्या समस्या अशा : (१) वैद्यकीय तज्ज्ञांची तीव्र कमतरता (२) परिचारिकांना त्यांच्या कारकिर्दीत प्रगतीचा अभाव (३) जबाबदारी किंवा उत्तरदायित्व. सर्वांत जास्त वैद्यकीय महाविद्यालयं असलेल्या कर्नाटकासारख्या राज्यातही वैद्यकीय तज्ज्ञांची कमतरता दिसून येते. अद्यापही सरकारी रुग्णालयांमधून वैद्यकीय तज्ज्ञांच्या १२०० जागा रिक्त आहेत. पूर्वी एमबीबीएस पदवी घेतलेल्या डॉक्टरांना, जरी त्यांच्याकडे पदव्युत्तर पदवी नसली तरीही, आवश्यक प्रशिक्षणानंतर प्रसूति शस्त्रक्रिया, भूल देणं, सोनोग्राफी किंवा क्ष-किरण तपासणी करता येत असे. मात्र आता त्यांना या तपासण्या किंवा ही कामं करण्यास कायदेशीररित्या मनाई करण्यात आली आहे.

'भारतात होणाऱ्या मृत्यूंच्या पहिल्या दहा कारणांपैकी एक कारण म्हणजे, रुग्णावर वैद्यकीय शाखेची पदवी (एम.बी.बी.एस.) घेतलेला डॉक्टर उपचार करू शकत नाही. सोप्या भाषेत सांगायचं तर, एखाद्या गृहिणीला जी कामं करण्याची परवानगी आहे तितकीच परवानगी एका हुशार पण एम.बी.बी.एस. पदवी घेतलेल्या डॉक्टरला आहे. इतके कठोर नियम वैद्यकीय आयोगाने (मेडिकल कौन्सिल)ने तयार केले होते आणि रुग्णांच्या सुरक्षिततेच्या दृष्टिकोनातून सर्वोच्च न्यायालयाने ते कायम ठेवले; परंतु यात आणखी एक दुर्दैवाचा भाग म्हणजे, सध्याच्या दोन लाख एम.बी.बी.एस. डॉक्टर्सना 'विशेष तज्ज्ञ' बनवण्यासाठी आवश्यक असलेल्या अभ्यासक्रमाच्या जागाही तोकड्या आहेत. तज्ज्ञांच्या कमतरतेमुळे भारतातील माता आणि बालमृत्यूचं प्रमाण आफ्रिका खंडातील देशांच्या प्रमाणांहूनही जास्त आहे. दहा वर्षांपूर्वी महाराष्ट्राचा माता मृत्यूदर (एम.एम.आर.) हा दक्षिण भारतातील समृद्ध राज्यांइतकाच वाईट होता.

'२००९ साली महाराष्ट्र सरकारच्या आरोग्य मंत्रालयाने, एम.बी.बी.एस. डॉक्टरांना तज्ज्ञांमध्ये रूपांतरित करण्यासाठी, ९६ वर्षे जुन्या, कॉलेज ऑफ फिजिशिअन अँड सर्जन (सी.पी.एस.)ला पदविका (डिप्लोमा) अभ्यासक्रम सुरू करण्यास मान्यता दिली. आज महाराष्ट्राच्या आरोग्य सेवेत कार्यरत असलेले हजारो तज्ज्ञ वैद्यकीय अधिकारी एम.डी. किंवा एम.एस. नसून सीपीएसचे डिप्लोमाधारक आहेत. या डिप्लोमा धारकांनी महाराष्ट्रात चमत्कार घडवून आणला. त्यांनी महाराष्ट्रातील माता मृत्यूदर, १४४ वरून ६८ म्हणजेच अर्ध्यावर आणला. सर्वांत कमी माता मृत्यू दर असलेल्या सध्याच्या केरळला लवकरच मागे टाकून महाराष्ट्र अव्वलस्थानी येईल.

'सुदैवाने आता भारत सरकारही सीपीएसमधून मिळवलेल्या डिप्लोमाला भारतभरात मान्यता देण्याचा विचार करत आहे. राष्ट्रीय परीक्षा मंडळ, वैद्यकीय तज्ज्ञांना प्रशिक्षण देण्यासाठी मोठ्या सरकारी रुग्णालयांचं वैद्यकीय शिक्षण संस्थांमध्ये रूपांतर करत

आहे. प्रशिक्षित आणि प्रमाणित स्त्रीरोगतज्ज्ञ, बालरोगतज्ज्ञ, भूलतज्ज्ञ, रेडिओलॉजिस्ट यांसारख्या तज्ज्ञांमुळे सामुदायिक आरोग्य केंद्र आणि जिल्हा रुग्णालयांमधील आरोग्य सेवेतदेखील आता लक्षणीय सुधार होईल.

'डॉ. शेट्टी यांनी नमूद केल्याप्रमाणे भारताला नाविन्य, जेनेरिक फॉर्म्युलेशन्स आणि विद्वान डॉक्टर्स या क्षेत्रांच्या बाबतीत बरेच फायदे आहेत. परंतु सरकारकडून जोपर्यंत मोठ्या प्रमाणावर संसाधनं मिळत नाहीत, तसंच या सेवांमध्ये खाजगी क्षेत्राकडून गुंतवणुकीचा ओघ येत नाही; देशातील रुग्णांना, मग तो गरीब असो वा श्रीमंत, शहरी असो वा ग्रामीण, या ठिसूळ आरोग्यव्यवस्थेचा फटका बसणारच. शतकातून एकदाच उद्भवणाऱ्या कोविडसारख्या साथीने केंद्र आणि राज्य सरकारांचं लक्ष दुर्लक्षित असलेल्या आरोग्यसेवेकडे वेधलं आहे, तसंच अपुऱ्या निधीमुळे निर्माण होणाऱ्या धोक्यांकडेही लक्ष वेधलं आहे.

देशात वस्तू आणि सेवा कराच्या यशस्वी अंमलबजावणीनंतरही भारतात करसंकलन कमी होतं. शेतकऱ्यांचंच उदाहरण घेऊ, सर्व खर्च वजा केल्यानंतरही ज्या शेतकऱ्याला एक कोटीहून अधिक उत्पन्न मिळत असेल, तरीही त्याला प्राप्तीकर भरावा लागत नाही. अर्थमंत्रालयाकडून सादर होणाऱ्या अनेक केंद्रीय अर्थसंकल्पांमध्ये वैयक्तिक कर तुलनेने जास्त ठेवून, कायम पगारदार मध्यमवर्गीयांच्या पदरी निराशा पडली आहे. व्यापारी वर्गांच्या मतांना मोदी सरकारचं प्राधान्य राहिलं आहे. याबद्दल जनमानसात संताप आहे. या संतापाची जाणीव असलेल्या मोदींनी करदात्याला अनुकूल अशा प्रणालीचा पुरस्कार केला आहे. तथापि, करप्रणालीत केलेल्या वारंवारच्या आणि स्वैर बदलांमुळे भारतीय करदाते आणि परदेशी गुंतवणूकदार हताश झाले आहेत.

मोदी तब्बल साडेबारा वर्षे गुजरातचे मुख्यमंत्री होते. या काळात त्यांना भांडवलशाहीविरुद्ध काही खंतखेद नव्हता. गुजरात तसं तुलनेने नेहमीच समृद्ध राज्य राहिलं आहे, मोदींच्या नेतृत्वाखाली गुजरातचा आणखी वेगाने विकास झाला. राज्याने जागतिक गुंतवणूकदारांना आकर्षित केलं आणि आर्थिक विकासात 'गुजरात मॉडेल' हा परवलीचा शब्द बनला. यात काही उतार-चढाव आले; परंतु आर्थिक सुधारणा घडवून आणण्याचा मान मोदींकडेच जातो यात काही शंका नाही. २०१२-१३ साली गुजरातचं 'आर्थिक मॉडेल' वापरून, मंदावलेल्या भारतीय अर्थव्यवस्थेला चालना देणं हे वचन मोदींनी देशवासियांना दिलं होतं. त्यामुळेच लोक त्यांच्याकडे पंतप्रधानपदाचे उमेदवार म्हणून गांभीर्याने पाहू लागले. त्यांनी मांडलेला प्रखर राष्ट्रवाद तर कामी आलाच; परंतु आर्थिक प्रगतीच्या आशावादामुळे त्यांची उमेदवारी आणखी बळकट बनली.

जुलै २०१३ साली पी. चिदंबरम पुन्हा अर्थमंत्री बनले; परंतु अर्थव्यवस्थेला पुनरुज्जीवीत करण्यात त्यांना यश आलं नाही. दहाच महिन्यांत त्यांनी अर्थव्यवस्थेची सूत्रं एनडीए सरकारकडे सोपवली. वाढलेली महागाई, मोठी वित्तीय तूट आणि २०११ पासून खालावलेला जीडीपी अशा अनेक खाचखळग्यांतून या आधीची दहा वर्षं अर्थव्यवस्था मार्गक्रमण करत होती.

आजही दारिद्र्य रेषेवर जीवन जगत असलेल्या, ३०० दशलक्ष भारतीयांचं, किमान जीवनमान उंचावण्यासाठी भारताचा जीडीपी आठ टक्के असणं गरजेचं आहे. आणि केवळ सातत्यपूर्ण आर्थिक विकासच हा दर गाठू शकतो. त्यासाठी ग्रामीण आणि शहरी भागांत चांगल्या पगाराच्या नोकऱ्या निर्माण करायला हव्यात, जेणेकरून ग्रामीण भागांतील राहणीमान सुधारेल. इतिहासकाळापासून देशात ज्या गोष्टी दुर्लक्षित राहिल्या होत्या, त्या गोष्टी मोदींनी प्राधान्याने हाती घेतल्या आणि इथेच त्यांचा यशस्वी नवोन्मेष दिसून येतो. जसं की, स्वच्छता, आरोग्य विमा, आर्थिक समावेशन, दुर्गम भागात विद्युतीकरण, नळ योजना, परवडणाऱ्या किंमतीत घरं, मधल्या दलालांची शिरजोरी मोडीत काढत केलेलं अन्नधान्य वितरण तसंच खतांवरील अनुदान.

विविध व्याधींनी जर्जर झालेल्या, जुनाट आजाराच्या रुग्णालादेखील एखादा चांगला डॉक्टर बरं करतो, तसाच प्रयत्न मोदींनीही केला आहे. आणि बऱ्याच अंशी ते त्यात यशस्वीदेखील झाले आहेत. परंतु ७६ वर्षे जुन्या देशाचं शोषण करणाऱ्या व्याधीवर उपचार करत असताना, मोदी कृषी आणि शेतजमिनीत आर्थिक सुधारणा अंमलात आणण्यात अपयशी ठरले आहेत. १९९१ साली, तत्कालीन पंतप्रधान नरसिंह राव आणि अर्थमंत्री मनमोहन सिंह यांना आंतरराष्ट्रीय नाणेनिधीने भारतीय अर्थव्यवस्थेचं उदारीकरण करण्यास भाग पाडलं होतं. कारण त्याच्या मागील ४४ वर्षांपासून सरासरी वार्षिक विकास दर ढासळत जाऊन तो तीन टक्क्यांवर पोचला होता. वार्षिक जीडीपी दर सात टक्क्यांहून अधिक ठेवण्याचं ध्येय गाठायचं असेल, तर मोदींनी आर्थिक सुधारणांवर आपलं सगळं लक्ष केंद्रित करायला हवं, जसं नरसिंह राव आणि मनमोहन सिंह यांनी एके काळी केलं होतं. पंतप्रधान गती शक्ती प्रधान योजनेअंतर्गत, डिजिटायझेशन आणि पायाभूत सुविधांवर लक्ष केंद्रित करून मोदी त्याच दिशेने मार्गक्रमणा करत आहेत.

~

जे.आर.डी. टाटांचं एक प्रसिद्ध वाक्य आहे. ते म्हणाले होते, *भारताची लोकसंख्या हा सर्वांत मोठा बोजा आहे, भार आहे. गंमत म्हणजे हाच बोजा देशाची खूप मोठी संपत्ती ठरू शकते.* मोठी लोकसंख्या ही खरं तर आपली जमेची बाजू आहे. त्यात भर पडू शकते तेव्हा, जेव्हा देशातील 'क्रियाशील किंवा उत्पादक' वयोगटातील लोकसंख्या, ६५ वर्षांहून जास्त आणि १५ वर्षांहून कमी वयोगटातील लोकसंख्येच्या आकड्याला पार करेल तेव्हा. २०१८ सालीच ही आकडेवारी भारतानं पार केलेली आहे आणि ही स्थिती २०५५पर्यंत टिकेल अशी अपेक्षा आहे. त्यानंतर ६५ वर्षे वयावरील आणि १५ वर्षांच्या आतील लोकसंख्या, क्रियाशील वयोगटातील म्हणजेच १५ ते ६५ वर्षे वयोगटाच्या लोकसंख्येला मागे टाकेल. अशा प्रकारे क्रियाशील म्हणजेच उत्पादक वयातील लोकसंख्येचा फायदा पुढील ३० वर्षे तरी मिळणार आहे.

१ जानेवारी, २०१६ या दिवशी चीनने अधिकृतपणे आपलं 'एक कुटुंब-एक मूल' हे धोरण समाप्त केलं. चीनचा तो प्रजननदर आता पुन्हा येणं अशक्य आहे. संयुक्त राष्ट्रांच्या मते, चीनची लोकसंख्या १.४५ दशलक्ष होईल, समतल होईल आणि त्यानंतर

ती उताराला लागेल. बिजिंगची उद्यानं आधीच ७० ते ८० वयोगटातील निवृत्त वृद्धांनी भरली आहेत. चीनमध्ये मध्यमवयीन लोकसंख्येत वाढ होत असल्यामुळे हळूहळू त्यांची उत्पादकता कमी कमी होत जाईल, भारतात मात्र तरुणाई वाढत असलेली दिसून येत आहे, जे भारताच्या दृष्टीने लाभदायक आहे. तथापि या वाढत्या तरुण लोकसंख्येसाठी तितक्याच प्रमाणात रोजगारनिर्मिती होणंही आवश्यक आहे. उलट चीनला आपली घटत चाललेली लोकसंख्या वाढवण्याची गरज आहे.

हा एक प्रकारे सोशल टाइम बॉम्ब आहे. देशाचं वय वाढत असताना लोकसंख्या कमी होत गेली, तर वृद्ध निवृत्तीवेतनधारक आणि तरुण कमावणारे यांच्यातलं गुणोत्तर वाढत जातं आणि याचा सरकारी अर्थव्यवस्थेवर किंवा तिजोरीवर मोठा ताण पडतो. साठ वर्षांवरील लोकांच्या कल्याणासाठी, आरोग्यसुविधा पुरवण्यासाठी आणि निवृत्तीवेतनासाठी निधी उभा करावा लागतो. तरुण वयातील कमी पगार असणारे किंवा बेरोजगार तरुणांवर आपल्या पालकांची, तसंच आजी-आजोबांच्या पालन-पोषणाची जबाबदारी असते, त्यासाठी त्यांना पैसे मोजावे लागतात. यातून सामाजिक समतोल साधला जात नाही. चिनी लोक हे पक्कं ओळखून आहेत. अर्थव्यवस्थेचा समतोल साधत असतानाच आता ते तरुण जोडप्यांना अधिक मुलं होण्यासाठी प्रोत्साहन देत आहेत. ही मुलंच पुढे जाऊन भविष्यातील देशाच्या विमा पॉलिसीचं काम करणार आहेत. लक्षणीय बाब म्हणजे, ज्या देशांची लोकसंख्या वाढत असल्याचं दिसून येतंय तेच देश जगातील सर्वांत वेगाने वाढणारी अर्थव्यवस्था बनत आहेत.

इ. स. १७००मध्ये १५२ दशलक्ष लोकसंख्या असलेला चीन हा जगातील सर्वांत जास्त लोकसंख्येचा देश होता. तसंच त्याची अर्थव्यवस्था, भारतासोबतची, जगातील दुसऱ्या क्रमांकाची अर्थव्यवस्था होती. जगातील आर्थिक उत्पादनाच्या जवळपास ५० टक्के या दोन दिग्गज देशांनी मिळून होत होतं. १७०० साली अमेरिका देश म्हणून अस्तित्वातच नव्हती, तर त्या तेरा ब्रिटीश वसाहती होत्या. त्या वेळी ब्रिटनची लोकसंख्या होती ५.२ मिलियन आणि जागतिक उत्पादनाच्या केवळ ३ टक्के उत्पादन तिथे होत होतं.

त्याच्या पुढच्या २०० वर्षांत झालेल्या वसाहतीकरणाने आणि औद्योगिक क्रांतीमुळे जगात नाटकीय बदल झाले. १८७०पर्यंत चीनच्या सरासरीपेक्षा ब्रिटन सहापट श्रीमंत झाला होता. आकडेवारी जाऊ दे, त्यानंतर मात्र अनपेक्षित घटना घडू लागल्या. पाश्चिमात्त्य देशांनी जगावर भौगोलिक, राजकीय, लष्करी आणि आर्थिक वर्चस्व प्रस्थापित केलं होतं; मात्र चीन आणि भारत यांनी या सर्वच क्षेत्रांत मुसंडी मारून महासत्तेकडे वाटचाल करायला सुरुवात केल्यानंतर पाश्चिमात्त्यांच्या या वर्चस्वाला ओहोटी लागायला सुरुवात झाली. पाश्चिमात्त्य देशांच्या सामर्थ्याला उतरती कळा लागल्यामुळे आता महासत्तेची क्रमवारीच बदलत आहे. चीनचे राष्ट्राध्यक्ष शी जिनपिंग हे सर्व जाणून आहेत. राष्ट्राध्यपदावर तीन पर्व विराजमान असलेले जिनपिंग, माओ त्से तुंग यांच्यानंतरचे सर्वांत प्रभावशाली आणि सामर्थ्यवान नेते म्हणून ओळखले जातात.

युनायटेड नेशन्स पॉप्युलेशन फंड - जो पूर्वी - *युनायटेड नेशन्स फंड फॉर पॉप्युलेशन ॲक्टिव्हिटीज* नावाने ओळखला जात होता, त्याच्या म्हणण्यानुसार, एखाद्या

देशाची १५ ते ६५ वर्षे वयोगटातील उद्यमशील लोकसंख्या, त्या देशाच्या अती वृद्ध आणि अती तरुण वयोगटापेक्षा जास्त असते, तेंव्हा अर्थव्यवस्था तेजीच्या शिखरावर असते. जपानमध्ये १९६४पासून ही परिस्थिती आली आणि त्यानंतरच्या २५ वर्षांत जपानमध्ये आर्थिक सुबत्ता आली ज्याला 'जपानी चमत्कार' म्हटलं जातं. २५ वर्षं म्हणायचं; पण खरं तर त्यांची आर्थिक वृद्धी २००४पर्यंतच टिकली. १९९० सालापासूनच जपानची प्रगती खुंटत गेली. उद्यमशील लोकसंख्या आणि निष्क्रिय लोकसंख्या यांतील फरकाचा फायदा चीनला १९९६पासून होऊ लागला. योगायोग म्हणजे त्याच वेळी त्यांची अर्थव्यवस्थाही तेजीत होती आणि जीडीपी दोन आकडी होता. मात्र जपानला लोकसंख्येच्या फरकाचा २५ वर्षं लाभ झाला, चीनला इतकी वर्षं फायदा होणार नाही असं भाकीत आहे. याचं मुख्य कारण म्हणजे चीनने राबवलेलं 'एक मूल' धोरण. या धोरणामुळे आज ५० वर्षांनंतर चीनच्या एकूण लोकसंख्येच्या प्रमाणात तरुण चिनी लोकांची संख्या दिवसेंदिवस कमी होत आहे.

चीनच्या अर्थव्यवस्थेची गती मंदावण्याचं मुख्य कारण म्हणजे मोठ्या प्रमाणावर असलेल्या वृद्धांची संख्या. उद्यमशील लोकसंख्येपासून जितका फायदा व्हायचा तो होऊन गेला आहे. अमेरिकेविरुद्धचं शीतयुद्ध आणि कोविड साथीच्या संकटाने आर्थिक विकासात घट होण्यास हातभारच लावला आहे. १५ ते ६५ वयोगटातल्या उद्यमशील लोकसंख्येत झालेली घसरण चीनच्या आर्थिक विकासाच्या मार्गातील दीर्घकालीन धोरणात्मक अडथळा आहे. तरुण, कार्यक्षम, उत्पादनक्षम पिढीमुळे आर्थिक विकासाला चालना मिळते; परंतु देशात आर्थिक सुबत्ता येऊ लागली, की तिथल्या स्त्रियांचा ओढा कमीत कमी मुलं जन्माला घालण्याकडे होतो. प्रजननाचा दर कमी झाल्यामुळे वृद्धांची संख्या हळूहळू वाढत जाते. शिवाय, माणूस जितका श्रीमंत होतो तितकं त्याचं आयुर्मानही वाढतं. त्यामुळे १५ ते ६५ वयोगटातील क्रियाशील लोकसंख्येच्या तुलनेत ६५ वर्षे वयावरील वृद्धांचं गुणोत्तर वाढायला लागतं आणि आर्थिक विकासाचा तोल ढासळतो.

स्वातंत्र्यप्राप्तीनंतर भारतातील स्त्रियांच्या प्रजनन दरात कमालीची घट झाली. १९५० साली प्रजनन दर प्रती महिला ५.९ मुलं इतका होता, तो १९९४ साली ३.८ इतका झाला. २०१८ मध्ये तो २.२ इतका घसरला आणि २०२२ मध्ये हा दर २.१ इतकाच आहे. जेव्हा जन्म आणि मृत्यू दर समसमान असतात, तेव्हा पुनरुत्पादक दर किंवा प्रजनन दर अंदाजे २.१ असतो. त्यामुळे भारताची लोकसंख्या जेव्हा १.५० दशलक्ष होईल, तेव्हा ती समतल होण्याची शक्यता आहे. भारताच्या लोकसंख्येने २०२३च्या मध्यात चीनलाही मागे टाकलं आहे.

दुसरं महत्त्वाचं परिमाण म्हणजे अवलंबित्व गुणोत्तर – म्हणजेच, उत्पादनक्षम किंवा क्रियाशील अशा १५ ते ६५ वयोगटातील लोकांचा आधार असणाऱ्या अती वृद्ध आणि अती तरुण लोकसंख्येची टक्केवारी. १९६६ साली, भारताचं अवलंबित्व गुणोत्तर ८१.५ टक्के इतकं जास्त होतं. २००५ साली ते ६० टक्क्यांपर्यंत घसरलं आणि २०१८ मध्ये, जेव्हा भारताला क्रियाशील लोकसंख्येचा फायदा होऊ लागला, तेव्हा ते आणखी घसरून

४९.८ टक्के इतकं झालं. अशा प्रकारे, स्वातंत्र्य मिळाल्यानंतर प्रथमच, भारतात अवलंबून राहणाऱ्यांची लोकसंख्या, क्रियाशील किंवा उत्पादक लोकसंख्येपेक्षा कमी आहे. या दशकाच्या अखेरीस अवलंबित्व गुणोत्तरात आणखी घट होण्याची शक्यता आहे.

भारताला आत्ता, लोकसंख्येच्या गुणोत्तराचा फायदा होत असला तरीही शिक्षण, आरोग्य, कौशल्य विकास या बाबी जर गतिमानतेने झाल्या नाहीत तर, ही संधी हा फायदा वाया जाऊ शकतो. तेजीने बदलत जाणाऱ्या अर्थव्यवस्थेत उत्पादनक्षम वयोगटातील लोकांच्या हाताला काम द्यावं लागतं, त्यासाठी आवश्यक ते कौशल्य प्रशिक्षण प्रदान करावं लागतं. जर का असं नाही झालं तर 'लोकसंख्येचा भस्मासूर' असं म्हणणारे गळाकाढू आहेतच. विकासाच्या पथावर गरिबी म्हणजे एक मोठी अडचण आहे. ती व्यवस्थेला पांगळं बनवते, त्याचप्रमाणे कुपोषितही. उद्यमशील, क्रियाशील वयोगटातील अर्ध्या लोकसंख्येकडे योग्य शिक्षण, उत्तम आरोग्य, अद्ययावत कौशल्यं नसतील तर त्या वयोगटातील लोकसंख्येकडून मिळणारा फायदा वाया जाऊ शकतो. आणि म्हणूनच भारतातील शिक्षण आणि आरोग्य सुविधांमध्ये मुळापासून सुधारणा व्हायला हवी. या क्षेत्रामध्ये सुधारणा होणं किती निकडीचं आहे याचा पाठ आपल्याला कोविड-१९च्या साथीने घालून दिला आहेच.

गरीबातील गरीब भारतीयापर्यंत कल्याणकारी योजनांचे फायदे पोचवण्यावर मोदींचं बारीक लक्ष आहे, हे योग्यच आहे; परंतु कौशल्य विकास, व्यावसायिक प्रशिक्षण या गोष्टींवरदेखील लक्ष केंद्रित करणं तितकंच महत्त्वाचं आहे. तसंच या छोट्या छोट्या उपायांना आर्थिक उपक्रमांची जोड देणंही आवश्यक आणि महत्त्वाचं आहे. अर्थव्यवस्थेचा विकासदर ७ ते ८ असा स्थिर होईल, त्या अनुषंगाने रोजगार आणि गुंतवणुकीच्या संधी उपलब्ध होतील, तोपर्यंत भारताने उद्यमशील लोकसंख्येचे फायदे कदाचित गमावलेले असतील. वेळ खूप कमी आहे. क्रियाशील लोकसंख्येचा फायदा घेण्यासाठी ३० वर्षांचा अवधी होता, त्यातील पहिली २० वर्षं तर निघून गेली आहेत. आजपासून २०४० हा काळ अत्यंत महत्त्वाचा आहे. चीन आणि जपानमध्ये दिसून आलं त्याप्रमाणे, सुरुवातीला तरुण असलेल्या लोकसंख्येचं वय जसजसं वाढू लागतं तसतसे त्या वयोगटातून मिळणारे फायदेदेखील मंदावत जातात.

भारत ज्या प्रमाणे दरवर्षी फेब्रुवारी महिन्यात, आपल्या सरकारी खात्यांच्या हिशेबाचं वार्षिक विवरण खुलेपणाने, टेलिव्हिजनवरून प्रसारित करतो, तसा जगातील कोणताही देश करत नाही. अमेरिकेचा अर्थसंकल्प कोणत्याही गदारोळाशिवाय संमत होतो. सिनेटमध्ये आणि सभागृहाच्या काही समित्यांमध्ये यावर माफक चर्चा होते; परंतु आपल्यासारखं त्याला दरवर्षीसारखं हाणामारीचं स्वरूप प्राप्त होत नाही. ज्या देशाकडून भारताने ही वाईट सवय उचलली, त्या ब्रिटनमध्येही *चॅन्सेलर ऑफ द एक्सचेकर*च्या मार्चमधल्या वार्षिक अर्थसंकल्पाला थोडंसं महत्त्व दिलं जातं; परंतु त्यातही त्यांचा भर प्रामुख्याने वर्षभरात करण्यात येणाऱ्या आर्थिक सुधारणांवर असतो. त्यांच्याकडे, ठरावीक अवधीनंतर छोटे छोटे

अर्थसंकल्प सादर केले जातात, आपल्यासारखा एकाच वेळी सगळ्या वित्तीय बाबी एकत्र करून त्यांची खिचडी केली जात नाही.

भारताला केंद्रीय अर्थसंकल्पांची एक भव्यदिव्य परंपरा आहे. त्या अर्थसंकल्पात अर्थमंत्री करांमध्ये थोडंफार इकडे तिकडे करतात. जसं, काही गोष्टींच्या करावर २५००० रुपयांची वाढीव सूट, कुठे उत्पादन शुल्कात ५ टक्क्यांची कपात, वैयक्तिक प्राप्तीकरात केलेले किरकोळ बदल वगैरे वगैरे. आणि मग ज्या ज्या गोष्टींच्या करांमध्ये बदल करण्यात आलेले आहेत, त्या गोष्टींची लांबलचक यादी. दागिने, तंबाखू, वाहन उद्योग, यंत्रसामग्री, यांत्रिक हत्यारं, ग्राहकोपयोगी वस्तू अशी ही लांबलचक यादी असते. खरं तर वार्षिक अर्थसंकल्पात एकाच मोठ्या महत्त्वाच्या कल्पनेवर भर दिला गेला पाहिजे.

'२०२४ ते २०२९ हा काळ भारतीय अर्थव्यवस्थेसाठी महत्त्वाचा काळ आहे', असं मागे एकदा मोदींनी म्हटलं होतं[१८] आणि ते योग्यच होतं. त्यांनी हा जो काळ नमूद केला आहे त्यात लोकसभेच्या कार्यकाळाची तीन पर्व समाविष्ट आहेत. २०१४ ते २०१९, २०१९ ते २०२४ आणि २०२४ ते २०२९. मोदींनी केलेल्या या विधानातील १५ वर्षांच्या उल्लेखातील खोच बहुधा तेव्हा कोणाच्या ध्यानात आली नाही. त्याचा अर्थ असा, २०२४ची निवडणूक ते जिंकण्यासाठी लढतील; परंतु २०२९नंतर पंतप्रधान म्हणून १५ वर्षं काम केल्यावर ते त्या पदावरून बाजूला होण्याचा विचार करू शकतात हे कोणाच्या लक्षात आलं नाही.

अर्थव्यवस्था सुधारण्यासाठी मोदींची उपचारयोजना काय आहे? देशात परकीय गुंतवणूक होणं भारतानं अनेक दशके टाळलं आहे. व्यापाराच्या निमित्ताने ब्रिटीशांनी भारताची वसाहत केली हेच त्यामागचं मुख्य कारण. या वसाहतवादाचा धसका घेतल्यामुळे एकामागोमाग एक आलेल्या अनेक पंतप्रधानांनी पाश्चिमात्त्यांचा अर्थव्यवस्थेत शिरकाव होऊ दिला नाही. जेव्हा देशाला स्वातंत्र्य मिळालं, तेव्हाच जवाहरलाल नेहरूंनी ओळखलं होतं, की ब्रिटीश देश सोडून जाताना अपुऱ्या पायाभूत सुविधा, अल्प किंवा अविकसित उद्योगधंदे, मोठ्या प्रमाणावरची निरक्षरता आणि गरिबी यांचं दान देऊन गेले आहेत. अर्थव्यवस्था सुधारण्यासाठी देशाला मोठी चढण चढावी लागणार होती. यावर नेहरूंनी जो उपाय शोधला तो होता, सोव्हिएत युनियनसारखी केंद्र नियोजित अर्थव्यवस्था.

काही प्रमाणात ते न्याय्य, समर्थनीय होतं. स्वातंत्र्य मिळाल्यानंतर, एक टाटा आणि बिर्लांसारखे उद्योगपती सोडले तर मोठमोठे औद्योगिक कारखाने उभारण्याची क्षमता फार थोड्या जणांकडे होती. त्यामुळेच नेहरूंनी कायम सार्वजनिक क्षेत्रावर आपली भिस्त ठेवली. *स्टील अथॉरिटी ऑफ इंडिया लिमिटेड (सेल), भारत हेवी इलेक्ट्रिकल्स लिमिटेड (भेल), हिंदुस्तान एरॉनॉटिक्स लिमिटेड (एच.ए.एल.)* ही त्याची काही उदाहरणं. तसंच *आय.आय.टी.* आणि *आय.आय.एम.*सारख्या सार्वजनिक अर्थसाहाय्यावर उभारलेल्या शैक्षणिक संस्था त्यांनी सुरू केल्या. दोन शतकं ब्रिटीशांनी भारताचेच श्रम आणि पैशांचा स्वत:च्या फायद्यासाठी वापर केला, त्याचं आर्थिक शोषण करून देशाला नागवं करून सोडलं होतं. त्यामुळे, स्वातंत्र्यप्राप्तीनंतर सुरुवातीच्या काळात भारताच्या अर्थव्यवस्थेच्या

---

१८ २३ नोव्हेंबर, २०२२

उभारणीसाठी नेहरूंनी अवलंबलेलं सार्वजनिक क्षेत्रातील उद्योगांचं मॉडेल अनुसरणं योग्यच होतं. नेहरूंनंतर १९६६ साली इंदिरा गांधींनी पंतप्रधानपदाचा पदभार स्वीकारला. त्यांनी अर्थव्यवस्थेचं उदारीकरण न करण्याची भूमिका घेत देशाचं खूप मोठं आर्थिक नुकसान केलं. १९९१ साली तत्कालीन पंतप्रधान पी. व्ही. नरसिंह राव आणि अर्थमंत्री मनमोहन सिंह यांनीही इंदिरा गांधींचाच कित्ता गिरवला. ती २५ वर्षं जे नुकसान सोसलं, देश त्याचा आजही बोजा वाहतो आहे.

तथापि, भारत ही जगातील सर्वांत वेगाने वाढणारी मोठी अर्थव्यवस्था म्हणून उदयाला येत असताना, धोरणकर्त्यांनी त्यांची मानसिकता बदलणं गरजेचं आहे. ब्रिटीशांनी जसा इथल्या साधनसामग्रीचा आपल्या फायद्यासाठी वापर केला, तसंच परकीय निधीचा देशाच्या फायद्यासाठी उपयोग करून घ्यायला हवा. रस्ते, रेल्वेमार्ग, पूल, जलमार्ग, विमानतळं, कारखाने, बंदरं, गृहनिर्माण अशा किती तरी क्षेत्रांत थेट परकीय गुंतवणूक (एफ.डी.आय.) होणं महत्त्वाचं आहे. मोदी सरकारने परकीय गुंतवणुकीला जास्तीत जास्त चालना द्यायला हवी, मग ती टाटा किंवा रिलायन्ससारख्या प्रस्थापित उद्योगपती घराण्यांना कर्जाऊ किंवा समभागाच्या स्वरूपात असेल अथवा नाविन्यपूर्ण स्टार्टअप्स असोत की पर्यावरणीय प्रकल्प.

कित्येक दशकांपासून, गरिबांना दिलासा मिळेल असं कुठलंही काम भारतीय नेत्यांनी केलेलं नाही. या नेत्यांनी आता हे ओळखलं पाहिजे, की आर्थिक विकासाचा आलेख तेव्हाच वर जातो, जेव्हा विषमता दूर होऊन सगळ्यांना न्याय्य, व्यापक आणि समान संधी मिळतात. आर्थिक विषमता दूर करून, अर्थव्यवस्थेचं पुनरुत्थान करण्यासाठी पंतप्रधान मोदींकडे दुसऱ्या पर्वात फार थोडा अवधी शिल्लक आहे.

कोविड साथीचा अर्थव्यवस्थेवर झालेला परिणाम आणि व्यापारातील अडथळे कमी कमी होत जात असल्यामुळे, गुंतवणूक करण्यासाठी भारताकडे अनेक देश आकृष्ट होत आहेत. भारताची ही प्रतिमा निर्माण होण्यासाठी अनेक घटक कारणीभूत ठरत आहेत. पहिलं, चीनची मंदावलेली अर्थव्यवस्था. आज अनेक चिनी कंपन्या कर्जाच्या महासागरात गटांगळ्या खात आहेत. स्थावर मालमत्तेच्या (रिअर इस्टेट) किंमतींत मोठी घसरण झाली आहे. जीडीपी दर तीन टक्क्यांहूनही खाली गेला आहे, आणि तिथे अजूनही कोविडची भीती दबा धरून बसली आहे.

रुचिर शर्मा यांनी आपल्या २०१६ साली लिहिलेल्या, *द राईज अँड फॉल ऑफ नेशन्स* या पुस्तकात प्रांजळ कबुली दिली आहे, 'कोणत्याही देशासाठी सहा टक्के दराने विकास साधणं दुरापास्त असतं, आणि चीनसाठी तर ते अशक्य कोटीतील आहे. आणि तरीही, ते लक्ष्य पार करण्याच्या नादात, बिजिंग अनावश्यक प्रकल्पांसाठी कर्ज घेऊन पैशांचा अपव्यय करत असून, स्वत:साठीच खड्डा खोदत आहे. चीनला अपरिहार्यपणे कर्जाचा बोजा कमी करणं भाग पडत असल्यामुळे, त्यांची अर्थव्यवस्था आधीच मंदावली आहे आणि ती अजून मंदावतच जाणार आहे. यानंतरची पायरी म्हणजे

मंदी आणखी तीव्र होईल किंवा अर्थव्यवस्था पूर्णपणे कोलमडून चीन तीव्र आर्थिक संकटात सापडू शकतो. असं झालं तर त्याचे जागतिक परिणाम होतील कारण गेली सात वर्षं उत्साहाच्या भरात घेतलेल्या अनेक कर्जांमुळे जगातल्या दुसऱ्या क्रमांकाच्या या अर्थव्यवस्थेचा पोकळपणा उघड होऊ लागला आहे.'

२०१६ साली चीनच्या अर्थव्यवस्थेचं शर्मांनी केलेलं हे विश्लेषण जणू भविष्यवाणीच ठरली आणि २०२३ला त्याचं सत्यस्वरूप बाहेर आलं. दरम्यानच्या काळात भारतात झालेल्या सुधारणांमुळे विकासाला चालना मिळाली. आर्थिक उदारीकरणाचं धोरण राबवत, अनेक क्षेत्रांत किंबहुना प्रत्येक क्षेत्रात थेट परकीय गुंतवणुकीला प्रोत्साहन देण्यात आलं. 'लाल फिती'च्या कारभाराचं 'लाल गालिचा' कारभारामध्ये अद्याप रूपांतर झालं नसलं, तरीही भारतात व्यवसाय करण्याच्या प्रक्रियेत सातत्याने सुलभता आणि सुधारणा होत आहे.

या सगळ्या घडामोडींकडे जागतिक गुंतवणूकदार लक्ष ठेवून आहेत. *मॅकेन्झी*चे तत्कालीन अध्यक्ष आणि कार्यकारी अधिकारी (सीईओ) *डॉमिनिक बार्टन* यांनी म्हटल्याप्रमाणे, 'लोकांनी भारताला जवळजवळ वाळीत टाकलं होतं. त्यांना वाटायचं, की भारतात कोणतंही काम करणं खूप किचकट आणि जिकिरीचं आहे. गेली पाच वर्षं पसंतीक्रमाच्या यादीतून त्याचं नाव घसरतच राहिलं. पण आता मला असं वाटतंय, की भारत पुन्हा एकदा लोकांच्या पसंतीला उतरत आहे. लोकांना आता भारतात गुंतवणूक करण्यात स्वारस्य वाटत आहे. अर्थातच, त्यांना ठोस कृती हवी आहे; परंतु मला आशा आहे, की त्यांना ती नक्की बघायला मिळेल. कारण आता कारभारात सुलभता आणण्याचं सरकारनेच मनावर घेतलेलं आहे. दोन वर्षांपूर्वी, भारतात गुंतवणूक न करण्याचा सल्ला मीच माझ्या ग्राहकांना देत होतो कारण तिथे काम करणं खूपच जिकीरीचं, वेळकाढू होतं. बाबू लोकांच्या मनमानी कारभारामुळे सगळेच त्रस्त झाले होते. कोणतेही निर्णय वेळेत घेतले जायचे नाहीत. त्यामुळे कंपन्या म्हणायच्या, 'चला, आफ्रिकेत जाऊ, नायजेरियाला जाऊ, इंडोनेशियात उद्योग सुरू करू, अमेरिकेत जाऊ.' पण आता हे चित्र बदललं आहे. जागतिक व्यापाराची आजची दिशा पाहाल, तर त्याच्या केंद्रस्थानी *भारत* असल्याचं तुम्हाला दिसून येईल.'

आणि तरीही, एक परिपूर्ण बाजारपेठ होण्यापासून भारत अजूनही दूर आहे. हे साध्य करायचं असेल, तर यातील दोन मुख्य त्रुटी दूर करणं गरजेचं आहे. पहिली, कायदा आणि न्यायव्यवस्था. व्यावसायिक वादांचं निराकरण करण्यासाठी आपल्याकडे खूप वेळ लागतो. दुसरी त्रुटी, निश्चित करप्रणाली. २०१२ साली तत्कालीन अर्थमंत्री प्रणव मुखर्जी यांनी पूर्वलक्ष्यी करप्रणाली लागू केली. आश्चर्य म्हणजे भाजप सरकारमधील अर्थमंत्री दिवंगत अरुण जेटली यांनीही ती प्रणाली रद्द केली नाही. सरतेशेवटी २०२१ साली आंतरराष्ट्रीय कायद्यांच्या दबावाखाली ती रद्द करण्यात आली. पण त्यामुळे भारताच्या व्यावसायिक विश्वासार्हतेला तडा गेला आणि खूप मोठं नुकसान झालं.

गुंतवणूकदार देशातील असो वा विदेशातील, सगळ्यांना कर आणि त्याचे कायदे यांची खात्री हवी आहे. आज युरोप, उत्तर अमेरिका आणि जपानमधील बाजाराची स्थिती

चांगली नाही. अशा परिस्थितीत गुंतवणुकीला चांगला परतावा मिळण्याची शेवटची मोठी बाजारपेठ म्हणून परदेशी गुंतवणूकदार भारताकडे पाहतात. चीनची स्वतःचीच अर्थव्यवस्था संकटात सापडली आहे. किंबहुना ती वेळ त्यांनी स्वतःच आणली आहे. परंतु त्यामुळे अनेक बड्या कंपन्यांनी त्यांचा साखळी-पुरवठा चीनबाहेर नेत अन्यत्र हलवला. अर्थातच भारताला अल्पसंतुष्टता दाखवून 'आणखी एक चीन' होणं परवडणारं नाही. आफ्रिकेची लोकसंख्यादेखील भारताएवढीच म्हणजे १.४० कोटीच्या आसपास आहे; परंतु ती लोकसंख्या ५५ सार्वभौम राष्ट्रांमध्ये विभागली गेली आहे, हीदेखील एक धोक्याची घंटाच आहे. स्थानिक स्तरावर फोफावलेला भ्रष्टाचार, नागरी युद्ध असूनही आफ्रिका गुंतवणूकीसाठी आणखी एक मोठी बाजारपेठ म्हणून निश्चितयणे उदयाला येऊ शकते. चिनी, युरोपियन, अमेरिकन इतकंच काय *भारती एअरटेल* आणि *वेदांता*सारख्या भारतीय कंपन्यांनी आधीच आफ्रिकन बाजारात शिरकाव केला आहे, अजून काही कंपन्याही त्यांच्या मागोमाग दाखल होतील.

कोविड-१९च्या जागतिक साथीने लोकांच्या काम करण्याच्या तसंच जीवनपद्धतीत आमूलाग्र बदल झाले. व्यवसाय सुरू ठेवण्यासाठी अतिशय संघर्ष करावा लागला. जाहिरातींतील एक अग्रगण्य कंपनी *रेडिफ्युजन*चे सह-संस्थापक *अजित बालकृष्णन* याबद्दल अधिक माहिती देताना सांगतात[१९], 'आता जे लोक एकाच छताखाली काम करत आहेत, ते बहुधा १८व्या शतकाच्या उत्तरार्धात इंग्लंडमध्ये जी औद्योगिक क्रांती झाली, त्या काळातील असावेत. *रिचर्ड आर्कराईट*, ज्यांनी पाणचक्कीद्वारे चालणाऱ्या कापूस कताई – 'वॉटर फ्रेम' यंत्राचा शोध लावला, त्यांना असं आढळून आलं, की ते यंत्र खूप मोठं आहे आणि एका खोलीत मावू शकणार नाही. त्यामुळे त्यांनी सगळ्या कामगारांना एकत्र करून, इंग्लंडमधील डर्बीशायर या मध्यवर्ती भागात गोळा केलं आणि त्याला 'क्रॉमफोर्ड मिल फॅक्टरी' असं नाव दिलं. तोपर्यंत कापडाचं विणकाम, शिवणकाम वगैरे सगळी कामं लोकं आपापल्या घरून करत असत. आर्कराईटने एका छताखाली सुरू केलेल्या फॅक्टरीचा खूप बोलबाला झाला. त्यानंतर, मग बँकींग, रेल्वे, विमा, टेलीग्राफ यांसारखे उद्योग वाढीला आले. या सगळ्या उद्योगांना त्यांची विविध कामं जसं ऑर्डर प्रोसेसिंग, हिशेब तपासणे, दस्तऐवज म्हणजे फायलिंग या कामांसाठी मोठ्या संख्येने कारकुनांची आवश्यकता निर्माण झाली आणि अशा रितीने सुरू झालं 'कार्यालय'.

'असं मानलं जातं, की लंडनमधील, *लेडन हॉल स्ट्रीट*वरील इस्ट इंडिया कंपनीचं कार्यालय हे जगातलं पहिलं मोठं 'कार्यालय' म्हणून ओळखलं जातं. इथूनच नोकरशाहांची फौज ब्रिटीशांच्या सगळ्या वसाहतींचं कामकाज पाहत असे. आपण आज नक्की कुठे आहोत? कार्यालयातून काम करण्याला सामान्य स्थिती म्हणत तिकडे की आताच्या 'वर्क फ्रॉम होम'ला सामान्य स्थिती म्हणायचं? घरून काम अर्थात वर्क फ्रॉम होम, कुठूनही काम अर्थात वर्क फ्रॉम एनीव्हेअर तसंच पूर्वीच्या ९ ते ५ कामाच्या वेळेऐवजी, साप्ताहिक किंवा आठवड्यातून एकदा होणाऱ्या बैठकांसाठी एक मध्यवर्ती जागा घेणं ही मिश्र पद्धती सध्या सुरू आहे. याचं कारण आताचं तंत्रज्ञानही तितकंच सक्षम आहे.

---

१९ *बिझनेस स्टँडर्ड*, १७ ऑगस्ट, २०२०

१९९६नंतर जन्मलेल्या नव्या पिढीसाठी 'जेन-झेड'ने कामाचं हेच रूप आता स्वीकारलं आहे. सत्ता आणि जबाबदारी स्वीकारल्यामुळे या दशकात ते कॉर्पोरेट क्षेत्रात नक्कीच भरीव कामगिरी करून दाखवतील.'

आता भविष्यात जे काम करावं लागणार आहे, त्याचा कामाच्या ठिकाणाशी काही संबंध नसेल. नवी पिढी कॉर्पोरेट क्षेत्रातील निश्चित वेतन आणि अन्य सोयीसुविधांचा त्याग करून *गिग जॉब्स* (ठराविक कामापुरतं, ठराविक वेळेपुरतं काम) स्वीकारण्याची शक्यता अधिक आहे. त्यांच्यासाठी काम आणि वैयक्तिक आयुष्य यांचा समतोल खूप महत्त्वाचा आहे. पहिली नोकरी करणारे विशीतले तरुण-तरुणी, घरबसल्या *ट्विच, विकर* आणि *रेड्डीट*साठी काम करतात. जणू काही ते *लिंक्डइन, फेसबुक* आणि *ट्विटर*वर आहेत. सतत बदलत जाणारी समाजमाध्यमं हे कॉर्पोरेट भविष्याचं सूचकचिन्ह आहे. हे केवळ भावी सीईओ नाहीत, तर आजचे ग्राहक आहेत.

आज अगदी संवादाची साधनंदेखील बदलत आहेत. पी-टू-पी संवादामुळे पहिला बळी कोणाचा जाईल तर तो इ-मेलचा. संगणकाद्वारे सगळेच एकमेकांच्या संपर्कात असतात. त्यामुळे आता जेव्हा तुम्हाला 'डिअर ऑल' या मायन्याने काही संदेश पाठवायचे असतील, तेव्हाच इमेलचा वापर केला जाईल, बाकीच्यांसाठी 'पी-टू-पी'च. तंत्रज्ञानाकडे झुकत चाललेला लोकांचा कल *मार्क झुकेरबर्ग* याने पहिल्यांदा ओळखला. *मेटा, मेटाव्हर्स, फेसबुक* हा त्याचाच एक भाग. कृत्रिम बुद्धिमत्ता असलेलं चॅट जीपीटी हा तंत्रज्ञानातील अनोखा आविष्कार आहे.

तंत्रज्ञान ही दुधारी तलवार आहे. यामुळे आता पुरुष-स्त्रिया असा भेद उरलेला नाही. विशेषकरून महिलांना नव्या संधी मिळत आहेत. तंत्रज्ञान तसंच घरून किंवा कुठूनही काम करण्याच्या सुविधेमुळे कामाच्या ठिकाणी जाण्या-येण्याचा त्रास कमी झाला आहे. महिलांसाठी तर हे खूपच सोयीचं झालं आहे. घरकाम, ऑफिसचं काम आणि कौटुंबिक जबाबदाऱ्या त्या आता अगदी सहज सांभाळू शकतात. हां, छोट्या घरात तसंच एकत्र कुटुंबात राहणाऱ्यांसाठी काही मुलभूत सुविधा जसं इंटरनेट, काम करण्यासाठी आवश्यक ती शांतता वगैरेंच्या अडचणी आहेत; परंतु हायब्रीड पद्धतीने काम करण्याचे फायदे हे अडचणींपेक्षा जास्त आहेत. याशिवाय आता तंत्रज्ञान इतकं पुढे गेलं आहे, की लॅपटॉप किंवा स्मार्टफोनच्या साहाय्याने घरातून (किंवा कुठूनही), अगदी एका कोपऱ्यात बसून आपण आपली बरीच कामं करू शकतो.

या काम करण्याच्या नवीन पद्धतीचा आणखी एक फायदा आहे : नैसर्गिक सहानुभूती. *गुगल*चे सीईओ *सुंदर पिचई, मायक्रोसॉफ्ट*चे सीईओ *सत्या नाडेला, आयबीएम*चे सीईओ *अरविंद कृष्णा* तसंच *अॅडोब*चे सीईओ *शंतनु नारायण* या भारतीय वंशाच्या सीईओंचं इतकं कौतुक होण्याचं कारण म्हणजे त्यांनी कामाच्या ठिकाणी मन:शांती (शांतता) आणि सहानुभूतीचं धोरण आणलं. सिलिकॉन व्हॅलीतील एक गुंतवणूकदार *विवेक वधवा* यांनी *हिंदुस्तान टाइम्स*मधील एका लेखात लिहिलं होतं, 'भारतीय खूप लवचिक असतात, कोणत्याही परिस्थितीत सामावले जातात, कितीही आणि कोणत्याही अडथळ्यांवर मात करण्याची ताकद त्यांच्याकडे असते आणि

त्यांच्याकडे जे आहे त्याचा ते पुरेपूर उपयोग करतात. उद्योजकतेसह सर्जकता आणि साधनशुचीता यांसह ते सर्व अडथळ्यांवर मात करतात आणि हा त्यांच्या जीवनाचाच एक भाग आहे. भारतीयांची ही वैशिष्ट्यं प्रशंसापात्र आहेत. विशेषत: तेव्हा, जेव्हा कंपनीच्या उद्धट संस्थापकांना वाटत असतं, की ते त्यांच्या नोकरीसाठी पात्र आहेत. मला वाटतं, भारतीय सीईओंना याचाच खरा फायदा झाला असावा.

'सत्या नाडेला यांनी जेव्हा मायक्रोसॉफ्ट कंपनीचे सीईओ म्हणून २०१४ साली पदभार स्वीकारला, तेव्हा त्यांना *टेक डायनोसॉर* (तंत्रज्ञानातील अर्वाचीन आणि अवाढव्य कंपनी) म्हणून समजल्या जाणाऱ्या कंपनीतील अत्यंत वाईट कार्यसंस्कृतीचा वारसा मिळाला होता. मायक्रोसॉफ्टचे संस्थापक बिल गेट्स हे कर्मचाऱ्यांची खरडपट्टी काढणारे म्हणून (कु)प्रसिद्ध होते, त्यांच्यानंतर खुर्चीवर आलेले *स्टीव्ह बॉलमर* यांनीही हीच प्रथा सुरू ठेवली होती. सुंदर पिचईंनादेखील वाईट कार्यसंस्कृतीचा सामना करावा लागला होता. *गुगल* एका मुक्ताचारी किंवा स्वैराचारी कार्यपद्धतीसाठी ख्याती पावलेली होती; परंतु त्यांच्या उच्चपदस्थ अधिकारी आणि खालच्या स्तरातील कर्मचाऱ्यांमध्ये निर्माण झालेल्या लैंगिक संबंधांमुळे अंतर्गत तणावाची परिस्थिती निर्माण झाली होती. पिचई यांनी पदावर आल्यानंतर उत्तम मूल्य असलेली कार्यसंस्कृती विकसित केली.'

सहानुभूती आणि *मन:शांती* हे दोन गुण २०२४नंतरच्या कॉर्पोरेट कल्चरचे परवलीचे शब्द असतील.

प्रकरण १२

स्मार्ट सिटी प्रकल्प आणि वातावरणीय बदल

द *टेलिग्राफ*चे संस्थापक-संपादक *एम. जे. अकबर* यांनी विनोदी ढंगात म्हटलं होतं, 'लवकरच भारतीयांना बॉम्बे (तेव्हा हेच नाव प्रचलित होतं) जाण्यासाठी व्हिसाची गरज भासेल.' अकबर मोदी सरकारमध्ये काही काळ परराष्ट्र व्यवहार राज्यमंत्री होते, आणि आता *बॉम्बे*चं नामांतर *मुंबई* असं झालं असलं तरीही, त्यांनी व्यक्त केलेल्या भावना त्याच आहेत. देशाच्या तिजोरीत, एकूण कर महसुलापैकी ३० टक्के कर एकट्या मुंबईतून येतो; परंतु या शहराच्या पायाभूत सुविधांच्या विकासापोटी नगण्य निधी दिला जातो.

देशभरातील अनेक शहरांतून, मुंबईइतका नसला तरी पायाभूत सुविधांचा अभाव आहे आणि त्यामुळे तिथल्या नागरिकांना खूप त्रास सोसावा लागतो. याबाबतीत दिल्ली मात्र नशीबवान आहे. तिथल्या सरकारकडे पायाभूत सुविधांसाठी मोठा निधी आहे. दिल्लीचे मुख्यमंत्री अरविंद केजरीवाल, भले मोदी सरकारमध्ये ते अप्रिय असले तरी, त्यांना थोडी फार तरी याबाबतची काळजी आहे. दिल्लीच्या मुख्यमंत्रीपदी १५ वर्षं राहिलेल्या दिवंगत *शीला दीक्षित* यांनी आपल्या कारकिर्दित दिल्लीच्या पायाभूत सुविधांमध्ये मोठ्या प्रमाणावर आणि लक्षणीय सुधारणा केल्या होत्या. दिल्लीत मेट्रो सेवेचं जाळं त्यांनीच विणलं. केजरीवाल यांच्या राज्यात आरोग्य आणि शिक्षणाला प्राधान्य देण्यात आलं; परंतु आता केजरीवाल सरकारमधील मंत्र्यांवर भ्रष्टाचाराचे गंभीर आरोप आहेत.

जगातील प्रत्येक प्रमुख शहरात एक निवडून आलेला महापौर असतो, जो मुख्य कार्यकारी अधिकारी म्हणून काम पाहतो. शहराच्या दैनंदिन व्यवस्थापनाची धुरा त्याच्या किंवा तिच्या खांद्यांवर असते. गुन्हेगारी, अंमली पदार्थ आणि अन्य गलिच्छ व्यवसायांच्या विळख्यातून *न्यू यॉर्क* शहराला सोडवण्यासाठी महापौर *रुडी ज्युलीआनी* यांना जीवतोड मेहनत घ्यावी लागली. २००२ ते २०१३पर्यंत महापौर राहिलेले *मायकेल*

ब्लूमबर्ग यांनी ११ सप्टेंबरच्या वर्ल्ड ट्रेड सेंटरवरील दहशतवादी हल्ल्यानंतर जागतिक आर्थिक केंद्र म्हणून न्यू यॉर्कला पुन:प्रतिष्ठा मिळवून दिली.

लंडनचे माजी महापौर *बोरीस जॉन्सन* – ज्यांना नंतर ब्रिटनच्या पंतप्रधानपदावरून पदच्युत करण्यात आलं – त्यांनी मध्य लंडनमधील रहदारी कमी करण्यासाठी, त्यांचे पूर्वसुरी *केन लिव्हिंग्स्टोन* यांनी लागू केलेल्या *कंजेशन चार्जेस*चं समर्थनच केलं होतं. बोरीस यांच्यानंतर महापौर झालेल्या *सादिक खान* इस्लामी दहशतवादाविरुद्ध लढा देत आहेत. सादिक खान लंडनचे पहिले आशियाई वंशाचे महापौर असून ते दुसऱ्यांदा महापौर झाले आहेत. लंडन आणि न्यू यॉर्क या दोन्ही शहरांना रीतसर निवडून आलेल्या, जबाबदार महापौरांमुळे फायदाच झाला आहे.

याच्या अगदी विरुद्ध मुंबईचे महापौर. हे एक नामी व्यक्तिमत्त्व आहे. मुंबईच्या महापौरांच्या हातात ना कुठली सत्ता, ना जबाबदारी, ना दूरदृष्टी. लंडन आणि न्यू यॉर्कमधले महापौर जसे रीतसर निवडून येतात, त्यांच्या हातात सत्ता असते, जबाबदारी असते त्याच पद्धतीने भारतभरातील प्रमुख शहरांतून महापौर थेट निवडणूक पद्धतीने निवडून आणून त्यांच्याकडे सत्ता देण्याची गरज आहे. निवडून आलेला आणि हाती सत्ता असलेला महापौर भ्रष्टाचार कमी करेल आणि शहराचं व्यवस्थापन व्यावसायिक पद्धतीने पाहील. महाराष्ट्र सरकारला अनेक नियोजन प्राधिकरणांना एका सक्षम आणि जबाबदार महापौरांच्या अधिपत्याखाली आणायचं आहे. सगळ्या प्राधिकरणांचं मिळून एकच प्राधिकरण स्थापन करायचं आहे.

मोदींच्या महत्त्वाकांक्षी योजनांपैकी एक आहे *स्मार्ट सिटी* योजना. दळणवळण, वाय फाय तंत्रज्ञान, पाणी व्यवस्थापन तसंच सांडपाणी आणि स्वच्छता व्यवस्थापन हे त्यात अंतर्भूत आहेच; परंतु स्थानिक प्रशासन या योजनेकडे दुर्लक्ष करताना दिसून येतं. जोपर्यंत प्रशासकीय साथ मिळत नाही, तोपर्यंत कितीही उच्च तंत्रज्ञान असेल, सुशोभीकरण केलं तरी, स्मार्ट सिटीज राहण्यायोग्य केंद्र बनणार नाहीत.

*स्मार्ट सिटी*ची सरकारी व्याख्या काय असते ते पाहू, 'स्मार्ट सिटी एक शहरी प्रदेश आहे जो, एकूण पायाभूत सुविधा, शाश्वत स्थावर मालमत्ता, दळणवळण आणि बाजार व्यवहार्यतेच्या बाबतीत अत्यंत आधुनिक आहे. हे असं शहर आहे, जिथे माहिती तंत्रज्ञान ही प्रमुख पायाभूत सुविधा असते आणि नागरिकांना अत्यावश्यक सेवा प्रदान करण्याचा आधार असतो. यामध्ये अनेक तांत्रिक प्लॅटफॉर्म्सचा समावेश असतो, शिवाय स्वयंचलित सेन्सर्स नेटवर्क आणि डाटा सेंटर्सचाही समावेश असतो; परंतु ते त्यापुरतंच मर्यादित नसतं. स्मार्ट सिटीमध्ये आर्थिक विकास हा शाश्वत असतो. बाजाराच्या, मागणी आणि पुरवठा यांसारख्या यशस्वी तत्त्वांवर अर्थव्यवस्था आधारित असल्यामुळे ती सतत वाढतच असते. त्याचा फायदा सर्वसामान्य नागरिकांपासून व्यावसायिक, सरकार आणि पर्यावरणालाही होतो. यातील अनेक शहरांतून विशेष गुंतवणूक क्षेत्र किंवा विशेष आर्थिक क्षेत्रांची उभारणी करण्यात येईल. या विशेष आर्थिक क्षेत्रांमध्ये परदेशी गुंतवणूकदारांना आकर्षित करण्यासाठी सुधारित नियम आणि सुधारित कर संरचना लागू केल्या जातील. असं करणं अत्यावश्यक आहे कारण या प्रकल्पांसाठी लागणारा बराचसा निधी खासगी विकसकांकडून आणि परदेशांतूनच येणार आहे.'

स्मार्ट सिटींसाठी प्रशासनही तितकंच स्मार्ट म्हणजे कार्यकुशल हवं. याचा अर्थ या शहारांचा महापौर, नागरिकांनी थेट निवडून दिलेला असावा आणि त्यांना उत्तरदायी असावा, जबाबदारीने काम करणारा हवा. देशातील सगळ्या शहरांमध्ये होऊ घातलेल्या या सुधारणेला पंतप्रधानांनी त्यांच्या प्राधान्यक्रमात अग्रस्थानी घ्यायला हवं.

सौर ऊर्जेकडे प्रदूषणरहित आणि मुबलक उर्जेचा स्रोत म्हणून पाहिलं जातं. ही नवीकरणीय ऊर्जा विशेषत: सौरऊर्जेचा मुद्दा मोदी सरकारची मुख्य प्रेरक शक्ती आहे. मोदी सरकारच्या इतर योजनांना माध्यमप्रसिद्धी मिळू शकते; परंतु सौरऊर्जा हे मोदींनी पाहिलेलं स्वप्न आहे. सौरऊर्जा भविष्यातील सगळा मोठा आणि स्वस्तातला ऊर्जास्रोत असेल. ऊर्जा संसाधनातील हा बदल आत्मसात करण्यासाठी भारत सुसज्ज आहे.

पवनऊर्जा हा आणखी एक स्वच्छ अर्थात प्रदूषणमुक्त ऊर्जेचा स्रोत आहे आणि आता भारतात त्याचा अधिकाधिक वापर होताना दिसत आहे. युरोपात पवनऊर्जेचा यशस्वी वापर होताना दिसतो, मात्र त्यासाठी लागणारा खर्च अद्यापही जास्त आहे. असं असलं तरी, ब्लुमबर्ग असा अंदाज वर्तवतं, की २०४०पर्यंत जगभरातील स्थापित उर्जेतील १३ टक्के वाटा हा पवनऊर्जेपासून मिळणाऱ्या ऊर्जेचा असेल. एकंदरीत, २०४०पर्यंत जागतिक ऊर्जा क्षेत्रामध्ये स्वच्छ आणि नवीकरणीय ऊर्जा स्रोतांचा वाटा जागतिक ऊर्जा क्षमतेच्या ५० टक्के असेल, जो आजमितीला केवळ १६ टक्के आहे. कोळसा, गॅस आणि जलविद्युत प्रकल्पातून मिळणारी ऊर्जा यांची एकंदर टक्केवारी ७५ टक्क्यांवरून ४३ टक्क्यांपर्यंत घसरेल.

भारताने औद्योगिक विकास आणि विशुद्ध ऊर्जा यांचा योग्य ताळमेळ साधल्यास, पर्यावरण बदलविषयक, नोव्हेंबर २०२१मध्ये *ग्लासगो*तील COP२६ आणि COP२७ झालेल्या शिखर परिषदेत तसंच नोव्हेंबर २०२२मध्ये, *शर्म-अल-शेख* या शहरांत झालेल्या शिखर परिषदांतून कार्बन उत्सर्जनाचे स्थापित करण्यात आलेलं लक्ष्य साध्य करता येऊ शकेल. भारताच्या भविष्याची गुरूकिल्ली आता सूर्यच आहे आणि ती सूर्याखाली राहूनच उघडू शकते.

ब्रिटनमध्ये १७६० साली औद्योगिक क्रांती झाली. तेव्हा कार्बन उत्सर्जन नगण्य प्रमाणात होतं. पुढल्या दोनशे वर्षांत मात्र ब्रिटन, युरोप आणि अमेरिकेत झपाट्याने औद्योगिकीकरण झालं. औद्योगिकीकरणाच्या नादात त्यांनी वातावरण प्रदूषित केलं आणि त्यावर आपली संपत्ती उभारली. मँचेस्टरमधील कारखाने धूर ओकू लागले, न्युकासलमध्ये कोळसा खाणी सुरू झाल्या. अमेरिकेत औद्योगिकीकरणाने वेग घेतल्यामुळे आफ्रिकन गुलामांना कापसाची वेचणी करण्यासाठी बंधित कामगार म्हणून नेमण्यात आलं. या सगळ्याचा परिणाम म्हणून कार्बन उत्सर्जनातही झपाट्याने आणि मोठी वाढ झाली.

पश्चिमी राष्ट्रांनी आधुनिक, समृद्ध आणि औद्योगिकीकरण झालेला समाज निर्माण केला. त्यातून श्रीमंती मिळवल्यानंतर, १९७०च्या सुमारास त्यांचं लक्ष जागतिक तापमानवाढीच्या समस्येकडे गेलं. १९७२ साली पहिली हवामानविषयक परिषद भरली.

या परिषदेला पहिली पृथ्वी परिषद (*फर्स्ट अर्थ समिट*) असं ओळखलं जातं. पर्यावरण हा विषय या परिषदेच्या क्रेंस्थानी होता; परंतु तेव्हा जागतिक तापमानवाढीचा इतका नकारात्मक प्रभाव दिसून येत नव्हता. १९८७पासून संयुक्त राष्ट्रांच्या आमसभेने पहिल्यांदा हा विषय उचलून धरला आणि २००० साली त्याला पर्यावरणीय दृष्टिकोन असं संबोधलं. तेव्हापासून तापमान बदल ही जागतिक समस्या बनली आणि ती दिवसेंदिवस अधिकच गंभीर होत चालली आहे.

१७५१ सालापासून १.७ ट्रिलियन टन कार्बन उत्सर्जित करण्यात आला आहे. कार्बन उत्सर्जन करून प्रदूषणात भर घालणाऱ्यांमध्ये कोणते देश आघाडीवर आहेत? अमेरिकेने आजपर्यंत ४०० बिलियन टन कार्बन डायऑक्साईड उत्सर्जित केला आहे, जो १७५१पासून उत्सर्जित झालेल्या एकंदर जागतिक उत्सर्जनाच्या एक चतुर्थांश आहे. त्यानंतर चीनचा नंबर लागतो, ज्याने २०० बिलियन टन कार्बनचं उत्सर्जन केलं आहे. यातील बहुतांश उत्सर्जन गेल्या ४० वर्षांतलं आहे.

सर्वांत मोठा उत्सर्जक आहे, युरोप खंड. कार्बन उत्सर्जनात याने अगदी ऐतिहासिक कामगिरी केली आहे. समृद्ध आणि औद्योगिक जगताचं निर्माण करण्याच्या नादात, युरोप खंडातून १७५१ सालापासून ५२५ बिलियन टन कार्बन डायऑक्साईडचं उत्सर्जन झालं आहे. स्वत: इतक्या मोठ्या प्रमाणावर कार्बन उत्सर्जन करूनही या धनदांडग्या देशांनी नेहमीच भारताला लक्ष्य केलं आहे. १७५१ सालापासून भारताकडून केवळ ४० बिलियन टन कार्बनच उत्सर्जन झालं आहे, जे एकंदर जागतिक टक्केवारीच्या अत्यंत किरकोळ प्रमाणात म्हणजे २.५ टक्के इतकंच आहे.

ब्रिटीशांनी भारताची वसाहत केल्यामुळे इथल्या औद्योगिकीकरणाला कशी खीळ बसली होती, ते कसं मंदावलं होतं हेदेखील या आकडेवारीवरून स्पष्ट होतं. ब्रिटनने जाणीवपूर्वक इथल्या उद्योगधंद्यांची वाढ खुंटवली. भारतातील नागरिकांनी भरलेल्या करातूनच भारतात कच्चा माल विकत घेऊन तो मँचेस्टरला पाठवला जात असे, तिथे कार्बन डायऑक्साईड उत्सर्जित करून प्रदूषण फैलावणाऱ्या कारखान्यांमध्ये या कच्च्या मालाचं रूपांतर पक्क्या मालात केलं जायचं आणि तो पुन्हा भारतात पाठवला जायचा. या मालाची भारतात चढ्या दराने विक्री केली जायची. संपत्तीचा सगळा ओघ ब्रिटनकडे गेला आणि भारताच्याच जीवावर ब्रिटनने आपल्या देशात औद्योगिक क्रांती घडवून आणली. इथूनच जागतिक तापमानवाढीची समस्या भेडसवायला सुरुवात झाली. आज हे संकट सगळ्या जगासमोर आ वासून उभं आहे.

औद्योगिकीकरण होण्याच्या आधी जे सरासरी तापमान होतं, त्या तुलनेत तापमानात आता १.१० अंशांची वाढ झाली आहे. आता कळीचा मुद्दा हा आहे, की कार्बन उत्सर्जन कमी करण्याचं शिवधनुष्य उचलायचं कोणी? अनादि काळापासून अमेरिका आणि युरोपसारख्या बड्या उत्सर्जकांनी? की वाढत्या औद्योगिकीकरणामुळे प्रदूषण पसरवत चाललेल्या चीन आणि भारतासारख्या देशांनी? कार्बन उत्सर्जनात कपात व्हावी म्हणून भारतातील औद्योगिक विकासाला वेठीला धरता येणार नाही हे मोदी सातत्याने सांगत आले आहेत.

वास्तविक, मोदी हे तापमान बदलाचे पुरस्कर्ते आणि प्रसारक आहेत. गुजरातचे मुख्यमंत्री असताना त्यांनी या विषयाला अनुसरून, *कन्विनिएन्ट ॲक्शन : गुजरात्स रिस्पॉन्स टू चॅलेंजेस ऑफ क्लायमेट चेंज* या नावाचं पुस्तक लिहिलं आहे. *मॅकमिलन* प्रकाशनाने २०११ साली ते प्रकाशित केलं. या पुस्तकात त्यांनी आर्थिक हानी होऊ न देता कार्बन उत्सर्जनात संतुलित घट करून जागतिक तापमानवाढीच्या धोक्याचा कसा सामना करता येईल, यावरचे उपाय सुचवले आहेत. वातावरणातील बदल ही जागतिक चिंता होण्यापूर्वी हे पुस्तक लिहिण्यात आलं आहे.

इथे दोन मुद्दे उद्भवतात. पहिला मुद्दा आहे, १०० अब्ज पौंडाच्या वार्षिक निधीचा; जे प्रदूषण घडवण्यात इतिहास काळापासून आघाडीवर असलेल्या 'विकसित' देशांनी, जागतिक तापमानवाढीच्या उद्दिष्टांच्या पूर्ततेचा विकासात्मक प्रभाव कमी करण्यासाठी 'विकसनशील' देशांना देण्याचं वचन दिलं आहे. प्रत्यक्षात अद्यापही त्या निधीचं वितरण करण्यात आलेलं नाही. श्रीमंत किंवा 'विकसीत' देशांचं म्हणणं आहे, की ते २०२३नंतर या निधीचं वाटप केलं जाईल. दरम्यान नोव्हेंबर २०२२मध्ये *शर्म-अल्-शेख* इथे झालेल्या पर्यावरण परिषद COP२७ करारांतर्गत ज्या देशांना 'तोटा आणि नुकसान निधी'त योगदान देणं अनिवार्य करण्यात आलं होतं, ते देश अद्यापही तो निधी देण्यास आढेवेढे घेत आहेत.

दुसरा मुद्दा आहे भारताच्या औद्योगिक विकासाचा. ब्रिटीश राजवटीच्या दोनशे वर्षांच्या काळात, भारताला औद्योगिकीकरणातून श्रीमंत होता आलं नाही; नव्हे, ब्रिटीशांनी जाणुनबुजून तसं होऊ दिलं नाही. स्वातंत्र्यप्राप्तीनंतर खऱ्या अर्थाने भारताचा औद्योगिक विकास होऊ लागला. देशात आता औद्योगिकीकरण परमोच्च बिंदू गाठत आहे. असं असताना, त्याची गती कमी करता येणारच नाही. असं झाल्यास त्याचा देशातील गरीबी, भूक आणि कुपोषण या गोष्टी बळावण्यावर गंभीर परिणाम होईल. 'नेट झिरो' किंवा कार्बन उदासीनीकरण (न्यूट्रॅलिटी) हे महत्त्वाकांक्षी ध्येय आहे आणि काही देश ते साध्य करू शकतात. 'श्रीमंत' म्हणून गणली गेलेली आणि औद्योगिकदृष्ट्या पुढारलेली अशी ५० राष्ट्रं – खरं तर हवामान बदलाचं संकट जगावर लादण्यात ज्यांचा मोठा हात आहे – अशा राष्ट्रांनी २०५०पर्यंत कार्बन उदासीनीकरण घडवून आणण्याची शपथ घेतली आहे.

या देशांचं औद्योगिकीकरण केव्हाच झालं आहे आणि आता ते केवळ सेवा पुरवतात. ब्रिटनचंच उदाहरण घेऊ. ब्रिटनने आपली शेवटची कोळसा खाण, 'द ब्रॅडली माईन', ऑगस्ट २०२०मध्ये बंद केली. मात्र त्यातून जे उत्पन्न मिळतं ते देशाच्या एकूण जीडीपीच्या ८० टक्के आहे. अहो, जितकं धन उपसायचं ते उपसून झालेलं आहे, त्यामुळे 'नेट झिरो' गाठणं ब्रिटनला शक्यही आहे आणि परवडणारंही आहे.

पण भारत असं करू शकतो का? मोदींनी हवामानविषयक न्यायासाठी नेहमीच दाद मागितली आहे. थोडक्यात, मोदींचं म्हणणं असं आहे, की कार्बन उत्सर्जन कमी करण्याच्या दृष्टीने भारत पावलं उचलेल, पण आपल्या विकास उद्दिष्टांवर ठाम राहून. कार्बन उत्सर्जन कमी करण्यात अर्थातच भारताचं पर्यावरणीय हित आहेच. युरोप आणि

अमेरिकेसारखं भारतात अद्याप पूर्ण औद्योगिकीकरण झालेलं नाही, त्याची वाटचाल अजून सुरू आहे. तरीही आपण २०७०पर्यंत 'नेट-झिरो'चं उद्दिष्ट गाठू असं मोदींनी जगाला वचन दिलं आहे.

आज चीन हा जगातला सर्वांत मोठ्या प्रमाणावर कार्बन उत्सर्जन करणारा देश आहे. त्या खालोखाल अमेरिका आणि भारताचा नंबर येतो. कार्बन उत्सर्जनाचं दरडोई प्रमाण बघितलं, तर अमेरिकेची कामगिरी सर्वांत वाईट आहे. प्रति अमेरिकन १६.१ टन कार्बन उत्सर्जन हा त्यांचा दरडोई दर आहे; चीनचा ७.१ टन आणि भारताचा सर्वांत कमी केवळ १.९ टन प्रती व्यक्ती. २०३० पर्यंत ४५० जीडब्ल्यू विशुद्ध आणि नवीकरणीय ऊर्जा निर्माण करण्याचं भारताचं उद्दिष्ट आहे. त्यासोबतच अन्य अनेक उपाययोजनाही सुरूच आहेत. 'नेट झिरो' उत्सर्जनाचं ध्येय गाठण्यासाठी अतिशय अचूक पद्धतीने आणि अर्थव्यवस्थेला बाधा येणार नाही या पद्धतीने भारताची वाटचाल सुरू आहे. या उपायांमध्ये, महत्त्वाकांक्षी *हायड्रोजन मिशन*चाही समावेश आहे.

औद्योगिक क्रांतीमुळे मिळालेल्या संपत्तीच्या जोरावर जे देश धनाढ्य बनले, ती औद्योगिक क्रांती युरोपियन देशांनी आशियाई आणि आफ्रिकी देशांच्या केलेल्या वसाहती, आणि अमेरिकेनी कृष्णवर्णीयांवर लादलेली गुलामगिरी यांशिवाय शक्यच झाली नसती. जागतिक तापमानवाढीबाबत काही तरी ठोस कृती करणं गरजेचं आहेच; परंतु ज्या देशांनी अनेक शतके जागतिक वातावरण प्रदूषित केलं आहे त्यांनाच आता त्याची किंमत चुकवावी लागेल.

भारताचे पहिले पंतप्रधान जवाहरलाल नेहरू आणि ज्यांना आधुनिक भारताचे शिल्पकार म्हणून ओळखलं जातं ते ज्येष्ठ उद्योगपती जे.आर.डी. टाटा यांचे संबंध जवळचे; परंतु काहीसे तुटक होते. नेहरू संधीसाधू, सावध समाजवादी होते; तर टाटा ताठ कण्याचे भांडवलदार.

टाटा आणि नेहरू यांच्यात झालेलं संभाषण गीता पिरामल लिखित *बिझनेस महाराजाज* या पुस्तकात उद्धृत करण्यात आलं आहे. या संभाषणातून नेहरूंची मानसिकता आणि स्वातंत्र्योत्तर ४४ वर्षं देशाने सामाजिक, आर्थिक धोरणांचा अवलंब का केला हे प्रकट होतं. पिरामल लिहितात, 'जेआरडींना खास विषयावर झालेला वाद आठवला. नेहरू मला म्हणाले, 'मला 'नफा' या शब्दाचा प्रचंड तिरस्कार आहे.' मी उत्तरलो, 'जवाहरलाल, मी सार्वजनिक क्षेत्राने नफा कमावण्याबद्दल बोलतो आहे!' जवाहरलालांनी पुन्हा सांगितलं, 'माझ्यासमोर कधीही पुन्हा 'नफा' हा शब्द उच्चारू नका. अतिशय घाणेरडा शब्द आहे तो!'

नेहरूंना 'नफा' हा शब्द घाणेरडा वाटत होता; तर त्यांची कन्या इंदिराने तर त्यांच्या या समजाला आणखी खतपाणीच घातलं. इंदिरा गांधींनी बँकांचं राष्ट्रीयीकरण केलं. अत्युच्च उत्पन्न गटावरील प्राप्तीकरात वाढ करून ती ९७ टक्क्यांपर्यंत नेली, देशात 'लायसन्स राज' आणलं. क्रोनी कॅपिटलिस्टची रुजवात केली. (क्रोनी कॅपिटॅलिझम

म्हणजे राजकीय पक्ष आणि व्यापारी वर्ग यांच्या संगनमताने कमावलेल्या पैशाचा परतावा). मात्र क्रोनी कॅपिटॅलिझमच्या तावडीतून अर्थव्यवस्थेला बाहेर काढण्याचे काही अंशी श्रेय त्यांचे पुत्र राजीव गांधी यांना जातं. त्यांना ते करणं साधता आला याचं कारण त्यांची स्वत:ची धमक नसून, त्यांची सत्ताधाऱ्यांशी असलेली जवळीक हे आहे. सुरुवातीच्या काळातील राजीव यांच्या निकटवर्तीयांच्या गोटात असलेले अरुण नेहरू आणि अरुण सिंह सार्वजनिक क्षेत्रात काम केलेले अधिकारीच होते. गांधी कुटुंबीयांच्या सतत छत्रछायेत राहणाऱ्या, त्यांच्या कृपाप्रसादावर जगणाऱ्या त्या विशिष्ट परोपजीवी प्राण्यांनी या दोघांची लगेचच उचलबांगडी केली.

संगनमत, वशिलेबाजी विरहीत, 'गुणवत्ता आधारित व्यवस्था निर्माण करणं' ही आपल्या वडलांची अपूर्ण राहिलेली महत्त्वाकांक्षेची जाणीव राहुल गांधींना आहे असं वाटत होतं. राहुल गांधींनी मुंबईत काही काळासाठी *बॅकॉप्स* नावाची कंपनी सुरू केली होती, जिचं मुख्यालय दिल्लीतील ईर्षात्मक कारस्थानं आणि राजकारणापासून लांब, मुंबईत होतं; परंतु अल्पावधीतच त्यांना घराणेशाही स्वीकारावी लागली. घराण्यात परंपरेने चालत आलेला अमेठी लोकसभा मतदारसंघ राहुलना आपल्या वडलांकडून २००४ साली वारसा हक्काने मिळाला. त्यानंतर राहुलनी आपली आजी इंदिरा गांधी यांच्या 'गरिबी हटाव' राजकारणाच्याच वाटेवर पुन्हा एकदा मार्गक्रमणा सुरू केली.

स्वातंत्र्य मिळून ७६ वर्षं उलटून गेल्यानंतर आजही भारतातील गरिबीचा राजकारणासाठी वापर केला जातो. मात्र मोदी सरकारचा उल्लेख 'सुटाबुटातील सरकार' असा करून राहुल गांधींनी गरिबीची व्याख्याच बदलून टाकली. राहुल यांच्या विपरीत, मोदी गरिबीत वाढले. गरिबी म्हणजे काय, गरिबांचं जीणं, त्यांच्या आशा, गरजा, स्वप्न यांच्याशी मोदींची जवळून ओळखून आहे. महत्त्वाकांक्षा हा गरिबीचा पाया आहे. प्रत्येक पालकांना, आपल्या मुलांना चांगलं आयुष्य मिळावं, चांगलं शिक्षण मिळावं आणि उत्तमोत्तम संधी मिळाव्यात असंच वाटत असतं.

राहुल यांच्यासाठी कुर्ता-पायजमा म्हणजे लब्धप्रतिष्ठितपणाचा विकृत देखावा आहे. त्यांना सेव्हिल रोडवरचे महागडे सूट सहज परवडू शकतात. ज्यांना ते मिळत नाहीत किंवा परवडत नाहीत त्यांच्यासाठी ते महत्त्वाकांक्षा ठरतात. जेव्हा नेहरूंनी, जेआरडी टाटांना सांगितलं, 'नफा हा एक घाणेरडा शब्द आहे' तेव्हा देशात ६० टक्क्यांहून अधिक लोक लाजिरवाण्या गरिबीत जीवन जगत होते. त्यांच्यासाठी 'नफा' हा घाणेरडा शब्द नव्हता. त्यांच्यासाठी तो गरिबीतून बाहेर पडून, त्यांच्या आणि त्यांच्या कुटुंबीयांना एक चांगलं आयुष्य देण्याचा मार्ग होता.

मोदींची राजकीय धूर्तता वाखाणण्याजोगी आहे. परंतु सुरुवातीला तेदेखील राहुल गांधींच्या जाळ्यात अडकले. 'सुटाबुटातील सरकार' असे टोमणे मारल्यानंतर दोन वर्षांनी त्यांनी नेहरूवादी विचारधारेतील दारिद्र्यवाद स्वीकारला. पंतप्रधानपदाच्या दुसऱ्या काळात, बऱ्याच कालावधीनंतर त्यांनी जाहीरपणे उद्योगपतींची प्रशंसा केली. मध्यमवर्गीय भागधारकांसाठी संपत्ती निर्माण करणारे आणि समाजातल्या विविध स्तरांतील लोकांसाठी रोजगाराची निर्मिती करणारे अशा शब्दांत त्यांनी उद्योगपतींचं कौतुक केलं होतं.

विख्यात अर्थतज्ज्ञ स्वामीनाथन एस. अंकलेसरिया अय्यर यांनी २०२१ साली द *टाईम्स ऑफ इंडिया*च्या अंकात अगदी खरमरीतपणे लिहिलं होतं, 'राहुल गांधींसकट डाव्या विचारसरणीच्या लोकांनी भले पसरवलं, की सुटाबुटातील व्यावसायिकच भ्रष्टाचाराच्या मुळाशी आहेत. तरीही १९८९च्या निवडणुकीत राजीव गांधी आणि २०१४च्या निवडणुकीत सोनिया गांधींच्या दारूण पराभवाच्या मुळाशी खादीधारी आणि गांधी टोपीतील बदमाशच आहेत, हे मतदारांनी जो कौल दिला त्यातून स्पष्टपणे दिसून येतं. २००९ ते २०१४पर्यंतचा युपीए सरकारचा दुसरा कार्यकाळ अनेक घोटाळ्यांनी भरलेला होता. अखेरीस, अण्णा हजारेंनी चालवलेल्या भ्रष्टाचाराच्या आंदोलनामुळे काँग्रेसचे सगळे घोटाळे एकेक करून बाहेर आले. जवाहरलाल नेहरू आणि इंदिरा गांधींच्या ज्या समाजवादी विचारांचं काँगेस आजही गुणगान गाते तसे खुलेपणाने घेण्यात आलेले व्यावसायिक निर्णय आणि स्पर्धा, युपीएच्या दुसऱ्या काळात अस्तित्वातच नव्हती. देण्यात आलेला प्रत्येक औद्योगिक परवाना हा नियमांनुसार देण्यात येत नव्हता, तर राजकीय हेतूने करण्यात आलेला जणू उपकार होता. प्रत्येक आयात परवाना, परकीय चलनाचं वाटप, प्रत्येक मंजुरी आणि प्रत्येक परवाना हा एकेक उपकार होता.'

देशात संपत्ती कोण कोण निर्माण करू शकतो, याचा मोदींनी नव्याने शोध घेतला. ही अतिशय उल्लेखनीय बाब आहे. मात्र अद्यापही व्यवस्थेत, संगनमती-उद्योगी संस्कृतीचे काही अवशेष शिल्लक आहेत, त्यांच्याकडे मोदींनी काणाडोळा करू नये. आता 'लायसन्स राज' संपुष्टात आलं आहे. व्यावसायिक आणि त्यांचे प्रतिनिधी आता नॉर्थ ब्लॉकच्या चकरा मारताना दिसत नाहीत. उद्योगपतींना वारंवार पंतप्रधानांना भेटण्याची गरज नसते. मोदी स्वतःच अशा बैठकांच्या विरोधात आहेत. परंतु दशकानुदशकं वशिलेबाजीला, पक्षपातीपणाला चटावलेल्या नोकरशाहीत हे गुण आजही सुप्तपणे दबा धरून बसलेले आहेतच. अनेक प्रक्रियांमध्ये तंत्रज्ञान आणि पारदर्शीपणा आणण्याचा मोदींनी प्रयत्न केला आहे. तथापि त्याला न जुमानता आजही अनेक प्रक्रिया त्या त्या अधिकाऱ्यांच्या मर्जीनुसार चालतात.

तथापि या परिस्थितीतही बदल घडतो आहे. स्टार्टअप उद्योजकांच्या नव्या पिढीच्या उदयाने अर्थव्यवस्थेला नवीन बळ, चैतन्य आणि चालना दिली आहे; नवीन संधी निर्माण होत आहेत. नव्याने कामावर रुजू झालेल्या तरुण-तरुणींना आज कल्पना करता येणार नाही इतक्या अल्पावधीतच आर्थिक स्थैर्य मिळत आहे. काही दशकांपूर्वी हे दुष्प्राप्य वाटत होतं. दरम्यान, तंत्रज्ञानाच्या साहाय्याने मिळणारं ऑनलाईन शिक्षण, वित्तसेवा, आरोग्य सेवा, अनेक स्त्रियांसाठी नवी दालनं खुली करत असून त्यांना आर्थिकरित्या स्वावलंबी बनवत आहेत. पारंपरिक पद्धतीने 'जुळवून लग्न' करण्याची त्यांना आता आवश्यकता नाही. पूर्वीसारखं आता मुलींकडे 'ओझं' म्हणून बघितलं जात नाही. आज अनेक कुटुंबांतून मुली वरदान आणि अभिमान ठरल्या आहेत.

युपीए सरकारच्या पहिल्या कार्यकाळात भारताचा सकल देशांतर्गत उत्पादनाचा (जीडीपी) दर गगनाला जाऊन भिडला म्हणजेच वधारला. २००४ ते २००८ दरम्यान अर्थव्यवस्था

सरासरी प्रत्यक्ष वार्षिक दर ७.५ टक्क्यांहून अधिक दराने वाढली. विमान वाहतूक क्षेत्राला याचा अनुषंगिक लाभ झाला. बहरून येणाऱ्या अर्थव्यवस्थेचा जेट एअरवेजसारख्या विमान कंपन्यांनी पुरेपूर फायदा करून घेतला. मात्र, वादळी दराने वाढणाऱ्या अर्थव्यवस्थेचा फटका एका विमान कंपनीला बसला, ती कंपनी म्हणजे *एअर इंडिया.*

२००४ ते २०११ दरम्यान, तत्कालीन राष्ट्रवादी काँग्रेस पक्षाचे (एन.सी.पी.) सदस्य प्रफुल्ल पटेल तेव्हा नागरी विमान वाहतूक राज्यमंत्री होते. तेव्हा या मंत्रालयाला कॅबिनेट दर्जाचा मंत्रीच नव्हता. त्यामुळे सगळा कारभार पटेलांच्याच हातात होता. २००६ साली मी प्रफुल्ल पटेलांची त्यांच्या मुंबईतल्या निवासस्थानी मुलाखत घेतली होती. तेव्हा त्यांचं बस्तान जरी दिल्लीत असलं, तरी ते वरचेवर मुंबईत येत असत. पटेल अतिशय सुस्वभावी आहेत. भारतातील विमान वाहतुकीची सद्यःस्थिती आणि ती जागतिक दर्जाची करण्याच्या उपाययोजना यांबद्दल ते नेहमी भरभरून बोलत.

तेव्हा, देशातील गलथान आणि भोंगळ कारभार असणाऱ्या विमानतळांच्या खाजगीकरणाला सुरुवात झाली होती. अदानी समूह तसंच जीएमआरसारख्या खाजगी क्षेत्रातील कंपन्यांनी विमानतळांचं व्यवस्थापन हाती घेतलं. हे व्यवस्थापन खाजगी-सार्वजनिक भागीदारी तत्त्वावर सुरू करण्यात आलं. त्यामुळे मुंबई, दिल्ली, हैद्राबाद आणि इतर शहरांतील विमानतळांचा कायापालट झाला. त्यांना नवीन झळाळी प्राप्त झाली.

देशांतर्गत विमान वाहतूक करणारी सरकारी कंपनी *इंडियन एअरलाइन्स*मध्ये एअर इंडियाचं विलीनीकरण करण्याची योजनादेखील आखण्यात आली होती. या विलीनीकरणामागे जो तर्क लढवण्यात आला होता, तो भुरळ पाडणारा होता. त्यात असे तर्क लढवण्यात आले होते, की या विलीनीकरणामुळे प्रमाणानुसार काटकसर करता येईल, फायदा जास्त होईल, अभियांत्रिकी आणि वैमानिक संसाधनाचं एकत्रीकरण करता येईल तसंच वाहतुकीच्या मार्गांची तर्कसंगत पुनर्रचना करता येईल. २००६च्या फेब्रुवारीत, अधिकारप्राप्त मंत्रिगटाने *एअर इंडिया* आणि *इंडियन एअरलाईन्स*च्या विलीनीकरणाला मान्यता दिली. पण विलीनीकरणाची कल्पना अनेकांना पटली नव्हती; परंतु भारताचं विमान वाहतूक क्षेत्र झेप घेण्याच्या तयारीत होतं. त्यामुळे विमान वाहतुकीच्या मार्गांची पुनर्रचना महत्त्वाची होती.

आखाती देशांतील *एमिरेट्स* आणि *कतार एअरवेज* यांसारख्या कंपन्या भारतातून आपली वाहतूक वाढवण्यास उत्सुक होत्या. एकट्या संयुक्त अरब अमिरातीमध्ये (यु.ए.ई.)मध्ये तीन लाखांहून अधिक भारतीय नोकरीधंद्याच्या निमित्ताने वास्तव्यास आहेत. भारत-यु.ए.ई., भारत-कतार आणि अन्य आखाती देशांना दिली जाणारी विमानसेवा हाच एअर इंडियाचा प्रमुख उत्पन्नस्रोत होता. *इंडियन एअरलाइन्स*कडूनही आखाती देशांत उड्डाणं होत होती आणि ती सर्व फायद्यात होती.

एअर इंडिया आणि *इंडियन एअरलाइन्स*च्या विलीनीकरणानंतर, खरं तर उड्डाण हक्कातून मिळणारा महसूल हा *नॅशनल एविएशन कंपनी ऑफ इंडिया* या संस्थेकडे जायला हवा होता; परंतु असं न करता, तो फायदा भारताच्या नागरी विमान वाहतूक मंत्रालयाने अतीव दातृत्वाचं प्रदर्शन करत, अमिराती आणि अन्य आखाती विमान वाहतूक

कंपन्यांना देऊन टाकला. *एअर इंडिया* आणि *इंडियन एअरलाइन्स*च्या विलीनीकरणावर आधीच सर्व स्तरांतून टीक होत होती. त्यात, आखाती विमान कंपन्यांना उड्डाण हक्काचा लाभ देऊन टाकल्यामुळे टीकेची धार आणखी तीव्र झाली.

नियंत्रक आणि महालेखा परीक्षकने २०११ साली एक अहवाल प्रकाशित केला. त्या अहवालात त्यांनी या विलीनीकरणावर ताशेरे ओढले होते. अहवालात असं नमूद करण्यात आलं होतं, की *एअर इंडिया* आणि *इंडियन एअरलाइन्स* या सरकारी मालकीच्या दोन्ही आस्थापनांच्या हक्कांचा मोठ्या प्रमाणावर विस्तार करण्याचा जो निर्णय *नागरी विमान वाहतूक मंत्रालयाने* घेतला, त्याचा सर्वांत मोठा फटका एअर इंडियाला बसला आहे. त्या अहवालात पुढे म्हटलं आहे, 'शिथिलीकरण आणि द्विपक्षीय हक्क प्रतिपादन यांचं एक आदर्श उदाहरण म्हणून या विलीनीकरणाकडे पाहता येईल. त्यासाठी मे २००७ ते मार्च २०१० या दरम्यान दुबई हवाई क्षेत्रासंदर्भात झालेले काही घटनाक्रम पाहू. या क्षेत्राची प्रतिसप्ताह होणारी १८,४०० प्रवासी संख्या ५४,२०० प्रती सप्ताह इतकी वाढवण्यात आली. तसंच पॉइंट्स ऑफ कॉलही (परदेशी विमान कंपनीला विमानतळावरून निघण्याची, उतरण्याची किंवा उड्डाणाची मुभा) १०वरून १४पर्यंत वाढवण्यात आले. प्रवासीसंख्या आणि पॉइंट्स ऑफ कॉलमध्ये देण्यात आलेली वाढ ही अमिराती किंवा दुबई हवाई क्षेत्राला मिळणाऱ्या एकतर्फी फायद्यांचं द्योतक आहे.'

या दरम्यान जागतिक अर्थव्यवस्था डबघाईला येऊ लागली होती. १५ सप्टेंबर, २००८ रोजी *लेहमन ब्रदर्स*ने दिवाळखोरी जाहीर केली. संपूर्ण अमेरिका आणि युरोपला आर्थिक मंदीने ग्रासलं. सुदैवाने २००८च्या जागतिक आर्थिक मंदीची भारतीय अर्थव्यवस्थेला फारशी झळ लागली नाही. मात्र *एअर इंडिया* आणि *इंडियन एअरलाइन्स*च्या विलीनीकरणात खूपच दिरंगाई होत गेली आणि त्यातच मंदी, याहून कुयोग कोणता असू शकतो! विलीनीकरणात झालेल्या दफ्तर दिरंगाईमुळे *एअर इंडिया* आणि *इंडियन एअरलाइन्स*ला आखाती देशांसोबतचे अनेक फायदेशीर सौदे गमवावे लागलेच; शिवाय मंदीमुळे त्याच्या नफ्यावर परिणाम झाला तो वेगळाच! *एअर इंडिया*च्या अडचणींत दिवसेंदिवस भर पडू लागली. विलीनीकरणानंतर *एअर इंडिया*ची स्थिती झपाट्याने ढासळत गेली. कर्जाचा डोंगर उभा राहिला, सेवांवर वाईट परिणाम झाला. एअर इंडियाच्या कर्मचाऱ्यांना आणि तिच्या कुटुंबीयांना यापूर्वी मोफत प्रवासाची मुभा होती, ती सवलत काढून घेण्यात आली. अधिकाऱ्यांवर भ्रष्टाचाराचे आरोप झाले.

*हिंदुस्तान टाइम्स*ने ३१ मार्च, २०१९ला प्रकाशित केलेल्या अहवालात म्हटलं आहे, '२००८-०९मध्ये काही पश्चिमी आशियाई विमान कंपन्यांना त्यांना फायदेशीर ठरतील असे हवाई वाहतूक अधिकार देण्यात संयुक्त पुरोगामी आघाडी (युपीए)तील काही मंत्र्यांचा हात आहे का, याचा तपासयंत्रणा सखोल शोध घेत आहेत. हे अधिकार प्रदान करण्यामुळे सरकारी विमान कंपनी *एअर इंडिया*ला मोठा तोटा सहन करावा लागला आहे असं सक्तवसुली संचालनालयाने (इडी) जारी केलेल्या निवेदनात नमूद करण्यात

आलं आहे. सरकारी अधिकाऱ्यांनी इडीच्या या वृत्ताला दुजोरा देताना, आपलं नाव गोपनीय ठेवलं जावं अशी विनंती या अधिकाऱ्यांनी केली आहे. आता या प्रकरणाचा इडीसहित, केन्द्रीय अन्वेषण विभाग (सीबीआय) आणि प्राप्तीकर विभाग संयुक्तपणे तपास करत असून, सध्या न्यायालयीन कोठडीत असलेला या प्रकरणाचा प्रमुख सूत्रधार *दीपक तलवार* याने दिलेल्या महत्त्वपूर्ण माहितीची शहानिशा करत आहेत. आरोपी *दीपक तलवार* मंत्री, *एमिरेट्स, एअर अरेबिया* आणि *कतार एअरवेज* यांसारख्या कंपन्यांना अवैध मार्गाने परवाने आणि अनुचित लाभ मिळवून देण्यासाठी, ज्येष्ठ पदस्थ राजकारणी, लोकप्रतिनिधी आणि नागरी विमान वाहतूक मंत्रालयातील अधिकाऱ्यांशी संपर्क साधत असे, हे तपासात उघड झालं आहे. २००८-०९ या काळात त्याने *एअर इंडिया*चा बळी देऊन, या आखाती विमान कंपन्यांना बिनदिक्कतपणे आणि बेकायदेशीरपणे विमान वाहतुकीचे अधिकार मिळवून दिले, असं इडीने आपल्या शनिवारी जारी केलेल्या निवेदनात म्हटलं आहे.'

त्याच दिवशी म्हणजे शनिवार, ३० मार्च २०१९ रोजी, इडीने 'विदेशी विमान कंपन्यांची बाजू घेऊन *एअर इंडिया*चं मोठं नुकसान' केल्याप्रकरणी तलवार यांच्या विरोधात खटला दाखल केला. इडीने केलेले आरोप गंभीर स्वरूपाचे आहेत. इडीने दाखल केलेल्या आरोपपत्रात असं म्हटलं आहे, 'वाहतूक अधिकार आपल्याला मिळण्यासाठी आखाती विमान कंपन्यांनी मध्यस्थ *दीपक तलवार* याला २७२ कोटी रुपये दिले. इडीने दिल्लीच्या एअरोसिटी या भागातील हॉटेल 'हॉलीडे इन'वर तात्पुरती जप्ती आणली आहे. असं म्हटलं जातं, की याच 'गुन्ह्यात मिळालेले पैसे' वापरून आरोपी तलवार याने या हॉटेलची उभारणी केली. तपासा अंती याचे धागेदोरे तलवारपर्यंत असल्याचं उघड होईलच.

तलवारसारख्या एखाद्या मध्यस्थाला जर २७२ कोटींची लाच मिळू शकते, तर नागरी विमान वाहतूक मंत्रालयातील हा (गैर)व्यवहार करणाऱ्यांचे हात तर याच्या कित्येक पटींनी ओले झाले असतील; परंतु या खटल्यातून काही निष्पन्न झालं नाही, याचं आश्चर्य वाटायला नको. बचाव पक्षाच्या वकिलांनी युक्तिवादात हे निदर्शनाला आणून दिलं, की सक्तवसूली संचालनालयाने (इडी) नागरी विमान वाहतूक मंत्रालयातील कोणत्याही आजी-माजी मंत्र्याची किंवा अधिकाऱ्याची या प्रकरणी चौकशीच केली नव्हती. हा करार झाल्यानंतर हे नेते नागरी विमान वाहतूक मंत्रालयाचे मंत्री होते, *प्रफुल्ल पटेल (२००४ ते २०११), के. वायलर रवी (जानेवारी २०१० ते डिसेंबर २०११), अजित सिंह (२०११ ते २०१४), अशोक गजपथी राजू (२०१४ ते २०१८), सुरेश प्रभू (२०१८ ते २०१९), हरदीपसिंग पूरी (२०१९ ते २०२१) आणि ज्योतिरादित्य सिंधिया (२०२१ पासून आजतागाय)*. यांपैकी कोणाचीच इडीने चौकशी केली नाही. दिवंगत फरारी गुन्हेगार *इक्बाल मिर्ची* याच्याशी जमिनीच्या एका गैरव्यवहाराच्या संबंधात, २०२२च्या जुलै महिन्यात प्रफुल्ल पटेल यांची मालमत्ता जप्त करण्यात आली; परंतु त्याचा वर उल्लेख केलेल्या विमान वाहतुक मंत्रालयातील भ्रष्टाचाराशी काही संबंध नव्हता.

एअर इंडिया आणि *इंडियन एअरलाइन्स* यांच्या एकत्रीकरणामुळे खरं तर खर्चात कपात व्हायला हवी होती; परंतु तसं काहीच झालं नाही. उलटपक्षी, कर्जाचा बोजा डोक्यावर असलेली *एअर इंडिया* कंपनी हा पांढरा हत्ती बनला. *एअर इंडिया*चं गलथान व्यवस्थापन, भारंभार कर्मचारीवर्ग आणि कर्जाचा डोंगर याही परिस्थितीत कंपनीची विमानसेवा सुरू होती. २०२२ साली टाटा समूहाने खाजगीकरणातून कंपनीचं बुडतं तारू आपल्या हातात घेईपर्यंत ही स्थिती होती. टाटांच्या व्यवस्थापनात पुनरुज्जीवीत झालेला *एअर इंडिया* पुन्हा एकदा नव्याने आपले पंख फैलावत गगनभरारी घेऊन, देशाच्या विमानवाहतूक क्षेत्रात नवी क्रांती घडवून आणू शकतो.

नॅशनलट सॅम्पल सर्व्हे ऑफिस (एन.एस.एस.ओ.) आणि द *सेंटर फॉर मॉनिटरिंग इंडियन इकॉनॉमी* (सी.एम.आय.ई.) यांच्याकडे असलेल्या रोजगार डाटामधून रोजगारातील नवीन कल समजून येत नाही. सध्या *गिग इकॉनॉमी*ची चलती आहे. कोरोनाच्या जागतिक साथीनंतर, पूर्णवेळ कामापेक्षा प्रकल्प-आधारित काम करण्यावर लोकांचा जास्त भर आहे. या कामाच्या स्वरूपात लोकांना कामाच्या निवडीचं स्वातंत्र्य मिळतं, कुठूनही काम करता येतं आणि आव्हानात्मक कामं स्वीकारता येतात. सगळ्या गोष्टी स्वयंचलित पद्धतीने होत असल्याने आणि कृत्रिम बुद्धिमत्तेमुळे पारंपरिक पद्धतीच्या नोकऱ्यांची संख्या आता रोडावत असून, 'असाईनमेंट' पद्धतीने कामं करण्याचा कल वाढतो आहे. घरून किंवा कुठूनही काम करण्याची पद्धत आता जोर धरत आहे.

भारतातील सगळ्या नोकऱ्यांच्या तुलनेत, फक्त ५० टक्क्यांहूनही कमी रोजगारांची माहिती उपलब्ध आहे. ज्या नोकऱ्यांची माहिती उपलब्ध आहे, त्यात औपचारिक अर्थव्यवस्थेतील - राष्ट्राच्या अर्थव्यवस्थेचा एक भाग ज्यामध्ये औपचारिकपणे नोंदणीकृत, करदेय पात्र, परवानाकृत आणि नियमन केलेले व्यवसाय समाविष्ट असतात; परंतु अनौपचारिक अर्थव्यवस्थेतच खरं तर नवीन अर्थव्यवस्था आकाराला येत असते. आता जेव्हा तुम्ही *स्विगी*वरून खाद्यपदार्थ मागवाल किंवा *ओला-उबेर*मार्फत कॅब बुक करून प्रवास कराल, तेव्हा तुम्ही अनौपचारिक अर्थव्यवस्थेला समर्थन देत असता. मॉलमध्ये काम करणारे कामगार, आरोग्यसेवा विषयक स्टार्टअप्स, इंटिरिअर डिझायनर्स, वेब कोडर्स, फूड केटरर्स हे सगळे *गिग जॉब*चा एक भाग आहेत. हेच लोक रूढीवादी अर्थव्यवस्थेला मागे सारून देशाच्या अनौपचारिक अर्थव्यवस्थेला मोठं करतात. अर्थात अशा प्रकारच्या रोजगारांमध्ये काही तोटे, काही नकारात्मक पैलूही आहेतच. प्रामुख्याने कमी पगार आणि नोकरीतील असुरक्षितता; परंतु भारतात जसजशी स्टार्टअप अर्थव्यवस्था आपली मुळं मजबूत करते आहे तसतसं वेतन आणि कामाचा कालावधी यातही सुधारणा होत जाईल. युनायटेड स्टेट्स आणि युरोपमध्ये सध्या अशाच प्रकारच्या नोकऱ्यांचा किंवा कामांचा कल वाढताना दिसून येत आहे. वाढतं वेतन आणि कामांच्या स्वरूपासंबंधातील सुस्पष्ट करार यांमुळे तिथली अर्थव्यवस्था वेग घेत आहे.

टीमलीझ सर्व्हिसेस ही एक व्यावसायिक मनुष्यबळ संसाधन कंपनी आहे. या कंपनीच्या अंदाजानुसार, भारतातील ५६ टक्के नवीन नोकऱ्या या 'ब्लू किंवा व्हाईट कॉलर (पांढरपेशा)' – पारंपारिक काम करणाऱ्यांतून नाही, तर भागीदारी किंवा गीग तत्त्वाद्वारे निर्माण होत आहेत. अनौपचारिक अर्थव्यवस्थेत जर खरोखरच इतक्या नवीन नोकऱ्यांच्या संधी निर्माण होत असतील, तर NSSO आणि CMIE यांच्याकडे असलेला रोजगार डाटा देशात रोजगारात नक्की किती वाढ होते आहे, याचं खरं चित्र देऊ शकणार नाही. अर्थव्यवस्थेत सुधारणा आणण्याचे जोरदार प्रयत्न सुरू असताना हे फार महत्त्वाचं आहे. याशिवाय अनेक स्वयंरोजगार निर्माण करणाऱ्या लघुउद्योजकांना ५० हजार ते १० लाखांपर्यंतची मुद्रा कर्जे देण्यात आली आहेत, ज्यातून लाखो लहान लहान व्यावसायिक उदयाला आले. यात केवळ दोन कर्मचारी असलेल्या खाद्यपदार्थांच्या स्टॉलपासून, बरेच कर्मचारी असलेल्या फिरत्या दवाखान्यांचा समावेश आहे. आता पुन्हा हे व्यवसाय अनौपचारिक अर्थव्यवस्थेत मोडत असल्यामुळे NSSO किंवा CMIE कडील माहितीत यांची नोंद होत नाही.

अनौपचारिक रोजगारांची निर्मिती इ–कॉमर्सपेक्षा अन्य कुठेही होत नाही. ॲमेझॉन, जिओ, फ्लिपकार्ट तसंच 'सोशल कॉमर्स' आणि अन्नपदार्थांचं वितरण करणाऱ्या कंपन्या यात आघाडीवर आहेत. यातून अनेक समांतर उद्योगही वाढीला लागतात. जसे की : लॉजिस्टिक, वाहतूक, सॉफ्टवेअर, पेमेंट गेटवे, कृत्रिम बुद्धिमत्ता, गोदाम आणि साठवणूक, पॅकेजिंग. प्रत्येक वेळी जेव्हा तुम्ही ॲमेझॉनवर एखादं उत्पादन खरेदी करता, तेव्हा अगदी किरकोळ विक्रेत्यापासून ते तुमच्या दाराशी पार्सल आणून देणाऱ्या कुरिअर बॉयपर्यंत एक उद्योगसाखळी कार्यान्वित होत असते.

दरम्यान, देशातील इ–कॉमर्सच्या या वर्दळीत ओपन नेटवर्क फॉर डिजिटल कॉमसने क्रांती घडवून आणली. ऑनलाइन कॉमर्स माध्यमातून सर्वांना कुठूनही, कोणत्याही वेळी व्यवहार करणं शक्य झालं. युपीआय या पेमेंट प्रणालीचं सर्व स्तरांतून स्वागत झालं. जागतिक दर्जाची डिजिटल तंत्रज्ञानाची निर्मिती करण्यात भारत सक्षम असल्याचंच हे द्योतक आहे.

ॲमेझॉन आणि *वॉलमार्ट* यांसारख्या इ–कॉमर्समधील मातब्बर कंपन्यांवर ओ.एन.डी.सी.चा कसा परिणाम होतो? २०२२ साली ओ.एन.डी.सी.चं बाजारात आगमन झाल्यानंतर लगेचच *श्रेया नंदी* यांनी *बिझनेस स्टँडर्ड* मासिकात त्याची अनोखी संरचना उलगडून दाखवली, 'ओ.एन.डी.सी. ओपन नेटवर्क तत्त्वावर काम करतं, जिथे विक्रेता आणि ग्राहक व्यवसाय करण्यासाठी एकाच डिजिटल प्लॅटफॉर्मवर असण्याची गरज नसते. उलट, दोघे वेगवेगळे प्लॅटफॉर्म वापरत असले तरीही त्यांना एकमेकांशी व्यवहार करता येतात. असं समजा, की ओ.एन.डी.सी. एक सामान्य कॅटलॉग किंवा रजिस्ट्रि आहे, जिथे विक्रेत्याला वेगवेगळ्या बाजारांच्या पद्धती किंवा नियमांनुसार काम करावं लागत नाही. त्याचप्रमाणे, ग्राहकाला ॲमेझॉन आणि फ्लिपकार्टसारख्या सर्व बाजारपेठा, अगदी शेजारच्या गल्लीतील किराणा दुकानदाराशी घरबसल्या व्यवहार करता येतात.'

लहान-मोठ्या सर्व प्रकारच्या व्यापाऱ्यांना व्यापारासाठी समान प्लॅटफॉर्म प्रदान करून डिजिटल कॉमर्सचा मोठ्या प्रमाणावर प्रसार करणं, ते सर्वांसाठी उपलब्ध करून देणं हे यामागचं उद्दिष्ट आहे. ओएनडीसी संरचनेद्वारे नेटवर्क नोंदणीकृत ग्राहक आणि विक्रेते एकमेकांना शोधू शकतात किंवा दिसू शकतात. यामुळे कालांतराने, छोट्या किंवा किरकोळ स्तरावर काम करणारे व्यापारी आणि ग्राहकांचं जलद गतीने डिजिटायझेशन होईल अशी आशा आहे. ओपन नेटवर्क संकल्पना केवळ किरकोळ क्षेत्रापुरतीच मर्यादित नाही, तर चलनवलन, खाद्यपदार्थांचं वितरण आणि प्रवास आणि अशा बऱ्याच क्षेत्रांत त्याचा वापर होऊ शकतो.

ॲमेझॉन आणि *फ्लिपकार्ट*मुळे आपल्याकडे ग्राहक वळत नाहीत अशी तक्रार छोटे विक्रते करतात. या दोन इ-कॉमर्स साईट्सवर अनेक वस्तूंवर भरघोस सवलत दिली जाते, त्यामुळे अनेक किराणा दुकानांना आपली दुकानं बंद करावी लागली आहेत. त्यांना कमी किंमतीत वस्तू विकणं परवडत नाही, परंत मोठा ग्राहकवर्ग मिळवण्यासाठी अशा बड्या इ-कॉमर्स कंपन्यांना ते परवडतं. उदाहरणार्थ, २०१६ साली वॉलमार्टने १६ बिलियन डॉलर्सना फ्लिपकार्ट विकत घेतलं. फ्लिपकार्टची मालकी मिळवतानाच त्याची *फोन पे* ही उपकंपनी वॉलमार्टने बंद केली. २०२३-२४ सालात कंपनी सार्वजनिक क्षेत्रात उतरण्याचा विचार करत आहे. *ॲमेझॉन, वॉलमार्ट-फ्लिपकार्ट* आणि *जिओ* या कंपन्यांनी ओ.एन.डी.सी.च्या प्लॅटफॉर्मची निवड करणं यातच ओ.एन.डी.सी.चे खरं यश सामावलेलं आहे. ओ.एन.डी.सी.चा प्रसार झपाट्याने होत असल्यामुळे त्याच्यासोबत काम करण्यासाठी आपण कटिबद्ध असल्याचं या तीनही कंपन्यांचं म्हणणं आहे.

भारताच्या किरकोळ बाजारातील व्यवहारांचं मूल्य आहे १ ट्रिलियन डॉलर्स आणि दिवसेंदिवस हा बाजार वेगाने वाढत आहे. त्याच्या या वेगवान गतीसाठी दोन गोष्टी कारणीभूत आहेत. पहिली, मध्यमवर्गीय माणसाची उच्च मध्यमवर्गात वेगाने होणारी ऊर्ध्वगामी प्रगती आणि वाढलेली क्रयशक्ती. इथेच ओ.एन.डी.सी.चं सार्वत्रिकीकरण मोदींसाठी एक प्रमुख मुद्दा आहे. किराणा दुकानांचे मालक हे भारतीय जनता पक्षाचे सर्वांत मोठ्या संख्येतील मतदार म्हणजेच 'व्होट बँक' आहेत. *ॲमेझॉन* आणि *फ्लिपकार्ट*सारख्या दिग्गज इ-कॉमर्स कंपन्यांच्या गळेकापू किंमती आणि त्यांच्या या क्षेत्रातील मक्तेदारीविरूद्ध लहान व्यापाऱ्यांनी नेहमीच आवाज उठवला आहे. २०२४च्या लोकसभा निवडणुकीत, भाजपसाठी ओ.एन.डी.सी. हा लक्षवेधी मुद्दा ठरू शकतो.

भारतात आजमितीला १२ दशलक्ष किराणा दुकानं आहेत. त्यांना धोका पोहोचू नये यासाठी मल्टी-ब्रँड ऑनलाइन रिटेलमध्ये, थेट विदेशी गुंतवणूक करण्यास प्रतिबंधित करण्यात आलं आहे. एफडीआयच्या नियमांना बगल देत या क्षेत्रात शिरकाव करण्यासाठी *वॉलमार्ट-फ्लिपकार्ट* आणि *ॲमेझॉन*सारख्या कंपन्यांना, निर्दिष्ट करण्यात आलेल्या विक्रेत्यांना हाताशी धरून, काहीतरी 'सेटिंग' करावी लागेल. आपल्या विशिष्ट डिजिटल संरचनेमुळे ग्राहकाला एकाच वेळी अनेक इ-कॉमर्स साईट्स दिसतात, ज्यांच्याशी ग्राहक

तटस्थपणे आपले व्यवहार करू शकतो. युपीएने ज्याप्रमाणे *फोन पे*, *पेटीएम* आणि *गुगल पे*सारख्या पेमेंट कंपन्यांच्या व्यवसाय व्यवहाराला चालना दिली, त्याचप्रमाणे ओ. एन.डी.सी. डिजिटल इ-कॉमर्स परिसंस्थेमध्ये मुख्य साहाय्यकाची आणि सूत्रधाराची भूमिका पार पाडू शकते.

इ-कॉमर्स आता केवळ रोजगारांच्या संधीमध्येच नाही, तर ग्राहकांच्या सवयींमध्येही क्रांती घडवून आणत आहे. *मिंट*मध्ये जॉयदीप भट्टाचार्य आणि संजय वाली यांनी नमूद केल्याप्रमाणे[२०], 'कोइमतूनरमधील एक गृहिणी, जी आसपासच्या किराणा दुकानांतून सामान विकत घेत असे, ती सकाळी सात वाजता लागणाऱ्या सामानाची आदल्या रात्री ऑनलाईन ऑर्डर करते. ते सामान दररोज ठीक त्याच वेळेला, तिची पूजा झाल्यानंतर येतं आणि महिन्याभराच्या सगळ्या सामानाचे पैसे ती महिनाअखेरीला तिच्या मोबाइल वॉलेटमधून देते. तिला सामान पुरवणारं इ-स्टोअर तिला आठवणींचे संदेश पाठवते, आणखीन काही बदल करण्यासाठी पर्याय पुरवते. तिच्या लक्षात येण्यापूर्वीच, तिला कशाची आवश्यकता आहे हे तिला सुचवते. ही आजच्या किरकोळ किराणा सामान विक्रीची सद्यःस्थिती आहे, तसंच विक्रेता आणि ग्राहक बनण्याची अतिशय चांगली वेळही. एकंदरीतच भारतातील किराणा बाजार येत्या पाच वर्षांत अंदाजे ५५० अब्ज डॉलर्सवरून १ ट्रिलीयन डॉलरपर्यंत वाढणार आहे. आज एफएमसीजी क्षेत्राची एकूण विक्री २५० बिलियन डॉलर्स आहे. ती पुढील पाच वर्षांत दुप्पट होईल असा अंदाज *बेन अँड कंपनी*ने वर्तवला आहे.'

हा अंदाज रोजगारनिर्मितीसाठी शुभशकुनच म्हणावा लागेल; परंतु किराणा दुकानदारांसाठी अपशकुन ठरू शकतो. इ-कॉमर्सची दुकानं खऱ्या किराणा दुकानदारांना विस्मृतीत पाठवतील का? व्यापारी मतदारांवर लक्ष ठेवूनच मोदी सरकारने मल्टी-ब्रँड रिटेलमध्ये थेट विदेशी गुंतवणुकीला मनाई केली असेल का? तशी ही भीती बिनबुडाची आहे. सर्व नवीन गोष्टी समाजात रुजून त्या आत्मसात व्हायला काही अवधी जावा लागतो. *फ्लिपकार्ट*, *ॲमेझॉन*, *जिओमार्ट* यांसारखी इ-कॉमर्स दुकानं येऊन इतकी वर्षं लोटली असली, तरी किराणा दुकानं अद्याप तग धरून आहेतच की! त्यातील अनेक जण आता इ-कॉमर्सचा अविभाज्य भाग झाली आहेत. त्यांच्या विक्रीतही वाढ झाली आहे. जे यात सहभागी झाले नाहीत, ते या परिसंस्थेच्या बाहेर राहत, स्थानिक ग्राहकांना थेट सेवा पुरवतात. त्यांनाही ग्राहकांच्या निष्ठेचा फायदा होतो.

या सगळ्यातून स्पष्टपणे चार निष्कर्ष निघतात. पहिला निष्कर्ष - एनएसएसओ आणि सीएमआयइकडे, केवळ औपचारिक अर्थव्यवस्थेतील रोजगारांची माहिती असते, जिथे रोजगारांच्या संधी संरचित आणि मोजता येण्याजोग्या असतात. दुसरा निष्कर्ष - अनौपचारिक अर्थव्यवस्था जी अत्यंत असंरचित, विस्कळीत आहे; पण त्याच वेळी ती भारतीय अर्थव्यवस्थेचा एक महत्त्वाचा भाग आहे. तिसरा निष्कर्ष - शेअरिंग आणि गिग अर्थव्यवस्थेमुळे अनौपचारिक अर्थव्यवस्थेला मोठा हातभार लावला आहे आणि त्यातून दरवर्षी तीन दशलक्ष रोजगारांची निर्मिती होईल असा अंदाज आहे. ही रोजगारांची

---

२० १ मार्च, २०१९

मोजदाद नेहमीच्या पठडीत करता येणार नाही. चौथा निष्कर्ष – मुद्रा कर्जातून अर्थसाहाय्य घेऊन व्यवसाय सुरू केलेले सूक्ष्म उद्योजक आता ब्लू कॉलर नोकऱ्यांपासून लांब जात असून, ते स्वयंरोजगार आणि त्यांच्या छोट्या उद्योगांमध्ये इतरांसाठी नोकरीच्या संधी निर्माण करत आहेत.

मोदी सरकारसाठी आता नोकऱ्यांच्या संख्येपेक्षा नोकऱ्यांचा दर्जा हा मुख्य चिंतेचा विषय असायला हवा. भारतातील झपाट्याने वाढत चाललेल्या या नवीन अर्थव्यवस्थेतील नोकऱ्यांसाठी त्यांनी श्वेतपत्रिका काढली पाहिजे आणि त्यात एनएसएसओचा डेटाही प्रकाशित करायला हवा. यामुळे रोजगारांच्या डेटाचं विश्लेषण करणाऱ्या अर्थशास्त्रज्ञानांही व्यापक विचार करता येईल.

प्रकरण १३

भारत : स्टार्टअप हब

भारताच्या स्टार्टअप परिसंस्थेचा युनायटेड स्टेट्स आणि चीननंतर तिसरा क्रमांक लागतो. बंगळुरू, गुरुग्राम, नोएडा, मुंबई आणि हैद्राबाद ही शहरं प्रामुख्यानं स्टार्टअपची केंद्रं म्हणून ओळखली जातात. या स्टार्टअपमध्ये वैविध्य तरी किती प्रकारचं! कृत्रिम बुद्धिमत्ता, मोठ्या स्वरूपातील डेटा, अवकाश तंत्रज्ञान, इलेक्ट्रिक मोटारी, पुरवठा साखळी, डीप मशीन लर्निंग, सोशल कॉमर्स, पेमेंट गेटवेज, हरित ऊर्जा, ड्रोन्स, फिनटेक, एडटेक, खाद्यपदार्थ वितरण, खेळ तसंच प्रादेशिक भाषेतील चित्रपट दाखवणे आणि असंख्य... निधीची कमतरता असूनही भारतात आज १२० युनिकॉर्न स्टार्टअप्स कार्यरत आहेत (ज्यांचं मूल्य १ बिलियन डॉलर्सपेक्षा जास्त आहे असे स्टार्टअप्स). ही संख्या जगातील तिसऱ्या क्रमांकाची आहे.

स्टार्टअपच्या नोंदणीची प्रक्रिया सुलभ करण्यासाठी भारत सरकार सर्वतोपरी प्रयत्न करत आहे; परंतु तरीही नोकरशाहीतील ढिसाळपणामुळे त्यात ढीगभर अडचणी येतात. सिंगापूरमध्ये एक कंपनी उभारण्यासाठी केवळ ३० मिनिटं लागतात. त्यामुळे असेल कदाचित, स्टार्टअप उभारण्यास उत्सुक असलेले अनेक भारतीय आपल्या कंपनीची नोंदणी सिंगापूर किंवा युनायटेड स्टेट्समध्ये करणं पसंत करतात.

नवीन सुरी यांचीच गोष्ट बघू या. १४ एप्रिल, २०१९च्या द *संडे टाइम्स ऑफ इंडियात रेचेल चित्रा* यांनी लिहिलं आहे, 'नवीन सुरी हे बँक ऑफ न्यू यॉर्क मेलानच्या हाँगकाँगमधील मालमत्ता व्यवस्थापन व्यवसायाचे प्रमुख होते. जेव्हा त्यांना स्वतःचा व्यवसाय सुरू करायचा होता, तेव्हा निःसंशयपणे 'सिंगापूर'लाच त्यांची पसंती होती. तिथल्या 'व्यवसाय सुलभते'बद्दल ते बरंच ऐकून होते; परंतु प्रत्यक्षात त्यांच्या डेटा तंत्रज्ञान व्यवस्थापन कंपनीच्या नोंदणीची सगळी प्रक्रिया केवळ ३० मिनिटांत पार पडली, तेव्हा मात्र त्यांच्या आश्चर्याला पारावार राहिला नाही. कंपनीचा नोंदणी क्रमांक मिळण्यापासून ते सामंजस्य करारावर स्वाक्षऱ्या होण्यापर्यंतचा सगळा कारभार सिंगापूर

वेळेनुसार सकाळी १० वाजून ४० मिनिटे ते ११ वाजून १० मिनिटे इतक्या कमी अवधीत पार पडला. *पर्सिपियंट* या कंपनीचे सहसंस्थापक सुरी सांगतात, 'मी व्यवसायाची वेबसाइट कशी करावी याच्या सूचनांसह मला (सिंगापूर) सरकारकडून सूचनासंदेशही आला.'

सिंगापूर सरकारकडून अलीकडे काही चुका झाल्या आहेत; तथापि, सिंगापूरने कठोर नियमन आणि जलद वितरण यांत संतुलन साधलं आहे. भ्रष्टाचारमुक्त वातावरण, कठोर, पारदर्शक आणि जलद ऑडिटमुळे स्टार्टअप्सना ग्राहक आणि गुंतवणूकदारांमध्ये विश्वासार्हता निर्माण करण्यास मदत होते. पूर्व आशियातील अन्य देशही आता सिंगापूरचा कित्ता गिरवू लागले असून, भारतीय स्टार्टअप उद्योजकांना आकर्षित करत आहेत.

रेचेल चित्रा पुढे लिहितात, 'आग्नेय आशियाई देशांतील सरकारं आता मार्गदर्शन, बीजनिधी, गुंतवणूकदारांशी ओळख, जलद नियामक मंजुऱ्या आणि कोणत्याही समस्येचं निराकरण करण्यासाठी तत्पर सेवा आदि सुविधा पुरवू लागली आहेत. अगदी लॅपटॉपसाठी पैसे देण्यापासून ते (जर का स्टार्टअप छोट्या स्वरूपाचा असेल तर अनुभवी कर्मचाऱ्यांच्या (६० वर्षे आणि वर)) पगारासाठी अनुदान देण्यापासून सगळीकडे व्यवसायपूरक वातावरण आढळून येतं. उद्योगक्षेत्रातील सूत्रांनुसार आग्नेय आशियात सातपैकी एक स्टार्टअप भारतीय व्यक्तीचा असतो किंवा त्याचा सीईओ भारतीय वंशाचा असतो. 'आमच्या सिंगापूर फिनटेक असोसिएशनमध्ये, दहापैकी तीन बोर्ड सदस्य भारतीय असतात आणि इतर चिनी किंवा मलायी असतात,' असं सिंगापूर फिनटेक असोसिएशनचे बोर्ड सदस्य आणि *हॅलो पे*चे संस्थापक वरुण मित्तल सांगतात. *हॅलो पे* ही कंपनी त्यांनी नंतर *अलिबाबा फायनान्शिअल* या कंपनीला विकली. 'आमच्या ३५० स्टार्टअप्सच्या क्लस्टरची झपाट्याने झालेली वाढ पाहून सिंगापूरच्या आर्थिक प्राधिकरणाने मुंबई आणि दिल्लीत एक कार्यक्रम आयोजित केला होता. सिंगापूरमध्ये स्टार्टअप उभारण्यातील संधी आणि इच्छा यांबाबत त्या कार्यक्रमात मार्गदर्शन करण्यात आलं.'

भारतातील अतिरेकी नियमन पद्धतीचा बरेचदा उबग येतो. इथल्या व्यवस्थेने अधिकाऱ्यांना नको इतके अधिकार दिले आहेत. वर्षानुवर्षे चालत आलेला भ्रष्टाचार आणि 'मांडवली' हे त्याचेच परिणाम आहेत. ही पद्धत खरं तर १९९१ सालीच बंद व्हायला हवी होती. २०२२च्या उत्तरार्धात, *फ्लिपकार्ट-वॉलमार्ट* या अग्रणी कंपनीचं पेमेंट गेटवे *फोन पे* यांनी आपलं मुख्यालय सिंगापूरहून भारतात हलवलं. भारतीय बाजारात आयपीओच्या तयारीसाठी त्यांनी आपल्या मूळ कंपनीपासून फारकत घेतली.

कित्येक दशकं लोटली, भारतात कृषी क्षेत्राचा विकास अत्यंत कूर्मगतीने होतो आहे. या क्षेत्राने नवीन तंत्रज्ञान आत्मसात केलंच नाही; परंतु कृषी क्षेत्रामुळेच आर्थिक विकासदर मंदावतो किंवा कमी होतो असं मानण्याचं मुळीच कारण नाही. एकूण जीडीपी आलेखात कृषी क्षेत्राचं योगदान १४ टक्के म्हणजे कमीच आहे. कृषी विकास दर तीनवरून सहा टक्के म्हणजेच दुप्पट केल्यास एकूण आर्थिक वाढीत ०.५ टक्क्यांची भर पडेल, ज्यामुळे जीडीपीत भारत आठ टक्क्यांच्या पातळीच्या आसपास जाऊ शकतो. परंतु हे साध्य करण्यासाठी कृषी क्षेत्रात अनेक सुधारणा कराव्या लागतील जेणेकरून एकरी उत्पादनात वाढ होईल. ज्या पिकांची पेरणी करायची त्याचा प्राधान्यक्रम नव्याने

तयार करायला हवा, नवीन आणि आधुनिक तंत्रज्ञानाचा समावेश करायला हवा आणि धान्याच्या वितरणात सुधारणा करण्याची नितांत आवश्यकता आहे.

१२ मार्च, २०१९ रोजी द *हिंदुस्तान टाइम्स*मध्ये एक लेख छापून आला होता. अतिशय संशोधनात्मक असा तो लेख लिहिला होता, बिल अँड मेलिंडा गेट्स फाउंडेशनचे राष्ट्रीय संचालक *नचिकेत मोर* यांनी. या लेखात त्यांनी चीनच्या यशाचा दाखला देत भारतात कृषी उत्पादन कसं वाढवता येईल याबद्दल मतं मांडली होती. त्या लेखात मोर म्हणतात, 'मार्च २०१८ साली, *नेचर* मासिकाने चीन कृषी विद्यापीठाने गेली १० वर्षं अतिशय व्यापक स्वरूपात केलेला अभ्यास अहवाल प्रसिद्ध केला होता. लाखो अल्पभूधारक शेतकऱ्यांनी उत्पन्न वाढीसाठी कोणते उपाय अवलंबिले याचा उल्लेख होता. त्यात असं दिसून आलं, की देशभरातील एकात्मिक प्रयत्नांतून कृषी उत्पादनांच्या उत्पादकतेत ११ टक्के इतकी मोठ्या प्रमाणावर वाढ झाल्याचं दिसून आलं. त्याच वेळी, पीकांच्या उत्पादकतेस लाभकारी परंतु अतिवापरामुळे पर्यावरणाला हानी पोचवणाऱ्या नायट्रोजन खतांच्या वापरात १४ ते १८ टक्क्यांनी घट झाली.

'हा उपक्रम खूपच प्रभावी आणि कौतुकास्पद ठरला. बुद्धिजीवी, संशोधक, शेतकरी, नवीन तंत्रज्ञान आणि विविध व्यवसाय यांचा मिलाप या उपक्रमात होता. आणि याला साथ होती सरकारच्या वचनबद्धतेची, ज्यामुळे हा उपक्रम यशस्वी झाला. या उपक्रमाचे जे परिणाम आले, त्यामुळे वैज्ञानिक जगताला आश्चर्याचा धक्का बसला. या उपक्रमाचा आवाका, त्याचं यश आणि परिणाम सगळंच अद्‌भुत होतं. २००५ ते २०१५ दरम्यान, चीनच्या कृषी विद्यापीठाने गहू, तांदूळ आणि मका या क्षेत्रातील २०.९ दशलक्ष अल्पभूधारक शेतकऱ्यांसाठी अधिक उत्पादन आणि कमी पर्यावरणीय प्रदूषण होण्याच्या दृष्टीने, आधुनिक व्यवस्थापन तंत्रज्ञानाचा अवलंब करावा म्हणून प्रोत्साहनपर एका राष्ट्रीय स्तरावरील समन्वित उपक्रमाचं आयोजन केलं होतं. या उपक्रमाची सुरुवात, उपोष्ण कटीबंधीय दक्षिण प्रदेशापासून कडाक्याच्या थंडी असलेल्या उत्तरेपर्यंतच्या सर्व कृषी-पर्यावरणीय क्षेत्रांमध्ये प्रत्यक्षरित्या १३,००० जागांवर जाऊन करण्यात आली. या चाचण्यांच्या आधारे, ३३ कृषी विद्यापीठांतील १,१५२ हून अधिक शास्त्रज्ञांनी स्थानिक परिस्थितीनुसार शिफारस केलेल्या पद्धतीने मालाचं पॅकेजिंग विकसित करण्यासाठी स्थानिक शेतकरी आणि तज्ज्ञांना सहकार्य केलं.'

सरकार, शास्त्रज्ञ, स्वयंसेवी संस्था आणि शेतकरी यांच्यातील इतका समन्वय भारतात अभावानेच आढळून येतो. किंबहुना त्याचा अभावच आहे. जनुकीय फेरबदल करून विकसीत केलेल्या वाणांमुळे प्रती एकरी नफ्यात लक्षणीय वाढ होते. मात्र अंतर्गत हितसंबंधांमुळे त्याला विरोध केला जातो. चीनने कृषी उत्पादकता वाढवल्यामुळे देशात दरवर्षी ६०० दशलक्ष टनहून जास्त शेतीमाल उत्पादित होतो. भारताची लोकसंख्या साधारणपणे चीनइतकीच आहे. मात्र इथे लागवडीखालील कृषीक्षेत्र मोठं आहे आणि तरीही आपल्याकडे दर वर्षी ३०० दशलक्ष टन इतकंच धान्य उत्पादित होतं.

अनेक दशके पिछाडीवर असलेल्या कृषी विकास दराच्या गर्तेतून बाहेर पडायचं असेल, तर नवोन्मेषाची-नवसंशोधनाची कास धरायला हवी. जेव्हा देशाची ५० टक्के

लोकसंख्या बिगरशेतकरी वर्गात मोडते; परंतु त्याचा जीडीपीतील हिस्सा केवळ १४ टक्के असतो, तेव्हा शेतकऱ्यांवर ताण येणं अपरिहार्यच आहे. शेतकऱ्यांचं म्हणजेच शेतीतील उत्पन्न वाढल्याने ग्रामीण भागाकडे ओघ वाढेल. भारतातील ६५ टक्के लोकसंख्या खेड्यात राहते. कृषी क्षेत्राद्वारे, प्रत्यक्ष किंवा अप्रत्यक्षपणे त्यांच्या क्रयशक्तीत वाढ झाली, तर त्यामुळे अर्थव्यवस्थेला एक मजबूत गती प्राप्त होईल. कृषी क्षेत्रातील सुधारणांची योग्य रितीने आणि चांगली अंमलबजावणी झाल्यास कृषी क्षेत्र, शेतकऱ्यांवरचा ताण दूर करण्यास आणि अर्थव्यवस्थेला शाश्वत वाढीच्या मार्गावर परत आणण्यास सक्षम बनेल.

परंतु इथे एक बाब लक्षात घेतली पाहिजे, की जेव्हा देशाची अर्ध्याहून अधिक लोकसंख्या प्रत्यक्ष किंवा अप्रत्यक्षरित्या शेतीत सहभागी असते, तेव्हा त्याचा करसमायोजनावर परिणाम होतो. त्यांना कर भरण्यातून सूट असते. कमी कर म्हणजे मोठी वित्तीय तूट. त्यामुळे सरकारला नेहमीच मोठ्या वित्तीय तुटीचा भार पडतो. वित्तीय तुटीचा इतर सर्वच क्षेत्रांना फटका बसतो. अर्थसंकल्पात संरक्षण सामग्रीवरील खर्च नियंत्रित ठेवावे लागतात, आरोग्य सेवांसाठीची तरतूद जीडीपीच्या १.५ टक्क्यांहूनही कमी करावी लागते, शिक्षण क्षेत्रावरील खर्चात कपात करावी लागते आणि अन्य क्षेत्रांतील अनुदानंही कमी करावी लागतात.

भारतातील बहुतांश शेतकरी अल्पभूधारक असून त्यांचं जीवन अतिशय संघर्षमय आहे. बहुतेकांची परिस्थिती हलाखीची आहे. देशात दरवर्षी सुमारे १०,००० शेतकरी आत्महत्या करतात. अनेकांच्या डोक्यावर सावकारी कर्जाचं ओझं आहे. हे सावकार अवाच्या सवा व्याज दराने कर्ज देत असतात. शेतावर काम करणारा मजूर वर्ग तर याहून हलाखीचं जीवन जगतो. त्यांच्या मालकीची स्वत:ची शेतजमीन नसते. दरवर्षी ठरावीक कालावधीत चालणाऱ्या मनरेगा कामावर किंवा मोठ्या शेतात कंत्राटी पद्धतीने पण कमी वेतनावरील रोजगारावर ते अवलंबून असतात.

याच कृषी क्षेत्रात आणखी एक तिसरा वर्ग मोडतो : शेतीतून मोठा नफा मिळवणारे, ज्यांच्याकडे मोठमोठ्या जमिनी आहेत, असा श्रीमंत शेतकरी वर्ग. शेतकरी असल्यामुळे तेदेखील कर भरत नाहीत. त्यांनी कर भरायला हवा की नको? या प्रश्नाच्या उत्तराला अनेक राजकीय आणि आर्थिक आयाम आहेत. मोठं वार्षिक उत्पन्न असलेले अनेक श्रीमंत शेतकऱ्यांचं राजकीय वजनदेखील तितकंच जास्त असतं. त्यातील काही तर स्वत: 'राजकारणी' आहेत. त्यांनी स्वत:ची एक आघाडी (लॉबी) तयार केली आहे. 'देशातील शेतकरी खूप गरीब आहे' हे कारण देत त्यांनी कायमच कृषी उत्पन्नावर कर लावायला विरोध केला आहे.

'देशातील शेतकरी खूप गरीब आहे' या म्हणण्यात तथ्य आहेच; परंतु हे सांगतानाच कृषी क्षेत्रातील पाच टक्क्यांहून अधिक शेतकरी 'क्रिमी लेअर' म्हणजे अती श्रीमंत वर्गात मोडतात हे सांगणं सोयीस्कररित्या दडवून ठेवलं जातं. या श्रीमंत शेतकऱ्यांना कर भरणं परवडू शकतं. सध्या ७० दशलक्षांहून अधिक करपात्र करदाते करविवरण भरतात. जर श्रीमंत शेतकरी वैयक्तिक प्राप्तीकराच्या कक्षेत आले, तर करसंकलनात लक्षणीय म्हणजेच पाच टक्के वाढ होईल. या अती श्रीमंत पाच टक्के शेतकऱ्यांकडे भरपूर एकरी जमिनी

आहेत, त्यावर काम करण्यासाठी ते गरीब मजुरांना कामावर ठेवतात. या शेतकऱ्यांना प्राप्तीकर विवरणपत्र (रिटर्न) भरावं लागत नाही. म्हणून मग प्राप्तीकर खात्याची नजर चुकवण्यासाठी किंवा त्यांच्या भीतीने रोख पैशांची अफरातफर केली जाते.

भारताचं कर/जीडीपी गुणोत्तर जवळपास १२ टक्क्यांवर स्थिरावलं आहे. जर श्रीमंत शेतकरी कर भरू लागले, तर हेच गुणोत्तर वाढू लागेल. सरासरी आंतरराष्ट्रीय कर आणि जीडीपी यांचं गुणोत्तर २० टक्के आहे. फ्रान्स आणि ब्रिटन यांच्यासारख्या उद्योगांनी समृद्ध देशांत हेच गुणोत्तर अनुक्रमे २४.६ टक्के आणि २४.९ टक्के आहे; जरी त्यांच्या एकंदर जीडीपीचा एक छोटा हिस्सा कृषी क्षेत्राचा आहे.

कृषी करांत सुधारणा करण्याला सगळ्या पक्षांतील राजकारण्यांचा ठाम विरोध असेल आणि होईलही. २०२१मध्ये मोदी सरकारने तीन सुधारित कृषी कायदे आणले होते, ज्याला विशेषत: पंजाब आणि हरयाणातील श्रीमंत शेतकऱ्यांनी तीव्र विरोध केला होता. या आंदोलनाचं नेतृत्व याच शेतकऱ्यांच्या आडत्यांनी म्हणजे मध्यस्थांनी केलं होतं. या सुधारित शेती कायद्यातील एका कलमाची या शेतकऱ्यांनी आणि त्यांच्या आडत्यांनी खूप धास्ती घेतली होती. त्या कलमान्वये, शेतकऱ्यांना आणि आडत्यांना त्यांचा पॅन नंबर सादर करणे अनिवार्य करण्यात आलं होतं. यामागे दोन उद्देश होते, एक, त्यांचा पॅन नंबर आहे की नाही याची शहानिशा झाली असती आणि जर पॅन नंबर असेल तर त्यांच्या बँक व्यवहारांचे तपशील उघडकीला आले असते.

एका विशिष्ट मर्यादेच्या उत्पन्नानंतर जर सरकारने कृषी उत्पन्नांवर करआकारणी सुरू केली, तर हे पॅन नंबरचं कलम, ज्यांचं वार्षिक उत्पन्न १ कोटी रुपयांहून अधिक आहे, अशा श्रीमंत शेतकऱ्यांसाठी किंवा जमीन मालकांसाठी दुधारी तलवार बनणार होतं, त्यांना अडचणीत आणणारं होतं. पंजाब आणि हरियाणातील गर्भश्रीमंत शेतकरी आणि त्यांच्या मध्यस्थांनी, जवळपास १३ महिने इतक्या हिंस्त्र पद्धतीने आंदोलन का राबवलं याचं उत्तर या कलमात सापडतं. स्वतःला कर भरण्यापासून वाचवतानाच, यांच्या शेतावर मात्र उत्तर प्रदेश आणि बिहारमधील मजूर एक चकार शब्द न काढता राब राब राबताहेत.

शेतकऱ्यांना करपात्र करण्यासाठी त्यांची वार्षिक उत्पन्न मर्यादा किती असावी? सर्व खर्च वजा जाता १० लाख रुपये वार्षिक उत्पन्न असावं. (त्या खर्चात खतं, ट्रॅक्टर, वीज, बियाणं, कर्जाचा हप्ता, मजुरी या सगळ्यांचा समावेश होतो.) या उत्पन्नावर सरसकट १० टक्के सवलत कर देण्यात यावा. २० लाख रुपये आणि त्यावरील निव्वळ उत्पन्नावर २० टक्के कर आकारण्यात यावा, तसंच ५० लाखांहून जास्त निव्वळ उत्पन्न असेल तर त्यावर ३० टक्के कर आकारण्यात यावा. ९५ टक्क्यांहून अधिक शेतकरी करपात्रित उत्पन्न मर्यादेच्या बाहेर येणार असल्याने ते करमुक्त असतील.

भारताच्या कृषी क्षेत्रातील सर्वांत आदरणीय व्यक्तिमत्त्व आणि सध्या *आय.सी.आर.आय.इ.आर.* इथे इन्फोसिसचे चेअर प्रोफेसर असलेले *अशोक गुलाटी* यांनी ३१ जानेवारी, २०२२च्या *इंडियन एक्सप्रेस*मध्ये लिहिलं होतं, 'केंद्र सरकारला त्याच्या पैशांचं सर्वांत योग्य मूल्य मिळवायचं असल्यास, त्याने कृषी क्षेत्रातील संशोधन आणि विकास कामांवर दुप्पट, तिप्पट किंबहुना जास्तीत जास्त खर्च करावा; विशेषत:

उच्च परतावा देणाऱ्या उदयोन्मुख क्षेत्रांमध्ये जसं बागायत, औषधी वनस्पती, पशुपालन, मत्स्योद्योग इ. केवळ उत्पादकता वाढवण्याच्या दृष्टीने नाही, तर ज्या बाजारपेठांमधून यांना जास्त मागणी आहे तिथे यांचा पुरवठा करण्यासाठी. यातूनच शेतकऱ्यांच्या उत्पन्नात लक्षणीय वाढ होईल.'

तांत्रिक उपायांनी कृषी उत्पादकता सुधारता येते, याची मोदींना जाणीव आहे. जानेवारी २०२२मध्ये, हैद्राबाद येथील निम-शुष्क उष्ण कटिबंधासाठी आंतरराष्ट्रीय पीक संशोधन संस्थेच्या सुवर्णमहोत्सवी समारंभात बोलताना पंतप्रधान मोदी म्हणाले होते, 'हवामान बदलातील आव्हानांपासून आमच्या शेतकऱ्यांचा बचाव करण्यासाठी, 'भूतकाळातील मूलभूत गोष्टींचा अंगीकार' आणि 'भविष्याकडे कूच' या दोन तत्त्वांवर आम्ही लक्ष केंद्रित करत आहोत. आमचं लक्ष देशातील ८० टक्के अल्पभूधारक शेतकऱ्यांवर आहे, ज्यांना आमची नितांत गरज आहे. २०२२-२३च्या केंद्रीय अर्थसंकल्पात नैसर्गिक शेती आणि डिजीटल शेतीवर जास्त लक्ष केंद्रित करण्यात आलं आहे. कृषी क्षेत्रात जास्तीत जास्त विकास कसा साधता येईल, सर्वसमावेशक विकास आणि नैसर्गिक स्रोतांचं संवर्धन यांवर आम्ही काम करत आहोत. आज डिजीटल शेतीही लोकप्रिय होते आहे, त्याला लोकमान्यताही मिळते आहे आणि याचा आपल्याला स्वीकार करावाच लागेल.'

मोदींनी कृषी तंत्रज्ञानावर जास्त लक्ष पुरवणं हे स्वागतार्ह आहे; परंतु त्याहूनही आवश्यक आहेत त्या अधिक धाडसी सुधारणा. सरकारला शेतीविषयक कायदे मागे घेणं भाग पडलं. अशा परिस्थितीत आणखी दूरगामी सुधारणा घडवून आणण्याचं धाडसी पाऊल सरकार उचलेल का? आता तरी असं होईल असं वाटत नाही. परंतु आज ना उद्या, सरकारला श्रीमंत शेतकऱ्यांवर कर लावावाच लागेल.

नोव्हेंबर २०२१मध्ये मोदी सरकारने तीन कृषी कायदे रद्द करण्याचा निर्णय विरोधकांच्या दबावाखाली घेतला आणि यातून त्यांची राजकीय असुरक्षितता दिसून येते अशी आवई विरोधकांनी उठवली. शेतकऱ्यांच्या आंदोलनाचा उद्देश केवळ कृषी कायदे रद्द व्हावेत असा कधीच नव्हता. आगामी विधानसभा निवडणुकांमध्ये आणि २०२४च्या लोकसभा निवडणुकांमध्ये मोदींना मान खाली घालायला लावणं हे छुपं उद्दिष्टही त्यामागे होतं; परंतु अखेरीस मार्च २०२२मध्ये उत्तर प्रदेशात भाजपने दणदणीत विजय मिळवला आणि शेतकरी कायद्यांविरोधातील आंदोलन किती पोकळ, फुसकं होतं हे उघड झालं. या कायद्यांबाबत शेतकऱ्यांची मतं जाणून घेण्यासाठी आणि त्यांचं विश्लेषण करण्यासाठी सर्वोच्च न्यायालयाने एक समिती नियुक्त केली होती. त्या समितीने केलेल्या सर्वेक्षण अहवालानुसार, सर्वेक्षणात सहभागी झालेल्या एकूण शेतकऱ्यांपैकी ८६ टक्के शेतकऱ्यांनी रद्द करण्यात आलेल्या शेती कायद्यांना आपली अनुकूलता दर्शवली होती.

इथे दोन समांतर घटना पाहू या. कॉंग्रेसच्या नेतृत्वाखालील युपीए सरकारने आपल्या दुसऱ्या कार्यकाळात, म्हणजेच आठव्या वर्षात, भ्रष्टाचारविरोधी आंदोलन उभारणारे ज्येष्ठ समाजसेवक अण्णा हजारे यांच्यासमोर शरणागती पत्करली आणि भाजपप्रणीत एनडीए सरकारने २०२१ साली, त्यांच्याही कार्यकाळातील आठव्या वर्षी शेतकरी आंदोलनापुढे

मान तुकवली. पहिल्या घटनेचा परिणाम असा झाला, की काँग्रेसने जनमानसातली आपली विश्वासार्हता गमावली आणि २०१४ साली झालेल्या लोकसभा निवडणुकीत सपाटून मार खाल्ला. युपीए सरकार कथित भ्रष्टाचाराच्या दलदलीत गळ्यापर्यंत बुडालं होतं. अण्णा हजारेंच्या भ्रष्टाचारविरोधी लढ्यामुळे असेल किंवा त्याशिवायही त्यांची वाटचाल पराभवाच्या दिशेनेच सुरू होती. मोदी सरकारची स्थिती आत्ता तरी निवडणुकीच्या दृष्टिकोनातून मजबूत आहे; परंतु धोक्याची सूचना देणारे दिवेही चमकू लागलेले आहेत.

कृषी कायदे मागे घेण्यामुळे असा एक समज वाढीला लागला, की राजकारण करण्याच्या नादात मोदी सरकार सुधारत असलेल्या अर्थव्यवस्थेचा बळी देणार. भारतातील बहुसंख्य शेतकऱ्यांसाठी ते तीन कृषी कायदे अत्यंत फायदेशीर होते. ते रद्द केल्याने आता कृषी सुधारणा कित्येक वर्षं पिछाडीला गेल्या. राजकारणी बनलेले धनदांगडे शेतकरी परिस्थिती आणखी चिघळवू शकतात. एकदा दंडुकेशाही केल्यानंतर ते आता सरकारकडे किमान आधारभूत किंमत कायदा पारित करण्याची मागणी करत आहेत. जेव्हा सरकार तुष्टीकरणाचे किंवा लांगुलचालनाचे धोरण अवलंबते, तेव्हा ते केवळ त्याची विश्वासार्हता गमावत नाही, तर राजकारणातील अनेक मार्गही गमावून बसते.

मोदी एकाकी आहेत. तीन बंगल्यांच्या प्रशस्त आवारात बरेचदा ते एकटेच जेवतात. त्यांच्या निकटवर्ती गोटातल्या सल्लागारांनी पुरवेलेली माहिती किंवा सल्ले ऐकतात. यातील काही सल्लागार मोदी गुजरातचे मुख्यमंत्री असल्यापासूनचे आहेत. मोदींनी आपल्या पंतप्रधानपदाचा दुसरा कार्यकाळ बहुतांशाने भारताच्या परराष्ट्रीय धोरणाची पुनर्रचना करण्यात घालवला. अमेरिकेच्या नेतृत्वाखालील पाश्चिमात्त्य देशांसोबत त्यांनी संरक्षण आणि धोरणात्मक सहकार्य मजबूत केलं, आखाती देश तसंच इस्राइलशी मैत्रीचे संबंध प्रस्थापित केले, सर्जिकल स्ट्राईक करून दहशतवादाला प्रोत्साहन देण्याची किंमत पाकिस्तानला चुकवायला लावली. अमेरिका, युरोप, ऑस्ट्रेलिया, जपान, दक्षिण कोरिया तसंच दक्षिण चिनी समुद्रातील अन्य तटीय देशांशी घनिष्ठ संबंध प्रस्थापित केले. चीनच्या दिवसेंदिवस वाढत जाणाऱ्या कारवायांना प्रतिबंध म्हणून या तटीय देशांशी त्यांनी भौगोलिक आणि राजकीय स्तरावर धोरणात्मक संबंध निर्माण केले.

मोदींच्या दुसऱ्या कार्यकाळातील काही शेवटचे महिने आता उरले आहेत. त्यांना केवळ दोन वेळा पंतप्रधान व्हायची इच्छा होती, असं मानण्याची चूक कोणीही करू नये. २०२४च्या लोकसभा निवडणुकीच्या प्रचाराच्या रिंगणात उतरण्यापूर्वी त्यांना देशाच्या अर्थव्यवस्थेचा स्तर उंचावायचा आहे. जी-२०चे अध्यक्ष या नात्याने देशाला नव्याने आकारत असलेल्या जगाच्या केंद्रस्थानी नेऊन ठेवायचं आहे.

विभाग ४

चीन

प्रकरण १४

ऐतिहासिक वळण

ऑक्टोबर २०२२मध्ये, चीनच्या कम्युनिस्ट पक्षाने २०व्या राष्ट्रीय पक्षीय संमेलनात शी जिनपिंग यांना पाच वर्षांच्या तिसऱ्या पर्वाचे सीसीपीचे सरचिटणीस म्हणून मान्यता दिली. हे अभूतपर्व होतं. यानंतर काही महिन्यांतच शी जिनपिंग यांना *पीपल्स रिपब्लिक ऑफ चायना* (पीआरसी)चे अध्यक्ष म्हणून, सलग तिसऱ्यांदा, पाच वर्षांच्या कार्यकाळासाठी नियुक्त करण्यात आलं. २०१७ साली आठ दिवस भरलेल्या १९व्या *राष्ट्रीय काँग्रेस अधिवेशनात शी जिनपिंग विचारधारा* राज्यघटनेत समाविष्ट करण्यात आली. याआधी *माओ विचारधारा* आणि *डेंग विचारधारा* या दोनच संमत विचारधारा होत्या.

शी जिनपिंग यांच्या पदोन्नतीविरुद्ध आवाज उठवणारेही काही होते; परंतु ते आवाज दाबून टाकण्यात आले. जिनपिंग यांचे निष्ठावंत आणि त्यांची पाठराखण करणारे आज पक्षाच्या पॉलिटब्युरोच्या आणि लष्करी आयोगाच्या उच्च व महत्त्वाच्या पदांवर आहेत. तरीही जिनपिंग यांना सावध पवित्रा घ्यावा लागणार आहे. त्यांनी अनेक उच्चपदस्थांना आणि बलाढ्य व्यक्तींना बाजूला सारलं, त्यांच्याशी असलेल्या संबंधांना तडा दिला.

चीनमध्ये अभिव्यक्ती स्वातंत्र्याची मुस्कटदाबी होत आहे. त्यातच जिनपिंग यांनी रशियाच्या युक्रेनवरील आक्रमणाला मान्यता दिली. त्यांच्या शून्य-कोविड धोरणांतर्गत, शांघायसह अनेक शहरांमध्ये टाळेबंदी जारी करण्यात आली. यामुळे त्यांना न भूतो न भविष्यति अशा जनतेच्या रोषाला सामोरं जावं लागलं. अनेक ठिकाणी त्यांच्या विरुद्ध निदर्शनं झाली. याचा परिणाम म्हणून जिनपिंग यांच्याबद्दल मतमतांतरं झाली, त्यांच्याविषयी ध्रुवीकरण झालं. त्यानंतर कोविड रुग्णांमध्ये झालेली वाढ आणि झालेले मृत्यू, मंदावलेली अर्थव्यवस्था, स्थावर मालमत्ता क्षेत्राची पडझड यांमुळे सामान्य चिनी नागरिक त्रस्त झाला.

जिनपिंग यांच्या पहिल्या पर्वाच्या कार्यकाळात म्हणजेच २०१२ ते २०१७च्या काळात त्यांनी जवळपास एक लाख अधिकाऱ्यांवर भ्रष्टाचाराचे आरोप करत त्यांना एक

तर पदभ्रष्ट केलं किंवा तुरुंगात टाकलं. लष्करातील जनरल पदावरील अधिकाऱ्यांना डच्चू दिला. चीनच्या लष्कराची सर्व सूत्रं आता जिनपिंग यांच्याच अधिपत्याखाली आहेत. २०१७ ते २०२२ या कार्यकाळाच्या त्यांच्या दुसऱ्या पर्वात जिनपिंग यांनी दक्षिण चिनी समुद्र, तिबेट, तैवान, प्रत्यक्ष नियंत्रण रेषा (एल.ए.सी.) आणि शिनजियांगविरुद्ध आक्रमक भूमिका स्वीकारली. पाकिस्तान पुरस्कृत दहशतवादाला त्यांनी कायमच मौन संमती दिली आहे. त्यामुळे भारताच्या परराष्ट्रनीतीसाठी ते एक मोठं आव्हान ठरले. कम्युनिस्ट पार्टीचे अध्यक्ष आणि राष्ट्राध्यक्ष म्हणून तिसऱ्यांदा पदावर आलेले जिनपिंग यांचा कार्यकाळ २०२७ला संपत आहे. हा कार्यकाळ त्यांच्यासाठी आव्हानात्मक असणार आहे. या दरम्यान तैवानवर लष्करी आक्रमण करण्याची शक्यता नाकारता येत नाही.

रशिया-युक्रेन संघर्षाने जागतिक सत्तेच्या समतोलाला एक ऐतिहासिक वळण दिलं. रशिया आणि युरोप यांच्यात आधीपासून शीतयुद्ध सुरू होतंच; परंतु या संघर्षामुळे या दोघांतली दरी कधी नव्हे इतकी वाढली. रशियाच्या बाजूने चीनचा वाढलेला कल, पश्चिमी राष्ट्रांसाठी दीर्घकालीन भौगोलिक-राजकीय धोका बनला आहे, तो असा : चीन आज आर्थिक महासत्ता आहे. रशियाची लष्करी महासत्ता उतरणीला लागली आहे; परंतु आजही ती तितकाच विनाश घडवू शकते. या दोघांची युती हे अमेरिकेच्या नेतृत्वाखालील पश्चिमेच्या जागतिक वर्चस्वाला थेट आव्हान आहे. रशिया-युक्रेन युद्धामुळे जगाचा भूगोल आणि राजकीय गणितं पार बदलून गेली आहेत. वास्तविक गेली ३० वर्षं पश्चिमी देशांनी चीनला आधुनिक तंत्रज्ञान पुरवलं, तंत्रज्ञानात त्याची आणि आपली बरोबरी साधली. त्यामागे हेतू हा होता, की चीन रशियाला तुल्यबळ ठरेल; परंतु प्रत्यक्षात मात्र उलटंच घडलं. आता चीन रशियालाच कवटाळायला बघत आहे.

∽

१९९१ साली, जेव्हा सोव्हिएत युनियनचं विभाजन झालं, तेव्हा ३८ वर्षीय *व्लादिमीर पुतीन* लेनिनग्राडमध्ये केजीबी कर्नल होते. पुढील नऊ वर्षांत, २००० साली ते रशियाचे अध्यक्ष झाले. *बोरिस येल्तसिन* यांच्या भ्रष्ट अध्यक्षपदाच्या काळानंतर दहा वर्षांत रशियाचं प्रादेशिक खच्चीकरण झालं होतं, अर्थव्यवस्था खालावली होती. तेव्हा, विसाव्या शतकाच्या सुरुवातीच्या काळात पुतीन रशिया आणि पश्चिमी युरोप देशांशी सहकार्य करण्याच्या विचारात होते; इतकंच नव्हे तर, युरोपियन महासंघात सामील होण्याचंही त्यांनी ठरवलं होतं.

मात्र युरोपने त्यांना फारसा सकारात्मक प्रतिसाद दिला नाही, एक प्रकारे त्यांना झिडकारलं. सोव्हिएत युनियनच्या विभाजनानंतर अमेरिका अनभिषिक्त महासत्ता बनली होती. *नाटो*ने आपले हातपाय पूर्वेकडे पसरायला सुरुवात केली. अनेक पूर्व युरोपियन राष्ट्रे नाटोमध्ये सामील होण्यासाठी पुढे सरसावली. १९९९ साली पोलंड, हंगेरी आणि झेक रिपब्लिक हे देश नाटोमध्ये सामील झाले, त्यापाठोपाठ बल्गेरिया, रोमानिया, स्लोव्हाकिया आणि स्लोव्हेनिया हे देश नाटोचे सदस्य देश बनले.

रशियाच्या सीमेलगत असणाऱ्या एस्टोनिया, लाटविया आणि लिथुआनिया या माजी सोव्हिएत संघराज्यातील तीन प्रमुख देशांनी २००४मध्ये नाटोचं सदस्यत्व

स्वीकारलं. २००९नंतर क्रोएशिया, अल्बेनिया, मॉन्टेनेग्रो आणि उत्तर मॅसेडोनिया यांना नाटोमध्ये सामील करून घेण्यात आलं. केवळ दोन दशकांत नाटोच्या सदस्य देशांची संख्या १६वरून ३० झाली.

सोव्हिएत संघराज्ये आणि अनेक पूर्व युरोपीय देशांदरम्यान झालेला *वॉर्सा करार*, नाटो सदस्य देशांच्या लष्करी आणि राजकीय सामर्थ्याला तोडीस तोड होता. १९९१नंतर मात्र चित्रं बदललं आणि नाटोचं पारडं जड झालं. सोव्हिएत संघराज्याच्या विभाजनानंतर, वॉर्सा करार रद्द करण्यात आला आणि हा करार स्थापन करण्यात सहभागी असलेले पोलंडपासून रोमानियापर्यंतचे देश आज नाटोचे सदस्य आहेत. रशिया-युक्रेन युद्धानंतर स्वीडन आणि फिनलंडने नाटोचं सदस्यत्व देण्याची विनंती लगेचच विचाराधीन घेण्यात आली.

रशियाची लष्करी आणि आर्थिक क्षमता ओळखून, सात समूह देशांनी (जी-७), १९९७ साली रशियाला नव्याने स्थापन करण्यात आलेल्या आठ समूह देशात (जी-८) समाविष्ट करून घेतलं. एक जुनी म्हण आहे, 'शत्रूला नेहमी आपल्या समोर ठेवावं.' याच उक्तीला अनुसरून ही चाल खेळण्यात आली होती. रशियाने क्रीम (इंग्रजी उच्चार क्रिमिआ)ला आपल्यात सामील करून घेतल्यानंतर रशियाची जी-८मधून खरं तर 'हकालपट्टी' करण्यात आली. (त्याऐवजी, साळसूदपणाचा आवा आणत 'काढून टाकलं' असं म्हणण्यात आलं). अमेरिका, कॅनडा, ब्रिटन, फ्रान्स, जर्मनी, इटली आणि जपान यांचा समूह जी-७ पुन्हा आपल्या मूळ स्वरूपात आला; परंतु काळाचं विडंबन पाहा. जी-७ समूहातील सगळेच्या सगळे सातही देश दुसऱ्या महायुद्धात सहभागी होते. त्यातील पहिले चार म्हणजे अमेरिका, कॅनडा, ब्रिटन आणि फ्रान्स हे मित्र देश होते; तर उरलेले तीन म्हणजे जर्मन, इटली आणि जपान हे पराभूत देश. मात्र, दुसऱ्या महायुद्धानंतर परिस्थिती पुन्हा बदलली. आता मात्र सर्वांची सहवेदना आणि शत्रू एकच होता - रशिया. २०१४ साली, रशियाला जी-७मधून बाहेर काढण्यात आलं; परंतु तोपर्यंत रशियाने आपली आर्थिक स्थिती अत्यंत मजबूत केली होती, अगदी १९९१ मध्ये सोव्हिएत संघराज्य कोसळायच्या आधी होती, त्यापेक्षाही मजबूत.

२०१४ साली क्रीमच्या रशियामध्ये झालेल्या सामीलीकरणाने रशियाने जणू जागतिक महासत्तांना ललकारलं, त्यांना आव्हान दिलं. मात्र तेव्हा वॉशिंग्टन म्हणजे अमेरिका, चीनच्या वाढत्या प्रभावाला शह कसा द्यायचा यात गुंतलेली होती. तेव्हा असं मानलं गेलं, की रशिया, युरोपियन देशांना मात देऊ शकतो, त्याचा जागतिक महासत्ता म्हणून अमेरिकेच्या सिंहासनाला त्यापासून काही धोका उद्भवणार नाही. मात्र रशियाने युक्रेनवर केलेल्या आक्रमणाने सगळी समीकरणं बदलली आहेत.

रशिया-युक्रेन युद्धाबाबत मोदी सरकारने काहीसा तटस्थपणा दाखवला. असं करताना बहुतेक नवीन स्वायत्त आघाड्यांचं बहुध्रुवीकरण लक्षात घेतलं गेलं असावं. युरोपने वर्षानुवर्षं भारताकडे जाणुनबुजून दुर्लक्ष केलं. तेव्हा चीन गळ्यातला ताईत बनला होता. युरोपीयन महासंघ आणि चीनमधला व्यापार वृद्धिंगत झाला. त्याच दरम्यान, युरोपियन महासंघ आणि भारताच्या व्यापाराला काहीशी उतरती कळा लागली; परंतु

आता चीन आणि युरोपीयन महासंघातील व्यापारी संबंध थंडावण्यामागे तीन घटक कारणीभूत आहेत.

पहिला घटक, कोविड-१९च्या लाटेमुळे युरोपभर सुरू असलेल्या चीनच्या सर्व पायाभूत प्रकल्पांच्या उभारणीला फटका बसला. *बेल्ट अँड रोड इनिशिएटिव्ह* (बीआरआय)अंतर्गत, मध्य आशियामार्गे चीनमधून पश्चिम युरोपकडे जाणाऱ्या *सिल्क* रुट अर्थात आंतरराष्ट्रीय रस्ते निर्मितीचं काम ठप्प झालं. दुसरा घटक, दक्षिण चीन समुद्रात बिजिंगने (चीनने) अतिशय आक्रमक लष्करी कारवाई करून ब्रुसेल्समध्ये आपला लाल झेंडा फडकावला, अर्थात आपल्या अधिपत्याखाली आणला. यावर 'एक चीन धोरणा'चं कसोशीनं पालन करत असल्याची प्रतिक्रिया दिली गेली. नोव्हेंबर १९९१ साली, युरोपियन महासंघाचा सदस्य देश असलेल्या लिथुआनियाने आपली राजधानी व्हिलनिअसमध्ये, प्रतिनिधी नियुक्त करण्याची परवानगी तैवानला दिली, तेव्हा चीननं तीव्र संताप व्यक्त केला होता. त्याने बाल्टिक राष्ट्रांशी असलेले राजकीय संबंध तोडून टाकले आणि लिथुआनियाच्या राजदूतांची बिजिंगमधून हकालपट्टी केली.

युरोप आणि चीनच्या संबंधांवर परिणाम करणाऱ्या घटकाचे सर्वांत लक्षणीय दीर्घकालीन परिणाम राहिले. हा तिसरा घटक आहे, रशियाने युक्रेनवर केलेल्या आक्रमणाला चीनची मूकसंमती. युरोपियनने यावर संतप्त प्रतिक्रिया नोंदवली. चीनमधील अनेक युरोपियन कंपन्यांनी आपले तळ व्हिएतनाम, द फिलिपाईन्स आणि भारतात हलवले.

दुसऱ्या महायुद्धात अंदाजे ५० मिलियन युरोपियन लोक मारले गेले. पश्चिम युरोपमध्ये पुन्हा शांतता आणि समृद्धी नांदावी यासाठी पुढची ७८ वर्षं जावी लागली. १९९० साली बाल्कन युद्धाने युगोस्लाव्हियाचे लचके तोडले; परंतु ते युद्ध पूर्व युरोपपुरतंच मर्यादित होतं. रशियाच्या युक्रेनवरील आक्रमणाच्या निमित्ताने पुन्हा ही आपत्ती युरोपच्या केंद्रस्थानी आणली गेली.

रशियाच्या आक्रमकतेमुळे पश्चिम युरोपीय देशांना दीर्घकालीन आर्थिक नुकसानीला सामोरं जावं लागतं, देशाची सुरक्षितताही ऐरणीवर येते. त्यामुळे या देशांतील राजकारणी रशियाला कायमच वचकून असतात. ७८ वर्षांच्या शांततामय वातावरणानंतर आता त्यांच्याकडे सुबत्ता आली आहे. सिरिया, इराक आणि येमेनवरील हवाई हल्ल्यांमध्ये त्यांनी स्वेच्छेने सहभाग घेतला. नाटोचं लष्कर या नात्याने त्यांनी जवळपास वीस वर्षं, अफगाणिस्तानातील तालिबान्यांविरुद्ध लढा दिला; परंतु जमिनीवरच्या किंवा हवाई युद्धामुळे आपण कल्पना करू शकत नाही इतके ते गलितगात्र होतात.

यादरम्यान, २०४९पर्यंत म्हणजे *रिपब्लिक ऑफ चायना*च्या शतकमहोत्सवी स्थापना दिनापर्यंत, जागतिक महासत्ता होण्याची चीनची धडपड सुरू आहे. चीनमधली आर्थिक मंदी अशीच कायम राहिली तर, पुढली दहा वर्षं ती कदाचित अमेरिकी अर्थव्यवस्थेशी बरोबरी करू शकणार नाही. अमेरिकेच्या अतिशय सामर्थ्यवान लष्कराशी बरोबरी साधण्यासाठीदेखील चिनी सैन्याला खूप काळ जावा लागेल; परंतु जिनपिंग यांच्या हुकूमशाही नेतृत्वाखालील चीन पाश्चिमात्त्य जगताला सोव्हिएत युनियनपेक्षा निश्चितपणे धोका निर्माण करू शकतो.

१४ ऑक्टोबर, २०१७ रोजी द *इकॉनॉमिक टाइम्स*च्या आवृत्तीत जिनपिंग यांच्याबद्दल लिहिण्यात आल्यानुसार, 'त्यांच्या वैयक्तिक सामर्थ्यातून त्यांच्या उत्तुंग ध्येयभावनांचं दर्शन घडतं. ते देशाचे (चीनचे) राष्ट्राध्यक्ष आहेत, पक्षाचे प्रमुख आहेत तसंच लष्कराचं 'सर्वोच्च नेतृत्व अर्थात सुप्रीम कमांडर'ही आहेत. जिनपिंग यांच्या आधी ही पदवी शेवटची डेंग यांना बहाल करण्यात आली होती. नोकरशाहीच्या छाताडावर बसून त्यांनी त्यांना वठणीवर आणलं. चीनच्या ३१ प्रांतांतील, पक्षाच्या जवळपास सर्वच नेत्यांची तसंच *पीपल्स लिबरेशन आर्मी*च्या (पीएलए)च्या उच्चपदस्थ नेत्यांची उचलबांगडी करून त्यांच्या जागी नवीन लोकांच्या नेमणुका केल्या.

चीनची आक्रमकता आणि जिनपिंग यांची वाढती वर्चस्ववादी महत्त्वाकांक्षा यांना तोंड देण्यासाठी भारत एक दीर्घकालीन सुसंगत धोरण तयार करत आहे. लडाखमधील कोंडीमुळे दोन सत्यं सुनिश्चित किंवा अधोरेखित झाली. पहिलं सत्य – चीन इतर देशांचा भूभाग बळकावण्यासाठी अतिशय हपापलेला आहे. जोपर्यंत शक्य आहे तोपर्यंत इतर देशांच्या सार्वभौम सीमा मग ती जमीन असो वा पाणी, चीन सरपटत सरपटत त्या देशांच्या हद्दीत शिरकाव करणं सुरूच ठेवतो. दुसरं, चीनशी दोन हात केल्यास त्याला आपल्या बळकावलेल्या भूप्रदेशातून मागे हटवता येतं.

दलाई लामा या विषयावर चीन अत्यंत हळवा किंवा संवेदनक्षम आहे. २०१७ साली भरलेल्या कम्युनिस्ट पक्षाच्या अधिवेशनाला जागतिक नेते हजर होते. या अधिवेशनाच्या निमित्ताने, 'कोणीही दलाई लामांची भेट घेऊ नये, भेट घेतल्यास तो 'अक्षम्य किंवा सर्वांत मोठा गुन्हा' ठरेल असा गर्भित इशाराच या अधिवेशनातील नेत्यांना देण्यात आला. तिबेटमधील कम्युनिस्ट पक्षाच्या कार्यकारी समूहाचे तत्कालीन प्रमुख चांग झिजांग यांनी या पक्षीय अधिवेशनाच्या पार्श्वभूमीवर पत्रकारांना सांगितलं, की 'कोणत्याही देशाने किंवा कोणत्याही संघटनेने दलाई लामांची भेट घेणं म्हणजे आमच्या दृष्टीने चीनच्या भावनांचा केलेला घोर अपमान आहे.'

चांग हे तत्कालीन कम्युनिस्ट पक्षाच्या *युनायटेड फ्रंट वर्किंग डिपार्टमेंट*चे कार्यकारी उपाध्यक्षही होते. ते दलाई लामांवर कडाडून टीका करायचे. '१९५९मध्ये चीनमधून पळून गेल्यानंतर दलाई लामांनी (भारतात) निर्वासितांचं सरकार स्थापन केलं, ज्याचा एक कलमी कार्यक्रम आणि मुख्य ध्येय होतं – तिबेटचं स्वातंत्र्य आणि तिबेटला चीनपासून वेगळं करणे.'

१९६२ साली झालेल्या विनाशकारी युद्धानंतर, तिबेट आणि चीनच्या बाबतीत भारताच्या मनात एक अढी, काहीशी नकारात्मक प्रतिक्रिया होती. या संदर्भात सिंगापूरस्थित अर्थतज्ज्ञ *प्रसेनजीत के. बासू* यांचे विचार लक्षात घेणं महत्त्वाचं ठरेल. आपल्या, *Asia Reborn: A Continent Rises from the ravages of colonialism and War to a new dynamism* या पुस्तकात त्यांनी आशिया खंडाच्या वर्तमान, भूत आणि भविष्यकाळावर एक व्यापक अंतर्दृष्टी मांडली आहे.

२१ ऑक्टोबर २०१७ला, ज्येष्ठ पत्रकार आदिती फडणीस यांनी, *बिझनेस स्टँडर्ड*साठी दिलेल्या मुलाखतीत, बासूंनी भारताच्या तिबेटबाबतच्या धोरणावर टीका

केली होती. ते म्हणाले होते, 'नेहरू एक विद्वान आणि उत्कृष्ट इतिहासकार होते. त्यांनी लिहिलेलं *ग्लिम्प्सेस ऑफ वर्ल्ड हिस्ट्री* अत्यंत उत्कृष्ट आहे; परंतु त्यांचं राजकारणपटुत्व किंवा मुत्सद्दीपणा अगदी तोंडात बोटं घालायला लावणारा आहे. म्हणजे इतकं, की वाटावं या माणसाचं इतिहासाचं ज्ञान आणि प्रशासन व परराष्ट्र धोरणाची जाण याचा दुरन्वयेही संबंध नाही. सरदार पटेलांनी मात्र तिबेटचं महत्त्व जाणलं होतं. जवळचा मित्र (१९५० साली तिबेटमध्ये चार दुतावास असणारा भारत एकमेव देश होता, आणि चीनमध्ये तेव्हा कुठलाही दुतावास नव्हता) म्हणून तिबेटला आश्वस्त करण्याची भारताची पारंपरिक भूमिका भारताच्या सुरक्षिततेच्या दृष्टीने आवश्यक होती. (परंतु) तिबेटवर आक्रमण करून त्यावर कब्जा करण्यास चीनला नेहरूंनीच संमती दिली. त्याच वेळी, त्या काळी सगळ्या जगाने नाकारलेल्या या धूर्त, कपटी कम्युनिस्ट राजवटीचे वाढतं प्रस्थ थोपवण्यासाठी, नेहरूंनी ना कोणता मुत्सद्दीपणा दाखवला, ना लष्करी धाक दाखवला.'

चीनच्या मनसुब्यांची पारख न होणं ही ऐतिहासिक चूक ठरली. या चुकीचे परिणाम अनेक दशके भारताला भोगावे लागले. याच चुकीमुळे बिजींगला अनेक दशके भारतावर नियंत्रण ठेवता आलं. मात्र आता मोदी सरकारच्या काळात ही परिस्थिती बदलत आहे. लडाखमधील संघर्ष हे चिनी आक्रमणाला तोंड देण्यासाठी आखण्यात आलेल्या ठोस धोरणाचं निदर्शक आहे.

चीन हा निरंकुश, सर्वाधिकारवादी आणि अत्याचारी देश आहे. चिनी सरकारने फेसबुक, ट्विटर, गुगल आणि इतर इंटरनेट साइट्सवर बंदी घातली. तिथल्या नागरिकांना काही बाबतीतच स्वातंत्र्य आहे. चीनची अर्थव्यवस्था मंदावत आहे. त्यांची बरीचशी लोकसंख्या वृद्धत्वाकडे झुकत आहे. चीनच्या भरभराटीच्या काळात उभारण्यात आलेली *वंडर टाउन्स* आज ओसाड आणि भकास झाली आहेत. चीनच्या वायव्येकडील मुस्लीमबहुल झिनझियांग प्रांतातील मुस्लीमांचं निर्दयपणे उच्चाटन करून चिनीवंशीय हान्स लोकांना तिथे प्रस्थापित केलं. परिणामी, तिथे इस्लामी दहशतवादी हल्ल्यांत वाढ झाली. गंमत म्हणजे, या दहशतवादी हल्ल्यांचं नियोजन पाकव्याप्त काश्मीरमध्येच होत होतं; परंतु अशा बातम्या चीनमधली प्रसारमाध्यमं देत नाहीत, त्यांना अवरोध केला जातो. इतकंच नाही, तर झिनझियांग प्रांताला स्वतंत्ररित्या भेट देण्यास परदेशी पत्रकारांना चिनी सरकारने मनाई केली आहे.

१० ऑगस्ट, २०१८ रोजी प्रकाशित झालेल्या *रॉयटर्स* वृत्तसंस्थेच्या अहवालात झिनझियांगमधील वांशिक तणावाची भयावह परिस्थिती आणि त्याला बिजींगनं दिलेला अतिशय थंड व तितकाच बेगडी प्रतिसाद छापून आला होता, 'चीनचं असं म्हणणं आहे, की झिनझियांग प्रांतातील इस्लामी अतिरेक्यांकडून आपल्याला गंभीर धोका आहे. या प्रांतातील उइघुर वांशिक अल्पसंख्याकांमधील फुटीरतावाद्यांनी हा तणाव निर्माण करून तेथील 'हान' या बहुसंख्याक समाजावर इतरत्र हल्ले करण्याचा कट रचल्याचा आरोप बिजिंग प्रशासनाने केला आहे. नावाची आणि पदाची गोपनीयता बाळगण्याच्या अटीवर,

चिनी सुरक्षासूत्रांनी सांगितलं, की झिनझियांगमधील सुरक्षेच्या नव्या उपाययोजना राजकीय दृष्टिकोनातून करण्यात आलेल्या नसून, तिथली सद्य परिस्थिती आणि गुप्तचर खात्याकडून आलेली माहिती यांनुसार करण्यात आल्या आहेत. वाढत्या इस्लामी उग्रवादाच्या विरोधात पुकारण्यात आलेली 'दहशतवादाविरुद्धची लढाई' सुरू ठेवण्यासाठी आपण वचनबद्ध असल्याचं तिथल्या साम्यवादी (कम्युनिस्ट) पक्षाने म्हटलं आहे. कम्युनिस्टांचा हा दृढनिश्चय झिनझियांगमध्ये होणाऱ्या साप्ताहिक ध्वजारोहण कार्यक्रमांतही दिसून येतो. तुर्की भाषिक उईघुर लोक जे कधी काळी झिनझियांगमध्ये बहुसंख्य होते, त्यांना धार्मिक उग्रवादाचा निषेध करण्यासाठी तसंच चिनी ध्वजाप्रती आपल्या निष्ठेचं दर्शन घडवण्यासाठी या साप्ताहिक ध्वजवंदन सोहळ्याला उपस्थित राहणं बंधनकारक आहे.'

तिबेटबाबत भारताच्या असलेल्या धोरणामुळे परिस्थिती आणखी चिघळेल का? भारताच्या निषेधाकडे काणाडोळा करत, चीन-पाकिस्तान आर्थिक कॉरिडॉरच्या नावाखाली, चीन जर पाकव्याप्त काश्मीर आणि गिलगिट-बाल्टिस्तानमध्ये बेकायदेशीरपणे पायाभूत सुविधा उभारत असेल, तर तिबेटप्रश्नी चीन चवताळेल का वगैरेची चिंता भारताने उगाचच करू नये. चीनची मानसिकता वर्चस्ववादी आहे. त्यांच्यासमोर ठाम उभे राहा, ते निश्चितपणे काही पावलं मागे हटतील, त्यांचं तुष्टीकरण करा, म्हणजेच त्यांची खुशामत करा, ते तुमचा उत्साह वाढवतील.

मोदींनी चीनची हीच मानसिकता जोखून त्यानुसार रणनीती आखली आहे आणि आता ती अधिक व्यापक करण्याची वेळ आली आहे. अरुणाचल प्रदेशातील तवांगच्या दलाई लामांच्या भेटींना आणखी प्रोत्साहन द्यायला हवं, म्हणजेच त्यांच्या भेटी आणखी वाढवायला हव्यात. भारताचे चीनसोबत व्यापार आणि राजनैतिक संबंध चांगले असले तरीही, तिबेट मुक्ती चळवळीतील कार्यकर्त्यांना मोठ्या संख्येने चीनविरूद्ध निषेध व्यक्त करण्यास उद्युक्त केले पाहिजे आणि तशी परवानगीही दिली पाहिजे.

तैवानशीदेखील भारताचे चांगले व्यापारी संबंध आहेत, ते आणखी वाढणं आवश्यक आहे. भारत आणि तैवानमधील द्विपक्षीय व्यापार झपाट्याने विस्तारत आहे. भारत आणि तैवानचे अधिकृत राजकीय संबंध नसतानाही, तैवानच्या पहिल्या महिला पंतप्रधान त्साई-इंग-वेन यांच्याशी भारताचे चांगले राजनैतिक संबंध आहेत. व्हिएतनाम, द फिलिपाइन्स आणि दक्षिण कोरिया यांच्याशी राजकीय स्तरावर भारताची जवळीक आहे; मात्र या देशांचे चीनशी प्रादेशिक वाद आहेत. चीनबाबत नवीन धोरण आखताना या देशांची जवळीक विचारात घ्यायला हवी.

सुप्रसिद्ध शिक्षणतज्ज्ञ *कांती बाजपेयी* यांनी त्यांच्या *इंडिया वर्सेस चायना : व्हाय दे आर नॉट फ्रेंड्स* या पुस्तकात, चीनविषयक धोरण आखणं किंवा काही सिद्धान्त मांडणं, किती महत्त्वाचं आणि क्लिष्ट आहे याचा ऊहापोह केला आहे. बाजपेयी या सुप्रसिद्ध डून स्कूलच्या माजी मुख्याध्यापिका आहेत. या शाळेच्या जुन्या आणि उच्चभ्रूंप्रमाणेच, भारताकडे बघण्याची त्यांची दृष्टीही गढूळलेली आहे.

२४ जून, २०२१च्या द *इंडियन एक्सप्रेस*च्या अंकात अगदी सुतकी सहानुभूतीने त्यांनी लिहिलं होतं, 'आंतरराष्ट्रीय घडामोडी, प्रादेशिक आणि भौगोलिक राजकारण,

जागतिक आणि आशियाई अर्थव्यवस्था, तंत्रज्ञान आणि अगदी कला, संगीत, साहित्य आणि फॅशन यांच्या समकालीन संस्कृती प्रदर्शनात, प्रत्येक प्रांतात चीनच्या पाऊलखुणा आढळून येतात; परंतु भारताबाबत मात्र तसं म्हणता येणार नाही. जर तुमच्याकडे या गोष्टींचा अभाव असेल तर तुमच्याकडे सत्ता कुठून येणार? आज चीनचा सगळ्या प्रांतात दरारा आहे, तर भारत विनम्रतेने किंवा उद्वेगात केवळ मान हलवण्याची भूमिका घेतो. प्राचीन भारतीय संस्कृती ही अभिजात आहे, अभिजात चीनच्या बरोबरीने उभं राहण्याची तिच्यात नक्कीच क्षमता आहे; परंतु समकालीन भारतात ती क्षमता, ती योग्यता नाही, त्यात भारत खूपच पिछाडीवर आहे. जोपर्यंत आपल्या हे लक्षात येत नाही, आपल्याला उमजत नाही, तोपर्यंत आपण काहीच करू शकत नाही.'

भारत-चीन संबंधांबाबत, भारतातील काही धोरणी विचारकर्ते किती मागास आणि जुनाट विचारांचे आहेत हेच यावरून स्पष्ट होतं. त्याजप्रमाणे, १ जुलै २०२१ रोजी, चीनमधील कम्युनिस्ट पक्षाचा (सीसीपी) शतकपूर्ती वर्धापनदिन साजरा करताना भारतीय प्रसारमाध्यमांमधून त्याबद्दल ढीगाने लेख छापून आले. या सगळ्या लेखांमध्ये सीसीपीने चीनमध्ये मानवी हक्कांची केलेली पायमल्ली आणि चीनची मोठ्या प्रमाणात असलेली प्रादेशिक आक्रमकता यांच्या विखारी कथाच प्रामुख्याने मांडण्यात आल्या होत्या.

भारतीय परराष्ट्र धोरण नेहमीच कचखाऊ वृत्तीचं राहिलं आहे. मात्र, विद्यमान परराष्ट्रव्यवहारमंत्री *एस. जयशंकर* यांच्या नेतृत्वाखाली हे चित्र बदलत आहे. जी-२० देशांच्या अध्यक्षपदाचा यशस्वी कार्यकाळ ३० नोव्हेंबरला समाप्त होत आहे. त्यानंतर मात्र भारताच्या नेत्यांनी भविष्यात *जी*-३ कशी होईल, अर्थात, देशाची अर्थव्यवस्था अमेरिका आणि चीननंतर तिसऱ्या स्थानावर कशी येईल यावर सगळं लक्ष आणि श्रम केंद्रित केले पाहिजेत. आज चीन अर्थव्यवस्थेच्या बाबतीत अमेरिकेखालोखाल आहे; परंतु वॉशिंग्टन आणि बिजिंग दोघांनाही भारताच्या वाढत्या आर्थिक तसंच लष्करी क्षमतेचा आणि भारताची एक अब्ज लोकसंख्येची खुणावत असलेली बाजारपेठ यांचा अंदाज आहे. तसंच भविष्यात भारत एक अपरिहार्य सहकारी आणि तितकाच हेकेखोर, हट्टी शत्रूही ठरू शकतो याचीही चीनला व अमेरिकेला पूर्ण जाण आहे.

भारताला अमेरिकेच्या भौगोलिक आणि राजकीय प्रभावापासून लांब ठेवण्यासाठी चीनने हर तऱ्हेचे प्रयत्न करून पाहिले. प्रसंगी धमक्या दिल्या, बळजबरी केली, अधूनमधून राजकीय मुत्सद्देगिरीचा वापरही केला. चीनच्या या योजनेचा पर्दाफाश पूर्व लडाखमध्ये झाला. अमेरिका, पश्चिमी देश तसंच पूर्वेकडील लोकशाहीवादी मित्र राष्ट्रे भारताला चीनच्या आक्रमकतेचा मुकाबला करण्यासाठी आवश्यक असलेल्या जागतिक सुरक्षा यंत्रणेचा भाग मानतात. हिंद महासागर आणि दक्षिण चिनी समुद्र यांच्यादरम्यान एखाद्या सामुद्रधुनीसारखा आहे. खरं तर, अमेरिका आणि चीन यांच्यात समतोल राखणारा केंद्रबिंदू म्हणून भारताचं सामरिक महत्त्व अनन्यसाधारण आहे; परंतु भारताने आतापर्यंत त्याचा फारसा उपयोग करून घेतलेला नाही. हे स्थान आर्थिक, लष्करी आणि वित्तीय सामर्थ्य मजबूत करण्याच्या दृष्टीने खूप महत्त्वाचं आहे. मात्र जी-२० परिषदेचं अध्यक्षपद हाती येईपर्यंत यात मुत्सद्देगिरी दाखवण्यातच आली नाही.

अजूनही भारत चीनशी वरवरचीच बोलणी करतो आहे आणि चीन मात्र परिस्थितीवर नियंत्रण ठेवून बसला आहे. मागे एकदा भारतीय पत्रकारांना चीनच्या दौऱ्यावर नेण्यात आलं होतं. हा दौरा अगदी 'व्यवस्थित' आखण्यात आला होता. या दौऱ्यात पत्रकारांना बिजींगने पर्यायाने चीनने तंत्रज्ञानात घेतलेल्या भरारीवर प्रशंसापर लेख लिहिण्यास सांगण्यात आलं होतं, मात्र त्याच वेळी हाँगकाँग आणि तिबेटबाबतच्या मतभेदांना तसंच झिनझियांग प्रांतातील जुलूम आणि अत्याचाराकडे दुर्लक्ष करण्यास बजावण्यात आलं होतं. चीन आणि पाकिस्तानदरम्यान मजबूत सामरिक संबंध निर्माण होत असताना भारताने मात्र एका उगवत्या महाशक्तीच्या आवेशात चीनशी बोलणी केली पाहिजे, तीसुद्धा आपणहून! प्रतिसादात्मक नव्हे. चीन नेहमीच परिस्थितीचा विपर्यास करत आला आहे आणि या विपर्यस्त परिस्थितींचा प्रचार व प्रसार करण्यासाठी त्याने पश्चिमी देशांतील माध्यमांना, तेथील धोरणं आखणाऱ्या विचार गटांना आर्थिक मदत देऊ केली आहे, एका अर्थी विकतच घेतलं आहे. आज अमेरिका, आखाती देश आणि युरोपमध्ये कन्फ्युशिअन संस्था विखुरलेल्या आहेत आणि त्या चिनी सॉफ्ट पॉवरचं काम करतात. चिनी सेमीकंडक्टर उद्योगावर बायडेन प्रशासनाने कठोर निर्बंध घातले आहेत. त्यामुळे जगातील दोन आर्थिक महासत्तांमध्ये संघर्ष वाढीला लागला आहे. उदयोन्मुख महासत्ता म्हणून भारताने यावर भाष्य केलं पाहिजे, नुसतं भाष्य न करता, ठोस कृतीदेखील करायला हवी. त्यातच भारताकडे *जी*-२० आणि शांघाय को-ऑपरेशन ऑर्गनायझेशनचं अध्यक्षपद आहे. त्यामुळे भारताला आपला भू-राजकीय संवाद आणखी प्रभावी व तीक्ष्ण करण्यासाठी दोन शक्तिशाली व्यासपीठं उपलब्ध झाली आहेत.

∽

एखाद्या मोठ्या किंवा महत्त्वाच्या देशाची अर्थव्यवस्था वर्षाला २४ टक्के दराने वाढू शकते का? उत्तर : नाही. जर तो देश सामान्य असेल तर नाहीच. परंतु चीन काही सामान्य देश नाही, तरीही २००६ ते २०११ दरम्यान चीनचा जीडीपी वर्षाला २४ टक्के इतक्या आश्चर्यकारक सरासरीने वाढला.

२००६ साली चीनचा जीडीपी २.७५ ट्रिलियन डॉलर्स होता. २०११ सालात, म्हणजे मधल्या पाच वर्षांत तो जादू झाल्यासारखा तिप्पट म्हणजे ७.५५ ट्रिलियन डॉलर्सवर पोहोचला. म्हणजेच आकडेमोड करायची झाली, तर तो सामान्य सरासरी वार्षिक जीडीपीच्या (वास्तविक अधिक महागाई धरून) २४ टक्क्यांइतकाच आहे.

इथे, चिनी अर्थव्यवस्थेने भरारी घेतलेली दिसून येते. २००६ साली ती जगातील चौथी मोठी अर्थव्यवस्था होती. अमेरिका, जपान आणि जर्मनीखालोखाल चीनचा क्रमांक होता. पाच वर्षांत या सगळ्यांना मागे टाकत अमेरिकेच्या खालोखाल चीनने आपली वर्णी लावली. २००६ साली अमेरिकेचा जीडीपी होता १३.८१ ट्रिलीयन डॉलर्स, जो चीनच्या पाचपट होता. मात्र २०११ साली अमेरिकेचा जीडीपी वाढून १५.५४ ट्रिलियन डॉलर्सवर पोहोचला. ही वाढ चीनच्या जीडीपीच्या फक्त दुप्पट होती.

अशा प्रकारे २००६ ते २०११ दरम्यान, चीनची अर्थव्यवस्था अमेरिकेच्या (१३.८१ ट्रिलियन डॉलर्स) एक पंचमांश (२.७५ ट्रिलियन डॉलर्स)वरून अमेरिकेच्या (१५.५४ ट्रिलियन डॉलर्स) अर्ध्या (७.५५ ट्रिलियन डॉलर्स)पर्यंत पोहोचली. माओ त्से तुंगच्या चीनने मारलेल्या या आर्थिक भरारीची कारणमीमांसा करणं कठीण आहे. २००६ पूर्वीपर्यंत चीनच्या जीडीपीत सलग पाच वर्षं २४ टक्क्यांची वाढ कधीच झाली नव्हती, आणि गंमत म्हणजे २०११ नंतर तिच्यात कधीच वाढ झाली नाही. २०११मध्ये ७.५५ ट्रिलियन डॉलर्स असलेला चीनचा जीडीपी, २०२१मध्ये १६ ट्रिलियन डॉलर्सपर्यंत वाढला आहे. म्हणजे सरासरी वार्षिक वाढ दर ७.५ टक्के इतकी आहे. म्हणजेच २०११ ते २०२१ पर्यंत, जीडीपी दुप्पट होण्यासाठी चीनला १० वर्षं लागली; परंतु २००६ ते २०११ दरम्यान जीडीपी तिप्पट व्हायला केवळ पाच वर्षं लागली.

युआन आणि डॉलरच्या दरातील विसंगतीचं स्पष्टीकरण म्हणून या संकेतांकडे लक्ष द्या. २०२१मध्ये एका डॉलरच्या तुलनेत युआनचा दर होता सरासरी ६.४६ युआन. उल्लेखनीय बाब म्हणजे दहा वर्षांपूर्वी, २०११ साली डॉलर आणि युआनचा विनिमय दर हाच होता. पुढील दशकभरात त्यात फारच थोडे चढ-उतार झाले; परंतु थोडं मागे जाऊ या २००५ आणि २००६ सालात. तेव्हा डॉलरच्या तुलनेत युआनचा विनिमय दर ८.१ युआनहून जास्त होता. अशा तऱ्हेने २००६ ते २०११ दरम्यान अमेरिकन डॉलरच्या तुलनेत चिनी चलन २५ टक्क्यांपर्यंत मजबूत झालं.

जीडीपी कायम डॉलर्समध्येच मोजला जातो. त्यामुळे वधारलेल्या युआनमुळे चीनची अर्थव्यवस्था किमान २५ टक्क्यांनी वाढण्यास मदत झाली. २००६ ते २०११ दरम्यान युआनचा दर स्थिर राहिला असता, तर चीनचा जीडीपी ७.५५ ट्रिलियन डॉलर्स ऐवजी ६ ट्रिलियन डॉलर्सच्या जवळ गेला असता, परिणामी चीनच्या अर्थव्यवस्थेचा वार्षिक सरासरी वृद्धीदर जो अगदी चमत्कार झाल्याप्रमाणे २४ टक्क्यांवर पोहोचला होता, तो १४ टक्क्यांपर्यंत घसरला असता. कुठलाही फेरफार न करताही वार्षिक वाढीचा सर्वांत नीचांकीच राहिला असता.

बरोबर याउलट परिस्थिती भारताची होती. याच कालावधीत भारतीय रुपयाची लक्षणीय घसरण झाली. २०११मध्ये डॉलरच्या तुलनेत रुपयाचा विनिमय दर होता ४५ रुपये, २०२१मध्ये तो ७५ रुपयांवर गेला आणि २०२३मध्ये तर तो ८० रुपयांपर्यंत जाऊन पोहोचला आहे. २०११ ते २०२१ या काळात, रुपयादेखील युआनप्रमाणेच डॉलरच्या तुलनेत ४५ रुपयांवर स्थिर राहिला असता तर, आज २०२३ सालात भारताचा जीडीपी (डॉलर्समध्ये) ६ ट्रिलियन डॉलर्सपेक्षा जास्त असला असता आणि आज भारतीय अर्थव्यवस्था ही जपान व जर्मनीला मागे टाकत; अमेरिका आणि चीनच्या खालोखाल, जगातील सर्वांत मोठी तिसरी अर्थव्यवस्था झाली असती.

भारतात असे काही लोक आहेत, त्यांची स्वत:ची अशी एक परिसंस्था आहे, ज्यांना रुपया सतत कमकुवत झालेलाच हवा असतो. निर्यातदारांसाठी रुपया कमकुवत असणं हिताचं असणं काही कारणांपुरतं स्वाभाविक आहे. डॉलरच्या तुलनेत रुपयाची, ऐतिहासिक म्हणावी अशी, वर्षाला सरासरी तीन टक्के दराने घसरण होत होती. भारताची

व्यापारी वित्तीय तूट आणि अमेरिकेसोबतचा चलनवाढीच्या दरातला फरक ही त्यामागची काही मुख्य आणि महत्त्वाची कारणं होती. गेली अनेक वर्षे निर्यातीतली वाढ खुंटली होती, गेली दहा वर्षे रुपयाचं सातत्यानं अवमूल्यन होत आहे; परंतु या परिस्थितीत गेल्या दोन वर्षांत निर्यातीत वाढ झाल्याचं दिसून येत आहे. त्यामुळे, निर्यात वाढीसाठी रुपयाचं कमकुवत असणं आवश्यक आहे हा युक्तिवाद निकाली निघतो. मालाची गुणवत्ता, मालाचा पुरवठा साखळीखर्च आणि माल योग्य वेळी जहाजावर चढवणं या गोष्टीदेखील निर्यातवाढीसाठी तितक्याच महत्त्वाच्या असतात. निर्यातीला चालना देण्यासाठी केवळ कमकुवत रुपयावर लक्ष केंद्रित करण्याऐवजी भारत सरकारने या गोष्टींमध्ये सुधारणा घडवून आणणं आवश्यक आहे.

भारताचे मुख्य आर्थिक सल्लागार – व्ही. अनंथ नागेश्वरन – यांनी *मिंट* या दैनिकात म्हटल्यानुसार, 'विनिमय दरांवर प्रभाव टाकणाऱ्या सर्व आर्थिक मूलभूत गोष्टींपैकी एक स्थायी, शाश्वत घटक म्हणजे चलनवाढीतील फरक. दुसऱ्या शब्दांत सांगायचं तर, सापेक्ष क्रयशक्ती समतेचा (पीपीपी) मोठ्या प्रमाणावर प्रभाव पडतो. अंदाजे दहा वर्षांपूर्वी आर्थिक इतिहासकार *एलरॉय डिमसन, पॉल मार्श* आणि *माइक स्टॉन्टन* यांनी त्यांच्या *क्रेडिट सुईस* (स्वित्झर्लंडच्या खाजगी बँकिंग आणि मालमत्ता व्यवस्थापनातील अग्रगण्य संस्थांपैकी एक संस्था)च्या वार्षिक गुंतवणूक परतावा पुस्तकात नमूद केलं आहे, की १९०४ ते २००४ दरम्यान पौंड स्टर्लिंगच्या मूल्यात दर वर्षाला सरासरी १ टक्क्याने घसरण झाली. यूके आणि यूएसच्या वार्षिक चलनवाढीतील फरकदेखील एक टक्काच होता. त्यामुळे, गेल्या पाच वर्षांत डॉलर आणि रुपयाच्या विनिमय दरातील घसरण आणि तफावतीचं स्पष्टीकरण देण्यासाठी चलनवाढीतील फरकाचा हा मुद्दा जास्त तार्किक आणि सयुक्तिक ठरेल.'

'परंतु आता *यूएस फेडरल रिझर्व्ह*नेदेखील हे मान्य केलं आहे, की अमेरिकेतील चलनवाढीचा वाढलेला दर, जो तेव्हा फार थोड्या काळापुरता राहील असं मानण्यात आलं होतं, तो आता कायमस्वरूपी झाला असल्याचं मानलं जात आहे. ग्राहककेंद्रित महागाई दर गेल्या पाच महिन्यांपासून पाच टक्के किंवा त्याहून जास्त दरावर अडकून पडला आहे. त्यामुळे डॉलर आणि रुपयाविषयक कोणताही अंदाज करण्यासाठी गेल्या काही दशकांपासून जो दोषपात्र घटक राहिला आहे, त्याला इथून पुढे अवमूल्यनाचं कारण म्हणता येणार नाही.'

महत्त्वाच्या किंवा मोठ्या देशांच्या अर्थव्यवस्थांची अधिक अचूक तुलना म्हणजे क्रयशक्ती समता सिद्धांताद्वारे मोजण्यात आलेल्या जीडीपीचं निरिक्षण करणे. जेव्हा अर्थव्यवस्था मापल्या जातात तेव्हा, विकसनशील किंवा कमी विकास झालेल्या देशांमध्ये वस्तू आणि सेवांचं मूल्य घसरतं. *पीपीपी*च्या गणनेमुळे या किंमतीतील फरक कमी होतो.

आंतरराष्ट्रीय नाणेनिधीनुसार, २०२४मध्ये चीन आणि भारताचा जीडीपी (पीपीपी) अनुक्रमे ३२ ट्रिलियन डॉलर्स आणि १२.५ ट्रिलियन डॉलर्स असण्याचा अंदाज आहे. जीडीपीतील हे अडीचपटाचं अंतर हे वर्तमान विनिमय दरावर आधारित नाममात्र जीडीपी वापरून तुलना करून सुचवलेल्या पाचपटापेक्षा अर्धं आहे. त्याचप्रमाणे सध्याच्या विनिमय

दराच्या गणनेनुसार, चीनचं असलेलं १२,५०० डॉलर्सचं दरडोई उत्पन्न भारताच्या दरडोई उत्पन्नाच्या (२,५०० डॉलर्स) पाच पटीने जास्त असल्यास दोन्ही देशांमधील पीपीपी आधारित दरडोई उत्पन्नातील अंतर (२३,००० डॉलर्स विरुद्ध ९,००० डॉलर्स) हे पुन्हा अडीचपट आहे, पाचपट नाही. ही आकडेवारी नागरिकांच्या सापेक्ष राहणीमानाचं चित्र प्रदान करते.

भारत आज अशा दशकात प्रवेश करत आहे, जिथे आर्थिक विकास वृद्धिंगत होत आहे, त्यातच चिनी अर्थव्यवस्था वर्षाला तीन टक्के दराने मंदावत आहे, त्यामुळे २०२३पर्यंत दरडोई उत्पन्नातील दरी आणखी कमी होणार आहे. महागाई वगळता, सात टक्क्यांहून अधिक सातत्यपूर्ण वार्षिक जीडीपी वाढ साध्य करण्यासाठी, भारताला ठोस संरचनात्मक सुधारणा सुरू ठेवण्याची गरज आहे. मोदी सरकारने यालाच प्राधान्य द्यायला हवं.

पहिलं पर्व : २६ मे २०१४, पंतप्रधान कार्यालयाचा पदभार स्वीकारताना नरेंद्र मोदी.

२८ मे २०२३, पंतप्रधान नरेंद्र मोदी नव्या संसद भवनाच्या उद्घाटनप्रसंगी मान्यवरांना संबोधित करताना.

वॉशिंग्टन डी. सी. येथील अमेरिकी काँग्रेसच्या संयुक्त अधिवेशनात भाषण करताना पंतप्रधान नरेंद्र मोदी, २२ जून २०२३.

अमेरिकी काँग्रेसच्या संयुक्त अधिवेशनात, अमेरिकेच्या उपराष्ट्राध्यक्ष कमला हॅरिस यांच्याशी हस्तांदोलन करताना पंतप्रधान नरेंद्र मोदी.

२२ जून २०२३ रोजी, अमेरिकेचे राष्ट्राध्यक्ष ज्यो बायडेन यांनी व्हाइट हाउसमध्ये आयोजित केलेल्या स्टेट बँक्केट डिनरसाठी पंतप्रधानांचे आगमन

पंतप्रधान नरेंद्र मोदी आणि इजिप्तचे पंतप्रधान मुस्तफा मडबौली यांची २४ जून २०२३ रोजी झालेली बैठक.

पंतप्रधान नरेंद्र मोदी आणि अमेरिकेच्या उप-राष्ट्राध्यक्ष कमला हॅरिस, २३ जून २०२३ रोजी व्हाइट हाउसमध्ये आयोजित करण्यात आलेल्या राज्य विभागीय मेजवानीदरम्यान गप्पागोष्टी करताना.

२२ जून २०२३, पंतप्रधान नरेंद्र मोदी आणि अमेरिकेचे राष्ट्राध्यक्ष ज्यो बायडेन, व्हाइट हाउसमध्ये द्विपक्षीय चर्चा करताना.

२६ मे २०१४ रोजी, पंतप्रधानपद स्वीकारल्यानंतर लगेचच नवाझ शरीफ यांच्या नेतृत्वाखालील शिष्टमंडळाशी चर्चा करताना पंतप्रधान नरेंद्र मोदी.

फर्स्ट डे फर्स्ट शो : पाकिस्तानचे पंतप्रधान नवाझ शरीफ यांची २६ मे २०१४ रोजी झालेल्या शपथग्रहण सोहळ्यातील भेट.

ब्रिटनचे पंतप्रधान ऋषी सुनक यांच्यासमवेत पंतप्रधान नरेंद्र मोदी.

फ्रान्स-चीन हातमिळवणी? मॅक्रॉं आणि शी जिनपिंग.

जी-२० परिषदेत केंद्रीय परराष्ट्रव्यवहार मंत्री एस. जयशंकर.

भारत जोडो यात्रेच्या समाप्तीनंतर, २२ फेब्रुवारी २०२३ रोजी काँग्रेस नेते राहुल गांधी, मेघालयातील शिलाँगमध्ये सार्वजनिक सभेत भाषण करताना.

प्रियंका गांधी, राहुल गांधींसमवेत पदयात्रेत सामील झाल्या होत्या, २४ नोव्हेंबर २०२२.

एआयसीसी सरचिटणीस प्रियंका गांधी, छत्तीसगढमधील रायपूर इथे २५ फेब्रुवारी २०२३ रोजी काँग्रेसच्या महाअधिवेशनाला उपस्थित असताना.

४६व्या आंतरराष्ट्रीय पुस्तक प्रदर्शनात पश्चिम बंगालच्या मुख्यमंत्री ममता बॅनर्जी, ३० जानेवारी २०२३.

१ ऑगस्ट, २०२३ रोजी लोकमान्य टिळक राष्ट्रीय पुरस्काराने पंतप्रधान मोदींना राष्ट्रवादी काँग्रेसचे अध्यक्ष श्री. शरद पवार यांच्या उपस्थितीत सन्मानित करण्यात आले.

जपानचे पंतप्रधान फुमियो किशिदा हैदराबाद हाउसमध्ये पंतप्रधान नरेंद्र मोदींसमवेत.

इटलीच्या पंतप्रधान जॉर्जिया मेलोनी यांच्याशी हस्तांदोलन करताना पंतप्रधान नरेंद्र मोदी.

प्रत्यक्ष नियंत्रण रेषेवरील सैनिकांसमवेत दिवाळी साजरी करताना पंतप्रधान नरेंद्र मोदी.

मे, २०२३मध्ये कर्नाटक विधानसभेतील विजय साजरा करताना राहुल गांधी; समवेत, सिद्धरामय्या आणि डी. के. शिवकुमार.

३ मे २०२२, डेन्मार्कमधील कोपनहेगन इथे भारतीय समुदायाकडून स्वागताचा स्वीकार करताना पंतप्रधान नरेंद्र मोदी.

८ एप्रिल २०२३, तामिळनाडूमध्ये वंदे भारत रेल्वेगाडीत विद्यार्थ्यांशी आणि कर्मचाऱ्यांशी संवाद साधताना पंतप्रधान नरेंद्र मोदी.

२० एप्रिल २०२३ रोजी नवी दिल्लीत भरलेल्या जागितक बौद्ध शिखर परिषदेत पंतप्रधान.

९ एप्रिल २०२३ रोजी दिल्लीतील सेक्रेड हार्ट कॅथेड्रल कॅथलिक चर्चमध्ये पंतप्रधान नरेंद्र मोदी यांनी ख्रिश्चन समुदायाच्या ज्येष्ठ आध्यात्मिक नेत्यांशी भेट घेऊन चर्चा केली.

केंद्रीय अर्थ आणि कॉर्पोरेट व्यवहारमंत्री निर्मला सीतारमण यांनी जागतिक बँक समूहाचे माजी अध्यक्ष डेव्हिड मालपास यांची नवी दिल्लीत २२ फेब्रुवारी २०२३ रोजी भेट घेतली.

ॲपलचे मुख्य कार्यकारी अधिकारी टीम कुक पंतप्रधान नरेंद्र मोदी यांच्याशी हस्तांदोलन करताना, १९ एप्रिल २०२३.

हिरोशिमा इथे भारत आणि युक्रेन शिष्टमंडळाची चर्चा.

२० मे २०२३, जी ७ समूहाच्या आगामी बैठकीच्या पार्श्वभूमीवर, युक्रेनचे पंतप्रधान वोलोदिमिर झेलेन्स्की यांच्याशी पंतप्रधान मोदींनी, जपानमधील हिरोशिमामध्ये द्विपक्षीय चर्चा केली.

२१ मे २०२३ रोजी पापुआ न्यू गिनीतील पोर्ट मोरेस्बी इथे पंतप्रधान नरेंद्र मोदींचं आगमन. पंतप्रधान जेम्स मारापे यांनी मोदींना पदस्पर्श करून स्वागत केलं.

२० मे २०२३, हिरोशिमा इथे क्वाड राष्ट्रांच्या नेत्यांची शिखर परिषद. डावीकडून उजवीकडे : अमेरिकेचे अध्यक्ष ज्यो बायडेन, ऑस्ट्रेलियाचे पंतप्रधान अल्बानीस, जपानचे पंतप्रधान फुमियो किशिदा आणि भारताचे पंतप्रधान नरेंद्र मोदी.

प्रकरण १५

१९७९ : निर्णायक वर्ष

विसाव्या शतकाचा जेव्हा इतिहास लिहिण्यात येईल, तेव्हा १९७९ हे वर्ष सर्वांत निर्णायक वर्ष म्हणून गणलं जाईल. याच साली इराणमध्ये क्रांती घडून आली आणि अमेरिकेच्या पाठिंब्याने इराणवर राज्य करणाऱ्या शाहला पदच्युत करण्यात आलं. आखातातील राजकारणाचा रंगच बदलला. अयातुल्ला खोमेनी यांनी इराणची सत्ता बळकावली आणि पाश्चिमात्त्य देशांशी असलेल्या संघर्षाला तोंड फुटलं. हा संघर्ष अनेक वर्षे चालला. १९७९मध्येच रशिया आणि अमेरिकेदरम्यान शीतयुद्ध शिगेला पोचलं होतं. त्याचदरम्यान सोव्हिएत युनियनने अफगाणिस्तानवर आक्रमण करण्याची घातक घोडचूक केली. युनायटेड स्टेट्स, सौदी अरेबिया आणि पाकिस्तानने एकत्र येत सोव्हिएत युनियनशी लढा देण्यासाठी जिहादींची फौज तयार केली. याच जिहादींना अखेरीस दहा वर्षांनंतर, १९८९ साली पराभूत होऊन माघार पत्करावी लागली होती.

या पराभवानंतर अफगाणिस्तानात काही फुटकळ प्रशिक्षित दहशतवादी मागे राहिले होते; परंतु त्यांच्याशी लढायलाही कोणी उरलं नव्हतं. या दहशतवाद्यांनी आपला मोर्चा पाकव्याप्त काश्मीरकडे वळवला. पुढे त्यांना पाकिस्तानी गुप्तचर संस्था आयएसआयने आश्रय दिला आणि त्यांची रवानगी काश्मीरमध्ये केली. तेव्हापासून जम्मू आणि काश्मिरमध्ये पाकपुरस्कृत दहशतवादाने थैमान घालायला सुरुवात झाली. हे थैमान पुढची ३४ वर्षं सुरू होतं. पाकिस्तान पुरस्कृत दहशतवादाचं हे घातक विष पसरवून भारताला रक्तबंबाळ करण्याची पाकिस्तानची योजना कधीच यशस्वी होऊ शकली नाही.

याच वर्षी म्हणजे १९७९ सालात आणखी एक अभूतपूर्व घटना घडली जिच्याकडे फार थोड्या जणांचं लक्ष गेलं. चीनचे नेते डेंग शाओपिंग यांनी आर्थिक सुधारणांची मालिकाच सुरू केली. या सुधारणांमुळे भारतापेक्षाही कमी दरडोई उत्पन्न असलेला चीन जगातील दुसऱ्या क्रमांकाची अर्थव्यवस्था ठरला. त्याचं दरडोई उत्पन्न उच्च मध्यम गटात मोडू लागलं.

भारताने चीननंतर १२ वर्षांनी म्हणजे १९९१ साली आर्थिक सुधारणांना सुरुवात केली; परंतु आर्थिक उदारीकरणाचं धोरण राजकीय आणि नोकरशाहीच्या लाल फितीत अडकून राहिलं. भारताची लोकशाही बहुपक्षीय आहे. त्यात अनेक संस्कृतींचा मेळ आहे, परिणामी भारतात आर्थिक सुधारणा या टप्प्याटप्प्यानं होणं पर्याप्तच होतं. चीनमध्ये मात्र अशी कोणतीही परिस्थिती नव्हती. तिथे कम्युनिस्ट पक्षाचा शब्द हा जणू कायदाच असतो. त्यांच्या निर्णयांना, धोरणांना विरोध करणाऱ्यांना एक तर कैदेत टाकलं जातं किंवा मारून टाकण्यात येतं. एक फर्मान काढून परदेशी चढाओढ नियंत्रित केली जाते. चीनमध्ये जागतिक बातम्यांच्या प्रसारणाला तसंच समाजमाध्यमांच्या वापराला बंदी आहे.

१९९१पासून भारतीय अर्थव्यवस्थेने उदारीकरणाचं धोरण स्वीकारलं. परिणामी, १९६० ते १९७०पर्यंत सरासरी तीन टक्के असणारा वार्षिक विकास दर दुप्पट म्हणजेच सात टक्क्यांवर पोहोचला; परंतु या उदारीकरणाने भांडवलशाही आणि भ्रष्टाचार यांनाही सोबत आणलं. युपीएच्या पहिल्या आणि दुसऱ्या कार्यकाळात म्हणजेच २००४ ते २०१४ या काळात भ्रष्टाचार फोफावतच गेला. सार्वजनिक क्षेत्रातील बँकांच्या अध्यक्षांना, अर्थमंत्रालयातून एक फोन जाई आणि कर्ज तातडीने मंजूर होत असत.

इथेच एनपीए (नॉन प्रॉफिट असेट्स)ची विषारी बीजं रोवली गेली. या 'एनपीए'नामक विषाणूने अनेक बँकांना दिवाळखोर केलं. ज्यावर उपाय म्हणून नादारी आणि दिवाळखोरी (आयबीसी) कायदा तयार करण्यात आला.

सर्वांगीण विकास, पायाभूत सुविधा आणि शिक्षण या त्रिसूत्रीवर चीनने आपलं सर्व लक्ष एकवटलं. अतिशय निर्धाराने राबवलेल्या या त्रिसुत्रीचे लाभ त्यांना पुढील काही वर्षांत दिसून आले. शांघाय आणि बिजींगसारख्या शहरांचं दरडोई उत्पन्न ५०,००० डॉलर्सपेक्षा जास्त आहे, जे युरोप आणि अमेरिकेच्या दरडोई उत्पन्नाशी चढाओढ करतं. चीनच्या ग्रामीण भागातील बराचसा भाग अजूनही गरीब, आर्थिकदृष्ट्या मागास आहे. मात्र सध्याच्या विनिमय दरानुसार चीनचं सध्याचं दरडोई उत्पन्न १२,५०० डॉलर्स आहे. हे दरडोई उत्पन्न लॅटीन अमेरिकन देशांच्या सरासरी राहणीमानाच्या पंक्तीत येतं. हाँगकाँगमधील युबीएस एजी या वित्तीय कंपनीत इक्विटी ॲनॅलिस्ट म्हणून काम करणारे हाईड चेन यांच्या मते, 'परिपक्व अर्थव्यवस्थांच्या इतिहासकालीन किंवा मागील अनुभवांवरून असं दिसतं, की चीनमधील श्रीमंत आणि गरीब लोकवस्तींतील घरगुती उत्पन्न दोन्ही एकाच बिंदुत सम्मिलीत होतील. चीनमध्ये कमी लोकवस्तीच्या छोट्या शहरांतील दरडोई उत्पन्नाचा दर आणि जास्त लोकसंख्येच्या अर्थात बड्या शहरांतील दरडोई उत्पन्नातील दरी झपाट्याने कमी होत आहे. त्यामुळे दोन्ही प्रकारच्या शहरांतील उत्पन्नात फारसा फरक उरणार नाही.'

अर्थव्यवस्था वृद्धिंगत झाल्यामुळे साहजिकच सगळ्या क्षेत्रांत समृद्धी येते. परिणामी, सामान्य चिनी माणसाचं व्यक्तिमत्त्व, जीवनशैली झपाट्याने आणि आमूलाग्र बदलू लागली आहे. साधारण १९८०च्या दरम्यान फार थोड्या चिनी लोकांनी- ८०,०००हूनही कमी लोकांनी-परदेश प्रवास केला असेल. पण तेच, कोरोनाचा काळ वगळता, एका वर्षात १३ कोटी (१३० मिलियन) चिनी लोकांनी परदेश प्रवास केला आहे. ही संख्या फ्रान्स आणि ब्रिटनच्या एकत्रित लोकसंख्येइतकी आहे.

चीनमध्ये शहरीकरणही झपाट्याने होत आहे. चीनचे शहरी आणि ग्रामीण गुणोत्तर ७० टक्के आहे. तुलनात्मकरित्या, अमेरिकेत हेच गुणोत्तर ८२ टक्के आहे. भारत ३४ टक्क्यांनी मागे आहे. प्रामुख्याने मध्यमवर्गीय उत्पन्न असलेल्या थायलंडचं गुणोत्तर ५० टक्के आहे. भारतात असलेलं लोकशाहीचं सरकार देशाच्या विकासात काही वेळा अडथळा ठरू शकतं; परंतु भविष्यात हीच लोकशाही विकासाचं एक महत्त्वपूर्ण साधन म्हणून सिद्ध होईल. हुकूमशाही हे समाजावर लादलेलं एक प्रकारचं ओझं असतं हे चीनच्या लक्षात आलं आहे. इतिहास साक्षीदार आहे, की समृद्धी किंवा सुबत्तेची एक विशिष्ट पातळी गाठल्यानंतर समाज प्रत्येक बाबतीत स्वातंत्र्याची अपेक्षा करतो. निवड, अभिव्यक्ती, मोकळीक आणि निवडणूक मताधिकाराचं स्वातंत्र्य. या स्वातंत्र्याची भरपाई कितीही चकचकीत कार्यालयं अत्याधुनिक घरं आणि सुपरहायवे कधीच करू शकत नाहीत. किंबहुना या स्वातंत्र्याच्या मोबदल्यात सर्व सुखसुविधा काडीमोल ठरतात.

चीनने आज शिक्षणक्षेत्रातही मोठी प्रगती केली आहे. शैक्षणिक क्षेत्रात चीनच्या समतल येण्यासाठी भारताला काय करायला हवं? १९९८ साली, चीनने देशात जागतिक दर्जाची विद्यापीठं निर्माण करण्याची मोहिम हाती घेतली. पुढच्या २० वर्षांत, अनेक चिनी विद्यापीठांची गणना जगातील सर्वांत उत्तम शैक्षणिक संस्थांच्या पहिल्या दोनशे संस्थांमधे होऊ लागली. आपल्याकडे विद्यापीठांचं मानांकन त्यातल्या शिक्षकांच्या गुणवत्तेवर किंवा विद्यापीठातल्या पायाभूत सुविधांनुसार होत नसतं, तर सहकर्मींनी तपासलेले शैक्षणिक जर्नल्स तसंच शोधनिबंधांतली माहिती तुम्ही कुठल्या स्रोतातून घेतली वगैरेनुसार होत असतं. त्यामुळेच भारतातील विद्यापीठं आज गुणवत्तेत मार खातायत आणि मागे पडली आहेत. लोकशाही कितीही अनमोल असली तरी त्यालाही काही मूल्य असतं. भारताने ती किंमत पुरेपूर चुकवली आहे. भारताने आता नवीन शैक्षणिक धोरणाची तंतोतंत अंमलबजावणी करणं आवश्यक आहे, तरच भविष्यात त्याचे लाभ मिळू शकतील.

चीनचे राष्ट्राध्यक्ष शी जिनपिंग यांचा थाट एखाद्या छोटेखानी राजपुत्रासारखा असतो. जिनपिंग यांचे वडील-शी झॉनशेंग-हे पीपल्स रिपब्लिक ऑफ चायनामध्ये ज्येष्ठ राजकीय नेते होते. मोदी मात्र एका सामान्य घरातून आले आहेत. दोन्ही नेत्यांमध्ये एक गुण सामायिक आहे. तो म्हणजे, कठोरपणा. विसाव्या दशकाच्या उत्तरार्धात अमेरिका, चीन आणि भारत या जगातील तीन सर्वांत मोठ्या अर्थव्यवस्था असतील हे जिनपिंग ओळखून आहेत. या भू-राजकीय त्रिकोणात चीन आणि अमेरिका मिळून दोन मोठे कोन बनतील, तर भारताचा कोन सर्वांत लहान असेल. तथापि, या दोन महासत्तांमधला दुवा भारतच असेल.

हे एकविसावं शतक जसजसं पुढे सरकेल तसतसं, विसाव्या शतकात ब्रिटनने जी भूमिका बजावली होती, ती भूमिका भारत बजावेल. सध्याची जागतिक स्थिती बघितली तर, ब्रिटनची सत्ता सामर्थ्यविहीन, दुर्बल झालेली आहे. खंडप्राय युरोपला रशियाचा सामना करावा लागत आहे. अशा परिस्थितीत चीनला शह देण्यासाठी आर्थिक आणि लष्करी सामर्थ्य मजबूत असलेल्या भारतावरच अमेरिकेला विसंबून राहावं लागणार आहे. चीनसोबत असलेल्या राजकीय-परराष्ट्रीय धोरणाचं संपूर्ण व्याकरणच मोदींनी बदलून टाकलं आहे.

चीनच्या विरोधात आज भारताकडे चार कळीचे मुद्दे किंवा हुकमी एक्के आहेत असं म्हणू या. ते म्हणजे तिबेट, तैवान, झिनझियांग आणि चीनपेक्षा जास्त असलेली लोकसंख्या. ज्याप्रमाणे सतत कुरापती करत चीनने भारतात अस्थिरता निर्माण केली, त्याचप्रमाणे या हुकमी एक्क्यांचा वापर करून भारतानेही चीनला त्रस्त करून सोडायला हवं. प्रत्यक्ष नियंत्रण रेषेवरील समस्येवर भारताने सुचवलेल्या उपायांना चीनने असहमती दर्शवली आहे. प्रत्यक्ष नियंत्रण रेषेवर चीनच्या वाढत्या कुरापतींविरोधात चीनवर जागतिक दबाव आणण्याची मोदी सरकारला ही उत्तम संधी आहे. चीन दुबळ्यांचं शोषण करतो; परंतु जे सामर्थ्यवान आहेत त्यांचा आदरही करतो. एस.सी.ओ. २०२३ चे प्रमुख या नात्याने, दशकानुदशके चीनची दाढी कुरवाळण्याचं चीनची खुशामत करण्याचं धोरण भारताने आता सोडून दिलं पाहिजे. त्याचा याआधीही काही उपयोग झाला नाही आणि भविष्यातही त्याने फार काही साध्य होईल असं वाटत नाही.

पीपल्स रिपब्लिक ऑफ चायनाचे संस्थापक-माओ त्से तुंग-यांनी १९५४ साली म्हटलं होतं, 'तिबेट हा चीनच्या उजव्या हाताचा तळवा आहे. लडाख, नेपाळ, भूतान, सिक्कीम आणि आज आपण ज्याला अरुणाचल प्रदेश म्हणतो तो भूभाग ही या तळव्याला असलेली पाच बोटं'. भारताने ताब्यात घेतलेले प्रदेश (लडाख, सिक्कीम आणि अरुणाचल प्रदेश) तसंच भूतान आणि नेपाळ या स्वतंत्र राष्ट्रांना 'मुक्त' करणं हे चीनच्या कम्युनिस्ट पक्षाचं कर्तव्य आहे असं माओ यांचं म्हणणं होतं.

तिबेटच्या मुद्द्यावर चीनचं रक्त इतकं का खवळतं? तिबेटच्या अधिपत्याखेरीज वर उल्लेख केलेल्या पाच प्रदेशांवर (पाच बोटांवर) चीनने केलेला दावा पीपल्स रिपब्लिक ऑफ चायनाने कधीही अधिकृतरित्या घोषित केलेला नाही. त्यामुळे हा दावा निरर्थक ठरतो. तिबेटबद्दल चीनच्या या विक्षिप्त किंवा वेडसर, आक्रस्ताळ्या वागण्याला एक इतिहास आहे. शतकानुशतकाचा इतिहास पाहिला तर, तिबेटवर अनेक वेळा आक्रमणं झाली आणि त्या आक्रमणानंतर त्याने पुन्हा पुन्हा स्वातंत्र्य मिळवलं. १७२० साली तिबेट, चीनच्या क्विंग राजघराण्याच्या आधिपत्याखाली आला; परंतु १९१२मध्ये किंग राजघराण्याचा पाडाव झाल्यानंतर त्याला पुन्हा स्वातंत्र्य मिळालं. तिबेटचं हे स्वातंत्र्य अल्पकाळ टिकलं. चीनने १९५० साली पुन्हा तिबेटवर आक्रमण केलं आणि १९५१ साली बळेच त्याला आपल्याशी जोडून घेतलं.

चीनची आणि आपली सीमारेषा सामायिक असल्याचं भारताच्या अचानक लक्षात आलं. इतिहासात डोकावून पाहिलं, तर भारत आणि चीनदरम्यान तिबेट व हिमालय तटबंदी सारखे उभे राहिले आहेत. तिबेट नसेल तर भारत आणि चीनदरम्यान कोणतीही 'प्रत्यक्ष नियंत्रण रेषा'च नसेल. चिनी सत्ता विस्तारवादी आहे. प्रत्यक्ष नियंत्रण रेषेपलीकडून तो सतत भारताच्या आत्मबळाची परीक्षा बघत असतो. खरं तर हिमालयासारख्या पर्वतीय प्रदेशातील हिवाळी युद्धासाठी पीपल्स लिबरेशन आर्मी तोंड देऊ शकत नाही, त्याची तेवढी सुसज्जताच नाही आणि चिनी सरकारला याची पूर्ण कल्पना आहे; परंतु उभय देशांतील लष्करी अधिकारी आणि मुत्सद्दी यांच्यात दीर्घकालीन किंबहुना अंतहीन आणि निरर्थक चर्चा घडवत आपण भारताचा पाडाव करू शकतो, अशी आशा बिजिंगला असावी.

तिबेटच्या सात कोटी जनतेच्या मनात चीनविषयी असलेल्या प्रक्षोभामुळे चवताळलेल्या चीनने झिनझियांग प्रांतातील उईघुर मुस्लिमांची मुस्कटदाबी केली, त्यांच्यावर जुलूम केले, तसंच दडपशाहीचं धोरण तिबेटमध्ये राबवायला सुरुवात केली. तिबेट आणि झिनझियांग हे चीनचे सर्वात मोठे प्रांत आहेत. हे दोन प्रांत वगळल्यास, पीपल्स रिपब्लिक ऑफ चायनाचे एकूण जमीनक्षेत्र ३० टक्क्यांपेक्षा ही कमी होईल. चीनने तिबेटमधल्या ग्रामीण भागातील कामगारांची जबरदस्तीने छळछावण्यांत रवानगी केली आहे. या छावण्या पश्चिम झिनझियांगमधील लष्करी बरॅकसारख्याच आहेत.

रॉयटर्स वृत्तसंस्थेच्या केट कॅडेल यांनी यासंदर्भात केलेल्या तपासात अनेक बाबी उघडकीला आल्या. तथापि या बाबींकडे आंतरराष्ट्रीय स्तरावर कुणी फारसं लक्ष दिलं नाही. याचं कारण तिबेट आणि झिनझियांग प्रांतातील मानवी अत्याचार आणि कृष्णकृत्यं जगासमोर येऊ नयेत म्हणून प्रमुख जागतिक माध्यमं व शिक्षण संस्था तिथून हद्दपार केल्या आहेत, उलथवून टाकल्या आहेत. २२ सप्टेंबर २०२०च्या आपल्या अहवालात कॅडेलने, तिबेट आणि झिनझियांगवर संशोधन करणाऱ्या आद्रियान झेन्झ याचं म्हणणं उद्धृत केलं आहे, '१९६६ ते १९७६च्या सांस्कृतिक क्रांतीनंतरचा, माझ्या मते आताहा तिबेटी लोकांच्या जीवनमानावरील सर्वांत जोरदार, सहेतूक आणि लक्ष्यित हल्ला आहे.'

तिबेटमधील बहुसंख्य लोक चीनला 'कब्जा घेणारी क्रूर शक्ती' मानतात. हे लोक विद्यमान दलाई लामा तेन्झिन ग्यात्सो यांना शरण जाऊन त्यांच्याचरणी आपल्या निष्ठा वाहतात. आज दलाई लामांचं वय ८८ वर्षे आहे. आपल्या मरणाकडे चीन डोळे लावून वाट बघत असल्याची त्यांना पूर्ण कल्पना आहे. त्यांच्या निधनानंतर, चीन, त्याने निवड केलेल्या पंचेन लामा यांना दलाई लामांचे उत्तराधिकारी म्हणून नियुक्त करेल आणि त्यायोगे दलाई लामा यांची शतकानुशतकांची परंपरा असलेली एक संस्कृती, प्रथा अखेरीस संपुष्टात येईल.

दलाई लामांनी अरुणाचल प्रदेशला दिलेल्या भेटीमागे काही तरी घातपात असावा असा संशय चीनला आहे. अरुणाचल प्रदेशला चीन 'दक्षिण तिबेट' असं म्हणतो आणि अगदी जगजाहीरपणे त्यावर आपला दावा सांगतो. धर्मशालामध्ये तिबेटचं निर्वासित सरकार स्थापन करण्यासाठी दलाई लामा तवांगमार्गे भारतात पळून आले हे कोणाला फारसं ज्ञात नाही. ५ एप्रिल, २०१७च्या *'द इकॉनॉमिक टाइम्स'मध्ये* दिपंजन चौधरी यांनी लिहिल्याप्रमाणे, 'तिबेटमधील गाल्डन नामगे ल्हात्से मॉनेस्ट्री (मठ) नावाने ओळखल्या जाणाऱ्या तवांग मॉनेस्ट्रीची स्थापना १६८० ते ८१च्या दरम्यान लामा लोद्रे ग्यात्सो यांनी, पाचवे दलाई लामा एंग्वांग लोबसांग ग्यात्सो यांच्या इच्छेनुसार केली. हेच कर्म-कर्यु पंथाचं अधिष्ठान आहे.' तवांगवर नियंत्रण मिळवल्याशिवाय तिबेटला वैधता मिळू शकणार नाही असं चिनच्या कम्युनिस्ट पक्षाचं मत आहे.

दलाई लामा अधूनमधून तवांगला भेट देत असतात. त्यांच्या या भेटींमुळे भारताला चीनसोबतच्या आपल्या संबंधांचं पुनरावलोकन आणि पुनर्मूल्यांकन करण्याची संधी मिळते. दलाई लामांच्या या तवांगभेटीमुळे संतापलेला चीन या भेटींना विरोध करणारी विधानं वेळोवेळी प्रसिद्ध करत असतो. 'चीन आणि भारत हे दोन प्रमुख विकसनशील देश असून आम्ही एकमेकांचे सख्खे शेजारी आहोत' असं चीनचं परराष्ट्र मंत्रालय म्हणतं. 'भारत आणि

चीनचे संबंध सलोख्याचे, शांततामय असणं हे उभय पक्षांच्या दृष्टीने हिताचं आणि महत्त्वाचं आहे; परंतु असे संबंध एका निश्चित आणि आश्वासक आधारावर उभे केलेले असावे लागतात. दलाई लामांच्या या भेटींमुळे भारत-चीन संबंधांना गंभीर धक्का बसतो आहे. भारताने आपल्या राजकीय वचनांवर ठाम राहावं, जेणेकरून भारत-चीन संबंधांना धक्का लागणार नाही, असं आम्ही भारताला सांगितलं (बजावलं) आहे. हे संबंध सुरळीत ठेवायचे की नाही याची निवड आता भारताने करायची आहे.'

भारताने आपला पर्याय कधीच निवडला होता - तटस्थपणा. मात्र चिनी सैन्याने लडाखमध्ये केलेल्या घुसखोरीनंतर आणि डिसेंबर २०२२मध्ये यांगत्से शिखरावर भारतीय लष्कराने पीएलएचा घुसखोरीचा प्रयत्न हाणून पाडल्यानंतर, चीनची समजूत काढण्याचं किंवा त्याला शांत करण्याचं धोरण संपुष्टात आलं. आज झिनझियांग प्रांतात इस्लामी दहशतवादाने पुन्हा डोके वर काढलं आहे, रशिया-युक्रेन संघर्षामुळे चीनचे पाश्चिमात्त्य देशांशी असलेले संबंध बिघडले आहेत, चीनची अर्थव्यवस्था रिअल इस्टेट संकटाने ग्रासली आहे, तिबेटमध्ये वेळोवेळी होणारे उठाव आणि तैवानसोबतचा वाढता तणाव अशा परिस्थितीने चीनभोवती कोंडाळं केलं असतानाच मोदींनी चीनसोबतचं आपलं नवं धोरण नव्याने प्रस्थापित केलं आहे.

✿

आज लडाखमधील कोंडीहूनही मोठे भू-राजकीय प्रश्न आ वासून उभे आहेत. २०२० साली चीनने प्रत्यक्ष नियंत्रण रेषा ओलांडून पाच ठिकाणी आक्रमणं केली. या आक्रमकतेमागे चीनचा खरा हेतू कोणता होता? डोकलाममध्ये घडलेल्या घटनेची उकल करणं त्यामानाने सोपं होतं. तब्बल ७३ दिवसांनी, किरकोळ कारणं देत, तोंड लपवत चिनी सैन्याने माघार घेतली. चीनला असलेल्या अनेक भू-राजकीय गोंधळामुळे लडाखमधील गोंधळ निर्माण झाला. अमेरिकेसोबत वाढत असलेले भारताचे धोरणात्मक संबंध चीनची डोकेदुखी आहेत. आता नवी दिल्लीला पर्यायाने भारताला चांगलाच धडा शिकवण्याचा निर्धार चीनने केला आहे.

कोविड संकटाच्या काळात भारतात गुंतवणूक करण्यापूर्वी चिनी कंपन्यांनी सरकारची परवानगी घेणं भारताने बंधनकारक करून चीनला चिथावलं होतं. यापूर्वी भारतात व्यवसाय करण्यासाठी ही परवानगी बंधनकारक नव्हती. त्यातच, चीनविरोधी भूमिका असणारे तैवानचे राष्ट्राध्यक्ष त्साई इंग-वेन यांच्या शपथविधी समारंभाला मिनाक्षी लेखी यांच्यासह, भारतीय जनता पक्षाच्या दोन खासदारांनी हजेरी लावली. यामुळे तर चीनला तोंड दाबून बुक्क्यांचा मार सहन करावा लागला. या जखमेवर आणखी मीठ चोळलं गेलं जेव्हा या खासदारांनी, सलग दुसऱ्यांदा विजयी झाल्याबद्दल तैवानच्या राष्ट्राध्यक्षांचं अभिनंदन केलं.

चीन भारताकडे एक प्रादेशिक शत्रू म्हणून तर पाहतोच. शिवाय, अमेरिकेच्या नेतृत्वाखालील पश्चिमी देश तसंच 'इंडो-पॅसिफिक' प्रदेशातील बेताचं सामर्थ्य असलेल्या जपान, ऑस्ट्रेलिया आणि दक्षिण कोरिया या त्रयीसोबत हातमिळवणी केलेला भविष्यातील जागतिक शत्रू म्हणूनही बघतो. या देशांच्या चीनविरोधी आघाडीत भारत हा महत्त्वाचा दुवा आहे. भारताचं भौगोलिक स्थान या दृष्टीने खूप महत्त्वाचं आहे. तसंच लोकसंख्येत

बहुसंख्येने असलेला युवा वर्ग चीनमधील वृद्धत्वाकडे झुकत असलेला मोठा वर्ग यातील तफावत प्रकर्षाने जाणवते.

चीनच्या आक्रमक धोरणामागचे शी जिनपिंग हेच खरे सूत्रधार आहेत. स्वतःच्या देशात हुकूमशाह आणि परदेशांत जहाल विस्तारवादी अशी त्यांची प्रतिमा आहे. प्रत्येक जागतिक मंचावर त्यांनी पाकिस्तान पुरस्कृत दहशतवादाची पाठराखणच केली आहे, पण त्याच वेळी भारताला आण्विक पुरवठादार गट (एनएसजीचा सभासद होण्यापासून रोखणारे जिनपिंग हेच झारीतले शुक्राचार्य आहेत.

चीनला जेव्हा जेव्हा तणाव जाणवायला लागतो, तेव्हा तेव्हा कोणावर तरी तो त्याचा राग काढतोच. हाँगकाँगचे शेवटचे ब्रिटीश गव्हर्नर ख्रिस पॅटन यांनी, २०१९-२०मध्ये चीनने हाँगकाँगवर केलेल्या कारवाईला 'चिनी-ब्रिटीश कराराचा भंग' असं म्हटलं आहे. या कराराद्वारे १९९७ साली ब्रिटनने हाँगकाँग चीनला दिलं; परंतु २०४७पर्यंत त्याचे सर्व स्वातंत्र्यहक्क स्वतःकडेच ठेवले. पॅटन यांच्या या टीकेला प्रत्युत्तर देताना चीनने ब्रिटनला धमकावलं, 'चीनच्या अंतर्गत बाबींमध्ये ढवळाढवळ केल्यास त्याचे परिणाम चांगले होणार नाहीत.' ही धमकी म्हणजे ब्रेक्झिटनंतर ब्रिटन आणि चीननंतर झालेल्या व्यापारी कराराला त्याची झळ लागेल अशी गर्भित सूचनाच होती. अमेरिका, ब्रिटन आणि ऑस्ट्रेलिया यांच्यातील युतीनंतर तर चीन आणि ब्रिटन यांच्यातील संबंध आणखीनच बिघडले. चीनची कोंडी करण्यासाठीच ही युती करण्यात आली, असा चीनचा पक्का समज आहे.

२०४९ साली पीपल्स रिपब्लिक ऑफ चायना आपल्या स्थापनेची शताब्दी साजरी करेल. या वर्षापर्यंत अमेरिकेला मागे टाकत महासत्ता बनण्याचं लक्ष्य जिनपिंग यांनी निर्धारित केलं आहे. त्यामुळे चीनची सर्व कृत्यं याच भिंगाच्या नजरेने बघितली गेली पाहिजेत. पूर्व लडाखमधील अतिक्रमण, दक्षिण चिनी समुद्रांतील बेटांवर उभारलेले लष्करी तळ, हाँगकाँगमध्ये लागू करण्यात आलेला राष्ट्रीय सुरक्षा कायदा, तैवानवरील आक्रमक हवाई हल्ले, झिनझियांग प्रांतातील उईघुर लोकांवर करण्यात आलेले अत्याचार, युक्रेन आणि रशिया संघर्षावरून अमेरिका आणि पश्चिमी देशांशी तापलेलं राजकीय वातावरण, युनायटेड स्टेट्स ऑफ अमेरिकेतील शास्त्रज्ञांचा विध्वंस, पाश्चिमात्त्य राष्ट्रांतील बौद्धिक संपदेची चोरी आणि परदेशी सरकारी मालमत्तेवर करण्यात आलेले सुनियोजित हल्ले. या सर्व कारवाया या महत्त्वाकांक्षेचंच द्योतक आहेत.

या सर्व घटना, २०२४च्या निवडणुकीपर्यंत मोदी सरकारच्या परराष्ट्र धोरणाला अटीतटीचं आव्हान देत आहेत. आगामी लोकसभा निवडणुकीत आपल्याला अनुकूल असं काँग्रेसचंच सरकार सत्तेत यावं ही चीनची इच्छा असणार हे काही आता लपून राहिलेलं नाही. १९८० साली, जेव्हा चीन आणि भारताची अर्थव्यस्था समपातळीवर होती, तेव्हा चीनने आपली सर्व शक्ती, आपली सर्व यंत्रणा देशाची अर्थव्यवस्था वृद्धिंगत होण्यावर लावली. येनकेन प्रकारेन त्यांना देशाची आर्थिक स्थिती सुधारायचीच होती. आर्थिक सुधारणांच्या बाबतीतील भारताचं धरसोड धोरण, लोकशाहीमुळे असणारी मतभिन्नता आणि

निर्णय घेण्यातला वेळकाढूपणा या गोष्टींमुळे चीन कधी थांबला नाही. यापुढील दहा वर्षांत भारत एक मजबूत आर्थिक सत्ता म्हणून नक्की उदयाला येणार याबद्दल चीनला मनोमन खात्री आहे. पापणी लवायला जितका वेळ लागतो, तितक्या वेळेत ही दहा वर्षं निघून जातील.

भारताच्या संरक्षण क्षेत्रात निधीची कमतरता असूनही, त्याचं वेगाने स्वदेशीकरण होत आहे, ते अधिकाधिक अत्याधुनिक होत असून वेगाने विस्तारत असल्याची जाणीवही चीनला पुरेपूर आहे. ५०० मिलियन लोकसंख्येची मध्यमवर्गीयांची बाजारपेठ, जागतिक दर्जाचे सॉफ्टवेअर क्षेत्र आणि जागतिक स्तरावरील तिसरं सर्वांत मोठं स्टार्टअप हब असलेल्या भारताची नजीकच्या भविष्यात महासत्तांमध्ये गणना होणार हे चीन पूर्णपणे जाणून आहे. इथेच शी जिनपिंग यांच्या तिसऱ्या कार्यकालीन योजनेला खीळ बसते. अमेरिकेच्या नेतृत्वाखाली असलेलेले पश्चिमी देश आणि भारत यांच्यातील युतीची शक्यता हीच बिजिंगसाठी मोठी चिंतेची बाब आहे. मग ती क्वाडच्या रूपात असो, वा *AUKUS* सोबत असलेले सुरक्षासंबंध असोत.

पाकिस्तान पुरस्कृत दहशतवादाचा वापर करून, प्रत्यक्ष नियंत्रण रेषेजवळ (एल.ओ.सी.) चीन भारताच्या सुरक्षाबलांना चिथवतो. पण त्यामुळे संयुक्त राष्ट्रांच्या सुरक्षा परिषदेत कायमस्वरूपी व्हेटोचा हक्क मिळण्यासाठी भारत करत असलेल्या प्रयत्नांना खीळ बसते. बिजींगच्या दूरदृष्टीतून, २०४९ पर्यंत जगात दोनच महासत्ता असतील : अमेरिका आणि चीन. २०१८ आणि २०१९ साली अनुक्रमे वुहान आणि महाबलीपुरम इथे झालेल्या अनौपचारिक शिखर परिषदेत शी जिनपिंग यांनी काही शाब्दिक कोट्या करत, भारताने चीन आणि अमेरिकेपासून अंतर राखून वागावं असे सूचक उद्गार काढले. भारत याकडे विनोदबुद्धीने बघेल अशी त्यांना बहुधा अपेक्षा असावी; परंतु त्यांचा तो डाव फसला. आता चीनशी टक्कर देण्याचा केलेला निर्धार कदापि बदलणार नाही.

लडाखबाबत चीनचे आडाखे साफ चुकले. याची चीनला भू-राजकीय किंमत मोजावी लागणारच आहे. २०२४ च्या लोकसभा निवडणुकांपूर्वी, परराष्ट्र धोरणात सुधारणा करण्यात या घटनेचा मोदींना फायदा होऊ शकतो.

प्रकरण १६

कोविड : वुहानमधली अकथित कहाणी

जानेवारी २०२०... कडाक्याची थंडी पडली होती. त्या दिवशी हार्वर्ड विद्यापीठात काहीसे वेगळे आणि अनपेक्षित पाहुणे आले. हे पाहुणे होते फेडरल ब्युरो ऑफ इन्व्हेस्टिगेशनचे एजंट. या एजंट्सनी नॅनो सायन्स विषयातील तज्ज्ञ आणि विद्यापीठाच्या रसायनशास्त्र व जैवरसायन विभागाचे प्रमुख प्राध्यापक चार्ल्स लिबर यांना अटक केली.

लिबर यांच्या अटकेनंतर लगेचच २८ जानेवारीला, *द न्यू यॉर्क टाइम्स* ने बातमी प्रसिद्ध केली : 'आज दुपारी हार्वर्डच्या वैज्ञानिक दिग्गजांपैकी एका व्यक्तीला अटक करण्यात आली. चिनी सरकारशी असलेल्या आर्थिक संबंधांबाबत फेडरल अधिकाऱ्यांना खोटी माहिती पुरवल्याचा त्यांच्यावर आरोप आहे. प्राध्यापक लिबर यांच्या अटकेने संशोधन जगात खळबख उडाली आहे. डॉ. लिबर यांच्यासह अन्य तिघांवर गुन्हे दाखल करण्यात आले आहेत. यापैकी, हार्वर्डशी संलग्न असलेले कॅन्सरविषयक संशोधक जाओसाँग जेंग यांना बोस्टनमधील बेथ इस्राएल डीकोनेस हॉस्पिटलमधील प्रयोगशाळेतून पेशींच्या २१ वायल्स चोरून नेताना अटक करण्यात आली. तिसऱ्या आरोपी आहेत यानचिंग ये. बोस्टन विद्यापीठात असताना आपण पीपल्स लिबरेशन आर्मीत लेफ्टनंट पदावर असल्याचं सत्य त्यांनी लपवून ठेवलं, तसंच चिनी लष्कराकडून मिळणाऱ्या आदेशांची अंमलबजावणी करत राहिल्याचा त्यांच्यावर आरोप असल्याचं सरकारी वकिलांनी सांगितलं.' श्रीमती यानचिंग हिच्यावर व्हिसात फसवणूक, चुकीची विधानं करणे, परदेशी सरकारचे हस्तक म्हणून काम करणे आणि कट रचणे असे गुन्हे दाखल करण्यात आले आहेत. पण त्या वेळी ती चीनमध्ये असल्याने तिला अटक झाली नाही.

आता प्रश्न उपस्थित होतो, की डॉ. लिबर यांच्या अटकेचा आणि जगभरात फैलाव झालेल्या कोविड-१९ आजाराच्या जागतिक साथीचा काय संबंध आहे? तपासाचे सगळे बिंदू एकमेकांशी जोडण्यात आल्यावर असं आढळून आलं की अमेरिकन शास्त्रज्ञ आणि चीन सरकारचे अधिकारी यांच्यात काही तरी साटंलोटं आहे. अमेरिकेत सुरू असणाऱ्या

अतिशय महत्त्वाच्या संशोधनांत विशेषत: जैवतंत्रज्ञान क्षेत्रातील संशोधनाबाबत काहीतरी साटंलोटं आहे असं तपासकर्त्यांना आढळून आलं. मार्च २०२०मध्ये, हाँगकाँगस्थित दैनिक *साऊथ चायना मॉर्निंग पोस्टने* अशी बातमी दिली की, '१७ नोव्हेंबर २०१९ साली, हुबेई प्रांतात, एका ५५ वर्षीय गृहस्थाला कोरोना विषाणूचा संसर्ग झाल्याचं आढळून आलं होतं. हाच तो कोरोनाचा 'पेशंट झिरो' अर्थात पहिला रुग्ण. त्यानंतर जवळ जवळ दोन महिन्यांनी म्हणजे ३१ डिसेंबर, २०१९ रोजी चीन सरकारने या नवीन विषाणूची प्राथमिक माहिती जाहीर केली; परंतु तोपर्यंत खूप उशीर झाला होता आणि या विषाणूमुळे अनेक लोक संक्रमित झाले होते.'

त्यातच नववर्ष साजरं करण्यासाठी अनेकांनी चीनमध्ये अगदी बिनदिक्कत कोणतीही खबरदारी न घेता जा-ये केली होती. त्यामुळे साहजिकच कित्येक जण या विषाणूच्या संपर्कात आले. हुबेई प्रांताची राजधानी आणि ११ मिलियन लोकसंख्या असलेलं वुहान हा या विषाणू-प्रसाराचं केंद्रबिंदू ठरला. इथूनच या विषाणूचा जगभरात फैलाव झाला. चीन सरकारने २०२० साली हुबेई प्रांतामध्ये टाळेबंदी जाहीर केली आणि या विषाणूचा संसर्ग या प्रांतापुरताच सीमित राहील हे सुनिश्चित केलं.

परंतु इतर देशांना मात्र तितकंसं यश मिळालं नाही. मिलानमध्ये, डिझाइनर बॅगा आणि इतर वस्तू उत्पादित करणारे शेकडो कारखाने आहेत आणि ते कारखाने चीनच्या मालकीचे आहेत. त्यामुळे या कारखान्यात काम करणारे अनेक कामगार वुहान ते मिलान असा विमानप्रवास नेहमीच करत असतात. त्यामुळेच २०२०च्या उन्हाळ्यात, इटलीमध्ये विशेषत: लोम्बार्डीच्या उत्तर भागात या विषाणूने इतकं थैमान का घालतं हे कळून येतं. पुढील दोन महिन्यांत, युरोपियन युनियनच्या शेंगेन बॉर्डरलेस व्हिसा क्षेत्राचा भाग असलेल्या जर्मनी, फ्रान्स, स्पेन आणि कालांतराने ब्रिटनमध्ये या विषाणूचा अती वेगाने प्रसार झाला. या दोन महिन्यांत कोरोनाचा फैलाव रोखण्यासाठी या देशांकडून काहीच उपाययोजना करण्यात आली नव्हती.

वुहान हे चीनमधलं उच्च तंत्रज्ञानाचं सर्वांत महत्त्वाचं केंद्र आहे. हार्वर्डमधील प्राध्यापक लिबर यांच्याप्रमाणेच अनेक अमेरिकी शास्त्रज्ञ मोठ्या संख्येने वुहान तंत्रज्ञान विद्यापीठ (वुहान युनिव्हर्सिटी ऑफ टेक्नॉलॉजी) आणि अन्य चिनी विद्यापीठांसाठी कंत्राटी तत्त्वावर काम करत होते. लिबर यांच्या अटकेने अमेरिकेतील वैज्ञानिक जगतात भीतीची लाट पसरली.

वुहान अनेक भागांनी मिळून बनलेलं शहर आहे. २०१८ साली इथे 'वुहान स्पिरीट' या अनौपचारिक शिखर परिषदेचं आयोजन करण्यात आलं होतं, ज्यात चीनचे राष्ट्राध्यक्ष शी जिनपिंग आणि पंतप्रधान नरेंद्र मोदी सहभागी झाले होते; परंतु वुहानची आणखी एक खासियत आहे. या देशाने ८० देशांतील गुंतवणूकदारांना आकर्षित केलं आहे. या शहराने सहा हजारांहून अधिक परदेशी कंपन्यांना सामावून घेतलं आहे. फॉच्युन ५००मधल्या अनेक कंपन्या या हुबेई प्रांतात असून त्यांनी इथे मोठ्या प्रमाणावर गुंतवणूक केली आहे. वुहानमध्ये अनेक मोठमोठे जैवउद्योग आहेत. इथे 'बायोलेक' नावाचा अतिशय निसर्गरम्य भाग आहे. हाच वुहानचा अधिकृत राष्ट्रीय बायो बेस म्हणून ओळखला जातो. या संकुलात,

जीवशास्त्र नवोन्मेष, जैववैद्यकशास्त्र, जैवकृषीशास्त्र, वैद्यकीय उपकरणं, वैद्यकीय आरोग्य आणि जैवऊर्जा अशी सहा केंद्रं आहेत. एफबीआयच्या म्हणण्यानुसार, प्राध्यापक लिबर यांना, वुहान विद्यापीठाकडून दरमहा ५० हजार डॉलर्स देण्यात येत असत, तसंच त्यांना एकरकमी दीड लाख डॉलर्स देण्यात आले होते. या रकमांबाबत प्राध्यापक लिबर यांनी हार्वर्ड तसंच अमेरिकी सरकारला अज्ञानात ठेवलं. वुहान विद्यापीठांत २७ नवोन्मेष संशोधन केंद्रं आणि असंख्य प्रयोगशाळा आहेत.

चीनमधून युरोपात संक्रमित झालेला कोरोना हा काही पहिला घातक आणि जीवघेणा रोग नाही. १३४७ साली उद्भवलेल्या प्लेगच्या साथीत (ज्याला 'ब्लॅक डेथ' असं म्हणतात) लाखो युरोपीयन लोक बळी पडले. या साथीच्या उगमाचा शोध घेता, तो विविध युरोपियन बंदरांत नांगर टाकलेल्या चिनी व्यापारी जहाजांमधल्या उंदरांमध्ये असल्याचं आढळून आलं. कोविड-१९चा उगम हादेखील एक संशोधनाचा, तपासाचा विषय आहे. या तपासात चीनने अनेक वेळा खोडा घातला आहे.

कोविड-१९चा उद्रेक झाल्यानंतर, पुढची दोन वर्षं चीन यासंदर्भात टोलवाटोलवी करत होता; परंतु या विषाणूच्या उत्परिवर्तित प्रतिरूपाची देशाची आर्थिक राजधानी असलेल्या शांघायसह अन्य अनेक शहरांमध्ये झपाट्याने लागण होऊ लागली. जिनपिंग यांच्या 'शून्य कोविड' धोरणामुळे अनेक शहरांत टाळेबंदी(लॉकडाउन) जारी करावी लागली. त्याची फार मोठी आर्थिक आणि सामाजिक किंमत चीनला मोजावी लागली. या परिस्थितीमुळे आधीच खालवत चाललेली चीनची अर्थव्यवस्था आणखीनच मंदावत गेली. डिसेंबर २०२०मध्ये अचानकपणे हे 'शून्य कोविड' धोरण मागे घेण्यात आलं; परंतु यामुळे लसीकरण न झालेल्या चिनी नागरिकांना या विषाणूची लागण होण्याचं प्रमाण वाढलं.

~

सप्टेंबर २०१४मध्ये, भारताचे पंतप्रधान नरेंद्र मोदी आणि चीनचे राष्ट्राध्यक्ष शी जिनपिंग यांची गुजरातमधल्या अहमदाबाद इथल्या साबरमती नदीच्या काठावर भेट झाली. दोन्ही नेते साबरमतीच्या तीरावर, झोपाळ्यावर बसून गप्पागोष्टी करत असतानाचं छायाचित्र प्रसिद्ध झालं. तेव्हा असं वाटत होतं, की उभय नेत्यांच्या या भेटीतून भारत-चीन द्विपक्षीय संबंधाचे नवे अध्याय लिहिले जातील; परंतु तसं न घडता, आजमितीला तरी हे संबंध विस्कळीत झालेले आहेत. सप्टेंबरच्या त्या बैठकीच्या वेळी अनेक अपशकुन घडले. अहमदाबादमध्ये मोदी, जिनपिंग आणि त्यांच्या पत्नी प्रसिद्ध गायिका पेंग लीयुआन यांच्यात सूर जुळले आहेत असं वाटत असतानाच, तिकडे पीपल्स लिबरेशन आर्मीच्या सैनिकांनी अरुणाचल प्रदेशात भातीय हद्दीत घुसखोरी केली. चिनी सैन्याने मागे हटत आपल्या हद्दीत परत जाण्यास सांगावं अशी आदेशवजा विनंती मोदी यांनी जिनपिंग यांना त्या वेळी केली होती.

पुढच्या काही वर्षांत मात्र चीनने या दुश्मनीला खतपाणी घातलं. भारताची कोंडी करण्याची रणनीती म्हणून मग बिजिंगने नेपाळ, भूतान आणि श्रीलंकेशी राजनैतिक व आर्थिक घसट वाढवायला सुरुवात केली. चीनला भारताची इतकी धास्ती का वाटते? दोन्ही देशांमधला सीमावाद हा काही आता नवीन मुद्दा राहिलेला नाही.

चीन पक्का ओळखून आहे, की अमेरिकेचा भारताकडे किंवा भारताचा अमेरिकेच्या बाजूने वाढत जाणारा कल हा भविष्यात एक नवे सामर्थ्य निर्माण करू शकतो. दक्षिण चीन समुद्रापासून, हिंद महासागरामार्गे आखाती देश ते आफ्रिका आणि युरोप या चढत्या कमानीच्या मार्गाने आपलं वर्चस्व प्रस्थापित करण्याच्या चीनच्या महत्त्वाकांक्षेला यामुळे खीळ बसू शकते. बिजिंगच्या बेल्ट अँड रोड इनिशिएटिव्ह (बीआरआय)ला भारताने सातत्याने कडवा विरोध केल्यामुळे, त्यांची ती योजना बारगळली. भारत आणि भूतान या दोन दक्षिण आशियाई देशांनी बीआरआय योजनेला विरोध दर्शवला आहे. यादरम्यान भारताने इराण, मध्य आशिया आणि रशियाद्वारे, पर्यायी उत्तर-दक्षिण कॉरिडॉर तयार केला आहे. इराणमधील चाबहार बंदर पाकिस्तानला बगल देत थेट अफगाणिस्तानला जोडतं.

चीनमध्ये एकपक्षीय, हुकूमशाहीसदृश्य कारभार चालतो. त्यामुळे तिथे शस्त्रास्त्र खरेदी नोकरशाहीच्या लाल फितीत अडकून लांबणीवर पडत नाही. बँकांच्या व्याजदरात कपात करण्यासाठी कसल्याही आणि कोणाच्याही सहमतीची गरज नसते, परराष्ट्र धोरणावर समाधान दर्शवणारा कोणता विरोधी पक्षच तिथे नाही, तसंच तिथे सरकार निवडून देण्याची जबाबदारी मतदारांवर नसते. १९७९ सालापासून, डेंग शाओपिंग यांनी आर्थिक सुधारणांना सुरुवात केली, तेव्हापासून चीनने स्वत:मध्ये अनेक परिवर्तनं घडवून आणली. आज चीन कृत्रिम बुद्धिमत्ता, यंत्रशिक्षण, डेटा ॲनॅलिटिक्स, रोबोटिक्स, वीजेवर चालणारी वाहनं, सुपरकॉम्प्युटिंग आणि इंटरनेट ऑफ थिंग्ज (आय ओ टी) या क्षेत्रांत जागतिक स्तरावर आघाडीवर आहे. चीनने आज एखाद्या वेफर इतक्या पातळ जाडीच्या चिप बनवण्यात बरीच मजल मारली आहे.ज्यो बायडेन प्रशासनाने चीनच्या चीप बनवण्याच्या सगळ्या प्रक्रियेवर बंदी घातली आहे, यामागे हेच तर कारण आहे.

हार्वर्डमधील अर्थशास्त्र आणि सार्वजनिक नियोजन विभागातील प्राध्यापक केनेथ रॉगॉफ यांनी २०१८मध्ये भाकीत केलं होतं, ‘‘अनेक अर्थशास्त्रज्ञांना अशी भीती वाटते, की रोबोटिक तंत्रज्ञान आणि कृत्रिम बुद्धिमत्ता यांमुळे अनेकांना आपल्या नोकऱ्या गमवाव्या लागतील आणि अनेकांना केवळ चकाट्या पिटत बसावं लागेल. रोबोटिक्स आणि एआय (कुत्रिम बुध्दिमत्ता)चं वाढतं महत्त्व चीनच्या उत्पादक क्षेत्राला बोथट करत आहे. या दोन क्षेत्रांत सक्षम होऊन सर्वश्रेष्ठ होणं हेच आता महत्त्वाचं आहे. सार्वजनिक क्षेत्राकडे फारसं लक्ष न पुरवणं, तसंच जागतिक अर्थव्यवस्था विकासाचे गाठत असलेले उंच उंच टप्पे, या पार्श्वभूमीवर सत्तेचं केंद्रीकरण आणि नियंत्रण या दिशेने जात असलेला चीनचा सध्याचा कल चीनला मारक ठरू शकतो.

भारत चीनपासून, फार पूर्वीपासून सावधगिरी बाळगून आहे. जी. पार्थसारथी यांनी त्यांच्या एका पुस्तकात लिहिलं आहे, ‘नेहरूंनी तर चिनी लोकांवर ‘तसूभरही’ विश्वास ठेवला नव्हता.’ याच जी. पार्थसारथींना (जीपी) नेहरूंनी, १९५८ साली, म्हणजे दलाई लामा भारतात पळून येण्याअगोदर, चीनमध्ये भारताचे राजदूत म्हणून पाठवलं होतं. याच जीपींचे म्हणजे पार्थसारथींचे पुत्र अशोक पार्थसारथी (हे इंदिरा गांधींचे विज्ञान आणि तंत्रज्ञान सल्लागार होते) यांनी त्यांच्याच वडिलांनी लिहिलेल्या पुस्तकातील नोंदी वापरून जीपी आणि नेहरू यांच्या संभाषणाचा संदर्भ दिला आहे. या संभाषणात नेहरू म्हणतात, ‘जीपी,

परराष्ट्र मंत्रालयाच्या कार्यालयाने तुम्हाला काय सांगितलं आहे? हिंदी-चिनी भाई भाई? यावर अजिबात विश्वास ठेवू नका. माझा या चिनी लोकांवर तसूभरही विश्वास नाही. हे लोक अत्यंत उद्धट, गळेकापू, सत्तापिपासू आणि कपटी आहेत. यांच्या बाबतीत आपण सदैव दक्ष असायला हवं. महत्त्वाच्या मुद्द्यांवर तुम्ही, फक्त मला टेलिग्राम पाठवा. मी तुम्हाला ज्या योजना सांगितल्या आहेत, त्यातला एक शब्दही कृष्णा (मेनन)च्या कानावर जाणार नाही याची नीट खबरदारी घ्या. कृष्णाचा (मेनन) असा विश्वास आहे, की कोणताही समाजवादी देश (इथे चीन अभिप्रेत आहे) गटनिरपेक्ष देशावर (इथे भारत अभिप्रेत आहे) आक्रमण करणार नाही.'

नेहरूंनी चीनबद्दल तेव्हा जे मत व्यक्त केलं होतं, त्यात आजही फारसा बदल झालेला नाही. फरक फक्त इतकाच झाला आहे, की आता चीन, तंत्रज्ञान, अर्थव्यवस्था आणि लष्करी सामर्थ्यात महासत्ता झाला आहे. आता भविष्यातल्या लढाया या तंत्रज्ञान, जैविक आणि अर्थशास्त्राच्या क्षेत्रातच जिंकल्या किंवा हरल्या जातील. उदाहरणार्थ, रशियन बनावटीची एस-४०० ही एक अतिशय घातक तसंच भयानक अशी हवाई संरक्षण प्रणाली आहे. २०२४पर्यंत ही प्रणाली प्रत्यक्ष नियंत्रण रेषेवर चीनच्या विरुद्ध आणि नियंत्रण रेषेवर पाकिस्तानविरुद्ध तैनात केली, तर बिजिंग आणि नवी दिल्ली यांच्यातील सत्तासमतोल पुन्हा प्रस्थापित होईल. एस-४०० ही प्रणाली स्थापित करण्याविरुद्ध अमेरिकेने जाणूनबुजून त्यांच्या 'प्रतिबंध कायद्याद्वारे अमेरिकेच्या शत्रूंचा प्रतिकार करणे' या कायद्याचा वापर केला नाही. इतकंच नाही, तर २०२१ ते २०३१ पर्यंतच्या, रशियासोबतच्या लष्करी-तांत्रिक कराराच्या नूतनीकरणालाही व्हाईट हाउसने आक्षेप घेतलेला नाही. हिंद महासागर आणि पॅसिफिक महासागरादरम्यानच्या क्षेत्राचं संरक्षण करण्यासाठी, तिथे निगराणी ठेवण्यासाठी अमेरिकेला भारताची मदत हवी आहे.

असं असलं तरीही, अमेरिकेकडून घेतलेलं अत्याधुनिक लष्करी तंत्रज्ञान आणि भारताने रशियाकडून खरेदी केलेली शस्त्रास्त्रे हाताळताना येणाऱ्या समस्यांबाबत वॉशिंग्टन तक्रार करतच असतं. भारताच्या संरक्षण दलांनी केलेल्या युद्ध सरावात जर, रशिया आणि अमेरिकेची शस्त्रसामग्री वापरली गेली तर या समस्या जगजाहीर होतील अशी भीती अमेरिकेला वाटते. भारत-अमेरिका संबंधातील आणखी एक सर्वांत मोठा अडथळा म्हणजे भारताचा धोरणात्मक स्वार्थ, अर्थात ज्यातून स्वत:ला लाभ होईल अशा कृती. गंमत अशी, की दुसरे महायुद्ध संपल्यानंतर अमेरिकेने हे धोरण कसोशीने पाळलं आहे. २००३ साली अमेरिकेने इराकवर हल्ला केला. हे युद्ध बेकायदेशीर असल्याचं मानण्यात आलं. संयुक्त राष्ट्र परिषदेने या हल्ल्यावर घेतलेल्या आक्षेपाकडे अमेरिकेने साफ दुर्लक्ष केलं होतं. भारतात दशहतवाद पसरवल्यावरून अमेरिका पाकिस्तानला सतत खडे बोल सुनावत असते. तसंच *AUKUS*च्या मुद्द्यावरून, अमेरिकेने *NATO*तील घनिष्ट मित्र फ्रान्सलादेखील दगा दिला.

धोरणात्मक स्वार्थ म्हणजे आपल्या सामर्थ्याचा वापर करून इतरांच्या दुर्बलतेचा फायदा उठवणे. यात, दुसऱ्याची कमकुवत बाजू नेमकी हेरून त्याचा आपल्याला फायदा करून घेणं यातं खरं कसब आहे. चीनच्या आर्थिक उत्कर्षात आपणच त्याची मदत केली याच अमेरिकेला अनेक दशकं वैषम्य वाटत होतं. निक्सन आणि किसिंजर यांनी अमेरिकेला

चीनला मदत करण्यास भाग पाडलं. सोव्हिएत युनियनने केलेल्या वॉर्सा करारामुळे अमेरिकेला जास्त सामर्थ्य प्राप्त झालं होतं. त्यामुळे अमेरिकेने बिजिंगला त्यांच्या तंत्रज्ञानाचा वापर करण्यास प्रवृत्त केलं.

चीन आणि पाकिस्तान – एक दहशतवादाची पाठराखण करणारा, तर दुसरा दहशतवादाला प्रोत्साहन देणारा. जी–२० परिषदेच्या अध्यक्षपदामुळे भू–राजकीय क्षेत्रात भारताचा दबदबा निर्माण झाला आहे. साहजिकच, या दोन्ही देशांच्या पोटात दुखत असल्यास नवल नाही. तैवान, तिबेट आणि झिनझियांग या तीनही चीनच्या कमकुवत बाजू आहेत आणि याकडे नवी दिल्लीने आता आपलं लक्ष वळवलं आहे. १९५० सालापासून भारत चीनच्या मुद्द्यावर चालढकल करत आला आहे; परंतु त्याने काहीही निष्पन्न झालं नाही. ना अहमदाबादमध्ये, ना वुहानमध्ये, ना महाबलीपुरममध्ये. आज भारताला एका ठोस, खंबीर धोरणाची गरज आहे. असं धोरण जे या झपाट्याने बदलत असलेल्या जागतिक व्यवस्थेत राष्ट्रीय हितासाठी अधिक फायदेशीर ठरेल.

ऑक्स्फर्ड, केंब्रीज, बोलोग्रा, हायडेनबर्ग आणि सॉर्बोन या युरोपमधल्या नामांकित विद्यापीठांची जेव्हा इ.स. १२००च्या आसपास स्थापना झाली, तेव्हा त्यांचं मुख्य ध्येय चर्चवादी होतं. या विद्यापीठांतून धार्मिक शिक्षणाला प्राधान्य होतं, त्यामुळे बाकीच्या शिक्षणाला दुय्यम महत्त्व देण्यात आलं. त्यांच्या अभ्यासक्रमात विज्ञानाला फारसं स्थान नव्हतं. इंग्लंडमध्ये, ऑक्स्फर्ड विद्यापीठातून सर्व शिक्षण लॅटिन भाषेतूनच देण्यात येत होतं. एक सुसूत्र, सुसंगत भाषा म्हणून इंग्लिश अद्याप विकसीत व्हायची होती. त्यापुढच्या तीनशे वर्षांत, लॅटिन आणि फ्रेंच भाषेतूनच इंग्लिश भाषा उगम पावली; परंतु त्याचं मूळ जर्मनीतच राहिलं. चॉसरने इ.स. १३८७ ते १४०० दरम्यान लिहिलेल्या कँटरबरी टेल्सना आपण 'मध्यम इंग्रजी' म्हणू शकतो. त्यानंतर दोन शतकांनी, १५५०च्या सुमारास जेव्हा विल्यम शेक्सपिअरनी इंग्रजी नाटकं लिहायला सुरुवात केली, तेव्हा कुठे इंग्रजी भाषेला एक आकार आला, तिला स्वरूप मिळालं, त्यात साहित्यकृती निर्माण झाल्या.

त्यानंतर जवळपास शंभर वर्षांनंतर, इ.स. १६००मध्ये झालेल्या वैज्ञानिक क्रांतीने औद्योगिक क्रांतीचा पाया घातला. पुढील २५० वर्षे, पाश्चिमात्त्य देशांनी विज्ञान आणि उद्योग जगतावर राज्य केलं. त्यांच्या या वर्चस्वाला, वसाहतवादाच्या हपापलेपणाची आणि आफ्रिकेपासून नव्यानं तयार झालेल्या अमेरिकन वसाहतींमध्ये करण्यात आलेल्या गुलामांच्या फायदेशीर व्यापाराची साथ मिळाली. पाश्चिमात्त्यांच्या या उधाणाला साधारणपणे विसाव्या शतकात ओहोटी लागायला सुरुवात झाली. चीन, दक्षिण कोरिया आणि जपान या आशियाई राष्ट्रांनी तंत्रज्ञानात क्रांती करत, औद्योगिक क्रांतीलाही मागे टाकत अद्ययावत तंत्रज्ञानावर आधारलेल्या समाजाची निर्मिती केली.

जगातली दुसरी अर्थव्यवस्था म्हणून चीनचा उदय होण्यात, विज्ञान आणि नवसंशोधनांवर त्यांनी सातत्यानं पुरवलेलं लक्ष याचा मोठा वाटा आहे. १२ जानेवारी, २०१९च्या द *इकॉनॉमिक्स* दैनिकात यात विस्ताराने लिहिण्यात आलं आहे, 'विज्ञानाकडून चीनला फार मोठ्या आशा आहेत. याच आकांक्षापूर्तीसाठी चीनने मोठ्या प्रमाणावर खर्च केला आहे. २००६ ते २०१६ दरम्यान चीनच्या संशोधन आणि विकासावरील (रिसर्च अॅन्ड

डेव्हलपमेंट) खर्च चीनने दसपटीने वाढवला. ही वाढ दुसऱ्या महायुद्धानंतरच्या अमेरिकेतील 'बिग सायन्स' या सोनेरी कालखंडाची आठवण करून देते. १९५७ साल हे आंतरराष्ट्रीय भू-भौतिक वर्ष म्हणून साजरं करण्यात आलं होतं, तिथपासून ते १९९३ साली सुपर कंडक्टिंग सुपर कोलायडर रद्द होण्यादरम्यान अमेरिकी सरकारने वैज्ञानिक समुदायाच्या नेत्यांना, त्यांना हव्या असलेल्या गोष्टींमध्ये आपल्या सामर्थ्यशाली अर्थव्यवस्थेच्या बळावर जमेल तितका निधी उपलब्ध करून दिला. अगदी क्वार्कच्या निर्मितीपासून ते जनुकीय क्लोनिंग करून त्यात नोबेल पारितोषिक पटकावण्यापर्यंत, अमेरिकी विज्ञानाने सर्व जगावर अधिराज्य केलं.'

अमेरिकेतील या तेजीच्या अगदी विरुद्ध यशस्वी काळ होता चीनमधला. हा काळ मानवी इतिहासातील वैज्ञानिक यशाचा सर्वांत प्रतिभाशाली कालावधी म्हणावा लागेल. चीनने हार्डवेअर क्षेत्रात नेत्रदीपक प्रगती केली; परंतु ती अल्पजीवी ठरली. आजही त्या प्रगतीची गती साधायचा चीन प्रयत्न करतो आहे; परंतु म्हणावा तसा वेग त्याने घेतलेला नाही. इतर देशांतील वैज्ञानिकांना त्यातून फार काही ज्ञान मिळालं नाही. चीनमध्ये आज विश्वासाचा आणि प्रामाणिकपणाचा अभाव आहे. विश्वास आणि प्रामाणिकपणामुळे होणारे लाभ सोडा, भर म्हणून चिनी सरकारची करडी नजर या वैज्ञानिकांवर असते. चिनी सरकारला विज्ञानाची फळं तर चाखायची असतात; परंतु सततचा संशय, शंकेखोरपणाच्या मातीत ती फळं कशी पिकतील?

चीनवर होत असलेली टीका, बौद्धिक संपदेच्या अधिकारांची निर्लज्जपणे केलेले चोरी हे सत्य असलं तरी चीनने केलेल्या वैज्ञानिक क्रांतीतून भारतानं नवसंशोधनाला कसं हाताळावं, त्यात कोणते बदल करावेत हे शिकलं पाहिजे. परंतु देशात वैज्ञनिक दृष्टिकोन रुजवायचं सोडून, 'वेदांमध्ये सांगितलेल्या विज्ञानाच्या आधारे भारत 'पर्यायी विज्ञान' प्रस्थापित करू शकतो' अशी दर्पोक्तीच कायम करण्यात आली आहे. याने काहीच साध्य होऊ शकत नाही.

जानेवारी २०१९मध्ये जालंदर इथे भरलेल्या भारतीय विज्ञान अधिवेशनात अशा गोष्टींचं सादरीकरण करण्यात आलं, ज्यात आधुनिक वैज्ञानिक तथ्यांचा अभाव होता. यामुळे हे अधिवेशन एका अर्थाने गाजलं. या अधिवेशनात, अशा 'भोंदू वैज्ञानिकांना' खुला प्रवेश देण्यात आला होता. या भोंदूंनी केलेल्या आरोपांना उत्तर देताना, इंडियन सायन्स वायरचे दिनेश सी. शर्मा यांनी लिहिलं, 'नुकत्याच संपन्न झालेल्या इंडियन सायन्स काँग्रेसने अनेकांचं लक्ष वेधून घेतलं, मात्र ते काही चुकीच्या कारणांसाठी. या अधिवेशनातील आधीच्या सत्रांप्रमाणेच, या सत्रातही कोणालाही आभासी विज्ञान आणि पुराणशास्त्रात खुळचट, अतर्क्य, विसंगत वैज्ञानिक दावे करण्याची पूर्ण मुभा देण्यात आली होती. आज उच्च शैक्षणिक पदांवर असणाऱ्या काही व्यक्तींनीच ही विज्ञानविरोधी भाष्यं केली आहेत; परंतु यात काही आश्चर्य वाटण्याजोगं नाही. कारण यापूर्वीही पुराणकथा आणि आधुनिक विज्ञान यांची सांगड घालत अनेक मंत्र्यांनीही भाषणं ठोकली आहेत.'

आज भारतात या छद्म विज्ञानाचे मोठ्या संख्येने पुरस्कर्ते आहेत. उदाहरणार्थ, भारतीय विद्या भवनने प्रकाशित केलेल्या 'भारतीय विद्या सार' या पुस्तकात अनेक विक्षिप्त दावे

करण्यात आले आहेत. त्यापैकी काही : अगस्त्य ऋषींनी इलेक्ट्रो-व्होल्टॅइक सेलचा शोध लावला, भारद्वाज ऋषींनी विमान कसं बनवावं यावर ५००० वर्षांपूर्वी विमानशास्त्रावरील ग्रंथ लिहिला आणि ऋग्वेदात प्रकाशाचा वेग आणि गुरुत्वाकर्षणाच्या सिध्दान्ताचा उल्लेख आहे.'

मात्र असे दावे भारतीय विज्ञानाच्या विश्वासार्हतेची पुष्टी करत नाहीत. भारतीय अवकाश संशोधन संस्थेने (इस्रोने) आज भारताला जागतिक अंतराळ संशोधनाच्या नकाशावर नेऊन ठेवलं आहे. तर 'टाटा इन्स्टिट्यूट ऑफ फंडामेंटल रिसर्च' भारतीय विज्ञान संस्था आणि भाभा अणुसंशोधन केंद्र या संस्था कित्येक दशकांपासून जगभरात प्रशंसाप्राप्त आहेत. या उत्कृष्ट वैज्ञानिक संस्थांच्या अनुभवांचा मोदी सरकारने फायदा करून घेतला नाही. इतकंच नाही, तर ज्या संस्थेने सिलिकॉन व्हॅलीला उत्कृष्ट तंत्रज्ञ आणि उद्योजक दिले, त्या आयआयटीसारख्या संस्थांच्या प्रतिष्ठेचा आणि प्रतिभेचाही पुरेपूर फायदा करून घेतला नाही.

विज्ञान ही तंत्रज्ञानाची आधारशीला आहे. गेल्या २० वर्षांतील बहुतेक नवसंशोधनाचा उगम सिलिकॉन व्हॅली आणि चीनमधल्या असंख्य टेक हब्ज (तांत्रिक केंद्रं)मधून झाला आहे. इन्फोसिस, विप्रो आणि टीसीएससारख्या तंत्रज्ञान क्षेत्रातील भारतीय कंपन्यांनी अलीकडच्या काळात आऊटसोर्सिंग आणि बॅकएंड तंत्रज्ञान व्यवस्थापनासारख्या त्या मानाने सोप्या तंत्रज्ञानावर लक्ष केंद्रित केलं होतं. कोविड महामारीनंतर आलेल्या डिजिटल आणि क्लाऊड तंत्रज्ञानाच्या अर्थव्यवस्थेने त्यांना आणखीनच चालना दिली आहे. तथापि, आयआयटी आणि कॉर्पोरेट कंपन्या यांच्यात आणखी सन्मुखता येणं आवश्यक आहे. जेणेकरून नाविन्यपूर्ण कल्पनांना आर्थिक बळ मिळेल, त्यांची आणखी वाढ होईल. भारतीय अवकाश तंत्रज्ञानातील यश हे भारतातील तरुण उद्योजक त्यांची गती आणि दिशा बदलून नवीन मार्ग चोखाळत असल्याचंच द्योतक आहे. अशा तऱ्हेने ते चीनशी बरोबरी साधायचा प्रयत्नदेखील करत आहेत.

चीनने अमेरिकेच्या बुद्धिमान संपदेवर घाला घातल्याची बाब सर्वप्रथम एफबीआयचे संचालक ख्रिस्तोफर व्रे यांनी उघडकीस आणली. एप्रिल २०२०मध्ये भरलेल्या सुरक्षा परिषदेत ते म्हणाले होते, 'चीनने अमेरिकेचं तंत्रज्ञान चोरल्याचा प्रयत्न केल्याच्या हजारो तक्रारी आमच्या सर्व ५६ सीलबंद कार्यालयात आहेत, त्यावर एफबीआय तपास करत आहे. जवळपास प्रत्येक उद्योगात आणि प्रत्येक क्षेत्रात ही चोरी झाली आहे. अमेरिकेतून चोरलेल्या तंत्रज्ञानाची शिडी करून चीन, अर्थव्यवस्थेत अमेरिकेलाच वरचढ होऊ पाहत आहे. केवळ संरक्षण क्षेत्रातीलच नव्हे, तर प्रत्येक क्षेत्रातील कंपन्यांना त्यांनी आपलं लक्ष्य केलं आहे. अगदी तांदूळ आणि मक्याचं बियाणं बनवणाऱ्या कंपन्यांपासून ते पवनचक्कीचं सॉफ्टवेअर ते वैद्यकीय उपकरणांपर्यंतच्या सर्व उत्पादक कंपन्या त्यांच्या हिट लिस्टवर आहेत. केवळ नवीन कल्पना, त्यावरील संशोधन यांच्या चोरीवरच हे लोक थांबले नसून, त्यावर येणारा खर्च, त्याचं मूल्यांकन, त्यासाठी लागणाऱ्या नियोजनासंबंधीचे दस्ताऐवज अशा स्पर्धात्मक फायदा ज्यातून होऊ शकेल अशा प्रत्येक बाबीचा धांडोळा ते घेत आहेत.'

'आमच्या विद्यापीठांमधील अत्याधुनिक संशोधनावरही त्यांचा डोळा आहे आणि ते हस्तगत करण्यासाठी ते नवनवीन पद्धतींचा आणि तंत्रांचा वापर करत आहेत. आणि

हो, मी सायबर क्षेत्रातल्या घुसखोरीपासून ते त्या क्षेत्रात काम करणाऱ्या आतल्या लोकांना भ्रष्टाचारी करण्यापर्यंत सर्व गोष्टींबद्दल बोलत आहे. यात अगदी थेट शारीरिक चोरीचाही समावेश होतो. केवळ चिनी गुप्तचर सेवाच नाही, तर अमेरिकी सरकारच्या मालकीचे उद्योग, वरकरणी सार्वजनिक क्षेत्रातील वाटणाऱ्या कंपन्या, विशिष्ट पदवीधर विद्यार्थी व संशोधक, आणि सर्व स्तरांतील अभिनेत्यांच्या माध्यमातून त्यांनी ही चोरीची व्यापक मोहिम सुरू केली आहे.'

आपल्याबद्दल आंतरराष्ट्रीय स्तरावर काय बोललं जातंय याची चीनने कधीच पर्वा केली नाही; परंतु झिनझियांगमधील छळछावण्यांमधून डांबून ठेवण्यात आलेल्या चिनी उइघुर मुसलमानांवर झालेल्या अनन्वित अत्याचाराच्या कहाण्या प्रसारमाध्यमांनी उघडकीला आणल्या. या प्रसारमाध्यमांना, पाश्चात्त्य राजकारण्यांना, पत्रकारांना आणि गटांना सीसीपीच निधी पुरवत होतं. तरीही त्यांनी या अत्याचारांना वाचा फोडली. त्यामुळे चीनविरोधात जागतिक स्तरावर संतापाची लाट उसळली आहे. जरूर पडल्यास लष्करी बळाचा वापर करून तैवानला चीनच्या मुख्य भूमीत (मेन लँड चायना) समाविष्ट करण्याचा विडा चीननं उचलला आहे. अमेरिकेने तैपेईला केलेल्या शस्त्रास्त्रांच्या विक्रीला चीन आपली कुरापत काढल्याचं मानतो. हाँगकाँगमधल्या असंतुष्टांवर कारवाई करूनही भविष्यात ते लोक बंड करून उठू शकतात याची चीनला जाणीव आहे आणि तीच चीनसाठी सर्वांत चिंताजनक बाब आहे.

हाँगकाँग एके काळी ब्रिटीश वसाहत होती. १९९७ साली हाँगकाँगला पुन्हा चीनच्या हवाली करण्यात आलं. तेव्हा हाँगकाँगची अर्थव्यवस्था चीनच्या आकारमानाच्या जवळपास २० टक्के होती. आज ती केवळ २ टक्के आहे. परंतु अर्थव्यवस्थेपेक्षाही बिजींगसाठी हाँगकाँग एका वेगळ्याच कारणाने महत्त्वाचं आहे. आज हाँगकाँग शंभराहून अधिक जागतिक बँकांचं माहेरघर आहे. इथला शेअर बाजारही तेजीत असतो. न्यू यॉर्क स्टॉक एक्स्चेंजपेक्षाही हाँगकाँगच्या शेअर बाजारात नोंदणी करायला चिनी कंपन्या उत्सुक असतात. त्यामुळे शांघायच्या जोडीला जागतिक वित्तपुरवठा करण्याचा पर्यायी स्रोत चीनला मिळाला आहे. अमेरिकेसोबतच्या बिघडत चाललेल्या संबंधांमुळे अनेक चिनी कंपन्या आता वॉल स्ट्रीटऐवजी हाँगकाँगकडे मोर्चा वळवत आहेत.

६ जून २०२०च्या द *इकॉनॉमिस्ट* च्या अंकात एक निरीक्षण नोंदवण्यात आलं आहे. त्यात म्हटलं आहे, 'हाँगकाँग हे चीनसाठी एक गुंतवणुकीचं माध्यम आहे. चीनमध्ये आणि चीनबाहेर होणाऱ्या थेट गुंतवणुकीच्या ६० टक्के गुंतवणूक हाँगकाँगमधून होते. शिवाय यातली बहुतांश गुंतवणूक युआनमध्ये न होता, परकीय चलनात होते. हाँगकाँगचं चलन अमेरिकी डॉलरमध्ये चालतं. त्यामुळे पाश्चिमात्त्यांना व्यवहार करणं सोपं जातं. याचाच परिणाम म्हणून अनेक पाश्चिमात्त्य कंपन्या हाँगकाँगमध्ये गुंतवणूक करतात, त्यांची मुख्यालयं तिथे उभारतात. आज हाँगकाँग आर्थिक केंद्र म्हणून जगात तिसऱ्या स्थानावर आहे. आणि त्याची बँकिंग मालमत्ता जीडीपीच्या तब्बल ८५१ टक्के आहे.'

'अनेक जागतिक कंपन्यांसाठी हाँगकाँग हे चिनी बाजारपेठेचं प्रवेशद्वार आहे. हाँगकाँग आशिया खंडात मध्यवर्ती ठिकाणी आहे. याच कारणामुळे इथे, १३००हून अधिक कंपन्यांची

प्रादेशिक मुख्यालयं आहेत. उद्या जर अन्य चिनी शहरांचाच दर्जा हाँगकाँगला देण्यात आला, तर केवळ हाँगकाँगचे नागरिकच नाहीत, तर सगळ्या व्यवस्थेला त्याचा फटका बसेल. ही केवळ भीती नाही तर वास्तव आहे. चीनच्या राष्ट्राध्यक्षपदी आल्यापासूनच शी जिनपिंग नागरिकांच्या मनावर सातत्याने बिंबवत आले आहेत, की न्यायव्यवस्था पक्षाच्याच टाचेखाली अर्थात नियंत्रणात राहणार आहे. एका भाषणात त्यांनी हे स्पष्ट प्रतिपादन केलं होतं, की 'आपण न्यायिक स्वातंत्र्याच्या पाश्चिमात्त्य मार्गाचा अवलंब कदापि करणार नाही.'

२०२०-२१मध्ये हाँगकाँगमध्ये झालेली निदर्शनं चीननं हाणून पाडली, विरोधकांना अटक करण्यात आली. या निदर्शनांनंतर अनेक आंदोलक भूमीगत झाले. यामुळे वेडेपिसे झालेल्या चीनने अमेरिकेला सज्जड दम दिला, की या 'क्रांतिकारी' लोकांना 'दिशाभूल' करणारे कोणतेही संदेश वा संकेत पाठवू नयेत. हाँगकाँगच्या नोकरशाहांमध्येही काही 'चिनी भाट' आहेतच. चीनच्या कठोर अशा राष्ट्रीय सुरक्षा कायद्याची ते मुक्तकंठाने स्तुती करत असतात आणि त्यामुळे त्यांनी सतत हाँगकाँगवासियांचा राग ओढवून घेतला आहे. २०४७ पर्यंत हाँगकाँगचा, 'विशेष प्रशासकीय प्रदेश' (SAR) हा दर्जा असणार आहे. आज हे शहर मुक्त भांडवलशाहीवादी आहे. २०४७ नंतर हेच शहर सत्तालोलुप आणि निरंकुश सत्तेचा भोक्ता असणाऱ्या चीनचा भाग बनेल. हे संक्रमण होण्यासाठी आता फार तर एका पिढीचा काळ उरला आहे. हे संक्रमण हाँगकाँगमध्ये कोणाला रुचेल असं वाटत नाही.

चीनच्या राज्यघटनेत पूर्वी राष्ट्रपतीपदासाठी दोन पर्वांचीच मर्यादा होती. राष्ट्रपती जिनपिंग यांनी घटनेत बदल करून ती मर्यादा रद्द केली. याबद्दल जिनपिंग यांच्यावर आंतरराष्ट्रीय स्तरावर खूप टीका होते आहे. जिनपिंग यांनी २०१८ साली, 'वेग, चोरी आणि कपट' ही त्रिसूत्री वापरून घटनेत बदल करून घेतला. इतकंच नव्हे, तर ऑक्टोबर २०२२मध्ये विसाव्या राष्ट्रीय काँग्रेसमध्ये सीसीपीचे सरचिटणीस म्हणून अभूतपूर्वरित्या तिसऱ्यांदा विजयी झाले, याबद्दल त्यांच्या स्वतःच्याच कम्युनिस्ट पक्षात सुप्त खदखद आहेच.

द *न्यूयॉर्क टाईम्सने* या चोरीची व्याप्ती उघड केली , 'जानेवारी २०१८मध्ये चायनिज कम्युनिस्ट पक्षाचे अंदाजे २०० पदाधिकारी, एक महत्त्वपूर्ण राजकीय निर्णय घेण्यासाठी एका बंद खोलीत एकत्र जमले होते. निर्णय याबाबत घ्यायचा होता, की जिनपिंग यांना आणखी एका पिढीसाठी चीनचं नेतृत्व करता यावं यासाठी राष्ट्रपतिपदासाठी असलेली दोन पर्वांची मर्यादा रद्द करावी का? बिजिंगमधल्या या बैठकीत दोन दिवस यावर खल सुरू होता. अखेरीस, अनिश्चित काळ सत्तेवर राहण्याच्या जिनपिंग यांच्या इच्छेला सगळ्यांनी मान तुकवली. त्या बैठकीनंतर जिनपिंग यांनी थातुरमातुर शब्दांत एक निवेदन जारी केलं, ज्यात या निर्णयाचा नामोल्लेखही नव्हता. पुढचे पाच आठवड्यांहून जास्त काळ हा निर्णय दडवून ठेवण्यात आला आणि अचानकपणे चिनी विधीमंडळाच्या वार्षिक अधिवेशनापूर्वी म्हणजेच नॅशनल पीपल्स काँग्रेस भरण्याआधी काही दिवस म्हणजेच आठ दिवस आधी हा निर्णय जाहीर करण्यात आला. घटनेत केलेल्या या बदलाला औपचारिक मान्यता मिळण्याआधी विरोधकांना एकत्र येण्यापासून रोखण्यासाठी हा डाव खेळण्यात आला होता.'

नोव्हेंबर २०२१मध्ये या सीसीपीकडून या निर्णयाला समर्थन देण्यात आलं आणि ऑक्टोबर २०२२मध्ये, जिनपिंग यांचा पाच वर्षांचा दुसरा कार्यकाळ संपण्याच्या थोडाच काळ आधी त्याला औपचारिक स्वरूप देण्यात आलं. तथापि, जिनपिंग यांची ही सत्तालोलुपता भविष्यात त्यांना महागात पडू शकते. विश्लेषकांच्या मते जिनपिंग यांची ही कृती एक घोडचूक असून, महासत्ता बनण्याच्या शर्यतीत याचा अडथळा होऊ शकतो. जिनपिंग यांनी अनेक तंत्रज्ञानविषयक कंपन्यांवर कारवाया केल्याने देशी आणि विदेशी गुंतवणूकदारांमध्ये घबराट पसरली आहे. या कारवाया नागरी असंतोषाचे कारण ठरू शकतात. अर्थात, सरकारला कोणी आव्हान दिलंच तर वेळच्या वेळी ते दाबण्यात येतंच.

तक्षशिला फाउंडेशनचे संस्थापक नितीन पै यांनी ९ मार्च, २०१८च्या *बिझनेस स्टँडर्डमध्ये*, चीनमधील सामाजिक तणावाचा बिजिंगच्या परराष्ट्र धोरणावर कसा परिणाम होऊ शकतो याविषयी साद्यंत विवेचन लिहिलं आहे. ते म्हणतात, ‘चीनच्या भरभराटीला जेव्हा ओहोटी लागेल, तेव्हा ती चीनच्या पतनाची सुरुवात आहे असं ठामपणे म्हणता येणार नाही. आता हे पतन वेगानं होणार नाही; परंतु एक गोष्ट निश्चित आहे, की चीनला अनुकूल असलेली बाह्य परिस्थिती जशी की, आपला देश आंतरराष्ट्रीय समुदायात येईल या आशेने, पाश्चिमात्त्य राष्ट्रांनी चीनमध्ये मोठ्या प्रमाणावर केलेली गुंतवणूक, परत मिळवता येणार नाही. अमेरिकेची व्यापार धोरणं आणि चीनच्या वाढत्या वर्चस्वाला आळा घालण्यासाठी राजकीय आणि सुरक्षात्मक उपाय करण्याबद्दल होत असलेली वाढती मागणी यामुळे बिजिंगला स्वत:ची धोरणं ठरवताना अडचण येत आहे. दरम्यान, उत्पादन, बांधकाम उद्योग तसंच रियल इस्टेट क्षेत्र, पायाभूत सुविधा क्षेत्रांमध्ये मंदावलेल्या विकासाने आपले परिणाम दाखवायला सुरुवात केली आहे.’

प्रकरण १७

नेहरूंनी चीनबाबत केलेली घोडचूक

संयुक्त राष्ट्रांच्या सुरक्षा परिषदेचं स्थायी सदस्यत्व स्वीकारावं असा प्रस्ताव आधी अमेरिकेने १९५० साली आणि नंतर १९५७ साली सोव्हिएत युनियनने दिला होता; मात्र भारताचे पहिले पंतप्रधान जवाहरलाल नेहरू यांनी दोन्ही प्रस्ताव स्वीकारले नाहीत. हे प्रस्ताव नाकारून नेहरूंनी ऐतिहासिक ठरेल अशी चूक तर केली नाही ना? किंबहुना खरंच असे प्रस्ताव देण्यात आले होते का आणि खरोखरच जर असं असेल, तर प्रस्ताव देण्यामागील हेतूचं गांभीर्य कितपत होतं? भारताची प्रतिक्रिया जाणून घेण्यासाठी केवळ असं करण्यात आलं होतं का?

इथे दोन विचारधारा उगम पावतात. पहिल्या विचारधारेत असं समजलं जातं, की अमेरिका आणि सोव्हिएत युनियन यांनी भारतानं संयुक्त राष्ट्रांच्या सुरक्षा परिषदं स्थायी सदस्यत्व स्वीकारावं हा विषय चर्चेसाठी आणला. ही केवळ एक सूचना होती. नेहरूंच्या भगिनी विजयालक्ष्मी पंडित तेव्हा संयुक्त राष्ट्रांत भारताच्या प्रतिनिधी होत्या. त्या स्थायी सदस्यत्वावर चीन आपला दावा सांगत होता. चीनचा हा दावा फेटाळून ते सदस्यत्व 'हडपण्या'ला विजयालक्ष्मी पंडित यांचा ठाम विरोध होता. त्यांच्या या मताशी नेहरूंनीही संमती दर्शवली. नेहरूंनी विजयालक्ष्मींना लिहिलं, 'चीन हा एक महान देश आहे आणि तो संयुक्त राष्ट्रांच्या सुरक्षा परिषदेचं स्थायी सदस्यत्व मिळण्यासाठी पात्र आहे.'

नेहरू आणि त्यांच्या भगिनी विजयालक्ष्मी पंडित दोघेही अमेरिका आणि संयुक्त राष्ट्रांत प्रभावशाली व्यक्तिमत्त्व म्हणून ओळखले जात होते. अमेरिका आणि सोव्हिएत युनियन यांच्यातल्या शीतयुद्धात आपण तटस्थ भूमिका स्वीकारणंच जास्त योग्य राहील अशी दोघांचीही भूमिका होती. UNSCच्या स्थायी सदस्यत्वाचा प्रस्ताव तसा अनौपचारिक होता; परंतु तो स्वीकारल्यास, कोरियन युद्धासारख्या आंतरराष्ट्रीय प्रश्नांवर भारताला कोणाची तरी बाजू घ्यावीच लागणार असा या भावंडांचा समज होता. ही कृती भारताने जी अलिप्ततावादी चळवळ - नाम - सुरू केली होती, त्याच्या तत्त्वांशी विसंगत झाली असती.

दुसरी विचारसरणी अगदी याच्या पूर्णत: विरूद्ध आहे. भारताने परिस्थिती समजून घेण्यात चूक केली किंवा अमेरिका आणि सोव्हिएतने दिलेल्या प्रस्तावांचा चुकीचा अर्थ लावला असं म्हणू या. १९५० साली अमेरिकेने दिलेला संधीप्रस्ताव भारताने फेटाळून लावला होता. तेव्हा अमेरिकेला *पीपल्स रिपब्लिक ऑफ चायना* (पीआरसी)चा वाढता प्रभाव रोखायचा होता. चीनमध्ये १९४९ साली झालेल्या *चँग काई शेक* यांच्या विरोधातील नागरी युद्धात अमेरिका विजयी झाली होती. त्यानंतर *चँग काई शेक* तैवानला पळून गेले आणि १९४९ ते १९७१पर्यंत त्यांनी संयुक्त राष्ट्रांच्या सुरक्षा परिषदेत *रिपब्लिक ऑफ चायना*चं प्रतिनिधीत्व केलं. पुढे १९५५ साली, सोव्हिएत युनियनलाही, भारताने संयुक्त राष्ट्रांच्या सुरक्षा परिषदेचं स्थायी सदस्यत्व स्वीकारावं असं वाटत होतं; परंतु या प्रस्तावाकडे नेहरूंनी गांभीर्याने पाहिलं नाही आणि त्यांनी तो फेटाळून लावला. १९५० साली वॉशिंग्टनने युएनएससीच्या स्थायी सदस्यत्वाचा प्रस्ताव नाकारून भारताने घोडचूक केली आणि आता ७० वर्षांनंतर त्याची मोठी किंमत मोजावी लागत आहे.

या दोन विचारधारांपैकी कोणती विचारधारा जास्त सयुक्तिक, जास्त योग्य वाटते? याचं उत्तर मिळवण्यासाठी आपल्याला या प्रकरणाच्या मुळाशी जावं लागेल. भारत–चीन संबंधातील विशेषतज्ज्ञ, पी.एच.डी प्राप्त आंतोन हार्डर, यांनी या विषयावर सखोल संशोधन केलं आहे. २०१५ साली त्यांनी आपल्या एका लेखात म्हटलं आहे, 'भारताला संयुक्त राष्ट्रांच्या सुरक्षा समितीचं स्थायी सदस्यत्व न मिळणं हा मुद्दा नेहरूंच्या भोवती केंद्रित आहे. १९५० साली हे सदस्यत्व नाकारून त्यांनी भविष्यातील अनेक संधींवर बोळा फिरवला. तथापि, हा प्रश्न केवळ नेहरूंच्या प्रतिष्ठेचा नाही. शीतयुद्धाच्या सुरुवातीला भारताचं अमेरिका आणि पीपल्स रिपब्लिक ऑफ चायनाशी असलेल्या संबंधांना एक दृष्टी प्रदान करतो.'

'या सदस्यत्वासंबंधी १९५५ला सोव्हिएत युनियनने जो प्रस्ताव दिला, तो बरचसा ठोस आणि प्रामाणिक पद्धतीचा होता; परंतु अनेकांना याबद्दल माहिती नाही. १९५५च्या या घटनेचा आधुनिक भारतीय इतिहास आणि राजकारणाचे प्रमुख अभ्यासक *ए.जी. नुरानी* यांनी २००२मध्ये प्रथम सार्वजनिकरित्या उलगडा आणि ऊहापोह केला. तथापि, १९५० साली अमेरिकेने भारताला संयुक्त राष्ट्रांच्या सुरक्षा समितीच्या स्थायी सदस्यत्वाच्या प्रस्तावाचे पुरावे अलीकडेच समोर आले आहेत, त्या पुराव्यांनी नुरानींच्या आधीच्या वक्तव्याला दुजोराच मिळाला. नेहरू सातत्याने आणि ठामपणे म्हणत असत, की आंतरराष्ट्रीय तणाव कमी करायचा असेल, तर *पीपल्स रिपब्लिक ऑफ चायना*च्या वाजवी इच्छांना, हितांना मान्यता द्यायलाच हवी. अमेरिकेचा प्रस्ताव नाकारून एक प्रकारे नेहरूंनी आपलं म्हणणं अधोरेखितच केलं. सुरक्षा परिषेतील सदस्यत्वावरचा चीनचा अधिकार मान्य करून पीआरसीला आंतरराष्ट्रीय समुदायात सम्मिलीत करणं हा खरं तर नेहरूंच्या परराष्ट्रधोरणाचा महत्त्वाचा आधारस्तंभ होता.

'या प्रश्नांच्या उत्तरासंदर्भातील महत्त्वाची कागदपत्रं, नेहरू स्मारक वस्तुसंग्रहालय आणि ग्रंथालयातील *विजयालक्ष्मी पंडित* यांच्या दस्तऐवजांमध्ये ठेवण्यात आली आहेत. विजयालक्ष्मी पंडित आणि त्यांचे बंधू जवाहरलाल नेहरू यांच्यातील संबंधामुळे ही कागदपत्रं महत्त्वाची ठरतात. भारताचे चीनशी असलेल्या संबंधांच्या संदर्भात आजपर्यंत

करण्यात आलेल्या अभ्यासात-संशोधनात, कधीही हे कागदपत्र संदर्भ म्हणून वापरण्यात आले नाहीत. १९५०च्या ऑगस्ट महिन्यात आपल्या भावाला - नेहरूंना - वॉशिंग्टनहून लिहिलेल्या पत्रात पंडित बाई म्हणतात, 'इथल्या परराष्ट्र विभागात एक गोष्ट घाटत आहे, ती तुला माहीत असायलाच हवी. संयुक्त राष्ट्रांच्या सुरक्षा परिषदेत चीनला स्थायी सदस्यत्व न देता, त्या जागी भारताला बसवण्याची योजना आखली जात आहे.'

एका आठवड्यातच नेहरूंनी या पत्राला अगदी स्पष्ट शब्दांत उत्तर दिलं, 'तुझ्या पत्रात तू असं लिहिलं आहेस, की संयुक्त राष्ट्रांच्या सुरक्षा परिषदेत चीनला स्थायी सदस्यत्व न देता, त्या जागी भारताला बसवण्याचा अमेरिकी परराष्ट्रमंत्रालय प्रयत्न करत आहे. जिथपर्यंत आपला (भारताचा) संबंध आहे, आपण यावर कोणतीच प्रतिक्रिया देणार नाही. कारण तसं केलं तर अनेक दृष्टींनी ते उचित ठरणार नाही. एक तर हा चीनचा सरळसरळ अपमान करण्यासाखं होईल तसंच आपल्यात म्हणजे भारतात आणि चीनमध्ये दुष्टावा आहे असा अर्थ त्यातून निघेल.'

१९४९ ते १९६२ या कालखंडातील चीन-भारत संबंधांवर *आंतोन हार्डर* यांनी सखोल संशोधन करून एक प्रबंध लिहिला. त्यांनी हा प्रबंध *वुड्रो विल्सन सेंटर*साठी २०१५ साली लिहिताना आपल्या आधीच्या विश्लेषणात त्यांनी या प्रबंधातील माहितीची जोड दिली :

> संयुक्त राष्ट्रांच्या सुरक्षा परिषदेत भारताच्या सदस्यत्वाचा हक्क हा मुद्दा आज भारतात वादाच्या भोवऱ्यात सापडला आहे; परंतु त्यात नवीन काही नाही. या वादाच्या केंद्रस्थानी स्वतंत्र भारताचे पहिले पंतप्रधान जवाहरलाल नेहरू आहेत. १९५० साली, संयुक्त राष्ट्रांच्या सुरक्षा परिषदेचं स्थायी सदस्य होण्याचं नाकारून, नेहरूंनी भविष्यातील अनेक संधी गमावल्याचा दोषारोप त्यांच्यावर करण्यात येतो. तेव्हा आणि आताही नेहरूंवर टीका करणाऱ्यांना नेहरूंच्या मनात काही तरी काळंबेरं असल्याचा संशय आहे; आंतरराष्ट्रीय नैतिकता वगैरे नेहरूंनी वापरलेले शब्द निव्वळ थोतांड आहे असं त्यांचं म्हणणं आहे; परंतु हा प्रश्न नेहरूंना काय वाटलं, त्यांची प्रतिष्ठा यांचा नाहीच. शीतयुद्धाच्या सुरुवातीला भारताच्या अमेरिका आणि *पीपल्स रिपब्लिक ऑफ चायना*शी असलेल्या संबंधांना एक दृष्टी प्रदान करतो.
>
> १९५० साली अमेरिकेने भारताला संयुक्त राष्ट्रांच्या सुरक्षा समितीच्या स्थायी सदस्यत्वाच्या प्रस्तावाचे पुरावे अलीकडेच समोर आले आहेत. नेहरू सातत्याने आणि ठामपणे म्हणत असत, की आंतरराष्ट्रीय तणाव कमी करायचा असेल, तर पीपल्स रिपब्लिक ऑफ चायनाच्या वाजवी इच्छांना, हितांना मान्यता द्यायलाच हवी. अमेरिकेचा प्रस्ताव नाकारून एक प्रकारे नेहरूंनी आपलं म्हणणं अधोरेखितच केलं. सुरक्षा परिषेतील सदस्यत्वावरचा चीनचा अधिकार मान्य करून पीआरसीला आंतरराष्ट्रीय समुदायात सम्मिलीत करणं हा खरं तर नेहरूंच्या परराष्ट्रधोरणाचा महत्त्वाचा आधारस्तंभ होता. हा प्रस्ताव स्वीकारण्यात नेहरूंनी घेतलेल्या शंका आणि त्यामुळे युएनची बदललेली कार्यपद्धती यांतून, नेहरूंना आंतरराष्ट्रीय संघटनांबद्दल असलेला कळवळा,

आदर प्रकट झाला. मग भले या संघटनांमध्ये काही त्रुटी असतीलही. एक महान देश म्हणून मान्यता पावण्यास भारत पात्र आहे ही नेहरूंची नितळ भावना होती आणि ही मान्यता मिळण्यासाठी आपल्या मूलभूत तत्त्वांना त्यांनी मुरड घातली नाही. त्यामुळेच ते कौतुकास आणि आदरास पात्र ठरले.

संयुक्त राष्ट्रांच्या सुरक्षा समितीचं स्थायी सदस्यत्व घेण्याच्या अमेरिकेने भारताला दिलेल्या प्रस्तावाला कोणते संदर्भ निगडीत होते? नेहरूंनी जो संदर्भ जोडला आहे, तो अगदीच बाष्कळ आहे. त्यात कोणत्याही परिस्थितीचा किंवा काळाचा उल्लेख नाही. तथापि, नेहरूंच्या भगिनी आणि १९४०चा उत्तरार्ध ते १९५०च्या पूर्वार्धात अनेक राजनैतिक पदांवर काम केलेल्या श्रीमती विजयालक्ष्मी पंडित यांच्याशी त्यांच्या झालेल्या पत्रव्यवहारांतील संशोधनातून या विषयावर प्रकाश पडतो. ऑगस्ट १९५०मध्ये त्यांनी आपल्या भावाला वॉशिंग्टन डीसीमधून एक पत्रं लिहिलं होतं, तेव्हा त्या अमेरिकेत भारताच्या राजदूत म्हणून नियुक्त होत्या.

इथल्या परराष्ट्र विभागात एक गोष्ट घाटत आहे, ती तुला माहीत असायलाच हवी. संयुक्त राष्ट्रांच्या सुरक्षा परिषदेत चीनला स्थायी सदस्यत्व न देता, त्या जागी भारताला बसवण्याची योजना आखली जात आहे. याच प्रश्नावर तू दिलेल्या उत्तराचा रॉयटरने दिलेला अहवाल मी नुकताच वाचला. गेल्या आठवड्यातच मी डलेस (जॉन फॉस्टर) आणि जेसप (फिलिप) यांच्याकडे याबाबत चर्चा केली. या चर्चेचे अहवाल मी वाजपेयींना पाठवले आहेत. या विषयावर दोघांनीही चेहरे प्रश्नार्थक केले. त्या दिशेने खरंच काही हालचाली सुरू असतील तर ते चिंताजनक आहे असं डलेसचं मत पडलं. वॉशिंग्टनमधले एक प्रतिभाशाली स्तंभलेखक मार्कि चाईल्ड्स यांनी काल कानावर घातलं, की डलेसने परराष्ट्र खात्याच्या वतीने या संदर्भात लोकमत तयार करण्यास सांगितलं आहे. या बाबतीत आपला असलेला दृष्टिकोन मी त्याला सांगितला. भारतात या प्रस्तावाचं कधीही स्वागत होणार नाही त्यामुळे याबाबतीत जे काही करायचं ते सावकाश आणि सावधगिरीने करा असा सल्ला मी त्याला दिला.

एका आठवड्यातच नेहरूंनी या पत्राला, अगदी स्पष्ट शब्दांत उत्तर दिलं,

तुझ्या पत्रात तू असं लिहिलं आहेस, की संयुक्त राष्ट्रांच्या सुरक्षा परिषदेत चीनला स्थायी सदस्यत्व न देता, त्या जागी भारताला बसवण्याचा प्रयत्न अमेरिकी परराष्ट्रमंत्रालय करत आहे. जिथपर्यंत आपला (भारताचा) संबंध आहे, आपण यावर कोणतीच प्रतिक्रिया देणार नाही. कारण तसं केलं तर अनेक दृष्टीनी ते उचित ठरणार नाही. एक तर हा चीनचा सरळसरळ अपमान करण्यासाखं होईल तसंच आपल्यात म्हणजे भारतात आणि चीनमध्ये दुष्टावा आहे असा अर्थ त्यातून निघेल. कदाचित अमेरिकेच्या परराष्ट्रखात्याला आपली ही भूमिका पटणार नाही; परंतु या मार्गावर जायची आपली कदापि इच्छा नाही की हेतूही

नाही. संयुक्त राष्ट्रांच्या सुरक्षा परिषदेचं स्थायी सदस्यत्व चीनलाच मिळावं असा आग्रह आपण लावून धरू. मला वाटतं, की संयुक्त राष्ट्रांच्या आगामी महासभेत यावरून कदाचित गदारोळ होईल. चीन सरकार त्यांच्यातर्फे एक शिष्टमंडळ तिथे पाठवणार आहे. जर का त्यांना तिथे प्रवेश नाकारण्यात आला, तर नक्कीच समस्या उद्भवू शकतात. कदाचित याची परिणती, सोव्हिएत रशिया आणि इतर देश युएनच्या सदस्यत्वाचा त्याग करण्यात होईल. अमेरिकेच्या परराष्ट्रखात्याला या गोष्टीचा आनंद होईल; परंतु असं जर झालं तर त्याचा अर्थ, जसा आपण अंदाज केला होता, त्याप्रमाणे संयुक्त राष्ट्र संघटनाच संपुष्टात येईल. एका अर्थी युद्धजन्य परिस्थिती निर्माण होईल. अनेक कारणांमुळे, भारताला संयुक्त राष्ट्रांच्या सुरक्षा परिषदेत स्थायी सदस्यत्वाचा हक्क निश्चित आहे; परंतु चीनला डावलून तो हक्क आपण घेणार नाही.

आपल्या शोधनिबंधातील निष्कर्षात हार्डर म्हणतात, 'संयुक्त राष्ट्र सुरक्षा परिषदेच्या स्थायी सदस्यपदी, चीनच्या ऐवजी भारताला सदस्यत्व देण्याच्या अमेरिकेच्या प्रस्तावाला नेहरूंनी स्पष्टपणे नकार दिला. संयुक्त राष्ट्रांमध्ये त्यांच्या या वागण्याची चांगली छाप उमटली, ते आदराला पात्र ठरले. यालाच नेहरूंची 'नेहरूवादी परराष्ट्र धोरण' म्हणता येईल. नेहरूंसाठी संयुक्त राष्ट्रं महत्त्वाची होती कारण त्यांच्या मते आंतरराष्ट्रीय समस्यांवर संवाद आणि प्रयत्नांच्या आधारे तोडगा काढण्याचं ते एक ठिकाण होतं. हे प्रयत्न चालू ठेवणं म्हणज़ेच युद्ध रोखणं आहे.

१९५० साली नेहरूंनी चीनप्रती दाखवलेल्या या दिलदारपणाने, बारा वर्षांनंतर चीनने केलेलं आक्रमण काही टाळता आलं नाही. अर्थात १९५० साली नेहरूंनी घेतलेल्या निर्णयामागची कारणं किंवा अनिवार्यता आजच्या परिस्थितीच्या चष्म्यातून बघता येणार नाहीत; परंतु या निर्णयाचे परिणाम अनेक दशकांनंतर चिनी आक्रमणाच्या रूपात भोगायला लागले.

माजी परराष्ट्र सचिव *महाराज कृष्ण रसगोत्रा* यांचं पुस्तक *ए लाइफ इन डिप्लोमसी* यावर जास्त प्रकाश टाकतं. खरं तर हे पुस्तक अतिशय महत्त्वाचं आहे; परंतु या पुस्तकाला मिळायला हवी तितकी प्रसिद्धी लाभली नाही. राजीव गांधींच्या पंतप्रधानपदाच्या काळात *रसगोत्रा* परराष्ट्र सचिव होते. *रसगोत्रा* यांनी जवाहरलाल नेहरू यांच्यासह इंदिरा गांधी आणि राजीव गांधी या नेहरू-गांधी घराण्याच्या तीन पिढ्यांतील पंतप्रधानांची मुत्सद्देगिरी जवळून पाहिली आहे. जवाहलाल नेहरू पंतप्रधान असताना *रसगोत्रा* नुकतेच, आयएफएस अधिकारी म्हणून नियुक्त झाले होते.

राजीव गांधींचं आत्मचरित्र लिहीत असताना मी करत असलेल्या संशोधनादरम्यान, माझी रसगोत्रांशी भेट झाली. दिल्लीतील त्यांच्या निवांत, हिरवाईने नटलेल्या अतिशय नेटक्या घरात आम्ही भेटलो. रसगोत्रांनी मला सांगितलं, 'राजीव गांधी यांच्यासाठी मी तीन महिने परराष्ट्र सचिव म्हणून काम पाहिलं. कोणताही निर्णय ते वेळेत घेत, त्यासाठी मला तिष्ठत बसावं लागायचं नाही. पंतप्रधान कार्यालयातून माझ्या मंत्रालयाच्या कागदपत्रांची

पूर्तता अगदी वेळेत होत असे, त्यांचे कधीही ढीग जमले नाहीत. पंतप्रधान राजीव गांधी अत्यंत हुशार होते, सगळ्या गोष्टींचं त्यांना चटकन आकलन होत असे. कोणत्याही बाबीवर ते सांगोपांग विचार करायचे. त्यांची एक बाब विशेष उल्लेखनीय होती. विशेषकरून अडचणींच्या मुद्द्यांच्या बाबतीत. राजीव गांधी स्वतःचं एक मत ठरवत असत; परंतु त्याच्या विरुद्ध दृष्टिकोन ते मांडायचे. त्यामुळे त्यातून घडणाऱ्या चर्चेतून, स्वतःच्याच मतातील योग्यायोग्यता, फायदे, तोटे अधिक व्यापकपणे जोखता येत असत.'

मात्र, याच पुस्तकात रसगोत्रांनी जवाहरलाल नेहरूंबाबत काही अभिप्राय नोंदवले आहेत, तसंच जवाहरलाल नेहरू पंतप्रधान असताना घडलेल्या काही घटनांवर प्रकाश टाकला आहे. अर्थातच त्यामुळे हे पुस्तक वादाच्या भोवऱ्यात सापडलं. इथे दोन मुख्य प्रश्नांची सबळ आणि पुष्टीकारक उत्तरं मिळणं आवश्यक आहे : पहिला प्रश्न, नेहरूंनी जो प्रस्ताव नाकारला असा कम्युनिस्ट चीनला हटवून, संयुक्त राष्ट्रांच्या सुरक्षा परिषदेच्या स्थायी सदस्यत्वाचा प्रस्ताव अमेरिकेने १९५० साली भारताला खरोखर दिला होता का? दुसरा प्रश्न – अमेरिकेचे तत्कालीन राष्ट्राध्यक्ष *जॉन एफ. केनेडी* यांनी १९६१ साली भारताला अण्वस्त्र तंत्रज्ञान देऊ केलं होतं. ते तंत्रज्ञान स्वीकारलं असतं, तर १९६४ साली चीनने पहिली अण्वस्त्र चाचणी करण्याआधीच भारत अण्वस्त्रांच्या बाबतीत स्वयंपूर्ण आणि महाशक्ती बनला असता. पुन्हा एकदा, नेहरूंनी केनेडींचाही प्रस्ताव नाकारला होता का?

रसगोत्रा त्यांच्या पुस्तकात लिहितात, 'अमेरिकेचे अध्यक्ष *जॉन एफ. केनेडी* यांनी अभावितपणे भारतासमोर एक विलक्षण प्रस्ताव ठेवला. चीन अण्वस्त्र चाचणी करण्याच्या बेतात असून त्या दृष्टीने त्याने आपली तयारी सुरू केल्याची कुणकुण, १९६३ साली अमेरिकेच्या गुप्तचर विभागाला लागली. अमेरिकेचे तत्कालीन राष्ट्राध्यक्ष *जॉन एफ. केनेडी* यांना भारतीय लोकशाहीविषयी आणि भारताचे नेते जवाहरलाल नेहरू यांच्याविषयी नितांत आदर होता. केनेडींना असं वाटत होतं, की आशिया खंडात पहिली अण्वस्त्र चाचणी घडवून आणण्याचा मान कम्युनिस्ट चीनला नाही; तर लोकशाहीवादी भारताला मिळावा. असं म्हटलं जातं, की या भावनेतूनच केनेडी यांनी स्वतःच्या हस्ताक्षरात नेहरूंना पत्र पाठवलं, ज्यात त्यांनी अणुचाचणी करण्यासाठी भारताला सर्वतोपरी मदत करण्याची तयारी दर्शवली होती. त्या पत्रासोबत केनेडींनी अमेरिकेच्या अणुऊर्जा आयोगाच्या अध्यक्षांची तांत्रिक टिपणंदेखील जोडली होती. राजस्थानातल्या वाळवंटात, एका टॉवरच्या टोकावरून एका अमेरिकन उपकरणाच्या साहाय्याने हा आण्विक स्फोट घडवून आणण्यात आपला आयोग साहाय्य करेल असं त्यात नमूद करण्यात आलं होतं.'

जी. पार्थसारथी यांचे पुत्र *अशोक पार्थसारथी* यांनी, त्यांचे वडील *जी. पार्थसारथी* यांच्या जन्मशताब्दी वर्षानिमित्ताने एका कार्यक्रमाचं आयोजन करण्यात आलं होतं. मी त्या कार्यक्रमाच्या अध्यक्षस्थानी होतो. त्या कार्यक्रमादरम्यान *अशोक पार्थसारथी* यांनी या विषयासंदर्भात साद्यंत माहिती असलेला माहितीलेख प्रसृत केला. अशोकच्या म्हणण्यानुसार, केनेडींकडून आलेल्या या पत्राचा नेहरूंनी केवळ दोनच व्यक्तींकडे उल्लेख केला होता. त्यातील एक होते जी. पार्थसारथी (जीपी). ज्या दिवशी अमेरिकेचे भारतातील राजदूत *गॉलब्रेथ* यांनी केनेडींचं पत्र नेहरूंना सुपुर्द केलं. त्याच दिवशी, पार्थसारथी (जीपी) चिनी राजदूत म्हणून आपला कार्यकाळ संपवून भारतात परतले होते आणि दुसरे, डॉ.

होमी भाभा. या पत्रासंदर्भात चर्चा करण्यासाठी नेहरूंनी डॉ. भाभांना तातडीने मुंबईहून बोलावून घेतलं. त्या पत्रात केनेडींनी म्हटलं होतं, 'अण्वस्त्र चाचण्या आणि अण्वस्त्र यांबद्दल नेहरूंच्या ठाम मतांची त्यांना स्वत:ला (केनेडींना) आणि अमेरिकी सरकारला चांगलीच जाणीव आहे; परंतु चीनने अण्वस्त्र चाचणी केली तर, नेहरू सरकार आणि पर्यायाने भारताची राष्ट्रीय सुरक्षा कशी धोक्यात येऊ शकते याचाही उहापोह त्यांनी या पत्रात केला होता. 'राष्ट्रीय सुरक्षेपुढे काहीही अधिक महत्त्वाचं नसतं' या शब्दांत त्यांनी अण्वस्त्र चाचणीचं महत्त्व अधोरेखित केलं होतं.'

'अशोकच्या त्या माहितीलेखात असंही म्हटलं होतं, की केनेडींच्या त्या पत्रातील प्रस्तावाचा त्वरित स्वीकार करावा असं डॉ. होमी भाभांचं मत होतं. अर्थात ते या प्रस्तावाला अनुकूल होते. इतकंच काय, प्रथमत: नेहरूंनीदेखील त्या प्रस्तावाबद्दल अस्वीकृती दर्शवली नव्हती. कारण त्यांनी भाभांना, केनेडींनी दिलेला प्रस्ताव स्वीकारावा का, यासंदर्भात तातडीने सगळ्या गोष्टींची शक्याशक्यता असलेली एक कृती योजना आखण्याच्या सूचना दिल्या. दुसरीकडे जीपीने मात्र या विषयावर सांगोपांग विचार करण्यासाठी दोन दिवस मागून घेतले. भारताच्या गुप्तचर विभागाचे तत्कालीन प्रमुख *बी. एम. मुळीक* आणि अमेरिकेचे भारतातील राजदूत *गॅलब्रेथ* यांच्याशी दीर्घ चर्चा केल्या. *बी. एम. मुळीक* अतिशय अहंमन्य आणि बढाईखोर म्हणून विख्यात होते; परंतु त्यांनी या प्रस्तावाला अनुकूल, प्रस्तावाच्या बाजूनं मत दिलं होतं. जीपींनी मात्र मुळीक यांच्या म्हणण्याकडे दुर्लक्ष केलं. अखेरीस जीपींनी नेहरूंना तो सल्ला दिला, जो नेहरूंच्या समजुतींवर आधारित होता. किंबहुना नेहरूंच्या मनात जे होतं तेच जीपींनी ओठांवर आणलं. अशा रितीने केनेडींनी अतिशय सहृदयतेने दिलेला – भारताला अण्वस्त्रशक्ती बनवण्यासाठी साहाय्य करण्याचा प्रस्ताव – तितक्याच नम्रपणे आणि कृतज्ञतापूर्वक नाकारण्यात आला.'

'अर्थात आता हे पश्चातबुद्धीतलं शहाणपण म्हणावं लागेल; परंतु एक गोष्ट मात्र निश्चित आहे, की भारतानं जर या प्रस्तावाला हिरवा कंदील दाखवला असता तर १९६२ साली चीनने भारतावर जे आक्रमण केलं, ते आक्रमण करण्याची चीनची हिंमत झाली नसती. इतकंच नाही, तर फिल्ड मार्शल अयुबखानांनाही १९६५ साली भारतावरील आक्रमणाच्या योजनांबाबत सावध केलं असतं. एखाद्यावर खुन्नस काढायचीच असेल, तर आक्रमण करणाऱ्याच्या शस्त्रसाठ्यात एखाददोन मोठे बॉम्ब (अणुबॉम्ब) असले तरी पुरतात.

'पण आता याच गोष्टीची एक दुसरी बाजू 'कहानी में ट्विस्ट' पाहू या. जी. पार्थसारथी यांचे पुत्र अशोक पार्थसारथी हे इंदिरा गांधींचे माजी वैज्ञानिक सल्लागार होते. त्यांनी २२ जून, २०१६ रोजीच्या *द हिंदू* या दैनिकात असं म्हटलं आहे, 'माझे वडील जी. पार्थसारथी यांच्या शताब्दीच्या निमित्ताने जो ग्रंथ प्रकाशित करणार होतो, त्या ग्रंथ समितीचे रसगोत्रा हे सदस्य होते. केनेडींच्या या प्रस्तावाबाबत रसगोत्रा यांना जी माहिती मिळाली, ती याच माध्यमातून.' *अशोक पार्थसारथी* पुढे म्हणतात, 'केनेडींनी नेहरूंना अण्वस्त्र स्फोटाच्या साहाय्यतेच्या दिलेल्या प्रस्तावाविषयी मी सोडून कुणालाच माहिती नव्हती. तेदेखील माझ्या वडलांनी (जीपींनी) स्वत: त्याबद्दल मला सांगितलं होतं. जीपींवरील ज्या पुस्तकाचं मी संपादन करत होतो, त्या पुस्तकाच्या अनुषंगाने मी रसगोत्रांना याबाबत सांगितलं होतं. ते पुस्तक आता लवकरच प्रकाशित होणार आहे.'

द *हिंदू*च्या २२ जून २०१६ रोजीच्या वृत्तानुसार, 'श्री. रसगोत्रा यांनी या पुस्तकाच्या 'विशेष टिपण' या भागात म्हटलं आहे, की त्यांनी केनेडींचं 'ते' पत्र प्रत्यक्ष कधीच पाहिलं नाही. तसंच जी. पार्थसारथींच्या शताब्दी वर्षाच्या निमित्ताने प्रकाशित करण्यात आलेल्या माहितीलेखात 'त्या' पत्राचा उल्लेख होता आणि शताब्दी नियोजन समितीचा अध्यक्ष या नात्याने तो माझ्या वाचनात आला. जी. पार्थसारथींचा सगळा पत्रव्यवहार त्यांचे पुत्र अशोक पार्थसारथी यांच्याकडे असल्याने, रसगोत्रा यांनी अशोक पार्थसारथी यांच्याकडे 'त्या' पत्राची मूळ नक्कल (प्रत) बघायला मागितली. तथापि, अशोक पार्थसारथी यांनी 'ते' पत्र हरवलं असल्याचं सांगितलं.'

नेहरू अतिशय विद्वान, द्रष्टे आणि प्रखर देशभक्त होते. पण म्हणतात ना, की काही लोकांचे हेतू उदात्त असतात; परंतु त्यांची अंमलबजावणी करण्यात ते अयशस्वी ठरतात. त्याचे भविष्यात प्रतिकूल परिणाम होतात. नेहरूंनी संयुक्त राष्ट्रांच्या सुरक्षा परिषदेतील स्थायी सदस्यत्वाला दिलेला नकार असेल किंवा चीनच्या आधी अण्वस्त्र चाचणी करण्यासाठी पुढे केलेला मदतीचा हात असेल, या सगळ्याचं रसगोत्रांनी जे विश्लेषण केलं आहे त्यावर अधिकाधिक ऊहापोह व्हायला हवा, व्यापक चर्चा होणं गरजेचं आहे. केनेडींनी पुढे केलेला मदतीचा हात जर तेव्हा हातात घेतला असता, तर आज भारताला जी, अण्वस्त्र पुरवठादार गटाचं सदस्यत्व मिळण्याची याचना करावी लागत आहे, त्याऐवजी भारत या गटाचा एक संस्थापक सदस्य देश बनला असता.

∞

३० जून, २०२२ रोजी अधिकृतरित्या ब्रिटनला मागे टाकत भारत जगातली पाचवी सर्वांत मोठी अर्थव्यवस्था ठरला. भारताच्या पुढे, थोड्याच अंतरावर जर्मनी चौथ्या आणि जपान तिसऱ्या क्रमांकावर आहेत. यासंदर्भात अनेक प्रश्न निर्माण होतात. रशिया-युक्रेन युद्धानंतर जागतिक समीकरणं बदलत आहेत. या युद्धानंतर आकारत असलेल्या नव्या जागतिक व्यवस्थेची संगती कशी लावायची? भारताचा होत असलेला विकास, जागतिक घडामोडींत त्याला त्याचं योग्य स्थान मिळवून देईल का? जुनी जागतिक क्रमवारी किंवा परिस्थिती आता कालबाह्य झाली आहे, तिला घरघर लागली असून ती हळूहळू संपुष्टात येत आहे. ब्रिटन, फ्रान्स, इटली, जर्मनी, कॅनडा आणि जपान या जी-७ देशांतील सहा सदस्य देशांना आता जागतिक स्तरावर तितकंसं महत्त्व राहिलेलं नाही. यातील सातवा देश अमेरिका २०४०पर्यंत श्वेतवर्णीय अल्पसंख्याक देश झालेला असेल. जागतिक महासत्तेचा समतोल वेगाने पश्चिमेकडून पूर्वेकडे झुकू लागला आहे. २०३०पर्यंत जगातील चार आर्थिक महासत्तांमध्ये - *चीन, भारत* आणि *जपान* - हे तीन आशियाई देश असतील. चौथी महासत्ता असेल अर्थातच *अमेरिका.*

भविष्यातील या चारही महासत्तांची ऐतिहासिक पार्श्वभूमी पूर्णपणे भिन्न आहे. अमेरिका ही युरोपियन लोकांची वसाहत आहे. इथे, लाखो आफ्रिकन लोकांना गुलाम बनवून पाठवण्यात आलं. अमेरिकेच्या एकूण लोकसंख्येपैकी या आफ्रो-अमेरिकन वंशजांचा हिस्सा १२.५ टक्के आहे. १९व्या शतकाच्या मध्यात, नव्याने निर्माण झालेल्या अमेरिकेने

मेक्सिकोवर आक्रमण केलं. आजच्या अमेरिकेच्या दक्षिणेकडील मोठा भूप्रदेश हा पूर्वी मेक्सिकोचा भाग होता. यात टेक्सास, कॅलिफोर्निया, ॲरिझोना, नेवाडा, उटाह, कोलोरॅडो आणि न्यू मेक्सिको यांचा समावेश होतो.

हिस्पॅनिक अमेरिकन लोकांची संख्या अमेरिकेत (यू.एस.)मध्ये झपाट्याने वाढणारी लोकसंख्या आहे. कॅलिफोर्नियातील बहुसंख्य लोक द्विभाषिक आहेत. तिथल्या रस्त्यांवरील फलकदेखील इंग्लिश आणि स्पॅनिश या दोन भाषांत असतात. गंमत म्हणजे, स्पॅनिश भाषिक मेक्सिकोमधून अमेरिकेने लष्करी बळावर जे बळकावलं, तेच आता सांस्कृतिक वसाहतवादाच्या माध्यमातून सीमा ओलांडून अमेरिकेत परत येत आहेत.

अमेरिकेच्या आर्थिक आणि राजकीय सत्तेच्या नाड्या आजही श्वेतवर्णीय *ॲंग्लो-सॅक्सन प्रोटेस्टंट* लोकांच्या हातात आहेत. पण आज ती परिस्थितीही बदलताना दिसत आहे. इटालियन वंशाच्या रॉन देसांतिस, क्युबन वंशाच्या टेड क्रूझ आणि मार्को रुबिओ यांचा प्रभाव वाढताना दिसत आहे. अमेरिकेचे विद्यमान राष्ट्राध्यक्ष *जो बायडेन* हेदेखील अमेरिकेच्या आजवरच्या इतिहासातील, *ॲंग्लो-सॅक्सन प्रोटेस्टंट* नसलेले केवळ दुसरे राष्ट्राध्यक्ष आहेत. त्या आधी १९६० साली जॉन एफ. केनेडी हे बिगर *ॲंग्लो-सॅक्सन प्रोटेस्टंट* नसलेले नेते होते. आयरिश वंशाचे असलेल्या बायडेन यांना आपल्या पूर्वजांचा इतिहास चांगलाच ठाऊक आहे. आयर्लंड ही ब्रिटनची सर्वांत पहिली वसाहत होती. १८४०च्या दशकात ब्रिटनमुळे ओढवलेला बटाट्याचा दुष्काळ आयर्लंडमधील लोक विसरलेले नाहीत.

गॅविन शेरिडन द *न्यू स्टेट्समन*मध्ये, ब्रिटन आणि आयर्लंड यांच्यातील 'काळ्या इतिहासाचं' वर्णन करतात. आयरिश वंशाच्या अमेरिकन लोकांच्या मनांमध्ये आजही त्या काळाचे प्रतिध्वनी उमटत असतात. शेरिडन लिहितात, 'हा दुष्काळ आयर्लंडच्या इतिहासातील इतर कोणत्याही घटनेपेक्षा, आयर्लंड आणि ब्रिटनचे संबंध स्पष्ट करतो. या दुष्काळावर लंडन प्रशासनाने लॅसेझ फेअर धोरण स्वीकारलं. अर्थात या दुष्काळावर ब्रिटन सरकारने कोणताही तोडगा काढला नाही, कुठलीही मदत पुरवली नाही. थोडक्यात, आयर्लंडमधील जनतेला वाऱ्यावर सोडलं. असं करताना त्यांनी असा दावा केला, की या दुष्काळासाठी आयर्लंडमधील जनताच जबाबदार आहे, ही त्यांचीच चूक आहे आणि ते या चुकीच्या शिक्षेसाठी पात्र आहेत. त्यांची दुसरी भूमिका अशीही होती, की एखाद्याने आपल्याला काही दिलं नाही तर त्याबद्दल आपण त्याला कशासाठी काय द्यायचं.

'यावर एक तिसरा मतप्रवाहही आहे. याबद्दल राजघराण्याच्या ट्रेझरीचे साहाय्यक सचिव *सर चार्ल्स ट्रेव्हेलियन* यांनी लिहिलं आहे, 'दुष्काळ ही अतिरिक्त लोकसंख्या कमी करण्यासाठीची प्रभावी यंत्रणा होती.' ते पुढे म्हणतात, 'आयरिश लोकांना चांगला धडा शिकवण्यासाठीच देवाने त्यांच्यावर दुष्काळरूपी संकट पाठवलं आहे. आता या संकटाची तीव्रता कमी होता कामा नये. ज्या संकटाचा आपल्याला सामना करायचा आहे ते खरं संकट दुष्काळ नाहीच; तर (आयरिश) लोकांच्या मनातील स्वार्थ, विकृती आणि प्रक्षोभाशी आपल्याला खरा लढा द्यायचा आहे.'

दरम्यान, भारताला चुचकारून, धमक्या देवून, त्याला आपलं प्रादेशिक वर्चस्व मान्य करायला लावण्याची फार कमी संधी आहे हे आता बिजिंगला कळूच चुकलं आहे. परंतु आता चीनची उलट गणती सुरू झालेली आहे. लडाखमध्ये भारताने चीनला हिसका दाखवलाच आहे. त्यामुळे आता या प्रादेशिक वर्चस्वाला वगैरे खूप उशीर झाला आहे. २०३०पर्यंत भारत बिजिंगपुढे, आर्थिक आणि लष्करीदृष्ट्या सामर्थ्यवान झालेला असेल. उलटपक्षी बिजिंगलाच भारताचं प्रादेशिक वर्चस्व मान्य करायला लागेल. ही वस्तुस्थिती आता चीनलाही उमजली आहे.

अमेरिकेचे अध्यक्ष जो बायडेन यांनी आपल्या मंत्रिमंडळात आणि सल्लागारांमध्ये मोठ्या संख्येने भारतीय वंशाच्या लोकांचा समावेश केला आहे. अमेरिकेच्या उपाध्यक्षा *कमला हॅरिस* या तर त्यांच्या खास मर्जीतल्या आहेत आणि त्यांची निवड स्वत: बायडेन यांनी केली आहे. अर्थातच याचा असा अर्थ होत नाही, की भारताबद्दलच्या अमेरिकेच्या धोरणात एका रात्रीत बदल घडेल; परंतु त्याला काही तरी सकारात्मक दिशा मिळेल हे नक्की! चीनवर मात करायची असेल, तर भारत हाच एकमेव पर्याय असल्याचं वॉशिंग्टननं ओळखलं आहे.

*ब्रेक्झिट*नंतर ब्रिटनचं वर्चस्व, त्याचं सामर्थ्य काहीसं उताराला लागलं आहे. तरीही अमेरिका आणि ब्रिटन यांच्यात *रिअल टाइम इंटेलिजन्स* (व्यवसायासंदर्भात माहिती गोळा करून त्या माहितीच्या आधारे कृती करणे) क्षेत्रात युती आहे. ब्रिटन, अमेरिका, कॅनडा, ऑस्ट्रेलिया आणि न्यूझीलंड या पाच अँग्लोस्फिअर देशांतील *फाइव्ह आइज इंटेलिजन्स नेटवर्क* हे वॉशिंग्टनच्या जागतिक सुरक्षा सिद्धान्तांतील एक महत्त्वपूर्ण घटक आहे. परंतु आता मात्र ब्रिटनशी असलेले 'खास, जिव्हाळ्याचे' संबंध बिघडले आहेत.

जवाहरलाल नेहरूपासून अटलबिहारी वाजपेयींपर्यंत सगळ्यांच्या परराष्ट्रधोरणात एकच हुकूमी शब्द असायचा : मवाळ, सौम्य. आज पश्चिमात्त्य देश, भारतासारख्याच उगवत्या सत्तेला प्राधान्यक्रम देतात, जे त्यांच्या धोरणांशी तडजोड करत नाहीत. भूतकाळात भारताने तटस्थ राहून आपलं कर्तव्य बजावलं आहे. या तटस्थतेच्या समर्थनार्थ त्याने विविध डावपेचांचा अवलंब केला आहे. अलिप्तता चळवळीच्या माध्यमातून संयुक्त राष्ट्रांत त्याने हेच सिद्ध केलं. त्यानंतर एकविसाव्या शतकात 'धोरणात्मक स्वायत्तता' उदयाला आली. याचा सरळ सरळ असा अर्थ होता, की भारत वादग्रस्त ठरावांपासून लांब राहील आणि कोणाशीही लष्करी युती करणार नाही. युक्रेन-रशिया संघर्षादरम्यान, संयुक्त राष्ट्रांमध्ये रशियाचा निषेध करणारे अनेक ठराव झाले. मात्र त्यात भारताने कधीही सहभाग घेतला नाही. यावरून तर हे तत्त्व, हा पवित्रा अधोरेखित झाला.

पंतप्रधानपदाच्या आपल्या पहिल्या कार्यकाळात मोदींनी नेहरू-वाजपेयींच्याच सिद्धान्ताचं पालन केलं. जुन्या मित्रांचं (अमेरिका) मन जिंकण्याचा प्रयत्न करा आणि जुन्या शत्रूंचं (चीन) तुष्टीकरण करा. पण या पहिल्या कार्यकाळाच्या शेवटी मोदींच्या लक्षात आलं, की हे धोरण तितकंसं काम करत नाहीये. दलाई लामा आणि तैवान मुद्द्यावर भारताने धारण केलेले मौन म्हणजे या देशाचा कमकुवतपणा आहे असे चीनला वाटले. पाठोपाठ डोकलाम आणि लडाखमध्ये घडलेल्या घटनांवरही भारताने मवाळ धोरण स्वीकारलं. जुन्या

मित्रांना जवळ आणि जुन्या शत्रूंच्या जवळ जाण्याचं धोरण हे आता चीनच्या बाबतीत लागू होत नव्हतं.

आपल्या दुसऱ्या कार्यकाळात मात्र मोदींनी या धोरणात बदल केले. चीनच्या लष्करी घुसखोरीला भारतीय लष्करानं आव्हान दिलं. पाकिस्तानवर जमिनीवरून आणि हवाई हल्ले करून त्याला जेरीला आणलं आणि पुरेपूर शिक्षा दिली. आता या धोरणात आणखी बदल करण्याची गरज आहे. *क्वाड परिषद* हा भारताच्या भू-राजकीय भात्यातील एक प्रबळ बाण आहे. ज्यांना असं वाटतं, की ऑस्ट्रेलिया, यूके आणि अमेरिका यांची *AUKUS* ही संघटना *क्वाड*मध्ये विसर्जित करण्यात आली आहे, तर त्यांना यामागचा मुद्दाच कळला नाही असं म्हणावं लागेल. *AUKUS* संघटनेतल्या तीन देशांपैकी दोन सदस्य देश – ऑस्ट्रेलिया आणि यूएस – *क्वाड*चे भागीदार आहेत. त्यामुळे या दोन्ही युती परस्परपूरक आहेत.

ऑस्ट्रेलियाला आण्विक शक्ती (आण्विक शस्त्रं नव्हेत) तसंच पाणबुडी तंत्रज्ञान देण्याव्यतिरिक्त, *AUKUS*मध्ये एक विशेष बाब आहे. ती म्हणजे, ब्रिटन आणि ऑस्ट्रेलियाला ती चीनच्या विरोधात ठामपणे उभं करते. चार वर्षांपूर्वी, हाँगकाँगमध्ये झालेली लोकशाही समर्थक निदर्शनं चीननं क्रूरपणे दडपली. त्यापूर्वी, व्यापार आणि तंत्रज्ञानासाठी ब्रिटन आणि ऑस्ट्रेलिया चीनचं लांगूलचालन करत होते. ती मनधरणी आता संपली आहे.

याबरोबरच तितकंच महत्त्वाचं आहे, भारत आणि फ्रान्स यांच्यातील मैत्रीसंबंध बळकट करणं, वाढवणं. भारताने उत्तर आफ्रिका आणि इतरत्र असलेल्या फ्रेंच वसाहतींतील प्रामुख्याने फ्रेंच भाषा बोलल्या जाणाऱ्या देशांत नवनवीन संधी शोधल्या पाहिजेत. फ्रान्स भारताचा दृढ भागीदार होऊ शकतो. तसंच अमेरिका, कॅनडा, ब्रिटन आणि ऑस्ट्रेलिया या अँग्लोस्फिअरच्या पलीकडे जाऊन भारताला आर्थिक, लष्करी आणि तांत्रिक क्षेत्रांत पर्याय पुरवू शकतो. हे युग अनेक गटांचं युग आहे. आज जागतिक स्तरावर विविध गट निर्माण होत आहेत. जसं की, *जी-२०, क्वाड, एस. सी. ओ, ब्रिक्स, आर. आय. सी.* आणि *बिमस्टेक*. या सर्वांमध्ये गुंतागुंतीचा परंतु काही तर्क आहे.

युरोप खंडात रशियाच्या बरोबरीने, फ्रान्स एकमेव आण्विक महासत्ता आहे. राफेल करारामुळे दोन्ही देशांमधील सलोख्याच्या संबंधात वाढ झाली आहे. फ्रान्सने यु.ए.ई आणि जपान यांसोबत देखील वेगवेगळे करार केले आहेत. हा करार चीन आणि पाकिस्तानविरुद्ध भारताच्या शस्त्रागारात अतिरिक्त सुरक्षा घटक म्हणून काम करेल.

विभाग ५

भौगोलिक राजकारण

प्रकरण १८

मध्यपूर्वेतील तिढ्याची उकल

पाश्चात्त्य देशांकडून विनाशकारी शस्त्रास्त्र घेतलेल्या सौदी अरब आणि संयुक्त अरब अमिराती (यू.ए.ई.) या दोन देशांनी २०१५पासून येमेनमधील हुथी बंडखोरांसोबत विनाशकारी संघर्ष केला. जरी आता युद्धविराम असला, तरीही या दोन देशांनी मिळून केलेल्या हवाई हल्ल्यांमध्ये असंख्य महिला आणि मुलांसह हजारो येमेनी लोकांचा बळी गेला आहे.

पाश्चात्त्य देशांनी या नरसंहाराला वेगळ्या पद्धतीने दाखवण्याचा प्रयत्न केला. खरं तर या शस्त्रास्त्र आणि इतर सामग्रीविना इतका नरसंहार झालाच नसता. आता या नरसंहाराला युद्ध अपराध म्हणून मान्यता मिळाली आहे. या नरसंहारातील पाश्चात्त्य राष्ट्रांची, विशेषत: अमेरिका आणि ब्रिटनची भूमिका निंदनीय आहे. येमेनवर झालेल्या हवाई हल्ल्यांची ब्रिटनने जाहीरपणे निंदा केली; पण प्रत्यक्षात ब्रिटनने मागच्या दाराने सौदी अरब आणि यूएईला अब्जावधी डॉलर्सची अत्याधुनिक शस्त्रं विकली. सौदी अरबमध्ये बसून, ब्रिटिश आणि अमेरिका युद्धतज्ज्ञ, येमेनमधील लक्ष्यांवर हल्ले करण्यासाठी सल्ले आणि मदत करत असत, तसंच त्यांनी सौदीला युद्धसामग्री पुरवली. इतकंच नाही, तर आपला गुप्तचर विभागही सौदीच्या मदतीला पाठवला.

तेहरान आणि रियाध यांच्यात अनौपचारिक मैत्री किंवा युती होण्यापूर्वी येमेनचा संघर्ष झाला. येमेन युद्ध खरं तर शिया आणि सुन्नी या मुस्लीम धर्मातील दोन पंथांचं प्रातिनिधिक युद्ध होतं. इराणमध्ये शिया पंथाचं प्राबल्य, तर सौदी अरेबियात सुन्नी पंथाचं. हुथी बंडखोरांना इराणची फूस आणि पाठिंबा होता. सौदी अरबच्या सैन्याला हुथींविरुद्ध मात खावी लागली, त्यामुळे त्याने माजी पाकिस्तानी प्रमुख रहील शरीफ यांना २०१६मध्ये इराणशी युतीबाबत थातुरमातुर बोलणी करण्यासाठी पाचारण केलं.

हा संघर्ष शिगेला पोहोचला असताना, द *स्ट्रॅटेजिक कल्चरल फाउंडेशन* या ऑनलाइन जर्नलने, त्यांच्या १९ जून २०१८च्या आवृत्तीत लिहिलं आहे, 'यूएईचं सैन्य आणि परदेशी भाडोत्री सैनिकांचा समावेश असलेली, सौदी अरबने केलेल्या युतीला अमेरिका, ब्रिटन

आणि फ्रान्सचा संपूर्ण पाठिंबा होता. या युतीच्या म्हणण्यानुसार, अल् हुदेदाह बंदर ताब्यात घेतल्याने हुथी बंडखोरांचा बीमोड लवकर करता येईल; परंतु त्यासाठी सामान्य नागरिकांची अन्न आणि इतर महत्त्वाच्या वस्तूंची रसद बंद करून, त्याचा शस्त्रासारखा वापर करणं हा उघड उघड गुन्हा आहे.

'हुदेदाह बंदर ताब्यात घेण्यामागील सत्याची भयावहता उलगडतानाच, पाश्चिमात्य माध्यमांनी मानवतावादी दृष्टिकोनातून हुदेदाहमधील नागरिकांच्या दुर्दशेवर आणि बहुसंख्येने असलेल्या येमेनी लोकांवर आपलं लक्ष केंद्रित केलं. खरं तर, पाश्चात्त्यांच्या लष्करी पाठिंब्याशिवाय हुदेदाह बंदरावरील आक्रमण शक्यच होणार नव्हतं; परंतु ब्रिटिश आणि अमेरिकी पत्रकारांनी वार्तांकन करताना ते संदर्भ वगळण्याची काळजी घेतली. *बीबीसी, फ्रान्स २४, सीएनएन, डॉएश वेल, द न्यू यॉर्क टाइम्स* आणि *द वॉशिंग्टन पोस्ट* या काही माध्यमांनी येमेनविषयी चुकीची माहिती प्रसारित केली. उदाहरणार्थ, *द वॉशिंग्टन पोस्ट*ने यावर वार्तांकन करताना, 'सौदी अरब आणि यूएईने यांच्या वतीने करण्यात आलेले हवाई हल्ले हे अमेरिकन एफ-१५ लढाऊ विमानं, ब्रिटिश टायफून्स आणि फ्रेंच बनावटीच्या दासू लढाऊविमानांतून करण्यात आले,' ही वस्तुस्थिती आपल्या बातमीत सोयीस्करपणे गाळली आहे.

'हे हल्ले ब्रिटन, फ्रान्स आणि अमेरिकेच्या मदतीने करण्यात आल्याचे पुरावे सादर करण्यात आले. यावर ब्रिटनने तत्काळ बचावाचा पवित्रा घेत काहीबाही खोटीनाटी, थातुरमातुर विधानं करत वेळ मारून नेली. युनायटेड किंग्डमचे आखाती प्रदेशांचे मंत्री ॲलिस्टेअर बर्ट तर निर्लज्जपणे म्हणाले, 'सौदी अरबशी युती करून आम्ही जे कार्य केलं आहे, त्यात यू.के.चा सहभाग असल्याचं कालांतराने समोर येईलच आणि समजा काही चुकलंच, तर त्याचं उत्तरदायित्वही आम्ही घेऊ.''

येमेनमधल्या नरसंहाराचं उत्तरदायित्व कोणी घेईल, याची शक्यता वाटत नाही. इराण दहशतवादाचा पोशिंदा आहे हे कारण पुढे करत, इराणचं आखाती देशांवर असलेलं वर्चस्व आणि प्रभाव कमी करणं हेच उद्दिष्ट सौदी आणि पश्चिमी राष्ट्रांची रणनीती होती. प्रत्यक्षात मात्र, सुरुवातीला सौदी अरबनेच *अल-कायदा* आणि *इस्लामिक स्टेट (आयएस)* संघटनेला शस्त्रास्त्रं खरेदीसाठी पैसा पुरवला होता. दरम्यान, मध्यपूर्वेत (आखाती प्रदेशांत) इराणचा प्रभाव वाढत गेला. सीरिया, इराक, लेबेनॉन, कतार, अफगाणिस्तान, टर्की आणि येमेन इराणच्या प्रभावाखाली आले. इराकमध्ये शिया पंथीय बहुसंख्येने आहेत. सीरियातील सत्ताधारी अलवाई संप्रदाय शिया पंथातीलच एक संलग्न संप्रदाय आहे. बहारीनमध्येही शिया पंथीय मोठ्या प्रमाणावर आहेत, मात्र तिथले राज्यकर्ते सुन्नी पंथाचे आहेत. लेबेनॉनचा सामर्थ्यवान लष्करशहा हिज्बुल्ला शिया पंथाचा आहे.

आखातांत, इराण, सौदी अरब आणि सीरिया या तीन प्रमुख महाशक्ती आहेत. या तीनही देशांत पूर्वी विस्तव जात नव्हता. मात्र आता या तीनही राष्ट्रांमध्ये समेट झाला आहे, शिवाय आखाती प्रदेशांत चीननेही आपलं आर्थिक आणि लष्करी बस्तान बसवायला सुरुवात केली आहे. यामुळे अमेरिकेचा या प्रदेशांवरील प्रभाव ओसरू लागला आहे. त्यातच, इस्रायल-पॅलेस्टाईन आणि इराणशी असलेल्या संघर्षावर अद्याप तोडगा निघालेला नाही.

सौदी अरब आणि संयुक्त अरब अमिरातीसोबतचे शस्त्रास्त्रविक्रीचे करार रद्द करावेत, यासाठी अमेरिकी आणि ब्रिटिश सरकारवर मोठ्या प्रमाणात दबाव येत आहे. येमेनमधील नृशंस संहाराबाबत, संयुक्त राष्ट्रांनी या दोन देशांवर तिखट शब्दांत ताशेरे ओढले, तरीही हे करार रद्द करण्याला ते राजी नाहीत. विशेषत: ब्रेक्झिटनंतर ब्रिटनची आंतरराष्ट्रीय पत घसरली आहे, त्यामुळे शस्त्रास्त्रविक्रीचा हा करार त्याच्या दृष्टीने देशाला परकीय चलन अर्थात महसूल देणारा आहे, शिवाय या कराराद्वारे आखाती देशांत कमी होत चाललेला आपला दबदबा कायम ठेवण्याचं एक साधन आहे.

सौदी अरब आणि संयुक्त अरब अमिरातीसोबत, भारताचे संबंध सुधारण्यासाठी मोदींनी वैयक्तिक स्तरावर विशेष लक्ष पुरवलं आहे. भारताचे इराणशी फार पूर्वीपासून व्यापारी आणि सांस्कृतिक संबंध आहेत. तिकडे आखातातील अरब राष्ट्रे आता इस्राईलशी संबंध सुरळीत करण्याच्या मार्गावर आहेत. अशा परिस्थितीत, मोदींनी मध्यपूर्व प्रदेशांत अशी रणनीती आखली पाहिजे जी या सगळ्या देशांचे भारताशी असलेले संबंध समतोल ठेवेल; परंतु इथे एक गोष्ट लक्षात घेतली पाहिजे की, इराण हा कट्टर इस्लामी देश आहे, त्यामुळे त्याच्याशी व्यवहार करणं, संबंध राखणं ही तारेवरची कसरतच आहे.

मोदींच्या दृष्टिकोनातून मध्यपूर्व – आखाती प्रदेश म्हणजे त्यांच्या विकसित आणि सुधारित परराष्ट्र धोरणांचा आधार आहे. मोदी इतिहासाचा बारकाईने अभ्यास करतात. आर्थिक आणि राजयकीयदृष्ट्या या (आखाती) प्रदेशाचं महत्त्व किती आहे, हे त्यांना ठाऊक आहे. आखाती देशांतील राजकारणाची उकल १९१८पासून व्हायला सुरुवात झाली. सुरुवात करायची झाली, तर पहिल्या महायुद्धातील विजयानंतर अमेरिका, ब्रिटन आणि फ्रान्सने साम-दाम-दंड-भेद वापरून हा प्रदेश आपापसात वाटून घेतला. पहिल्या महायुद्धाच्या समाप्तीच्या स्मरणार्थ पॅरिसमध्ये ११ नोव्हेंबर, २०१८ रोजी आयोजित करण्यात आलेल्या समारंभात, डझनभर जागतिक नेते एकत्र आले होते, तेव्हा रिमझिम पाऊस पडत होता. शतकभरापूर्वी संपलेल्या या युद्धाच्या ऐतिहासिक आठवणींचा पाऊस तिथल्या उपस्थितांच्या मनात बरसलाच असेल.

उदाहरणार्थ, पहिल्या महायुद्धानंतर, जनादेशाद्वारे, इराक (पूर्वीचा मेसापोटेमिया), पॅलेस्टाईन आणि ट्रान्सजॉर्डन हे देश ब्रिटनने आपल्या ताब्यात घेतले. सीरिया आणि लेबेनॉन फ्रान्सच्या अधिपत्याखाली आले, तेही एका आदेशाद्वारेच. उर्वरित प्रदेशावर लवकरच सौदी अरबच्या ताब्यात जाणार होता. पहिल्या महायुद्धात पराभूत झालेल्या ओटोमन साम्राज्याचा मोठ्या भूभाग अल्-सौद घराण्याने काबीज केला. सौद घराण्याने १९३२ साली या नवीन राज्याचं नामकरण *सौदी अरेबिया* असं केलं.

कालांतराने झालेल्या दुसऱ्या महायुद्धाने मध्यपूर्वेचा भूगोल बदलून गेला; परंतु त्यावरचा पाश्चात्त्यांचा दबदबा मात्र कमी झाला नाही, तो तसाच राहिला. या प्रदेशात तेल विहिरींचा साठा सापडला. सौदी अरेबियाचं वाळवंट आणि पूर्वीचा पर्शिया (इराण) यांनी तेल आणि नैसर्गिक वायू वितरित करण्याचे सगळ्या जगाला वायदे केले. आता अमेरिकेने आपली पकड आवळायला सुरुवात केली. साम्राज्यवादी ब्रिटन आणि फ्रान्सची दुसऱ्या महायुद्धात बरीच वाताहात झाली होती, त्यामुळे मध्यपूर्वेतून हळूहळू राजकीय माघार

घ्यायला सुरुवात केली; परंतु तेलविहिरींवरचा ताबा सोडला नाही. त्यांच्या पेट्रोलियम कंपन्यांनी या प्रदेशात नवनवी तेलक्षेत्रं शोधून काढली.

१९४०च्या उत्तरार्धात *सोव्हिएत युनियन*ने शीत युद्धाला सुरुवात केली होती, त्यामुळे हा सौदा सोपा होता : तेल आणि भौगोलिक धोरणांच्या बदल्यात पाश्चात्त्यांकडून लष्करी संरक्षण. वॉशिंग्टनसाठी इराण आणि इराक हे विशेषत्वाने अडचण ठरत होते. १९४१ साली, *पहलवी* घराण्याचे संस्थापक रझा शहा पहलवी यांच्यानंतर इराणचे शहा, मोहम्मद रझा पहलवी गादीवर आले होते. साम्राज्यशाहीवादी इराणवर अँग्लो-सोव्हिएत आक्रमणानंतर इराणच्या शहाला पदच्युत होण्यास भाग पडलं होतं.

तरुण मोहम्मद शहा पहलवी लवकरच वॉशिंग्टनच्या हातातलं बाहुलं बनला. (दुसऱ्या महायुद्धादरम्यान जेव्हा तो गादीवर बसला, तेव्हा ते २२ वर्षांचे होते.) १९७९पर्यंत इराण, अमेरिकेतचं मध्य पूर्वेतलं सर्वांत पसंतीचं राष्ट्र होतं. त्याच वर्षी अयातुल्ला खोमेनी यांनी क्रांती केल्यामुळे मध्यपूर्वेतील राजकीय गणितंच बदलली. रातोरात, इराण अमेरिकेचा कट्टर शत्रू बनला. आज चार दशकांनंतरही ही शत्रूता कायम आहे.

यादरम्यान अमेरिकेने, त्याच्या हातातलं बाहुलं असलेल्या इतर देशांशी, जसे की इराकशी अतिशय गोपनीय आणि छुप्या पद्धतीने संबंध ठेवले. १९६८ साली, इराकमध्ये उठाव झाला आणि बाथ पक्ष पुन्हा सत्तेत आला. ही उलथापालथ घडवून आणण्यात सद्दाम हुसेन यांची प्रमुख भूमिका होती. *सेंट्रल इंटेलिजन्स एजन्सी* (सीआयए)ची या सगळ्या घडामोडींवर बारीक नजर होती. अयातुल्ला खोमेनी यांनी इराणच्या शाहाला पदच्युत करेपर्यंत, शाह जितका अमेरिकेला जवळचा होता, तितकाच सद्दाम हुसेनही अमेरिकेला जवळचा होता.

१९७९ सालापर्यंत इराक धर्मनिरपेक्ष देश होता. स्त्रियांवर कोणतीही बंधनं नव्हती. नोकरीउद्योगाला जाणाऱ्या स्त्रिया चक्क स्कर्टमध्ये वावरत असत. सद्दाम हुसेन सुन्नी पंथाचा होता. तेव्हा इराकमध्ये शिया मुस्लीम बहुसंख्येने म्हणजे एकूण लोकसंख्येच्या ६० टक्के होते. सद्दाम हुसेन यांनी आपली वज्रमूठ आवळायला सुरुवात केली; परंतु त्याच वेळी त्याने शिया मुस्लीमांना सरकार आणि नोकरशाहीमध्ये योग्य त्या संधीही दिल्या. त्याच्या विरुद्ध स्थिती पूर्वेला, इराणमध्ये होती. इराण अयातुल्ला खोमेनींच्या अधिपत्याखाली पिचत होता. अमेरिकेला भीती वाटत होती, की इराणचा इस्लामी कट्टरपणा हा एखाद्या विषाणूसारखा इतर आखाती देशांमध्येदेखील पसरेल. इराणमधील क्रांतीनंतर शाह इजिप्तला पळून गेला आणि वयाच्या साठाव्या वर्षी, १९८० साली मरण पावला.

१९८० साली, अमेरिकेच्याच इशाऱ्यावर इराण आणि इराकमध्ये आठ वर्षांचं प्रदीर्घ विनाशकारी युद्ध झालं. या युद्धात सीआयएचा गुप्त सहभाग होता. १९८८ साली संपलेल्या या अनिर्णित युद्धात ५ लाखांहून अधिक इराणी आणि इराकी सैनिक मारले गेले. सद्दाम हुसेन नामक प्यादाचा वापर करून इराणमधील अयातुल्ला खोमेनींची सत्ता उलथवून टाकणं हा अमेरिकेचा मुख्य उद्देश होता. अशा तऱ्हेने, मेसोपोटेमिया (इराक) आणि पर्शिया (इराण) या दोन महान संस्कृतींना एकमेकांविरुद्ध लढायला प्रवृत्त करण्यात आलं, या युद्धात पन्नास लाखांहून अधिक अरब आणि पर्शियन लोकांना आपले प्राण गमवावे लागले.

या युद्धामुळे तसंच या युद्धातील अमेरिकेच्या सततच्या हस्तक्षेपामुळे वैतागलेल्या सद्दाम हुसेनने १९९० साली, कुवेतवर आक्रमण करण्याची एक घोडचूक केली. त्याचं असं म्हणणं होतं, की इतिहासकाळापासून कुवेत हा इराकचाच भाग होता आणि तो इराकमध्ये सामील झाल्यास पर्शियन आखातापर्यंतच्या भागात इराकला प्रवेश मिळेल. यामुळे अर्थातच सद्दाम रातोरात अमेरिकेचा शत्रू बनला. अमेरिकेने इराकवर आक्रमण केलं. १९९१ साली झालेल्या आखाती युद्धात कुवेत 'स्वतंत्र' झाला आणि गेल्या दहा वर्षांपासून इराकवर लादण्यात आलेले निर्बंध शिथिल करण्यात आले. इराकमधून हवाई वाहतुकीला बंदी घालण्यात आली होती, त्यामुळे अत्यावश्यक औषधं, अन्न सामग्री इराकमध्ये पोहोचण्यास अडचण येऊ लागली. परिणामी इराकमध्ये हजारो बालकं मरण पावली. २००३ साली अमेरिका आणि त्याच्या मित्र राष्ट्रांनी इराकवर पुन्हा हल्ला केला. इराककडे महासंहारक शस्त्रास्त्रं अर्थात, मास डिस्ट्रक्शन वेपन्स (MDW) असल्याचा बनावट आरोप इराकवर करण्यात आला होता. २००६ साली सद्दाम हुसेनला गाठून त्याची हत्या करण्यात आली.

ब्राऊन विद्यापीठाच्या वॅटसन इन्स्टिट्यूटने डिसेंबर २०२२मध्ये दिलेल्या माहितीनुसार, '२००३च्या अमेरिकी आक्रमणानंतर इराकमध्ये नेमके किती लोक मारले गेले आणि किती जखमी झाले हे कोणालाच ठाऊक नाही; परंतु आम्हाला माहिती आहे की, ऑक्टोबर २०१९पासून झालेलं अमेरिका आणि त्याच्या मित्रपक्षांनी केलेलं आक्रमण, इराकी लष्कर आणि पोलीस दल आणि शत्रूराष्ट्रांनी वेळोवेळी केलेल्या हल्ल्यांमध्ये १,८४,३८२ ते २,०७,१५६ नागरिकांचा मृत्यू झाला आहे. हवाई बॉंबहल्ले, तोफांचा मारा, गोळीबार, आत्मघातकी हल्ले आणि आग लागल्यामुळे इतक्या इराकी नागरिकांचा मृत्यू ओढवला. याशिवाय जखमी किती झाले याची गणतीच नाही.

'इराकी सरकार, तसंच अमेरिका आणि त्याच्या मित्र राष्ट्रांनी युद्धात बळी गेलेल्यांची अचूक आकडेवारी नोंदवलीच नाही, त्यामुळे बळींची संख्या याहून जास्त असण्याची शक्यता आहे. यादृच्छिकपणे निवडलेल्या घरगुती सर्वेक्षणांवर आधारित अनेक अंदाज, इराणमधील युद्धबळींची संख्या काही दशलक्ष असल्याचं दर्शवतात. युद्धाचे अप्रत्यक्ष घातक परिणामही असतात. अन्न, आरोग्य, पिण्याचं स्वच्छ पाणी या यंत्रणांना युद्धाचा फटका बसतो. या यंत्रणा विस्कळित झाल्यामुळे आजार, संसर्गजन्य रोग फैलावतात, कुपोषण होतं. इराकमधील बळींची संख्या वाढण्याचं हेदेखील एक कारण असावं. या यंत्रणा सुस्थितीत असत्या, तर इतके बळी टाळले गेले असते, जखमींवर उपचार केले गेले असते. युद्धाचे दुष्परिणाम अनेक दशकं भोगावे लागतात. १९६० सालापासून अमेरिकेचे इराकप्रती असंच अनिष्ट धोरण होतं. १९९० सालापासून लादलेल्या निर्बंधांमुळे तर इराक विनाशाच्या गर्तेत लोटलं गेलं.'

मोदी नेहमीच प्रखर वास्तववादी आहेत. त्यांनी या 'नवीन' आखाती प्रदेशाकडे संधींचं नंदनवन म्हणून पाहिलं. सौदी अरब आणि संयुक्त अरब अमिराती या देशांसोबत जिव्हाळ्याचे, सलोख्याचे संबंध प्रस्थापित होत असतानाच पाकिस्तान आणि आखातातील आणखी दोन प्रबळ देशांसोबत तणावाची परिस्थिती निर्माण होणं हा योगायोगच म्हणाला लागेल. टर्की आणि इराण या दोन बिगर-अरब राष्ट्रांशी पाकिस्तानने जवळीक साधल्यामुळे सौदी अरेबिया

आणि यूएई संतप्त झाले आहेत. भारताला मध्यपूर्वेत मोठ्या प्रमाणात व्यापारी आणि भू-राजकीय धोरणात्मक संधी आहेत. डिसेंबर २०२२मध्ये चीनचे राष्ट्राध्यक्ष शी जिनपिंग यांनी सौदी अरेबियाला उच्चस्तरीय शिष्टमंडळासह भेट दिली. या दौऱ्यादरम्यान त्यांनी तिथल्या राजघराण्यातल्या व्यक्ती तसंच अनेक उच्चपदस्थांच्या भेटीगाठी घेतल्या. या पार्श्वभूमीवर या प्रदेशात भारताने आपली मुत्सद्देगिरी त्वरेने दाखवण्याची गरज निर्माण झाली आहे.

मनुष्यप्राण्याप्रमाणेच देशाच्या आयुष्यातही परिवर्तनाचा काळ येतो. भारत सध्या अशाच एका परिवर्तनाच्या वळणाच्या उंबरठ्यावर येऊन ठेपला आहे. १९४७ साली जेव्हा ब्रिटिश भारत सोडून गेले, तेव्हा भारतात उद्योगधंद्यांची संख्या अगदी अल्प होती, पायाभूत सुविधा अगदी प्राथमिक स्वरूपातल्या होत्या आणि देशाचा जीडीपी तर नगण्य होता. आज भारत जगातील पाचवी सर्वांत मोठी अर्थव्यवस्था बनला आहे आणि आंतरराष्ट्रीय नाणेनिधीच्या (IMF) अंदाजानुसार २०२८पर्यंत, तो जगातील तिसरी सर्वांत मोठी अर्थव्यवस्था बनण्याच्या मार्गावर आहे.

नेहरू अतिशय कर्तव्यनिष्ठ, प्रामाणिक संसदपटू होते. लोकसभेत नेहमीच जोरदार चर्चा व्हावी, यासाठी ते आग्रही असत. अगदी आपले जावई फिरोज गांधी यांच्याशीदेखील ते घमासान चर्चा करत. देशात आणि परदेशात त्यांच्याबद्दल आदर होता. त्यांची मुलगी इंदिरा मात्र याच्या पूर्णत: विरुद्ध होती. १९७५-७७ दरम्यान देशात लादलेल्या आणीबाणीत त्यांनी न्यायव्यवस्था, पत्रकारिता इतकंच नव्हे, तर देशाच्या घटनेचीही पायमल्ली केली. २०२३च्या ऑगस्टमध्ये भारताला स्वातंत्र्य मिळून ७६ वर्षे झाली, इतका काळ लोटला, तरी आजही प्रशासनिक संस्थांप्रती विश्वास निर्माण करणं कर्मकठीण होऊन बसलं आहे.

भारताची समाजरचना बहुस्तरीय, बहुआयामी आहे. पंचायत स्तरापासून संसदेपर्यंत, प्रत्येक पातळीवर चांगलं सुशासन उभारण्यासाठी मोदींनी आता कंबर कसली पाहिजे. इतिहासकारांच्या नजरेतून २०१९ची निवडणूक ही मोदींसाठी काहीशा विरामाची असेल. धोरणात्मक, सामाजिक, आर्थिक आणि परराष्ट्रधोरणाची महत्त्वाकांक्षी उद्दिष्ट गाठण्यासाठी, २०२४च्या निवडणुकीतला विजयच त्यांना अपेक्षित होता. मात्र हे खरं आहे, की भारतीय जनता पक्षाला आता नेतृत्वाची दुसरी फळी उभारण्याची नितांत गरज आहे आणि नव्या नेतृत्वाला मार्गदर्शनाचे धडे त्यांनी द्यायला आतापासूनच सुरुवात केली पाहिजे. मोदींच्या कॅबिनेट मंत्रिमंडळातील अनेक मंत्री अत्यंत मेहनती आहेत; परंतु त्या त्या क्षेत्रांतील तज्ज्ञांनाही त्यात सामील करण्याची आवश्यकता आहे, नव्हे तसा पूर्वीपासूनच प्रघात आहे. नेहरूंच्या पहिल्या मंत्रिमंडळात अनेक तज्ज्ञ किंवा टेक्नोक्रॅट्स होते. जसे की, जॉन मथाई. जॉन मथाई हे अर्थतज्ज्ञ होते. भारताचे पहिले रेल्वेमंत्री होण्याचा मान त्यांच्याकडे जातो. त्यानंतरच्या काळात ते अर्थमंत्रीदेखील होते.

प्रजासत्ताक दिनाचं औचित्य साधत आपलं परराष्ट्र धोरण आणखी बळकट, आणखी सुधारित करण्याचा मोदींनी नेहमीच प्रयत्न केला आहे. २०१५ साली, अमेरिकेचे राष्ट्राध्यक्ष बराक ओबामांना, प्रजासत्ताक दिनाचे प्रमुख पाहुणे म्हणून बोलावण्यात आलं. भारतीय

प्रजासत्ताक दिनाला प्रमख पाहुणे म्हणून उपस्थित राहणारे, ओबामा पहिलेच अमेरिकी राष्ट्राध्यक्ष होते. यामुळे अमेरिकेसोबत धोरणात्मक भागीदारी करण्याचे मोदींच्या इच्छेचे स्पष्ट संकेत मिळाले. २०१६ साली फ्रान्सचे राष्ट्राध्यक्ष फ्रान्स्वा ओलाँद हे प्रजासत्ताक दिनाचे प्रमुख अतिथी होते. या निमित्ताने भारताने, युरोपियन युनियनसोबत आर्थिक संबंध अधिक दृढ करण्यावर लक्ष केंद्रित केलं. २०१७ सालच्या प्रजासत्ताक दिनाचे प्रमुख पाहुणे होते, अबुधाबीचे सिंहासनाधिष्ठित युवराज मोहम्मद बिन झायेद अल् नाह्यान. या वेळी मोदींनी मध्यपूर्वेला आपल्या परराष्ट्र धोरणाच्या केंद्रस्थानी ठेवलं होतं. मोदींना इस्राईल (जो संरक्षण क्षेत्रात महत्त्वाचा भागीदार) आणि इतर आखाती देश (जिथे लाखो भारतीय काम करतात) यांच्यापर्यंत पोहोचण्यासाठी एक दुवा हवा होता.

भारताच्या भू-आर्थिक आणि भू-राजकीय धोरणांशी मिळतीजुळती धोरणं असणाऱ्या जागतिक नेत्यांना, प्रजासत्ताकदिनी प्रमुख पाहुणे म्हणून निमंत्रित करण्याची प्रथा मोदींनी सुरूच ठेवली. अपवाद, कोविड साथीतली २०२१ आणि २०२२ ही दोन वर्षे. २६ जानेवारी २०२३ला इजिप्तचे राष्ट्राध्यक्ष अब्देल फतेह अल्-सिसी हे प्रमुख पाहुणे म्हणून उपस्थित होते. या प्रदेशात चीनचा वाढत चालेला प्रभाव लक्षात घेता, इजिप्तचा राष्ट्राध्यक्षांना प्रजासत्ताक दिनाचं निमंत्रण देणं हा अरब राष्ट्रांशी सलोखा वाढवण्याच्या रणनीतीचाच एक भाग होता. २०१८ साली दहा आसिआन नेत्यांना, प्रजासत्ताक दिनाचे प्रमख पाहुणे म्हणून देण्यात आलेलं निमंत्रण सगळ्यात लक्षवेधी ठरलं. या निमंत्रणात अनेक सूक्ष्म गर्भित अर्थ आणि संदेश दडलेले होते. एक म्हणजे भारताच्या 'ॲक्ट इस्ट' अर्थात पूर्वेकडील देशांप्रती विस्तारवादी धोरणाचा तो एक भाग होता. सुरुवातीला, तो भारताच्या 'ॲक्ट इस्ट' धोरणाचा विस्तार होता. आता मात्र गेल्या काही दशकांपासून 'लुक इस्ट' धोरण राबवलं आहे. अर्थात पूर्वेकडे बारकाईने लक्ष दिलं आहे. आसिआन (Association of Southest Asian Countries - ASEAN) जगातील सर्वांत शक्तिशाली व्यापारी समूहांपैकी एक आहे. भूतकाळात त्याने भारताच्या परराष्ट्र धोरणांच्या दृष्टिकोनाकडे काणाडोळा करत पश्चिमी राष्ट्रांच्या धोरणांना प्राधान्य दिलं होतं.

मोदींनी मात्र त्यांच्या या धारणेला छेद दिला. पूर्व आशियाई देशांशी संबंध वाढवण्यासाठी त्यांनी बरीच खटपट केली आहे. आपला राजकीय वेळ आणि राजकीय पत यासाठी त्यांनी खर्ची घातली आहे. आसिआन समूहातील फिलिपिइन्स, इंडोनेशिया, मलेशिया, थायलंड, ब्रुनेइ आणि व्हिएतनाम या देशांशी चीनचे वाद आहेत, तसंच सिंगापूर आणि मलेशिया यांसारख्या आसिआन देशांतून मोठ्या प्रमाणांत भारतीय राहतात, विशेषत: तामिळनाडूतील लोक. या देशांतील अनेक लोक भारतीय बौद्धधर्म मानतात, त्याच्याशी घट्ट सांस्कृतिक संबंध राखून आहेत. आसिआन देशांच्या दहा नेत्यांना बोलावून मोदींनी चीनसाठी एक प्रकारे संदेशच दिला. या कृतीमुळे आसिआन देशांची भारताकडे बघण्याची दृष्टी बदलली. ती जास्त संवेदनशील झाली. चीनच्या विस्तारवादी महत्त्वाकांक्षेचा सामना करण्यासाठी या रणनीतीने तलवारीच्या धारेसारखं काम केलं.

दहा आसिआन सदस्य देश, तसंच चीन, जपान, दक्षिण कोरिया, ऑस्ट्रेलिया आणि न्यूझीलंड अशा १५ सदस्यीय, 'प्रादेशिक सर्वसमावेशक आर्थिक भागीदारी' (Regional

Comprehesive Economic Partnership - RECP)मधून बाहेर पडण्याचा निर्णय नोव्हेंबर, २०२०मध्ये भारताने घेतला. याचा अर्थ तो नंतर या भागीदारीत समाविष्ट होऊ शकत नाही असा नाही. शिवाय अनेक RECP सदस्य देशांसोबत भारताचे द्विपक्षीय 'मुक्त व्यापार करार' FTA झालेले आहेत. या करारांतील अटी, सध्याच्या RECP)च्या अटींपेक्षा खूपच सैल आणि जास्त फायदेशीर आहेत.

दक्षिण आशियाई क्षेत्रातदेखील, भारताने आपली भू-राजकीय खेळी अतिशय धूर्तपणे खेळण्याची गरज आहे. नेपाळमधील सर्वांत मोठा गुंतवणूकदार म्हणून चीनने, भारताला हटवून स्वत: ते स्थान पटकावलं आहे; पण तरीही काठमांडूमध्ये चिनी व्यापाऱ्यांविषयी कटुताच पाहायला मिळते. श्रीमंत चिनी पर्यटक इथे येऊन जागांच्या किमती वाढवतात, स्थानिकांना बेघर करतात, अशी तक्रार आता नेपाळमधले दुकानदार करू लागले आहेत. आपल्या सागरी व्यापाराचं तसंच प्रादेशिक सुरक्षेचं रक्षण करण्यासाठी दक्षिण चिनी समुद्रातील किनारपट्टी भागात चीनला मित्रदेश असणं आवश्यक आहे. याच हेतूने त्याने, भारताच्या अधोदिशांना असलेल्या बांगलादेश आणि श्रीलंकेशी सलगी सुरू केली आहे. आज या देशांमध्ये चीनचा वाढता प्रभाव दिसून येतो. हा प्रभाव रोखण्यासाठी भारताने काही ठोस पावलं आता उचलायलाच हवी आणि हेच वास्तव भारताला, आसिआनच्या व्यापारी सदस्यांच्या मनावर पुन्हा पुन्हा ठसवायचं आहे.

प्रकरण १९

रशिया युक्रेन युद्ध आणि सॅक्सॉन-स्लाव्ह संघर्ष

'युद्ध उद्योग' हा अमेरिकेच्या अर्थव्यवस्थेचं महत्त्वाचं चक्र किंवा घटक आहे. रशिया-युक्रेन संघर्षामुळे अमेरिकेच्या पदरात दोन मोठी भू-राजकीय दानं पडली : एक म्हणजे कोविड साथीनंतर त्यांच्या लष्करी आणि औद्योगिक आस्थापनांना काम मिळालं, पर्यायाने चालना मिळाली आणि दुसरं - रशियाच्या लष्करी रणनीती, शस्त्रास्त्रं आणि युद्धभूमी यांच्या कमतरतेबाबतची महत्त्वाची गोपनीय माहिती हाती लागली. युद्धामुळे रशियाचं अवसान काहीसं कमी झालं आहे. कदाचित, काही काळापुरतं तरी; परंतु त्यामुळे युरोपचं अमेरिकेवर असलेलं अवलंबित्व बरंच वाढलं आहे.

युनायटेड स्टेट्स अर्थात अमेरिकेचा जन्मच आक्रमणातून झाला आहे, त्यामुळे इतरांवर आक्रमण करणं हा अमेरिकेचा स्थायिभाव आहे. सोळाव्या दशकात, उत्तर अमेरिकेत सर्वप्रथम इंग्लिश वसाहती स्थापन झाल्या. त्यांनी, तिथे पूर्वापार राहत असलेल्या एतद्देशीय इंडियन्सच्या पूर्वजांच्या भूमीतून, त्यांनाच हुसकावून लावलं. त्यांचं अत्यंत पद्धतशीरपणे आणि तितक्याच निर्दयीपणे उच्चाटन करण्यात आलं. आक्रमण करणाऱ्या इंग्रजांना सियू जमातीतील प्रतिकार करणाऱ्या लोकांची कत्तल करण्यात आली. जे वाचले ते नंतर देवी आणि युरोपातून आलेल्या इतर रोगांमुळे मरण पावले. हे आजार उत्तर अमेरिकेत कधीच आले नव्हते, त्यामुळे या आजाराविरुद्ध, स्थानिक इंडियन लोकांची प्रतिकारशक्ती तोकडी पडली.

इ. स. १६०० आणि १७०० दरम्यान अमेरिकेवर झालेल्या वसाहतवादी आक्रमणाच्या क्रौर्याचे प्रत्यक्षदर्शी पुरावे आहेत. १६००च्या सुरुवातीला, ब्रिटिशांनी उत्तर अमेरिकेवर आक्रमण करून वसाहत स्थापन करण्यापूर्वी स्थानिक इंडियन्सची संख्या अंदाजे १८ दशलक्ष होती. इ. स. १७००च्या उत्तरार्धात जेव्हा युनायटेड स्टेट्स एक स्वतंत्र राष्ट्र बनलं, तेव्हा या स्थानिक इंडियन्सची संख्या सहा दशलक्षापर्यंत खाली आली होती.

दरम्यान, अटलांटिक महासागराच्या पलीकडे एक नवीन देश उदयाला आला होता. तो म्हणजे - ब्रिटन. १७०७ सालापर्यंत 'ब्रिटन' अस्तित्वात नव्हता. 'युनायटेड किंग्डम

ऑफ ग्रेट ब्रिटन'ची स्थापना करण्यासाठी, १७०७च्या युनियन कायद्यान्वये, इंग्लंड आणि स्कॉटलंड ही राजघराणी विलीन झाल्यानंतर 'युनायटेड किंग्डम' हे एक सार्वभौम सत्ता म्हणून अस्तित्वात आली.

१७७६-८३ दरम्यान अमेरिकेचं स्वातंत्र्ययुद्ध सुरू होतं. नव्याने उदयाला आलेल्या अमेरिकेकडून ब्रिटनला हार मानावी लागली, अमेरिकेतील सर्व वसाहतींवर त्याला पाणी सोडावं लागलं, त्यामुळे मग ब्रिटनने आपली नजर पूर्वेकडे वळवली. समुद्रापार असलेला भारत देश आता ब्रिटनची प्रमुख वसाहत म्हणून अमेरिकेची जागा घेणार होता. तथापि, भारत आणि अमेरिका ब्रिटिशांची वसाहत बनण्यात एक फरक होता. अमेरिका ही अँग्लो-सॅक्सन आक्रमणानंतरची वसाहत होती, ते तिथे स्थायिक झाले. भारताचं तसं नव्हतं. भारत ही एक प्राचीन भूमी होती, त्याला लुबाडण्यात आलं, तिथे वस्ती नाही झाली.

१७५७ साली, इस्ट इंडिया कंपनीच्या माध्यमातून ब्रिटिशांनी इथे आपले पाय रोवायला सुरुवात केली, तेव्हा या उपखंडाची लोकसंख्या होती १८२ दशलक्ष. १८६१ सालच्या जनगणनेनुसार, जेव्हा ब्रिटिशसत्ता शिखरावर होती, तेव्हा अगदी प्रशासकापासून शिपायापर्यंतच्या गोऱ्या ब्रिटिश नागरिकांची इथली संख्या होती १,२५,९४५. ब्रिटिश गोरे आणि भारतीय यांचं गुणोत्तर, एका ब्रिटिश गोऱ्यामागे १५०० भारतीय असं होतं.

आता पुन्हा अमेरिकेकडे वळू या. आता इकडे अमेरिका हे स्वतंत्र राष्ट्र झाल्यानंतर, ब्रिटिश वसाहतींत स्थायिक झालेले, जे आता स्वत:ला अमेरिकन म्हणवून घेत होते ते अस्वस्थ झाले. त्यांना आणखी भूप्रदेश, आणखी जमीन हवी होती. या अमेरिकन बनलेल्या ब्रिटिशांनी संधी साधत मेक्सिकोवर आक्रमण केलं. १८४६ ते ४८ दरम्यान, अमेरिका-मेक्सिको युद्ध खेळलं गेलं. अत्याधुनिक शस्त्रास्त्रं, उत्तम डावपेच आणि कूटनीतीचा वापर करत त्यांनी मेक्सिकोचा टेक्सासपासून कॅलिफोर्नियापर्यंतच्या विस्तीर्ण भूभागावर कब्जा केला. १८४८च्या *ग्वाडालुपे हिडाल्गो* करारानुसार, मेक्सिकोने आपला २.४ दशलक्ष चौरस किलोमीटरचा प्रदेश अमेरिकेच्या हवाली केला.

या सगळ्या कहाणीचा रशियाने युक्रेनवर केलेल्या आक्रमणाशी काय संबंध? यातून हे ठळकपणे सांगायचं आहे की, युक्रेन असो वा तैवान, मेक्सिको असो वा भारत, दुसऱ्या देशावर आक्रमण करणंच चुकीचं आहे. युरेशियन ओटोमन साम्राज्याने उदंड आक्रमणं केली आणि तीही क्रूरतापूर्वक. ब्रिटन, फ्रान्स, स्पेन आणि पोर्तुगाल यांनी आशिया, आफ्रिका आणि लॅटिन अमेरिकन देशांवर आक्रमणं करूनच आपापली साम्राज्यं निर्माण केली. तथापि, इतर देशांच्या जमिनी बळकावून युरोपियनांचं समाधान झालं नाही, त्यांना हवे होते कष्टकरी हात, श्रम करणारे मजूर.

अटलांटिक सागराच्या अलीकडे, पलीकडे, शतकानुशतके, आफ्रिकन गुलामांचा व्यापार सुरू होता. इतिहासातील सर्वांत अमानुष गुन्ह्यांमध्ये या गुलाम व्यापाराच्या गुन्ह्याचा सर्वांत वरचा क्रमांक आहे. १६००च्या दशकात लिव्हरपूल ही एक सामान्य गरीब वस्ती होती. १८००च्या दशकापर्यंत, गुलामांच्या लाभदायक, फायदेशीर व्यापाराच्या जोरावर ते एक समृद्ध शहर बनलं. लिव्हरपूलमधील अग्रणी व्यापाऱ्यांनी ब्रिटनच्या उत्तर अमेरिकेतील वसाहतींना आफ्रिकन गुलाम पाठवून, त्यांची विक्री करून अफाट संपत्ती कमावली.

आयव्हरी कोस्ट, घाना आणि इतर पश्चिम आफ्रिकन किनारी देशांतून आफ्रिकन लोकांना पकडून आणण्यात येई, त्यांना साखळदंडात बांधून, जहाजांमधून ब्रिटनच्या अमेरिकन आणि कॅरेबियन वसाहतींमध्ये पाठवण्यात येत असे. इथे त्यांना, आयुष्यभर गुलामगिरी करण्यासाठी श्रीमंत अमेरिकनांना विकण्यात येई. १८३० साली ब्रिटनने ही अटलांटिक सागरातून होणारा गुलामांचा व्यापार बंद केला, व्यापारी किंवा व्यावसायिक कारणांनी नव्हे, तर सर्व स्तरांतून या अमानुष प्रथेवर टीका होऊ लागली आणि मानवतावादी दृष्टिकोनाच्या दबावाखाली हा व्यापार शेवटी थांबला. गुलामगिरी जरी थांबली असली तरी त्याची जागा वेठबिगार पद्धतीने घेतली. गरीब भारतीय आणि आफ्रिकन लोकांना, ब्रिटिश वसाहतींतील उसाच्या मळ्यात काम करण्यासाठी वेठबिगार म्हणून पाठवण्यात येई. त्या कामगारांना कोणतेही अधिकार नसत. नोबेल पारितोषिक विजेते लेखक *व्ही. एस. नायपॉल* यांचे पूर्वज हे अशा पद्धतीने गयाना इथल्या ब्रिटिश वसाहतीत पाठवण्यात आलेले वेठबिगार मजूर होते.

∞

स्लाव असणाऱ्या रशियन आणि युक्रेनियन लोकांचा हिटरला अतिशय तिरस्कार करत असे. १९४१ साली, दुसरं महायुद्ध एका महत्त्वाच्या टप्प्यावर असताना, हिटलरने सॅक्सो-ब्रिटन सहकारी देशांवर हल्ला करण्याची योजना रद्द केली आणि त्याऐवजी स्लाव सोव्हिएत युनियनवर आक्रमण केलं. या आक्रमणानंतर चार वर्षांनी, दुसऱ्या महायुद्धात केलेल्या या चुकीची फार मोठी किंमत जर्मनीला चुकवावी लागली.

सुमारे दहा वर्षं चाललेल्या बाल्कन युद्धादरम्यान, १९९० साली सॅक्सॉन-स्लाव परभारी (प्रॉक्सी) युद्ध संघर्ष पुन्हा उफाळून आला. अमेरिका आणि ब्रिटिश लढाऊ विमानांनी घमासान बॉम्बहल्ले करत पूर्वीचं स्लाव राष्ट्र असलेल्या युगोस्लाव्हियाचं तुकडे करत, विभाजन झालं. रशिया-युक्रेन संघर्षदेखील स्लाव अंतर्गत येणारा संघर्षच आहे; परंतु युद्धाची खरी सूत्रं किंवा दूरस्थ नियंत्रण, वॉशिंग्टन आणि लंडनमधील सॅक्सॉनच्या हातात आहेत. इतिहासकाळापासूनच या देशांनी विनाशकारी परभारी युद्धं घडवून आणली आहेत. त्यांच्या या क्षमतेला तोडच नाही.

दुसऱ्या महायुद्धानंतर अमेरिकेने लॅटिन अमेरिका आणि मध्यपूर्वेतील हुकूमशहा तसंच कळसूत्री (नामधारी) राजांना आपला पाठिंबा दिला आहे. ओटोमन साम्राज्यानंतर, मध्य-पूर्वेतील शेख घराण्यासोबत एक करार करण्यात आला की, त्यांना जर अमेरिकेकडून लष्करी संरक्षण हवं असेल, तर अरब नागरिकांना मतदानाचे हक्क नाकारण्यात यावेत. वरवर पाहता ही अट इस्रायलच्या विरोधात जाणारी आहे असं वाटत असलं, तरी प्रत्यक्षात मात्र की त्यांच्या स्वत:च्याच देशात मूळ धरू लागलेल्या आणि लोकप्रिय होत चाललेल्या लोकशाही चळवळींच्या विरोधात होती.

आपली भू-राजकीय उद्दिष्टं साध्य करण्यासाठी कुठल्याही अपराधीपणाचा भाव नसलेल्या, आडमुठ्या आणि स्वार्थी परराष्ट्र धोरणाचा जर अमेरिका अवलंब करत असेल तर त्यात आश्चर्य वाटायला नको. पूर्वीपासून ती हेच करत आलेली आहे,

असं इतिहासच सांगतो; परंतु अमेरिकेचंदेखील एक मर्मस्थान, एक कमकुवत बाजू आहे. २०४०च्या दशकापर्यंत, इतिहासात प्रथमच अमेरिका, श्वेतवर्णीयांची बहुसंख्यता नसलेला देश बनणार आहे. आजमितीला असलेल्या अमेरिकेच्या लोकसंख्येत, लॅटिनोज म्हणजेच लॅटिन अमेरिकन, आफ्रो-अमेरिकन आणि आशियाई लोकांची लोकसंख्या जवळपास ३० टक्के इतकी आहे. २०४५पर्यंत हे प्रमाण जवळपास ५१ टक्क्यांवर जाईल. लोकसंख्येतील या गुणोत्तराचे परिणाम सामाजिक, वांशिक, आर्थिक आणि सांस्कृतिक दुभाजनात प्रतिध्वनित होईल.

रशियाने युक्रेनवर केलेल्या आक्रमणाचे तीन आनुषंगिक परिणाम झाले आहेत. पहिलं, महासत्ता म्हणून रशियाचं असलेलं सामर्थ्य आणि पत कमी झाली; परंतु त्यामुळे भारतासमोर एक नवं आव्हान उभं ठाकलं. मॉस्को म्हणजेच रशियासोबत असलेले आर्थिक, व्यापारी आणि लष्करी संबंध पुन्हा नव्याने तपासायची आणि प्रस्थापित करण्याची गरज निर्माण झाली. दुसरं, चीन हा अमेरिकेचा प्रमुख प्रतिस्पर्धी आहे. सोव्हिएत युनियनने ४० वर्षांच्या शीतयुद्धादरम्यान जे केलं तेच चीन आपल्यासोबत करेल का याची धास्ती अमेरिकेला वाटते. बिजिंग आणि वॉशिंग्टन यांच्यातील स्पर्धा आणि सहयोग किती प्रमाणात राहील यावर भौगोलिक आणि राजकीय सत्तेचं संतुलन अवलंबून असेल. तिसरा परिणाम : आज भारत हा अमेरिकेच्या नेतृत्वाखालील मित्र देशांचा समूह आणि ग्रेटर चायना ज्यात हाँगकाँग तसंच भविष्यात तैवानचा समावेश होऊ शकतो, या दोन कुऱ्हाडींच्या तावडीत सापडला आहे. असं होऊ शकतं, की आशिया, आफ्रिका आणि लॅटिन अमेरिका खंडातील तटस्थ राष्ट्रांना एकत्र आणून भारत आपली एक वेगळी कुऱ्हाड निर्माण करेल, अर्थात वेगळा गट तयार करून अमेरिकेच्या नेतृत्वाखालील लोकशाही देशांशी मोट बांधेल; परंतु त्याची परराष्ट्रधोरणं, सुरक्षा धोरणं आणि आर्थिक धोरणं यांचा अमेरिकेशी किंवा त्याच्या सहकारी देशांच्या धोरणाशी काहीही देणंघेणं नसेल. ती पूर्णतः स्वतंत्र असतील.

∽

उच्च पदांवर नियुक्त करण्यात आलेल्या स्त्री-पुरुषांच्या गुणोत्तरावरून जो बायडेन प्रशासनाचं नेहमीच कौतुक केलं जातं. आज जरी हे चित्र असलं तरी विकसित देशांमध्ये लिंग समानतेचा मिश्र इतिहास आहे. तुम्ही फ्रान्समध्ये राहणाऱ्या १९४४ सालातील महिला असाल, तर तुम्हाला मतदान करण्याची परवानगी नाही. फ्रान्स हा व्होल्तेरसारख्या भाषणस्वातंत्र्याचा, समानतेचा आणि बंधुत्वाचा भोक्ता असलेल्यांचा देश; परंतु महिलांना मतदानाचा अधिकार प्रदान करणारा युरोपातील हा सर्वांत शेवटचा देश होता. ब्रिटनमधल्या परिस्थितीतदेखील काही फार फरक नव्हता. ब्रिटिश महिलांना मतदानाचा पूर्ण अधिकार मिळायला १९२८ साल उजाडावं लागलं. दक्षिण अमेरिकेत तर स्थिती आणखीनच वाईट होती. चिलीमधील महिलांना १९६१ सालापर्यंत मतदान करण्याची परवानगी नव्हती.

आज ५०हून अधिक देशांनी सरकारच्या प्रमुखपदी महिलांची निवड केली आहे (यात राजसम्राज्ञी असलेल्या महिलांना जमेस धरलेलं नाही). ब्रिटिश महिलांना मतदानाचा हक्क मिळाल्यापासून ब्रिटनच्या पंतप्रधानपदी तीन महिला विराजमान झाल्या. १९७९ साली

मार्गारेट थॅचर, २०१६ साली थेरेसा मे आणि २०२२ साली लिझा ट्रस (मे आणि ट्रस या दोघी कन्झर्व्हेटिव्ह पक्षाच्या अंतर्गत मतदानांतून निवडून आल्या होत्या).

सकृत्‌दर्शनी दक्षिण आशियातील राजकारणात स्त्रियांची संख्या लक्षणीय दिसून येते. या प्रदेशातील प्रत्येक प्रमुख देशात निवडून आलेल्या स्त्रिया सरकार चालवताना दिसून आल्या आहेत. जसं की, सिरिमाओ बंदरनायके, इंदिरा गांधी, बेनझीर भुट्टो. तिकडे बांग्लादेशात शेख हसीना आणि बेगम खालिदा झिया या दोन स्त्रियांकडे सरकारचं नेतृत्व होतं. यात श्रीलंकेला विशेष महत्त्व आहे. कारण, जगातील पहिल्या महिला पंतप्रधान होण्याचा मान श्रीलंकेच्या माजी पंतप्रधान सिरिमाओ बंदरनायके यांना जातो. यात पुरोगामीपणा वगैरे असं काही नाही. निःसंशयपणे लोकशाही निवडणुकीच्या सनदशीर मार्गाने त्या निवडून आल्या असल्या, तरीही दक्षिण आशियातील या चारही महिला नेत्यांकडे हे पद त्यांच्या वडिलांकडून किंवा पतीकडून चालून आलेलं आहे. हा सन्मान त्यांच्या स्त्रीत्वाचा नाही, तर सरंजामशाहीचा आहे.

आपल्या पूर्ण क्षमतेपर्यंत पोहोचण्यासाठी भारताने आपल्या आर्थिक आणि लष्करी सामर्थ्य वाढवण्याबरोबरच आपला सामाजिक सलोखा आणि लैंगिक समानताही आणखी बळकट करायला हवी. भारताच्या आजच्या लोकसंख्येत, क्रियाशील लोकसंख्या गटाचा मोठा हिस्सा आहे. या गटाचे लाभ जसजसे मिळत जातील तसतसं, सत्ताक्षीण होत चाललेली अमेरिका आणि अभिव्यक्ती स्वातंत्र्याची गळचेपी केल्यामुळे कधीही तिथल्या नागरिकांच्या असंतोषाच्या ज्वालामुखीच्या तोंडावर बसलेला वर्चस्ववादी चीन यांच्याशी आपल्या अटी मनवून घेण्याची भारताची ताकद वाढेल; परंतु हे साधण्यासाठी, साऊथ ब्लॉक अर्थात पंतप्रधान कार्यालय आणि परराष्ट्र व्यवहार मंत्रालयाकडून अचूक धोरणं आणि रणनीती आखली जाणं महत्त्वाचं आहे. यूएसशी म्हणजेच अमेरिकेला हाताळण्याचा सर्वांत चांगला मार्ग म्हणजे सुरक्षा, व्यापार इथपासून ते हवामान बदल आणि तंत्रज्ञानापर्यंतच्या सर्व क्षेत्रांमध्ये अतीव स्वारस्य असल्याचं दाखवणं. १९७१च्या बांगलादेश युद्धादरम्यान, भारताच्या पहिल्या महिला पंतप्रधान इंदिरा गांधींनी ही रणनीती वापरली होती; पण त्यामुळे अमेरिकेचे तत्कालीन अध्यक्ष रिचर्ड निक्सन आणि परराष्ट्र सचिव हेन्री किसिंजर यांचा रोष पत्करावा लागला होता.

मोदींनी मात्र अमेरिकेचा अगदी बारकाईने अभ्यास केला आहे. सुमारे २५ वर्षांपूर्वी ते अमेरिकेत पहिल्यांदा गेले, तसंच ऑक्टोबर, २००१ साली गुजरातचे मुख्यमंत्री होण्यापूर्वी त्यांनी अनेकदा अमेरिकेला भेटी दिल्या आहेत. 'जितकं जमेल तितका वेळ महासत्ता आपल्या हातात ठेवणे' हे वॉशिंग्टनच्या परराष्ट्रधोरणाचं ब्रीदवाक्य किंवा सूत्र आहे. अमेरिकेच्या भू-राजकीय बुद्धिबळाच्या पटावर चीन, रशिया आणि इराण या तीन प्रमुख सोंगट्या आहेत. या प्रत्येक सोंगटीचा आपण परामर्श घेऊ या :

१. आर्थिकदृष्ट्या चीन सामर्थ्यवान आहे, त्याच्याशी मिळतंजुळतं घ्यावंच लागणार. यात, भारतानं महत्त्वाची प्रादेशिक भूमिका बजावावी, अशी वॉशिंग्टनची इच्छा आहे, त्यामुळेच बायडेन मोदींशी मित्रत्वाचा हात पुढे करत आहेत.

२. इराणच्या आण्विक महत्त्वाकांक्षेची अमेरिकेला धास्ती आहे. याचा अमेरिकेच्या मध्यपूर्वेतील इतर हितसंबंधांना धोका पोहोचू शकतो आणि म्हणूनच कावेबाज अमेरिकेने इराणवर निर्बंध घालून त्याची अर्थव्यवस्था खिळखिळी करण्याचा प्रयत्न चालवला आहे.

३. रशियाने क्रिमिया आणि पूर्व युक्रेनवर कब्जा केला आहे, त्यामुळे पश्चिमी देशांसाठी रशिया अतिशय घातक ठरला आहे. अमेरिकेच्या नेतृत्वात घालण्यात आलेल्या निर्बंधांमुळे रशियन अर्थव्यवस्था अक्षरशः रक्तबंबाळ झाली आहे खरी; परंतु रशिया आणि चीनमधील वाढत्या घसटीचा महासत्तेचं पारडं सतत खालीवर होत आहे.

या दशकाच्या अखेरपर्यंत अमेरिका, चीन आणि भारत या जगातील तीन महान आर्थिक महासत्ता बनलेल्या असतील हे निश्चित. २०४७ साली भारत स्वातंत्र्याची शताब्दी साजरी करणार आहे. त्या पार्श्वभूमीवर, भारतीय धोरणकर्त्यांनी मात्र बुद्धिबळाच्या पटावरील चाल खेळणं आता आवश्यक आहे. समजा, डावाच्या शेवटी, बुद्धिबळाच्या पटावर चीन, भारत आणि अमेरिका या केवळ तीन सोंगट्या शिल्लक आहेत, तर ग्रँडमास्टर असलेला बुद्धिबळपटू कसा विचार करेल, कशा चाली खेळेल, तशाच विचाराने आणि तशा पद्धतीच्या चाली आता भारताने भू-राजकीय स्तरावर खेळणं गरजेचं आहे.

इतिहासात नेहमीच तीन महासत्ता राहिल्या आहेत आणि त्या त्रिकुटाने जगाच्या भौगोलिक आणि राजकीय वस्त्राचा ताना-बाना विणला आहे. एकोणिसाव्या शतकाच्या उत्तरार्धात साम्राज्यवादी ब्रिटन, युनायटेड स्टेट्स आणि उदयोन्मुख जर्मनी या तीन महासत्ता होत्या. विसाव्या शतकाच्या मध्यात, अमेरिका, ब्रिटन आणि सोव्हिएत युनियन यांचं त्रिकूट तयार झालं.

जसं पाणी आपली पातळी शोधतं, तसंच भू-राजनीतीही स्वतःची पातळी शोधते. युरोपियनांनी अनेक शतके जगावर वर्चस्व गाजवलं. ते वर्चस्व आता संपुष्टात आलं आहे हे निश्चित. या वर्चस्वाची सुरुवात अटलांटिक महासागरापारच्या गुलामांच्या व्यापाराने आणि वसाहती निर्माण करण्यापासून झाली. त्यानंतर संयुक्त राष्ट्र (यू.एन.) जागतिक बँक आणि आंतरराष्ट्रीय नाणेनिधी (आय.एम.एफ.)सारख्या पाश्चिमात्यांचं वर्चस्व असलेल्या संस्थांची उभारणी झाली. जिथे युद्धनीती कामी येत नसे तिथे, या संस्थांनी आर्थिक आणि संयुक्त राष्ट्रांच्या सुरक्षा समितीतील व्हेटो (नकाराचा अधिकार) मार्गाने पाश्चिमात्य दडपशाहीचा अवलंब केला. *जी*-७ हा याचाच परिणाम होता. या *जी*-७ समूह देशांमध्ये, दुसऱ्या महायुद्धानंतर जगातील सर्वांत औद्योगिकीकरण झालेल्या देशांचा समावेश होता. जसे की, अमेरिका, ब्रिटन, कॅनडा, फ्रान्स, जर्मनी, जपान आणि इटली.

या सात देशांपैकी २०३०मध्ये केवळ अमेरिकेचीच जागतिक महासत्ता म्हणून गणना होईल. यापुढे जागतिकस्तरावर *जी*-७ समूह शक्तिहीन संस्था झालेली असेल. राजकीय, सामाजिक आणि आर्थिक, तीनही पातळ्यांवर अमेरिका आणि चीन एकमेकांच्या विरुद्ध

आहेत. अमेरिकेतील समाज बहुजिनसी, अत्यंत विजातीय आहे, तर चीन, हान-वंशीय साम्यवादी, त्यामुळे इथेही दोन्ही देशांत तीव्र विरोधाभास आहे. अमेरिकेत धार्मिक आणि वांशिक विविधता ठायीठायी दिसून येते, तिथली माध्यमं मुक्त आणि अत्यंत प्रखर, जहाल आहेत. तिथे सामाजिक विषमता असूनही नियंत्रण आणि संतुलित लोकशाही आणि जबाबदार सरकार आहे. चीनकडे यापैकी काहीही नाही.

महासत्तेच्या या त्रिकुटातील जी-३चा भावी सदस्य म्हणून उदयास येत असताना, भारताला सत्तेच्या भरती-ओहोटीवर आपला प्रभाव टाकण्याची नामी संधी आज चालून आली आहे; पण असं करण्यासाठी भारतीय धोरणकर्त्यांना, मुत्सद्यांना पुढील महत्त्वांच्या वर्षांत तीन उद्दिष्टं साध्य करावी लागतील.

सर्वांत प्रथम शैक्षणिक उद्दिष्ट. भारतात दरवर्षी लाखो विद्यार्थी पदवीधर होतात. त्यातील अनेक आज बेरोजगार आहेत. कारण, त्यांना शिकवणच अशी आहे, की रट्टा मारा, प्रश्न विचारू नका, नेहमी इतरांची आज्ञा पाळा. नवोन्मेषाची-नवसंशोधनाची परिसंस्था उभारण्यासाठी भारतीय शिक्षणात आमूलाग्र सुधारणा करणं गरजेचं आहे, जसं चीन आणि अमेरिकेने केलं. आताच्या राष्ट्रीय शिक्षण योजना अर्थात एन.ई.पी.चं हेच उद्दिष्ट आहे. प्राथमिक शाळांतील पायाभूत सुविधांचं आधुनिकीकरण करणं आवश्यक आहे. शिक्षकांना चांगलं वेतन दिलं गेलं पाहिजे. परीक्षांचं स्वरूप सुधारून, त्यातून मारलेल्या रट्ट्याचं नव्हे, तर विद्यार्थ्यांच्या सर्जकतेचं, प्रश्न पडणाऱ्या मनाचं मोजमाप व्हायला हवं.

दुसरं उद्दिष्ट भारताचा राजनैतिक फैलाव. जगातल्या जास्तीत जास्त देशांमध्ये आज भारताची उपस्थिती, प्रतिनिधित्व हवं. भविष्यात जागतिक तीन महसत्तांपैकी एक, अशी वाटचाल करणाऱ्या देशाला तर हे अपरिहार्यपणे करावं लागेल. आज जागतिक स्तरावर भारताचं बळ, सामर्थ्य थिटं आहे. आजमितीला जगभरात चीनचे ४,५०० राजनैतिक अधिकारी कार्यरत आहेत. अमेरिकेचे २०,०००, तर भारताचे केवळ २,७००. त्यांपैकी भारतीय परराष्ट्र सेवेतील अधिकाऱ्यांची संख्या ९००हूनही कमी आहे. हेच एक कारण आहे, की योग्यता असूनही आपण आपला राजकीय दबदबा प्रस्थापित करू शकत नाही. आयएफएस केडरच्या म्हणजेच भारतीय परराष्ट्र सेवेच्या अखत्यारीच्या बाहेरील हुशार आणि गुणवंतांचा शोध घेऊन त्यांची राजनैतिक अधिकारी म्हणून तातडीनं नेमणूक करणं आवश्यक आहे.

तिसरं उद्दिष्ट – प्रशासन किंवा सुशासन. स्वतंत्र न्यायव्यवस्था, प्रभावी विधिमंडळ, कायद्याची अंमलबजावणी करणारी सक्षम यंत्रणा आणि सरकारी प्रत्येक स्तरावर लोकपालांची नियुक्ती या संस्था आणि यंत्रणा अमेरिकेची बलस्थानं आहेत. हे असूनही अमेरिकेत भ्रष्टाचार आहेच. मात्र भारत आणि अमेरिकेत फरक असा आहे की, तिथे न्याय लवकर मिळतो. भारताला जर या *जी-३*मध्ये स्वत:ला समाविष्ट करून घ्यायचं असेल, तर त्याला भारताचा आर्थिक विकास होणं अत्यंत गरजेचं आहे. गरिबी कमी करावी लागेल, शिक्षणक्षेत्रात सुधारणा घडवून आणाव्या लागतील. मुत्सद्देगिरी आणि रणनीती अजून प्रभावी करावी लागेल आणि प्रशासन सुविहित करण्यासाठी कठोर परिश्रम घ्यावे लागतील. जर असं झालं नाही, तर *जी-७*प्रमाणेच, *जी-३*देखील अल्पायुषी ठरेल.

जी-७ समूह देश आणि संयुक्त राष्ट्रांच्या स्थायी समितीचे सदस्य असलेले पाच देश (P5) यातील प्रत्येकावर काही ना काही बट्टा आहे. आपण *जी*-७ समूहात समाविष्ट असलेल्या देशांचं उदाहरण घेऊन त्यांची कर्मं तपासू या. २५० वर्षांच्या गुलामगिरीचा व्यापार आणि उत्तर अमेरिकेतील स्थानिकांच्या बळकावलेल्या जमिनी या आधारावरच अमेरिका भरभराटीला आली. १९६०च्या दशकाच्या मध्यापर्यंत त्यांच्याकडे वांशिक भेद होते. अमेरिकेतील कृष्णवर्णीयांना फार थोडे मानवी हक्क आणि लोकशाही अधिकार होते.

आता ब्रिटनकडे वळू या. अटलांटिक महसागरातून, युरोपमार्गे उत्तर अमेरिकेत पाठवण्यात येणाऱ्या गुलामांच्या व्यापारात ब्रिटनचा ५५ टक्के वाटा होता. या व्यापारामुळे पैशाचा ओघ येऊ लागला. लिव्हरपूल, ब्रिस्टल आणि साउथॅम्प्टन यांसारख्या छोट्या शहरांचा आणि बंदरांचा कायापालट झाला. ब्रिटिशांच्या वसाहती असलेल्या आशिया आणि आफ्रिकेतील देशांतून मानवी हक्कांचं उल्लंघन ही नित्याची बाब होती. ब्रिटिशांनी कैद्यांसाठी वसवलेल्या, ऑस्ट्रेलियासारख्या वसाहतींमध्ये, ब्रिटनमधून येऊन तिथे स्थायिक झालेल्या ब्रिटिशांनी, तिथल्या आदिवासींच्या हत्याकांडाच्या ३११ प्रकरणांची अधिकृत नोंद आहे.

आता फ्रान्स. भारत आणि ब्रिटननंतर, फ्रान्स जगातील सातव्या क्रमांकाची अर्थव्यवस्था आहे. १९५०च्या दशकांत फ्रान्सने अल्जेरिया तसंच भारत आणि चीनमध्ये क्रूर वसाहतवाद्यांविरुद्ध लढा दिला. कॅनडा ही तर ब्रिटिश निष्ठावंतांची एक विखुरलेली वसाहत होती. त्यांच्या स्वातंत्र्यसंग्रामात कॅनेडीयन लोकांनी अमेरिकन क्रांतिकारकांशी हातमिळवणी करण्यास नकार दिला; परंतु शतकानुशतके, पिढ्यान्‌पिढ्या राहत असलेल्या एतद्देशियांना पळवून लावून त्यांच्या प्रदेशावर कब्जा करण्याच्या, नव्याने निर्माण झालेल्या अमेरिका देशाच्या सरकारला मात्र त्यांनी साथ दिली.

दुसऱ्या महायुद्धात इटली आणि जर्मनीच्या फॅसिस्ट क्रौर्यकथांचा इथे पुनरुच्चार करायला नको. *जी*-७च्या सातवा सदस्य देश जपान. या समूहात जपानचा समोवश, त्याने दुसऱ्या महायुद्धात जर्मनीच्या साथीने आग्नेय आशियावर केलेल्या हल्ल्यांमुळे नव्हे, तर त्याच्या मोठ्या, विशाल अर्थव्यवस्थेमुळे झाला आहे. या श्वेतवर्णीयांच्या कंपूमध्ये हा एकच देश गैर श्वेतवर्णी देश आहे.

पश्चिमी देशांसाठी भारत, अवघड जागेचं दुखणं आहे. विस्तारवादी चीनला त्याच्या एकपक्षीय राजकारभारावरून, झोटिंगशाहीवरून खडे बोल सुनावता येतील; परंतु भारत एक वैविध्यपूर्ण, अनेक कलहांचा आणि अजूनही गरिबीत खितपत पडलेला लोकशाही देश आहे. पाश्चिमात्यांनी स्वत:ची एक जागतिक क्रमवारी तयार केल्यापासून त्यांनी भारतात याच गोष्टी पाहिल्या आहेत; पण आता चित्र बदलतं आहे. कोविडच्या जागतिक साथीनंतर भारत ज्या विकासाच्या मार्गावरून जातो आहे, त्यावरून आता मागे फिरणं शक्य नाही, मग केंद्रात कोणत्याही पक्षाचं सरकार का येईना. आशियाई, लोकशाही असलेला आणि वैविधतेने नटलेल्या उदयोन्मुख भारताप्रती पाश्चात्त्य नेहमीच जागरूक राहिले आहेत. कोणाही देशाला आपलं गुलाम न बनवता, कोणत्याही देशाची लूट न करता, शतकानुशतकांच्या गुलामगिरीचा व्यापार न करता, तसंच स्थानिकांची कत्तल न करता भारताचा होत जाणारा विकास त्यांना अस्वस्थ करतो.

चीन, भारताचा काही भाग आणि काही अन्य देशांतही सोव्हिएत युनियनच्या साम्यवादाचा प्रसार झाला. हा प्रसार रोखण्यात सात दशकं घालवल्यानंतर आता पश्चिमी राष्ट्रांना अशी धास्ती आहे, की साम्यवादी चीन, जागतिक आर्थिक, तांत्रिक आणि कालांतराने लष्करी सामर्थ्यावरदेखील आपलं वर्चस्व गाजवेल. आतापर्यंत पश्चिमी राष्ट्रं भारतावर फारशी भिस्त ठेवून नव्हती. त्यांना तो बेभरवशी, नेहरू विचारसरणीचा, अहंमन्य, अलिप्त आणि स्वातंत्र्यानंतर डाव्या विचारसरणीकडे झुकणारा देश वाटत होता. त्यामुळे त्यांनी आपलं लक्ष पाकिस्तानकडे वळवलं. त्यांच्या दृष्टीने पाकिस्तान एक राजकीय भाडोत्री गुंड होता.

मात्र, चीनच्या भरभराटीने, त्याने केलेल्या विकासामुळे पाश्चिमात्यांचं अवसान गळालं, त्यांचा पोटशूळ उठला. हिंद-प्रशांत महासागर क्षेत्रात पाश्चिमात्यांना भारतीय सागरी संसाधनांची गरज आहे. येत्या दशकात, भारतातील ग्राहक बाजारपेठ जगातील सर्वांत मोठी बाजारपेठ असेल हे सत्य नाखुशीने का होईना, त्यांना स्वीकारावंच लागत आहे. दुसरीकडे चीनमध्ये लोकसंख्या कमी होत आहे आणि त्याच वेळी वयस्करांच्या संख्येत झपाट्याने वाढ होत आहे, त्यामुळे इथला ग्राहकवर्ग कमी होणार. भारत आणि अमेरिकेत २००५ ते २००८ दरम्यान आण्विक करार झाल्यापासून क्वाड, भारत आणि पश्चिमी राष्ट्रांचा केंद्रबिंदू ठरला आहे. या केंद्रबिंदूने, स्वातंत्र्यानंतर, दोन देशांना कधी नव्हे इतकं धोरणात्मक पातळीवर जवळ आणलं आहे.

∽

गोल्डमन सॅक्स असेट मॅनेजमेंटचे माजी अध्यक्ष जिम ओ'नील यांनी एक प्रक्षोभक लेख प्रसिद्ध केला होता. त्यांनीच संक्षिप्त स्वरूपातील 'ब्रिक' हे नामाभिधान तयार केलं होतं. या लेखात त्यांनी *जी*-७ समूहाला उद्देशून 'वेळ संपली – *Time Up*' असं म्हटलं होतं. ही जागतिक क्रमवारी आता कालबाह्य झाली आहे असं म्हणत, नव्या *जी*-७ समूहातील कोणते देश असावेत हेही नमूद केलं होतं. अमेरिका, युरोपियन महासंघ (एकगठ्ठा), जपान, ब्रिक समूहातील चार राष्ट्रं, ब्राझील, रशिया, भारत आणि चीन या देशांचा मिळून नवा *जी*-७ समूह बनवावा, असं त्यांनी त्या लेखात सुचवलं होतं.

ब्रेक्झिटनंतर ब्रिटन आणि कॅनडा यांनी *जी*-७ समूहातून बाहेर पडावं; फ्रान्स, जर्मनी आणि इटली या देशांनी युरोपियन महासंघाचा भाग बनून राहावं असं त्या लेखात प्रस्तावित करण्यात आलं होतं. यूकेचे माजी ट्रेझरी मिनिस्टर आणि ब्रिटिश सरकारच्या चँथम हाउस या वैचारिक गटाचे माजी अध्यक्ष या नात्याने ओ'नील यांची ही सूचना गांभीर्याने विचाराधीन घेण्यात आली – मोजून फक्त १० सेकंदांकरता.

सध्याची *जी*-७ समूहाच्या, जुन्या जागतिक क्रमवारीवरील प्रभाव कमी करण्याचा कोणताही हेतू नाही. मात्र अलीकडच्या काळात हा प्रभाव कमी झाल्याचं दिसून आलं आहे. आपण ज्या प्रकारचा प्रस्ताव दिला होता तसलं काहीही घडण्याची शक्यता नव्हती, असं स्वत: ओ'नील यांनी मिश्किलपणे सांगितलं. ते म्हणाले, 'तथापि, कॅनडा आणि ब्रेक्झिटनंतरचा ब्रिटन यांचा प्रभाव काही प्रमाणात कमी झाला असेल; परंतु ऑस्ट्रेलियाइतकी

त्यांची पत घसरणार नाही, त्यामुळे या देशांना चिंता करण्याची अजिबात गरज नाही. इतक्या लवकर आणि इतक्या मोठ्या स्तरावर राजकीय उलथापालथ घडेल, अशी अपेक्षा ठेवण्याचं कारण नाही.'

कोणत्याही देशावर आर्थिक निर्बंध लादण्यासाठी, त्यांच्या सार्वभौमतेवर हल्ला करण्यासाठी, प्रदेशबाह्य युद्ध लादण्यासाठी आणि एकंदरीत जागतिक अर्थव्यवस्थेवर नियंत्रण मिळवण्यासाठी पाश्चिमात्य राष्ट्रं विविध दबावतंत्र वापरतात. जसं, सुरक्षेला आव्हान, आर्थिक आणि राजकीय क्षेत्रात ढवळाढवळ, व्हेटोचा वापर आणि जागतिक बँक. आपली मतं जागतिक स्तरावर मांडण्यासाठी प्रसारमाध्यमं हे हुकमी साधन आहे. पाश्चात्त्य पत्रकारांकडून वस्तुस्थितीचा विपर्यास होणार नाही, याची काळजी पाश्चात्त्य माध्यमं नक्की घेतात. वंशवादाचा आरोप होण्यापासून स्वत:ला वाचवण्यासाठी ते भारतीय किंवा आशियाखंडातील पत्रकारांची भरती करतात.

विसाव्या शतकाच्या पूर्वार्धात युरोपियन राष्ट्रवादाने जगाला युद्धाच्या आणि दु:खाच्या खाईत लोटलं. १७५० ते १९५० या दोनशे वर्षांत, युरोप, अमेरिका आणि ऑस्ट्रेलियातील त्यांच्या आक्रमक अँग्लो-सॅक्सन वसाहतींनी, अमेरिकेत आफ्रिकन गुलामांचा व्यापार करून, आशिया आणि आफ्रिका खंडात आपल्या वसाहती स्थापन करून, तिथल्या लोकांना लुबाडून प्रचंड संपत्ती गोळा केली, स्वत:ला जागतिक स्तरावर नेलं. हीच मिळवलेली संपत्ती आणि सत्ता टिकवून ठेवण्यासाठीच १९४५नंतरची जागतिक क्रमवारी निर्माण करण्यात आली; पण आता ही क्रमवारी मोडीत निघाली आहे.

विभाग ६

धर्मनिरपेक्षता

प्रकरण २०

'इतरांचे' भय

नरेंद्र मोदींनी जेव्हा २०१४मध्ये पंतप्रधानपदाचा पदभार स्वीकारला, तेव्हा त्यांना भयंकर स्वरूपाचे इशारे देण्यात आले होते. जातीय दंगे होतील असं भाकित एका वृतपत्राने केलं होतं. समाजवादी पक्ष, डावे आणि काँग्रेस यांनीही या वृत्तपत्राच्या सुरात सूर मिसळला. मोदींच्या पहिल्या वर्षाचं विश्लेषण करताना द *इकॉनॉमिस्ट*ने लिहिलं, 'मोदींच्या मुख्यमंत्रिपदाच्या कारकिर्दितील जातीय दंगलींचा इतिहास पाहता, या वृत्तपत्राने गेल्या वर्षीच्या निवडणुकीत मोदींना पाठिंबा न देण्याचं ठरवलं; परंतु सांप्रदायिक दंग्यांची ही भीती अनाठायी ठरली आणि आतापर्यंत तरी खरी ठरली नाही याचा आम्हाला अतिशय आनंद आहे.'

राष्ट्रीय अल्पसंख्याक आयोगाचे माजी सदस्य *केकी दारूवाला* यांनी ३० मे, २०१५ रोजी द *इकॉनॉमिक टाइम्स*मध्ये लिहिलेल्या लेखातून वरील विधानाला चिथावणीखोर आव्हान दिलं. त्या लेखाचं शीर्षक खोडसाळपणे, *दंगल नाही झाली, तर त्यात विशेष काय?* असं ठेवलं होतं.

दारूवालांनी त्या लेखात लिहिलं होतं, 'मे २०१४ला राष्ट्रीय लोकशाही आघाडीचं (एनडीए) सरकार सत्तेत आल्यापासून धार्मिक, जातीय दंगे तसे उसळले नाहीत. पण याला अल्पसंख्याकांच्या कल्याणासाठीचे उपाय म्हणता येईल का? घरांची जाळपोळ झाली नाही, कोणत्याही मुस्लीम किंवा ख्रिश्चन माणसावर हल्ला झाला नाही, म्हणजे काय सगळं आलबेल आहे असं म्हणायचं? *धर्म जागरण समिती*चे *राजेश्वर सिंह* यांनी उत्तर प्रदेशातील इटावा इथे असं म्हटलं, 'भारत मुस्लीममुक्त व ख्रिश्चनमुक्त देश केला जाईल. भारत (हिंदुस्तान) हा केवळ आणि केवळ हिंदूंचाच देश आहे.' हे राजेश्वर सिंह राष्ट्रीय स्वयंसेवक संघाच्या *घर वापसी* उपक्रमाचे अध्वर्यू समजले जातात.'

मे २०१५मध्ये हा प्रक्षोभक लेख लिहिल्यानंतर आठ वर्षांनी तरी दारूवालांची भीती सत्यात उतरली का?

भारत *धर्मनिरपेक्ष* का आहे? १९७६ साली, आणीबाणीच्या काळात इंदिरा गांधींनी घटनेत या शब्दाचा समावेश केला म्हणून नव्हे, तर तो मुळातच *धर्मनिरपेक्ष* आहे. *येशू ख्रिस्त, मोहम्मद पैगंबर, पारशी लोकांचा झरत्रुष्ट, अब्राहम, कन्फ्युशस, महावीर, बुद्ध* आणि *गुरू नानक* इत्यादी असे अनके धर्मगुरू किंवा प्रेषित होऊन गेले; परंतु जगातल्या सगळ्या प्रमुख धर्मांपैकी हिंदू धर्मच असा एकमेव धर्म आहे ज्यात एकच एक धर्मगुरू किंवा प्रेषित नाही. हिंदू धर्माची कोणी स्थापना केली नाही, त्याचा कोणीही संस्थापक नाही.

हिंदू धर्माचा किंवा सनातन धर्माचा उद्‌भव वैदिक काळापासून झाला आहे. हिंदू धर्मातील *वेद* हे सर्वांत प्राचीन ग्रंथ आहेत (सुमारे ख्रिस्तपूर्व १८००चा काळ) तर, यहुदी धर्माचा *तोरा* हा ग्रंथ प्राचीनतम ग्रंथांपैकी दुसरा प्राचीन ग्रंथ समजला जातो (सुमारे ख्रिस्तपूर्व १३००चा काळ). वेद हे या ग्रंथाच्या शेकडो वर्षं आधीचे आहेत. सनातन धर्म हे जगातील सर्वांत प्राचीन संघटित धार्मिक तत्त्वज्ञान आहे. त्यानंतर यहुदी (ज्यू), झोराष्ट्रियन (पारशी) आणि मग त्यानंतर जैन, बौद्ध, कन्फ्युशिअनिझम व ख्रिश्चन हे धर्म येतात. या नऊ धर्मांपैकी चार धर्मांची स्थापना पश्चिम आशियात झाली. ते धर्म आहेत – ज्यू, पारशी, ख्रिश्चन आणि इस्लाम. कन्फ्युशिअनिझम उत्तर आशियात उदय पावला.

अशा रितीने जगातील प्रत्येक प्रमुख धर्माचं उगमस्थान किंवा मूळ आशिया खंडात आहे. रोमन साम्राज्याच्या माध्यमातून युरोपने ख्रिश्चन धर्म आपलासा केला. वस्तुतः बेथलहेममध्ये जन्माला आलेले येशू ख्रिस्त हे तपकिरी वर्णाचे, गडद काळ्या केसांचे अरबी, हिब्रू भाषा बोलणाऱ्या (सेमिटिक) कुळात जन्मलेले ज्यू होते. त्यांचा मूळ वंश मध्यपूर्वेतील. चित्रपट, नाटकं, छायाचित्र अशा लोकप्रिय माध्यमांतून त्यांना कॉकेशिअन रूपात दाखवण्यात आलं आणि हे मिथक अद्यापही तसंच टिकून आहे.

जगातील नऊ धर्मांपैकी अर्ध्याहून अधिक धर्मांची स्थापना भारतात झाली. उर्वरित धर्मांसाठी, फार पूर्वीपासूनच भारत आश्रयस्थान राहिला आहे. केरळच्या मलबार किनाऱ्यावर, ख्रिस्तपूर्व ५४२मध्ये पहिल्यांदा ज्यू भारतात आले आणि इथे त्यांनी जगातल्या सर्वांत जुन्या आणि सर्वाधिक शांत समजल्या जाणाऱ्या ज्यू समुदायाची स्थापना केली. युरोपमध्ये जसा सेमिटिक लोकांचा अनन्वित छळ करण्यात आला, तसाच अत्याचार भारतात झाल्याचं कोणाच्या पाहण्यात किंवा ऐकिवात तरी आहे का?

भारतात ख्रिश्चनांचं पहिलं आगमनदेखील केरळमध्येच झालं, ख्रिस्तपूर्व ५२ साली. ख्रिश्चन धर्म युरोपात पोहोचवण्यापूर्वीचा हा काळ होता. मुसलमानांच्या छळाला कंटाळून पारशी (झोराष्ट्रिअन) पर्शियात (आताचा इराण) पळून गेले. कालांतराने, ख्रिस्तपूर्व ७२० सालात ते भारतातल्या गुजरातच्या किनाऱ्यावर आश्रयाला आले. पारशी समुदाय भारतातील सर्वांत यशस्वी समुदायांपैकी एक गणला जातो. सातव्या शतकात, व्यापार करण्यासाठी अरबस्तानातून मुस्लीम भारतात आले आणि इराकमधल्या बसरा शहराच्या बाजारपेठा भारतातील मसाले आणि मसालायुक्त पदार्थांनी भरून गेल्या.

दरम्यान, इस्लामने तलवारीच्या जोरावर युरोपमधील बहुतांश प्रदेशात इस्लाम धर्माचा प्रसार केला होता. १५२९मध्ये पराभूत होण्याआधी, अनेक शतकांच्या संघर्षानंतर इस्लामी सैन्य व्हिएन्नाच्या वेशीवर येऊन ठेपलं. आता इस्लामने आपलं संपूर्ण लक्ष भारताकडे

वळवलं. मुघल मुळात, चघताई टर्किश सरदार होते. ज्यू आणि पर्शियन्स (पारशी) भारतात आश्रयासाठी आले; परंतु इस्लामचं तसं नव्हतं. मुसलमान भारतात सत्ता काबीज करण्यासाठी आले.

१७५७च्या प्लासीच्या लढाईनंतर ब्रिटीशांनी, पर्यायाने युरोपने भारतावर योजनाबद्ध आणि अंतिमत: आक्रमण केलं. ब्रिटीशांच्या आधी केलेल्या आक्रमणकर्त्यांपेक्षा ब्रिटीश धूर्त, चाणाक्ष आणि कावेबाज होते. इथे म्हणजे भारतात जर धर्मांतराला प्राधान्य दिलं, तर भारतावर कब्जा करण्याच्या मूळ उद्देशात – नफेखोरीत गुंतागुंत निर्माण होईल हे ब्रिटीशांनी बरोब्बर हेरलं. आपल्या मायदेशातील म्हणजे ब्रिटनमधील औद्योगिक क्रांतीला चालना देण्यासाठी त्यांनी भारतातील कच्चा माल बळकावला आणि व्यापार करण्याच्या बहाण्याने इथे शिरकाव करून, बंदुकांच्या आणि युद्धनौकांच्या बळावर त्यांनी ब्रिटीश साम्राज्याचा विस्तार केला. १७७६ साली ब्रिटीशांना अमेरिकेतील सत्तेवर पाणी सोडावं लागलं होतं खरं; परंतु आता ते भारतात आपलं बस्तान बसवत होते. भारत नसता तर ब्रिटीश साम्राज्याचा सूर्य कधीच अस्ताला गेला असता.

ब्रिटन एक प्रोटेस्टंट राष्ट्र आहे. १९० वर्षं त्यांनी भारतावर राज्य केलं, पण इतक्या काळात धर्मांतराच्या घटना क्वचितच घडल्या असतील. त्यामुळेच भारतात कॅथलिक बहुसंख्येने आहेत, प्रोटेस्टंट ख्रिश्चनांची संख्या तुलनेने कमी आहे. हे कॅथलिकसुद्धा मुख्यत्वे ब्रिटीशांच्या आधी आलेल्या, पोर्तुगीज आणि स्पॅनिश ख्रिश्चन सोसायटीने (जेस्युट्स) धर्मांतरित केलेले होते. या पोर्तुगीज आणि स्पॅनिश लोकांनी मुख्यत: मुंबई, गोवा, पुद्दुचेरी, केरळ, दखखन आणि इतरत्र आपलं बस्तान बसवलं होतं. त्यांचा विचार किंवा उद्दिष्ट प्रोटेस्टंट ब्रिटीशांच्या विपरीत, व्यापार नसून जास्तीत जास्त लोकांचं धर्मांतर करण्याचं होतं. अनेक शतकं दलित आणि वंचित जातीजमीतीतील लोकांचं धर्मांतरण होत राहिलं; परंतु इतकं होऊनही भारतातून ब्रिटीश जाईपर्यंत म्हणजेच युरोपीयन वसाहतवादाचा अंत होईपर्यंत भारतातील केवळ दोन टक्के लोकच कॅथलिक धर्मात रूपांतरित झाले.

इस्लामने मात्र वेगळा मात्र अवलंबला. त्यांनी तलवारीचा धाक दाखवून किंवा वेगेवेगळी आमिषं/प्रलोभनं दाखवत हिंदूंचं इस्लाम धर्मात धर्मांतर घडवून आणलं. यासाठी त्यांनी दोन आमिषं दाखवली. एक, इस्लाम धर्म स्वीकारलात तर जिझिया करात सूट आणि दुसरं, हिंदू धर्मातील अमानुष–निर्दयी पद्धतीच्या जातीयतेपासून सुटका होऊन इस्लाम धर्मात मिळणारी समान वागणूक.

'ख्रिश्चन आणि मुस्लीम भारतात सुरक्षित आहेत का?' याकडे वादाच्या भूमिकेतून बघताना, यावर चर्चा करण्यासाठी ही ऐतिहासिक पार्श्वभूमी जाणून घेणं आवश्यक आहे. आजमितीला भारतात २५ कोटींहून अधिक मुस्लीम आणि ख्रिश्चन राहतात. या दोघांत जास्त संख्या कोणाची हे महत्त्वाचं नाही. ज्यू आणि पारशीधर्मीय शतकानुशतके भारतात अगदी शांतता आणि समृद्धीचं जीवन जगत आहेत. पाकिस्तानात अल्पसंख्याकांचा (हिंदू, ख्रिश्चन आणि अन्य धर्मीय) अक्षरश: नायनाट करण्यात आलेला आहे. मध्य पूर्वेकडील काही देशांमध्ये अल्पसंख्याकांना (ज्यात हिंदूंचाही अंतर्भाव आहे) कोणतेही मूलभूत नागरी हक्क किंवा अधिकार नाहीत. युरोपमध्ये अल्पसंख्याकांवर (मुस्लीम) कठोर निर्बंध आहेत.

(फ्रान्स आणि बेल्जियममध्ये, सार्वजनिक ठिकाणी हिजाब वापरण्यास बंदी आहे; तर स्वित्झर्लंडमध्ये मशिदींवर नवीन मिनार बांधण्यास मनाई आहे). अमेरिकेत इस्लामच्या तत्त्वांना पायदळी तुडवत प्रेषित पैगंबराची अर्कचित्रं (कार्टुन्स) काढली जातात, कुराणच्या प्रती जाळल्या जातात; परंतु भारत धर्मनिरपेक्ष आहे. त्यामुळे इथे सर्व धर्म, पंथ आणि जातींचे लोक शतकानुशतके गुण्यागोविंदाने एकत्र राहतात.

इस्लामी सभ्यता, संस्कृती तशी प्रगत होती; परंतु १३व्या आणि १४व्या मध्ययुगीन काळात जेव्हा *ऑक्सफर्ड, केंब्रिज, हेडलबर्ग* आणि *सॉर्बोन*सारखी विद्यापीठं स्थापन करून स्वत:त सुधारणा-आधुनिकता आणण्याचा प्रयत्न ख्रिस्ती धर्म करत होता, त्याच काळात इस्लाम धर्माने मात्र विसंगत मार्ग अनुसरला. पुढची शेकडो वर्षे त्यांनी लेखणी नाही, तर फक्त तलवार परजली. प्रारंभिक इस्लाममधे विज्ञान आणि वैद्यकशास्त्र प्रगत होतं, या काळात मात्र ती प्रगती खुंटली, किंबहुना नष्ट झाली.

आग्नेय युरोप, स्पेनचा दक्षिण भाग, पोर्तुगाल आणि मध्य आशियाई प्रजासत्ताक राष्ट्रांतून इस्लामचा प्रसार झाला. भारतीय उपखंडात इस्लामचा प्रवेश खूप नंतर झाला. भारतावर पहिल्यांदा मुस्लीम सरदारांनी आक्रमण केलं, त्यानंतर मुघल आक्रमण झालं. मुघल चढायांचं नेतृत्व तुरीक-मंगोलियन वंशाच्या बाबरनं केलं; परंतु ते अयशस्वी झालं. पहिल्या महायुद्धात १९१८ साली, इस्लामी राष्ट्रं मित्र राष्ट्रांकडून पराभूत झाली आणि तिथेच इस्लामला पहिला मोठा धक्का बसला. त्यांच्या जमिनी बळकावण्यात आल्या आणि अमेरिका, ब्रिटन व फ्रान्स यांनी नामधारी अरब राज्यकर्ते नेमले; मात्र सगळी सूत्रं स्वत:च्या हातात ठेवली. ३ मार्च १९२४ रोजी, शतकानुशतकांचे ओटोमन खिलाफत साम्राज्य संपुष्टात आलं.

२००३ साली अमेरिकेने इराकवर आक्रमण केलं. या युद्धादरम्यान अमेरिकेने केलेल्या हवाई हल्ल्यात हजारो निष्पाप नागरिकांचा बळी गेला. इस्लाममधे दोन प्रमुख पंथ आहेत – शिया आणि सुन्नी. या दोन पंथांमध्ये हजारो वर्षांपासून दाहक संघर्ष सुरू आहे. या संघर्षातूनच *अल्-कायदा* आणि कालांतराने *इस्लामिक स्टेट* (*आयएस*)सारख्या दहशतवादी संघटना उदयाला आल्या. कट्टरपंथीय इस्लामचा जगाला असलेला धोका आजही कायम आहे. हा धोका कोणत्याही स्वरूपात आणि कुठेही उद्भवू शकतो. पाकिस्तान याच्या केंद्रस्थानी असून तो भारताविरुद्ध दहशतवादाला खतपाणी घालत आहे. इतकंच नव्हे, तर तालिबानला आफगाणिस्तानात बस्तान बसवण्यातदेखील पाकिस्तानच मदत करत आहे.

भारताने अर्थातच अनादि काळापासून आहेत तीच वैशिष्ट्यं राखून ठेवली पाहिजेत. बहुआयामी, सहिष्णू आणि विविधढंगी संस्कृतींना व समाजांना आपलंसं केलेला असंच त्याने असलं पाहिजे. तथापि, समानतेचा खोटा खोटा देखावा निर्माण करणं आता एक धंदाच बनला आहे. म्हणूनच 'इस्लामवाद' किंवा 'इस्लामी विचारसरणी' म्हणजे नेमकं काय याची व्याख्या करणं अतिशय महत्त्वाचं आहे. इस्लामी आणि इस्लामवादी हे शाब्दिक स्वरूपात वेगवेगळे दिसू शकतात, पण खरोखरच या दोघांच्यात जमीन-आस्मानाचा फरक आहे. इस्लामी हिंसक असतात. *तालिबान, इस्लामीक स्टेट-खोरासान (आय*

एस-के), लष्कर-ए-तैयबा (इल-इ-टी), जैश-ए-मोहम्मद आणि *तेहरीक-ए-लब्बैक पाकिस्तान* (टीएलपी) या संघटना 'इस्लामी' आहेत. दहशतवाद हीच त्यांची ओळख आहे. कोणताही देश, मग तो कट्टर म्हणवणारा पाकिस्तान असेल किंवा तालिबानीकरण झालेला अफगाणिस्तान असेल, स्वतःला 'इस्लामवादी' अमिराती किंवा 'इस्लामवादी' प्रजासत्ताक म्हणवून घेत नाहीत, याबाबत ते अतिशय सावधगिरी बाळगतात. ते स्वतःला अनुक्रमे, 'इस्लामी अमिराती ऑफ अफगाणिस्तान' आणि 'इस्लामी रिपब्लिक पाकिस्तान' असं म्हणवून घेतात. अतिरेकी विचारसरणीच्या देशांचं वर्णन करण्यासाठी 'इस्लामी' हा शब्द चपखल आहे.

समानतेचा खोटा खोटा देखावा निर्माण करण्यामागेदेखील एक उद्देश आहे. तो उद्देश त्याच्या मूळ कारणांकडेच जातो. मुघलशाहीमध्ये हिंदूंना दुय्यम दर्जाचे नागरिक मानलं जाई. केवळ बिगर-मुस्लिम नागरिकांकडूनच जिझिया कर वसूल करण्यात येई. हिंदूंच्या संतापाचा ज्वालामुखी उफाळून आला; परंतु तो आतल्या आतच, त्याचा कधीही उद्रेक झाला नाही. ब्रिटीशांच्या काळातही हिंदूंना अतिशय अश्लाघ्य आणि बरेचदा क्रूर वागणूक देण्यात आली. अखेरीस हिंदूंच्या संतापाचा कडेलोट झाला आणि त्याने स्वातंत्र्यचळवळीला चालना दिली. त्याची परिणती अखेरीस ब्रिटीशांनी भारतातून काढता पाय घेण्यात झाली. परंतु इतक्या साध्या आणि सोप्या पद्धतीने भारत सोडला असता, तर ते ब्रिटीश कुठचे! भारताशी असलेलं त्यांचं वैर इथेच संपलं नाही. १९० वर्षांच्या प्रत्यक्ष किंवा अप्रत्यक्ष राजवटीत, अत्यंत जाणीवपूर्वक आणि निष्ठूरपणे त्यांनी हिंदू आणि मुस्लिमांच्यातला दुरावा वाढवत नेला. ब्रिटीश सैन्यात, 'मार्शल रेस' म्हणून ओळखल्या जाणाऱ्या मुसलमानांना, अँग्लो-सॅक्सन ब्रिटीशांप्रमाणेच नियुक्त्या दिल्या. ब्रिटिशांचा असा समज होता, की हिंदूंना व्यापार-उदीम किंवा एकंदरीतच होणाऱ्या फायद्यात स्वारस्य आहे आणि मुसलमानांना लढण्यात किंवा युद्ध करण्यात. १८ मार्च, १९३१ साली लंडनमधल्या अल्बर्ट हॉल येथील भाषणात विन्स्टन चर्चिल यांनी म्हटल्याप्रमाणे, 'हिंदू वादविवादातून आपली बाजू मांडत असतो; त्या वेळी मुसलमान आपल्या तलवारीला धार लावायला घेतात.'

१९४७नंतरही हे अँग्लो-मुस्लीम अर्थात इंग्रजांचं आणि मुस्लीमांचं साटंलोटं सुरूच होतं. १९४८ साली ब्रिटीशांच्या कावेबाज मुत्सद्देगिरीमुळेच भारताला पाकव्याप्त काश्मीरचा मोठा भाग ताब्यात घेता आला नाही. भारताचे पहिले पंतप्रधान जवाहरलाल नेहरू ब्रिटीश आणि पाकिस्तानच्या जाळ्यात अलगद अडकले, आणि त्यांनी भारतीय सैन्याला हल्ले थांबवण्याचे आदेश दिले.

भारत सोडून ब्रिटीश निघून गेले खरे; परंतु त्यांच्याच विचारसरणीचे चेले मागे ठेवून गेले. या चेल्यांनी अल्पसंख्याकांचं तुष्टीकरण सुरूच ठेवलं, मुस्लीम वैयक्तिक कायद्याची अंमलबजावणी करण्यासाठी बाकीच्यांना सवलती नाकारल्या. आता मात्र हिंदूंची सहनशक्ती संपली. शतकानुशतके घुसमट सहन केलेल्या हिंदूंनी बंड पुकारलं. भाजप, पर्यायाने मोदी सत्तेवर येण्यासाठी हेच एकमेव सर्वांत मोठं कारण ठरलं. काँग्रेस आणि इतर पक्षांनी, श्रद्धा, विश्वास या एकाच मुद्द्यावर जरी सहमती करून त्याप्रमाणे रणनीती आखली असती, तरी भाजपचं अस्तित्वच संकटात आलं असतं.

तृणमूल काँग्रेसच्या नेत्या एकदा म्हणाल्या होत्या, 'काँग्रेसनेच मोदींना ताकदवान केलं आहे'. त्या अगदी योग्य तेच म्हणाल्या होत्या; परंतु त्यांनी कारण चुकीचं सांगितलं. बॅनर्जी यांनी जी मीमांसा केली त्यानुसार, मोदी ताकदवान झाल्याचं कारण काँग्रेस 'राजकारणाला गांभीर्याने घेत नव्हतं' म्हणून नव्हे. ते ताकदवान झाले कारण छद्मी, फसव्या धर्मनिरपेक्षतेमुळे बरेचसे हिंदू काँग्रेसपासून दुरावले. याच संतापी हिंदूंना मोदींनी अगदी सहजरित्या आपलंसं केलं. हा संताप हिंदूंच्या मनामनात पिढ्यानपिढ्या खदखदत होता. तो मे २०१४मध्ये आणि पुन्हा मे २०१९मध्ये उफाळून आला. २०२४ सालात दिल्लीच्या तख्तावर विरोधी पक्षांना नेऊन बसवण्याइतपत हा क्रोधाग्नी शांत झालेला असणार आहे का?

आता मात्र, निवडणुकांत फायदा करून घेण्यासाठी, धार्मिकतेचा हा हुकमी एक्का खेळवण्याचा अतिरेक होणार नाही ना, याची भाजपने काळजी घ्यायला हवी. हिंदू धर्माचं तत्त्वज्ञान उत्क्रांत झालं आहे; परंतु त्यात अजूनही काही सुधारणा होणं आवश्यक आहे. हिंदू धर्मात उदंड अंधश्रद्धा आहेत. या धर्मातील विखारी आणि विषारी जातीव्यवस्था नष्ट होणं गरजेचं आहे. आणि सर्वांत महत्त्वाचं, हिंदू धर्माने दैववादावरील निष्ठा काढून टाकली पाहिजे. बहुसंख्यतेपेक्षाही महत्त्वाचं हे आहे, की सरतेशेवटी प्रत्येक भारतीय, मग तो हिंदू, मुसलमान, ख्रिश्चन किंवा ज्यू, कोणीही असो, तो सर्वप्रथम हिंदुस्तानी आहे. मग इतर धर्माचा, पंथाचा हेच भारताचं मार्गदर्शक तत्त्व असायला हवं.

∽

प्रभावशाली किंवा ज्यांचा दबदबा आहे, अशा मुस्लीम नेत्यांच्या तीन श्रेणी आहेत. राजकीय, धार्मिक आणि सामाजिक. या तीनही प्रकारच्या नेत्यांनी मुसलमानांतील युवा वर्गाची दिशाभूल, फसवणूक केली आहे. मुसलमान समाजाला मागास ठेवण्यात राजकीय नेत्यांचे हितसंबंध गुंतलेले आहेत. १९४७पासून राजकीय नेते दांभिक धर्मनिरपेक्षतेचं प्रदर्शन करताहेत. १९५०च्या मध्यात हिंदू वैयक्तिक कायदा संहिताबद्ध करून मंजूर करण्यात आला. मुस्लीम वैयक्तिक कायदा *शरीया*वर आधारित आहे. भारतात या कायद्यातील पाळण्यात येणारे काही नियम इतके मागास-प्रतिगामी आहेत, इतक्या कठोरतेने पाळले जातात, की सौदी अरेबियासारख्या इस्लामी देशांतदेखील पाळले जात नाहीत.

१९८५ सालातल्या *शहाबानो* प्रकरणाने मुस्लीम वैयक्तिक कायद्याचं (मुस्लीम पर्सनल लॉ)चं खरं स्वरूप उघड झालं. सर्वोच्च न्यायालयाच्या आदेशानुसार, एका निराधार, विधवा मुस्लीम महिलेला दर महिना पाचशे रुपये देखभालभत्ता म्हणून देण्यात येत होते. १९८६ साली राजीव गांधींनी त्यांना लोकसभेत मिळालेल्या ४१४ जागांच्या बहुताचा वापर करत, सर्वोच्च न्यायालयाचा हा आदेश रद्द करून घेतला. तुष्टीकरणाचं राजकारण आता अगदी उघडउघड होऊ लागलं. इतर पक्षही काँग्रेसचं अनुकरण करू लागले. भारतीय धर्मनिरपेक्षतेची व्याख्या आता *मुस्लीमप्रधान धर्मनिरपेक्षता* अशी होऊ लागली. 'भारताच्या सगळ्या साधनसंपत्तीवर पहिला हक्क इथल्या अल्पसंख्याकांचा आहे' माजी पंतप्रधान डॉ. मनमोहन सिंह यांनी त्यांच्या पंतप्रधानपदाच्या सुरुवातीच्या काळात हे विधान करून यावर एक प्रकारे शिक्कामोर्तबच केलं.

नंतरच्या काळातदेखील, 'मुस्लीम प्रथम' या काँग्रेसच्या धोरणाला राहुल गांधींनी आणखीनच प्रोत्साहन दिलं. २०१९ची लोकसभा निवडणूक वायनाडमधून लढवणं हा काही योगायोग किंवा अपघात नव्हता. अमेठीमध्ये राहुल गांधींना स्मृती इराणींकडून पराभव पत्करावा लागला; परंतु वायनाडमधून ते अगदी आरामात निवडून आले. कारण वायनाडमध्ये एकूण मतदारांपैकी मुस्लीम मतदार २८.६५ टक्के आणि ख्रिश्चनांची टक्केवारी होती २१.३४ टक्के होती.[२१]

*काँग्रेस, समाजवादी पक्ष, राजद*सारख्या अन्य पक्षांनी गोंजारलेल्या धर्मनिरपेक्षतेत विद्वेषाचं विष पेरण्याचं काम धार्मिक नेत्यांनी केलं. आपल्या धर्मानुयायांची भावनिक दिशाभूल करण्यासाठी ते सतत काही ना काही मुद्दे शोधत असतात. या धार्मिक नेत्यांनी *घरवापसी, लव्ह जिहाद, हिजाब* यांसारखे मुद्दे सतत उकरून काढत, भारतातील मुसलमान तरुणांना भारतीय समाजात एकरूप होण्यापासून सतत विचलीत केलं आहे. मुस्लीम विद्यार्थ्यांना तंत्रज्ञान, त्यावर आधारित अर्थव्यवस्था यांसारख्या चांगल्या गोष्टींवर लक्ष केंद्रित करायला लावण्याऐवजी, त्यांना हिजाबसारख्या वादग्रस्त आणि विध्वंसक विषयांत गुंतवून ठेवलं जातं. याचा परिणाम दोन सर्वेक्षण अहवालांतून आढळून आला आहे. *सच्चर आयोग* आणि *रंगनाथ मिश्रा आयोग* यांनी, राष्ट्रीय नमुना सर्वेक्षण कार्यालयातील (एनएसएसओ) सांख्यिकीचा हवाला देत, हे स्पष्टपणे नमूद केलं आहे, की मुसलमान समाज हा भारतातील सर्वांत गरीब आणि मागासलेला समुदाय आहे; अगदी दलितांपेक्षाही.

तथापि मुस्लीम समुदायातील सामाजिक नेते मात्र आजही त्यांना होत असलेल्या त्रासांच्या तक्रारींचा पाढा वाचतात. त्यांच्या मनावर सतत हेच बिंबवलं जातं, की मोदी राजमध्ये तुम्हाला दुय्यम दर्जाचे नागरिक म्हणून पाहिलं जातं. प्रत्यक्षात मात्र सत्य याच्या उलट आहे. मुस्लीमांना त्यांचे वैयक्तिक कायदे कायम राखण्याची मुभा देण्यात आली आहे. अर्थात मुस्लीम त्यांच्या वैयक्तिक कायद्यानुसार वागू शकतात. ते सार्वजनिक जागांवर प्रार्थना करतात. न्यायालयाच्या मनाईविरूद्ध पहाटे पाच वाजता अजानसाठी ध्वनिक्षेपक वापरतात. करोडो रुपये मूल्याच्या जमिनींवर आज यांच्या वक्फ बोर्डाचे कारभार चालतात. मशिदींना व्यवस्थित संरक्षण मिळतं. मशिदींवर हिंदूंकडून क्वचितच दगडफेक, जाळपोळ केली जाते आणि हो, अल्पसंख्याकांच्या मुद्द्यांवर लगेचच मोर्चे काढण्यात 'उदारमतवादी' पत्रकार, वकील, चळवळीतील कार्यकर्ते आणि समाजसेवी संस्था अगदी अग्रेसर असतात.

मग भारतातील किंवा भारतीय मुसलमानांना नेमका त्रास कसला होतो? आजच्या मुस्लीमांच्या पूर्वजांनी शतकानुशतके भारतावर राज्य केलं. आजच्या मुसलनमानांपैकी बहुतांश मुस्लिम पूर्वाश्रमीचे हिंदूच आहेत. जबरदस्तीने म्हणा किंवा प्रलोभनापायी त्यांना इस्लाम धर्म तेव्हा स्वीकारावा लागला. याचाच एक राग सतत त्यांच्या मनात खदखदत असतो आणि त्याला वाट सापडली, की तो आक्रमक रूपात उफाळून बाहेर येतो. ब्रिटीशांनी मुस्लीमांना कायम गोंजारलं, हिंदूंच्या विरोधात सतत त्यांना ते डिवचत राहिले. विन्स्टन चर्चिलना तर 'मवाळ' हिंदूंविषयी तिरस्कार आणि 'जहाल किंवा भडकू डोक्याच्या' मुसलमानांविषयी आत्मीयता होती.

---

२१ २०११च्या जनगणनेनुसार

स्वातंत्र्यप्राप्तीनंतर जवाहरलाल नेहरूंनी धर्मनिरपेक्षतेच्या पडद्याआड मुस्लीमांना झुकतं माप देण्याचं धोरण सुरूच ठेवलं. जिथे कोणत्याच धर्माला झुकतं माप दिलं जात नाही, ती खरी धर्मनिरपेक्षता. धर्मनिरपेक्षता प्रत्येक धर्माला सक्षम, सबळ करते. नेहरूवादी धर्मनिरपेक्षता मात्र त्या कसोटीवर खोटी ठरली. सुमारे ४०० वर्षं मुस्लीम समुदायाचे लाडच झाले आहेत. आधी ते राज्यकर्ते होते, मग ब्रिटीशांनी त्यांच्यावर मेहेरनजर केली, आणि अखेरीस ते काँगेसच्या पसंतीची 'व्होट बँक' झाले. त्यामुळेच २०१४ साली भारतीय जनता पक्षाची केंद्रात सत्ता आल्यामुळे गांगरून गेले, त्यांच्यात एकच भयगंड पसरला. दशकानुदशके मुस्लीम अल्पसंख्याकांनी ज्या धोरणाचा मनमुराद उपभोग घेतला ते, 'मुस्लीम प्रथम' अर्थात मुसलमानांना झुकतं धोरण देण्याचं धोरण मोदींनी मोडीत काढलं. ते युग आता अस्ताला गेलं आहे. आधुनिक तंत्रज्ञानाच्या युगातील भारतात स्वतःला सामावून घ्यायचं असेल, तर मुसलमानांना आता स्वतःला सक्षम बनवावंच लागेल.

✥

'जागतिक हिंदुत्वाचा भंग' या विषयावर, सप्टेंबर २०२१मध्ये एक ऑनलाइन परिषद भरवण्यात आली होती. या परिषदेकडे तसं नगण्य किंवा अजिबात लक्ष दिलं गेलं नसतं. परंतु त्यात हिंदूविरोधी भावना अर्थात हिंदुफोबिया असल्यामुळे ही परिषद विशेष लक्षात राहिली. हेच जर का, अमेरिकेतील आयव्ही लीग विद्यापीठानं त्यांच्या अंकित संस्थांद्वारा 'मुस्लिम तत्त्वांचा भंग' किंवा 'ख्रिश्चन धर्माचा भंग' अशा विषयाच्या परिषदा आयोजित केल्या असत्या, तर या विद्यापीठांना कधीच टाळं लागलं असतं. ज्यू धर्मीयांना गैर सेमिटीक किंवा मुसलमानांना इस्लामोफोबिक असं लेबल लावलं गेलं असतं तर, असं म्हणणाऱ्यांना त्यांनी त्यांच्या त्यांच्या धार्मिक कायद्यानुसार शिक्षा ठोठावली असती. खरं तर अशा प्रकारच्या परिषदेचा, जगभरातील सुजाण नागरिकांकडून, शिक्षणक्षेत्राकडून, राजकीय नेते आणि प्रसारमाध्यमांकडून निषेध व्हायला हवा होता. अशा प्रकारच्या अपप्रवृत्तींमध्ये सामील असलेल्यांना केवळ कायद्याचा हिसका दाखवून किंवा दंडात्मक कारवाई करून भागणार नाही, तर त्यांना सर्व स्तरांतून वाळीत टाकलं गेलं पाहिजे.

काही जण असा युक्तिवाद करतात, की 'हिंदुत्व' म्हणजे 'हिंदू धर्म' नाही. २०२१ साली झालेल्या 'या' परिषदेत केवळ 'हिंदुत्वा'वर हल्ला करण्यात आला, हिंदू धर्मावर नाही. म्हणूनच त्यांचं म्हणणं आहे, की इस्लामवर नव्हे, तर इस्लामी कट्टरतावादावर कोरडे ओढा, ते स्वीकारार्ह आहे. पहिला शांततेचा संदेश देतो, तर दुसरा हिंसक आहे. हिंदुत्वामध्येही बजरंग दलासारखे काही खटकणारे घटक आहेतच; परंतु हिंदुत्व विचारसरणीचा अखंड स्रोत असणाऱ्या, हिंदू धर्मातील तत्त्वांचा अखंड प्रसार करणाऱ्या, राष्ट्रीय स्वयंसेवक संघासारख्या संघटनांचा भारताला काय किंवा जगाला काय, कसलाही धोका नाही; परंतु इस्लामी कट्टरतावाद्यांचा धोका मात्र सर्वत्र नक्की आहे.

डिसेंबर १९९५ साली, सर्वोच्च न्यायालयातील दिवंगत न्यायमूर्ती जे. एस. वर्मा यांच्या नेतृत्वाखालील त्रिसदस्यीय खंडपीठानं एका ऐतिहासिक निकालात हिंदुत्वाची

व्याख्या पुढीलप्रमाणे केली होती. या खटल्याच्या निकालाची सत्यासत्यता पडताळण्यासाठी भविष्यात जास्त सदस्यांच्या खंडपीठाची नेमणूक केली जाऊ शकते; मात्र आजमितीला तरी सर्वोच्च न्यायालयाने केलेली ही व्याख्याच ग्राह्य धरण्यात येते. '*हिंदुत्व* या शब्दाचा नेमका अर्थ सांगता येऊ शकत नाही. तसंच, भारतीय संस्कृती आणि सांस्कृतिक वारसा वगळता, हिंदुत्व या शब्दाचा भाव दर्शवेल अशा केवळ एका शब्दाने त्याला संकुचित मर्यादेत अडकवून ठेवता येत नाही. या निर्णयाच्या अनुषंगाने, 'हिंदुत्व' या संज्ञेची संक्षिप्त रूपात ओळख करून देताना, त्याची संकुचित मूलतत्त्ववादी हिंदू मतांधतेशी सांगड घालणं खरोखरच कठीण आहे किंवा कलम १२३च्या उप-कलम (३) आणि/किंवा (३अ) नुसार निषिद्ध आहे असं समजावं.'

भाजप सरकारच्या काळातील हिंदुत्व सर्वोच्च न्यायालयाने १९९५ साली, वरील निर्णयाच्या अनुषंगाने केलेल्या हिंदुत्वाच्या व्याख्येहून अधिक भयंकर आहे का? हा निर्णय दिला गेला तेव्हा काँग्रेसचं, पी. व्ही. नरसिंह राव यांचं सरकार सत्तेत होतं. भारतातील अल्पसंख्याकांमध्ये आज ही भीती आहे, की मोदींच्या नेतृत्वाखालील, अधिक बलशाली झालेल्या हिंदुत्वाने देश बहुसंख्याक 'हिंदूराष्ट्र'च्या दिशेने मार्गक्रमणा तर करत नाहीये!

आज भारतात एक अब्जांहून अधिक हिंदू आहेत. सत्तेच्या शिखरावर असताना, २०१९ साली जेव्हा मोदी ३०३ जागांवर विजय मिळवत भाजपला विजय देण्यात यशस्वी झाले होते, तेव्हा देशातील ८० टक्के हिंदूंपैकी अर्ध्याहूनही कमी हिंदूंची मतं त्यांना मिळाली होती. जर भारत बहुसंख्याक देश असता, तर २०१९च्या सार्वत्रिक निवडणुकीत भाजपला ३७ टक्क्यांहून जास्त मताधिक्य मिळालं असतं. भारतातील धर्म, जात, भाषा आणि प्रादेशिक विविधता हे सुनिश्चित करते, की भाजपसारख्या 'हिंदू' सरकारच्या शासनकाळातही बहुसंख्याकवाद अप्राप्य आहे.

मग हिंदुत्वाचा इतका बाऊ (हिंदूफोबिया) करण्याचं कारण काय? याचं उत्तर आहे: देशांतर्गत राजकारण, डावे आणि इस्लामी यांचं जागतिक साटंलोटं, त्यांनी निर्माण करून ठेवलेली एक परिसंस्था. मे २०१४मध्ये मोदींनी पदभार स्वीकारल्यापासून या परिसंस्थेने भारतातील विरोधी पक्षांसमवेत खूप सहजतेने हातमिळवणी केली आहे. समाजसेवी संस्था, चळवळीतील कार्यकर्ते, लष्करातील निवृत्त अधिकारी, माजी नोकरशाह, प्रसारमाध्यमं आणि न्यायालय अशांचा वापर करून एक असं कथानक साकार करण्यासाठी तैनात करण्यात आलं आहे, ज्यात भारत हिंदू बहुसंख्याकवादाच्या अथांग सागरात कसा गटांगळ्या खातो आहे आणि कसा रसातळाला चालला आहे, याचं रसभरीत वर्णन असतं.

२०१४नंतर कुत्र्याच्या छत्र्यांसारख्या उगवलेल्या वृत्तवाहिन्यांनी त्यांच्या वाहिन्यांवर वाट्टेल ते दाखवलं, अर्थात ते सगळं अभिप्रेरित, प्रयोजित होतं. स्वयंसेवी संस्थांच्या नेतृत्वाखालील जागतिक परिसंस्था आणि भारतातील विरोधी पक्षांत असणाऱ्या काही घटकांनी मोदींच्या नेतृत्वाखालील भाजपच्या मूळ वैचारिक पायांवर हल्ले करणं सुरूच ठेवलं आहे. याचं कारण, मोदींनी लागोपाठ दोन वेळा लोकसभेच्या निवडणुका जिंकल्या, कोविड काळात तसंच त्यानंतर उद्भवलेल्या रशिया-युक्रेन युद्धातही भारतीय अर्थव्यवस्थेला तारून नेलं.

हा तर्क किती गोंडस आहे बघा हं – चुकीच्या निर्णयांमुळे होणाऱ्या जाहीर टीकेला तोंड देणारी एक अभेद्य प्रणाली पंतप्रधानांकडे असू शकते; परंतु जर जागतिक स्तरावर, हिंदुत्वाला दैत्याच्या स्वरूपात मांडण्यात आलं तर मात्र मोदी अस्वस्थ होतात. आपली जागतिक प्रतिष्ठा जपण्याबाबत मोदी किती जागरूक असतात हे या परिसंस्थेला पक्कं ठाऊक आहे. त्यामुळे हीच दुखरी नस धरून आता पुढच्या हल्ल्यांची रूपरेषा आखली जाईल.

पण हेच डावपेच उलटे अंगावरदेखील येऊ शकतात. गंमत अशी आहे, की तुम्ही 'हिंदुत्वा'वर पर्यायाने हिंदुवादावर जितके त्वेषाने हल्ले कराल, तितकं तुम्ही मोदींच्या 'हिंदू' असण्याला अधिकाधिक बळकटी देता. गेल्या काही वर्षांपासून संघ परिवारातील, काही कट्टर किंवा विश्वासू संघकार्यकर्त्यांच्या एका गटाने मोदी यथार्थाने हिंदू नाहीत, तसंच जागतिक प्रशंसेचे धनी होण्याकरता त्यांनी अटलबिहारी वाजपेयी यांच्या साच्यातलं 'मवाळ' धर्मनिरपेक्षतेचं धोरण स्वीकारल्याबद्दल मोदींवर कठोर टीका केली आहे. 'धर्मनिरपेक्ष' पक्षांकडून होणारे 'हिंदुत्वा'वरचे वाढते हल्ले हे कडव्या उजव्या विचारसरणीच्या लोकांना मोदींपासून दूर नेण्याऐवजी त्यांच्या जवळच घेऊन जातायत. जर पाश्चिमात्त्य स्वयंसेवी संस्था, डावे पक्ष आणि इस्लामवाद्यांनी, मोदी कडवे 'हिंदू' असल्याबद्दल त्यांच्यावर टीका करत असतील, तर कडवे उजव्या विचारसरणीचे असाच निष्कर्ष काढतील, की मोदी जे करतायत ते नि:संशयपणे चांगलंच करत असणार.

∽

उत्तर प्रदेशचे मुख्यमंत्री *योगी आदित्यनाथ* यांनी भारताला हिंदू राष्ट्र बनवण्याचा उच्चार केला, तेव्हा त्यांनी दुखत्या नसेलाच हात घातला. 'भारताचा विचार' धर्मतटस्थ आहे. या विचाराच्या केंद्रस्थानी धर्मनिरपेक्षता आहे. खरं तर, धर्मनिरपेक्षतेची व्याख्या कोण कशी करतं यातच खरी समस्या आहे.

धर्मनिरपेक्षतेची अभिजात किंवा पारंपरिक व्याख्या ('सर्वांना सक्षम करा, कोणाचंही तुष्टीकरण करू नका') सीताराम येचुरी किंवा राहुल गांधींनी केलेल्या ('सक्षमीकरण कोणाचंच करू नका, पण काही जणांचं लांगुलचालन करा) व्याख्येसारखी नाही. तथापि, 'हिंदू राष्ट्र' संकल्पनेतील खरी अडचण, धार्मिक विविधतेत गर्भित असणाऱ्या राष्ट्रीय एकात्मतेत नसून (जी शतकानुशतके भारताच्या संस्कृतीचा स्थायीभाव राहिली आहे) *हिंदू* शब्दाचा जो चुकीचा अर्थ लावण्यात येतो, तिथे सगळी गल्लत होते. 'हिंदू राष्ट्र' या शब्दाचा अर्थ हिंदू-केंद्रित राष्ट्र असा होत नाही आणि होता कामा नयेही. मुसलमान, ख्रिश्चन, पारशी आणि ज्यू आदि धर्माच्या लोकांना दुय्यम दर्जाचे नागरिक समजून वागणूकही तशीच दुय्यम दर्जाची देणे यात अभिप्रेत नाही. हिंदू राष्ट्र या शब्दाचा साधा आणि सरळ अर्थ आहे – धर्माच्या पलीकडे असलेली, सर्वसमावेशक सभ्यतावादी एकता.

प्रत्येक भारतीयामध्ये एक सभ्यतावादी हिंदू दडलेला असतो, मग भले त्याचा वैयक्तिक धर्म कोणताही असो. त्या हिंदुत्वाचा गाभा धार्मिक नाही, तर सांस्कृतिक आहे. उदाहरणार्थ, एखादा तामिळ हिंदू आणि तामिळ मुस्लीम यांच्यात जितकी सांस्कृतिक समानता आढळून

येते, तितकी पंजाबी हिंदू आणि तामिळ हिंदूत आढळून येत नाही. तसंच आसाममधील मुसलमान आणि महाराष्ट्रातील हिंदू यांच्यात तुलना केली, तर महाराष्ट्रातील मुसलमानांची, महाराष्ट्रातील हिंदूंशी अधिक जवळीक असल्याचं दिसून येतं.

अत्यंत भौगोलिक विविधता असलेल्या तसंच, ब्रिटन, स्पेन आणि पोर्तुगालमधून ख्रिश्चन आणि मध्य आशियातून मुसलमानांच्या आक्रमणांनी व्यापलेल्या भारताच्या इतिहासात, ज्या राजकारण्यांनी धर्मनिरपेक्षतेचं सोंग घेत समाजात एकता घडवून आणण्याऐेजी, त्यात फूटच पाडली, अशा राजकारण्यांसाठी धर्म आडकाठी बनला आहे. आणखी दोन गोष्टींमुळे समस्या चिघळली. पहिली म्हणजे, भारत हा जगातील सर्वांत धार्मिक देशांपैकी एक देश आहे. संशोधनातून असं दिसून आलं आहे, की सर्व धर्मांतील ९० टक्क्यांहून अधिक भारतीयांची ईश्‍वरावर श्रद्धा आहे आणि ते नित्यनेमाने त्याची प्रार्थना करतात. याच्या विरुद्ध परिस्थिती ब्रिटनमध्ये आहे. तिथे, गेल्या २० वर्षांत, नियमितपणे चर्चमध्ये जाणाऱ्यांच्या संख्येत ५० टक्क्यांहून अधिक घट झाली आहे. दुसरी अधिक गुंतागुंतीची बाब म्हणजे, भारतातील मुसलमान हे राहणीमानाच्या आणि सांस्कृतिकदृष्ट्या 'हिंदू'च्या जवळ जाणारे आहेत; परंतु ते तसं मान्य करत नाहीत. हे अनेक प्रकारच्या द्विभाजनांचं कारण ठरू शकतं.

उदाहरण घ्यायचं तर, अजमेर दर्ग्याचे दिवाण *सय्यद झैनुल अबेदिन* यांनी गोमांस सेवनाच्या बंदीच्या समर्थनार्थ केलेलं आवाहन, मुस्लीम समुदायातील वाढती दुही अधोरेखित करते. मुस्लीम धर्मातील, शिया, सुफी, मेमन आणि बोहरा या पंथांतील लोक हे सुन्नी पंथीयांपेक्षा भारतीय सभ्येतेशी अधिक जवळीक साधून आहेत. भारतीय धर्मनिरपेक्षतेला, वहाबी प्रभावित सुन्नी संस्कृतीपेक्षा प्राचीन सामंजस्यात्मक मुस्लीम संस्कृतीची जास्त आवश्यकता आहे.

भारतातील मुसलमानांना कट्टरपंथी बनवण्याचे पाकिस्तानकडून जोरदार प्रयत्न सुरू असतानाही, सगळ्या जगात फैलावत चाललेल्या इस्लामी कट्टरतावादापासून भारतातील मुसलमान मोठ्या प्रमाणावर अप्रभावित आहेत. तसं नसतं, तर आतापर्यंत भारतातील २१ कोटी मुसलमानांनी भारताला आत्मघातली बॉम्बहल्ल्याची जागतिक राजधानी बनवून टाकलं असतं. इतकंच नव्हे, तर १९८९ सालापासून पाकिस्तान जम्मू आणि काश्मीरचं इस्लामीकरण करण्याच्या प्रयत्नात आहे, तिथेही काश्मीरी मुस्लीम आत्मघातकी बॉम्ब सोडून, दगडांचा वापर करतात. पूर्वीच्या बंडाळीच्या काळातही दगड हेच त्यांचं पसंतीचं हत्यार राहिलं आहे. काश्मीरच्या बहुआयामी इतिहासातील सुफीवादाच्या शेष प्रभावाचं द्योतक आहे.

म्हणजे मग आदित्यनाथांच्या 'हिंदू राष्ट्र' म्हणण्यात काही चुकीचं आहे का? 'हिंदू राष्ट्रा'च्या ऐवजी त्यांनी 'भारत राष्ट्र' म्हणणं जास्त योग्य ठरलं नसतं का? हां, हिंदुत्व आणि भारतीयत्व यांच्यातील वादासारखाच हा मुद्दा आहे. भारत एक बहुढंगी परंतु त्याच वेळी समांतर व्यक्तिमत्वाचा देश आहे. त्याने सर्व धर्मांना आपल्या कवेत घेतलं आहे - काही सारखे, काही वेगळे; परंतु 'भारतीयत्वा'च्या एका समान सूत्रात (धाग्यात) ते सगळे बांधलेले आहेत. असं आहे, तर मग हिंदुत्वाला भारतीयता का म्हणू नये? अटलबिहारी वाजपेयींनी नेमकं हेच साधलं होतं. त्यांनी जे म्हटलं होतं ते शब्द अदलाबदल करण्यायोग्य

आहेत. ते म्हणाले होते, 'हिंदुत्व म्हणजेच भारतीयता आणि भारतीयता म्हणजेच हिंदुत्व'. तत्त्वत: मोदी या विधानाशी सहमत आहेत; परंतु हे तत्त्व नेहमीच आचरणात आणलं पाहिजे किंवा जाहीररित्या त्याचं उच्चारण केलं पाहिजे असं ते मानत नाहीत.

ज्याप्रमाणे हिंदूंनी बहुढंगी भारतीयता स्वीकारली पाहिजे, त्याचप्रमाणे आदित्यनाथांनी भारत देशाला त्यांची मार्गदर्शक शक्ती मानलं पाहिजे. धार्मिक भावनांची साद घालून, धार्मिकतेला आवाहन करून मतं मिळू शकतील; परंतु देशाचा किंवा राज्याचा विकास साधायचा असेल, तर सर्व भारतीयांनी आपापल्या श्रद्धेच्या पलीकडे जाऊन काम करणं गरजेचं आहे.

प्रकरण २१

‘हिंदुइझम’मध्येही सुधारणा आवश्यक

अन्य प्राचीन गोष्टींप्रमाणेच, हिंदुत्वानेदेखील विद्वत्तेचं रूपांतर कर्मठपणात किंवा कट्टरतेत होणार नाही यासाठी सतत जागरूक राहिलं पाहिज. अब्राहमी धर्म याच समस्येने ग्रस्त आहे. इस्लाम १३०० वर्षं जुना धर्मग्रंथ ‘कुराण’शी बद्ध आहे. त्यातील आयतांचा, आधुनिक-सामाजिक उदारमतवादाच्या दृष्टिकोनातून अर्थ लावण्याऐवजी, इस्लामी धर्मगुरूंनी त्यांना गतकाळाच्या चौकटीत बांधून टाकलं. त्यामुळे मोठ्या प्रमाणावर आणि भयावह अशी लैंगिक विषमता बळावली. ‘जिहाद’ या शब्दाच्या अर्थविषयक अस्पष्टतेमुळे, म्हणजेच या शब्दाचा नीट अर्थ समजून न घेता, त्याला काफिरांविरुद्धच्या हिंसाचाराचं समर्थन अशा अर्थी मान्यता दिली. वास्तविक कुराणमधील आयतांमध्ये ‘जिहाद’ हा शब्द, दुसऱ्यावर (काफिरांवर) विजय मिळवण्यासाठी नाही, तर ‘आत्मसंरक्षण’ असा परिभाषित करण्यात आला आहे.

ख्रिस्ती धर्मही असाच उपदेशात्मक आहे. अलीकडच्या काळात, कॅथलीक चर्चने काही सुधारणा राबवल्याही; परंतु ‘दैवी नियमा’चं कारण देत आजही महिलांना पाद्री नियुक्त करण्यात येत नाही. समलैंगिकता त्यांच्या लेखी ‘नैतिक पाप’ आहे. चमत्कारांवर विश्वास ठेवण्यास त्यांच्याकडून उत्तेजन दिलं जातं. १६व्या शतकात कॅथलीक आणि अँग्लिकन चर्चच्या विभाजनामुळे अँग्लो-सॅक्सन देशांमध्ये, उदा. सुधारणांनंतरचा ब्रिटन, तिथे, प्रोटेस्टंट पंथ बहुसंख्येने वाढीला लागला.

इस्लाम आणि ख्रिश्चन धर्मीय, भौगोलिक प्रदेश आणि धर्मप्रचार या मुद्द्यांवर हजारो वर्षांपासून एकमेकांशी लढत आहेत. निष्क्रिय आणि अंतर्मग्न असणाऱ्या हिंदू धर्माने या दरम्यान आक्रमण, दमन, जुलूम-जबरदस्ती आणि लुटालुट सहन केली. यातूनच जैन आणि बौद्ध धर्माचा उदय झाला. ते ख्रिश्चन आणि इस्लाम धर्मापेक्षाही प्राचीन आहेत, असं असूनही, कोणताही धर्म हिंदू धर्माला त्याच्या मातृभूमीतून हुसकावून स्वत:ला प्रस्थापित करू शकलेला नाही.

परंतु यामुळे, आपल्याला सुधारणांची गरजच नाही असं हिंदूंनी आंधळेपणाने समजून चालू नये. मोदींना निश्चितपणे याची जाणीव आहे. हिंदू धर्म आकारहीन, देहोद्भव (आंगिक) आणि त्याच्या आचरणकर्त्याला तो ज्या रूपात हवा आहे त्या रूपात साकारणारा धर्म आहे. तुम्ही जशी देवळात प्रार्थना करू शकता तशीच घरीही करू शकता, अगदी प्रार्थना केली नाहीत; तरीही तुम्ही एक चांगले हिंदू असू शकता; परंतु हिंदुत्वातील निराकारता आणि स्पंजासारखं सर्व काही अंतर्लीन करण्याची क्षमता ही दुधारी तलवार होऊ शकते. शिस्तीच्या अभावामुळे अव्यवस्था आणि विभाजनाला प्रोत्साहन मिळतं. हिंदू धर्मातील जातीव्यवस्था हा सर्वांत मोठा धोका आहे.

एक युक्तिवाद असा केला जातो, की हिंदू धर्मातील जातीव्यवस्थेमुळेच भारताच्या नशिबी मोठ्या प्रमाणावरचं इस्लामी आणि ख्रिश्चन धर्मांतरण आलं नाही. इतर देशांतील स्थानिक लोक मात्र मोठ्या संख्येनं धर्मांतरणाला बळी पडले. जातीव्यवस्थेमध्ये दोन संकल्पना आहेत : वर्ण आणि जाती. वेदकालीन भारतात वर्ण हा व्यक्तीची व्यावसायिक योग्यता, कौशल्य आणि त्यातील स्वारस्य याच्याशी निगडीत होता. ही व्यवस्था अत्यंत लवचिक म्हणजेच परिस्थितीनुसार बदलू शकणारी व त्यामुळेच सामाजिक आणि व्यावसायिक गतिशीलतेला चालना देणारी होती. त्याविरुद्ध जातिव्यवस्था होती. जातीची व्याख्या जन्मानुसार होती. ज्या जातीत तुमचा जन्म झाला, तीच जात आयुष्यभर चिकटत असे, त्यातून तुमची सुटका नाही.

जातीव्यवस्थेचं समर्थन करताना, आय.आय.टी. आणि स्टॅनफोर्ड विद्यापीठाचे माजी विद्यार्थी असलेले राजीव श्रीनिवासन यांनी १९ डिसेंबर, २०१५च्या *स्वराज्य* मासिकात लिहिलं होतं, 'परिस्थिती पूर्वपदावर येण्याचा जेव्हा आपण विचार करतो तेव्हा, मुसलमानांना जेव्हा अरेबियातून बाहेर पडल्यानंतर ज्या ज्या देशांच्या सभ्यतेवर, संस्कृतीवर त्यांनी हल्लाबोल केला, ते विचारात घेता, हिंदू संस्कृती अशी एकमेव संस्कृती किंवा सभ्यता होती, जी ते नामशेष करू शकले नाहीत. इजिप्त आणि पर्शियासारख्या महान नागरसंस्कृती तसंच मध्य आशियातील बौद्ध संस्कृती या अतिशय अल्प काळात नामशेष झाल्या. हिंदू धर्माबद्धल बोलायचं झालं, तर जातिव्यवस्थेने एखाद्या जोडबिंदूचं काम केलं.

तत्त्वतः जर तुमची निष्ठा एखाद्या विशिष्ट जातीप्रती असेल, तर इतर जातींच्या उच्चाटनाचा तुमच्यावर विशेष परिणाम होणार नाही.

'एका अर्थी हे वाईट होतं कारण, हे एकजुटीला मारक ठरतं; परंतु दुसरीकडे पाहिलं तर, ही पद्धत लवचीक आहे. मला वाटतं यामुळेच मुसलमान आक्रमणकर्ते चक्रावून गेले. सुरुवातीला त्यांना वाटलं, की हिंदू धर्माचं केंद्र सोमनाथ आहे. त्यामुळे त्यांनी त्या देवळाची लूट केली, ते भग्न केलं; परंतु काहीही फरक पडला नाही. मग त्यांना वाटलं, हिंदूंचं श्रद्धास्थान बनारस आहे, त्यामुळे त्यांनी तिथेही आक्रमण केलं; परंतु इतकं करूनही हिंदू धर्माचं उच्चाटन झालंच नाही.

'नातेसंबंध ही मानवाची जन्मजात, नैसर्गिक गरज आहे. जातिव्यवस्था हा असा एक नवोन्मेष आहे, जो या इच्छेचा अनेक सकारात्मक (परंतु, खेदजनकरित्या नकारात्मक गोष्टींसाठीही) गोष्टींसाठी वापर करतो. जातिव्यवस्था एक लवचिक प्रणाली होती जिथे,

बाजारमूल्य व्यावसायिक मूल्याधारित होतं आणि ही एक चांगली संकल्पना होती. ही दृढमूल झालेली किंवा रोमारोमात भिनलेली व्यवस्था आजही चांगल्या पद्धतीने काम करताना दिसून येत आहे. शहरीकरणाच्या प्रवाहात जातिव्यवस्थाही निघून जाईल असं मला तरी वाटत नाही.'

जातिव्यवस्थेच्या ऐतिहासिक समर्थनाच्या पलीकडे सांप्रत काळातील वास्तविकता दडलेली आहे. भीमा-कोरेगावमध्ये ब्राह्मण आणि मराठ्यांच्या विरोधात इंग्रज व दलितांनी मिळवलेल्या विजयाच्या २००व्या स्मरणदिनाच्या दिवशी, १ जानेवारी, २०१८ रोजी पुण्यात आणि मुंबईत झालेल्या दंग्यांवरून हेच दिसून आलं, की जातिव्यवस्था म्हणजे हिंदूंच्या छातीत खुपसलेला खंजीर आहे.

जातिव्यवस्थेची 'विखुरलेल्या पद्धती', तसंच इस्लामी आणि ख्रिस्ती आक्रमणकर्त्यांपासून हिंदू धर्माचं रक्षण करण्यात त्यांची कितीही मोठी ऐतिहासिक भूमिका यांचं कितीही समर्थन केलं तरीही, या युक्तिवादाचं श्रेय हिंदू धर्माला जात नाही. जर एखाद्या धर्माला बाहेरून होणाऱ्या हल्ल्यांच्या बचावासाठी विखुरलेल्या जातिव्यवस्थेची आणि त्यासोबत होणाऱ्या क्रूर अन्यायांची गरज भासत असेल, तर मग अशा धर्माची निहित ताकद अगदीच कमकुवत आहे. केवळ अस्तित्व टिकवून ठेवणं, यापेक्षा उच्च महत्त्वाकांक्षा असायला हवी. जातिव्यवस्थेने हिंदू धर्माचं अस्तित्व टिकवून ठेवलं; परंतु त्याची भरभराट होऊ दिली नाही, त्याची वाढ खुंटवली. ही एक पराजित मानसिकता आहे, जी आजही हिंदुत्वावरचं एक ओझं आहे.

निश्चितच, हिंदू धर्माचा इतका ऱ्हास झाला होता, की त्याला ख्रिस्ती आक्रमणकर्त्यांच्या आक्रमणाची गरज भासली. आधी, त्याचं दमन करण्यासाठी आणि नंतर, उपखंडात आधुनिक शिक्षणाद्वारा प्रबोधनाची ज्योत पेटवण्यासाठी. अर्थतज्ज्ञ अँगस मेडिसन यांच्या सिद्धान्तानुसार, भारत ब्रिटीशांची वसाहत बनून त्यांचा अंकित होण्याआधी आणि त्यांनी भारतातील उद्योग, व्यापार व हस्तकला पद्धतशीरपणे नष्ट करण्याआधी भारताचा जागतिक जीडीपीमध्ये सुमारे २४ टक्के वाटा होता. पण त्या वेळच्या भारतात सुमारे ६५० संस्थानं होती. ही संस्थानं भौगोलिक आणि सांस्कृतिकदृष्ट्या एकसंध होती. मात्र धर्म, भाषा, क्षेत्र आणि जातींनुसार विभागलेली होती.

आज, जात हे एक प्रबळ आणि प्रभावी निवडणूक शस्त्र आहे. एक महान धार्मिक तत्त्वज्ञान होण्यासाठी, तसंच निवडणुकांतील स्वार्थी राजकारणाच्या हातातलं बाहुलं बनण्यापासून वाचण्यासाठी, हिंदू धर्माने जुनाट चालीरितींचा त्याग करून सुधारणांचा अंगीकार करायला हवा. प्रत्येक हिंदू देवळात दलितांना मुक्त प्रवेश द्यायला हवा आणि तसाच महिलांनाही. यात कोणताही किंतु-परंतु, कोणतीही सबब असता कामा नये. मोदींच्या २०२४च्या निवडणूक जाहीरनाम्यात हा मुद्दादेखील अंतर्भूत असला पाहिजे.

∞

चार्ली हेब्दो या साप्ताहिकाच्या पत्रकारांची आणि अर्कचित्रकारांची (कार्टूनिस्ट) इस्लामी दहशतवाद्यांनी हत्या केली. त्यांच्या नशिबी जे भोग आले, तसे भोग भोगायला किती जण

तयार असतील? इस्लामविरोधी भावनांवर अर्थात इस्लामोफोबियावर केली जाणारी निंदा योग्यच आहे; परंतु भारतातील उच्च-मध्यम वर्गीयांच्या घरात हिंदूविरोधी भावना म्हणजेच हिंदूफोबियावरही चर्चा घडतातच ना, त्या चालतात. या विलक्षण विकाराचं परीक्षण करणं गरजेचं आहे; परंतु त्या आधी द *इकॉनॉमिस्ट* मासिकात, भारतातील मुसलमानांवर – ज्याला ते 'एक अनिश्चित समुदाय' असं म्हणतात – एक लेख लिहून आला होता, तो विचारात घेऊ. मासिकात अनिच्छेने का होईना, पण कबूल करण्यात आलं आहे, की 'हे धादांत सत्य आहे, की भारतातील मुस्लीमांचा कधीही अधिकृतपणे छळ करण्यात आलेला नाही, त्यांना निर्वासित करण्यात आलं नाही वा त्यांना दहशतवाद्यांचं पद्धतशीरपणे लक्ष्य बनवण्यात आलं नाही. जसं उपखंडाच्या इतर अल्पसंख्याक असलेल्या प्रदेशांत झालं. उदाहरणच घ्यायचं झालं, तर पाकिस्तानातील अहमदी पंथीयांच्या बाबतीत जे घडतं आहे तसं.'

यात, द *इकॉनॉमिस्ट* भारताच्या धर्मनिरपेक्षतेप्रती एक बचावात्मक, सर्वश्रुत पवित्रा घेतो, ज्यात भारतातील हिंदूविरोधी भावना भडकावणाऱ्यांचा (हिंदूफोब) प्रतीध्वनी असल्याचं प्रतीत होतं. सगळ्यात आश्चर्याची गोष्ट अशी, की हिंदूविरोधी भावना भडकावणारे प्रामुख्याने सगळे हिंदूच आहेत. ते स्वतःला धर्मनिरपेक्ष म्हणवून घेतात, पण प्रत्यक्षात बहुतेक वेळा ते तसे नसतातच. धर्मनिरपेक्षतेसाठी धर्मतटस्थता असणं जरूरीचं आहे, ज्याचा त्यांच्यात अभाव आहे. त्यांचे दृष्टिकोन पक्षपाती, पूर्वग्रहदूषीत असतात. 'हिंदुत्वाची छकलं करण्यासाठी' ते परिषदा भरवतात. मग, धर्मनिरपेक्षतेची अपेक्षा बाळगणारे सुजाण, विद्वान, सुशिक्षित हिंदू इतके हिंदुत्वविरोधी का आहेत? कारण खरी धर्मनिरपेक्षता म्हणजे काय याबद्दलची त्यांची माहिती चुकीची, दिशाभूल करणारी आहे.

२०१४ साली प्रकाशित झालेल्या माझ्या द *न्यू क्लॅश ऑफ सिव्हिलायझेशन्स : हाऊ द काँटेस्ट बिटवीन अमेरिका, चायना, इंडिया अँड इस्लाम वील शेप अवर कंट्री* या पुस्तकात लिहिल्याप्रमाणे :

> प्रभावशाली वर्ग विशेषतः इलेक्ट्रॉनिक मिडिया. या मीडियाच्या हृदयात चुकीच्या निलयातून रक्तस्राव होतो आहे. भारतातील गरीबीने पिचलेल्या मुसलमानांसोबत जी लबाडी करण्यात येते आहे, त्या लबाडीचा एक भाग आहे – धर्मनिरपेक्षतेच्या बुरख्याआडचा जातीयवाद. त्यातील काहीच मुसलमानांनी, आपापल्या क्षेत्रात, अगदी व्यवसायापासून साहित्यजगतापर्यंत नाव, प्रसिद्धी आणि यश कमावलं. पण सर्वसामान्य मुसलमान त्यांच्या ओंगळ वस्त्यांमधून आयुष्य कंठतो आहे. अशा वस्त्यांमधूनच मग बंदी घालण्यात आलेल्या *स्टुडंट्स इस्लामिक मुव्हमेंट ऑफ इंडिया* (सिमी), द *इंडियन मुजाहिदीन* (आय एम) यांसारख्या संघटनांना त्यांचं कार्य पुढे नेण्याकरता लागणारे तरुण, कोवळ्या वयातले इस्लामिक विद्यार्थी सहजगत्या हाताशी लागले आहेत; परंतु एक मात्र निश्चित, की भारतातील धार्मिक विविधतेची मुळं खोलवर रुजलेली आहेत.
>
> भारताच्या सर्वोच्च घटनात्मक पदं भूषवलेल्यांपैकी आतापर्यंत शीख (पंतप्रधान), ख्रिश्चन (युपीए अध्यक्ष), मुसलमान (मुख्य निवडणूक आयुक्त), दलित (लोकसभा अध्यक्ष) आणि हिंदू (राष्ट्रपती) होते. जगातील अन्य

> कोणत्याही देशात, सर्वोच्च नेतृत्व भूषवणाऱ्यांमध्ये इतकी विलक्षण धर्मविविधता आढळून आलेली नाही.
>
> ब्रिटनचंच उदाहरण घेऊ : केवळ प्रोटेस्टंट (कॅथलिक नाही)पंथीय ख्रिश्चन व्यक्तीच सम्राट/सम्राज्ञीपद भूषवू शकतात. सौदी अरेबिया आणि पाकिस्तानात अल्पसंख्याकांच्या अधिकारांवर मोठ्या प्रमाणात आणि कठोर निर्बंध आहेत. फ्रान्स आणि बेल्जियमसारख्या देशांनी हिजाब (बुरखा)वर बंदी घातली आहे. या युरोपियन देशांच्या तुलनेत, भारतीय धर्मनिरपेक्षता धर्माला (चर्चला) राष्ट्रापासून वेगळं करत नाही. ती सर्वधर्मीयांना एकत्र, एकाच तरणतलावात, भले कधी कधी गोंधळ उडाला तरीही, एकत्र पोहण्याची मुभा देते.

जातीय ध्रुवीकरण भाजपला शोभा देतं. २०१४ आणि २०१९च्या लोकसभा निवडणुकांमध्ये सहजपणे उद्भवलेल्या या मुद्द्यामुळेच भाजप सत्तेत येण्यात यशस्वी झाला. आता प्रश्न असा आहे : २०२४मध्येही हा मुद्दा कामी येईल का की एकसंध होत, पुन्हा नवीन जोम मिळालेला, पुन्हा डोके वर काढलेला विरोधी पक्षच काही जादू घडवून आणेल?

'हिंदुत्व' आणि 'हिंदूवाद' यात नेमका फरक काय, यावर मोदींनी आपले स्पष्ट विचार मांडलेले नाहीत. आपल्या सुरुवातीच्या काळात, वसाहतवादी भारतातील इस्लाम आणि ख्रिश्चन धर्माच्या प्राबल्याला हिंदुत्व हे प्रत्युत्तर होतं. इस्लाम आणि ख्रिश्चन दोघेही आक्रमणकर्ते होते. दोघांनीही इथे धर्मांतरणं घडवून आणली – कधी जोरजबरदस्तीने तर कधी आमिष दाखवून; परंतु अनेक शतकांच्या अधोगतीनंतर, अवहेलनेनंतर, भारत आणि हिंदू धर्माने त्याचा गमावलेला सांस्कृतिक आणि सभ्यतावादी आत्मविश्वास पुन्हा परत मिळवला. त्यामुळे आता हिंदुत्वाने हिंदू धर्माच्या, उच्च कोटीच्या विकसित ज्ञानाच्या नियमांवर आधारित सर्वसमावेशक तत्त्वज्ञानाची पुनर्रचना केली पाहिजे.

माजी केंद्रीय मंत्री महेश शर्मा यांनी *डॉ. ए. पी. जे. अब्दुल कलाम* यांना *'मुस्लीम असूनही राष्ट्रवादी'* असं संबोधताना सर्वसमावेशक हिंदू धर्माच्या पहिल्या तत्त्वाचंच उल्लंघन केलं. भारतीयतेत तुम्ही सर्वप्रथम भारतीय असता. त्याला धार्मिक ओळख देण्याची आवश्यकता नसते. त्यामुळेच, २००८ साली भारत-अमेरिका नागरी अणुकरारावरील विश्वासदर्शक ठरावादरम्यान, खच्चून भरलेल्या लोकसभेत ओमर अब्दुल्ला यांनी 'एक अभिमानी मुसलमान आणि अभिमानी भारतीय' असं म्हणणं खूपच निराशाजनक होतं. एखादा खरा धर्मनिरपेक्ष भारतीय हेच विधान उलटक्रमाने म्हणेल. तो प्रथम भारतीय असल्याचं गर्वाने सांगेल आणि त्यानंतर मुसलमान असल्याचा गर्व प्रकट करेल. (मुसलमान शब्दाच्या जागी एक अभिमानी हिंदू, ख्रिश्चन, शीख, पारशी किंवा ज्यू कोणीही असू शकतं.) तुमची राष्ट्रीय ओळख ही कधीही तुमच्या धार्मिक अस्मितेच्या वर असते.

मोदी पंतप्रधान होण्याअगोदरच्या काही आठवड्यांपूर्वी, *अनिर्बान गांगुली* यांनी त्यांच्या ब्लॉगमध्ये[२२] हिंदू धर्माच्या सर्वसमावेशक स्वरूपाविषयी लिहिलं होतं, 'जेव्हा पाँडीचेरीच्या (आताचं पुद्दुचेरी) मीरा अल्फास्सा (द मदर) यांनी घोषित केलं, की भारत हाच माझा खरा

---

२२ २८ एप्रिल, २०१४

देश, माझ्या अंतरात्म्याचा, माझ्या चैतन्याचा देश आहे. माझा जन्म आणि प्रारंभिक शिक्षण जरी फ्रान्समध्ये झालं असलं, तरीही माझा 'कल आणि ओढा' भारतदेशाप्रतीच असल्याने मी भारतीयच आहे; तेव्हा असं म्हणण्यामागे भारतीयतेच्या सत्त्वात तादात्म्य पावलेली प्रगाढ आणि बिनशर्त निष्ठा हेच कारण होतं. भगिनी निवेदिता लिहितात, 'त्याचं (भारताचं) निर्माण कसं झालं याच्या नियमित आणि आनंदपूर्वक अभ्यासानेच आपला देश खरोखर कसा आहे, त्याच्या विकसित होत जाण्यामागे काय उद्देश आहेत, त्याच्या सुप्त क्षमता कोणत्या आहेत हे समजून घेण्याइतके आपण सूज्ञ होत जातो.' इथे भगिनी निवेदिता मुळात भारतीयतेची भावना वाढवण्याकडे लक्ष वेधतात. एक अशी भावना, जी त्यांनी आपल्या गुरूंकडून अत्यंत अद्भुतपणे आत्मसात केली होती.

'स्वामी विवेकानंदांच्या व्यक्तित्वातून झळकणाऱ्या भारतीयतेच्या साराचं वर्णनच, भगिनी निवेदितांच्या शब्दांत आढळून येतं. स्वामीजींचं व्यक्तिमत्त्व आणि त्या व्यक्तिमत्त्वात भरून राहिलेल्या भारतीयतेच्या भावनेचं वर्णन करताना निवेदिता अगदी भावविभोर होऊन लिहितात, 'त्यांनी भारतीय लोकांच्या प्रत्येक पंथाच्या किंवा समूहाच्या केवळ आशा आणि आदर्शांचाच नव्हेत, तर त्यांच्या पाऊलखुणांचा, इतिहासाचादेखील अभ्यास केला होता. गुरू नानक, मीराबाई, तानसेन यांची भजनं नेहमीच त्यांच्या ओठी असायची. पृथ्वीराज आणि दिल्लीच्या ऐतिहासिक कथांतच चित्तौड आणि प्रताप सिंह, शिव आणि उमा, राधा आणि कृष्ण, सीता-राम आणि बुद्ध... अशा असंख्य कथांचं गारूड त्यांच्या मनावर होतं. त्यांचं हृदय आणि आत्मा म्हणजे अशा देशाचं ज्वलंत महाकाव्य होतं, ज्याच्या नावाच्या उच्चारानेच एका गूढ, उत्कट भावनेने हृदय उचंबळून येतं.'

या सगळ्याचा अर्थातच असा अर्थ होत नाही, की सर्वसमावेशक हिंदू धर्म धर्मनिरपेक्षतेच्या विकृत आवृत्तीकडे परतून येण्याचं समर्थन करतो, जो अल्पसंख्याकांना सक्षम करण्याऐवजी त्यांचं तुष्टीकरण करतो. खरी धर्मनिरपेक्षता सर्व धर्मांना समान वागणूक देते. ती कोणाचीही बाजू घेत नाही.

∽

राममंदिराचं उद्घाटन अतिशय भावनिक घटना असणार आहे आणि याच्या उद्घाटनानंतर लगेचच २०२४च्या लोकसभा निवडणुका होणार आहेत. ही निवडणूक मोदींच्या मनातील हिंदुत्वाचा कस पाहणारी ठरणार आहे. यात विरोधकांचीही कसोटी लागणार आहे. साधारण २०१७च्या मध्यात राहुल गांधींना एक साक्षात्कार झाला, 'हिंदू ब्राह्मण' या मुद्द्याचा वापर करण्याचा! त्यांनी त्यांच्या सल्लागारांना साशंकपणे विचारलं, 'याचा (मुद्द्याचा) आपण आधीच विचार का नाही केला?' त्यांना (राहुल गांधी) असं वाटलं, की काँग्रेस पक्षाने 'मुसलमानांचा पक्ष' अशी स्वत:चीच प्रतिमा निर्माण करून ठेवल्यामुळे स्वत:च्याच पायावर धोंडा पाडून घेतला आहे. दीर्घ काळापासून काँग्रेसचे समर्थक असलेल्या सामान्य हिंदूंनीदेखील काँग्रेसकडे पाठ फिरवायला सुरुवात केली.

मग काँग्रेसने बिचकत भगवीकरणाला अर्थात हिंदुत्वाचं प्रदर्शन करायला सुरुवात केली. सुरुवात झाली राहुल गांधींच्या बहुचर्चित आणि अतिप्रसिद्धी देण्यात आलेल्या

उत्तराखंडमधील केदारनाथ मंदिरापासून. २०१७च्या डिसेंबर महिन्यातली गुजरात विधानसभेची निवडणूक अतिशय प्रतिष्ठेची होती. मोदींच्या घरच्या बालेकिल्ल्यात घुसून, काँग्रेसने नव्याने वाजवलेला हिंदुत्वाचा डंका जर वाजल्याने त्याचे प्रतिध्वनी इतर राज्यांतूनही दुमदुमणार होते.

काही राज्यांमध्ये काँग्रेसने सूडभावनेने भगवं राजकारण केलं. उदाहरणार्थ, २०१८च्या डिसेंबर महिन्यात मध्य प्रदेशात झालेल्या निवडणूक प्रचारादरम्यान, काँग्रेसने मतदारांना असं वचन दिलं, की प्रत्येक पंचायतीमध्ये गोशाळा बांधण्यात येतील. प्रभू श्रीराम ज्या मार्गाने वनवासाला गेले तो मार्ग 'रथपथ गमन' मार्ग म्हणून विकसित करण्याचंही वचन दिलं. काँग्रेसच्या जाहीरनाम्यात तर उघडपणे घोषित करण्यात आलं, की गोमूत्राचं व्यावसायिक उत्पादन सुरू करण्यात येईल. आपल्या नव्याने स्वीकारलेल्या भगव्या धोरणावर कोणी शंका घेऊ नये यासाठी काँग्रेसने वचन दिलं, की आम्ही निवडून आलो तर राज्य सरकारमध्ये एक 'आध्यात्मिक' विभाग स्थापन करण्यात येईल. हे म्हटलं खरं; परंतु त्याचं नेतृत्व साधू किंवा संत कोण करतील याचा उल्लेख त्यात नव्हता.

डिसेंबर २०१८मध्ये झालेल्या मध्य प्रदेश विधानसभा निवडणुकीत काँग्रेसने सत्ता मिळवली खरी; परंतु २०२०मध्ये पक्षांतर आणि त्यानंतर झालेल्या पोटनिवडणुकीत त्या सत्तेवर पाणी सोडावं लागलं. राहुल गांधींनी राष्ट्रीय आणि राज्य दोन्ही स्तरांवर 'छोट्याशा भगव्या' रणनीतीचा प्रयोग करून पाहिला. मात्र 'गोशाळांचे कळवळावादी' धोरण मध्य प्रदेशात जसं कामी आलं, तसं उत्तर प्रदेशात आलं नाही. तिथे मध्य प्रदेशच्या तुलनेत मुस्लिमांची टक्केवारी जास्त असूनही.

२०१७च्या गुजरात विधानसभा निवडणुकांच्या दरम्यान देवळा-देवळातून दर्शन घेत फिरणाऱ्या राहुल गांधींनी काही काळासाठी मृदू हिंदुत्वासोबत उंदीर-मांजराचा एक खेळ खेळून पाहिला. २०१९च्या लोकसभा निवडणुकीत सपाटून पराभव झाल्यानंतर त्यांनी आपले डावपेच बदलले. २०१९ची लोकसभा निवडणूक अमेठी आणि वायनाड या दोन मतदारसंघातून लढवण्याच्या त्यांच्या निर्णयाची मोठ्या प्रमाणावर खिल्ली उडवण्यात आली. अमेठी लोकसभा मतदारसंघ हा अनेक दशकांपासून गांधी कुटुंबीयांचा बालेकिल्ला होता. २००४ साली राजकारणात उतरल्यापासून राहुल गांधींनी त्याकडे साफ दुर्लक्ष केलं.

२०१९च्या लोकसभा निवडणुकीत दुसरी जागा म्हणून केरळमधल्या वायनाडची निवड करून राहुल गांधींनी नकळत दोन संदेश दिले. पहिला म्हणजे, अमेठीतून त्यांच्या विरोधात असलेल्या उग्र आणि आक्रमक व्यक्तिमत्त्वाच्या भाजप उमेदवार स्मृती इराणी यांच्याकडून पराभवाची भीती. दुसरा संदेश, दुसऱ्या जागेवरून हमखास निवडून येण्यासाठी मोठ्या संख्येने अल्पसंख्याक असण्याची गरज. अपेक्षेनुसार राहुल गांधी अमेठीत पराभूत झाले आणि वायनाडमधून निवडून आले. इंदिरा गांधींनी लादलेल्या आणीबाणीनंतर झालेल्या निवडणुकीत इंदिरा गांधींना रायबरेली लोकसभा मतदारसंघातून (त्यांना कर्दनकाळ वाटणाऱ्या राज नारायण यांच्याकडून) पराभव पत्करावा लागला होता. त्या पराभवानंतर पहिल्यांदाच गांधी घराण्यातील कोणा सदस्याचा पराभव झाला होता.

राहुल गांधी यांनी केलेली डाव्या पक्षांशी आणि अल्पसंख्याक मूलतत्त्ववादी पक्षांशी जवळीक २०२४च्या सार्वत्रिक निवडणुकीत काँग्रेसच्या पथ्यावर पडेल की नुकसानकारक

सिद्ध होईल? हे तर निश्चित आहे, की राष्ट्रीय स्तरावर १५ टक्के मुस्लीम मतदारांवर डोळा आणि त्याचबरोबर डाव्या विचारसरणीच्या अल्प हिंदू मतदारांना आपल्याकडे वळवण्याने असे सर्वसामान्य हिंदू काँग्रेसपासून दूर जाण्याचा धोका आहे, जे अलीकडच्या काळात भाजपच्या बहुसंख्याकवादाकडे तिरप्या नजरेने अर्थात संशयाने बघत होते.

१९९२ साली राष्ट्राध्यक्षपदाच्या निवडणुकीच्या प्रचारादरम्यान, बिल क्लिंटन यांनी जॉर्ज एच. बुश यांना उद्देशून काढलेल्या एका वाक्याची खूप चर्चा झाली, '*इट्स इकॉनॉमी, स्टुपिड!*' हे असं केवळ भारतातच नव्हे, तर कुठल्याही राष्ट्रीय स्तरावरच्या निवडणुकीत होऊ शकतं. १९९९च्या सार्वत्रिक निवडणुकीत, अटलबिहारी वाजपेयी अर्थव्यवस्थेच्या मुद्द्यावर नव्हे, तर कारगिल युद्धाच्या मुद्द्यावर जिंकून आले. मार्च १९७१मध्ये लोकसभा निवडणुकीत बांग्लादेश मुक्तिसंग्रामापूर्वी, पाकिस्तानातून भारतात निर्वासितांचे लोंढेच्या लोंढे आले. मार्च १९७१मध्ये झालेल्या लोकसभा निवडणुकीत हाच निर्वासितांचा मुद्दा इंदिरा गांधींना कामी आला आणि त्या सत्तेत आल्या. त्या काळात देशाची अर्थव्यवस्था वार्षिक तीन टक्के विकास दराच्या आसपासच होती. राजीव गांधींच्या हत्येच्या दुर्दैवी घटनेमुळे मे-जून १९९१मध्ये काँग्रेसला पी. व्ही. नरसिंह राव यांच्या नेतृत्वात अल्पमतातील सरकार स्थापन करायची संधी मिळाली. तेव्हा तर सरकारी तिजोरीत खणखणाट होता. देशाचं दिवाळं निघण्याची स्थिती होती.

महागाई, बेरोजगारी हे प्रश्न उभे ठाकले असताना, केवळ राममंदिराच्या उद्‌घाटनामुळे २०२४च्या निवडणुकीत मोदींच्या मताधिक्यात, विशेषतः उत्तर प्रदेशात वाढ होईल का? मोदी भारतातील सर्वांत चाणाक्ष राजकारणी आहेत. वाढती महागाई, इंधनाचे चढे दर आणि जटील करप्रणाली यांमुळे मध्यमवर्गीयात काही प्रमाणात नाराजी आहे हे मोदी पक्के जाणून आहेत. विशेषतः ग्रामीण भागातील गरिबांना रोजगाराच्या कमतरतेचा फटका बसला आहे.

३,५७० किलोमीटरची 'भारत जोडो यात्रा' करून, नवचैतन्य मिळालेल्या राहुल गांधींना असं वाटतंय, नव्हे, त्यांना विश्वासच आहे, की ते अजूनही एक व्यावहारिक युपीए युती तयार करू शकतील. २००४ची पुनरावृत्ती होणं अशक्य नाही. २०२४ची लोकसभा निवडणूक मोदी हरतील का? भाजपचे समर्थक राहुल गांधींची खिल्ली भले उडवत असतील; परंतु त्यांना वा सरंजामशाही भारतात घराणेशाहीला कमी लेखणं मूर्खपणाचं ठरेल. तरीही पाच महिन्यांच्या प्रदीर्घ 'यात्रे'नंतरही राहुल हेच मोदींसाठी मतं खेचून आणणारे सर्वांत प्रभावी नेते आणि हल्ला करण्यासाठीचं सोपं लक्ष्य ठरलं आहे. राहुल यांनी मोदींवर वैयक्तिकरित्या केलेले हल्ले नेहमी त्यांच्याच अंगावर कसे काय उलटतात?

२००७ साली गुजरात विधानसभा निवडणूक सलग दुसऱ्यांदा जिंकल्यानंतर मोदी राष्ट्रीय स्तरावर अचानक चर्चेत आले. २०१२ साल उजाडेपर्यंत वाजपेयी-आडवाणी असं दुहेरी इंजिन असलेल्या भाजपच्या गाडीला आता तिसरं इंजिनही जोडलं गेलं - वाजपेयी-आडवाणी-मोदी. २०२४च्या लोकसभा निवडणुकीपूर्वी सध्या मोदी-शाह असं दुहेरी इंजिन असलेल्या भाजपच्या गाडीला योगी आदित्यनाथरूपी तिसरं इंजिन जोडलं जाईल का?

मोदी–शाह–योगी या नव्या आणि *वाजपेयी–आडवाणी–मोदी* या जुन्या त्रिकुटात खूपच महत्त्वाचे फरक आहेत.

पहिली गोष्ट – मोदी म्हणजे वाजपेयी नव्हेत; दुसरी गोष्ट – अमित शाह म्हणजे आडवाणी नव्हेत. आज वयाच्या ५८व्या वर्षी शाह आडवाणींच्या तुलनेत वयाहून खूपच लहान आहेत. जोपर्यंत काही नाटकीय घडामोड होत नाही जसं, एखादं आजारपण किंवा त्यांच्या नेतृत्वात निवडणुकांमधे पराभवांची मालिका होत नाही, तोपर्यंत तरी शाह हेच मोदींचे वारसदार राहतील. तिसरा फरक – योगी म्हणजे मोदी नव्हेत. आजमितीला योगी ५१ वर्षांचे आहेत. त्यामुळे वय त्यांच्या बाजूने आहे. सहा वेळा लोकसभेचे खासदारपद आणि जवळपास पाकिस्तानइतकी लोकसंख्या असलेल्या भारतातील सर्वांत मोठ्या राज्याचे दोन वेळा मुख्यमंत्रीपद भूषवलेल्या योगी आदित्यनाथांना भरपूर प्रशासकीय अनुभव आहे.

या पुस्तकात आधीच नमूद केल्यानुसार, मे २०१५मध्ये *मुंबई प्रेस क्लब*ने मला आणि ज्येष्ठ पत्रकार *राजदीप सरदेसाई* यांना मोदींच्या पंतप्रधानपदाच्या कारकिर्दीला एक वर्ष पूर्ण झाल्यानिमित्त १००हून अधिक संपादक आणि वार्ताहरांच्या समोर, चर्चेसाठी आमंत्रित केलं होतं. चर्चेदरम्यान मी मोदींच्या हाती आलेल्या अर्थव्यवस्थेची तुलना एका मोडक्या इंजिनाच्या, उलट्या झालेल्या ट्रकशी केली होती. माझ्या शेजारी बसलेले, मोदींवर प्रखर टीका करणारे *राजदीप सरदेसाई* हेदेखील माझ्या या मताशी सहमत झाले.

मी त्या कार्यक्रमात म्हटल्याप्रमाणे, *सबका साथ, सबका विकास* या घोषणेच्या जोरावरच मोदी सत्तेत आले; परंतु कसंही करून निवडणूक जिंकायचीच या विजिगीषेत त्यांना निवडणूक प्रचारादरम्यान, जात–धर्माचा वापर करावाच लागला; परंतु त्यामुळे समाजातील अनेक घटकांचं ध्रुवीकरण झालं. पंतप्रधानपदावर आल्यानंतर मोदींनी एकही पत्रकार परिषद घेण्यास नकार दिला आहे. जर योग्य ती माहिती आणि सूचना नसतील तर अफवांचं पेव फुटतं. लोकशाहीमध्ये एकतर्फी संवाद असलेले, *'मन की बात'*, ट्वीटर संदेश आणि अधूनमधून अगदी निगुतीने निवडण्यात आलेल्या निवडक पत्रकारांसोबतच्या मुलाखती, नियमित, मजबूत आणि कोणत्याही पूर्वनिर्धारित विषयाशिवायच्या पत्रकार परिषदांना पर्याय असू शकत नाही.

मी जेव्हा पहिल्यांदा मोदींना भेटलो, तेव्हा ते मितभाषी आहेत हे माझ्या लगेचच लक्षात आलं होतं. माझ्याऐवजी माझं काम बोलतं हे त्यांनी एका स्मितहास्यातून दाखवून दिलं; परंतु या जटील आणि वेगाने बदलत जाणाऱ्या जगात जनतेच्या आणि महत्त्वाच्या विषयांबाबत मौन बाळगूनही चालत नसतं. याला निर्णय घेण्याची अक्षमता किंवा निर्णय घेण्याबाबतची बेपर्वाई समजतात. मे २०२१मध्ये, पश्चिम बंगाल विधानसभा निवडणुकांनंतर, तृणमूल काँग्रेसच्या कार्यकर्त्यांनी भारतीय जनता पक्षाच्या कार्यकर्त्यांवर भीषण हिंसक हल्ले केले. या हिंसाचारावर मोदींनी आजतागायत भाष्य केलेलं नाही. हा सल आजही भाजपच्या पक्ष पदाधिकाऱ्यांपासून ते सर्वसामान्य कार्यकर्त्यांच्या मनात खटकते. पश्चिम बंगालमधील भाजप नेत्यांचा एकेक करून तृणमूल काँग्रेसमध्ये प्रवेश करणं हे याच मौनाची आणि निष्क्रियतेची राजकीय किंमत अधोरेखित करते. मोदींच्या दृष्टीने निवडणूक जिंकण्यालाच सर्वोच्च प्राथमिकता आणि प्राधान्य आहे. कोणत्याही राजकारण्याचं हेच ध्येय असायला

हवं; परंतु जेव्हा भाष्य आणि कृती या दोन्हींची गरज असते तेव्हा मौन आणि निष्क्रियता बाळगल्याने अवांछित नुकसान मात्र होऊ शकतं.

दरम्यान, काँग्रेसदेखील वर्षानुवर्षं चालत आलेल्या त्याच त्या चुकांची पुनरावृत्ती करत आहे : बिगर-गांधी तरुण नेतृत्वाला काँग्रेस पक्षात महत्त्वाची पदं देऊन त्यांच्यावर विश्वास न दाखवणे. २०१४मध्ये त्यांनी सर्वसाधारण महत्त्वाच्या अशा मल्लिकार्जुन खर्गे यांची लोकसभेत पक्षाचे नेते म्हणून नियुक्ती केली होती. गांधी कुटुंबीयांना त्यांच्याकडून कोणताही धोका नव्हता आणि नाही. 'स्वत:ची कोणतीही ओळख नाही, प्रतिष्ठा नाही' अर्थात 'बिनचेहऱ्याचा माणूस' याच त्यांची एकमेव पात्रतेमुळे ते आज त्या पदावर टिकून आहेत. २०१९ साली, अधीररंजन चौधरी यांची लोकसभेतील नियुक्ती हीदेखील याच मालिकेचा पुढचा भाग आहे. अशा नेत्याला पदोन्नती द्या, ज्याचा गांधी घराण्याला कोणताही धोका नसेल. काँग्रेस पक्षाने ऑक्टोबर २०२२मध्ये तब्बल २४ वर्षांनंतर पहिल्यांदाच पक्षांतर्गत निवडणूक घेतली, तेव्हा खर्गे यांची पक्षप्रमुखपदी नियुक्ती करण्यात आली. ही नियुक्ती नाममात्र, स्वत:ची ओळख नसणाऱ्या; परंतु गांधी घराण्यापुढे मान तुकवणाऱ्या व्यक्तीची होती.

अकार्यक्षम, कमकुवत होत चाललेल्या काँग्रेसपेक्षा मोदींसमोर चिंता करण्याजोग्या इतर अनेक गोष्टी आहेत. अर्थव्यवस्थेचं पुनरुज्जीवन, तसंच नवीन रोजगार निर्मिती करणं आवश्यक आहे. अति-नियमनाला आळा घालणं आवश्यक आहे, सुरक्षेची आव्हानं आहेत आणि सगळ्यात महत्त्वाचं आहे - महागाई नियंत्रणात आणणं. मोदी सरकारपुढील सर्वांत मोठं आव्हान आहे, संस्थांवरील विश्वास पुन्हा निर्माण करणं आणि 'किमान सरकार, जास्तीत जास्त प्रशासन' या ब्रीदाला सत्यात उतरवणं. मंत्र्यांना त्यांच्या त्यांच्या विभागाच्या प्रगतीबद्दल बोलण्यासाठी प्रोत्साहित केलं गेलं पाहिजे. हे सरकार केवळ मोदी-शाह यांचंच आहे ही सध्या निर्माण झालेली प्रतिमा घातक ठरू शकते.

मोदींनी स्वत:च अनेकदा जाहीरपणे म्हटलं आहे, 'भारताला एक ताकदवान, समर्थ विरोधी पक्षाची गरज आहे; सामर्थ्यवान विरोधी पक्षाविना लोकशाही कमकुवत होते.' हेच भाजपसकट सर्वांसाठी एक आव्हान आहे. २०२४मध्ये सरकारविरोधी लाट आधीच्या तुलनेत अधिक शक्तीशाली असेल. १५ वर्षं किंवा त्याहून जास्त काळ पंतप्रधानपदी राहण्याचा विचार मोदींसाठी लाभदायक ठरण्यापेक्षा नुकसानदायकच ठरू शकतो. राजकारणात सद्भावना ही एक अमूल्य गोष्ट असते; परंतु इतर सर्व वस्तुंप्रमाणेच त्याचं मूल्य जितक्या वेगाने वाढतं, तितक्याच वेगाने ते खाली घसरतंही. हा तो धडा आहे जो, किशोरावस्थेत हिमालयातील भ्रमंतीच्या दरम्यान मोदींना मिळाला होता. तो धडा ते विसरले असतील याची कमी शक्यता वाटते.

जागतिक मंचावर मोदींनी आपलं मौन, मतनिरपेक्षता सोडली आहे. आंतरराष्ट्रीय शिखर परिषदांतून मोदी एकाच वेळी सर्वत्र असतात. बऱ्याच वेळा ४८ तासांच्या अवधीत, ते प्रमुख भाषणं देतात. तसंच जागतिक नेत्यांसोबत २०हून अधिक द्विपक्षीय बैठकांना हजेरी लावतात. *क्वाड, ब्रिक्स, एस.सी.ओ.* किंवा *जी-२०* बैठका असोत, मोदींचा शब्द अंतिम मानला जातो. अनेक वर्षं त्यांच्या मनात असलेल्या, 'आंतरराष्ट्रीय सौर युती' या योजनेमध्ये

अमेरिकेला सामील करून घेण्यासाठी अमेरिकेचं मन वळवलं आणि '*वन सन वन वर्ल्ड वन ग्रीड (ओएसओडब्ल्यूओजी)*' हा आंतरराष्ट्रीय उपक्रम सुरू केला. रशिया–युक्रेन युद्धात ते तार्किक बोलले. रशियाचे राष्ट्राध्यक्ष व्लादिमिर पुतीन यांना 'आजचं युग हे युद्धाचं युग नाही' असं त्यांनी स्पष्टपणे सांगितलं.

जी–२० परिषदेचे अध्यक्ष या नात्याने मोदी जागतिक व्यासपीठावर आज अतीव आत्मविश्वासाने पावलं टाकत आहेत. भारताच्या 'दिशा बदलून टाकण्या'च्या सामर्थ्याला आज अमेरिकी नेतृत्वातील पश्चिमी राष्ट्रं आणि रशिया–चीन द्वयी आपल्या बाजूला वळवू पाहत आहे. २०२४च्या सार्वत्रिक निवडणुकांच्या आव्हानापूर्वी भारताच्या जागतिक स्वरूपाला अधिक उजाळा देण्याची संधी याद्वारे मोदींना मिळणार आहे.

प्रकरण २२

आदित्यनाथांचं ८०:२०चं सूत्र

१८९३ साली, शिकागोमध्ये भरलेल्या जागतिक धर्म परिषदेत (संसदेत) स्वामी विवेकानंद म्हणाले होते, ' जगाला सहिष्णुता आणि सार्वभौमिक स्वीकृती या दोन गोष्टींची शिकवण देणाऱ्या धर्माशी मी संबंधित आहे आणि मला याचा आत्यंतिक अभिमान आहे. आमची केवळ वैश्विक सहिष्णुतेवरच श्रद्धा आहे असं नाही, तर आम्ही सर्व धर्मांना सत्य म्हणून स्वीकारतो. मला अभिमान आहे की मी अशा देशाचा आहे जिथे जगातील सर्व धर्मीयांना तसंच सर्व देशांतील अत्याचारग्रस्तांना व निर्वासितांना अभय दिलं जातं, आश्रय दिला जातो. हे सांगताना माझी छाती गर्वाने फुलून येते, की ज्यांचं पवित्र मंदिर जेव्हा रोमन साम्राज्याने भग्न केलं आणि तेव्हा दक्षिण भारतात निर्वासित, शरणार्थी म्हणून आलेल्या इस्रायली लोकांच्या सगळ्या पवित्र अवशेषांना आम्ही आमच्या उरात, आमच्या हृदयात स्थान दिलं आहे. मला अशा धर्माशी निगडीत असल्याचा गर्व आहे, ज्याने झोराष्ट्रीयन देशांतील लोकांना आश्रय दिला आणि आजमितीला त्यांच्या अवशेषखुणा आम्ही जोपासत आहोत.'

वैश्विक श्रोतृवृंद ज्येष्ठ धर्मगुरूंचे भाषण मन लावून ऐकत होता. स्वामी विवेकानंद पुढे म्हणाले, 'जर धर्मसंसदेने जगासमोर काही ठेवलं असेल तर ते हे आहे : याने जगासमोर शाबित करून दाखवलं आहे, की पवित्रता (पावित्र्य), शुचिर्भूतता आणि भूतदया (परोपकार) या गोष्टी जगातल्या कोणा एका चर्चची जहागिरी नाही, उलट या प्रणालीच्या माध्यमातून अनन्यसाधारण गुणवत्तेचे स्त्री-पुरुष तयार झाले आहेत. या पुराव्यांच्या आधारे, जर कोणी स्वतःच्या धर्माचं स्तोम माजवण्याचं आणि इतरांच्या धर्माचा नाश करण्याचं स्वप्न पाहत असेल, तर त्यांची मला अगदी मनापासून कीव येते.'

सर्व धर्मांच्या भारतीयांनी स्वामीजींच्या या शब्दांतील सूज्ञपणा, गर्भित अर्थ समजून आत्मसात केला पाहिजे. राजकारणी लोक धर्माचा वापर फूट पाडण्यासाठी करतात. तर मग, २०२२च्या उत्तर प्रदेश विधानसभा निवडणुकीच्या प्रचारादरम्यान, ८०:२० या सूत्राच्या आधारावर निवडणुकांचा निर्णय होईल असं योगी आदित्यनाथ म्हणाले होते, तेव्हा ते

जातीयवादी होते का? अनेकांना असं वाटत होतं, की योगी आदित्यनाथांचा रोख उत्तर प्रदेशातील भाजपविरोधी मतदान करणाऱ्या एकगठ्ठा २० टक्के मुस्लीम मतदारांकडे होता; परंतु योगींना वास्तविक हे अभिप्रेत होतं, की काही विशिष्ट मुद्द्यांवर भारतीयांमध्येच ८०:२० अशी विभागणी आहे. उत्तर प्रदेशातील निवडणुकीत भाजपच्या मतांचा हिस्सा ४५ टक्क्यांहून जास्त असणार नाही हे योगी व इतर सगळे ओळखूनच होते आणि तो हिस्सा वाढला नाहीच. हा हिस्सा ४१ टक्क्यांपर्यंत पोहोचला म्हणजे २०१७च्या विधासनभा निवडणुकीतील ३९ टक्क्यांपेक्षा २ टक्के जास्त! निवडणुका आल्या, की हिंदूंमध्ये फूट पडते याची योगींना चांगली जाण आहे. देशाच्या एकंदर लोकसंख्येत ८० टक्के हिस्सा असलेल्या एकजात सर्व हिंदूंनी जर भाजपच्या बाजूने मतदान केलं, तर प्रत्येक विधानसभा आणि लोकसभा निवडणुकीत भाजप प्रचंड मताधिक्यानं विजयी होईल.

मुस्लीम एकगठ्ठा मतदान करतात, मात्र त्याच्या उलट हिंदू मतदार जात, प्रदेश, भाषा आणि विचारधारा यांच्या आधारावर मतदान करतात. मग हे ८०:२० गुणोत्तर काय सूचित करतं? हे, स्व-नियुक्त हिंदू 'उदारमतवाद्यां'चा एका छोट्याशा गटाकडे इशारा करतं जे भारताच्या राष्ट्रीय हिताला मारक असलेल्या मुद्द्यांचं सातत्याने समर्थन करत असतात.

उदाहरण घ्यायचं झालं तर, जवळजवळ सर्वच मुस्लीम (१५ टक्के), शैक्षणिक संस्थांमध्ये हिजाब घालण्याच्या मुस्लीम मुलींच्या अधिकाराचं समर्थन करतात. मग भले, त्या संस्थेमध्ये विद्यार्थ्यांच्या पेहरावासंदर्भातील विशिष्ट नियमावली, अमुक एका धर्माचं म्हणून ओळखल्या जाणाऱ्या पेहरावाला परवानगी देत नसेल तरीही. या पेहरावातून शिखांच्या पगडीला वगळण्यात आलं आहे कारण 'पगडी' शीख धर्माचं अभिन्न अंग आहे. पण म्हणजे शिख विद्यार्थ्यांना 'कृपण (किरपाण)' शाळेत नेण्याची परवानगी द्यायची का? पेहरावासंदर्भात नियमावली असणाऱ्या शाळा-महाविद्यालयांत हिंदू विद्यार्थ्यांना योगी आदित्यनाथ घालतात तशी भगवी वस्त्रं घालण्याची परवानगी मिळेल का?

ज्या शैक्षिणिक संस्थांमध्ये धार्मिक ओळख दाखवणाऱ्या कपड्यांना विशेष सवलत किंवा परवानगी दिली जात नाही, अशा संस्थांमध्ये हिजाब घालण्याच्या अधिकाराला किंवा हिंदूंच्या भगव्या वस्त्राला समर्थन देणारे काही थोडे आहेत. हेच ते ५ टक्के जे स्वत:ला उदारमतवादी म्हणवतात. पण ते तसे नाहीयेत. खरा उदारमतवाद पुरोगामी आणि सहिष्णू असतो, त्यात २० टक्के (१५+५ टक्के) वगैरे असलं काही नसतं. ही एक प्रतिगामी, पितृसत्ताक प्रथेला प्रोत्साहन देणारी विचारधारा आहे, ज्यात एका मुस्लीम मुलीचं अस्तित्व नाकारून तिला मुस्लीम पुरुषांच्या अधीन केलं जातं. 'उदारमतवादी' हिंदूंचा ५ टक्के भाग लहान असेल परंतु प्रभावशाली आहे.

जम्मू आणि काश्मीरमधून मोठ्या प्रमाणावर जबरदस्तीने पलायन करावं लागलेल्या काश्मीर पंडितांवर बेतलेला चित्रपट म्हणजे 'द कश्मीर फाईल्स'. हा चित्रपट अतिशय गाजला. या चित्रपटाच्या यशाने भारताचं पुन्हा स्थूलमानाने ८०:२० असं द्विभाजन झालं. पाकिस्तान पुरस्कृत दहशतवाद्यांनी ज्यांना त्यांच्या मायभूमीतून हुसकावून लावलं, अशा अतिशय विनम्र, विद्वान आणि शांतताप्रिय काश्मिरी पंडितांना प्रचंड सहानुभूती मिळाली. परंतु काही २० टक्के (१५+५) लोकांनी, 'चित्रपट तथ्यांवर आधारीत नाही, तथ्यहीन

आहे' असा युक्तिवाद केला. अल्पसंख्याक नेहमी स्वत:ची ओळख पिडीत नाही, तर अपराधी म्हणून करतात; परंतु त्या प्रभावशाली ५ टक्क्यांचं काय? स्वत:ला उदारमतवादी म्हणवून घेणाऱ्या हिंदूंमध्ये चांगलं-वाईट यातला फरक समजून घेण्याइतकी बुद्धी किंवा नैतिक चाणाक्षपणा नसावा? काश्मीर खोऱ्यातून चार लाख काश्मिरी पंडितांचं वांशिक उच्चाटन करणं, त्यांना निर्वंश करणं हा सैतानीपणाचा कळस होता.

३० वर्षांत, काश्मिरी पंडितांची परिस्थिती दाखवणारा प्रामाणिक चित्रपट आपण का नाही साकारला याची लाज वाटून, हिंदी सिनेसृष्टीतील (बॉलीवूड) मुख्य प्रवाहातील अर्थात आघाडीच्या अभिनेते, दिग्दर्शक आणि निर्मात्यांनी मौन बाळगलं; परंतु या ५ टक्केवाल्या लोकांना मात्र अशी लाज कितपत वाटली असेल याची शंका आहे.

हिजाबवरून वरचेवर उद्भवणारा वाद हे सुधारक आणि सुधारणांचे विरोधक यांच्यातील प्रातिनिधीक किंवा छद्म युद्ध आहे. या लोकांना मुस्लीम मुलींना पुन्हा मध्ययुगीन कालखंडात परतवायचे आहे. इस्लाममध्ये हिजाब अनिवार्य आहे या सबबीखाली आणि धार्मिक संरक्षणाची हमी देणाऱ्या, घटनेच्या २५व्या कलमांतर्गत त्याला मान्यता असल्याचं सांगत, सुधारणांना विरोध करणारे जाणुनबुजून २५व्या कलमाचा चुकीचा किंवा सोयीस्कर अर्थ लावतात.

कलम २५ वाचताना त्याला, कलम २१ आणि कलम १४ यांची जोड देऊन वाचणं अतिशय महत्त्वाचं आहे. एबीपीचे अभिषेक मिश्रा यांनी याबाबतीत स्पष्टीकरण देताना म्हटलं,[२३] 'धार्मिक स्वातंत्र्य हा भारतीय राज्यघटनेचा घटक आहे. असं असलं तरीही, तिसऱ्या भागात नमूद करण्यात आलेल्या सर्व उपलब्ध मूलभूत अधिकारांपैकी हा सर्वांत कमकुवत मुलभूत अधिकार आहे. सर्वोच्च न्यायालयानेही नमूद केलं आहे, की धार्मिक स्वातंत्र्यांतर्गत ज्याची हमी देण्यात आलेली आहे, ते धार्मिक श्रद्धेचं मूळ आहे, आणि जे मूळ नाही त्याला २५व्या कलमांतर्गत कोणतंही संरक्षण नाही, मान्यता नाही. कुराणातील आदेशांमध्ये कुठेही 'हिजाब' या शब्दाचा अजिबात उल्लेख नाही, तर 'डोक्यावरील ओढणी, छातीपर्यंत ओढून गुंडाळा' असा त्यात उल्लेख आहे. त्यामुळे चेहरा नव्हे, तर 'डोके आणि छाती' झाकण्यासाठी गुंडाळला जाणारा कापडाचा तुकडा म्हणजे हिजाब असं म्हणायला हवं.'

धार्मिक स्वातंत्र्य सर्वंकष नाही. ते तर्कसंगत मर्यादांच्या अधीन आहे. हे कलम १९(१)(ए)अंतर्गत हमी देण्यात आलेल्या अभिव्यक्ती स्वातंत्र्यासारखंच आहे. पुन्हा काही विशिष्ट अटी लागू होतात. जसं की, यामुळे सार्वजनिक जीवनात अराजकता निर्माण होता कामा नये, गुन्हे घडता कामा नयेत, देशाची सुरक्षितता धोक्यात येता कामा नये, सार्वजनिक सभ्यतेचा भंग होता काम नये इत्यादी. कलम २५(आय) स्पष्ट करते, की धार्मिक स्वातंत्र्य 'सार्वजनिक सुव्यवस्था आणि नैतिकते'वर अवलंबून आहे हे नक्की. हिजाब समर्थकांचा मूळ आधार स्वीकारला, तर केवळ मुस्लीम आणि मुस्लीमेतरांमध्ये विभाजन होईल असं नाही, तर मुस्लीम पुरुष आणि मुस्लीम महिला यांच्यात वितुष्ट येईल. सर्वांत वाईट म्हणजे मुस्लीम महिलांच्यातच दोन तट पडतील.

---

२३ १२ फेब्रुवारी, २०२२

प्रतिगामी विचारधारेच्या मुस्लीम पुरुषांमध्ये त्यांच्या हिजाब न घालणाऱ्या बायका-मुलींवर, इथून पुढे हिजाब घालण्याची सक्ती करण्याचं धाडस होईल. ज्याने कुटुंबातील तेढ वाढेल. जे हिजाब परिधान करतात, ते न्यायालयाने याचिकाकर्त्यांच्या बाजूने दिल्या गेलेल्या निर्णयाला आपल्या विचारांशी सहमती किंवा न्यायनिर्णय अशा दृष्टीने बघतील. जे हिजाब परिधान करत नाहीत, ते या निर्णयांना उदारमतवाद्यांनी लादलेले निर्णय असं म्हणतील.

हिजाब समर्थक याचिकाकर्त्यांचं असं म्हणणं आहे, की इस्लामनुसार हिजाब परिधान करणं 'कर्तव्यपर' आहे; परंतु 'अनिवार्य म्हणजेच बंधनकारक' नाही. क्षणभर या शाब्दिक खेळाकडे दुर्लक्ष करू. 'अनिवार्य' नाही म्हणजेच, ज्यांना हिजाब घालायचा नसेल त्यांनी तो नाही घातला तरी चालेल. परंतु जेव्हा तुम्ही एखाद्या धर्मातील 'कर्तव्यपर' गोष्ट करण्याची टाळता किंवा नाकारता, तेव्हा तुम्ही मोठ्या प्रमाणावर घातल्या जाणाऱ्या सामाजिक बहिष्काराचा धोका पत्करत असता.

अशा तऱ्हेने मुस्लीम महिलांमधील, 'हिजाबी' (हिजाब घालणाऱ्या) आणि 'बिनहिजाबी' (हिजाब न घालणाऱ्या) अशा दोन गटांतील दरी वाढतच जाईल आणि यामुळे समाजातील तणाव वाढू शकतो. मुस्लीम समाजाला हेच व्हायला हवं आहे का?

प्रताप भानू मेहता यांनी इंडियन एक्स्प्रेसमध्ये[२४] अगदी गर्जून लिहिलं होतं, 'अत्यावश्यक पद्धतींच्या चाचणी अंतर्गत प्रकरणाचा निकाल देताना न्यायालय तीच चूक करेल, ज्याकडे आपल्यापैकी बहुतेक जण न्यायसंस्थेकडून नकळत घडलेल्या कायदेशीर फसवणुकीचा एक नमुना म्हणून बघतील. हा धर्म फर्मानांचा धर्म आहे. ना की, त्याच्या अनुयायांनी स्वच्छंदपणे, कोणत्याही निर्बंधाशिवाय परिभाषित केलेल्या विषयभावाचा धर्म आहे. कलम १४ आणि कलम १२नुसार, राज्याच्या दृष्टीने हित कशात आहे हे न्यायालय ठरवू शकते; परंतु त्यात धार्मिक विवेचनाची लुडबुड होऊ देता कामा नये, तो स्वतंत्रच ठेवावा.

मेहतांच्या म्हणण्याचा मथितार्थ असा - हिजाब या मुद्द्याशी तुमचं काहीही देणं-घेणं नाही. धर्माचा काय अन्वयार्थ लावायचा ते तुम्ही मौलवींवर सोडा. म्हणजेच, मेहतांच्या दृष्टीने, जेव्हा धार्मिक प्रथांचा अर्थ लावायची वेळ येते - मग त्या प्रथा कितीही मागास आणि जाचक का असेनात - न्यायालय, मुल्ला-मौलवी, हिंदू साधू तसंच ख्रिस्ती पाद्र्यांच्या पुढे गौण ठरतं. न्यायालयांनी नव्हे, तर मुल्ला-मौलवी पर्यायाने धर्मगुरूंनी घटनात्मकतेचा अर्थ कसा लावावा यावर अधिक निंदनीय दृष्टिकोन सापडणं कठीण आहे.

मेहता आणि त्यांच्यासारख्या इतर अनेकांचे हेतू विशुद्ध आहेत. त्यांना खरंच मुसलमानांची मदत करायची आहे. आणि ते ती कशी करतात? तर, मुस्लीम महिलांना त्यांच्या 'मुक्त निवडी'चा वापर करण्यास प्रोत्साहित करून; मग भले ती निवड त्यांना पूर्णत: स्वतंत्रपणे करता आली नसली तरी चालेल. तसंच हे स्वातंत्र्य सौदी अरेबिया, इराण आणि (वाढत्या प्रमाणात) पाकिस्तानसारखं, डोक्यापासून पायापर्यंत, अगदी नखशिखान्त झाकलेलं असेल तरी काय बिघडतं? भारतीय मुस्लीम आधीच देशातील सर्वांत गरीब आणि मागास समुदाय आहे. असं असण्याचं कारण काय? कारण आजपर्यंत काँग्रेस, सीपीएम, एनसीपी, सप, राजद, एनसी तसंच एआयएमआयएम यांसारख्या पक्षांनी मुस्लीम समाजाकडे

२४ २३ फेब्रुवारी, २०२२

'निवडणुकीसाठीचं घबाड' म्हणून पाहिलं आहे. दर पाच वर्षांनी मतदान केंद्राकडे त्यांची परेड काढली जाते आणि पुन्हा त्याच दलदलीत त्यांना फेकून देण्यात येतं.

काही लोक आवई उठवतात तसा, भारत कधीही 'हिंदू पाकिस्तान' होणार नाही. भारताला जर खऱ्या अर्थाने धर्मनिरपेक्ष व्हायचं असेल तर त्याने, मुस्लीमांना वेगळं काढून त्यांना अल्पसंख्याकांची वागणूक देणं थांबवलं पाहिजे. जितकं आपण अल्पसंख्याक, अल्पसंख्याक म्हणत जातो, तितकं आपण देशाच्या मुख्य प्रवाहापासून विलग होत असल्याची भावना त्यांच्या मनात वाढीला लागते. भारत हा हिंदूबहुल देश असूनही, मुसलमानांनी प्रत्येक घटनात्मक पदं इथं भूषवली आहेत. राष्ट्रपती, उपराष्ट्रपती, लोकसभा अध्यक्ष, राज्यपाल वगैरे...

१९४७ ते १९७७, १९८० ते १९८९ आणि २००४ ते २०१४, अशी तब्बल ५५ वर्षं देशातील सत्ता काँग्रेसच्या हातात होती. या दरम्यान मुस्लीमांसाठी मोठ्या प्रमाणावर घटनात्मक पदं (राष्ट्रपती, उपराष्ट्रपती आणि राज्यपाल) राखीव ठेवण्यात आली. नेहरू-गांधी घराण्यातील व्यक्ती (जवाहरलाल नेहरू, इंदिरा गांधी, राजीव गांधी) आणि त्यांनी स्वत: निवडलेले निष्ठावंत सहकारी (पी. व्ही. नरसिंह राव आणि डॉ. मनमोहन सिंग) यांच्यासाठी खरोखरच आणि नितांत महत्त्वाचं असलेलं पंतप्रधानपद राखीव ठेवण्यात आलं होतं. सत्तेतून सहीसलामत बाहेर पडल्यावर नरसिंह रावांनी थोडीफार बंडखोरी केली. गांधी कुटुंबीयांनी त्यांच्यावर मरणोत्तर बहिष्कार घालून, त्यांना त्यांच्या या धारिष्ट्याची शिक्षाही दिली.

मोदी म्हणतात, अखिल भारतासाठी त्यांच्या मनात एकच ध्येयदृष्टी आहे - 'कोणीही भारतीय उपाशीपोटी झोपी जाता कामा नये, प्रत्येकाला समान संधी मिळाली पाहिजे, तंत्रज्ञानामुळेच या दशकात भारत मध्यमवर्गीयांचा देश बनू शकतो.' मोदींच्या या एकाच ध्येयदृष्टीचे दोन आयाम आहेत : विकास आणि निवडणुका. आर्थिक सुधारणांसाठी ते निरंतर करत असलेले उपाय पहिल्या आयामाचा भाग आहेत. तिसरा कार्यकाळ जिंकणं मोदींसाठी खूप महत्त्वाचं आणि आव्हानात्मक आहे. जेव्हा २०१४ साली त्यांनी पदभार स्वीकारला तेव्हा, त्यांच्या पदरात खिळखिळ्या झालेल्या अर्थव्यवस्थेचं दान पडलं होतं. आळशी नोकरशाही, दिल्लीतले सत्तेच्या खेळातले जुने दलाल, प्रसारमाध्यमांचा निहित स्वार्थ या सर्वांवर त्यांना मात करावी लागणार होती.

२०२४च्या निवडणुका तोंडावर असताना यातील केवळ ५० टक्के म्हणजेच अर्धं काम पूर्ण झालं आहे. २०२४च्या निवडणुका जिंकण्यासाठी, मोदींना अविरतपणे भाजपचं राष्ट्रीय स्तरावरील मताधिक्य कसं वाढेल या दृष्टीने प्रयत्न करणं आवश्यक आहे. त्यामुळेच मोदींसाठी, परिणाम कसा साधला जातो यापेक्षा तो साधला जाण्याला महत्त्व असतं.

जर मोदींनी २०२४ची निवडणूक जिंकली, तर २०२९च्या निवडणुकांपर्यंत त्यांचा पंतप्रधानपदाचा कार्यकाळ १५ वर्षांचा असेल. हा कार्यकाळ जवाहरलाल नेहरू (१६ वर्षे, ९ महिने) आणि इंदिरा गांधी (१६ वर्षे) वगळता, अन्य कोणत्याही पंतप्रधानांपेक्षा जास्त

ठरेल. मोदी २०२९ची सार्वत्रिक निवडणूकही लढतील का? २०२९ सालापर्यंत मोदींचं वय असेल ७८ वर्षे, अमित शाह असतील ६५ वर्षांचे आणि योगी आदित्यनाथांचं वय असेल ५६ वर्षे.

विरोधी पक्षाचा विचार केला, तर २०२९ सालापर्यंत सोनिया गांधींचं वय असेल ८२ आणि राहुल गांधींचं ५९, तर प्रियंकाचं ५७. २०२९पर्यंत भारताचा चेहरामोहराही बदललेला असेल. इतर अनेक नवीन नेते उदयाला आलेले असतील; परंतु काँग्रेस आणि डाव्या पक्षांनी ज्या माणसाचा सर्वांत जास्त धसका घेतला आहे, ती व्यक्ती म्हणजे योगी आदित्यनाथ.

उत्तर प्रदेशात 'हिंदुत्व प्लस' (अधिकाधिक हिंदुत्व) ही संकल्पना आणल्याबद्दल योगी आदित्यनाथांवर टीका झाली. तसंच, राज्यकारभार करण्यापेक्षा ते आपला जास्त वेळ त्यांच्या गोरखनाथ मठाच्या कामकाजात घालवतात असा त्यांच्याबद्दल एक मतप्रवाह आहे; परंतु दुसऱ्यांदा राज्याच्या मुख्यमंत्रिपदी बसलेला हा योगी अतिशय कठोर आणि कर्तव्यदक्ष शासक आहे. सकाळी सहा वाजल्यापासून त्यांच्या नोकरशाहांसोबत बैठका सुरू होतात. बैठकांचं हे सत्र अनेक तास चालतं. त्यानंतर पुन्हा संध्याकाळी ६ वाजल्यापासून बैठकांचं सत्र सुरू होतं ते मध्यरात्रीपर्यंत चालतं. भल्या सकाळी आणि रात्री उशिरापर्यंत चालणाऱ्या बैठकांमुळे अधिकारीवर्गाला पुरेशी झोपही मिळत नाही. देशाच्या सगळ्यात मोठ्या राज्याचे मुख्यमंत्री या नात्याने आदित्यनाथांचा मुख्यमंत्रिपदाचा दुसरा कार्यकाळच (२०२२ ते २०२७), २०२४च्या निवडणुकांनंतर राष्ट्रीय पातळीवरील त्यांची भूमिका निश्चित करेल.

प्रकरण २३

भारतीय धर्मनिरपेक्षता पाश्चिमात्त्य धर्मनिरपेक्षतेहून निराळी का आहे

मे २०१९मध्ये सलग दुसऱ्यांदा पंतप्रधानपदाची शपथ घेतल्यानंतर मोदींनी वक्तव्य केलं होतं, 'धर्मनिरपेक्षतेच्या भूलथापा देत, अल्पसंख्याकांची 'फसवणूक' करण्यात आली आहे.' ते बरोबर बोलत होते का? अभिजात धर्मनिरपेक्षता प्रशासनाला धर्मापासून (चर्च) वेगळं करते, हीच अँग्लो-सॅक्सन प्रोटेस्टंट व्याख्या आहे. युरोप खंड आणि वेगानं कॅथलिक आणि धर्मप्रचारक होत चाललेली अमेरिका या व्याख्येकडे वेगळ्या दृष्टीने बघतात. उदाहरणार्थ, सार्वजनिक ठिकाणी बुरख्यांवर बंदी आणून फ्रान्स आणि बेल्जिअम, प्रशासनाला किंवा सरकारला धार्मिक बाबींमध्ये हस्तक्षेप करण्याची एका दृष्टीने परवानगीच देत आहेत.

भारतामध्ये 'धर्मनिरपेक्षता' या शब्दाचा पूर्णत: वेगळा अर्थ आहे. राजनैतिक स्वार्थाच्या पूर्तीसाठी वापरण्यात येणारं हे एक हत्यार आहे. शतकानुशतके भारताने धर्मनिरपेक्षतेला गळी उतरवून घेतलं आहे. इराणमधील छळाला कंटाळून पळून आलेले पारशी, निर्वासित ज्यू, स्थलांतरित होऊन आलेले ख्रिश्चन यांनी भारताला आपलं घर बनवलं. वरवर पाहता एक विरोधाभास हादेखील आहे, की भारताने अनेक शतकं सगळ्या जाती-पंथांना आपल्यात सामावून घेतलेलं आहे. हिंदू-मुस्लीम दंगली ही अंतर्गत बाब होती; परंतु जातीयवादाला 'धर्मनिरपेक्षता' हा प्रतिशब्द राजकीय परिभाषेत १९७६ साली आणीबाणीच्या काळात इंदिरा गांधींनी राज्यघटनेत समाविष्ट केल्यानंतरच आला. आणि तेव्हापासूनच मतदारांना आपल्या बाजूला वळवून घेण्यासाठी आणि ती मिळवण्यासाठीचं हा शब्द एक राजकीय हत्यार बनला.

२०१४ साली भाजप सत्तेत येण्यापूर्वी धर्मनिरपेक्षतेची व्याख्या मी याप्रमाणे केली होती, 'जवाहरलाल नेहरू हे धर्मनिरपेक्ष होते. आजच्या आधुनिक भारतात, धर्मनिरपेक्षतेच्या नावाखाली जे काही सुरू आहे हे बघून नेहरू विषण्ण झाले असते. अगदी विशुद्ध अर्थाने म्हणायचं झालं तर, धर्मनिरपेक्षतेत धर्माला एखाद्याची वैयक्तिक बाब म्हणणं अभिप्रेत असतं.

त्याचं सार्वत्रिकीकरण होता कामा नये, अर्थात सार्वजनिक क्षेत्रात त्याची लुडबुड होता उपयोगी नाही. प्रार्थना सार्वजनिक ठिकाणी करा वा खाजगी ठिकाणी; परंतु त्यामागचा धर्म मात्र स्वत:च्या घरी, अर्थात स्वत:पाशीच ठेवा. प्रभावशाली वर्ग, विशेषत: इलेक्ट्रॉनिक मिडिया – ज्यांच्या हृदयात चुकीच्या निलयातून रक्तस्राव होतो आहे ते भारतातील गरीबीने पिचलेल्या मुसलमानांसोबत होणाऱ्या लबाडीचा एक भाग आहेत. धर्मनिरपेक्षतेच्या बुरख्याआडचा जातीयवाद. अझीम प्रेमजींपासून आमीर खानपर्यंत काही नाममात्र मुस्लीम प्रसिद्धी आणि यश मिळवू शकले आहेत; परंतु सर्वसाधारण मुस्लीम माणूस आपल्या दरिद्री आणि ओंगळ वस्त्यांत आयुष्य कंठत आहे.'

२०१४मध्ये सत्ता गमावल्यापासून, काँग्रेस आणि युपीएमधील त्याच्या मित्रपक्षांनी मुस्लीम समुदायाचा युद्धबळीसारखा वापर केला. खरं तर राजकारण्यांना मुस्लीमांच्या हिताची, त्यांच्या कल्याणाची कधीच फिकीर नव्हती आणि नाही. जर तशी काळजी असती, तर गेली ५५ वर्षं काँग्रेसची सत्ता असतानाही मुस्लीम समुदाय हा देशातील सर्वांत गरीब आणि मागास समुदाय म्हणून गणला गेला नसता. प्रत्येक जातीय दंग्यानंतर, अंतत: मुस्लीमांना त्यांच्या धन्याकडून अर्थात त्या वेळी सत्तेत असलेल्या सरकारकडून होणाऱ्या त्रासाला सामोरं जावंच लागलं आहे. गेल्या ७५ वर्षांत त्यांच्या मालकांनी त्यांना कोणत्याही प्रकारचं शिक्षण दिलं नाही. तरुण मुस्लीम युवक आज फुड डिलीव्हरी बॉय किंवा कार मेकॅनिकसारखी फुटकळ कामं करतात. त्यांच्यातील कोणीही स्टार्टअप सुरू करत नाहीत. त्यांचं कुठल्याही प्रकारचं सक्षमीकरण करण्यात आलेलं नाही. तरीही दर पाच वर्षांनी ते अशा पक्षांना मतं द्यायला रांगा लावतात, ज्यांनी त्यांच्या मनात 'दहशत' पसरवण्याव्यतिरिक्त अन्य काहीही केलेलं नाही.

विरोधकांची अशी धारणा आहे, की भारताच्या जागतिक प्रतिष्ठेला बट्टा लावून, ती धुळीला मिळवून मतदारांचा विश्वास पुन्हा एकदा जिंकता येईल. त्यांना असं वाटतं, की एक अयशस्वी देश अशी भारताची प्रतिमा जगापुढे आणली पाहिजे. मोदींना जर सत्तेवरून खाली खेचायचं असेल, तर प्रथम भारताचं जागतिक स्थानही खाली आणायला हवं. देशभरातील शिक्षणतज्ज्ञांना आणि पत्रकारांना या कामी जुंपण्यात आलं आहे. 'भाजप शासन करण्यास नालायक आहे', 'भारताची सामाजिक वीण ढिली पडली आहे', असले संदेश जास्तीत जास्त पसरवणं हेच त्यांचं काम आहे. २०१९च्या लोकसभा निवडणुकांच्या वेळी राहुल गांधी यांनी तर समोरून हल्ला केला होता. 'चौकीदार चोर है' या राहुलनी मोदींना मारलेल्या टोमण्यांतून, त्यांना मोदींची प्रतिमा मलीन करायची होती. जेणेकरून २०१९च्या निवडणुकांत प्रादेशिक पक्षांच्या पाठिंब्याने बहुमत मिळवून सरकार बनवण्याची संधी मिळेल.

आयव्ही लीग विद्यापीठांच्या तत्त्वांवर पोसल्या गेलेल्या आणि शिक्षण घेतलेल्या गांधी कुटुंबीयांना काँग्रेसच्या माहिती आणि आकडेवारीचं विश्लेषण करणाऱ्या अंतर्गत चमूने त्यांना अगदी छातीठोकपणे सांगितलं होतं, की २०१९च्या निवडणुकीत युपीएला १७० ते २९० जागांवर विजय मिळेल आणि भाजपला केवळ १५० जागा मिळतील. २००४ सालात

जेव्हा भाजपच्या १३८ जागांच्या तुलनेत, १४५ जागांवर विजय मिळवलेल्या काँग्रेस पक्षाने डाव्या समर्थकांना हाताशी धरून सरकार स्थापन केलं होतं, त्याचीच पुनरावृत्ती २०१९च्या निवडणुकीत होईल असं भाकीत या चमूने वर्तवलं होतं. असं झालं, तर ते नक्कीच स्वागतार्ह होतं. त्यांनी म्हटलं होतं, 'अजूनही खेळ सुरू आहे.'

परंतु तसं घडलं नाही. मे २०१९च्या निवडणुकीत भाजपने तब्बल ३०३ जागांवर विजय मिळवला. भाजपच्या स्वत:च्याच जागांमध्ये वाढ झाली होती. २०१४ साली भाजपने ४४ जिंकल्या होत्या, त्याच २०१९ सालात वाढून संख्या ५२ वर पोहोचली. '२०१९च्या निवडणुकीत काँग्रेसला १७०-१९० जागा मिळतील असं गांधींना छातीठोकपणे सांगणारे आकडे विशेषज्ञ आता मात्र 'हाताची घडी, तोंडावर बोट' ठेवून बसले होते. वर्तमानपत्रांतून संपादकीय लिहिण्यासाठीच त्यांनी हाताची घडी सोडली.

२०१९ सालच्या लोकसभा निवडणुकीत झालेल्या पराभवाने काँग्रेस आणि त्याच्या मित्रपक्षांचा नुसता तिळपापड झाला. मोदींवर केलेल्या राफेल सौद्यातील भ्रष्टाचारासारख्या वैयक्तिक हल्ल्याचा काहीच उपयोग झाला नाही, हे काँग्रेस पक्षाला आतापर्यंत लक्षात आलं होतं. कोविड-१९ महासाथीचं संकट तर काय जणू देवाची महाकृपाच! त्यामुळे आता, काँग्रेस आणि इतर विरोधी पक्षांनी आपला मोर्चा, *द न्यू यॉर्क टाइम्स* आणि *द वॉशिंग्टन पोस्ट* यांसारख्या परदेशी प्रसारमाध्यमांकडे वळवला. या वृत्तपत्रांना हाताशी धरत, विरोधकांनी २०२०च्या उन्हाळ्यात आलेल्या कोरोना साथीच्या पहिल्या लाटेला तोंड देण्यासाठी सरकारने काय पावलं उचलली, कोणत्या उपापयोजना केल्या याची मोदी सरकारकडे विचारणा केली. कोविड काळात भारताने विकसीत देशांनाही कोविड प्रतिबंधक लस पुरवली; परंतु तरीही भारताची जागतिक प्रतिमा जाणुनबुजून डागाळण्यात आली. भाजपला सत्तेतून खेचून पुन्हा सत्ता मिळवण्यासाठी विरोधी पक्ष इतके पिसाटले होते, की भारताची जागतिक प्रतिमा मलीन करण्याची पूर्ण तयारी होती.

२०२१च्या उन्हाळ्यात कोरोनाची दुसरी लाट आली. आधीच्या लाटेपेक्षा ही लाट जास्तच विनाशकारी, प्राणघातक होती. यावेळी गंगेच्या पाण्यात तरंगणाऱ्या मृतदेहांच्या रूपात भाजपवर हल्लाबोल करण्यासाठी विरोधकांच्या हातात आयतं कोलीत आलं. परदेशी प्रसारमाध्यमांतून छापून आलेल्या बातम्या देशात तिखटमीठ लावून प्रसारित करण्यात आल्या. विरोधकांच्या परिसंस्थेला वाटत होतं, की अशा चिखलफेकीतून मोदी नक्कीच सावरणार नाहीत. लोकसभा निवडणुकांना अद्याप तीन वर्षं बाकी होती; परंतु २०२१च्या मध्यातच, डावे पक्ष आणि काँग्रेसच्या परिसंस्थेला वाटत होतं, की आपण शिकार साधली!

जून २०२१मध्ये सरकारने सुरू केलेल्या नव्या केंद्रीय लसीकरण अभियानामुळे पुन्हा एकदा फासे उलटे पडले. २०२१च्या डिसेंबर महिन्यापर्यंत बहुतांश प्रौढांचं लसीकरण करून झालेलं होतं. नंतर आलेल्या ओमीक्रॉन - कोरोनाच्या नव्या उत्क्रांत विषाणूच्या लाटेमुळे परिसंस्थेत पुन्हा धुगधुगी आली. जून २०२२मध्ये तिसरी लाटही विरली आणि या लाटेसोबतच मोदींना शह देण्याच्या विरोधकांच्या आशाही मावळल्या. २०२३ साल उजाडलं. चीनमध्ये कोविडचे रुग्ण अद्याप आढळून येत होते; परंतु २०२४च्या निवडणुकांसाठी आता हा मुद्दा तितकासा महत्त्वाचा, कामाचा राहिला नाही.

फेब्रुवारी २०२०मध्ये अमेरिकेचे तत्कालीन राष्ट्राध्यक्ष डोनाल्ड ट्रम्प यांचं, त्यांचे कुटुंबीय आणि परदेशी पत्रकारांच्या जथ्यासह नवी दिल्लीत आगमन झालं. नेमके त्याच वेळी दिल्लीत जातीय दंगे उसळले होते. ट्रम्प यांची पाठ वळताच लगेचच दंगे थांबले. काम फत्ते झालं होतं. परदेशी पत्रकारांसमोर भारतीय धर्मनिरपेक्षता उघडी पडली होती आणि त्यांनी त्याचं योग्य प्रकारे भांडवल करत भारताला निंदनीय ठरवलं.

अनुभवजन्य पुराव्यांवरून असं दिसून येतं, की भारतात होणाऱ्या जातीय दंगली, कट्टरपंथीय मुसलमानांकडूनच पेटवल्या जातात. १९६९ साली गुजरातमध्ये मुसलमानांच्या एका समुहाने एक देवळावर आणि त्यातील साधूंवर हल्ला केला. त्यानंतर जी भीषण दंगल उसळली, ती तब्बल दोन महिने सुरू होती. २००२ साली गांची मुस्लीमांनी गोधरा रेल्वेस्थानकावर ५९ रामसेवकांना जिवंत जाळलं. परिणामी तिथे दंगलीचा मोठा भडका उडाला.

२०१९च्या लोकसभा निवडणुकीत भाजपला मिळालेल्या प्रचंड यशाकडे त्यातील काही जणांनी 'बहुसंख्याकवादाला मिळालेली मान्यता' या दृष्टीने पाहिलं; परंतु ते तसं मुळीच नव्हतं. उलटपक्षी हा अल्पसंख्याकवादाला मिळालेला नकार होता. धर्मनिरपेक्षता सर्वसमावशक असायला हवी आणि २०२४मध्ये पुन्हा सत्तेत आल्यावर मोदी सरकारकडून हीच गोष्ट अपेक्षित आहे. अर्थात ती साधणं तितकंसं सोपंही नाही. तथापि, १९४७ सालापासून राजकीय भोंदू बरोबर याच्या उलट आचरण करत आले आहेत.

दिल्ली उच्च न्यायालयाचे माजी मुख्य न्यायाधीश ए. पी. शाह यांनी, २८ डिसेंबर २०१८ रोजी, *द हिंदू*मधील एका लेखात लिहिलं होतं, 'जी सरकारं धर्मनिरपेक्षतेचा झेंडा मोठ्या फुशारकीनं मिरवत होती, त्या सरकारांनीही आम्हाला खरं तर बिगर-धर्मनिरपेक्षतेच्या हाती सोपवलं आहे. उदाहरण घ्यायचं झालं तर, राजीव गांधींचंच राजकारण घ्या. राजीव गांधींना नेहमीच 'धर्मनिरपेक्ष' राजकारणी असं बिरुद लावण्यात येत असे. त्यांच्याच सरकारने शाह बानो खटल्याचा निकाल बदलायला लावला. इतकंच नव्हे, तर त्यांनी सलमान रश्दी लिखित *द सॅटेनिक व्हर्सेस* या पुस्तकावरही बंदी घातली. त्याचप्रमाणे अयोध्येतील बाबरी मशिदीची कुलपं उघडून, ती हिंदूंसाठी खुली केली.'

भारतीय राजकारण्यांनी मुसलमानांचं सक्षमीकरण नाही, तर तुष्टीकरण केलं. या राजकारण्यांनी त्यांच्या जवळपास दोन पिढ्यांना गरीबी, बेरोजगारी आणि कट्टरतावादाच्या खाईत लोटलं. मुस्लीम धर्मामध्ये असलेल्या तिहेरी तलाक प्रथेला प्रतिबंध आणि समान नागरी कायदा या दोन गोष्टींसाठी मोदी सरकार नेहमीच आग्रही राहिलं आहे. तिहेरी तलाक प्रतिबंध कायदा आता लागू झाला आहे. दुसरा, समान नागरिकत्वाचा कायदा सध्या तरी भाजपच्या घोषणापत्रात निपचित पडून आहे.

मी तेव्हा राजकारणी नेत्यांसोबत सार्वजनिक चर्चा (टाउन हॉल) घडवून आणत असे. अशाच एका टाउन हॉलसाठी मी राहुल गांधींना आमंत्रित केलं होतं. राहुल यांना औपचारिक निमंत्रण देण्याबाबत, मी त्यांचे तत्कालीन साहाय्यक - कनिष्क सिंह - यांच्याशी बोललो. या आमंत्रणावरून कनिष्क अगदी उत्साहित वाटत होते. मी त्यांना सांगितलं, की चर्चेसाठी येणारा प्रेक्षक मुख्यत्वाने तरुण आणि प्रामुख्याने अल्पसंख्याक असेल. हे ऐकून तर

त्यांना अतिशय आनंद झाला. अगदी उसळी मारून ते म्हणाले, 'अहो, आम्हाला असाच प्रेक्षकवर्ग तर हवा आहे!'

परंतु अखेरीस, राहुल गांधी त्या चर्चेला कधी फिरकलेच नाहीत. तेव्हा युपीए सरकारचा दुसरा कार्यकाळ सुरू होता. राहुल गांधी राजकारणात अपालं बस्तान बसवत होते; परंतु कनिष्क सिंह यांच्यासोबत झालेल्या संभाषणातून अल्पसंख्याकांचं नाव काढताच त्यांनी जी प्रतिक्षिप्त प्रतिक्रिया दिली, त्यावरूनच राहुल गांधींचा अल्पसंख्याकांकडे असलेला कल आणि पक्षपातीपणा स्पष्ट दिसून आला. अल्पसंख्याकांचा कळवळा असणं काही वाईट गोष्ट नाही, चांगलीच बाब आहे; परंतु केवळ मतांसाठी त्यांचा कळवळा येऊन भागणार नाही, तर त्यांचं भलं करण्यासाठी, सक्षमीकरण करण्यासाठी तो कळवळा आल्यास उत्तम! एक शिक्षित, सक्षम मुसलमान, एक अस्वस्थ करणारा प्रश्न विचारू शकतो, की १९४७ सालापासून सत्तेत असलेल्या काँग्रेसी राजकारण्यांनी आतापर्यंत मुसलमान समाजाचं काय भलं केलं आहे?

खरी धर्मनिरपेक्षता सक्षमीकरण करते. ढोंगी धर्मनिरपेक्षता खच्चीकरण करते. मुख्य प्रवाहातील भारतीय राजकारण्यांनी धर्मनिरपेक्षतेच्या निव्वळ बाता मारल्या, भाषणं झोडली; परंतु प्रत्यक्षात मात्र धर्मनिरपेक्षतेचं सोंग आणलं. या सोंगाला बळी पडला सामान्य भारतीय मुसलमान.

भारतातील मुस्लीम, ख्रिश्चन आणि इतर अल्पसंख्याक समुदायाच्या अस्तित्वाला 'हिंदू दहशतवादा'पासून धोका आहे असं मिथक किंवा कपोलकल्पित भावना अनेक वर्षांपासून, हेतुपुरस्सररित्या आणि अतिशय नियोजनबद्धपणे पसरवण्यात आली आहे. काँग्रेसप्रणीत युपीए सरकारच्या दोन्ही कार्यकाळात या मिथकाला 'भगवा दहशतवाद' असं नाव देण्यात आलं. अतिशय बारकाईने, कलाकुसरीने ही योजना आखण्यात आली होती. लष्कर-ए-तैय्यबा संघटनेची महिला दहशतवादी इशरत जहाँ गुजरात पोलिसांबरोबर झालेल्या चकमकीत मारली गेली. तिच्या अशा मारण्याला धर्मनिरपेक्षतेचा रंग दिला गेला आणि इशरत जहाँ रातोरात प्रसिद्ध झाली. 'महाविद्यालयात शिक्षण घेणारी एक निष्पाप मुलगी' असं तिचं वर्णन करणारी अनेक संकेतस्थळं अचानकपणे इंटरनेटवर झळकायला लागली. त्यात इशरत जहाँची हत्या गुजरातचे तत्कालीन मुख्यमंत्री नरेंद्र मोदी आणि राज्याचे तत्कालीन गृहमंत्री अमित शाह यांच्याच सांगण्यावरून करण्यात आल्याचं म्हटलं होतं. तत्कालीन केंद्रीय गृहमंत्री शिवराज पाटील यांनी संसदेत 'हिंदु दहशतवादा'वर यथेच्छ तोंडसुख घेतलं.

इशरत जहाँची हत्या झाल्यानंतर 'हिंदु दहशतवाद'ची नुसती राळ उठली. तत्कालीन अर्थमंत्री पी. चिदंबरम यांनी या भगव्या दहशतवादापासून धोका असल्याचा इशारा दिला. ते म्हणाले, 'खरं तर दहशतवादाला कोणता धर्म नसतो; परंतु याला एक रंग आहे'. राहुल गांधी आणि भारताच्या भेटीवर आलेले अमेरिकी राजकीय प्रतिनिधी यांच्यातील संभाषण विकिलीक्सने जाहीर केलं होतं. त्यानुसार, 'इस्लामी दहशतवादापेक्षा उजव्या विचारांच्या दहशतवादाचा भारताच्या अखंडतेला जास्त धोका आहे' असं राहुल गांधींनी अमेरिकी प्रतिनिधी मंडळाला सांगितलं आहे. त्यानंतर लगेचच नोव्हेंबर २००८ साली,

राहुल गांधींच्या या विधानाची जणू खिल्ली उडवत, लष्कर-ए-तैय्यबाच्या दहशतवाद्यांनी मुंबईतील दोन आलिशान हॉटेल्स, ज्यूंचं प्रार्थनाकेंद्र आणि मुंबईतील सर्वांत मोठ्या रेल्वे स्थानकात घुसून मृत्यूचं तांडव घातलं. सुमारे साडेतीन दिवस चाललेल्या या चकमकीत अनेक पोलीस अधिकाऱ्यांसह १६६ नागरिकांचा बळी गेला.

या घटनेला दहा वर्षांहून अधिक काळ उलटून गेल्यानंतर, राहुल गांधींच्या ज्येष्ठ सल्लागारांपैकी एक असलेल्या सॅम पित्रोदा यांनी २०१९मध्ये पुलवामा इथे झालेल्या दहशतवादी हमल्यात, जैश-ए-मोहम्मद या दहशतवादी संघटनेची असलेली भूमिका आणि त्याच्या प्रत्युत्तरादाखल भारतीय हवाई सेनेने बालाकोटवर केलेल्या हवाई हल्ल्याच्या परिणामकारकतेवर प्रश्नचिन्ह उभं केलं. भारताच्या लोकशाहीला 'भगव्या दहशतवादा'चा धोका असल्याची अफवा या देशांतर्गत रिकामटेकड्यांनीच पसरवली आहे.

काही काळानंतर आपण धर्माचं पालन करणारे निष्ठावंत हिंदू असल्याचा आव आणत राहुल गांधींनी मंदिरातून प्रार्थना करणं, पवित्र गंगेला शुद्धांजली अर्पण करणं, साधुंच्या गाठीभेटी घेणं अशा गोष्टी करण्याचा सपाटा लावला. त्यांच्या या सगळ्या कृत्यांवर मुस्लीम मतदार मात्र एकमेकांना कोपरखळी मारत, डोळे मिचकावून हसत होते. कारण राहुल खरोखरच कोणाच्या बाजूचे आहेत हे त्यांना पक्कं ठाऊक होतं. त्यांचं मंदिरप्रेम, साधुप्रेम वगैरे सगळं केवळ निवडणुका जिंकण्यासाठी आहे याची मुस्लिमांमध्ये अगदी खिदळत चर्चा होई.

या दांभिकपणामुळे, बनवेगिरीमुळे परदेशी माध्यमं मात्र बुचकळ्यात पडली. द *इकॉनॉमिस्ट*ने सरळ लिहिलं, 'काँग्रेस पक्ष आता धर्मनिरपेक्ष राहिलेला नाही.' मार्च २०१९ साली, नरेंद्र मोदी यांच्यावरील पृष्ठकथेत (कव्हर स्टोरी) त्याने लिहिलं, 'भाजपचा कट्टर प्रतिस्पर्धी असलेल्या काँग्रेस पक्षाने धर्मनिरपेक्षतेवर बोलणंच सोडलं आहे. डिसेंबरमध्ये, मध्य प्रदेशातील विधानसभा निवडणूक जिंकल्यानंतर काँग्रेसने भाजपलाही मागे टाकलं. गोरक्षण, मोकाट आणि थकलेल्या गाई-गुरांसाठी निवारा यावर त्यांनी अनेक कोटी रुपयांच्या निधीची तरतूद केली आहे. त्यांचे राष्ट्रीय नेते राहुल गांधी आता नित्यनेमाने मंदिरांना, देवळांना भेटी देतात.'

त्यात पुढे असं लिहिण्यात आलं होतं, 'भारताच्या ९० कोटी मतदारांसमोर प्रतिस्पर्धी पक्षांचे दृष्टिकोन क्वचितच इतक्या स्पष्टपणे परिभाषित झाले असतील. हिंदू राष्ट्रवाद्यांनी बहुसंख्याकांच्या धर्मालाच भारताचा धर्म मानला आहे, अगदी इस्राइल आणि पाकिस्तानच्या बाबतीत आहे, तसंच. दुसरीकडे असा मतप्रवाह आहे, जो भारतातील असाधारण विविधतेलाच त्याच्या सामर्थ्याचा स्रोत मानतो. गेल्या सत्तर वर्षांत, बहुतेक वेळा धर्मनिरपेक्ष दृष्टिकोनच वरचढ राहिला आहे; मात्र भगव्या हिंदुत्वाचा प्रभावदेखील वाढत चालल्याचं, अधिक मूळ धरू लागल्याचं दिसून येत आहे. भारताला पूर्णत: हिंदू राष्ट्र बनवण्याची योजना मोदींच्या नेतृत्वाखाली अधिक हुशारीने पूर्णत्वाकडे वाटचाल करत आहे.'

भारताच्या व्यामिश्रतेबाबतची द *इकॉनॉमिस्ट*ला असलेली समज ही सुविद्य किंवा विवेकी म्हणावी अशी नाही. खरं तर, मोदींनी हिंदुत्वाचा मुद्दा पुढे रेटण्यासाठी, त्यांचे टीकाकार आणि समर्थक दोघांच्याही अपेक्षांहून कमीच काम केलं आहे. जनतेच्या

अपेक्षेनुसार मोदी हिंदुत्वाचं प्रतीक बनू नाही शकले. याचं भारताच्या राजकारणाचं ज्ञान वाटत फिरणाऱ्या द *इकॉनॉमिस्ट*सारखी विचारधारा नसलेल्यांना आश्चर्य वाटायचं कारण नाही. गुजरातचे मुख्यमंत्री म्हणून आपल्या १२ वर्षांच्या कारकिर्दित मोदींनी विश्व हिंदू परिषदेला राज्याबाहेर घालवलं, सार्वजनिक जागांवर अतिक्रमणं करणारी हिंदू मंदिरं पाडली आणि विश्व हिंदू परिषदेच्या आक्रमक-जहाल अध्यक्ष प्रवीण तोगडिया यांना जवळपास अज्ञातवासातच पाठवलं.

जगभरात हिंदू धर्माचे १.२ अब्जांहून अधिक अनुयायी आहेत. अन्य दोन प्रमुख धर्म – ख्रिश्चन आणि इस्लाम – या धर्मांचे अनुक्रमे २ अब्ज आणि १.६ अब्ज अनुयायी आहेत. तथापि, भारत या एकाच देशात हिंदू बहुसंख्येने आढळून येतात. याच्या विरुद्ध, ख्रिस्ती आणि मुस्लीमधर्मीय जगभरात मोठ्या प्रमाणात सर्वत्र विखुरलेले आहेत. याचं कारण अर्थातच बंदुका आणि तलवारी. ख्रिश्चनांनी बंदुकीच्या जोरावर आणि मुसलमानांनी तलवारीचा धाक दाखवत घडवून आणलेलं धर्मांतरण. हिंदू धर्माने क्वचितच कुणा परधर्मीयाचं आपल्या धर्मात धर्मांतरण घडवून आणलं असेल. हिंदू धर्मातील भिक्षू किंवा साधू चीन, कंबोडिया, इंडोनेशिया आणि पूर्वदूर गेले; पण केवळ हिंदू धर्मातील उपदेशांचा प्रसार करण्यासाठी; धर्मांतरण घडवून आणण्यासाठी नव्हे! कंबोडिया आणि इंडोनेशियातील भव्य मंदिरं हिंदू धर्माच्या सहृदय प्रभावाचीच द्योतक आहेत. मात्र आता, भारतातील सुमारे एक अब्ज हिंदूंसमोर काही आव्हानं उभी आहेत. जसं, आधुनिकतेची कास धरणं आणि त्याचा स्वीकार करणं, अनेक वर्षं पायाची बेडी ठरलेल्या जातीयवादाला मूठमाती देणं आणि जशी हिंदू धर्माला नेहमीच कल्पना केल्याप्रमाणे सर्वसमावेशी धर्म बनवणं.

ज्या स्त्री-पुरुषांनी आपली राज्यघटना लिहिली, त्यांच्या मनातील धर्मनिरपेक्षतेची संकल्पना आजच्या बहुतांश राजकारण्यांच्या मनातील धर्मनिरपेक्षतेच्या संकल्पनेपेक्षा अधिक स्पष्ट होती. त्यांच्या लेखी, धर्मनिरपेक्षता म्हणजे सर्व धर्मांना समान वागणूक, आणि कोणत्याही धर्माला प्राधान्य किंवा महत्त्व न देणं. वेगवेगळ्या धर्मांचे वेगवेगळे वैयक्तिक कायदे हे धर्मनिरपेक्षतेच्या व्याख्येला बाधा आणतात, तिचं उल्लंघन करतात. जेव्हा घटना समितीने घटनेचा मसुदा तयार करण्यास सुरुवात केली, तेव्हाच मार्च १९४७मध्ये डॉ. बाबासाहेब आंबेडकरांनी म्हटलं होतं, की सर्व नागरिकांना व्यक्ती आणि मालमत्तेबाबतच्या सर्व कायदे आणि कायदेशीर कारवाईचा पूर्ण आणि समान लाभ मिळण्याचा अधिकार असायला हवा. धर्मावर आधारित कोणतीही प्रथा किंवा रिवाजामुळे त्याला बाधा येणार नाही. तसंच धर्माधिष्ठित शिक्षा, दंड किंवा त्रास याला लागू होणार नाही.

थोडक्यात, डॉ. बाबासाहेब आंबेडकरांचं असं मानणं होतं, की हिंदू, मुस्लीम, ख्रिश्चन, शीख आणि अन्य धर्मांतील सर्व वैयक्तिक कायदे एका समान राष्ट्रीय कायद्यात संहिताबद्ध केले गेले पाहिजेत. 'एक राष्ट्र, एक कायदा' हा वाद देशाला स्वातंत्र्य मिळण्याच्या काही महिन्यांपूर्वीचा आहे. घटना समितीने जेव्हा या वादग्रस्त मुद्द्यावर बारकाईने विचार करायला सुरुवात केली, तेव्हा मूलभूत अधिकार समितीने पुरातन वैयक्तिक कायदे काढून टाकण्याची

हिरिरीने शिफारस केली, ज्यात काही शरियावर आधारित तर काही प्राचीन हिंदू रिती-रिवाजांवर आधारित कायदे होते.

मसुदा समितीतील डॉ. आंबेडकरांना आणि अन्य सदस्यांना मुसलमानांनी तत्काळ विरोध केला. हिंदू आणि पारशी अधिक संयमी व समजूतदार होते. मूलभूत हक्क समितीचे एक सदस्य आणि ज्येष्ठ पारशी उदारमतवादी नेते मिनु मसानी यांनी लिहिलंय, की वैयक्तिक धार्मिक कायदे काढून टाकून त्याच्या जागी समान राष्ट्रीय कायदा लागू करणं हे राष्ट्राचं कर्तव्य आहे. याच समितीतील त्यांचे सहकारी – कन्हैयालाल मुन्शी – एक प्रतिष्ठित वकील आणि पुराणमतवादी हिंदु नेते होते. त्यांना आज 'हिंदुत्ववादी' म्हटलं जातं. ते या समान राष्ट्रीय कायद्याचे कट्टर समर्थक होते. ते म्हणाले होते, 'कोणत्याही दिवाणी किंवा फौजदारी न्यायालयात यांपैकी कोणत्याही स्वरूपाचा निकाल देताना किंवा कोणत्याही आदेशाची अंमलबजावणी करताना त्या व्यक्तीची जात, त्याचा पंथ, स्थिती, धर्म, वंश किंवा भाषा आड येऊ देऊ नये.'

मोहम्मद अली जिना (एक शिया खोजा – जे मदिरासेवन करत असत, डुकराचं मांस खात असत; यांनी कधी नमाज अदा केली नाही) यांच्या नेतृत्वाखाली, मुस्लीमांनी घेतलेल्या आक्षेपांना जवाहरलाल नेहरूंनी समर्थन दिलं. 'हिंदु सरकारपासून धोका' या जिनांनी केलेल्या युक्तीवादाशी नेहरू संमत झाले. परिणामी, आंबेडकर, मसानी आणि मुंशी यांनी व्यक्तिगत कायदे हटवण्याचं कलम काढून टाकलं आणि त्यावर 'ऐच्छिक व लागू न करण्याजोगा' असा शेरा मारला.

स्वातंत्र्य मिळाल्यानंतरच्या पहिल्या दहा दिवसांतच, सार्वत्रिक वैयक्तिक धार्मिक कायदे ऐच्छिक बनवणारा अहवाल घटनासमितीला सादर करण्यात आला. तेव्हा खरं तर धर्मनिरपेक्षतेची पायमल्ली करण्यात आली. घटना समितीचे सदस्य मेहबूब अली बेग यांनी इशारा दिला, 'कुराणच्या आदेशानुसार, मुसलमान या कायद्याप्रती बद्ध आहेत. जर त्याचं पालन केलं नाही, तर विवाहाला अजिबात कायदेशीर मान्यता मिळत नाही. १३५० वर्षांपासून हा कायदा मुसलमान पाळत आलेले आहेत आणि सर्व राज्यांतील प्रशासनांनी त्याला मान्यताही दिली आहे. आज जर विवाह सिद्ध करण्याची वेगळी पद्धत सुरू होणार असेल, तर ती आमच्या धर्मानुसार नसल्याने ती पाळण्यास आम्ही नकार देतो. आजपर्यंत आम्हाला घालून दिलेल्या नियमांमध्ये हे बसत नाही.'

हा अहवाल नेहरूंनी तत्काळ संमत केला. वास्तविक सरदार वल्लभभाई पटेलांनी या मार्गावर न जाण्याचा सल्ला पंतप्रधानांना (नेहरूंना) दिला होता. मात्र जिनांनी नेहरूंच्या आत्मविश्वासाचं इतकं खच्चीकरण केलं होतं, की नेहरूंनी पटेलांच्या सल्ल्याकडे साफ डोळेझाक केली. १९५०च्या दशकात, हिंदू वैयक्तिक कायद्यातील काही भाग अखेरीस संहिताबद्ध करण्यात आला. त्यात सुधारणा घडवून त्यातील लिंगभेद मिटवण्यात आले. परंतु मुस्लीम वैयक्तिक कायदा मात्र आजही मध्यपूर्वेतील मध्ययुगीन कालखंडात अडकलेला आहे, ज्याचं मुस्लीमांनी कठोरपणे पालन करावं असं महबूब अली बेग यांना वाटत होतं.

स्वातंत्र्याच्या ७६ वर्षांनंतर, समान नागरी कायद्याची चर्चा आता निर्णायक टप्प्यावर पोहोचली आहे. मुस्लीम धर्मातला तत्काळ अंमलात येणारा 'तिहेरी तलाक कायदा'

(तलाक़-ए-बिद्दत) बेकायदेशीर ठरवणारा सर्वोच्च न्यायालयाचा निकाल हे मुस्लीम वैयक्तिक कायद्यांतील सुधारणांच्या दिशेने पडलेलं एक छोटेखानी पाऊल आहे. तथापि, तत्कालीन सरन्यायाधीश जे. एस. खेहर यांनी निवृत्त होण्याच्या काही दिवस आधी, आपल्या असहमतीपूर्ण आदेशात एका टिप्पणीत असं म्हटलं होतं, की तलाक़-ए-बिद्दतला घटनेच्या भाग तीन अंतर्गत देण्यात आलेल्या मूळ अधिकारांच्या हवाल्याच्या कक्षेबाहेर ठेवण्यात यावं.

न्यायमूर्ती खेहर यांच्या अल्पसंख्याकाच्या मतभेद असलेल्या निर्णयात असा युक्तिवाद करण्यात आला होता, 'धर्म हा ज्याच्या त्याच्या श्रद्धेचा विषय आहे, तर्काचा नाही. धर्माचा अविभाज्य भाग असलेल्या प्रथांप्रती समतावादी दृष्टिकोन स्वीकारण्याचा न्यायालयाला अधिकार नाही. आम्ही याचिकाकर्त्यांचा दावा मान्य करू शकत नाही कारण हरकतीचा मुद्दा, 'वैयक्तिक कायद्याशी' संबंधित आहे, ज्याला घटनात्मक संरक्षण मिळलेलं आहे.'

या वक्तव्याला ऑल इंडिया मुस्लीम पर्सनल लॉ बोर्डाने (एआयएमपीएलबी) आपला विजय मानला. भारतीय राज्यघटनेपेक्षाही मुस्लीम वैयक्तिक कायदा अर्थात शरिया वरचढ आहे हेच यातून सिद्ध होत असून, मध्ययुगीन श्रद्धेची पुष्टी केली गेली. असं असूनही समान नागरी कायदा लागू व्हावा ही मागणी जोर धरत आहे. विधी आयोगाने समान नागरी संहितेवर जनमताचा कौल घेणं आणि कायदेशीर कारवाईसाठी त्याचा अहवाल सादर करणं या कामांना गती दिली आहे. संसदेची एक स्थायी समिती या प्रकरणी चौकशी करत आहे. अर्थातच ऑल इंडिया मुस्लीम पर्सनल लॉ बोर्ड (एआयएमपीएलबी) या कायद्याला जोरदार विरोध करणार. बोर्ड मुस्लीम सुधारणांच्या नेहमीच विरोधात राहिलं आहे. सगळ्या समुदायाच्या डोळ्यांवर पट्टी बांधून, त्याला दृष्टीहीन करूनच, एक अंध माणूस सगळ्या कळपावर अधिराज्य गाजवू शकतो.

प्रकरण २४

काश्मीरच्या बुरख्यामागे

विवेक अग्निहोत्रीच्या द *कश्मीर फाइल्स* या चित्रपटाने अस्वस्थ करणारी अनेक सत्ये उजेडात आणली. १९८९मध्ये खोऱ्यातून हिंदूंचे पलायन सुरू झाल्यापासून एक पिढी मोठी झाली आहे. ४,००,००० हून अधिक काश्मिरी हिंदूंनी, पाकिस्तान समर्थित इस्लामी दहशतवादी आणि कट्टर स्थानिक काश्मिरी मुस्लिमांद्वारे हिंसाचाराचा धोका निर्माण झाल्यामुळे आपली वडिलोपार्जित घरे सोडली.

त्यावेळी खासगी उपग्रह वाहिन्या अस्तित्वात नव्हत्या. दूरदर्शनने पंडितांच्या दुरवस्थेकडे दुर्लक्ष केले. काश्मीरमध्ये होत असलेल्या हिंदूंवरील लक्ष्यित जातीय हिंसाचारापेक्षा *सीएनएन*ने १९९०-९१ च्या आखाती युद्धाचे केलेले वार्तांकन भारतीयांनी जास्त पाहिले. काश्मीर खोरे हे निसर्गरम्य सौंदर्यासाठी भारतीय चित्रपट निर्मात्यांचे आवडते ठिकाण होते; परंतु मोजक्याच चित्रपट निर्मात्यांनी खोऱ्यातील पंडितांच्या वांशिक निर्मूलनावर लक्षणीय चित्रपट साकारण्याचे धाडस केले. त्याऐवजी त्यांनी हैदर (२०१४) सारखे चित्रपट बनवले, ज्याने काश्मीरमधील इस्लामी दहशतवादाला मुक्त प्रवेश दिला.

बॉलीवूडचे खान त्रिमूर्ती यांनीही शांत राहणे पसंत केले. सत्याचा (*सत्यमेव जयते*) एक अस्सल साधक आणि अमर्याद वित्तीय साधनस्रोत असलेला आमीर खानही काश्मिरी पंडितांच्या दुर्दशेवर चित्रपट करू शकला नाही. निर्दोष धर्मनिरपेक्षतेचं श्रेय मिळालेला, दिवाळी, होळी आणि गणेश चतुर्थी हे हिंदू सण ईदइतक्याच उत्कटतेने साजरे करणाऱ्या सलमान खानने काश्मीर खोऱ्यात अनेक वेळा छायाचित्रण केले; परंतु पंडितांच्या वांशिक निर्मूलनावर कधीच केले नाही. २०००च्या दशकात खोऱ्यामध्ये वहाबी इस्लामचा प्रभाव वाढत होता कारण स्थानिक अतिरेक्यांची भरती करणारी हुर्रियत भरात होती आणि दहशतवाद फोफावत होता. शाहरुख खानने सुमारे तीन दशके बॉलिवूडवर राज्य केले आहे. पण त्यानेदेखील काश्मिरी पंडितांच्या नरसंहारक निर्वासन कथेला बगल दिली. बुद्धिमान आकांक्षा असलेल्या एखाद्या व्यक्तीच्या दृष्टीने हे विचित्र होते.

उर्वरित भारतातील चित्रपट उद्योगानंही हीच री ओढली. पाकिस्तान-समर्थित इस्लामी दहशतवादी आणि स्थानिकांनी शांतताप्रिय, विद्वान पंडितांवर केलेल्या भीषण हिंसाचाराच्या कथा प्रसारमाध्यमांमध्ये आणि साहित्यात प्रकटत होत्या. तरीही मोठ्या चित्रपट निर्मितीसंस्थांनी त्याकडे पाठ फिरवली. ही शांतता अशीच सुरू असताना, दिल्ली, जम्मू आणि इतरत्र स्थायिक झालेल्या अनेक लाख निर्वासित पंडितांनी, हिंसाचारामुळे पळून जाण्यापूर्वी केवळ एक ट्रंक सामान घेऊन नवीन आयुष्य सुरू केलं.

दूरचित्रवाणी पत्रकारांची एक नवीन जमात आता उदयास आली होती. तरीही काश्मीरमधून बाहेर पडणाऱ्या लोंढ्यांची खरी कहाणी अकथितच राहिली. त्याऐवजी, मुद्दाम तयार केलेल्या माहितीच्या गुंतागुंतीमुळे शांततेचा भंग झाला. एका विशेषतः हानिकारक आवृत्तीनुसार, पंडित स्वतःच दोषी होते. काश्मीरमधील नोकरशाही, शिक्षण आणि व्यवसायांमधील उच्च पदांवर त्यांची 'मक्तेदारी' होती. हा प्रचार जितका गडद होता तितकाच तो अस्पष्ट होता. १९३०च्या दशकात जर्मनीमध्ये ज्यूंना असे लेबल लावण्याची आठवण आली. ज्यूंप्रमाणेच पंडित हा सुशिक्षित समुदाय होता. त्यांना त्यांच्या क्षमतेनुसार जबाबदाऱ्या देण्यात आल्या. ही मक्तेदारी नाही; ती गुणवत्ता आहे.

राजकीय सत्ता अजूनही एकाच कुटुंबाच्या हातात आहे - अब्दुल्ला. सत्तेच्या मक्तेदारीचे वर्णन करायचं तर ते त्यांना अधिक योग्यरित्या लागू आहे. अब्दुल्लांची मक्तेदारी काही वर्षांनंतर मुफ्तींनी मोडून काढली आणि खोऱ्यात सरंजामशाही निर्माण झाली.

मुफ्ती मोहम्मद सईद मुख्यमंत्री असताना मी श्रीनगरला गेलो होतो. पाकिस्तान पुरस्कृत दहशतवाद शिगेला पोहोचला होता. हुर्रियत फुटीरतावादी संपूर्ण खोऱ्यात विखार आणि हिंसाचार पसरवत होते. मला दिलेल्या मुलाखतीदरम्यान मुफ्ती म्हणाले, की त्यांचे सरकार खोऱ्यात सामान्य स्थिती आणण्यासाठी सर्वतोपरी प्रयत्न करत आहे. तसे होण्यापूर्वीच त्यांचा मृत्यू झाला. मुफ्ती यांच्या *पीपल्स डेमोक्रॅटिक पार्टी (पीडीपी)*सोबत युतीचे सरकार स्थापन करणे ही भाजपची सर्वांत मोठी चूक होती. ही चूक अजूनही भोवते आहे. मोदी सरकारने मोठ्या संख्येने निर्वासित काश्मिरी पंडितांचे पुनर्वसन करण्याचा प्रयत्न केला; परंतु तो अयशस्वी ठरला. बहुतांश लोक जम्मू, दिल्ली आणि इतर ठिकाणी स्थलांतरित झाले आहेत.

काश्मीरला इस्लामबहुल राज्य बनवण्याची पाकिस्तानची रणनीती नेहमीच राहिली आहे. ते लोकसंख्याशास्त्रीयदृष्ट्या साध्य झाले आहे. पण कलम ३७० रद्द केल्यानंतर आणि सीमांकन संपल्यानंतर ही रणनीती विस्कटली आहे.

*काश्मीर फाइल्स*ने खोऱ्यातील शरमेवरचा ३० वर्षे जुना पडदा वर केला. पाकिस्तानच्या इस्लामी दहशतवाद्यांनी, कट्टरपंथी काश्मिरी मुस्लिमांनी शांतताप्रिय पंडितांच्या संपूर्ण समुदायाला अनेक दशकांपासून धमकावले आणि त्यांना त्यांच्या घरातून हद्दपार केले. जे लोक समुदायाच्या वांशिक निर्मूलनाच्या फसव्या कथनाचा प्रचार करत आहेत, ते या दुष्टपणात सहभागी आहेत. ते उर्वरित भारतातील हिंदू बहुसंख्याकवादाचा निषेध करतात; परंतु काश्मीरमध्ये मुस्लीम बहुसंख्याकवाद स्वीकारतात. हा धर्मनिरपेक्षतेचा विश्वासघात आहे.

कैलास शिखरावर विराजमान झालेले राहुल गांधी धर्मनिरपेक्षतेची स्वतःची आवृत्ती आखत राहिले. सप्टेंबर २०१ मध्ये त्यांनी ट्विट केले, 'शिव हा विश्व आहे.' या ट्विटने दोन संदेश दिले – एक, राहुल यांना त्यांच्या हिंदू ब्राह्मण मुळांचा शोध लागला आहे; आणि दोन, जर दूरस्थ कैलास मानसरोवरवरून ट्विटिंग करता येण्यासाठी इंटरनेट कनेक्टिव्हिटी असेल तर मोदींच्या डिजिटल उपक्रमांना यश मिळाले आहे. कैलास मानसरोवर तीर्थयात्रा हा राहुल यांना उदारमतवादी पण धर्माभिमानी हिंदू म्हणून स्थान देण्याच्या काँग्रेसच्या रणनीतीचा एक भाग होता, यामध्ये कठोर हिंदुत्वाचा त्याग आहे, परंतु त्याच्या सौम्य आवृत्तीसह जगण्याची इच्छा आहे.

सौम्य हिंदुत्वाची व्याख्या करणे कठीण आहे. हिंदू धर्माप्रमाणेच, ते लवचिक आहे आणि आपल्याला पाहिजे असलेल्या कोणत्याही आकारात तयार केले जाऊ शकते. एक आकार निवडणूकपूर्व, दुसरा निवडणुकीनंतरचा, आणि परदेशात असताना आणखी एक. त्यामुळेच सौम्य हिंदुत्व ही राहुल यांची निवडीमागील विचारसरणी आहे. भारतातील ८० टक्के हिंदू मतदारांना आकर्षित करण्यासाठी ते वाकवता येते आणि त्याला आकार देता येतो. मुस्लिमांना राहुल यांच्या सौम्य हिंदुत्वाची निवडणुकीच्या दृष्टीने हतबलता समजते. ख्रिश्चनदेखील आशावादी आहेत. त्यांनी गेल्या काही वर्षांत काँग्रेसचा ख्रिश्चन समर्थक झोका अनुभवला आहे. राहुल यांची मृदु हिंदुत्वाशी असलेली झुंज ते झटकून टाकतात. सोनिया गांधी या कट्टर कॅथलिक आहेत, त्यांच्यापासून त्यांना दिलासा मिळतो. त्यामुळे काँग्रेससाठी राहुल यांची सौम्य हिंदुत्वाची रणनीती जोखीममुक्त आहे.

अल्पसंख्याक मते अदलाबदलयोग्य आहेत. विशेषतः मुस्लीम स्त्रिया तिहेरी तलाकवर भाजपच्या ठाम भूमिकेमुळे किंवा *एआयएमआयएम* किंवा *टीएमसी*सारख्या पक्षांकडे स्थलांतरित होऊ शकतात किंवा फक्त 'नोटा'ची निवड करू शकतात.

एखाद्या लोकसभा निवडणुकीत चार मुद्दे निकाल ठरवतात : जात, धर्म, रोजगार आणि विकास. आपल्या ब्राह्मण जातीच्या ओळखीचा दुजोरा देणं म्हणजे राहुल यांच्यावर पातळ बर्फावर स्केटिंग करण्यासारखं आहे. संपूर्ण भारतात ब्राह्मणांची मते पाच टक्के आहेत. म्हणजे फक्त काही मतदारसंघांमध्ये बदल घडू शकतो. आपला 'ब्राह्मण डीएनए' असल्याची घोषणा काँग्रेसनं करणं हे त्यांच्यावरच उलटू शकतं. ओबीसी आणि एससी/एसटी काँग्रेसपासून आणखी दूर जाऊ शकतात. उत्तर प्रदेश आणि बिहारमध्ये, जात निवडणुकीत मोठी ठरते, तिथे ओबीसी, इबीसी आणि एससी/एसटी मतदारांना विरोध करणे काँग्रेसच्या महागठबंधन भागीदारांना अस्वस्थ करू शकते. २०२४च्या लोकसभा निवडणुकीत निर्णायक भूमिका निभावणाऱ्या ग्रामीण भारतात मोदींना त्यांचे ओबीसी कार्ड पुन्हा खेळण्याचे दारही यामुळे खुले झाले आहे.

भ्रष्टाचाराच्या आरोपांनी ग्रासलेल्या असूनही, पश्चिम बंगालच्या मुख्यमंत्री ममता बॅनर्जी २०२४च्या लोकसभा निवडणुकीत भाजपला असणाऱ्या प्रमुख धोक्यांपैकी एक आहेत. परस्परविरोधी कार्यक्रम असलेल्या विभक्त विरोधी पक्षांना त्या एकत्र करू शकतील का? बॅनर्जी वास्तववादी आहेत. भाजपची संख्या कमी करणे आणि नंतर मित्रपक्षांना भुलवणे हा त्यांचा उद्देश आहे. १९९६मध्ये जनता दलाचे एच. डी. देवेगौडा यांच्या पक्षाने लोकसभा

निवडणुकीत फक्त ४६ जागा जिंकल्या होत्या, तरीही ते पंतप्रधान झाले होते. त्यांनी ११९ डाव्या विचाराच्या पक्षांसोबत युती केली; तर काँग्रेसच्या १४० खासदारांनी युनायटेड फ्रंट सरकारला बाहेरून पाठिंबा दिला. बॅनर्जी हेच कमी भांडवलाचे मॉडेल फॉलो करत आहेत.

कमी भांडवलाचे मॉडेल असे काम करते : टीएमसीने २०१९मध्ये जिंकलेल्या २२ जागांच्या तुलनेत २०२४मध्ये पश्चिम बंगालच्या ४२ लोकसभा जागांपैकी ३५ हून अधिक जागा जिंकल्या. पक्षाला माहीत आहे, की त्यांना मित्रपक्ष मिळतील; परंतु इतर राज्यांमध्ये खूप कमी जागा मिळतील. याउलट काँग्रेसमध्ये नेतृत्वाच्या समस्या आणि सर्वसाधारण असमाधान असूनही, २०२४मध्ये भाजपनंतर दुसऱ्या क्रमांकाचा पक्ष म्हणून तो राहण्याची शक्यता आहे. २०१९प्रमाणे केरळमध्ये १५ जागा आणि तामिळनाडूमध्ये द्रमुकसोबत जागावाटपाद्वारे ८ जागा जिंकून पुनरावृत्ती करण्याची त्याला आशा आहे. २०२४मध्ये कर्नाटकातही (२०१९च्या लोकसभा निवडणुकीत पूर्णतः अपयशी) तुलनेने चांगली कामगिरी करण्याची शक्यता आहे.

टीएमसी आणि काँग्रेसला मोठ्या राज्यांमध्ये समान समस्येचा सामना करावा लागत आहे : तो म्हणजे भक्कम प्रादेशिक पक्षांचा जे बॅनर्जी किंवा गांधी यांना लढण्यासाठी जास्त जागा देणार नाहीत. हे महाराष्ट्र, तेलंगण, आंध्र प्रदेश आणि तामिळनाडूला लागू होते. राजस्थान, मध्य प्रदेश, छत्तीसगड, उत्तराखंड, हिमाचल प्रदेश आणि इतर अनेक राज्यांमध्ये काँग्रेसची भाजपशी थेट लढत आहे. यापैकी कोणत्याही राज्यात टीएमसी गंभीर दावेदार नाही. यामुळे भाजपनंतर दुसऱ्या क्रमांकाचा राष्ट्रीय पक्ष म्हणून उदयास येण्यासाठी त्याला पुरेशा जागा मिळण्याची शक्यता कमी होते.

२०१४च्या लोकसभा निवडणुकीत, टीएमसीने काँग्रेसच्या १९.३ टक्क्यांच्या तुलनेत ३.८ टक्के राष्ट्रीय मतांची नोंद केली. २०१९च्या लोकसभा निवडणुकीत, टीएमसीने आपला राष्ट्रीय मतांचा हिस्सा केवळ अंशतः ४.१ टक्के वाढविला. काँग्रेसच्या मतांची टक्केवारी १९.५ टक्क्यांवर पोहोचली. २०२४मध्ये, दोन्हींमध्ये वाढ होऊ शकते; परंतु ही वाढ पुन्हा किरकोळच राहील.

पश्चिम बंगालचे माजी मुख्यमंत्री ज्योती बसू हे १९९६च्या युनायटेड फ्रंट सरकारमध्ये पंतप्रधानाचे उमेदवार म्हणून सर्वसंमतीने निवडले गेले होते; परंतु डाव्यांच्या पॉलिटब्युरोने या प्रस्तावाला नकार दिला होता. बॅनर्जी त्या वेळी काँग्रेसच्या तरुण राजकारणी होत्या, त्यांनी त्या घडामोडीचे बारकाईने निरीक्षण केले होते. २०२४मध्ये युतीच्या वाटाघाटी दरम्यान हे निरीक्षण उपयोगी पडू शकते. उलटपक्षी, भाजपशी थेट स्पर्धा असलेल्या राज्यांमध्ये काँग्रेसने जोरदार कामगिरी केल्यास बॅनर्जींची 'ज्योती बसू रणनीती' प्रभावी ठरेल. त्यामुळे भाजपची संख्या कमी होईल आणि काँग्रेसच्या नेतृत्वाखालील यूपीएच्या जागा वाढतील. मग देवेगौडा यांच्याप्रमाणे, बॅनर्जी केंद्रात सत्ता मिळवण्याच्या प्रयत्नात टीएमसीच्या नेतृत्वाखालील आघाडीला पाठिंबा देण्यासाठी काँग्रेसप्रणित यूपीए आणि प्रादेशिक पक्षांसोबत करार करतील.

असे घडण्याची शक्यता किती आहे? काँग्रेसची अंतिम संख्या आणि राहुल गांधी यांची बॅनर्जींसोबतची केमिस्ट्री यांवर बरेच काही अवलंबून आहे. या दोघांचे कधीच

जमलेले नाही. बॅनर्जी आणि गांधी यांना 'अपेक्षित असलेला मतदारवर्ग' समानच आहे : मुस्लीम. अल्पसंख्याकांच्या मतांशिवाय, बॅनर्जी पश्चिम बंगालच्या मुख्यमंत्री होणार नाहीत आणि गांधी वायनाडचे खासदार होणार नाहीत. टीएमसी, काँग्रेसच्या नेतृत्वाखालील यूपीए आणि 'जातीयवादी' भाजप विरुद्ध प्रादेशिक पक्ष यांच्यातील 'धर्मनिरपेक्ष' युती ही एक सैद्धांतिक शक्यता आहे. व्यवहारात, ती शक्य होण्याआधीच खंडित होऊ शकते.

१७५०च्या दशकात ब्रिटीश राजवटीच्या आगमनाने आधुनिक जातीयवादाला जन्म दिला. एक शतकाच्या लष्करी युद्धानंतर, ब्रिटिशांनी भारताच्या विविध भागांवर विजय मिळवला : बंगाल, मद्रास आणि मुंबईपासून सिंध, पंजाब आणि ईशान्येपर्यंत. १८५७मध्ये झालेल्या पहिल्या स्वातंत्र्ययुद्धानंतर (ब्रिटिश इतिहासकारांनी याला चुकीच्या पद्धतीने सिपाही बंडखोरी म्हटले) भारतीय सार्वभौमत्व १८५८मध्ये इस्ट इंडिया कंपनीकडून ब्रिटीश राजवटीकडे गेले.

भारताचा सार्वभौम शासक म्हणून ब्रिटीश सरकारने पहिली गोष्ट केली ती म्हणजे जातीयवादाचे विषारी बीज रोवले. ते बीज गेल्या दोन शतकांमध्ये अंकुरित झाले आहे आणि त्याचे रूपांतर हिंदू-मुस्लिमांमधील अविश्वासाने भरलेल्या जंगलामध्ये झाले आहे. परिणामी फाळणी, दंगली आणि दुःखांचा जन्म झाला. इंग्रजांनी हे काम कसे केले? त्यांनी सर्वप्रथम लष्कराला लक्ष्य बनवले. भारतीयांना शीख, गुरखा, पठाण, राजपूत आणि मराठा या रेजिमेंटमध्ये काटेकोरपणे विभागले गेले. दरम्यान, भारतातील ब्रिटीश 'सरकारने' ब्रिटीश-निर्मित कापसावरील सर्व आयात शुल्क काढून टाकले, त्यामुळे उपखंडातील हा उद्योग नष्ट झाला.

जानेवारी १८५७मध्ये, ब्रिटनच्या भारतीय साम्राज्याची राजधानी कोलकात्यापासून पाच मैल उत्तरेस असलेल्या दम दम इथे तैनात असलेल्या ब्रिटीश रेजिमेंटमधील एक ब्राह्मण शिपाई खालच्या जातीच्या शिपायावर धावून गेला. खलासीने ब्राह्मणाला त्याच्या लोट्यातील पाणी पिण्यास मागितले. ब्राह्मणाने नकार देत म्हटले, 'मी माझा लोटा धुतला आहे, तू तुझ्या स्पर्शाने तो विटाळशील.'

अत्यंत संतापून त्या खालच्या जातीच्या शिपायाने काहीशा सूडबुद्धीने उत्तर दिले, 'तुम्ही तुमच्या जातीचा जास्त विचार करता. पण जरा थांबा, साहेब-लोग (इंग्रज) तुम्हाला गाय आणि डुकराच्या चरबीत भिजलेली काडतुसे चावायला लावतील आणि मग तुमची जात कोठे जाईल?'

शांत झालेल्या ब्राह्मण शिपायाने ३४व्या एनआय ब्रिटीश रेजिमेंटमधील आपल्या साथीदारांपर्यंत ही बातमी पटकन पोहोचवली. ही अफवा वणव्यासारखी पसरली. उच्चवर्णीय हिंदू आणि मुस्लीम दोघेही हैराण झाले होते. गाय आणि डुक्कर यांच्या चरबीला दातांनी स्पर्श करणे या दोन्ही समुदायांच्या सर्वांत खोलवर रुजलेल्या धार्मिक श्रद्धांचे उल्लंघन होते. ब्राह्मणांसाठी गाय पवित्र आहे. गाय किंवा बैलाची चरबी लावलेली काडतुसे चावणे अपवित्र आहे. यामुळे त्यांना जवळजवळ त्वरित बहिष्कृत केले जाईल. बंडाची बीजे पेरली गेली होती.

जानेवारी ते मे १८५७च्या दरम्यान हा राग वाढत गेला. ब्राह्मण शिपायांनी हळूहळू उठाव सुरू केला. बराकपूरमध्ये तैनात असलेल्या ३४व्या एनआयशी संलग्न असलेल्यांनी २६ फेब्रुवारी, १८५७ रोजी दुसऱ्या दिवशी सकाळी रायफल परेडसाठी त्यांच्या पर्कशन कॅप्स घेण्यास नकार दिला कारण काडतुसांना गाय आणि डुकराची चरबी लावल्याचा त्यांना संशय होता. हळूहळू बंड पसरले. जिथे त्याची सुरुवात झाली त्या ३४व्या एनआयमध्ये भावना विशेषतः तीव्र होत्या. मंगल पांडे नावाचा शिपाई बंडाचा नेता होता. त्याने आपल्या सहकारी सैनिकांना 'त्यांच्या धर्म आणि जातीचे रक्षण करण्यासाठी आणि मरण्यासाठी आपल्यासोबत सामील' होण्याचं आवाहन केलं.

पांडेवर अर्थातच खटला चालवला गेला आणि त्याला फाशी देण्यात आली. ३४वी एनआय बरखास्त झाली. इंग्रजांना वाटले, की त्यांनी बंड शमवले आहे. ते चुकले होते. बराकपूरच्या घटना मार्च १८५७च्या अखेरीस अंबाला इथे आणि मे १८५७मध्ये लखनौ इथे घडल्या. त्यानंतर ब्रिटीशांनी त्या क्रूरपणे मोडून काढल्या.

जवळपास १७० वर्षांनंतर, धर्म हे समुदायांमध्ये फूट पाडण्यासाठी शक्तिशाली लोकांच्या हातातील एक शक्तिशाली शस्त्र राहिले आहे. प्रोटेस्टंट ब्रिटीशांनी भारतावर कब्जा करताना धर्माचा वापर चातुर्याने आणि शक्तीने केला. धार्मिक गटांमधील फूट अधिक खोलवर जाईल याची त्यांनी खात्री केली. दाट लोकसंख्येच्या पण खेडी, संस्थानं आणि शहरी केंद्रांमध्ये विभागलेल्या भारताच्या तीन स्तरांमध्ये सत्तेत राहण्यासाठी वसाहतवादी रणनीतीमध्ये हे एक आवश्यक साधन होते. त्यांनी खेळांनाही सोडले नाही. ब्रिटीशांनी पेंटांग्युलर क्रिकेट टूर्नामेंटला प्रोत्साहन दिले, धार्मिक गट एकमेकांच्या विरोधात उभे केले – हिंदू, मुस्लीम, पारशी आणि युरोपियन – भारतीय समाजात धर्म–आधारित मतभेद निर्माण करण्याच्या या प्रयत्नावर महात्मा गांधींचे आक्षेप त्यांनी फेटाळून लावले.

स्वातंत्र्यानंतर वसाहतवादी राजवटीत समाजाला संक्रमित करणारा जातीय विषाणू हळूहळू पसरत गेला. बहुसंख्य भारतीय मुस्लीम आजही दारिद्र्यात जगत आहेत. भारतीय प्रशासकीय सेवांत, व्यवसायात, स्टार्टअपमध्ये, कायदा, औषध, लेखा, व्यवस्थापन आणि अभियांत्रिकी या क्षेत्रांमध्ये त्यांचे प्रतिनिधित्व कमी आहे. राजकारणी त्यांना नोकरी नव्हे तर धर्मनिरपेक्षतेचे प्रवचन देतात.

स्वतःला मुख्य प्रवाहात आणण्यासाठी मुस्लिमांनी आधी स्वतःला भारतीय समजले पाहिजे. अमेरिकन ज्यू हे त्याचे एक उदाहरण आहे. त्यांना त्यांच्या धर्माचा प्रचंड अभिमान आहे पण ते त्यांच्या ज्यूपणाला त्यांच्या अमेरिकनवादाची जागा घेऊ देत नाहीत. मुस्लिमांनी राजकारण्यांना जातीयवादी कार्यक्रम ठरवू देऊ नये, या कार्यक्रमाचे व्याकरण धर्मनिरपेक्ष असले तरी. काही सर्वांत वाईट अपराधी सुशिक्षित, प्रभावशाली 'सेलेब्रिटी' मुस्लीम आहेत जे आपल्या असुरक्षित बांधवांना अंधारात ठेवण्यात गुंतलेले आहेत.

जोपर्यंत राजकीय सत्तेवर काँग्रेसची मक्तेदारी होती, तोपर्यंत धर्मनिरपेक्षता हा राष्ट्रीय कथनाचा भाग नव्हता. १९७४मध्ये जयप्रकाश नारायण यांच्या 'संपूर्ण क्रांती' चळवळीनंतरच

तत्कालीन पंतप्रधान इंदिरा गांधी यांनी निवडणुकीसाठी एका शक्तिशाली अशा साधनाचा शोध घेतला. हे साधन त्यांना अस्मितेच्या राजकारणात सापडले – विश्वासावर आधारित ओळख. जेपी यांच्या चळवळीने गोंधळलेल्या आणि *गरीबी हटाओ* घोषणेने मार्च १९७१मध्ये त्यांच्या नेतृत्वाखालील फुटलेल्या काँग्रेसला विजय मिळवून दिला हे लक्षात घेऊन, गांधींनी राजकीय सत्ता बळकट करण्यासाठी *समाजवाद* आणि *धर्मनिरपेक्षता* या दोन गोष्टींची निवड केली. अल्पसंख्याक हे महत्त्वाचे मत मिळवण्याचे क्षेत्र आहे हे ओळखून, त्यांनी १९७६मध्ये आणीबाणीचा वापर करून राज्यघटनेची प्रस्तावना पुन्हा लिहिली आणि त्यात *समाजवादी* आणि *धर्मनिरपेक्ष* असे शब्द जोडले.

वस्तुतः ही भर निरुपद्रवी होती. अजूनही आहे – केवळ दोन तथ्यांकडे त्या लक्ष वेधून घेतात : एक, भारत आता इंदिरा गांधींच्या काळात समाजवादी राष्ट्र राहिलेला नाही; आणि दोन : भारत नेहमीच धर्मनिरपेक्ष राहिला आहे कारण बहुसंख्य आवेग असूनही, हिंदू बहुसंख्य स्वभावाने धर्मनिरपेक्ष आहे. भाजपच्या हिंदू-प्रथम राष्ट्रवादाचा आणि विरोधी पक्षांच्या मुस्लिम-प्रथम धर्मनिरपेक्षतेचा एक भाग म्हणून निवडणुकीतील ध्रुवीकरणाचा धोका वाढला आहे.

या सर्वांमध्ये उदारमतवादी, धर्मनिरपेक्ष हिंदू कुठे आहे? मोदींची ठाम हिंदू धार्मिकता असूनही, बहुतांश भारतीय या शब्दाच्या खऱ्या अर्थाने धर्मनिरपेक्ष आहेत. त्यांच्यासाठी धर्म ही खासगी बाब आहे. त्याला राजकारणात स्थान नाही; परंतु ते मुस्लीम असणाऱ्या सहकारी भारतीयांच्या दुर्दशेनेही प्रभावित आहेत. परिस्थितीने गरीब, गलिच्छ मोहल्ल्यात राहणारे आणि भेदभावात जगणारे. प्रत्येक अझीम प्रेमजी आणि आमीर खानसाठी यूपीमध्ये लाखो विणकर आणि मुंबईत स्पॉट बॉईज आहेत. पण त्यांना भारताच्या संघटित कामगार क्षेत्रात स्थान नाही.

उदारमतवादी हिंदू विचारतात – हे असं का? त्यांना उत्तर मिळते आहे : जातीयवाद. तरीही उदारमतवादी हिंदू अधिक खोलात जात नाही. जेवढे राजकारणी मुस्लिमांना मतांच्या शिदोरीत अडकवतात, तितकाच मध्यमवर्गीय हिंदू त्यांच्यावर नाराज होतो. भेदभाव, लहान किंवा मोठा असला तरी तो वाढत जातो. भारतातील मुस्लिमांवर खेळल्या गेलेल्या या फसवणुकीमध्ये वृत्त माध्यमातील प्रभावशाली विभाग सहभागी आहेत : आकर्षक धर्मनिरपेक्ष मुखवटा घालून केलेला हा जातीयवाद आहे. थोड्या प्रमाणातील मुस्लिमांचे उदात्तीकरण केले जाते – व्यवसायापासून ते साहित्यापर्यंत; परंतु सरासरी मुस्लीम आपल्या ७६ वर्षे जुन्या वस्तीमध्ये कुंठत जगतो. अशा मोहल्ल्यांमधूनच दहशतवादी गटांमध्ये कच्च्या भरतीसाठी तरुणांना आकृष्ट केले जाते.

इस्लामी दहशतवादावर युद्ध करून तो कधीच पराभूत होऊ शकत नाही. कट्टरपंथी इस्लामला वैचारिकदृष्ट्या पराभूत करावे लागेल, त्याच्या कथनाला आकार द्यावा लागेल. अर्थात, जगातील १.६ अब्ज मुस्लिमांपैकी बहुसंख्य शांतताप्रिय आहेत. पण समस्या या मवाळ मुस्लिमांमध्येच आहे. कुराणातील काही आज्ञा हिंसेची शिकवण देतात हे मवाळ मुस्लिमांना मान्य नाही. हे फतवे सातव्या शतकातील आहेत, एकविसाव्या शतकातील नाहीत.

अली ए रिझवी यांनी *हफिंग्टन पोस्ट*[२५]मधील 'मवाळ मुस्लिमांना खुले पत्र' यामध्ये वर्णन केल्याप्रमाणे, कुराण आणि ज्यूंच्या अब्राहमिक ग्रंथांमध्ये असे बरेच परिच्छेद आहेत जे शब्दशः घेऊ नयेत. ज्यूंना हे समजले आहे; मवाळ मुस्लिमांना नाही. अली यांनी आपल्या निर्भीड खुल्या पत्रात म्हटले आहे, की इस्लामला केवळ मवाळ नव्हे तर 'सुधारकांची' गरज आहे.

ते खुले पत्र असे आहे :

'विचारधारेवर एकमत शोधणे अशक्य आहे. मुस्लीम जगताला सतत त्रास देणारा सांप्रदायिक हिंसाचार आणि कोणत्याही परदेशी सैन्यापेक्षा जास्त मुस्लीम मारले गेले आहेत, हा याचा स्पष्ट पुरावा आहे. पण समाजाच्या भावनेने एकत्र येणे हेच समाजाला पुढे नेते. इतर अब्राहमिक धर्म पाहा ज्यात सुधारणा झाल्या. तुम्हाला माहीत आहे की यहुदी आणि ख्रिश्चन धर्माचा स्वतःचा हिंसाचाराचा इतिहास होता; आजकाल मिळणाऱ्या प्रत्येक संधीमध्ये तुम्ही त्याचा उल्लेख करता आणि तुम्ही बरोबर आहात. पण ते त्याच्या पलीकडे कसे गेले?

'बरं, पोप संतती नियमन, गर्भपात आणि विवाहपूर्व लैंगिक संबंधांना जितका विरोध करतात, तितकेच आज बहुतांश कॅथलिक विकल्पाचे खुलेआम समर्थन करतात, संतती नियमनाचा सराव करतात आणि आपल्या मनानुसार व्यभिचार करतात. बहुतांश यहुदी धर्मनिरपेक्ष आहेत आणि बरेच जण ज्यू लेबल कायम ठेवत नास्तिक किंवा अज्ञेयवादी म्हणून ओळख देतात. या समुदायातील असंतुष्ट आणि पाखंडींना थोडेफार फटकावले जाते, परंतु मतभेद व्यक्त केला म्हणून त्यांना मारले जात नाही.'

हे मुस्लीम जगाच्या अगदी विरुद्ध आहे जिथे, विश्वव्यापी २०१३ प्यू रिसर्च स्टडीनुसार, मोठ्या मुस्लीमबहुल देशांतील बहुसंख्य लोकांचा असा विश्वास आहे, की जे श्रद्धा सोडून देतात त्यांचा मृत्यू झालाच पाहिजे. कोण 'वास्तविक' मुस्लीम आहे आणि कोण नाही याचे त्यांना सतत वेड असते. धर्माच्या नावाखाली अत्याचार करणाऱ्यांचा निषेध करण्यापेक्षा ते व्यंगचित्रकार आणि चित्रपट निर्मात्यांपासून आपल्या श्रद्धेचे रक्षण पटकन करतात.

इस्लामला सुधारकांची गरज आहे, मवाळांची नाही. सुधारणेचा उद्देश गोष्टी बदलणे, व्यवस्था दुरुस्त करणे आणि तिला नवीन दिशेने नेणे हा आहे. काही तरी दुरुस्त करण्यासाठी, तुम्हाला ते तुटलेले आहे हे मान्य करावे लागेल– असे नाही, की ते तुटलेले दिसत आहे किंवा चुकीच्या लोकांकडून तुटलेले आहे असे खोटे चित्रित केले जात आहे – परंतु ते तुटलेले आहे.

सुधारणेच्या दिशेने ही तुमची पहिली पायरी आहे.

हे खूप मूलतत्त्ववादी वाटत असेल तर, स्वतः प्रेषित मुहम्मदचा विचार करा. कुरैशांशी लढणारे कट्टरपंथी असंतुष्ट असल्याबद्दल त्यांना मक्केतून

---

२५ ६ ऑक्टोबर, २०१४

> पाठलाग करुन हाकलून देण्यात आले होते. येशू ख्रिस्ताला वधस्तंभावर का खिळवले होते याचा विचार करा. ही माणसे जैसे थे स्थितीच्या सर्वांत पवित्र पायांनादेखील आव्हान देण्यापासून ते कचरले नाहीत किंवा शरणागती पत्करली नाही. ही माणसे नक्कीच 'मवाळ' नव्हती. ते मूलतत्त्ववादी होते. बंडखोर सुधारक होते. बदल घडतो तो असा. सर्व क्रांती बंड म्हणून सुरू होतात. इस्लामची सुरुवातच अशा प्रकारे झाली. समस्याग्रस्त कल्पनांना उघडपणे आव्हान देणे हा धर्मांधपणा नाही आणि ती निंदा नाही. जर काही असेल तर ते सुन्ना म्हणजे सवयीचा सराव आहे.

पुरोगामी मुस्लीम-विचार या मतांचा पुनरुच्चार करतात. *फॉरेन पॉलिसी* मासिकातील एका लेखामध्ये[२६], कार्यकर्ता *अयान हिरसी अली* यांनी मुस्लीम विद्वान आणि धर्मगुरूंनी कुराणचा इतका भ्रामक अर्थ का लावला आहे त्याबद्दल लिहिले, 'हिंसा इस्लामच्या सिद्धान्तामध्ये अंतर्भूत आहे की नाही हे समजून घेण्यासाठी, इस्लामचे संस्थापक जनक, मोहम्मद आणि कुराण व इस्लामिक न्यायशास्त्रातील आपण सध्या मुस्लीम जगाच्या अनेक भागांमध्ये पाहत असलेल्या हिंसाचाराचे समर्थन करण्यासाठी वापरलेले परिच्छेद पाहणे महत्वाचे आहे. मक्केत, मोहम्मद यांनी आपल्या सहकाऱ्यांना त्यांच्या दैवतांचा त्याग करून आपल्या दैवताचा स्वीकार करण्याचा उपदेश केला. त्यांनी धर्मादाय, विधवा आणि अनाथांच्या परिस्थितीबद्दल उपदेश केला. (अरबीमध्ये 'दावा' म्हणून ओळखले जाणारी धर्मांतर करण्याची किंवा मन वळवण्याची ही पद्धत आजही इस्लामचा एक महत्त्वाचा घटक आहे.) तथापि, मक्केमध्ये असताना, मोहम्मद आणि त्याच्या विश्वासूंच्या लहान गटाला इतरांना या नवीन पद्धतीकडे वळवण्यात फारसे यश मिळाले नाही. तेव्हा, मोहम्मदने प्रथम उपदेश सुरू केल्यानंतर एक दशकानंतर त्यांनी मदिना इथे पलायन केले. कालांतराने त्याने एक लष्करी सैन्य एकत्र केले आणि युद्धे सुरू केली.

''जो कोणी अल्लाहच्या नावाने सशस्त्र जिहादला पाठिंबा शोधत असेल, त्याला कुराण आणि हदीसमधील उताऱ्यांमध्ये मुहम्मदच्या मदीना कालखंडाशी संबंधित असलेले भरपूर समर्थन मिळेल.

''उदाहरणार्थ, क्यू ४:९५मध्ये म्हटले आहे, अल्लाहने त्यांच्या मालमत्तेशी आणि लोकांशी लढा देणाऱ्यांना (घरी) बसणाऱ्यांपेक्षा उच्च दर्जा दिला आहे. क्यू ८:६०मध्ये अल्लाहच्या, तुमच्या शत्रूंच्या आणि त्याशिवाय इतरांच्या (हृदयात) दहशतवादी हल्ला करण्याचा सल्ला मुस्लिमांना दिला आहे, अशा लोकांना तुम्ही ओळखत नसाल; परंतु अल्लाह त्यांना ओळखतो असेही त्यात म्हटले आहे. शेवटी, क्यू ९:२९मध्ये मुस्लिमांना सूचना दिल्या आहेत : 'जे अल्लाहवर किंवा शेवटच्या दिवसावर विश्वास ठेवत नाहीत, अल्लाह आणि त्याच्या दूताने जे निषिद्ध केले आहे ते निषिद्ध मानत नाहीत, *पिपल ऑफ द बुक*च्या (जरी ते असले तरीही) सत्याचा धर्म स्वीकारत नाहीत आणि जोपर्यंत ते स्वेच्छेने जिझिया देत नाहीत व स्वत:ला दुय्यम समजत नाहीत त्यांच्याशी लढा.'

---

२६ ९ नोव्हेंबर २०१५

''मुख्य प्रवाहातील इस्लामिक न्यायशास्त्र कायम मानते, की तथाकथित 'स्वोर्ड वर्सेस (९:५ आणि ९:२९) यांनी कुराणातील त्या श्लोकांना' टाळले, रद्द आणि बदलले आहे ज्यात 'सहिष्णुता, करुणा आणि शांततेचे आवाहन आहे.' मोहम्मदच्या उदाहरणादाखल, सहा प्रमुख अधिकृत हदीथ संग्रहांपैकी एक असलेले सहिह मुस्लीम दावा करतात, की प्रेषित मोहम्मद यांनी १९ पेक्षा कमी लष्करी मोहिमा केल्या, त्यांपैकी आठ मोहिमांमध्ये स्वतः भाग घेतला. ६२७च्या ट्रेंच लढाईनंतर, मोहम्मद यांना बानू कुरैझा यांच्याशी कठोरपणे वागण्यास, त्यांच्या पुरुषांना मृत्युदंड देण्यास आणि त्यांच्या स्त्रिया व मुलांना गुलाम म्हणून विकण्यास मोकळे वाटले,' असे येलचे धार्मिक अभ्यासाचे प्राध्यापक गेरहार्ड बोवरिंग यांनी त्यांच्या *इस्लामिक पॉलिटिकल थॉट* या पुस्तकात म्हटले आहे. प्रिन्स्टन विद्वान मायकेल कुक यांनी त्यांच्या *एन्शंट रिलीजन्स, मॉडर्न पॉलिटीक्स*, या पुस्तकात पाहिल्याप्रमाणे, 'अविश्वासूंविरुद्धच्या युद्धाचे ऐतिहासिक महत्त्व अशा प्रकारे इस्लामच्या मूलभूत ग्रंथांमध्ये लिहिले गेले.'

''इस्लाममध्ये द्वैत आहे. मक्केतील मोहम्मदच्या उदाहरणाचे अनुसरण करून, इस्लाम हा शांतीचा धर्म आहे असा दावा करणे शक्य आहे; परंतु इस्लामिक स्टेटप्रमाणे दावा करणेदेखील शक्य आहे, की मदिनामधील त्याच्या वारशाच्या आधारे, ग्रहावरील प्रत्येक मानव इस्लाम किंवा अधीनस्थ राज्य स्वीकारत नाही तोपर्यंत मुस्लिमांना जिहाद करण्यास आज्ञा देणारा एक साक्षात्कार मोहम्मदला पाठविण्यात आला होता. इस्लाम हा शांतीचा धर्म आहे की नाही हा महत्त्वाचा प्रश्न नसून मुस्लीम सुन्नी किंवा शिया असले तरीही मदिना इथल्या मोहम्मदचे अनुसरण करतात का हा आहे.''

प्रकरण २५

या रे या, सारे या

हिंदू धर्म म्हणजे संहिताबद्ध श्रद्धा नव्हे. एखाद्या स्पंजप्रमाणे हा धर्म इतर धर्मांनादेखील शोषून घेतो. अगदी जग काबीज करण्यासाठी आक्रमक झालेल्या इस्लामिक आक्रमणकर्त्यांनाही असंच तर सामावून घेतलं हिंदू धर्माने. सामर्थ्यशाली मुघल साम्राज्य भारताच्या धर्मनिरपेक्ष आचारसंहितेमध्ये इतके सामावून गेले होते, की १७व्या शतकात त्याने प्रत्येक इस्लामिक सल्तनत ज्याला मानत असे त्या ओटोमन खलिफाशी आपली नाळ तोडली. ब्रिटीशांनी भारताच्या जन्मजात धर्मनिरपेक्षतेची मानगूट पकडून हिंदू आणि मुस्लिमांमध्ये खोल दऱ्या निर्माण केल्या.

फाळणीनंतर पंतप्रधान जवाहरलाल नेहरू यांनी ओळखले, की ब्रिटीशांनी भारतीय धर्मनिरपेक्षतेवर सुरी फिरवून खोलवर जखमा केल्या होत्या, त्या केवळ अन्य मार्गाने बरा होऊ शकतात. त्यांनी भारतात राहण्याची निवड करणाऱ्या मुस्लिमांना निष्पक्षपणे वागवले जाईल असा विश्वास दिला. हा प्रामाणिकपणे उदात्त हेतू होता. वस्तुतः, चुकीच्या धर्मनिरपेक्षतेच्या निसरड्या उतारावरून भारताचा प्रवास सुरू झाला.

जेव्हा तुम्ही एका श्रद्धेकडे झुकता, तुमचा हेतू कितीही शुद्ध असला तरी तुम्ही दुसऱ्या श्रद्धेपासून दूर जाल. पुढची ५० वर्षे भारताने नावामध्ये धर्मनिरपेक्षता पाळली. एक स्वयंसेवक परिसंस्था लवकरच उदयाला आली. त्यात तीन प्रमुख कलाकार होते : धर्मनिरपेक्ष राजकारणी, समुदाय नेते आणि उदारमतवादी नागरी समाज. राजकारण्यांनी धर्मनिरपेक्षतेचा वापर राजकीय शस्त्र म्हणून केला. मुस्लीम एक आकर्षक लोकसंख्याशास्त्र होते, ते समूहांमध्ये राहत होते आणि समूहांमध्ये मतदान करत होते. राजकारण्यांनी त्यांचे पद्धतशीरपणे शोषण केले. त्यांनी राष्ट्रीय पातळीवर काँग्रेसला प्रचंड मतदान केले. राज्यांमध्ये त्यांनी समाजवादी पक्ष, राष्ट्रीय जनता दल, राष्ट्रवादी काँग्रेस पक्ष, तृणमूल काँग्रेस आणि ऑल इंडिया मजलिस-ए-इत्तेहादुल मुस्लिमीन यांना मतदान केले.

धर्मनिरपेक्ष परिसंस्थेतील दुसरा घटक म्हणजे सामुदायिक नेतृत्व. धार्मिक नेत्यांना त्यांच्या कळपांना सतत विक्षिप्तपणात आणि बारीक नजरेखाली ठेवणे सोयीचे होते. सक्षमीकरण किंवा शिक्षण देण्याचा प्रयत्न झाला नाही. परिसंस्थेमधील तिसरा घटक – म्हणजे उदारमतवादी हिंदू नागरी समाजाने – धर्मनिरपेक्ष प्रकल्पाला उत्साहाने पाठिंबा दिला. कार्यकर्ते, वकील, पत्रकार, शिक्षणतज्ज्ञ यांना उशीर होईपर्यंत आपण राजकीय दांभिकतेशी खेळतोय हे लक्षात आले नाही.

हिंदू धर्माची कायमची दुर्बलता ही अंतर्गत विकृती आहे. भारतातील १.१० अब्ज हिंदूंपैकी एक चतुर्थांश दलित आहेत. शतकानुशतके ते ब्राह्मणवादी पदानुक्रमाचे लक्ष्य राहिले आहेत. शिक्षित, उदारमतवादी हिंदूंच्या संकुचित भागासह, दलित हे हिंदू मतांपैकी एक तृतीयांश आहेत. यामुळे हिंदू पिरॅमिडचा विस्तृत मध्यभाग हा पर्यायी राजकीय शक्तीच्या मंत्रिपदांसाठी बळी पडणारा आहे. ती शक्ती भाजपच्या रूपाने उदयास आली. १९९०च्या दशकात त्याने भारतीय मुख्य प्रवाहात प्रवेश केला आणि तेव्हापासून हिंदू जनसांख्यिकीय पिरॅमिडच्या विस्तारित मध्यभागावर कब्जा केला.

२०१४ पासून काँग्रेसपासून दूर गेलेला मोठा निवडणूक कल हा अनेक दशकांपासून तडजोडपूर्ण धर्मनिरपेक्षतेच्या आहारावर पोसल्यामुळे निराश झालेल्या संयमी हिंदूंमुळे आलेला आहे. धर्मनिरपेक्ष प्रकल्पातील सर्वांत मोठे कारक हे मुस्लीम आहेत, त्यांपैकी अनेक प्रखर देशभक्त आहेत पण आता अगदी मवाळ हिंदूंच्या नजरेतदेखील ते संशयास्पद आहेत. मुस्लिमांना भारतीय जीवनाच्या मुख्य प्रवाहात समाविष्ट करण्याऐवजी, संक्षारक धर्मनिरपेक्ष परिसंस्थेने एक समुदाय तयार केला आहे ज्याला सच्चर समिती आणि मिश्रा आयोगाने दलितांपेक्षा आर्थिकदृष्ट्या अधिक मागास म्हणून मान्यता दिली आहे.

भारतातील २१० दशलक्ष मुस्लीम ही आर्थिक दृष्टीने संपत्ती असू शकते. ते एक अनामत मालमत्तादेखील असू शकतात. बहुसंख्य भारतीय मुस्लिमांनी इस्लामी दहशतवादी गटांचे आमिष नाकारले आहे; परंतु अनेक दशकांपासून निर्माण झालेल्या भीती आणि संतापामुळे मुस्लिमांना भारतीय नागरिक म्हणून त्यांच्या पूर्ण क्षमतेची जाणीव करून दिली नाही. भारताला अशा धर्मनिरपेक्ष क्रांतीची गरज आहे जी धार्मिकतेचे सार्वजनिक प्रदर्शन कमी करेल. खोट्या धर्मनिरपेक्ष कथनाविरुद्ध असलेल्या जनक्षोभाचा फायदा भाजपने लगेच उठवला. यामुळे अयोध्येतील राममंदिराच्या बांधकामासाठी भूमीपूजन समारंभ यांसारख्या कार्यक्रमादरम्यान धार्मिकतेचे अतिशयोक्तीपूर्ण आणि अत्यंत अनावश्यक प्रदर्शन भाजप करू शकला. धर्मनिरपेक्षतेच्या अप्रामाणिक आवृत्तीने हिंदू आणि मुस्लीम धार्मिकतेचे प्रदर्शन सर्वसामान्य करण्यात मदत केली आहे, जी एखाद्या खरोखर धर्मनिरपेक्ष देशात अमान्य असेल.

~

२०२४साठी तयारी करणारे मोदी सरकार आता आहे त्यापेक्षा अधिक असुरक्षित का दिसते? प्रभाव पाडण्यासाठी शक्ती दाखवावी लागते. काँग्रेसला हे काम करण्याचा भरपूर अनुभव आहे. भाजपकडे तुलनेने कमी आहे. ५०० वर्षांत प्रथमच, भारताचा कारभार इंडियाऐवजी

भारताद्वारे केला जात आहे. भारताला शक्ती वापरण्याची सवय नाही. शतकानुशतके इतरांनी राज्य केले तर त्याचे त्याने पालन केले आहे. मुघल सरंजामशाहीवादी होते. इंग्रज सरंजामशाहीवादी होते आणि काँग्रेसही सरंजामशाहीवादी आहे.

मुघलांनी उच्चभ्रू भारतीय दरबारींच्या विस्तृत प्रणालीद्वारे भारतावर राज्य केले. इंग्रजांनी ही प्रणाली सुधारली, त्यांनी सुशिक्षित भारतीयांना त्यांचे अधीनस्थ प्रशासक आणि शेतकऱ्यांना त्यांचे निष्ठावंत शिपाई बनवले. तथापि, ही संरचना मुघलांच्या काळातही सारखीच राहिली : पिरॅमिडच्या अरुंद शीर्षस्थानी ब्रिटीश अभिजात वर्ग आणि त्याचे भारतीय संरक्षक होते ज्यांनी वंचित, गरीब आणि निराधार लोकांचा व्यापक आधार घेतला होता. भारतातील ६००हून अधिक राज्ये या पिरॅमिडचा एक भाग होती, त्यांचे महाराज आणि नवाब केवळ नावाने स्वतंत्र होते. ब्रिटिशांशी एकनिष्ठ होते आणि ब्रिटिशांनी राज्यांच्या कर महसूलाच्या बदल्यात त्यांना लष्करी संरक्षण दिले होते.

स्वातंत्र्यानंतर काँग्रेसने ब्रिटनचे कपडे उसने घेतले. भारतीयांना ब्रिटीशांच्या अधिपत्याखाली ठेवण्यासाठी बनवलेले अनेक वसाहती–काळातील कायदे बदलले नाहीत. त्याने आयसीएसमध्ये सुधारणा केली नाही. त्याने पक्षाचे लोकशाहीकरण केले नाही. त्याऐवजी, एका कुटुंबाच्या अधिपत्याखाली त्याचे सामंतीकरण केले.

काँग्रेसजनांचा असा विश्वास होता, जसा ब्रिटिश आणि मुघलांचा त्यांच्या आधी विश्वास होता, की ते राज्य करण्यासाठी जन्माला आले आहेत. १९७०च्या दशकात नवीन राजकीय संयोजनांच्या आगमनाने या जमीनदारी वृत्तीला आव्हान दिले. इंदिरा गांधींची आणीबाणी रद्द केल्यानंतर १९७७–७९मध्ये मोरारजी देसाई यांच्या जनता सरकारखालील पहिला प्रयोग अयशस्वी झाला. दोन दशकांनंतरची वाजपेयी यांच्या नेतृत्वातील सहा वर्षे तुलनेने निस्तेज होती. वाजपेयींना नेहरूवादी साच्यात बसवले गेले आणि जुनी व्यवस्था मोडीत काढण्याचा तिरस्कार केला गेला.

निवडणूक जिंकायचीच, हरायची नाही, अशी सवय असलेली काँग्रेस २०१४मध्ये मोदींच्या आगमनाने खूश नव्हती. त्यांच्या सत्तेला आव्हान देण्याचं धाडस करणाऱ्या या हडपखोर, अनधिकृत व्यक्तीवर म्हणजे मोदी यांच्यावर *चायवाला*, *नीच* आणि इतर शेलक्या विशेषणांचा वर्षाव करण्यात आला. अस्खलित इंग्रजी बोलणाऱ्या, उत्तम टेबल मॅनर्स असणाऱ्या आणि राज्य करण्याचा कायमस्वरूपी अधिकार असल्याचा अभिमान बाळगणाऱ्या लोकांकडून सत्ता केली जाण्याची भारताला सवय होती.

२०१४च्या काँग्रेसच्या पराभवाचा धक्का ओसरताच मोदींना बदनाम करणे आणि त्यांची विश्वासार्हता ढासळवण्याचे काम सुरू झाले. दरम्यान, मोदी स्वतःच्याच सापळ्यात अडकले. त्यांनी सुरुवातीला आपल्या मंत्रिमंडळात टेक्नोक्रॅटिक प्रतिभेला प्रोत्साहन दिले नाही. परराष्ट्र मंत्री एस. जयशंकर आणि माहिती तंत्रज्ञान मंत्री अश्विनी वैष्णव हे दोघेही माजी नोकरशाह असले तरी मोदींच्या दुसऱ्या कालावधीमध्ये अपवाद राहिले. आपला व्यापक कल्याण आणि पायाभूत सुविधांचा कार्यक्रम राबवण्यासाठी मोदी सामान्यतः आयएएस व आयएफएस अधिकाऱ्यांवर अवलंबून राहिले आहेत.

२०१४ मध्ये प्रश्न होता : मोदी व्यवस्था बदलतील की व्यवस्था मोदींना बदलेल? २०१९मध्ये पंतप्रधानांनी या प्रश्नाचे उत्तर दिले नाही. त्यांना २०२४च्या सार्वत्रिक निवडणुकीपूर्वी याचे उत्तर द्यावे लागेल.

सप्टेंबर २०१९मध्ये इकॉनॉमिक टाइम्सला दिलेल्या मुलाखतीत मोदी यांनी दाखवून दिले, की त्यांना या समस्येची जाणीव आहे. ते म्हणाले, 'अर्थसंकल्प ही आर्थिक धोरणातील आपल्या कामाची सुरुवात किंवा शेवट नसते. मी आणि माझी टीम या मुद्द्यांवर सतत विचार करत असतो आणि त्यावर कृती करत असतो. मालमत्ता मौद्रीकरण, मालमत्ता पुनर्वापर आणि धोरणात्मक निर्गुंतवणुकीवर सतत लक्ष केंद्रित करणे यांसारख्या कल्पना सार्वजनिक भांडवली खर्चासाठी निधी उभारण्याच्या उद्देशाने आहेत. या उपाययोजनांमुळे लवकरच खासगी गुंतवणुकीत वाढ होईल. हा मुद्दा केवळ चलनविषयक धोरण समितीने धोरणात्मक दर कमी करण्याबाबत नाही, तर कर्जाच्या उपलब्धतेच्या खर्चाचाही आहे. आम्ही रिझर्व्ह बँक आणि बँकिंग व्यवस्थेसोबत विशेषतः लघु व मध्यम उद्योगांना कर्ज प्रवाहातील अडथळे दूर करण्यासाठी काम करत आहोत. आम्ही सरकारी देयके आणि कर परताव्यातील सर्व विलंब दूर करण्याचाही विचार करत आहोत जेणेकरून अर्थव्यवस्थेतील रोख प्रवाह पुनरुज्जीवित होईल.'

❧

केंब्रिज विद्यापीठाच्या ट्रिनिटी कॉलेजचे माजी मास्टर अमर्त्य सेन मोदींच्या आर्थिक आणि राजकीय कारभाराबद्दल आपली नाराजी लपवत नाहीत. सेन (ज्यांनी २०१६मध्ये वादग्रस्त परिस्थितीत नालंदा विद्यापीठाचे कुलपती म्हणून नोकरी गमावली होती) म्हणतात, 'मतमतांतरे दाबली गेली आहेत, विद्यापीठांच्या स्वायत्ततेशी तडजोड केली गेली आहे आणि प्रशासनाच्या संस्थांना उद्ध्वस्त केले गेले आहे.'

यातील काही भाग खरा आहे. पण सेन यातील मोठा भाग नजरेआड करतात. भारतातील विद्यापीठे दीर्घकाळापासून सरकारी हस्तक्षेपाच्या अधीन आहेत. नवीन शैक्षणिक धोरण हे भारतीय शिक्षण सुधारण्याचे मोदी सरकारचे साधन आहे. २००४ ते २०१४ दरम्यान काँग्रेसच्या नेतृत्वाखालील यूपीए सरकार सत्तेत असताना, त्यांनी शिक्षणाचा अधिकार (आरटीई) कायदा संमत केला ज्यामुळे भारतीय शैक्षणिक प्रणालीचे आधुनिकीकरण करण्यात मदत झाली नाही. त्याच्या अंमलबजावणीवर शिक्षणतज्ज्ञांकडून तीव्र टीका करण्यात आली.

मोदी सरकारवर टीका करणे महत्त्वाचे आहे. पण एकतर्फी टीका टीकाकाराला बदनाम करते, टीकेच्या लक्ष्याला नाही. मतभेद हा लोकशाहीच्या केंद्रस्थानी असतो. सेन म्हणतात त्यात मूळ थोडेच आहे. पण मोदी सरकारला 'अल्पसंख्याक सरकार' म्हणत त्यांनी चूक केली. सेन म्हणाले होते, 'अल्पसंख्याक सरकारने देशविरोधी हा एक विलक्षण शब्द उच्चारला आहे. या सरकारमध्ये दंभाची पातळी असल्याचं यावरून दिसून येतं. ३१ टक्के मतांचा वाटा (२०१४मध्ये) तुम्हाला उरलेल्या ६९ टक्के लोकांना देशविरोधी ठरवण्याची परवानगी देत नाही.'

सेन यांची टिप्पणी म्हणजे तथ्यांबाबत चुकीचे विधान आहे. सेन यांच्या विशिष्ट व्याख्येनुसार, स्वातंत्र्यानंतर भारतातील प्रत्येक सरकार हे 'अल्पसंख्याक सरकार' आहे.

१९५२मधील भारताच्या पहिल्या सार्वत्रिक निवडणुकीतही, जवाहरलाल नेहरूंच्या नेतृत्वाखालील जवळपास मक्तेदारी असलेल्या काँग्रेसने 'अल्पसंख्याक' ४५ टक्के राष्ट्रीय मतांचा वाटा जिंकला. १९५७मध्ये त्यांना ४७.७ टक्के मते मिळाली. १९६२च्या लोकसभा निवडणुकीत नेहरूंच्या नेतृत्वाखालील काँग्रेसला ४४.७ टक्के मते मिळाली होती.

१९७१च्या लोकसभा विजयात इंदिरा गांधींनी ४३.६ टक्के राष्ट्रीय मतं मिळवली. १९९०च्या दशकात भारतीय राजकारण अधिकाधिक विस्कळीत झाल्याने मतांची घसरण झाली. नरसिंह राव १९९१मध्ये ३५.९ टक्के मतं जिंकले. मनमोहन सिंग यांनी २००४मध्ये २६.५ टक्के आणि २००९मध्ये २८.५ टक्के राष्ट्रीय मतांसह कसेबसे विजेतेपद राखले. यांपैकी कोणत्याही सरकारला सेन यांच्याद्वारे 'अल्पसंख्याक सरकार' असे नाव दिले जाणार नाही. या निवडकपणामुळे त्यांना कोणतेही श्रेय देता येत नाही.

२०१४च्या लोकसभा निवडणुकीत एनडीएची मतांची टक्केवारी जवळपास ४० टक्के होती. २०१९च्या लोकसभा निवडणुकीत त्याचा मतांचा वाटा नेहरूंच्या विजयाच्या प्रमाणात (जेव्हा काँग्रेसला राष्ट्रीय विरोध कमी होता किंवा अजिबात नव्हता) वाढून ४५ टक्के झाला. एनडीएचा २०१९च्या मतांचा वाटा इंदिरा गांधींच्या १९७१च्या सार्वत्रिक निवडणुकीतील मतांपेक्षा जास्त होता ज्याचे वर्णन सेन यांना 'अल्पसंख्याक काँग्रेस सरकार'ची स्थापना असे करणे नैतिकतेचे ठरेल.

यानंतर सेन द *इकॉनॉमिक टाइम्स*[२७]सोबत बोलताना म्हणाले, 'पण मला ही काळजी वाटते, की लोकांना त्यांचे मत व्यक्त करण्यात कमी मोकळेपणा आणि कमी आत्मविश्वास वाटत आहे. ही घसरण भारतामध्ये मोठ्या प्रमाणात दिसून आली आहे.'

❧

हे विधानही वस्तुस्थितीपुढे उघडे पडते. मोदी सरकार सत्तेवर आल्यापासून, महाविद्यालयांच्या परिसरात, टीव्हीवरील चर्चांत, वृत्तपत्रांच्या महत्त्वाच्या पानांत, ऑनलाइन बातम्यांत आणि विरोधी पक्षांचे नेत्यांत या सरकारच्या विरोधात अधिक नाराजी आहे. सरकारच्या कृतींवर (खरोखर लोकशाहीत करायला हवी होती तशी) मनमोहन सिंग व सोनिया गांधी यांना सहन करावी लागली होती त्यापेक्षा अधिक टीका ही मंडळी करत आहेत.

प्रतिकार करण्यासाठी प्रभावी माहिती यंत्रणेशिवाय मीडियाला कार्यक्रम पत्रिका ठरवण्याची मुभा मोदींनी दिली आहे. त्यांनी संघ परिवारातील घटकांना कार्डबोर्डवरील व्यंगचित्रांप्रमाणे जगण्याची परवानगी दिली आहे. म्हणजे अनुदारमतवादी, डोळे विस्फारलेले पिसाट. सरतेशेवटी, जुने हक्कदार उच्चभ्रू अद्याप मोडून काढले गेले नाहीत, तर त्याचा दोष मोदींपर्यंत पोहोचतो.

पश्चिम बंगाल आणि केरळमध्ये पक्षाच्या कार्यकर्त्यांना लक्ष्य करणाऱ्या हिंसेवर भाजपच्या निष्क्रियतेमुळे त्याचा मध्यवर्ती पाया विलग झाला आहे. पण एक भक्कम विरोधी पक्ष नाही अन्यथा, मोदी सरकारसाठी २०२४मधील लोकसभा निवडणूक कठीण बनली

---

२७ २६ फेब्रुवारी, २०१७

असती. सरकारच्या 'बौद्धिक पायाभूत सुविधांच्या' अभावामुळे विरोधकांचे काम सोपे झाले आहे. इतर कोणत्याही मोठ्या लोकशाहीत पराभूतांची युती भारताप्रमाणे नियंत्रण ठेवत नाही. इतर कोणत्याही मोठ्या लोकशाहीत सरकार अशा नियंत्रणाचा इतक्या अयोग्यतेने प्रतिकार करत नाही. मोदी म्हणाले आहेत, की त्यांच्या सरकारने टीकेसाठी मुक्त असले पाहिजे आणि त्यातून शिकले पाहिजे. हे धडे केवळ शिकण्याची नाही तर ती प्रत्यक्षात आणण्याची वेळ आली आहे. 'पर्सेप्शन वॉर' ही एक वेगळीच लढाई असते. एकदा ती हरली तर क्वचितच परत जिंकली जाते. हे विरोधी पक्षाला माहीत आहे. त्यामुळे २०२४ जवळ येत असताना त्याच्या हल्ल्यांची तीव्रता वाढत आहे.

२०२४ची लोकसभा निवडणूक जिंकणे हे राष्ट्रीयत्वाची भावना विकृत करणाऱ्यांकडून पंतप्रधान किती लवकर ती परत मिळवतात यावर अवलंबून असेल. मोदींनी भव्य-दिव्य व्यक्तिमत्त्व जोपासले आहे त्यामुळे ते इतरांपेक्षा वेगळे उठून दिसतात. अर्थव्यवस्थेत काही बिघाड झाल्यास, सर्वसामान्य मतदाराकडून मोदींना संशयाचा फायदा दिला जातो. हे मोदींसाठी लाभदायकच ठरते – क्षणभर का होईना. अयोध्येतील राम मंदिराचे बांधकाम पूर्ण होणे अपेक्षित आहे तेव्हा २०२४ पर्यंत तो क्षण टिकू शकतो. मोदींच्या काळजीपूर्वक आखलेल्या अयोध्येच्या क्षणाला एखाद्या नाटकीय घडामोडीनं वळण दिलं नाही तर, भाजपा २०२४च्या लोकसभा निवडणुकीत सलग तिसऱ्यांदा पाच वर्षांच्या कालावधीसाठी अभूतपूर्व विजय मिळवू शकेल किंवा कदाचित नाही?

पुन्हा आपण इंदिरा गांधींच्या कार्यकाळात डोकावू या. १९७२मध्ये, बांगलादेश युद्धानंतर लगेचच त्या अजिंक्य वाटल्या. त्यांच्याभोवती एक पंथ विकसित झाला. लोकसभेत काँग्रेसकडे ३५२ जागांचे बहुमत होते. श्रीमती गांधींच्या मंत्रिमंडळात प्रतिभावान मंत्री भरलेले होते पण अनेक जण तात्कालिकही होते. तोंडपुजेपणा सर्रास बोकाळला होता. काँग्रेसचे अध्यक्ष डी.के. बरूआ यांनी *इंडिया इज इंदिरा, इंदिरा इज इंडिया* अशी कुप्रसिद्ध घोषणाही केली होती. श्रीमती गांधींनी त्याचे खंडन करण्याचा प्रयत्नही केला नाही. कदाचित त्यांनी बरुआ यांच्यावर विश्वास ठेवला असावा.

मोदींशी असलेले साम्य विलक्षण आहे. पंतप्रधानपदाच्या दुसऱ्या कार्यकाळात मोदींना देवतास्वरूप मिळाले आहे. कोणतेही वृत्तपत्र संपादकीय, ट्विट किंवा टीव्ही मुलाखतीत मंत्र्यांद्वारे 'मोदीजींच्या प्रेरणादायी नेतृत्वाचा' उल्लेख केल्याशिवाय ती सुरू होत किंवा संपत नाही.

इंदिरा गांधी यांच्या पंतप्रधानपदाच्या दुसऱ्या कार्यकाळात वाईट बातमी त्यांची वाट पाहत होती. जयप्रकाश नारायण यांनी १९७४मध्ये श्रीमती गांधींच्या वाढत्या स्वैराचाराच्या विरोधात सविनय कायदेभंगाची चळवळ सुरू केली. एक वर्षानंतर, श्रीमती गांधी यांनी एक घातक चूक केली. १२ जून, १९७५ रोजी अलाहाबाद उच्च न्यायालयाने श्रीमती गांधी यांचा १९७१च्या निवडणुकीत रायबरेलीमधून झालेला विजय अवैध ठरवला. १९७१च्या लोकसभा निवडणुकीत राज नारायण यांच्या विरोधात सरकारी यंत्रणा वापरल्याच्या किरकोळ निवडणूक गैरव्यवहारामुळे त्यांना सहा वर्षांसाठी निवडणूक लढवण्यापासून रोखले गेले. त्यावर अविचारी प्रतिक्रिया देत श्रीमती गांधींनी १४ दिवसांनंतर आणीबाणी लागू केली.

मार्च १९७७मध्ये ती मागे घेण्यात आली, तेव्हा काँग्रेस पक्ष सत्तेतून बाहेर फेकला गेला आणि श्रीमती गांधी ११ वर्षे पंतप्रधान राहिल्यानंतर – त्यापैकी नऊ कायदेशीर वर्षे होती – त्या थोडक्यात तुरुंगवासातून बचावल्या.

काँग्रेसची आज अधोगती झाली आहे कारण तो आता कार्यकर्ता–आधारित राजकीय पक्ष नसून खासगी कौटुंबिक व्यवसाय बनला आहे. यामध्ये केवळ गांधी भागधारक आहेत. इतर लोक आपल्या आनंदाप्रित्यर्थ त्यांची सेवा करतात. काँग्रेसचे विचारी नेतेही गांधींना झुगारण्याचे धाडस करत नाहीत. भाजप काँग्रेसचे अनुकरण करण्याच्या धोकादायक जवळ पोहोचला आहे. मोदींनी प्रामाणिक सल्ला स्वीकारावा, तो कितीही अप्रिय असला तरी. १९७५पर्यंत, पंतप्रधानपदावरील दहाव्या वर्षात, इंदिरा गांधींना पश्चिम बंगालचे माजी मुख्यमंत्री आणि केंद्रीय कॅबिनेट मंत्री सिद्धार्थ शंकर रे यांच्याकडून पुरवली जाणारी माहिती चुकीची आणि स्व–हेतुक होती. आपला दुसरा पाच वर्षांचा कार्यकाळ संपुष्टात येत असताना, मोदींना त्यांच्याशी असहमत होण्याची भीती न वाटणाऱ्या मंत्र्यांची गरज आहे.

इंदिरा गांधींनी त्यांच्या दुसऱ्या कार्यकाळात केलेल्या चुका मोदींनी टाळल्या आणि आपल्या मंत्रिमंडळात अधिक स्वतंत्र विचारांची बुद्धिमत्ता आणण्यावर लक्ष केंद्रित केले, तर २०२४च्या लोकसभा निवडणुकीत त्यांना विजय मिळण्याची शक्यता आहे. तसं झालं तर, जवाहरलाल नेहरू आणि इंदिरा गांधी यांच्यानंतर सर्वाधिक काळ पंतप्रधानपदी राहणारे व्यक्ती ते ठरतील. पण भाजपमधील तोंडपुजेपणाची संस्कृती संपली पाहिजे नाही तर इतिहासाची पुनरावृत्ती होऊ शकते.

मे २०१४मध्ये पंतप्रधानपदाची सूत्रे हाती घेतली, तेव्हा मोदींनी संसदेकडे जाणाऱ्या पायऱ्यांवर गुडघे टेकले. वस्तुतः मोदींना म्हणायचं होतं, 'मी दिल्लीत नवीन आहे. मला माहीत आहे, की उच्चभ्रू लोक अजूनही मला फक्त *चायवाला* मानतात; परंतु लोकसभेची निवडणूक आता संपली असल्यामुळे, नवीन भारत घडवण्यासाठी आपण आपले मतभेद बाजूला ठेवून एकमेकांना सहकार्य केलं पाहिजे.

यावरील प्रतिक्रिया जलद आणि धुडकावून लावणारी होती. २०१४च्या लोकसभा निवडणुकीतील पराभवातून हुशार झालेल्या जुन्या राजकीय उच्चभ्रूंनी मोदींच्या अडाणी मार्गांची खिल्ली उडवली. पहिले–वहिले मोदी अजूनही साशंकतेखाली दबलेले होते. जुन्या उच्चभ्रूंनी त्यांना तुच्छतेने वागवले. २०१८पर्यंत हे स्पष्ट झाले, की मोदींनी ल्युटिन्सची दिल्ली बदलली नाही. तथापि त्यांच्या मंत्र्यांनी तिच्या मोठ्या भागावर कब्जा केला आहे. पण ल्युटिन्सच्या दिल्लीचं महत्त्व स्थावर मालमत्ता म्हणून कधीच नव्हतं, तर विचारांच्या लोटांगणासाठी होतं.

मे २०१९च्या लोकसभा निवडणुकीत प्रचंड विजय मिळवल्यानंतर मोदी एक बदललेले नेता म्हणून उदयास आले. प्रमुख विधेयके संसदेत मांडण्यात आली आणि पारित करण्यात आली – जम्मू आणि काश्मीर पुनर्रचना कायदा, २०१९; नागरिकत्व (सुधारणा) कायदा,

२०१९; आणि मुस्लीम महिला (विवाहावरील हक्कांचे संरक्षण) कायदा, २०१९ (यामध्ये तिहेरी तलाक गुन्हा ठरवण्यात आला).

मोदींच्या तिसऱ्या कार्यकाळातील मुख्य कार्य अर्थव्यवस्थेचं आहे. पीएमओ-केंद्रित सरकारमध्ये नोकरशाहांवर अवलंबून राहण्याची मोदींची प्रवृत्ती आहे. मोदींनी पहिल्या आणि दुसऱ्या कार्यकाळात कल्याण आणि वितरणावर लक्ष केंद्रित केले : आर्थिक समावेशन, आरोग्य विमा, वीज, गॅस, पाणी, रस्ते, शौचालये, अन्न, घरे आणि डिजिटायझेशन. उत्पादनाशी निगडीत लाभांश योजना सरकारचा सर्वांत नाविन्यपूर्ण आर्थिक पुढाकार आहे. चीनच्या कामगार खर्चात वाढ होत आहे आणि कठोर नवीन नियमांमुळे परदेशी कंपन्यांना त्यांचे उत्पादन तळ आणि पुरवठा साखळी चीनबाहेर आणण्यासाठी भारताला निर्यात उत्पादन केंद्रात रूपांतरित करण्याची क्षमता आहे. युनिफाइड पेमेंट्स इंटरफेस आणि ओपन नेटवर्क फॉर डिजिटल कॉमर्स या दोन्ही जागतिक दर्जाच्या डिजिटल सेवा जागतिक स्तरावर लोकप्रिय होत आहेत. पायाभूत सुविधांवरील पंतप्रधान गती शक्ती मास्टर प्लॅन परिवर्तनकारी आहे.

जुन्या काँग्रेसच्या नेतृत्वाखालील उच्चभ्रू सदस्यांचा आरंभ सामान्य परिस्थितीतून झाला होता. ते सामाजिक, आर्थिक आणि राजकीय शिड्या चढून वर-वर गेले आणि तोपर्यंत सर्व पुरावे बहुतेकांनी नष्ट केले होते. करदात्याच्या मालकीच्या ६०० कोटींपेक्षा जास्त किमतीच्या ल्युटिन्स बंगल्यात राहणाऱ्या सोनिया गांधी यांना वयाच्या १६व्या वर्षी एका कुटुंबाने इंग्रजी शिकण्यासाठी इंग्लंडला पाठवले होते, त्यांची साधी पार्श्वभूमी मोदींच्या समानच होती. मी २०१५मध्ये मोदींच्या पंतप्रधानपदाच्या पहिल्या वर्षाच्या शेवटी लिहिले होते, '*ल्यूटिन्स दिल्ली* हा आपल्या देशात रुजलेला एक वाक्प्रचार आहे. सत्तेचे भ्रष्ट दलाल, साटंलोटं असलेली माध्यमं आणि या विखारी सहमतीचे प्रमुखपद भूषवणाऱ्या-डोळ्यांत द्वेष भरलेल्या कपटी राजकारण्यांनी रुजवलेला हा वाक्प्रचार खोडून टाकण्याचा मोदींचा प्रयत्न आहे. त्यांना यात यश मिळालेलं नाहीये... आज तरी!'

विभाग ७

उदारमतवाद

प्रकरण २६

ट्रू ब्लू लिबरल्स

मी दहा वर्षांचा होतो, तेव्हा महात्माजींचे नातू राजमोहन गांधी आमच्या शाळेच्या भेटीसाठी आले होते. कॅथेड्रल आणि जॉन कॉनन स्कूल असामान्य होते कारण ती कॅथलिक, जेसुइट-संचालित कॉन्व्हेंट संस्था नव्हती. उलट ते प्रोटेस्टंट आचारसंहिता असलेले अँग्लो-स्कॉटिश स्कूल होते. या शाळेमध्ये नेहमीच वैविध्यपूर्ण विद्यार्थ्यांचे मिश्रण असायचे. सलमान रश्दी आणि रतन टाटा यांच्यापासून ते साधारण पार्श्वभूमीच्या विद्यार्थ्यांपर्यंत. हिंदू, ज्यू, पारशी, बोहरा, ख्रिश्चन आणि खोजा यांच्यामुळे शाळेला बहुविविधता लाभली होती.

राजमोहन गांधी यांनी *मॉरल रीआर्ममेंट* नावाची चळवळ सुरू केली होती. त्याचा एक कार्यक्रम होता – *इंडिया अराइज.* आम्हा सर्व दहा वर्षे वयाच्या मुलांना त्यात सहभागी होण्यास सांगितले होते. मी कॅथेड्रलमध्ये घालवलेल्या संपूर्ण दशकात, डेव्हन, इंग्लंडमधील वेस्ट बकलँड शाळेत १६व्या वर्षी पाठवले जाण्यापूर्वी, एकदाही आम्हाला धर्मांतराचा सामना करावा लागला नाही. धर्म निषिद्ध होता. आम्ही ब्रिटीश मुख्याध्यापक (रेव्हरंड जॉर्ज रिडिंग) असलेल्या प्रोटेस्टंट ख्रिश्चन शाळेत होतो ही वस्तुस्थिती आम्हाला कधीच खटकली नाही. क्रिकेट, टेनिस आणि आमचा रॉक बँड, 'द बँडिट्स', जिथे मी रिदम गिटार वाजवत असे, टर्म परीक्षेपूर्वी अधूनमधून होणारा गोंधळ सोडला तर यांच्यामुळे आमचा बहुतांश वेळ व्यतीत होत असे.

अनेक दशकांनंतर कॅथेड्रल शाळेत फारसा बदल झालेला नाही. माजी कॅथेड्रलाइट सलमान रश्दी यांनी *मिडनाइट्स चिल्ड्रन*साठी त्यांचे पहिले बुकर पारितोषिक जिंकल्यानंतर, *स्टर्लिंग न्यूजपेपर्स प्रायव्हेट लिमिटेड* या माझ्या मीडिया कंपनीच्या निमंत्रणावरून ते राजकारण आणि कादंबरी या विषयावर दोन व्याख्याने देण्यासाठी भारतात आले. मुंबईतील ताज प्रेसिडेंटमध्ये खचाखच भरलेल्या बॉलरूममध्ये पहिले भाषण चांगलेच पार पडले. त्यानंतर आम्ही रश्दींच्या दुसऱ्या भाषणासाठी एकत्र विमानाने दिल्लीला गेलो. दिवंगत खुशवंत सिंह या कार्यक्रमाच्या अध्यक्षस्थानी होते. इथेही मोठा जनसमुदाय उपस्थित होता.

मी नंतर एका स्तंभात लिहिलं, 'दिल्लीला जाताना रश्दी एका पुस्तकाच्या पहिल्या प्रूफ कॉपीमध्ये बुडून गेले होते. आयल सीटवर त्यांच्या शेजारी बसून (ते खिडकीच्या जवळ बसले होते) मी त्यांना विचारले, की ते कोणाचे पुस्तक आहे. 'अरे, ती मिलन कुंदेराच्या *द अनबेअरेबल लाइटनेस ऑफ बीइंग*ची प्रूफ कॉपी आहे. लवकरच प्रकाशित होईल.'

रश्दी गेल्या काही वर्षांत विकसित झाले आहेत. आता ७६ वर्षांचे झाल्यानंतर, म्हातारा पण शहाणा बंडखोर झाल्याबद्दल आनंद व्यक्त करतात. २०२२मध्ये न्यू यॉर्क शहराजवळील एका साहित्यिक कार्यक्रमात त्यांच्यावर चाकूने हल्ला झाला, त्यात ते गंभीर जखमी झाले. *द सॅटॅनिक व्हर्सेस* या पुस्तकामुळे रश्दी यांच्या जिवाला धोका कायम असल्याचे दिसून आले.

चाकू हल्ल्याच्या काही महिन्यांपूर्वी, नोव्हेंबर २०२१मध्ये ब्राउन युनिव्हर्सिटीच्या सेंटर फॉर कंटेम्परारी साउथ एशिया इथे *पॉलिटिक्स, रिलिजन अँड कल्चर : इंडिया अँड पाकिस्तान* या विषयावर आयोजित चर्चासत्रात रश्दी यांनी त्यांचे बॉम्बेतील बालपण (तेव्हाचे बॉम्बे) आणि त्यांचे सध्याचे जीवन व न्यू यॉर्कमधील काम याच्याबद्दल सांगितले. ब्राउन युनिव्हर्सिटीतील इंटरनॅशनल स्टडीजचे प्रोफेसर आशुतोष वार्ष्णेय यांनी सलमान रश्दी यांना त्यांच्या *शेम* या पुस्तकावर एक प्रश्न विचारला. त्याला उत्तर देताना रश्दी म्हणाले, 'मला कौटुंबिक लाजिरवाण्या गोष्टीची कबुली दिली पाहिजे. माझे नात्याने एक काका होते, जे कुख्यात *आयएसआय*चे संस्थापक आणि पहिले प्रमुख होते. *मिडनाइट्स चिल्ड्रेन*मधील जनरल झुल्फिकारच्या व्यक्तिरेखेचा आधार माझे काका होते. तालिबानला सुरक्षित आश्रय देऊन पाकिस्तानने धोकादायक खेळ केला आहे. पाकिस्तानमधील प्रत्येक गोष्ट भारताबद्दलच्या पछाडण्यावरून ठरते. पण तालिबानला पाकिस्तान खरोखरच काबीज करायला आवडेल. अफगाणिस्तानात प्रचंड समस्या आहेत. पाकिस्तान एक मोठा देश म्हणून तालिबानसाठी अधिक मोलाचा आहे.'

रश्दी यांच्या मनातील हे कळीचे विचार आहेत. तालिबानचे खरे लक्ष्य पाकिस्तान आहे, असा त्यांचा विश्वास आहे. अफगाणिस्तानचा ताबा घेण्यासाठी पाकिस्तानने आपल्या तालिबानी वंशजांचा वापर करण्याऐवजी तालिबानीकरणाद्वारे पाकिस्तानचा वैचारिक कब्जा हेच तालिबानसाठी बक्षीस आहे.

वार्ष्णेय यांनी विचारलेल्या प्रश्नाचे उत्तर देताना रश्दी ठाम नव्हते. 'भारत पाकिस्तानच्या मार्गाने जात आहे का?'

रश्दींना माहीत होते, की हा एक फसवा प्रश्न आहे; परंतु तरीही ते सापळ्यात अडकले. शशी थरूर यांच्यासारख्या काँग्रेस नेत्यांनी लोकप्रिय केलेल्या 'भारत म्हणजे हिंदू पाकिस्तान' या कथनाला त्यांनी सुरुवातीला खोडून काढण्याचा प्रयत्न केला. रश्दी यांनी म्हटले, 'भारत अजून तिथे पोहोचलेला नाही.' पण नंतर त्यांनी वार्ष्णेय यांना हवे असलेले उत्तर दिले, 'श्री. नरेंद्र मोदी यांनी लोकशाहीविरोधी असलेल्या हिंदूबहुल शासनाची कल्पना बऱ्याच भारतीयांना विकण्यात यश मिळवले आहे, ही वस्तुस्थिती खरोखरच दुःखद आहे.'

भारताच्या संपर्कात नसल्याने, वार्ष्णेय यांनी काळजीपूर्वक लावलेल्या सापळ्यात अडकल्याबद्दल रश्दींना माफ केले जाऊ शकते. 'भारत म्हणजे हिंदू पाकिस्तान' या कथनाची

मांडणी करणारे लोक मिथक विकण्यास जबाबदार आहेत. भारत जर मुळातच सांप्रदायिक असेल, तर आश्रय आणि नवीन जीवनासाठी देशात आलेल्या सुरुवातीच्या ज्यू, पारशी आणि ख्रिश्चनांचे त्याने स्वागत केले नसते. ते शतकानुशतके स्थानिक हिंदू समुदायांसोबत शांततेनं राहिले. हिंदू बहुसंख्याकवाद ही एक राजकीय कथा आहे. काँग्रेस, समाजवादी पक्ष आणि इतर मुस्लीम मतदारांचे ध्रुवीकरण करण्यासाठी ज्या प्रमाणे मुस्लीम अल्पसंख्याकतेचा वापर करतात, त्याचप्रमाणे भाजप हिंदू मतदारांचे ध्रुवीकरण करण्यासाठी याचा वापर करतो.

आम्ही रश्दी यांचे भाषण मुंबई आणि दिल्लीत आयोजित केले त्या मोजक्या दिवसांमध्ये ते नास्तिक असल्याचे स्पष्ट झाले. त्यांनी नास्तिक म्हणून *द सॅटॅनिक वर्सेस* लिहिले. आजच्या पाकिस्तानातील क्रूर ईशनिंदा कायद्याने त्यांना अयातुल्ला खोमेनीच्या फतव्यापेक्षा वाईट दिवस आले असते. भारतात, *द सॅटॅनिक व्हर्सेस*मुळे मुस्लीम संतप्त झाले आणि १९८८मध्ये पंतप्रधान राजीव गांधी यांना त्यावर बंदी घालण्यास भाग पाडले; परंतु विरोध मावळला आणि रश्दी जेव्हा २०१३मध्ये शेवटचे भारत भेटीवर आले तेव्हा त्यांचे कोलकाता वगळता अन्यत्र स्वागत केले गेले.

मुख्यमंत्री ममता बॅनर्जी यांनी त्यांच्या कोलकाता दौऱ्यावर बंदी घातली. याबाबत त्यावेळी रश्दी म्हणाले होते, 'मी कोलकाता इथे जाण्याच्या आदल्या दिवशी आम्हाला माहिती मिळाली, की कोलकाता पोलिस मला शहरात प्रवेश करण्यास नकार देतील. मी तिथे विमानाने पोहोचलो तर मला सांगण्यात आले, की मला परत पुढच्या विमानात बसवले जाईल. मला हेदेखील सांगण्यात आले, की मुख्यमंत्र्यांच्या विनंतीवरून ही कारवाई करण्यात येईल. मला आठवते, की जयपूर लिटररी फेस्टिव्हलनंतर ममता बॅनर्जी यांनी मला कोलकात्यात येऊ देणार नाही असे सांगितले होते. त्यांनी ती धमकी खरी करून दाखवली आहे.'

मग उदारमतवाद भारतीय राजकारणातून आणि समाजातून हरवलेला गुण आहे का? उदारमतवादाची मूळ मूल्ये पुन्हा सांगण्याची गरज नाही : बहुलता, मोकळेपणा, मतभेद, वैयक्तिक स्वातंत्र्य, संतुलन आणि निष्पक्षता. 'उदारमतवादी अधिकार' हा शब्द क्वचितच वापरला जातो. उदारमतवाद हा डाव्यांनी जतन केलेला आहे असा व्यापक समज आहे. अर्थातच तो तसा नाही. उदारमतवादी उजवे थेट विदेशी गुंतवणुकीचे (एफडीआय) स्वागत करतात. याउलट, उदारमतवादी डाव्यांकडे आर्थिक सुधारणांबाबत मुडपलेल्या संकल्पना आहेत. ते एफडीआय, खासगीकरण आणि कृषी सुधारणांना विरोध करतात. मग मुक्त, योग्य, सर्वसमावेशक आणि सहिष्णू असा उदारमतवादी उजवा जाहीरनामा कसा तयार करायचा?

*द इकॉनॉमिस्ट*ने २०१८मध्ये आपला १७५वा वर्धापन दिन साजरा केला आणि आठ पानांच्या निबंधामध्ये[२८] '२१व्या शतकासाठी उदारमतवादाच्या नूतनीकरणासाठी जाहीरनामा' लिहिला. *द इकॉनॉमिस्ट*ने १८४३मध्ये एक लहान पत्रिका म्हणून प्रकाशनास सुरुवात केली. २०१८मध्ये अंदाजे १०,००० शब्दांच्या निबंधात, मासिकाने घोषित केले– '१७५ वर्षांपूर्वी उदारमतवादाच्या मोहिमेसाठी आमची निर्मिती झाली होती. अमेरिकन

२८ १३ सप्टेंबर, २०१८

विद्यापीठाच्या कॅम्पसमधील डाव्या 'प्रोग्रेसिव्हिझम' किंवा फ्रेंच समालोचनाद्वारे तयार केलेल्या उजव्या 'अतिउदारवाद' यासाठी नव्हे; तर वैयक्तिक प्रतिष्ठेची सार्वत्रिक बांधिलकी, खुली बाजारपेठ, मर्यादित सरकार, वादविवाद आणि सुधारणांद्वारे मानवी प्रगतीवर विश्वास यासाठी झाली होती.'

द *इकॉनॉमिस्ट*ने आपल्या निबंधात दावा केला आहे, की ते वसाहतवादाच्या विरोधात आहेत (एक स्पष्टपणे गैर-उदार कल्पना). त्यात लिहिलंय, 'द *इकॉनॉमिस्ट* साम्राज्यवादाबद्दल संशयी होता. १८६२ मध्ये वसाहती 'आमच्यासाठी तितक्याच मौल्यवान असतील... जर त्या स्वतंत्र असतील तर' असा युक्तिवाद करण्यात आला.'

त्याच दमात, या मासिकाने त्याच्या संपादकांनी १८६२ मध्ये जे काही लिहिले होते त्याचा एक उतारा २०१८मध्ये पुन्हा प्रकाशित करून स्वतःचाच विरोधाभास व्यक्त केला – 'परंतु असभ्य वंशांना 'मार्गदर्शन, रक्षण आणि शिक्षण' यांची गरज आहे.'

शब्द लक्षात घ्या – 'असभ्य वंश'. द *इकॉनॉमिस्ट*च्या संपादकीय कक्षात बौद्धिक अप्रामाणिकता १८६२पासून – जेव्हा त्याच्या संपादकांनी तो उतारा लिहिला आणि २०१८मध्ये जेव्हा त्याच्या संपादकांनी तो उकरून काढला – तोपर्यंत टिकून राहिली.

पण १८६२ची मानके २०१८च्या मानकांपेक्षा वेगळी नव्हती का? १९व्या शतकातील पाश्चात्त्य उदारमतवादाच्या वाढत्या आदर्शांसह असमानतेने सह-अस्तित्वात असला तरी वर्णद्वेष हा 'जुना' आणि 'सामान्य' नव्हता का?

१८००च्या मध्य युगाचा विचार करा. युनायटेड स्टेट्स गृहयुद्धाच्या संकटात होते, अत्यावशकतेने ते कृष्णवर्णीय गुलामगिरीचे सातत्य होते. उत्तर अमेरिकेत अटलांटिक पार आफ्रिकन गुलाम व्यापाराची वाहतूक-राजधानी शतकभर लिव्हरपूल, साउथॅम्प्टन आणि ब्रिस्टल ही शहरं होती. आफ्रिकेतून उत्तर अमेरिकेत पाठवल्या जाणाऱ्या गुलामांच्या वाहतुकीपैकी ५५ टक्के वाटा शहरांतील व्यापारी आणि गुलाम व्यापाऱ्यांचा होता.

त्याच कालखंडात, ब्रिटनने अनेक अतिरिक्त-प्रादेशिक वसाहतवादी अत्याचार केले; परंतु शतकानुशतके चाललेला आफ्रिकन गुलाम व्यापार सर्वांत क्रूर होता. त्यांच्यासोबत आशिया आणि आफ्रिकेतील वसाहतवादी आक्रमणे, ऑस्ट्रेलियातील आदिवासी आणि उत्तर अमेरिकेतील स्थानिक भारतीयांचा नरसंहार होता. दक्षिण आफ्रिकेतील वर्णभेद हा नंतरचा ब्रिटिश-डच संयुक्त उपक्रम होता जो १९९०पर्यंत चालला होता.

यापैकी कोणत्याही 'उदारमतवादी' भागांचा उल्लेख द *इकॉनॉमिस्ट*च्या जाहीरनाम्यात उदारमतवादाच्या पारंपारिक 'ब्रिटीश मूल्यांचे नूतनीकरण' करण्यासाठी आढळत नाही. तथापि नियतकालिकाने एक स्थानिक चुकीची कबुली दिली, 'उदारमतवादी गोरे लोक होते जे स्वतःला मानवतेच्या दौडीपेक्षा श्रेष्ठ समजत होते. जरी बेजहॉट (इकॉनॉमिस्टचे माजी संपादक) यांनी स्त्रियांसाठी मतांचे समर्थन केले असले तरी, द *इकॉनॉमिस्ट*ने सुरुवातीच्या बहुतांश वर्षांमध्ये तसे केले नाही. बेजहॉट यांना भीती होती, की संपत्तीची पर्वा न करता सर्व (ब्रिटिश) पुरुषांना मताधिकार दिल्यास बहुसंख्य लोकांसाठी तो जुलूम होईल.'

२०व्या शतकाच्या उत्तरार्धात, उदारमतवादी पाश्चात्त्य समाज उदारमतवादी विरोधी पद्धतींमध्ये गुंतलेले राहिले. गुलामगिरी संपली. वसाहतवाद संपला. आदिवासी आणि

रेड इंडियन्सना संपवले गेले किंवा उपेक्षित केले गेले. वर्णभेद शेवटच्या टप्प्यावर होता. आणि तरीही, पाश्चिमात्त्य देशांनी त्यांचे उदारमतवादी दुहेरी मापदंड चालू ठेवण्याचे नवीन मार्ग शोधले. जागतिक बँक आणि आंतरराष्ट्रीय नाणेनिधी यांसारख्या संस्थांनी जागतिक अर्थव्यवस्थेवर घट्ट पकड ठेवली. अनिवार्यतेने, त्याचे प्रमुख नेहमीच अनुक्रमे अमेरिकन आणि युरोपियन होते. तोफनौका यापुढे जे साध्य करू शकत नव्हत्या, ते डॉलरने साध्य केले.

द *इकॉनॉमिस्ट*ने आपल्या उदारमतवादी जाहीरनाम्यात जराही न संकोचता लिहिले, '२१व्या शतकातील उदारमतवाद्यांनी २०व्या शतकातील दोन धडे लक्षात ठेवले पाहिजेत. (दोन) महायुद्धांमधील लीग ऑफ नेशन्सच्या अपयशाने हे दाखवून दिले, की निर्धार केलेल्या राष्ट्रांच्या लष्करी सामर्थ्याने पाठिंबा दिल्याशिवाय उदारमतवादी आदर्श निरुपयोगी आहेत.'

दोन महायुद्धांमधला काळ – १९२० आणि १९३० – खरं तर अलिकडच्या इतिहासातील सर्वांत उदारमतवादी होता : हिटलरचा उदय, भारतावरील ब्रिटिश वसाहतींचा सततचा ताबा आणि अमेरिकेतील आफ्रिकन अमेरिकन लोकांचे वांशिक पृथक्करण कायदेशीररित्या अनिवार्य होते.

द *इकॉनॉमिस्ट*ने आपला उदारमतवादी जाहीरनामा एका स्पष्ट सिद्धान्ताऐवजी वायफळपणे संपवला –

> या निबंधामध्ये असा युक्तिवाद केला आहे, की उदारमतवादाला आजही तितक्याच महत्त्वाकांक्षी पुनर्शोधाची गरज आहे. सामाजिक करार आणि भू-राजकीय मानदंड जे उदारमतवादी लोकशाही आणि त्यांना टिकवून ठेवणारी जागतिक व्यवस्था या शतकासाठी निर्मिलेले नाहीत.
>
> भूगोल आणि तंत्रज्ञानाने हाताळण्यासाठी आर्थिक शक्तीचे नवीन केंद्रीकरण केले आहे. विकसित आणि विकसनशील जगाला समान कल्याणकारी राज्ये आणि कर प्रणालीच्या रचनेसाठी नवीन कल्पनांची गरज आहे. लोकांचा एका देशातून दुसऱ्या देशात जाण्याचा अधिकार पुन्हा परिभाषित करणे आवश्यक आहे. अमेरिकन उदासीनता आणि चीनच्या उदयासाठी जागतिक व्यवस्थेचा पुनर्विचार करणे आवश्यक आहे. मुक्त व्यापाराने दिलेला मोठा नफा जपला गेला पाहिजे.

तर आजच्या नवीन जागतिक व्यवस्थेत खरा उदारमतवाद काय आहे? स्वातंत्र्य, समानता, निवड, मतभेद, सहिष्णुता, विविधता आणि मोकळेपणा. गुणवत्तेचा आदर करा पण सर्वांना समान संधी द्या. कायद्याचे राज्य घट्टपणे आणि निष्पक्षपणे लागू करा ज्याशिवाय कोणताही उदारमतवादी समाज विकसित होऊ शकत नाही.

भारत हा ठळकपणे असमान समाज आहे; परंतु त्याच्या विविधतेमध्ये उदारमतवादाचे रेण्वीय बांधणीचे ठोकळे आहेत. भारत स्वत:च्या अराजक सभ्यतेच्या मार्गाने, अधिक न्याय्य भविष्याकडे मार्गक्रमण करत असताना, ते बांधणीचे ठोकळे कालांतराने निष्पक्षता आणि सहिष्णुतेवर आधारित समाज निर्माण करू शकतात – खऱ्या उदारमतवादाचे ते चिन्ह आहेत.

उदारमतवाद्यांनी मुद्द्यांचे समर्थन करणे आवश्यक आहे, खोट्या डाव्या आणि उजव्या प्रतिमानांवर आधारित विचारसरणीचे नाही. इथे दोन उदाहरणे दिली आहेत: एलजीबीटीक्यू+ हक्क, अभिव्यक्ती स्वातंत्र्य, विविधता आणि लिंग समानता यावर डावीकडे झुका. मुक्त बाजार, खुली अर्थव्यवस्था आणि परकीय गुंतवणुकीच्या बाबतीत उजवीकडे झुका. थोडक्यात, डाव्या किंवा उजव्या बाजूच्या बंकरमध्ये अडकू नका. सामाजिक धोरणांवर उदारमतवादी आणि आर्थिक धोरणांवर उदारमतवादी व्हा.

धर्म आणि जातीचे काय? दुर्दैवाने भारताला या दोघांनी दीर्घ काळ ओलीस ठेवले आहे; परंतु उत्क्रांत लोकशाहीत, उदारमतवादासाठी जात-अज्ञेयवादी आणि धर्मज्ञानवादी असणे ही एकमेव लिटमस चाचणी आहे. हिंसा कुठेही घडो, पीडित कोणीही असो आणि गुन्हेगार कोणीही असो, त्याचा निषेध करा. खऱ्या उदारमतवादाची व्याख्या करणारे दोन गुण म्हणजे निष्पक्षता आणि समतोल.

दरम्यान, आर्थिक उदारमतवादासाठी मुक्त व्यापार आणि मुक्त बाजारपेठांची गरज असते. खुली अर्थव्यवस्था परदेशी गुंतवणुकीला प्रोत्साहन देते, आर्थिक विविधता निर्माण करते आणि स्पर्धा, कार्यक्षमता व समृद्धी वाढवते. जगातील सर्वांत यशस्वी संस्था वैविध्यपूर्ण, स्पर्धात्मक आणि नियमांवर आधारित आहेत. अमेरिका जगातील आर्थिक महासत्ता कशामुळे ठरली आहे? तर खुली अर्थव्यवस्था, गुणवत्तेवर आधारित कार्यबल आणि नियमांवर आधारित शासन.

उदारमतवाद लिंग समानतेभोवतीही फिरतो. कोणताही समाज आपल्या निम्म्या लोकसंख्येला समान हक्क आणि संधी देत नसेल, तर तो यशस्वी होऊ शकत नाही. सौदी अरेबियासारखा ऐतिहासिकदृष्ट्या प्रतिगामी देशही या वास्तवाबाबत जागा होऊ लागला आहे. सौदी अरेबियाचे शासक मोहम्मद बिन सलमान अल सौद हे सौदी महिलांना लिंगनिदानात कैद करणारे निर्बंध कमी करत आहेत.

उदारमतवादाने लैंगिक अभिमुखतेचाही स्वीकार करणे आवश्यक आहे. कोणतेही आधुनिक राष्ट्र लैंगिक प्रवृत्तीच्या आधारावर आपल्या नागरिकांच्या महत्त्वाच्या वर्गासोबत भेदभाव करू शकत नाही. जागतिक स्तरावर एलजीबीटी लोकसंख्येच्या तुलनेत सर्वसाधारण लोकसंख्येचे गुणोत्तर ७ ते १० टक्क्यांच्या दरम्यान असल्याचा सर्वोत्तम अंदाज आहे. भारतात ही संख्या सुमारे ७० दशलक्ष प्रौढ एलजीबीटी नागरिकांपर्यंत होईल. त्यांना त्यांच्या इतर सहकारी नागरिकांप्रमाणे समान अधिकार मिळाले पाहिजेत. सर्वोच्च न्यायालयाने समलैंगिक संबंध गुन्हा नसल्याचं ठरवल्यानंतर सर्व नागरिकांना समान आणि न्याय्यपणे वागवणे हे सरकारचे कर्तव्य आहे.

अशा प्रकारे उदारमतवादाचे पाच सिद्धान्त आहेत :

पहिला सिद्धान्त : कोणताही धर्म टीकेपासून मुक्त नाही; ना इस्लाम, ना हिंदू, ना ख्रिश्चन. धर्मनिंदा निषिद्ध नाही.

दुसरा सिद्धान्त : हिंसेचा त्याग करा. बंदुकीने नव्हे, तर शब्दांनी वाद घाला. पुस्तक किंवा चित्रपटाचे उत्तर दुसरे पुस्तक किंवा चित्रपट आहे, फतवा नाही.

तिसरा सिद्धान्त : राजकीय घराणेशाही नाकारणे. सरंजामशाही आणि उदारमतवाद हे पुरोगामी, उदारमतवादी लोकशाहीच्या व्याप्तीच्या दोन टोकांवर कार्यरत असतात.

चौथा सिद्धान्त: धर्म किंवा जातीच्या आधारावर लोकांमध्ये फूट पाडू नका. तुम्ही हिंदू असो वा मुस्लीम, तुम्ही प्रथम भारतीय आहात. त्यानंतर हिंदू किंवा मुस्लीम. हिंदूराष्ट्राची कल्पना अनुदार आहे. भारत राष्ट्राची कल्पना उदारमतवादी आहे.

पाचवा सिद्धान्त : उदारमतवादी सहनशील असतो. कट्टर उजवे आणि कट्टर डावे यांनीही एकमेकांना नागरी वादविवादात गुंतवले पाहिजे. शब्द आणि तर्काचा अवलंब करा, अवमान आणि आक्षेपार्ह नको, ही खरी वास्तविक उदारमतवाद्यांनी निवडावयाची शस्त्रे आहेत.

‘तुम्ही २० वर्षांचे असताना उदारमतवादी नसाल, तर तुमच्याकडे हृदय नाही. जर तुम्ही ३० वर्षांचे असताना पुराणमतवादी नसाल तर तुमच्याकडे मेंदू नाही.’

ब्लूमबर्ग बिझनेस वीक[२९]मध्ये लिहिताना, अवी टशमन यांनी पुढे म्हटलंय, ‘ही म्हण बेंजामिन डिझरायली, ओटो फॉन बिस्मार्क, जॉर्ज बर्नार्ड शॉ, वुड्रो विल्सन, थिओडोर रुझवेल्ट, अरिस्टिड ब्रँड आणि विन्स्टन चर्चिल यांनी विविध प्रकारे सांगितली असं म्हटलं जातं. खरं तर हा विचार प्रथम फ्रेंच राजकारणी फ्रँस्वा ग्विझोट (१७८७-१८७४) यांनी मांडला. म्हणीचे मूळ काहीही असले तरी, ही म्हण एक अद्भुत प्रश्न उपस्थित करते - तरुण खरोखरच आवड आणि आदर्शवादामुळे डाव्या विचाराकडे झुकतात का? आणि लोक वयस्कर होतात तसे, ते अधिक वास्तववादी किंवा निंदक बनतात म्हणून उजव्या विचाराकडे झुकतात का?

आपण हे निकष लावतो, तेव्हा ते आपले राजकारणी आणि मतांवर प्रभाव टाकणारे यांना कितपत लागू होतात? बहुतांश भारतीय डावे लोक स्वत:ला उदारमतवादी म्हणवतात. पण डावी विचारसरणी ही उपदेशात्मक आहे. ती बदलाला विरोध करते. यात वैचारिक मतभेद होत नाहीत. भारताचे डाव्या विचारसरणीचे राजकारणी अजूनही सोव्हिएत आर्थिक मॉडेलच्या मागे लागले आहेत, ज्याला उत्तर कोरिया वगळता सर्व देशांनी नाकारले आहे. १९७९मध्ये डेंग झियाओपिंगने चीनच्या आर्थिक इतिहासाचा मार्ग बदलला, तेव्हा भारतातील डाव्यांचा ध्रुवतारा असलेल्या चीननेही मुक्त बाजारपेठा स्वीकारल्या.

उदारमतवादी आर्थिक धोरणे आर्थिक हिस्सा वाढवतात. डाव्या विचारसरणीची आर्थिक धोरणे आर्थिक हिस्सा संकुचित करतात. मग न्याय्य वितरणाचे काय? भाजपसारख्या आर्थिक अधिकारावरील राजकीय पक्ष ही चूक करतात : संपत्तीचे वितरण हे निर्मितीइतकेच महत्त्वाचे आहे. ज्याप्रमाणे उदारमतवादी धोरणे खुल्या, उत्तरदायी बाजाराच्या नेतृत्वाखालील अर्थव्यवस्थांचा पुरस्कार करतात, त्याचप्रमाणे सामाजिक उदारमतवादाला विशिष्ट मूल्यांची आवश्यकता असते. सामाजिक उदारमतवाद सर्व प्रकारांतील विविधता स्वीकारतो - लिंग, लैंगिकता आणि समुदाय.

---

२९ १८ एप्रिल, २०१४

वसाहतवादी आणि मार्क्सवादी विचारसरणी जगभर चालत आहेत. जे देश सामाजिकदृष्ट्या उदारमतवादी आणि राजकीयदृष्ट्या सरंजामशाही आहेत – उदाहरणार्थ, उत्तर कोरिया, इराण आणि पाकिस्तान – ते सामाजिक आणि सांस्कृतिक मागासलेपणात अडकून राहतील. भारतात, डावे आणि उजवे यांच्यातील संघर्ष हा मुख्यतः एक सैद्धांतिक मध्यमवर्गीय सराव आहे. गरीब डावे किंवा उजवे नाहीत – ते फक्त गरीब आहेत. त्यांना दुर्बल करणाऱ्या दारिद्र्यातून बाहेर काढण्यासाठी प्रगतिशील कल्याणकारी वितरण आणि सामाजिक धोरणे हाच प्रगतीचा मार्ग आहे.

वय, संस्कृती आणि विचारधारा यांबद्दल टशमन म्हणतात, 'आफ्रिका, युरोप आणि आशियातील ३६ संस्कृतींच्या क्रॉस कल्चरल सायकॉलॉजीच्या जर्नलमध्ये मानसशास्त्रज्ञ रॉबर्ट मॅकक्रे आणि ज्युरी ॲलिक यांनी २००४मध्ये केलेल्या अभ्यासात आढळून आले, की मोकळेपणा आणि विवेकशीलता १८ ते २२ वर्षांची मुले आणि वृद्ध प्रौढ यांच्या दरम्यान भिन्न आहे. जर एखाद्या व्यक्तीचे राजकीय व्यक्तिमत्त्व त्याच्या ३०व्या वाढदिवसापर्यंत बदलले नाही, तर ४०, ५० किंवा ६०मध्ये ते फारसे वेगळे होण्याची शक्यता नाही.

'याचा अर्थ असा नाही, की सर्व किशोरवयीन उदारमतवादी आहेत आणि सर्व वृद्ध लोक पुराणमतवादी आहेत. कोणत्याही वयोगटात, लोकांना घंटेच्या आकारातील डाव्या-उजव्या स्पेक्ट्रममध्ये वितरीत केले जाते. तथापि, २०च्या मध्यवयात स्पेक्ट्रमचा संपूर्ण आकार, काहीसा उजवीकडे सरकतो. तथापि, एक जीवन घटना असते जी एखाद्या व्यक्तीची विचारसरणी उजवीकडे जाण्यास मोठ्या प्रमाणात गती देते आणि ती बहुतांश वेळा ३०च्या दशकात उद्भवते : ती म्हणजे पालकत्व. मानसशास्त्रज्ञ रॉबर्ट अल्टेमेयर यांनी अभ्यासलेल्या कॅनेडियन महाविद्यालयीन विद्यार्थ्यांच्या गटामध्ये त्याचा राजकीय प्रभाव सहज दिसून येतो. वयाच्या २२व्या वर्षी विचारधारा चाचणीवर त्यांचे गुण ३०व्या वर्षी पुन्हा चाचणी घेतल्यावर सरासरी ५.४ टक्क्यांनी अधिक पुराणमतवादी वाढले. परंतु ज्या ३० वर्षांच्या मुलांमध्ये मुले होती, त्यांच्यामध्ये पुराणमतवाद ९.४ टक्क्यांनी वाढला.

'मुले झाल्यावर त्यांची विचारसरणी उजवीकडे का गेली? कारण पालक हे गैर-पालक दुर्लक्ष करू शकतील अशा धोक्याच्या संभाव्य स्त्रोतांच्या शोधात असतात. समजातील हा बदल इतका भक्कम आहे, की त्यामुळे धोक्याची भ्रामक भावना निर्माण होते; नवपालकांचा असा विश्वास आहे, की वास्तविक गुन्हेगारी नाटकीयरित्या कमी झाली असतानादेखील त्यांना मुले झाल्यापासून गुन्हेगारीचे प्रमाण वाढले आहे. 'धोकादायक जग' ही विचारसरणी राजकीय पुराणमतवादाशी संबंधित असल्याने, पालकत्व लोकांना उजव्या विचारांकडे ढकलते आणि त्यांना मुली असतात तेव्हा अधिकच ढकलते.

भारताला एका शक्तिशाली नवीन बौद्धिक परिसंस्थेची गरज आहे जी वसाहतवादी, मार्क्सवादी किंवा सरंजामातून उत्पन्न झालेली नसेल. उदाहरणार्थ द *इकॉनॉमिस्ट* म्हणते, की त्यांची पत्रकारिता 'रॅडिकल सेंटर' या प्रकारात मोडते. त्यांनी आपले संपादकीय धोरण असे स्पष्ट केले आहे –

> आम्हाला मुक्त उद्योग आवडतात. आम्ही नियंत्रणमुक्ती आणि खासगीकरणाला प्राधान्य देतो. पण आम्हाला समलिंगी विवाहदेखील मान्य आहे, अमली पदार्थ

कायदेशीर करावेत आणि आम्ही राजेशाही नाकारतो. तर, द *इकॉनॉमिस्ट* उजव्या विचारसरणीचा आहे की डाव्या? याचं उत्तर, यांपैकी कोणताही नाही असं आहे. द *इकॉनॉमिस्ट*ची स्थापना १८४३मध्ये *जेम्स विल्सन* या ब्रिटीश व्यावसायिकाने केली होती, त्याने परदेशी मक्यावरील भारी आयात शुल्कावर आक्षेप घेतला होता. अँटी-कॉर्न लॉ लीगमधील मिस्टर विल्सन आणि त्याचे मित्र ॲडम स्मिथ, नंतर जॉन स्टुअर्ट मिल आणि विल्यम इवर्ट ग्लॅडस्टोन यांच्या परंपरेतील शास्त्रीय उदारमतवादी होते. या बौद्धिक वंशाने या वृत्तपत्राच्या प्रवृत्तींना तेव्हापासून मार्गदर्शन केले आहे. हा बौद्धिक वंश एखाद्या व्यक्तीच्या आर्थिक किंवा वैयक्तिक स्वातंत्र्याच्या सर्व अवाजवी कपातीला विरोध करतो.

परंतु त्याच्या संस्थापकांप्रमाणे ते हटवादी नाहीत. जिथे सरकारला काहीतरी करायचे आहे, तिथे द *इकॉनॉमिस्ट* ते प्रसारित करेल. उदाहरणार्थ आरंभीच्या काळात, त्याच्या लेखकांनी प्राप्तीकराचे उत्कट समर्थन केले. तेव्हापासून ते सार्वत्रिक आरोग्य सेवा आणि बंदूक नियंत्रण यांसारख्या मुद्द्यांना पाठिंबा देत आहे; परंतु त्याचा प्रारंभबिंदू हा आहे, की सरकारने केवळ सकारण असेल तेव्हाच व्यक्तींकडून शक्ती आणि संपत्ती काढून घेतली पाहिजे.

उजव्या आणि डाव्या विचारसरणीच्या संकल्पना अर्धशतकापूर्वी इकॉनॉमिस्टच्या पायाभरणीच्या आधीच्या आहेत. त्यांनी प्रथम फ्रेंच राज्यक्रांतीच्या वेळी पॅरिसमधील नॅशनल असेंब्लीतील आसन व्यवस्थेचा संदर्भ दिला. राजेशाही व्यक्ती उजवीकडे, तर क्रांतिकारक डावीकडे बसत होते. आजपर्यंत, हे शब्दप्रयोग पुराणमतवादी आणि समतावादी यांच्यात भेद करतात; परंतु ते इकॉनॉमिस्टच्या उदारमतवादाचे वाजवी स्पष्टीकरण देत नाहीत, जो भव्य पुनर्वितरक योजनांबाबत उजव्यांची साशंकता आणि डाव्यांची अधीरता यांना असमाधानकारक स्थितीत ठेवणारा आहे. त्यामुळे जरी त्याचा श्रेय आणि त्याचा इतिहास कोणत्याही प्रतिगामी किंवा क्रांतिकारकांइतका समृद्ध असला तरी, द *इकॉनॉमिस्ट* डाव्या-उजव्या मोजपट्टीवर कायम सापडणारे नाही.

बहुतांश देशांमध्ये, राजकीय विभाजन रूढीवादी-समतावादी आहे, उदारमतवादी-गैर-उदारमतवादी नाही. त्यामुळे त्याची पक्षनिष्ठाही नाही. जेव्हा ते निवडणुकांचे वार्तांकन करते, तेव्हा ते बहुधा शास्त्रीय उदारमतवादी धोरणांचा पाठपुरावा करणाऱ्या उमेदवार किंवा पक्षाला आपले समर्थन देते. मार्गारेट थॅचरसारख्या उजव्या राजकारण्यांच्या मागे आणि बराक ओबामांसारख्या डाव्यांच्या बाजूने त्यांनी आपले वजन टाकले आहे. ते सहसा मध्य विचारसरणीच्या राजकारणी आणि पक्षांकडे आकर्षित होते जे टोनी ब्लेअरसारख्या दोन्ही बाजूंचे सर्वोत्तम एकत्र करताना दिसतात, ज्यांच्या सामाजिक आणि आर्थिक उदारमतवादाच्या संयोजनाने त्यांना २००१ आणि २००५च्या निवडणुकांमध्ये त्याचे समर्थन करण्यास प्रेरित केले (त्यांनी ब्लेअर सरकारच्या नागरी स्वातंत्र्य उल्लंघनांवर टीका केली होती तरीही).

> द *इकॉनॉमिस्ट* जेव्हा नवीन कल्पना आणि धोरणांवर मत मांडते, तेव्हा ते त्यांच्या गुणवत्तेच्या आधारावर करते, त्यांना कोण समर्थन किंवा विरोध करते यावरून नाही. उदाहरणार्थ, गेल्या ऑक्टोबरमध्ये, असमानतेचा सामना करण्यासाठी सुधारणांच्या कार्यक्रमाची रूपरेषा त्यांनी आखली. मक्तेदारीवर हल्ला करणे तसेच गरीब आणि तरुणांवर सार्वजनिक खर्चाला लक्ष्य करणे यांसारख्या काही सुधारणांचा रंग डावखुरा होता. इतर सुधारणा, जसे की सेवानिवृत्तीचे वय वाढवणे आणि शिक्षणात अधिक पर्याय आणणे, अधिक योग्य होत्या. याचा निष्कर्ष होता, खरा प्रगतीवाद, ज्यामध्ये या दोघांचे मिश्रण होते. उजवीकडे किंवा डावीकडेही नाही; परंतु त्यातील सर्व चांगले आणि उलट आपण ज्याला कट्टरपंथी केंद्र म्हणू इच्छितो त्यांच्याकडून येत आहे.

भारतातील गुरुत्वाकर्षणाचे बौद्धिक केंद्रही स्पष्टपणे बदलत आहे. आर्थिक आणि सामाजिक-सांस्कृतिक केंद्रात मत मांडणाऱ्यांची नवीन पिढी उदयास येत आहे. ते उदारमतवादी भविष्य आहे - उदारमतवादी केंद्र. सर्व वैचारिक दृष्टीने मोदी आणि इतर राजकीय नेत्यांनी २०२४ येण्यापूर्वी याची नोंद घेतली पाहिजे.

कॅनडाचे पंतप्रधान जस्टिन ट्रूडो आधुनिक उदारमतवादाच्या सर्व योग्य चौकटींवर खूण करतात. ते निर्धारपूर्वक अनेकवचनी आहेत. त्यांच्या मंत्रिमंडळातील निम्मे सदस्य महिला आहेत. अनेक शीख मंत्रालयांचे प्रमुख आहेत. ते समलिंगी-पुरुषांना अनुकूल आहेत, ट्रान्सजेंडर्सचे समर्थन करतात आणि त्यांच्या मनात वर्णद्वेषाची भावना नाही. ते वैश्विक डाव्यांचे पोस्टर बॉय आहेत. तरीही कॅनडा-आधारित खलिस्तानी फुटीरतावाद्यांना - अनेक गुन्हेगारी पार्श्वभूमी असलेल्यांना त्यांनी दिलेले उघड समर्थन ट्रुडोची एक सुस्पष्ट बाजू प्रकट करते.

उदारमतवादी प्रशासनाने आर्थिक स्पर्धेला प्रोत्साहन दिले पाहिजे आणि न्याय्य नियम निश्चित केले पाहिजेत. नरसिंह राव सरकारने १९९१ ते १९९६ दरम्यान या दिशेने काम केले. २००४-१४मध्ये काँग्रेसच्या नेतृत्वाखालील यूपीएला चांगले आर्थिक क्षण आले; परंतु भ्रष्टाचाराने ते घातकरित्या झाकोळले गेले. भाजपाच्या नेतृत्वाखालील एनडीएला २०१४मध्ये संस्थात्मकदृष्ट्या भ्रष्ट वारसा मिळाला.

चांगले राजकीय आणि आर्थिक प्रशासन सुनिश्चित करण्यासाठी, न्यायव्यवस्था खंबीर, न्याय्य आणि वेगवान असणे आवश्यक आहे. राजकीय सिद्धान्तकार फ्रान्सिस फुकुयामा यांनी *द एन्ड ऑफ हिस्ट्री अँड द लास्ट मॅन*मध्ये लिहिल्याप्रमाणे, एखाद्या यशस्वी देशाने तीन निकष पूर्ण केले पाहिजेत: जबाबदार शासन, कायद्याचे राज्य आणि पारदर्शक लोकशाही. काँग्रेस किंवा भाजप या दोन्ही सरकारांनी हे निकष पूर्ण केलेले नाहीत.

खऱ्या अर्थाने धर्मनिरपेक्ष बहुवचनी समाज जातीच्या, धर्माच्या किंवा लिंगाच्या आधारावर भेदभाव करत नाही, अल्पसंख्याकांना संतुष्ट करत नाही, बहुसंख्याकांची बाजू घेत नाही. तो धर्माला राजकारणापासून दूरच ठेवतो. या चाचण्यांमध्ये काँग्रेस वारंवार

अपयशी ठरली आहे. मते मिळवण्यासाठी भाजपने बहुसंख्याकवादाचा वापर करून, मुस्लिमांचे अनेक दशके चाललेले तुष्टीकरण संस्थात्मक ध्रुवीकरण करून उघडपणे पूर्णतः वेगळ्या पातळीवर नेले आहे.

उदारमतवादी समाजात कोण उजवीकडे झुकतो आणि कोण डावीकडे, हे विचारसरणी ठरवत नाही. तुम्ही काय भूमिका घेत आहात हे मुद्दे ठरवतात. उदाहरणार्थ, लैंगिक समानता, भाषण स्वातंत्र्य, परदेशी गुंतवणूक, सेन्सॉरशिप, मतभेद, बहुलवाद आणि राष्ट्रीय सुरक्षितता. खरे निष्ठावान उदारमतवादी होण्यासाठी तुम्ही स्कॅल कॅपमधील एक मुस्लीम पुरुष, बुरखा घातलेली मुस्लीम स्त्री, किरपाण धारण केलेला शीख आणि त्रिशूलधारी हिंदू या सर्वांसोबत तितकेच सहज स्वाभाविक असले पाहिजे.

वास्तविक उदारमतवादी कुठूनही पूर्वग्रह आले तरी ते नाकारतात. ते विविधतेचे स्वागत करतात. ते मुस्लीम आणि पारशी, हिंदू आणि ख्रिश्चनांसाठी भेदभावरहित नागरी समानतेचे समर्थन करतात. ते तुष्टीकरणाचा आणि ध्रुवीकरणाचा तिरस्कार करतात. ते बुद्धिवादाचे समर्थन करतात आणि अंधश्रद्धा फेटाळून लावतात. ते सर्वसमावेशक राष्ट्रवादी असतात, ज्यांनी भारताला प्रथम स्थान दिले आहे आणि त्यांची धार्मिक, जातीय, प्रादेशिक व भाषिक ओळख दुसऱ्या स्थानावर आहे.

निवडणूक प्रचारादरम्यान धर्म, जात, पंथ आणि भाषेचा निषेध करणाऱ्या सर्वोच्च न्यायालयाच्या २०१७च्या आदेशावर सर्वांत तीव्र टीका 'सेक्युलर लिबरल्स'कडून झाली आहे. हा आदेश खरं तर धर्मनिरपेक्ष आणि उदारमतवादी दोन्ही होता. ज्यांनी विरोध केला, ते यांपैकी काहीही नव्हते. सर्वोच्च न्यायालयाच्या आदेशाच्या विरोधात एक युक्तिवाद असा होता, की त्याची अंमलबजावणी करणे अव्यवहार्य होते. असा युक्तिवाद केला गेला, की मुख्य निवडणूक आयुक्त निवडणूक प्रचारादरम्यान राजकारण्यांनी केलेल्या सर्व प्रक्षोभक भाषणांवर नजर ठेवू शकतात का? थोडक्यात, सर्वोच्च न्यायालय धर्मनिरपेक्ष आणि पुरोगामी असूनही, स्वयंघोषित धर्मनिरपेक्षतावाद्यांनी आणि पुरोगामींनी त्याला अयोग्यतेच्या सदोष आधारावर नाकारले.

या युक्तिवादाला सर्वोच्च न्यायालयाच्या निकालानंतर २४ तासांच्या आत मायावतींनी मुस्लिमांना समाजवादी पक्षावर त्यांची मते 'वाया घालवू नका' असे सांगून आणि त्यानंतर भाजपच्या साक्षी महाराज यांनी मुस्लीम महिलांच्या एकाधिक मुले जन्माला घालण्याच्या प्रवृत्तीचा निषेध केला. दोघांनीही जात किंवा धर्माचा उल्लेख केल्याचे नाकारले. केंद्रीय अर्थसंकल्पाला विलंब करण्याच्या विरोधकांच्या मागणीत व्यग्र असलेले तत्कालीन मुख्य निवडणूक आयुक्त नसीम झैदी काहीही बोलले नाहीत.

न्यायालयाच्या आदेशांच्या अंमलबजावणीबाबतचा युक्तिवाद सदोष आहे. कायदे लोकहिताच्या उद्देशाने बनवले जातात, ते सहज लागू करता येतात म्हणून नव्हे. मतांवर प्रभाव पाडण्यासाठी राजकारण्यांना धर्म, जात, पंथ आणि भाषा वापरण्यापासून रोखणारा सर्वोच्च न्यायालयाचा आदेश तत्त्वतः योग्य होता आणि प्रयत्नाने त्याची अंमलबजावणी करून व्यवहारात आणता येऊ शकतो. सर्वोच्च न्यायालयाच्या धर्मनिरपेक्ष निकालाविरुद्धचा मोठा अंतर्गत युक्तिवाद असा होता, की तो मुळीच धर्मनिरपेक्ष नव्हता.

मुस्लिमांचा असा विश्वास आहे, की त्यांनी निवडणूक प्रचारादरम्यान धर्माधारित उपायांनी प्रभावित होण्याचा त्यांचा अधिकार कायम ठेवला पाहिजे. हाच युक्तिवाद दलितांसाठी केला जातो. दलित सामाजिक न्यायासाठी आणि आर्थिक गतिशीलतेसाठी तळमळत असतानाही मायावतींच्या भव्य पुतळ्यांकडे बोट दाखवून दलितांचा अभिमान जागृत केल्याबद्दल बसपला का प्रतिबंध करायचा?

निवडणुकीत धर्म आणि जातीचा वापर करून काँग्रेस, भाजप, समाजवादी पक्ष, बसपा, आरजेडी, शिवसेना, एनसी, पीडीपी, एनसीपी आणि एआयएमआयएम या राजकीय पक्षांनी वर्षानुवर्षे भारतीयांमध्ये फूट पाडली आहे. ते थांबलेच पाहिजे. सर्वोच्च न्यायालयाचा आदेश हा केवळ पहिला टप्पा होता. २०२४च्या लोकसभा निवडणुकीत निवडणूक आयोगाच्या मोठ्या यंत्रणेकडून कडक अंमलबजावणी आवश्यक आहे. न्यायालयाच्या आदेशाने निवडणूक आयोगाला पाठिंबा दिला आहे जो आता मतदारांना प्रभावित करण्यासाठी धर्म, जात, पंथ किंवा भाषा वापरल्याबद्दल उमेदवाराला अपात्र ठरवू शकतो. सर्वोच्च न्यायालयाने निवडणूक आयोगाला कायदेशीर ताकद दिली आहे. आगामी सार्वत्रिक निवडणुकीत त्यांचा वापर करणे आवश्यक आहे.

सर्वोच्च न्यायालयाच्या आदेशाविरुद्धचा सर्वांत अयोग्य युक्तिवाद हा मजकुरात आत दडलेला होता – या आदेशाने राजकारण्यांच्या धर्म आणि जातीसह सर्व ध्रुवीकरण साधने वापरून प्रचार करण्याच्या स्वातंत्र्याचे उल्लंघन केले आहे. या युक्तिवादाने हा मुद्दा उदात्ततेकडून हास्यास्पदतेकडे नेला. सर्वोच्च न्यायालयाच्या आदेशाला विरोध करताना धर्माचं नाव समाविष्ट असलेल्या पक्षांना (उदाहरणार्थ ऑल इंडिया मजलिस ए-इत्तेहादुल मुसलमीन) सर्वोच्च न्यायालयाच्या आदेशामुळे अपात्र ठरवले जाण्याची शक्यता या युक्तिवादात मांडली गेली.

हे अर्थातच असत्य आहे. सर्वोच्च न्यायालयाच्या आदेशाने निवडणूक प्रचारात धर्माचा वापर करण्यावर निशाणा साधला आणि त्याला योग्य रितीनेच प्रतिबंध केला. आपल्या नावात धार्मिक किंवा जातीय संबंध असलेले पक्ष, जोपर्यंत धार्मिक किंवा जातीय आकांक्षा भडकावल्याशिवाय प्रचार करतात, तोपर्यंत ते सर्वोच्च न्यायालयाच्या आदेशाचे शब्दश: उल्लंघन करत नाहीत.

सर्वोच्च न्यायालयाच्या निकालाने भारतातील राजकारण आणि धर्म यांच्यातील नाळ तोडण्याचा प्रयत्न केला. कितीही बौद्धिक कुरुपता त्या उद्दिष्टाला किंवा ते साध्य करण्यासाठी न्यायालयाने निवडलेल्या कायदेशीर माध्यमांना बदनाम करू शकत नाही. २०१९च्या लोकसभा निवडणुकीत मात्र हा आदेश पाळण्याऐवजी भंग झाल्याचे दिसून आले. २०२४मध्येही तेच नशीब त्याची वाट पाहत आहे.

सर्वोच्च न्यायालयाला दरम्यानच्या काळात भाषण स्वातंत्र्याच्या मर्यादेभोवतीच्या अनेक मुद्द्यांवर कुस्ती करावी लागत आहे. द्वेषयुक्त भाषणामुळे सामुदायिक किंवा जातीय शत्रुत्व निर्माण झाले, तर ते कायद्याचे उल्लंघन करणारे ठरेल. अशा कायद्याच्या उल्लंघनास सामोरे जाण्यासाठी फौजदारी प्रक्रिया संहितेमध्ये स्थापित तरतुदी आहेत. या प्रश्नांना न्याय देताना कोणताही वैचारिक पक्षपात नसावा, फक्त कायद्याचा विवेकपूर्ण वापर केला जावा.

विभाग ८

ब्रिटन

प्रकरण २७

असंघटित राज

१७५७ ते १९४७ या काळात ब्रिटीश वसाहतींच्या १९० वर्षांच्या अंमलाखाली भारत कसा दरिद्री बनला याची संपूर्ण कथा ही आधुनिक इतिहासातील एक भन्नाट पण न सांगितली गेलेली कथा आहे. काँग्रेसचे संसद सदस्य आणि माजी कनिष्ठ परराष्ट्र व्यवहार मंत्री शशी थरूर यांनी त्यांच्या २०१७ मधील पुस्तक *द इंग्लोरियस एम्पायर: वॉट द ब्रिटीश डिड टू इंडिया*मध्ये ही कथा सांगण्याचा धाडसाने प्रयत्न केला; परंतु त्यात फटी आहेतच. उदाहरणार्थ, वसाहतवादी ब्रिटिशांनी महागाईचे समायोजन करण्याच्या नावाखाली भारतातून पळवलेल्या संपत्तीचे प्रमाण किती होते? भारताने त्याची नुकसान भरपाई मागावी का – आणि याची विश्वासार्ह गणना कशी करता येईल?

थरूर यांनी चांगले संशोधन करुन लिहिलेल्या या पुस्तकाला भारत आणि परदेशात व्यापक प्रसिद्धी मिळाली असताना, *द वायर*मधील[३०] वेणू माधव गोविंदू यांचा या विषयावरील एक उत्कृष्ट लेख तुलनेने दुर्लक्षित झाला. गोविंदू यांनी हिशेबाच्या दृष्टिकोनातून ब्रिटन भारताला काय देणे लागतो यावर प्रकाश टाकला. हे अधिकृत अनुभवजन्य आकडे आहेत. यातून आपण भारतावरील ब्रिटनच्या वसाहती कर्जाचा अंदाज करू शकतो, हा प्रयत्न मी प्रथम *द इलस्ट्रेटेड वीकली ऑफ इंडिया*च्या एका लेखात १९८०च्या दशकात डेब्ट *अॅन्ड डिसऑनर ऑफ द ब्रिटीश एम्पायर* या शीर्षकाच्या लेखात केला होता.

पण प्रथम, गोविंदूचा युक्तिवाद पाहू – '१९३१मध्ये, भारताने ब्रिटनला द्यावयाचे कर्ज सुमारे १,००० कोटी रुपये असल्याचे म्हटले होते. त्या वेळी, भारतीय राष्ट्रीय काँग्रेसने असा युक्तिवाद केला, की यातील बरीच रक्कम ब्रिटनने स्वतःचे हित साधण्यासाठी खर्च केली होती. मुख्यत्वे गांधीवादी आर्थिक तत्त्वज्ञानी *जे सी कुमारप्पा* यांच्या कार्यावर आधारित, काँग्रेसने असा युक्तिवाद केला, की नैसर्गिक न्यायाचे तत्त्व हे सर्व कर्ज आणि

३० ६ ऑगस्ट, २०१५

बरेच काही निकाली काढेल. त्यामुळे, मुक्त भारताद्वारे भविष्यात उचलले जाणाऱ्या कर्जाची छाननी निष्पक्ष न्यायाधिकरणाद्वारे करावी लागेल, असे त्यात म्हटले आहे. ब्रिटीश राजकीय नेतृत्व आणि वृत्तपत्रांनी या तुलनेने मध्यम स्थितीचा चौफेर निषेध केला आणि भारताच्या दायित्वाचा हा विश्वासघातकी 'अस्वीकार' असल्याचे मानले.

'१९४५मध्ये दुसरे महायुद्ध संपल्यानंतर ब्रिटनला शेवटी भारत आणि इतर देशांवरील कर्जाच्या समस्येचा विचार करावा लागला. ब्रिटनने रु. १,६०० कोटींचे कर्ज देण्यास सहमती दर्शविली; परंतु इतर आकडेमोडीतून त्यापेक्षा वेगळी संख्या निघाली. १९४७मध्ये, कुमारप्पा यांनी अंदाज लावला, की आपल्या सैनिकांच्या तैनातीच्या खर्चातील भारतीय वाटा रु. १,३०० कोटी आहे. १,२०० कोटी इतकीच रक्कम युद्धाशी संबंधित खर्चासाठी खर्च करण्यात आली. त्यांनी असा युक्तिवाद केला, की हे आणि इतर खर्च ब्रिटनने उचलले पाहिजेत, ज्यामुळे ही संख्या रु. ५,७०० कोटी झाली. ब्रिटिशांच्या रु. १,६०० कोटी संख्येपेक्षा ती अनेक पटीने मोठी होती. ब्रिटनला कर्जदार तसेच न्यायाधीश आणि कर्जाचा निर्णायक होऊ देऊ नये, असे ठाम प्रतिपादन कुमारप्पा यांनी केले. त्यांनी या प्रकरणावर निष्पक्ष आंतरराष्ट्रीय न्यायाधिकरणाची मागणी करण्यासाठी भारताची पाठराखण केली. परंतु, भारत अशा आंतरराष्ट्रीय वाटाघाटीसाठी दबाव आणण्यात अयशस्वी ठरला आणि ब्रिटीशांचा दृष्टिकोन स्वतंत्र भारताच्या हानीसाठी वरचढ ठरला.'

ब्रिटीश अत्याचारांमुळे मानवी जीवनाची आर्थिक किंमत किंवा सुमारे दोन शतके आर्थिक व्यवहार, व्यापार आणि जबरदस्तीची कर आकारणी यांच्यामुळे झालेली भारतीय आर्थिक गळचेपी यांसारख्या अमूर्त गोष्टींचा विचार न करता, १९४७मध्ये कुमारप्पा यांनी ब्रिटन भारताला काय देणे लागत होता याचा प्रारंभबिंदू म्हणून रु. ५,७०० कोटी ही संख्या घेऊ.

१९४७मध्ये विनिमय दर रु. १३ म्हणजे एक ब्रिटिश पाउंड स्टर्लिंग होता. अशा प्रकारे १९४७मध्ये ५,७०० कोटी म्हणजे ४.४० बिलियन इतके होते. आजच्या रुपयात किंवा स्टर्लिंगमध्ये ते काय असेल?

सोन्याचे आणि स्थावर मालमत्तेचे मूल्य हे ७६ वर्षांहून अधिक कालावधीच्या दीर्घ कालावधीत पैशाची किंमत कशी वाढत जाते याचे अचूक सूचक आहे. १९४७मध्ये १० ग्रॅम सोन्याची किंमत ८० रुपये होती. २०२३ मध्ये, १० ग्रॅम सोन्याची किंमत सुमारे ५०,००० रुपये होती म्हणजे ६०० पटीने ती वाढली.

गेल्या ७६ वर्षांत स्थावर मालमत्ता, वस्तू आणि घरगुती जीवनावश्यक वस्तूंच्या किमतीत झालेली वाढ ५०० ते ६०० पट समान खर्च-महागाई निर्देशांक देते. १९४७ ते २०२३ दरम्यान ब्रिटीश किमतींमध्ये चलनवाढ-समायोजन सुमारे २०० पट आहे. १९४७ मध्ये ब्रिटनमध्ये सरासरी घर १,०००ला विकले गेले. आज ते २,००,००० आहे. आमची गणना रुपयांमध्ये असल्याने आणि १९४७ आणि २०२३ मधील रुपया-स्टर्लिंग दराचे अवमूल्यन घटकांमध्ये केले गेले असल्याने, भरपाईसाठी ६००चा गुणक धरला जातो.

आता गणित पाहू. गोविंदू यांच्या मते, १९४७मध्ये ब्रिटनचे भारतावरील अधिकृत कर्ज एका पाऊंड स्टर्लिंगला रु.१३ या प्रचलित विनिमय दराने रु. ५,७०० कोटी (४.४०

अब्ज) होते. त्याला ६००ने गुणा. आजच्या महागाई आणि विनिमय दर-समायोजित आकडेवारीनुसार, हे कर्ज २.७० ट्रिलियन आहे.

परंतु हे केवळ भरपाईच्या हिमखंडाचे टोक आहे. आम्ही अद्याप १९० वर्षांच्या ब्रिटीश वसाहतीच्या काळात भारताच्या जीडीपीवाढीच्या जवळपास शून्य दराची किंवा ब्रिटनने भारतीय व्यापाराचा जाणूनबुजून नाश केल्यामुळे गमावलेल्या आर्थिक मूल्याची किंमत मोजलेली नाही. जर हे शास्त्रोक्त पद्धतीने मोजले गेले तर, आजच्या किमतींनुसार ब्रिटनकडून भारताला येणे असलेले देणे प्रा. उत्सा पटनायक यांच्या ४५ ट्रिलियनच्या गणनेपेक्षा वरचढ ठरते – म्हणजे ब्रिटनच्या सध्याच्या जीडीपीच्या १५ पट.

थरूर म्हणतात, नुकसान भरपाईची गरज नाही; माफी आणि २०० वर्षांपर्यंत एक पौंड स्टर्लिंग टोकन रक्कम पुरेशी असेल. थरूर चुकत आहेत. भरपाई आवश्यक आहे. माफी आणि टोकन पुरेसे होणार नाही. थरूर यांनी त्यांच्या २०१७च्या *द इंग्लोरियस एम्पायर* या पुस्तकाच्या अग्रलेखात लिहिले :

'२०० वर्षांच्या शाही राजवटीचे प्रायश्चित्त करण्यासाठी २०० वर्षांसाठी देय वार्षिक एक पौंड प्रतिकात्मक भरपाई घेऊन भारताने समाधानी असले पाहिजे. मला असे वाटले, की प्रायश्चित्त हा मुद्दा आहे – रोख रकमेऐवजी साधी माफीदेखील पुरेशी ठरेल. खरंच, एका भारतीय समालोचक, मिन्हाझ मर्चंट यांनी, भरपाईची योग्य रक्कम किती असेल याची गणना करण्याचा प्रयत्न केला आणि ती रक्कम इतकी महाप्रचंड आली की कोणीही ते भरण्याची वाजवी अपेक्षा करू शकत नाही.'

जवळपास २०० वर्षे ब्रिटनने भारताची लूट केली, भारतीय नागरिकांवर क्रूर अत्याचार केले आणि जीडीपीवाढ आवळून टाकली. या प्रक्रियेत, ब्रिटनने आपल्या औद्योगिक क्रांतीला, फ्रान्सविरुद्धच्या नेपोलियनच्या युद्धांना, नागरी पायाभूत सुविधांसाठी वित्तपुरवठा केला आणि १८००च्या दशकात जगातील सर्वांत मोठी अर्थव्यवस्था तयार केली. त्यामुळे ब्रिटनच्या औद्योगिक-पश्चात विलासी समाजाची आणि संगीत, चित्रपट, साहित्य, खेळ, माध्यमे, दूरचित्रवाणी व त्याच्या सोबत असलेली संस्कृतीची सौम्य शक्ती उदयाला आली – द रॉयल फॅमिली, द बीटल्स, जेम्स बाँड, शेरलॉक होम्स आणि ब्रिटीशत्वाची इतर प्रतीके.

ब्रिटनच्या भारतातील योगदानाबद्दल काय, तर रेल्वे, एकीकरण, इंग्रजी भाषा, आयएएस/आयपीएस, विद्यापीठे, कायद्याचे राज्य? थरूर यांनी प्रत्येकाचा दृष्टिकोन योग्यरित्या मांडला आहे. जागेची कमतरता पाहता, फक्त एक विचारात घ्या – रेल्वे. 'केवळ ही संकल्पना आणि तिची उभारणी पाहता,' थरूर लिहितात, 'भारतीय रेल्वे हा ब्रिटीश वसाहतीमधील एक मोठा घोटाळा होता. १८५० आणि १८६०च्या दशकात भारतीय रेल्वेच्या बांधणीच्या प्रत्येक मैलाची किंमत (भारतीय करदात्याला) सरासरी १८,००० होती; अमेरिकेमध्ये हीच किंमत डॉलरच्या तुलनेत २,००० होती.'

थोडक्यात, ब्रिटनने कमी मजुरीवर भारतीय कामगारांकडून आणि भारतीय व्यापारातील महसुलावर अति कर लादून जे बांधले त्याचा निर्दयी पद्धतीने लाभ घेऊन लंडनचे रस्ते बांधण्यासाठी, ब्रिटीश उद्योगांना वित्तपुरवठा आणि ब्रिटनच्या शाही युद्धांच्या खर्चासाठी

पुरवठा करण्यात आला. म्हणजे प्रत्यक्षात भारताने स्वतःवरील वसाहती राज्यासाठी स्वतःच पैसे मोजले. सर्व फायदे ब्रिटनकडे जमा झाले. सर्व खर्च भारताने उचलला. १९० वर्षांच्या ब्रिटीश वसाहतवादी शासनानंतर, भारत १९४७मध्ये जगातील सर्वांत गरीब, दुष्काळग्रस्त देशांपैकी एक राहिला होता, यात आश्चर्यकारक काही नाही.

१७ जुलै, १९१७ रोजी ब्रिटनच्या राजघराण्यातील एक घोषणा द *टाइम्स, लंडन*मध्ये छापण्यात आली, 'आम्ही, आमच्या रॉयल हाउस आणि कुटुंबाचे नाव व पदाभिधान विचारात घेऊन ठरवले आहे, की यापुढे आमचे हाउस आणि कुटुंब विंडसर हाउस आणि फॅमिली म्हणून शैलीबद्ध असेल. ते तसे ओळखले जाईल. याद्वारे पुढे आम्ही घोषणा करतो की, आम्ही ड्यूक्स, डचेसेस ऑफ सॅक्सोनी, राजकुमार, सॅक्स-कोबर्ग आणि गोथाच्या राजकुमारी यांच्या पदवी, शैली, प्रतिष्ठा, शीर्षके, सन्मान आणि इतर सर्व जर्मन पदव्या, शैली, प्रतिष्ठेची शीर्षके, सन्मान, अपील आमच्यासाठी किंवा त्यांच्याशी याआधी संबंधित किंवा संलग्न आहेत त्यांचा वापर सोडून देत आहोत. ते यापुढे बंद करण्यात सहभागी होत आहोत.'

ब्रिटीश रॉयल्सनी १९१७मध्ये त्यांचे आडनाव जर्मन सॅक्स-कोबर्ग-गोथावरून विंडसर असे का बदलले? ब्रिटनमधील फार कमी लोकांना ब्रिटीश राजघराण्यातील खोल जर्मन पाळेमुळे माहीत आहेत. राजे चार्ल्स तिसरे यांचे पणजोबा किंग जॉर्ज पाचवे जर्मन उच्चारणासह इंग्रजी बोलत होते. ते अस्खलित जर्मन भाषेत बोलायचे. पहिल्या महायुद्धादरम्यान, ब्रिटीश सरकारने राजघराण्यातील जर्मन वांशिकता सामान्य ब्रिटीश लोकांपासून व्यवस्थित लपवून ठेवली होती; परंतु ते यापुढे असे करू शकत नव्हते.

सुसान फ्लँट्झर यांच्या एका अहवालात[३१] म्हटले आहे, '१९१७पर्यंत, यूकेमध्ये जर्मन-विरोधी भावना तीव्र पातळीवर पोहोचली होती. ब्रिटीश राजघराण्याचे राजवंशाचे नाव एका जर्मन नावावरून दुसऱ्या जर्मन नावात - *हाऊस ऑफ हॅनोवर* यावरून *हाउस ऑफ सॅक्स-कोबर्ग-गोथा* असे निश्चितपणे अधिक जर्मन वाटणारे झाले होते. बऱ्याच ब्रिटीश लोकांना असे वाटले, की याचा अर्थ जर्मन समर्थक पक्षपात आहे. पंतप्रधान डेव्हिड लॉईड जॉर्ज यांनी किंग जॉर्ज पंचमला भेटायला जाताना टिप्पणी केली, 'माझ्या छोट्या जर्मन मित्राला काय म्हणायचे आहे ते मला समजले नाही.' पंतप्रधानांच्या कार्यालयात येत असलेल्या पत्रांमध्ये राजा जर्मन असेल, तर ब्रिटीश युद्ध कसे जिंकणार अशी विचारणा केली जात होती.'

पहिले महायुद्ध सुरू असताना, ब्रिटीश राजघराण्यांनी केवळ त्यांचे कुटुंबाचे नाव *सॅक्स-कोबर्ग-गोथा*वरून *विंडसर* असे बदलले नाही, तर त्यांनी राजघराण्यातील नातेवाइकांना त्याचे अनुसरण करण्यास सांगितले. यात सर्वप्रथम असलेले भारताच्या शेवटच्या व्हाईसरॉयचे वडील, लॉर्ड लुई माउंटबॅटन हे ब्रिटीश रॉयल्सचे चुलत भाऊ होते. माउंटबॅटन्सच्या कुटुंबाचे नाव जर्मन बॅटनबर्ग होते. जर्मन शब्द 'बर्ग' याचा इंग्रजीत

---

३१ unofficialroyalty. com

अर्थ पर्वत असा आहे. म्हणूनच व्हाइसरॉयच्या नावाचे माउंटबॅटन असे त्वरित इंग्रजीकरण झाले. या कुटुंबाने त्याचे मूळ नाव कायम ठेवले असते, तर भारताचे शेवटचे व्हाईसरॉय *लॉर्ड बॅटनबर्ग* असते आणि भारतीय स्वातंत्र्यातील ब्रिटीश सम्राट किंग जॉर्ज सॅक्स-कोबर्ग-गोथा असते.

*व्हॅनिटी फेअर*मधील एका लेखात, राजकुमारी मायकेल केंटची मुलगी - लेडी गॅब्रिएला विंडसर यांच्याशी तीन वर्षांचे संबंध असलेले पत्रकार आतिश तासीर यांनी ब्रिटिश रक्तातून वाहणारा क्षुद्र वर्णद्वेष उघड केला, 'प्रिन्सेस मायकेल घोटाळ्यांसाठी प्रसिद्ध होती. तिचे वडील अनिच्छेने का होईना, कथितरित्या एसएस अधिकारी होते तरी; राजेशाही आणि नाझी ब्लिनी आणि कॅविअरसारखे एकत्र असतात. ब्रिटनमधील एका विशिष्ट वयावरील प्रत्येक जण कमीत कमी थोडासा वर्णद्वेषी होता. साम्राज्यवादी भूतकाळामुळे राजसत्तेच्या शेवटच्या काळात जन्मलेल्या ब्रिटन्ससाठी पृथ्वीवरील जवळजवळ एक चतुर्थांश भाग हा आपल्या अधीन प्रजा असल्याचं मानणं हा जणू दुसरा स्वभाव बनला. राजघराण्यातील एका सदस्याशी (प्रिन्सेस मायकेल) मैत्री करणारा मी त्या पूर्वीच्या साम्राज्यातील पहिल्या मूळ रहिवाशांपैकी एक होतो. ग्लुसेस्टरशायरमधील काळ्या मेंढ्यांच्या जोडीचे नाव व्हीनस आणि सेरेना होते.'

ब्रिटीशांच्या स्थापनेतून वंशवाद झिरपत असतो. ब्रिटनचे माजी गृहसचिव अंबर रुड यांना विंडरश घोटाळ्यानंतर राजीनामा देण्यास भाग पाडण्यात आलं. १९७१मध्ये, विंडरश प्रकरण या ब्रिटीश धोरणामध्ये १९४८ ते १९७१ या काळात ब्रिटनमध्ये युद्धोत्तर कामगारांची कमतरता कमी करण्यासाठी ब्रिटनच्या आवाहनाला प्रतिसाद म्हणून ब्रिटनमध्ये आलेल्या कृष्णवर्णीय राष्ट्रकुल नागरिकांना स्वैच्छिक हद्दपार करण्याची तरतूद केली होती. सुमारे १,३०,००० प्रामुख्याने कॅरिबियन स्थलांतरितांना निर्वासित करण्याचे लक्ष्य ठेवण्यात आले होते. काहींना स्थानबद्धता केंद्रांमध्ये ठेवण्यात आले होते. रुड यांनी जमीनदार, नियोक्ते आणि आरोग्यसेवा प्रदात्यांना ६० वर्षांपूर्वी मुले म्हणून ब्रिटनमध्ये आल्यावर आणि हद्दपारीचा सामना करताना कागदपत्र नसलेल्या स्थलांतरितांची यादी करणे बंधनकारक केले होते.

वर्णद्वेषाचा हा आवेग कमी झालेला नाही. ब्रिटनमध्ये आश्रय घेण्यास इच्छुकांना डिसेंबर २०२२मध्ये आफ्रिकन देशासोबत व्यावसायिक व्यवस्थे अंतर्गत रवांडा इथे पाठवले जाणार होते; परंतु त्याला कायदेशीर आव्हान देण्यात आल्यामुळे हा प्रस्ताव थांबवण्यात आला. भारतीय वंशाचे पंतप्रधान ऋषी सुनक हे रवांडाच्या प्रस्तावाचे उत्साही समर्थक नाहीत; परंतु ते स्थलांतर कमी करण्याच्या टोरी पक्षाच्या धोरणाचे जोरदारपणे समर्थन करतात. ब्रेक्झिटनंतरच्या ब्रिटनसोबत मोदी सरकारने नवे नाते निर्माण केल्यामुळे, मागे पाहणे जितके महत्त्वाचे आहे तितकेच पुढे पाहणेही महत्त्वाचे आहे. जे इतिहासाच्या चुकांमधून धडा घेत नाहीत, ते त्या चुका केवळ पुन्हा करतात असे नाही तर त्या गुंतागुंतींच्याही करतात.

रॉबर्ट क्लाइव्हने १७५७मध्ये प्लासीच्या लढाईत नवाबाचा सेनापती, देशद्रोही मीर जाफर याला लाच देऊन बंगालचा नवाब सिराज उद-दौला याचा पराभव केला, तेव्हा ब्रिटिशांना बंगाली शेतमजूर, व्यापारी आणि शेतकऱ्यांकडून कर वसूल करण्याचा अधिकार मिळणे हे खरे बक्षीस होते. नवाबाने माफक कर लावला होता, त्यामुळे शेतकऱ्यांना जीवन जगता येत होते. १७६५पर्यंत, नवाबावर क्लाईव्हच्या विजयानंतर आठ वर्षांतच सर्व काही बदलले. बंगालमधील कर तिपटीने वाढले. १७७०मध्ये जगणे असह्य झाल्याने बंगालच्या ३० दशलक्ष लोकसंख्येपैकी १० दशलक्ष लोक उपासमारीने मरण पावले.

सुमारे १७३ वर्षांनंतर, १९४३मध्ये दुसरे महायुद्ध सुरू असताना आणि ब्रिटीश साम्राज्य शेवटच्या टप्प्यावर असताना, पंतप्रधान विन्स्टन चर्चिल यांनी बंगालमधील महत्त्वपूर्ण अन्नधान्य पुरवठा रोखून धरला, त्यामुळे ग्रेट बंगालचा दुष्काळ पडला आणि त्यात तीस लाखांहून अधिक लोक मरण पावले.

परंतु १७५०च्या दशकात ब्रिटिशांनी पैसे कमविण्यावर लक्ष केंद्रित केले होते. ब्रिटन अजूनही तुलनेने गरीब देश होता. औद्योगिक क्रांती काही वर्षे दूर होती. अटलांटिकवरून आफ्रिकन गुलामांचा उत्तर अमेरिकेला व्यापार करण्यात ब्रिटीश सक्रिय होते. १७००च्या बहुतांश दशकात, लिव्हरपूलची क्रूर अटलांटिकपार गुलाम वाहतुकीवर मक्तेदारी होती. १७७६पर्यंत युनायटेड स्टेट्स ही ब्रिटीश वसाहत होती. सिएरा लिओन, घाना आणि आयव्हरी कोस्ट इथे ब्रिटिशांनी पकडलेले किंवा स्थानिक मध्यस्थांकडून विकत घेतलेले आफ्रिकन गुलाम ब्रिटिश कॅप्टनच्या नेतृत्वातील ब्रिटिश जहाजांमधून उत्तर अमेरिकेत पाठवले गेले. हात आणि पाय जखडलेल्या अवस्थेत या गुलामांना एकमेकांच्या अंगावर ठेवलेले असे. ६० दिवसांच्या भयंकर अटलांटिक प्रवासात अनेक लोक मरण पावले. १६००च्या दशकातील लिव्हरपूल हे एक लहान गाव, फायदेशीर ट्रान्सअटलांटिक गुलामांच्या व्यापारामुळे समृद्ध महानगरात रूपांतरित झाले, आफ्रिकन गुलामगिरीतील त्याच्या क्रूर भूमिकेपेक्षा आज बीटल्सचे मूळ शहर म्हणून ते ओळखले जाते.

ब्रिटनने भारतीय शेतकऱ्यांकडून कर महसूल वसूल करण्यास सुरुवात केल्यामुळे, १७००च्या उत्तरार्धात नवजात औद्योगिक क्रांती सुरू झाली. या क्रांतीला भारतातून महसूल आणि कच्च्या मालाच्या रूपात लक्षणीय बळ मिळालं. ब्रिटीशांची कार्यपद्धती जितकी साधी होती तितकीच ती खंडणीखोर होती. मुघलांच्या अधिपत्याखाली भारतीय शेतकऱ्यांवर जो कर होता, त्याच्या तिप्पट कर ब्रिटीशांनी आकारला. गोळा केलेला हा अतिरिक्त कर महसूल ब्रिटीशांनी नंतर भारतीय वस्तू - मसाले, कापड आणि सोने - खरेदीसाठी वापरला. या वस्तूंना युरोप आणि उत्तर अमेरिकेत मोठी मागणी होती.

अशा प्रकारे, ब्रिटीश कर संकलकांनी भारतीय माल खरेदी करण्यासाठी भारतीय कर महसूल वापरला, त्याची निर्यात केली आणि नफा खिशात टाकला - तोही शून्य गुंतवणुकीवर. ही व्यवस्था १९० वर्षांच्या वसाहतीच्या काळात अक्षरशः बिनदिक्कत चालू राहिली. निर्यातीसाठी भारतीय माल खरेदी करण्याकरिता ज्या शेतकरी आणि व्यापाऱ्यांकडून त्यांनी प्रचंड कर वसूल केला, त्यांना आपली फसवणूक झाल्याचे लक्षात येऊ नये यासाठी एक डाव साधला गेला. ब्रिटीश कर संकलक आणि निर्यात करण्यायोग्य भारतीय वस्तूंचे

ब्रिटीश खरेदीदार जाणूनबुजून स्वतंत्र संस्था म्हणून नियुक्त केले गेले जेणेकरून ब्रिटनला समृद्ध करण्यासाठी देशाच्या साधनस्रोतांचा निचरा करण्याकरिता ज्या व्यापाऱ्यांचा आणि कामगारांचा कर वापरला जात होता, त्यांच्याशी कोणताही संबंध जोडला जाऊ नये.

प्रोफेसर उत्सा पटनायक एक अग्रगण्य अर्थशास्त्रज्ञ – यांनी ही योजना स्पष्ट केली आहे, 'निर्मात्याच्या स्वतःच्या कर भरणापैकी एक मोठा भाग केवळ निर्यात मालामध्ये रूपांतरित झाला. म्हणून इस्ट इंडिया कंपनीला या वस्तू पूर्णपणे विनामूल्य मिळाल्या. नंतरच्या यंत्रणेने, ब्रिटीश राजेशाहीने ताबा घेतल्यानंतर (१८५८मध्ये) विनिमयाची बिले वापरली. व्यापाराला करांसोबत जोडण्याच्या या चतुर, अन्याय्य व्यवस्थेचे केवळ भारतीय लाभार्थी मध्यस्थ किंवा दलाल होते. आधुनिक भारतातील काही सुप्रसिद्ध उद्योगपतींनी ब्रिटीशांसाठी दलाली करून त्यांचा आरंभिक नफा कमावला.'

३० ऑक्टोबर, २०१८ रोजी प्रकाशित झालेल्या *हिंदुस्तान टाइम्स*च्या संपादकीयमध्ये प्रोफेसर पटनायक यांनी ब्रिटनच्या वसाहतवादी उदासीनतेचा संदर्भ आणि तपशील जोडला, 'ब्रिटिशांनी आमच्यासोबत गडबड करून आमची संपत्ती नेमकी कशी पळवली? हाच प्रश्न बासुदेव चॅटर्जी (नंतर टूवर्ड्स फ्रीडम प्रकल्पातील एका खंडाचे संपादक) यांनी मला ५० वर्षांपूर्वी विचारला होता, जेव्हा आम्ही परदेशात सोबतचे विद्यार्थी होतो. अनेक दशकांच्या संशोधनानंतर मला असे आढळून आले, की भारतातील वस्तू निर्यात अधिशेषाचा मोजमाप म्हणून वापर करून आणि ५ टक्के व्याजदर लागू केल्यास, १७६५ ते १९३८पर्यंत २०१६पर्यंत चक्रवाढ करून एकूण निचरा ९.२ ट्रिलियन होतो; त्या दिवसात ४.८६च्या बदल्यात १ची देवाणघेवाण होत असल्यामुळे, ही रक्कम सुमारे ४५ ट्रिलियन इतकी आहे.'

प्रोफेसर पटनायक पुढे म्हणतात, 'भारतातून ब्रिटनमध्ये वाहून नेण्याची किंवा हस्तांतरणाची नेमकी यंत्रणा अगदी सोपी होती. ब्रिटनचे आमच्या कर आकारणी महसुलावरील नियंत्रण, भारताच्या आर्थिक सोन्यावरील नियंत्रण आणि जगासोबतच्या वस्तूमाल निर्यात अधिशेषातून परकीय चलन कमाई हे महत्त्वाचे घटक होते. सोप्या भाषेत सांगायचे तर, ब्रिटनने वस्तूंच्या निव्वळ आयातीसाठी देय देण्याकरिता स्थानिक स्तरावर वाढवलेल्या रुपयाच्या कर महसूलाचा वापर केला, कोणत्याही सार्वभौम देशामध्ये केलेला अंदाजपत्रकीय निधीचा हा अत्यंत असामान्य वापर होता.

'इस्ट इंडिया कंपनीने १७६५पासून दर वर्षी भारतीय अर्थसंकल्पीय महसुलाच्या एक तृतीयांश, संकलन खर्चाच्या निव्वळ म्हणजे त्या देशाच्या स्वतःच्या गरजेपेक्षा जास्त निधी ब्रिटनमध्ये थेट आयात करण्यासाठी मोठ्या प्रमाणात वस्तू खरेदी करण्याकरिता दिला. इतर थंड समशीतोष्ण देशांमध्ये उष्णकटिबंधीय वस्तूंचे मूल्य जास्त असल्याने ते त्यांचे कधीही उत्पादन करू शकत नाहीत. प्रत्यक्षात या मोफत वस्तू ब्रिटनसाठी आंतरराष्ट्रीय क्रयशक्तीचे प्रतिनिधित्व करत होत्या, ज्यातील एक भाग ब्रिटनने स्वतःच्या वापरासाठी ठेवला आणि उर्वरित वस्तूंची युरोप व उत्तर अमेरिकेतील इतर देशांमध्ये पुन्हा निर्यात केली. त्या बदल्यात अन्नधान्य, लोह आणि इतर वस्तूंची आयात केली कारण या वस्तूंची ब्रिटनमध्ये कमतरता होती.

'ब्रिटिश इतिहासकार फायलिस डीन आणि डब्ल्यू ए कोल यांनी ब्रिटनच्या १८व्या-१९व्या शतकातील व्यापाराचा चुकीचा अंदाज मांडला, त्यांनी या आकडेवारीतून पुनर्निर्यात पूर्णपणे वगळली होती. मला आढळून आले, की संयुक्त राष्ट्र आणि इतर सर्व आंतरराष्ट्रीय संस्थांद्वारे वापरल्या जाणाऱ्या पुनर्निर्यातीसह व्यापाराची योग्य व्याख्या लागू केल्यास १८००पर्यंत ब्रिटनचा एकंदर व्यापार त्यांच्या अंदाजापेक्षा ६२ टक्क्यांनी जास्त होता. १८५८मध्ये जेव्हा ब्रिटीश राजवटीने इस्ट इंडिया कंपनीकडून सत्ता ताब्यात घेतली, तेव्हा १८६१पासून एक चतुर प्रणाली विकसित करण्यात आली होती, ज्याच्या अंतर्गत भारताचे सर्व आर्थिक सोने आणि जगासोबतच्या वेगाने वाढणाऱ्या वस्तूमाल निर्यात अधिशेषातून मिळणारे विदेशी चलन ब्रिटनने रोखले आणि त्याचे विनियोजन केले.'

*कोलंबिया युनिव्हर्सिटी प्रेस*ने प्रकाशित केलेल्या प्रोफेसर पटनायक यांच्या कार्याला आंतरराष्ट्रीय स्तरावर प्रसिद्धी मिळाली आहे. द *गार्डियन*मधील स्तंभलेखक जेसन हिकेल यांनी १४ डिसेंबर, २०१८ रोजी *अल झहीरा डॉट कॉम*साठी एक लेख लिहिला होता, ज्याचे शीर्षक *ब्रिटनने भारतातून ४५ ट्रिलियन कसे चोरले आणि त्याबद्दल खोटेपणा केला* या अर्थाचे होते. ब्रिटनने जवळपास दोन शतके भारतीय संपत्तीची लूट ज्या फसवणुकीद्वारे केली, तसेच ब्रिटीश समाजात आणि या गंभीर गुन्ह्याबद्दल ब्रिटिश इतिहासकारांमध्ये मान्यता नसल्याचा खुलासा या लेखातून उघड करण्यात आला.

अमेरिकन इतिहासकार आणि तत्त्वज्ञानी विल ड्युरंट यांनी १९३०मध्ये भारताचा दौरा केला. त्यांनी लिहिले, 'ब्रिटिशांनी भारतावर मिळवलेला विजय हा एका उच्च सभ्यतेचे आक्रमण आणि नाश होता. पूर्णपणे बेफिकीर किंवा तत्त्वविरहित, कलेबद्दल बेफिकीर आणि फायद्यासाठी लोलूप असे हे आक्रमण होते. त्या काळी विस्कळीत आणि असाहाय्य असलेल्या देशाला तलवारीच्या धाकाखाली चिरडून टाकले. लाचलुचपत, हत्या, बळाने ताबा, चोरीमारी, बेकायदेशीर आणि कायदेशीर लुटीच्या कारकीर्दीची तो आरंभ होता; जो आता (१९३०पर्यंत) एकशे त्र्याहत्तर वर्षे निर्दयपणे चालू आहे.'

ब्रिटनने भारताला वसाहतवादाची नुकसान भरपाई दिल्याने भारताच्या उच्च सभ्यतेच्या जखमा पूर्णपणे भरल्या जाणार नाहीत याबद्दल ड्युरंट यांनी तीव्र भावनेने लिहिले होते. पण एक ऐतिहासिक चूक सुधारण्यासाठी अशी भरपाई म्हणजे योग्य दिशेने टाकलेले पाऊल असेल.

याचा अर्थ मुघलांपेक्षा इंग्रज अधिक क्रूर होते का? निर्विवादपणे! त्यांनी भारताला अशा प्रकारे गरीब केले, जसे मुघलांनी केले नव्हते. आता यामुळे मुघल साम्राज्य निर्दोष ठरत नाही. त्यांनी भारतीय राज्यांविरुद्ध रानटी युद्धे केली, हजारो मंदिरे उद्‌ध्वस्त केली आणि लाखो हिंदूंना तलवारीच्या बळावर किंवा आर्थिक प्रलोभनाद्वारे इस्लाममध्ये धर्मांतरित केले. मुघल हे दोन शतकांहून अधिक काळ विनाशकारी, घातक शक्ती होते.

ब्रिटिशांनी भारताच्या अर्थव्यवस्थेचे नुकसान करण्यात मुघलांनाही मागे टाकले. मग मुस्लीम राजवटीची योग्यच निंदा होत असताना ब्रिटिशांविरुद्ध तुलनेने कमी राग का आहे? यामागील कारण गुंतागुंतीचे आहे. १७००च्या दशकातील अनेक हिंदू मुघल साम्राज्यामुळे निराश झाले होते. इंग्रजांनी मुघलांचा पराभव केल्यावर त्यांना दिलासा मिळाला. त्यांनी

नवीन शस्त्रास्त्र तंत्रज्ञान आणलेल्या आणि धर्मांतर टाळणाऱ्या ब्रिटनला मुघलांपेक्षा कमी दुष्ट मानले; परंतु दोन वाईटांमधून निवड करण्यासाठी सहसा फारसे काही नसते.

प्रोफेसर पटनायक यांनी नमूद केल्याप्रमाणे, 'ब्रिटीश भारतातील दरडोई वार्षिक अन्नधान्य वापर १९०४-०९ मधील २१० किलोग्रॅमवरून १९३७-४१ मध्ये १५७ किलोग्रॅम आणि १९४६पर्यंत केवळ १३७ किलोपर्यंत घसरला. त्यांच्या प्रचंड परकीय कमाईचा एक भागही मिळाला असता आणि पूर्णपणे ब्रिटनमध्ये वळवला नसता तर, भारताने जपानप्रमाणे औद्योगिक संरचना उभारण्यासाठी आधुनिक तंत्रज्ञान आयात केले असते. त्याउलट भारतीय जनतेच्या पोषणामध्ये तीव्र घट झाली आणि स्वतंत्र भारताला बेरोजगारी व गरिबीच्या गंभीर समस्येचा वारसा मिळाला.

१९४९मध्ये पंतप्रधान जवाहरलाल नेहरूंना एका पेचप्रसंगाचा सामना करावा लागला. नव्याने स्वतंत्र झालेल्या भारताने ब्रिटीश राष्ट्रकुलामध्ये राहावे का? भारतीय राष्ट्रवादींनी १९३० आणि १९४०च्या दशकात भारताच्या भविष्यातील शाही शक्तीच्या नेतृत्वाखालील संघटनेसोबत राहण्यास विरोध केला होता. नेहरूंनी स्वतः जाहीर केले, की ब्रिटीश साम्राज्यवादाच्या शेवटच्या मागमुसासोबत भारताचा काहीही संबंध नाही. नेहरूंनी लिहिलंय, 'कोणत्याही परिस्थितीत, भारत ब्रिटीश राष्ट्रकुलामध्ये राहणार नाही.'

१९४९मध्ये परिस्थिती बदलली आणि नेहरूंच्या मनातही बदल झाला. दुसऱ्या महायुद्धामुळे दरिद्री झालेले आणि युद्धाच्या निधीवर अमेरिकेचे मोठे कर्ज असलेले ब्रिटीश, जागतिक शक्तीच्या प्रतिमेला चिकटून राहण्यासाठी उतावीळ होते. ब्रिटीश सरकारने घाईघाईने *ब्रिटीश कॉमनवेल्थ*चे नामकरण *कॉमनवेल्थ ऑफ नेशन्स* असे केले. भारत लवकरच प्रजासत्ताक होणार होता. असे देश सदस्य राहू शकणार होते. पूर्वी फक्त ब्रिटीश अधिराज्यच सदस्य होऊ शकत होते.

या निर्णयावर भारतात मोठ्या प्रमाणावर टीका झाली होती. नेहरूंच्या आत्मसमर्पणामुळे ब्रिटनला आपल्या साम्राज्य शक्तीचे मिथक वाढवता आले. नेहरूंनी २८ एप्रिल, १९४९ रोजी लंडन घोषणापत्रावर स्वाक्षरी करण्यास सहमती दर्शविली ज्यामध्ये अंशतः असे म्हटले आहे, 'भारत सरकारने कॉमनवेल्थ ऑफ नेशन्सचे पूर्ण सदस्यत्व चालू ठेवण्याची भारताची इच्छा जाहीर केली आहे आणि पुष्टी केली आहे. राजाला त्याच्या स्वतंत्र सदस्य राष्ट्रांची संघटना आणि राष्ट्रकुल प्रमुख म्हणून मुक्त प्रतीक स्वरूपात स्वीकारले आहे.'

एका झटक्यात, नेहरूंनी ब्रिटीश सम्राटाला कायमस्वरूपी प्रमुख म्हणून मान्य करून हुसकावून लावलेल्या वसाहतवादी सत्तेच्या अधीनस्थ दर्जा स्वीकारला होता, यामध्ये भारत हा भूतकाळातील आणि सध्याच्या डझनभर शोषित ब्रिटिश वसाहतींपैकी एक होता. भारताविना कॉमनवेल्थ हा आक्रमक गोऱ्या वसाहती (ऑस्ट्रेलिया, न्यूझीलंड, कॅनडा), पूर्वीच्या ब्रिटीश आफ्रिकन वसाहती (केनिया, नायजेरिया, युगांडा); पॅसिफिक आणि कॅरिबियनमध्ये विखुरलेल्या बेटांचा एकत्रित संग्रह आहे. कॉमनवेल्थच्या लोकसंख्येपैकी ५५

टक्के लोकसंख्या भारताची आहे. पाकिस्तान, बांगलादेश आणि श्रीलंकेसोबतच राष्ट्रकुलमध्ये दक्षिण आशियाचा वाटा जवळपास ७५ टक्के आहे.

कॉमनवेल्थबाबत मोदींचे विचार संदिग्ध आहेत. ब्रेक्झिटनंतरच्या ब्रिटनसोबत एफटीएद्वारे अधिक व्यापार करण्याचा ते प्रयत्न करत असताना, त्यांनी राष्ट्रकुलकडे मोठ्या प्रमाणावर दुर्लक्ष केले आहे. त्याच्या योजनाशून्य शिखर बैठकींना बगल दिली आहे. दिवंगत राणी एलिझाबेथ द्वितीय ही राष्ट्रकुलची शेवटची प्रमुख असेल अशी अपेक्षा होती, तथापि १९४९च्या घोषणेनुसार ब्रिटीश सम्राट नेहमीच राष्ट्रकुल प्रमुख असेल. आता तसे होणार नाही. कारण राजे चार्ल्स तिसरे हे कॉमनवेल्थच्या प्रमुखाच्या भूमिकेत सहजतेने शिरले आहेत. जर भारताने या पूर्णतः निरर्थक संस्थेमध्ये राहण्याचा अविवेकी निर्णय घेतला, तर भविष्यातील प्रमुखांची निवड लोकशाही पद्धतीने केली जावी – ही राष्ट्रकुल पारितोषिकांची गुणवत्ता आहे; परंतु या संदर्भात ती सदोष आहे.

ब्रेक्झिटमुळे युरोपियन युनियनच्या नोकरशाही नियमांपासून मुक्त, एक स्वतंत्र अस्तित्व म्हणून उर्वरित जगाशी व्यापार करण्यास सज्ज आत्मविश्वासपूर्ण 'ग्लोबल ब्रिटन' निर्माण झाले आहे का? किंवा त्याने ब्रिटनला 'लिटिल इंग्लंड'मध्ये संकुचित केले आहे – म्हणजेच पुन्हा १७००च्या दशकात वसाहतवादाची मोहीम सुरू करण्यापूर्वी होते तसे एक विलग बेट बनले आहे?

ब्रेक्झिटनंतरची ग्लोबल ब्रिटन ही एक कल्पनारम्य गोष्ट आहे ज्यात बुडून राहणे ब्रिटिशांना आवडते. द *इकॉनॉमिस्ट*ने स्पष्टपणे लिहिल्याप्रमाणे, 'बिटीश आस्थापना नेहमीच युरोपियन प्रकल्पाबाबत द्विधा मनस्थिती दाखवत आहे, याचे कारण म्हणजे ते दुसऱ्या महायुद्धात विजयी बाजूने होते आणि अंशतः कारण त्याने ऐतिहासिकदृष्ट्या ब्रिटनला महाद्वीपीय नव्हे, तर जागतिक शक्ती म्हणून पाहिले आहे. टोरी पक्षाच्या काही विभागांमध्ये ही द्विधा मनस्थिती द्वेषात बदलली कारण युरोपियन युनियनने एका राज्याची अनेक अधिकाराची वस्त्रे अधिग्रहित केली. या संकटाचे काय करावे यावरून कॉंझर्वेटीव सदस्यांमध्ये खोलवर फूट पडली आहे. स्थूलपणे सांगायचे तर, पक्षाचे उजव्या विचारसरणीच्या सदस्यांना बाजार आणखी नियंत्रणमुक्त करून आणि कर कमी करून थॅचर क्रांती पूर्ण करायची आहे. त्यांच्यासाठी, ब्रिटनला ऑफशोअर सिंगापूरमध्ये बदलण्यासाठी युरोपियन युनियन सोडणे ही एक पूर्वअट होती.'

१७०७मध्ये, तोपर्यंत एक स्वतंत्र राष्ट्र असलेले स्कॉटलंड युनायटेड किंगडमच्या निर्मितीसाठी इंग्लंडमध्ये समाविष्ट झाले. २०१६मध्ये स्कॉट्सने युरोपियन युनियनमध्ये राहण्यासाठी प्रचंड प्रमाणात मतदान केले. स्कॉटिश राष्ट्रवादी आता स्कॉटिश स्वातंत्र्यावर दुसऱ्यांदा सार्वमताची मागणी करत आहेत. प्रथम, २०१४मध्ये ५५.३ टक्के इतक्या अल्प बहुमतातील लोकांनी यूकेमध्ये राहण्यासाठी मतदान केले. स्कॉट्सचे इंग्रजांवर प्रेम राहिलेले नाही. दोघांची एकच भावना आहे.

पंतप्रधान ऋषी सुनक यांच्या नेतृत्वाखालील कॉंझर्वेटीव सरकारने स्कॉटिश स्वातंत्र्यावर दुसरे सार्वमत घेण्यास नकार दिला आहे. पुढील ब्रिटीश सार्वत्रिक निवडणूक होणार आहे

आणि मजूर सरकार – जे सध्या दुसऱ्या सार्वमताच्या विरोधात आहे – स्कॉट्सला स्वतंत्र देशासाठी मतदान करण्याची परवानगी देईल, तोपर्यंत स्कॉटलंडला २०२५च्या आरंभापर्यंत प्रतीक्षा करावी लागेल. त्यानंतर ते युरोपियन युनियनमध्ये सामील होण्यासाठी अर्ज करू शकेल. *रिपब्लिक ऑफ आयर्लंड* हे आधीच युरोपियन युनियनचा उत्साही सदस्य आहे आणि युरोपियन युनियनच्या आर्थिक उदारतेचा त्याला मोठ्या प्रमाणावर फायदा झाला आहे. त्याचे दरडोई उत्पन्न ब्रिटनपेक्षा जास्त आहे. स्कॉटिश स्वातंत्र्य आणि उत्तर आयर्लंडचे रिपब्लिक ऑफ आयर्लंडसह पुनर्मीलन यांच्यामुळे युनायटेड किंगडमचा गुंता मोकळा होऊ शकतो. ती आता पूर्वीसारखी दूरगामी संभाव्यता राहिलेली नाही.

संयुक्त आयर्लंड हे असं भूत आहे, ज्याची ब्रिटिशांना स्कॉटिश स्वातंत्र्यापेक्षा अधिक भीती वाटते. वसाहतवादी ब्रिटनने १६००च्या दशकातील इंग्रजी प्रोटेस्टंट स्थलांतरितांद्वारे आयर्लंडचा उत्तर भाग 'व्यापला'. आयर्लंडचे कॅथोलिक बहुसंख्याक हळूहळू कमी झाले. *युनायटेड किंगडम ऑफ ग्रेट ब्रिटन* आणि आयर्लंडची स्थापना ॲक्ट्स फॉर युनियन १८००द्वारे करण्यात आली. एका वर्षानंतर, १८०१मध्ये स्वतंत्र आयरिश संसद रद्द करण्यात आली. वसाहतवादी ब्रिटन आणि आयरिश देशभक्त यांच्यात लढायांची मालिका झाल्यानंतर १९२२मध्ये आयर्लंडला पूर्ण स्वातंत्र्य मिळाले; परंतु विभक्त होताना एक झटकाही मिळाला. आयर्लंडच्या सहा काऊंटीजनी ब्रिटनसोबत राहण्याचा पर्याय निवडला, आयर्लंडला परस्परविरोधी प्रोटेस्टंट उत्तर आयर्लंड या स्वरूपात एक स्वतंत्र राष्ट्र म्हणून यूके आणि कॅथलिक रिपब्लिक ऑफ आयर्लंडचा एक भाग बनवले.

काही दशकांमध्ये, उत्तर आयर्लंडमधील कॅथलिक लोकसंख्या वाढली आहे आणि आता ती प्रोटेस्टंट लोकसंख्येला मागे टाकत आहे. प्रोटेस्टंट आणि कॅथलिक यांच्यातील सांप्रदायिक संघर्ष आणि ब्रिटनमध्ये १९७० व १९८०च्या दशकात दहशतवादी हल्ले शिगेला पोहोचले. आज एक अस्वस्थ शांतता पसरली आहे. ब्रेक्झिटने दोन आयर्लंडमधील भविष्यातील एकीकरणाची शक्यता वाढवली आहे. या शक्यतेची ब्रिटनला भीती वाटते. स्कॉटलंडने यूकेपासून स्वातंत्र्य मिळवले आणि दोन आयर्लंडनी विलीनीकरणाचा प्रयत्न केला, तर युनायटेड किंगडमचा अंत होईल.

ब्रिटीश आणि आयरिश राजकारणाचे प्राध्यापक जॉन टोन्गे यांचा हवाला देत जोनाथन गोर्व्हेट यांनी *फॉरेन पॉलिसी*मध्ये लिहिल्याप्रमाणे[३२] 'युके अजून एका पिढीनंतर त्याच्या सध्याच्या स्वरूपात अस्तित्वात असेल का ते मला विचारा. यावर मी म्हणेन – हा एक अतिशय कठीण निर्णय आहे.'

१७०७पूर्वी, इंग्लंड आणि स्कॉटलंड ही वायव्य युरोपच्या परिघावरील लहान आणि तुलनेने गरीब राष्ट्रे होती. वसाहतवाद आणि गुलामगिरी, या दोन्ही मोठ्या प्रमाणात फायदेशीर उद्योगांनी, इंग्रज आणि स्कॉट्सना औपचारिक युनियनमध्ये एकत्र आणले ज्याचा ३१६ वर्षांनंतर, वसाहतवादी आणि गुलामांची कमाई संपल्यामुळे, स्कॉट्ससाठी आता काही अर्थ उरला नाही.

---

३२ १९ जुलै २०१९

इंग्लंड संकुचित होण्याची भीती द *इकॉनॉमिस्ट*ने व्यक्त केली आहे, 'स्कॉटलंडशी असलेला दुवा अनेक दशकांहून कमी झाला आहे. ब्रिटनच्या दोन मुख्य पक्षांच्या ज्येष्ठावळीमध्ये स्कॉट्सचे लोक फार कमी आहेत. ब्रेक्झिट सार्वमतामध्ये इंग्लंड आणि स्कॉटलंडने विरोधी पक्षांना पाठिंबा दिला.'

उपरोधाने म्हणावे लागते, की ब्रेक्झिटच्या कारणे अखेरीस इंग्लंड आपले मध्यम स्वरूपातील मूळ बेट बनू शकेल. ब्रिटनसोबत भारताचे व्यापार आणि तंत्रज्ञान संबंध अधिक दृढ करण्यासाठी मोदींना पंतप्रधान म्हणून तिसऱ्या कार्यकाळात हा विचार करावा लागेल अशी शक्यता आहे.

विभाग ९

पाकिस्तान

प्रकरण २८

दहशतीची छाया

'अयशस्वी होण्यासाठीच योजिलेला देश म्हणजे *पाकिस्तान.*' कॅलिफोर्निया विद्यापीठ, बर्कले इथे व्यवसाय व्यवस्थापनाचे विद्यार्थी असलेल्या माझ्या वडलांच्या या शब्दांमुळे झुल्फिकार अली भुट्टो या त्यांच्या कृश, ओघळत्या चेहऱ्याच्या सहकारी विद्यार्थ्याचा नूर बदलला.

ते १९५०चे वर्ष होते. भुट्टो पाकिस्तानात परतण्यापूर्वी कायद्याचे शिक्षण घेण्यासाठी ऑक्सफर्ड विद्यापीठात गेले. माझे वडील, मॅनेजमेंटची पदवी हातात घेऊन, कुटुंबाच्या निर्मिती उद्यमामध्ये सामील होण्यासाठी भारतात परतले.

बर्कले इथे असताना, भुट्टो यांनी इतर भारतीय विद्यार्थ्यांना त्यांच्या नव्याने स्थापन झालेल्या पाकिस्तानचे भवितव्य काय आहे हे पटवून देण्याचा खूप प्रयत्न केला. तो का चुकीचा आहे हे माझ्या वडलांनी त्यांना सांगितले, 'धर्माच्या आधारावर स्थापित केलेला हा देश शेवटी फुटणार आहे.' उत्तर कॅलिफोर्नियाच्या कॅम्पसमधील त्या संभाषणाला सात दशकांहून अधिक काळ लोटला. पण ते शब्द भविष्यसूचक होते.

एक हजार वार करून भारताचा रक्तपात करण्यासाठी पाकिस्तानने ज्या दहशतवाद्यांना जन्म दिला, ते पाकिस्तानचा रक्तपात करत आहेत. बलुचिस्तानमध्ये खळबळ उडाली आहे. तशीच सिंध आणि खैबर पख्तुनख्वामध्ये स्थिती आहे. ब्रिटीश साम्राज्यात बलुचिस्तान हे कलात नावाचे स्वतंत्र राज्य होते. १९४७मध्ये भारतीय स्वातंत्र्य आणि फाळणीच्या वेळी ते समावेशाच्या साधनांचा भाग नव्हते. मे १९४८मध्ये, पाकिस्तानी सैन्याने आक्रमण केले आणि ते ताब्यात घेतले.

पाकिस्तानी दैनिक द *नेशन*ने ५ डिसेंबर, २०१५ रोजी चीन पाकिस्तान आर्थिक कॉरिडॉरच्या केंद्रस्थानी असलेल्या बलुचिस्तानवर पाकिस्तानने कसा बेकायदेशीरपणे कब्जा केला याचे तपशीलवार विवरण प्रकाशित केले आहे, 'बलुचिस्तानमध्ये पाकिस्तानचा जवळपास निम्मा भूभाग आहे आणि त्याच्या एकूण लोकसंख्येच्या केवळ ३.६ टक्के

लोकसंख्या आहे. हा प्रांत तेल, वायू, तांबे आणि सोने यांसह नैसर्गिक स्रोतांनी प्रचंड समृद्ध आहे. खनिज संपत्तीचे हे प्रचंड साठे असूनही, हा परिसर पाकिस्तानातील सर्वांत गरीब प्रदेशांपैकी एक आहे. इथली बहुसंख्य जनता दयनीय परिस्थितीत राहते, इथे त्यांना वीज किंवा पिण्यासाठी शुद्ध पाणी उपलब्ध नाही.

'२१ फेब्रुवारी, १९४८ रोजी कलातच्या (बलुचिस्तान) दार-उल-अवामची (संसद) बैठक झाली, तेव्हा त्यांनी पाकिस्तानमध्ये सामील न करण्याचा निर्णय घेतला; परंतु कलातचे भविष्यातील पाकिस्तानशी संबंध निश्चित करण्यासाठी करारावर वाटाघाटी करण्याचा निर्णय घेतला. २६ मार्च, १९४८ रोजी पाकिस्तानी लष्कराला पासनी, जिवानी आणि तुर्बत या बलुच किनारी प्रदेशांत जाण्याचे आदेश देण्यात आले. कलातने २७ मार्च रोजी आत्मसमर्पण केले आणि कराचीमध्ये अशी घोषणा करण्यात आली, की कलातच्या खानने आपले राज्य पाकिस्तानमध्ये विलीन करण्यास सहमती दर्शविली आहे. जीनांनी बंदुकीखाली याचा स्वीकार केला. बलुचिस्तान विधानसभेने याआधीच बलुचिस्तानचे (कलात) स्वातंत्र्य कोणत्याही कारणास्तव हिरावून घेण्याची कोणतीही सूचना फेटाळली होती. त्यामुळे बंदुकीच्या धाकाखाली घेतलेल्या कलातच्या खानची स्वाक्षरीही व्यवहार्य नव्हती. बलुचिस्तान संसदेने हा संबंध नाकारला होता. भारतापूर्वी बलुचिस्तानला स्वातंत्र्य देणाऱ्या ब्रिटीश साम्राज्याने कधीही या समावेशाला अनिवार्य केले नव्हते. ब्रिटीशांनी भारतातून माघार घेतल्यानंतर सार्वभौम बलुच राज्य केवळ २२७ दिवस टिकले. या कालावधीत बलुचिस्तानचा पाकिस्तानमधील राजदूत राहत असलेल्या कराची इथल्या दूतावासावर त्यांचा ध्वज फडकत होता.'

बलुचिस्तानप्रमाणेच आज सिंधमध्येही अस्वस्थता आहे. गेल्या काही वर्षांमध्ये पाकिस्तानी रेंजर्सच्या ठोस कारवाईमुळे अराजक कराची अंशतः आटोक्यात आलेली असताना, स्वतंत्र सिंधची चळवळ कायम आहे. उत्तरेकडे, खैबर पख्तुनख्वामधील अस्वस्थ आदिवासी भाग हिंसाचाराने आणि भ्रष्टाचाराने पोखरले आहेत. पाकिस्तानचे संस्थापक महंमद अली जिना यांनी कधीच ही कल्पना केलेली नव्हती. जिना हे भुट्टोंप्रमाणेच अनिच्छुक मुस्लीम होते. एक गुजराती शिया खोजा असलेल्या जिनांनी पारशी स्त्रीशी विवाह केला. भुट्टो यांनी एका इराणीशी लग्न केले आणि बर्कले इथे त्यांनी जोरदार पार्टी दिली होती. राजकीय आणि धार्मिक लढायांमुळे अंतर्गतरित्या तुटलेल्या आजच्या पाकिस्तानच्या कट्टरतावादी इस्लामिक आवृत्तीत या दोघांपैकी कोणीही बसू शकले नसते.

युनायटेड स्टेट्समधील सौदी आणि पाकिस्तानी मुख्य दोषी असलेल्या ९/११च्या दहशतवादी हल्ल्यानंतर पाकिस्तान भाड्याच्या राज्यातून मांडलिक राज्य बनला. जॉर्ज डब्ल्यू बुश प्रशासनाने नोव्हेंबर २००१मध्ये अफगाणिस्तानमधील अल-कायदावर 'धक्का आणि विस्मय' क्षेपणास्त्रांची मालिका डागण्यापूर्वी दूरध्वनीवरून अध्यक्ष परवेझ मुशर्रफ यांना इशारा दिला होता, की जर पाकिस्तानने दहशतवादाविरुद्धच्या युद्धात सहकार्य केले नाही, तर अमेरिका बॉम्बस्फोट करेल आणि त्यांना 'पाषाण युगात' ढकलेल.

मुशर्रफ यांनी सहकार्य केले. पण त्याच्या आधी (आणि नंतर) प्रत्येक पाकिस्तानी जनरलप्रमाणे तेही सशांसोबत धावले आणि शिकारी कुत्र्यांसोबत पाठलाग केला.

अफगाणिस्तान-पाकिस्तानमधील दहशतवादाशी लढण्यासाठी अमेरिकेने पाकिस्तानला दरवर्षी सरासरी ३ अब्ज डॉलर्स दिले. पाकिस्तानच्या जीडीपीच्या एक तृतीयांश भागावर नियंत्रण ठेवणाऱ्या पाकिस्तानी सैन्याने आपल्या जिहादला निधी देण्यासाठी बहुतांश पैसा वापरला आणि उर्वरित रक्कम परदेशी बँक खात्यांमध्ये जमा केली. माजी लष्करप्रमुख जनरल कमर जावेद बाजवा आणि त्यांच्या कुटुंबीयांची नोव्हेंबर २०२२मध्ये १,२०० कोटी रुपयांची संपत्ती होती. हे वृत्त नाकारण्यात आले होते; परंतु पाकिस्तानमधील फारच थोड्या जणांनी या बातमीच्या अचूकतेवर शंका घेतली होती.

दरम्यानच्या काळात तालिबान शासित अफगाणिस्तान इस्लामाबादसाठी विषप्रयोग ठरला आहे. अफगाणिस्तान हे ब्रिटिश, सोव्हिएत आणि अमेरिकन अशा तीन साम्राज्यांसाठी स्मशान बनले आहे. चीन अफगाणिस्तानच्या प्रतिस्पर्धी सरदारांच्या दलदलीत अडकलेले चौथे साम्राज्य बनू इच्छित नाही. इस्लामाबादला सामरिक सखोलता देण्याऐवजी, तालिबान शासित अफगाणिस्तान त्याला सामरिक उत्तरदायित्व देत आहे. पाकिस्तानने नियंत्रण रेषेवर (एलओसी) भारतासोबत शांततेची मागणी का केली याचे एक कारण म्हणजे त्यांच्या पश्चिम आघाडीवर पाकिस्तानी सैन्याचे हात अडकलेले आहेत हे त्यांना उशिराने कळले आहे. कट्टरपंथी, पश्तून-नेतृत्वाखालील तालिबानीकृत अफगाणिस्तान अखेरीस पाकिस्तानमध्ये मोठा कट्टरतावाद निर्माण करेल, ज्यात आधीच मोठ्या प्रमाणात संत्रस्त पश्तून लोक आहे.

पाकिस्तान हे एक अयशस्वी राज्य आहे कारण ते केवळ दहशतवादाचे केंद्र आहे असे नाही; तर ते आपल्या नागरिकांसाठी आर्थिक आणि सामाजिक मापदंडांमध्ये अपयशी ठरले आहे. १९५०मध्ये, पाकिस्तानचे दरडोई उत्पन्न (६४३) भारताच्या दरडोई उत्पन्नापेक्षा (६१९) जास्त होते. साठ वर्षांनंतर, २०१० मध्ये, क्रयशक्ती समतेच्या तुलनेमध्ये भारताचे दरडोई उत्पन्न (३,३७२) वर जात त्याने पाकिस्तानला (२,४९४) मागे टाकले होते. २०२३मध्ये ही दरी आणखी वाढली. २०३०मध्ये पाकिस्तानचा जीडीपी भारताच्या जीडीपीच्या बाराव्या भागापेक्षा कमी असेल असा अंदाज आहे.

पाकिस्तानी समाज भिन्न तुकड्यांमध्ये विभागला गेला आहे. लष्कर हे एक महाकाय आर्थिक महामंडळ आणि दहशतवादी संघटक बनले आहे. २०२२मध्ये माजी पंतप्रधान इम्रान खान यांच्या उघड बंडखोरीपर्यंत, कोणीही त्याला किंवा त्याची गुप्तचर संस्था आयएसआय यांना नकार दिला नाही. मुल्ला त्यांच्या मदरशांवर नियंत्रण ठेवतात आणि गरीब पाकिस्तानी तरुणांना काटेकोरपणे कट्टर बनवतात.

न्यायपालिका आणि नागरी समाज हे पाकिस्तानचे अधिक तर्कसंगत विभाग आहेत; परंतु अनेक न्यायाधीश आता कट्टरपंथी बनले आहेत. धर्मनिंदेवर आधारित धार्मिक हत्या न्यायव्यवस्थेकडून सहन केल्या जातात. माजी पंतप्रधान नवाझ शरीफ यांच्यावर ज्या पद्धतीने खटला चालवला, तसा खटला भ्रष्टाचार केल्याप्रकरणी लष्करी अधिकाऱ्यावर चालवण्याचे धाडस ते करत नाही. लष्कराची शक्ती कमी होऊनही, नागरी समाज इतका विखुरलेला आणि कमकुवत आहे, की पाकिस्तानात आता कोणीही त्याकडे लक्ष देत नाही. प्रसारमाध्यमे मजबूत होण्याचा प्रयत्न करतात; परंतु आयएसआयने गेल्या काही वर्षांत अनेक पत्रकारांच्या हत्या केल्याने ते शक्तिहीन आणि भयभीत झाले आहेत.

हजारो पाकिस्तानी लोकांचा जीव घेणाऱ्या देशांतर्गत दहशतवादाचा सामना करत, इस्लामाबादने आपली उर्वरित सर्व भिस्त चीनवर ठेवली आहे. अमेरिकेने पाकिस्तानला दिलेली वार्षिक मदत कमी केल्याने बीजिंग एक तारणहार म्हणून उदयास आला आहे. प्रत्यक्षात मात्र हे पाकिस्तानचे रसातळाच्या दिशेने आणखी एक पाऊल आहे. चीनची स्वतःची अर्थव्यवस्था मंदावल्याने, पाकिस्तानला सतत निधी देण्याचा संयम बिजींग गमावण्याची शक्यता आहे.

∞

पुलवामा दहशतवादी हल्ल्याचा बदला म्हणून बालाकोटवर केलेल्या भारतीय हवाई हल्ल्याने २०१९च्या लोकसभा निवडणुकीचे गणित बदलले. २०१९च्या सार्वत्रिक निवडणुकीचे रूपांतर आभासी-अध्यक्षीय लढतीत करून राहुल गांधींनी डावपेचात्मक चूक केली. पुलवामा दहशतवादी आक्रोशानंतर तात्पुरते निःशब्द झालेल्या गांधी यांनी मोदींवर रोज केलेल्या हल्ल्यांचं महत्त्व घटत गेलं. आपल्यावरील वैयक्तिक हल्ले आपल्या राजकीय फायद्यासाठी वापरण्याची क्षमता मोदींनी साध्य केली होती. त्यांच्यावरील प्रत्येक हल्ल्याने मोदी निवडणुकीच्या दृष्टीने अधिक भक्कम होताना दिसत होते.

तिरुअनंतपुरममधील काँग्रेस खासदार शशी थरूर यांनी २०१९च्या लोकसभा निवडणुकीपूर्वी मोदींवर हल्ला करून भाजपला निवडणुकीचा फायदा दिला होता. ते म्हणाले होते, की मोदी भारताला 'हिंदू पाकिस्तान'मध्ये म्हणजेच कट्टर हिंदूधर्मी राष्ट्रात परिवर्तित करत आहेत. थरूर यांची 'हिंदू-पाकिस्तान' टिप्पणी चुकीची आणि अवेळी का होती?

प्रथम, थरूर यांनी त्यांच्या संपूर्ण भाषणात स्पष्टपणे दावा केल्याप्रमाणे पाकिस्तान केवळ अल्पसंख्याकांशी भेदभाव करत नाही. तो त्यांना मारूनच टाकतो. अहमदियांची शिकार केली जाते - कायदा त्यांचा छळ करण्यास परवानगी देतो. भारतात, १९९८ ते २०२३ या तीन दशकांत वाजपेयी आणि मोदी यांच्या नेतृत्वाखालील भाजपच्या १५ वर्षांच्या शासनानंतरही, अल्पसंख्याकांना हिंदूंना दिलेल्या अधिकारांपेक्षा अधिक अधिकार मिळाले आहेत.

दुसरे म्हणजे, पाकिस्तानमध्ये इम्रान खानचे मोठे आव्हान असूनही, लष्कराचा अधिकार संपुष्टात येत असला तरी देशावर अजूनही त्यांचे नियंत्रण आहे. याउलट भारतात, विविध राजकारणी, कार्यकर्ते आणि स्वयंसेवी संस्थांकडून लष्कराला नित्याचीच बदनामी सहन करावी लागते.

फेब्रुवारी २०२१मध्ये, पाकिस्तानचे डायरेक्टर जनरल ऑफ मिलिटरी ऑपरेशन्स भारताच्या डीजीएमओसोबत हॉटलाइनवर बोलले. नियंत्रण रेषेवरून गोळीबार तातडीने थांबवण्याची विनंती त्यांनी केली. २००३च्या करारानंतरही, युद्धविरामाचे उल्लंघन वारंवार होत होते, विशेषत: २०१४मध्ये मोदींनी पदभार स्वीकारल्यानंतर. पाकिस्तानने नेहमीच या उल्लंघनांना प्रवृत्त केले; परंतु भारताने प्रत्युत्तरादाखल केलेल्या गोळीबारामध्ये त्याला मानवी आणि सामग्री दोन्हींमध्ये त्याचा मोठा फटका बसला. शेवटी २०२१मध्ये त्याने शांततेसाठी हात पुढे केला. अंतर्गत कलह आणि कोलमडत चाललेल्या अर्थव्यवस्थेमुळे हादरलेल्या

इस्लामाबादने युक्तीने नियंत्रण रेषेवरील संघर्ष कमी केला आहे. दोन वर्षांपासून युद्धविराम कायम आहे.

भारतासोबतचा मूळ वाद काश्मीर हाच आहे, असा मुद्दा लावून पाकिस्तानी लोकांना फार पूर्वीपासून त्याचा आहार पुरवला जात आहे. पाकिस्तानी लष्कराच्या जनरल्सना शेवटची गोष्ट कोणती हवी असेल, तर ती म्हणजे काश्मीर वादावर तोडगा. काश्मीर वादावर पाकिस्तानी लष्कर जगत आहे. तो काढून टाकला तर काश्मीरमधील कमी तीव्रतेच्या, कमी खर्चात संघर्षातून मिळणारे प्रचंड भाग्य पाकिस्तानी सैन्य गमावून बसेल.

ही तथ्ये विचारात घ्या. पाकिस्तानचा जीडीपी भारताच्या जीडीपीच्या १० टक्के आहे. तरीही त्याचे संरक्षण बजेट भारताच्या जवळपास २५ टक्के आहे. अतिरिक्त निधी लष्कराच्या उच्च पदस्थांकडून काढून घेतला जातो. सेवानिवृत्तीनंतर वरिष्ठ लष्करी अधिकाऱ्यांना ग्रॅच्युइटी म्हणून मोठी जमीन मालकी दिली जाते. पाकिस्तानातील सर्वोत्तम व्यवसाय हा पाकिस्तानी लष्कराचा व्यवसाय आहे. कनिष्ठ अधिकाऱ्यांचीही चांगली काळजी घेतली जाते. तुलनेने लहान देशाकरिता पाकिस्तानी सैन्य हे फार मोठे आहे. त्यात अतिरिक्त ५,१०,००० राखीव सैनिकांसह ६,५०,००० सैनिक आहेत.

पाकिस्तानी लष्कर बेकायदेशीर लष्करी संघटनेप्रमाणे काम करते. ते बलुचिस्तानमध्ये नरसंहार करते, काश्मीरमध्ये दहशतवाद्यांना शस्त्र पुरवते आणि चीनला आपला मोठा भूभाग देते. काश्मीरचा वाद जितका जास्त काळ चालू राहील तितका त्याचा पाकिस्तानी सैन्याला फायदा होतो. पाकिस्तान सरकारमधील कोणीही देशाच्या संदिग्ध मोठ्या संरक्षण बजेटवर प्रश्न विचारत नाही. बहुसंख्य पाकिस्तानींना आपल्या अपरिहार्यतेवर विश्वास निर्माण करण्यात लष्कराला यश आले आहे. 'शत्रू' (भारत) आणि 'मुख्य विवाद' (काश्मीर) यांच्याशिवाय ही आभा नष्ट होईल.

शिवाय, भारताच्या श्रेष्ठ पारंपरिक सैन्याबरोबर सर्वांगीण युद्ध केल्यास 'पाकिस्तानी सैन्य अजिंक्य आहे' ही सामान्य पाकिस्तानी लोकांमध्ये काळजीपूर्वक संवर्धन केलेली प्रतिमा उघडी पडेल. रावळपिंडीला बांगलादेश १९७१ किंवा कारगिल १९९९ची पुनरावृत्ती नको आहे. कलम ३७० काढून घेतल्यानंतर काश्मीरमध्ये हळूहळू धगधगणारी बंडखोरी त्याच्यासाठी अधिक योग्य आहे. गरीब कुटुंबातील बेरोजगार तरुणांचा खोऱ्यामध्ये दहशतवाद्यांच्या तोफांचा गोळा म्हणून वापर केला जातो. भारतीय लष्कर किंवा सीमा सुरक्षा दल (बीएसएफ)द्वारे मारले गेल्यावर, त्यांच्या कुटुंबीयांना उदार हस्ते जमीन आणि पैसा दिला जातो.

भारत सरकारने पाकिस्तानी लष्कराला खर्चाला पाडण्यास सुरुवात केली आहे. पाणी हे फार पूर्वीपासून कमी वापरले जाणारे शस्त्र आहे. खोऱ्यातील जलविद्युत प्रकल्प जलदगतीने मार्गी लावले जात आहेत. सिंधू जल करारांतर्गत, भारताला अनेक दशकांपासून वापरत असलेल्या अधिक कोट्याचा कायदेशीर हक्क आहे. काश्मीरमधील नवीन जलविद्युत प्रकल्पांमुळे पाकिस्तानला कमी पाणी दिल्याने पाकिस्तानच्या शेतीचा खर्च मोठा होईल. जेव्हा दहशतवादाला खतपाणी घालण्याची किंमत परवडणारी राहणार नाही, तेव्हाच पाकिस्तानी लष्कराला आपली वर्तणूक बदलण्यास भाग पाडले जाईल.

संरक्षण मंत्री राजनाथ सिंह यांनी काही वर्षांपूर्वी जाहीरपणे घोषित केले होते, की यापुढे पाकिस्तानसोबत चर्चेचा एकमेव विषय – एकदा त्याने भारताविरुद्धचा दहशतवाद थांबवल्यानंतर – गिलगिट बाल्टिस्तान आणि पाकव्याप्त काश्मीर (पीओके) असेल. भारताचा प्रथम वापर नसलेला अण्वस्त्र सिद्धान्त यापुढे कठोर राहणार नाही या विधानाने इस्लामाबाद आणखी अस्वस्थ झाले आहे. कट्टर आण्विक पद्धतीने प्रत्युत्तर देऊन, पाकिस्तानने आपली भीती उघड केली आहे.

काश्मीरला ७० वर्षांपासून बांधणाऱ्या कलम ३७०च्या साखळीतून मुक्त केल्यामुळे भारतातील प्रत्येक जण आनंदी आहे असे नाही. लोकशाहीत मतभेद स्वागतार्ह आणि आवश्यक दोन्ही असतात. बहुसंख्य आवाज प्रत्येक मुद्द्याला महत्त्व देण्यास मदत करतात. अशा दोन आवाजांचे परीक्षण करू या. पहिला आवाज म्हणजे अशोका विद्यापीठाचे माजी कुलगुरू प्रताप भानू मेहता. मेहता यांनी *इंडियन एक्स्प्रेस*मध्ये कलम ३७० रद्द करण्याच्या विरोधात दाखल केलेल्या अनेक याचिकांवर सर्वोच्च न्यायालयाच्या काहीशा निस्तेज प्रतिक्रियेवर टीका करत एक लेख[३३] लिहिला, 'आम्ही काश्मीरला सामान्य भारतीयांप्रमाणे वागवण्यास तयार नाही हे स्वातंत्र्यावरील आमच्या कायदेशीर त्यागाचे लक्षण आहे. आणि वसाहतवादी शक्तीपेक्षा वसाहतवादी कार्य करणाऱ्या कार्यकारिणीसमोर आम्ही स्वतःला बदनाम करण्यास तयार आहोत.'

मेहतांचे हे म्हणणे चुकीचे आहे. संसद ही लोकांची सामूहिक इच्छा प्रतिबिंबित करते, हा मुद्दा सर्वोच्च न्यायालयानेही याचिकाकर्त्यांच्या सुनावणीदरम्यान मांडला. मेहता यांनी लोकसभा आणि राज्यसभेने मान्यता दिलेल्या कलम ३७० रद्द करणाऱ्या सशक्त कायद्याचे चित्रण, औपनिवेशिक सत्तेच्या कृतीपेक्षा ते अधिक वाईट आहे असे करणे, म्हणजे त्यांचे तत्त्व नव्हे, तर पूर्वग्रह दर्शवते.

दुसरे उदाहरणही तितकेच बोलके आहे. *ब्राउन युनिव्हर्सिटी*चे प्राध्यापक *अशोक वार्ष्णेय* यांनी त्याच दैनिकामध्ये[३४] लिहिले, 'फक्त एका लोकशाही अर्थाने-निवडणूक शक्तीची व्यवस्था म्हणून लोकशाही-काश्मीरचा दर्जा बदलण्याचा निर्णय संभाव्यतः वैध म्हणता येईल. इतर सर्व लोकशाही संवेदनांमध्ये, आपण गंभीरपणे लोकशाही-विरोधी आचरण पाहिले आहे. हे आचरण म्हणजे निवडणुकीद्वारे सक्षम केलेला क्रूर बहुमतवाद होता.'

या युक्तिवादाचा ऐसपैसपणा स्पष्ट आहे. लोकशाही ही निंदनीय संकल्पना नाही. जर उर्वरित भारतात बहुसंख्याकवाद वाईट असेल – आणि तो असेल तर – काश्मीरमध्येही वाईट आहे. वार्ष्णेय दोन्ही प्रकारे बोलू शकत नाहीत : काश्मीरमध्ये चांगले, बाकीचे वाईट.

कलम ३७०ने जम्मू-काश्मीरला विशेष दर्जा आणि कायदे दिले. ते मागे घेण्याचे तीन महत्त्वपूर्ण परिणाम होते. प्रथम, त्याने जम्मू आणि काश्मीरला देशभरातून आर्थिक

---

३३ १७ ऑगस्ट, २०१९

३४ इंडियन एक्सप्रेस, १७ ऑगस्ट, २०१९

विकासासाठी खुले केले. राज्याबाहेरील भारतीयांना लागू होणारे निर्बंध रद्दबातल ठरवण्यात आले होते – ते जम्मू आणि काश्मीरमध्ये स्थायिक होऊ शकतात, जम्मू आणि काश्मीरमध्ये जमीन खरेदी करू शकतात, जम्मू आणि काश्मीरमध्ये गुंतवणूक करू शकतात आणि जम्मू आणि काश्मीरला भारतीय संघाचा एक सामान्य भाग बनवू शकतात. दुसरे, काश्मीर खोरे आता उर्वरित भारतातील आर्थिक, सामाजिक आणि सांस्कृतिक अशा नव्या प्रभावांसाठी खुले आहे. १९९०पासून इस्लामवाद्यांनी बंदी घातलेली चित्रपटगृहे सप्टेंबर, २०२२मध्ये खोऱ्यात परतली. तिसरे, जम्मू आणि काश्मीरमध्ये भारतीय सैन्य दले भक्कम झाल्यामुळे, दहशतवाद्यांशी आता पाठीमागे एक हात बांधून लढा दिला जात नाही. जम्मू आणि काश्मीरला अनेक दशके रक्ताळत दगडफेक करणारे आणि स्थानिक दहशतवादी मॉड्युलला मिळणारे घातक समर्थन कमी झाले आहे.

सरकारने तांत्रिकदृष्ट्या घटनेतील कलम ३७० रद्द केले नाही. ते प्रभावीपणे रद्द करण्यासाठी त्यात विभाग ३चा वापर केला. त्यामुळे रद्द करण्यासाठी घटनादुरुस्तीची गरज नव्हती. कलम ३७०च्या विभाग ३मध्ये म्हटले आहे, 'या लेखाच्या पूर्वगामी तरतुदींमध्ये काहीही असले तरी, राष्ट्रपती सार्वजनिक अधिसूचनेद्वारे घोषित करू शकतात, की हे कलम कार्यरत राहणार नाही किंवा केवळ अशा अपवाद आणि सुधारणांसह ते निर्दिष्ट करतील अशा तारखेपासून कार्यरत असेल; परंतु राष्ट्रपतींनी अशी अधिसूचना जारी करण्यापूर्वी खंड (२)मध्ये नमूद केलेल्या संविधान सभेची शिफारस आवश्यक असेल.'

यामुळे जम्मू आणि काश्मीरचे अल्पसंख्याक, लिंग समानता, जमीन हक्क आणि इतर तरतुदींवरील भेदभाव करणारे कायदे एका झटक्यात दूर झाले, या कायद्यांनी अनेक दशकांपासून खोऱ्याला बंदिस्त केले होते. त्यांच्या जागी दलित आणि इतरांना आरक्षण देणारे भारताचे कायदे इथेही लागू होतात. अनेक दशकांपासून या खोऱ्याचा सरंजामशाही शासक वर्गाने वासल म्हणजे हक्काची जहागीर म्हणून वापर केला होता. दोन कुटुंबांनी–तीन पिढ्यांसाठी अब्दुल्ला आणि दोन पिढ्यांसाठी मुफ्ती–एक अशी परिसंस्था निर्माण केली जिथे त्यांनी लोकांची सेवा करणे अपेक्षित असताना स्वत: संपत्ती कमावली आणि लोक मात्र हलाखीत जगत होते. तो काळ आता इतिहासजमा झाला आहे.

जम्मू आणि काश्मीरमध्ये संयुक्त राष्ट्राची भूमिका नेमकी काय आहे? जम्मू–काश्मीरमध्ये सार्वमत घेण्याची पाकिस्तान सरकारची वारंवार मागणी न्याय्य आहे का? १३ ऑगस्ट, १९४८ रोजी भारत आणि पाकिस्तानसाठी संयुक्त राष्ट्र आयोगाने एक ठराव मंजूर केला. या ठरावानुसार पाकिस्तानने जनमताचा विचार होण्यापूर्वी पीओके रिकामा करणे आवश्यक होते. हा UNCIP ठराव काश्मीरमधील सार्वमताचे औचित्य सिद्ध करण्यासाठी दोन्ही पाकिस्तानी नेत्यांनी आणि विश्लेषकांनी वारंवार उद्धृत केला असल्याने, संबंधित UN ठराव इथे पुन्हा देणे महत्त्वाचे आहे:

भाग १ : युद्धबंदी आदेश

अ. भारत आणि पाकिस्तानची सरकारे सहमत आहेत, की त्यांचे संबंधित उच्च कमांड स्वतंत्रपणे आणि एकाच वेळी त्यांच्या नियंत्रणाखालील आणि जम्मू व काश्मीर राज्यातील सर्व सैन्याला लागू करण्यासाठी दोन्ही सरकारांनी हे प्रस्ताव स्वीकारल्यानंतर चार दिवसांच्या आत युद्धविराम आदेश जारी करतील.

इ. जम्मू आणि काश्मीर राज्यात त्यांच्या नियंत्रणाखालील सैन्याची लष्करी क्षमता वाढवणारी कोणतीही उपाययोजना करण्यापासून परावृत्त करण्यासाठी भारतीय आणि पाकिस्तानी सैन्याचे उच्च कमांड सहमत आहेत. (या प्रस्तावांच्या उद्देशाने त्यांच्या नियंत्रणाखालील सैन्यांमध्ये, संघटित आणि असंघटित, त्यांच्या संबंधित बाजूंनी लढणाऱ्या किंवा शत्रुत्वात सहभागी झालेल्या सर्व शक्तींचा समावेश केला जाईल.)

उ. भारत आणि पाकिस्तानच्या सैन्याचे कमांडर-इन-चीफ युद्धविराम सुलभ करू शकतील अशा सध्याच्या परिस्थितीत आवश्यक असलेल्या स्थानिक बदलांबाबत त्वरित सल्ला देतील.

ऊ. आपल्या विवेकबुद्धीनुसार आणि आयोगाला व्यवहार्य वाटेल तसे, आयोग लष्करी निरीक्षकांची नियुक्ती करेल, जे आयोगाच्या अधिकाराखाली आणि दोन्ही कमांड्सच्या सहकार्याने, युद्धविराम आदेशाच्या पालनावर देखरेख करतील.

ए. भारत सरकार आणि पाकिस्तान सरकार पुढील वाटाघाटींना प्रोत्साहन देण्यासाठी अनुकूल वातावरण तयार करण्यात आणि राखण्यात मदत करण्यासाठी त्यांच्या संबंधित लोकांना आवाहन करण्यास सहमत आहे.

भाग २ : युद्धविराम करार

त्याचबरोबर भाग १मध्ये नमूद केल्याप्रमाणे शत्रुत्व तत्काळ संपवण्याच्या प्रस्तावाला मान्यता दिल्यानंतर, दोन्ही सरकारे त्यांचे प्रतिनिधी आणि आयोगाच्या दरम्यान चर्चा करून युद्धविराम करार तयार करण्यासाठी खालील तत्त्वे स्वीकारतात.

ए.

१. जम्मू आणि काश्मीर राज्याच्या हद्दीत पाकिस्तानच्या सैन्याच्या उपस्थितीमुळे परिस्थितीमध्ये महत्त्वपूर्ण बदल घडत असल्याने पाकिस्तान सरकारने सुरक्षा परिषदेसमोर त्याचे प्रतिनिधित्व केले होते, पाकिस्तान सरकार त्या राज्यातून आपले सैन्य मागे घेण्यास सहमत आहे.

२. पाकिस्तान सरकार जम्मू आणि काश्मीर राज्यातून लढाईच्या उद्देशाने या राज्यात प्रवेश केलेल्या आदिवासी आणि पाकिस्तानी नागरिकांची सामान्यतः वास्तव्य नसलेल्या राज्यातून माघार घेण्यासाठी सर्वतोपरी प्रयत्न करेल.

३. अंतिम तोडगा निघेपर्यंत, पाकिस्तानी सैन्याने रिकामा केलेला प्रदेश कमिशनच्या देखरेखीखाली स्थानिक अधिकाऱ्यांद्वारे प्रशासित केला जाईल.

बी.

१. कमिशन भारत सरकारला सूचित करेल, की भाग II, अ, २मध्ये उल्लेखित आदिवासी आणि पाकिस्तानी नागरिकांनी माघार घेतली आहे, तेव्हा ती परिस्थिती संपुष्टात आणली जाईल जी भारत सरकारने सुरक्षा परिषदेत उपस्थित केली होती कारण जम्मू आणि काश्मीर राज्यात भारतीय सैन्याची उपस्थिती आहे आणि पुढे जम्मू आणि काश्मीर राज्यातून पाकिस्तानी सैन्य माघारी घेतले जात असल्याने भारत सरकार आयोगासोबत मान्यतेने त्या राज्यातून मोठ्या प्रमाणात सैन्य मागे घेण्यास सहमती दर्शवते.

२. जम्मू आणि काश्मीर राज्यातील परिस्थितीचा अंतिम तोडगा काढण्याच्या अटी मान्य होईपर्यंत, भारत सरकार युद्धविरामाच्या क्षणी अस्तित्वात असलेल्या तैनातीमध्ये आपले सैन्य आयोगासोबत मान्य केल्याप्रमाणे किमान संख्येत राखेल; जे कायदा आणि सुव्यवस्थेचे पालन करण्यासाठी स्थानिक प्राधिकरणांना मदत करणे आवश्यक मानले आहे. आयोगाला आवश्यक वाटेल तिथे निरीक्षक तैनात असतील.

३. शांतता, कायदा आणि सुव्यवस्था राखली जाईल. सर्व मानवी राजकीय अधिकार मंजूर केले जातील हे सार्वजनिकपणे जाहीर करण्यासाठी जम्मू आणि काश्मीर राज्य सरकार आपल्या अधिकारांमध्ये सर्व उपाययोजना करेल याची खात्री भारत सरकार करेल.

४. स्वाक्षरी केल्यावर, दोन्ही सरकारे आणि आयोग यांच्यात सहमती दर्शविल्यानुसार युद्धविराम कराराचा संपूर्ण मजकूर किंवा त्यातील तत्त्वे असलेले पत्र सार्वजनिक केले जाईल.

भाग तिसरा

भारत सरकार आणि पाकिस्तान सरकार आपल्या इच्छेची पुन्हा पुष्टी करतात, की जम्मू आणि काश्मीर राज्याची भविष्यातील स्थिती लोकांच्या इच्छेनुसार निश्चित केली जाईल आणि त्यासाठी, युद्धविराम करार मान्य केल्यावर, दोन्ही सरकारे निष्पक्ष आणि न्याय्य परिस्थिती निश्चित करण्यासाठी आयोगाशी सल्लामसलत करून मुक्त अभिव्यक्तीची खात्री देण्याचे मान्य करतात.

पाकिस्तानने झेघमधून आपले सैन्य मागे घेतलेले नाही – वर पुन्हा उद्धृत केलेल्या UN ठरावाच्या भाग II नुसार अपरिवर्तनीय पूर्व अट म्हणून करणे आवश्यक आहे – त्यामुळे या ठरावातील उर्वरित टप्पे अवैध ठरले आहेत. १९७२चा शिमला करार असूनही, पाकिस्तान झेघ रिकामे करत नाही तोपर्यंत J&Kमध्ये जनमत घेतले जाण्याची शक्यता नाही.

पाकिस्तान दीर्घ काळापासून दहशतवादाचा प्रायोजक आहे. पाकिस्तानप्रमाणे भारताविरुद्ध अनेक दशकांपासून दहशतवादाचा एवढा निर्दयीपणे वापर राज्य धोरणाचे साधन म्हणून अन्य कोणत्याही देशाने केलेला नाही. फायनान्शियल ॲक्शन टास्क फोर्सने २०१८ ते २०२२ दरम्यान पाकिस्तानला आर्थिक अफरातफर आणि दहशतवादासाठी वित्तपुरवठा केल्याबद्दल ग्रे लिस्टमध्ये टाकले. FATF मार्गदर्शक तत्त्वांचे पालन केल्यावरच इस्लामाबाद ग्रे लिस्टमधून बाहेर आले.

काश्मीर हा भारत आणि पाकिस्तान यांच्यातील मूळ मुद्दा असल्याची कल्पना कायम ठेवण्यासाठी, पाकिस्तानने हे ओळखले आहे, की दहशतवादाला प्रभावी संवादाची साथ असणे आवश्यक आहे. ISIकडे एक प्रशिक्षित लोकांचा गट आहे, जो भारतीय सैन्य सामान्य काश्मिरींवर कसे क्रूरपणे वागते याबद्दल चुकीची माहिती पसरवण्यासाठी मुख्य प्रवाहातील माध्यमांचा आणि सोशल मीडियाचा वापर करतो. ते निवृत्त पाकिस्तानी सशस्त्र दलाचे अधिकारी आणि तुलनेने अनोळखी पाकिस्तानी पत्रकारांसमवेत भारतीय टीव्हीवरील वादविवादांमध्ये नियमितपणे दिसतात. *आयएसआय*चे पोपट म्हणून काम करत नाहीत अशा प्रतिष्ठित पाकिस्तानी संपादकांना क्वचितच या वादविवादांमध्ये उतरवले जाते. त्यांचे स्वतंत्र विचार आहेत. *आयएसआय* त्यांना टाळते. बहुसंख्य भारतीय टीव्ही चॅनेलही असेच करतात.

भारतीय वाहिन्या त्याऐवजी पाकिस्तानी विश्लेषकांना ऑक्सिजन देतात, ज्यांना त्यांच्या आयएसआय हँडलर्सकडून प्रत्येक चर्चेपूर्वी माहिती दिली जाते. पाकिस्तानी लष्कराच्या कथनाचा प्रतिकार करू शकतील अशा अफगाण, बलुच आणि बांगलादेशी पत्रकारांना आमंत्रित करण्याऐवजी, भारतीय वाहिन्या स्वतःला ISIच्या प्रचाराचे व्यासपीठ बनू देतात. भारतीय प्रसारमाध्यमांतील काहींचा भारत-पाकिस्तानमधील 'रक्तयुद्ध' या मिथकावर विश्वास आहे. इतर फक्त देऊ केलेल्या पैशांना बळी पडतात. ट्रॅक-२ भेटी हे विशेष आकर्षण आहे. हे परिसंवाद अस्पष्ट 'शांती' संघटनांद्वारे आयोजित केले जातात परंतु आयएसआय हँडलर्सच्या सावध नजरेखाली कार्य करतात.

भारतीय राजकारणी पाकिस्तानच्या नेत्यांच्या अनैतिक व्यक्तिमत्त्वाच्या मोहिनीला फार पूर्वीपासून बळी पडले आहेत. बांगलादेशाच्या स्वातंत्र्यानंतर झुल्फिकार अली भुट्टो यांनी ९३,००० पाकिस्तानी युद्धकैद्यांना परत करून इंदिरा गांधींच्या डोळ्यांवर पट्टी बांधली होती. एकापाठोपाठ आलेले प्रत्येक भारतीय पंतप्रधान पाकिस्तानच्या फसवणुकीला बळी पडले आहेत. अटलबिहारी वाजपेयी, डॉ. मनमोहन सिंह आणि नरेंद्र मोदी यांनी - त्यांच्या कारकिर्दीच्या सुरुवातीच्या काळात - प्रत्येकाने काश्मिरियत, इन्सानियत, पंजाबियत आणि मैत्रीच्या ऑफरने पाकिस्तानला शांत करण्याचा प्रयत्न केला. सगळेच अपयशी ठरले. प्रत्येक जण पाकिस्तानी लष्कराचे मन समजून घेण्यात अयशस्वी ठरला. त्यांना पॅकेज डीलचा भाग म्हणून भारतासोबत व्यापार आणि राजनैतिक सहभाग हवा आहे ज्यामध्ये राज्याद्वारे प्रायोजित दहशतवादाचा समावेश आहे.

प्रकरण २९

‘दहशतवाद आणि चर्चा एकाच वेळी होऊ शकत नाही’

घसा दुखत असतानाही, पंतप्रधान नरेंद्र मोदी २०१४च्या लोकसभा सार्वत्रिक निवडणुकीचा प्रचार संपण्यापूर्वी दूरदर्शनवर मुलाखत देण्यासाठी सज्ज झाले. त्यांच्या आवाजात थोडी खरखर होती, पण संदेश स्पष्ट होता. *टाइम्स नाउ*चे तत्कालीन संपादक, मुलाखतकार *अर्णब गोस्वामी* यांनी त्यांच्या पाकिस्तानविषयक धोरणाबाबत विचारले असता मोदी म्हणाले, ‘दहशतवाद आणि चर्चा एकत्र येऊ शकत नाहीत.’ आपले म्हणणे अधिक ठामपणे मांडण्यासाठी ते म्हणाले, ‘गोळीबाराच्या आवाजात तुम्ही एकमेकांचा आवाज ऐकू शकता का?’

मोदींचे पाकिस्तानबाबतचे धोरण सामंजस्यापासून संघर्षाकडे गेले आहे. एलएसी ओलांडून चीन भारताचा प्रमुख शत्रू म्हणून उदयास आल्याने, पाकिस्तानला आता मोदी सरकार बीजिंग प्रिझमद्वारे पाहत आहे. शाळेतील भारतविरोधी इतिहासाची पुस्तकं आणि प्रसारमाध्यमांमधला भारतविरोधी प्रचार यांमुळे बहुतांश पाकिस्तानी लोकांना भारतीय वर्चस्वाची भीती वाटते. भारतासोबत समानता कितीही पौराणिक असली, तरी सामान्य पाकिस्तानी लोकांना तेच हवे असते.

भारतासोबत शांततेचं नाटक करूनही, पाकिस्तान वेगाने अण्वस्त्रे विकसित करत आहे. अहवाल असे सुचवितो, की त्याच्याकडे दहा वर्षांत ३५०पेक्षा जास्त अण्वस्त्रे असतील – फ्रान्स किंवा ब्रिटनपेक्षा जास्त! देशांतर्गत दहशतवादाने ग्रासलेल्या देशात, काही लहान सामरिक अण्वस्त्रे दहशतवाद्यांच्या हातात पडतील आणि त्याचा वापर पाकिस्तानविरुद्धच होईल, असा धोका नेहमीच असतो. रावळपिंडीत सुरक्षित आण्विक कमांड आणि कंट्रोल सेंटर आहे; परंतु दहशतवादी संबंध असलेल्या असंतुष्ट घटकांकडून या सुरक्षा उपायांचे उल्लंघन होणे पूर्णपणे नाकारता येत नाही. ही संभाव्य आण्विक जोखीम

म्हणजे इस्लामाबादने अनेक दशकांपासून दहशतवादी गटांच्या पाठिंब्यावर पाश्चात्त्य देशांना मंजुरी देण्यापासून रोखण्यासाठी वापरलेला एक डाव आहे.

केंद्रीय गुप्तचर संस्थेच्या (सीआयए) दस्तऐवजात असे दिसून आले आहे, की माजी पंतप्रधान इंदिरा गांधी यांनी योजना सोडण्यापूर्वी १९८३मध्ये पाकिस्तानच्या नवीन अण्वस्त्र कार्यक्रमावर हवाई हल्ला सुरू करण्याचा विचार केला होता. एका अहवालानुसार, इस्रायलने, '१९८४च्या उत्तरार्धात भारताने आपल्या विमानांना इंधन भरण्याचे आश्वासन दिल्यास' पाकिस्तानच्या कहूता येथील प्रमुख अणु केंद्रावर बॉम्बस्फोट करण्याचा प्रस्ताव मांडला; परंतु भारताने त्यास नकार दिला.

भारत-पाकिस्तान संबंधात तीन मिथकं आहेत जी पाकिस्तानी लष्कर, आयएसआय आणि पाकिस्तानचे नागरी नेतृत्व काळजीपूर्वक जपत असतात. ती दूर करणे आवश्यक आहे.

मिथक १ : 'भारताप्रमाणेच पाकिस्तानही दहशतवादाचा बळी आहे.'

पाकिस्तान आपल्याच दहशतवादाचा बळी आहे. याउलट भारत पाकिस्तानच्या राज्य दहशतवादाचा बळी आहे. पाकिस्तानी नागरिकांना मारण्यासाठी भारत सीमेपलीकडे दहशतवादी पाठवत नाही. दोन देशांची बरोबरी करणे हा पाकिस्तानी आस्थापनेचा प्रमाणित निर्माण केलेला प्रतिसाद आहे. उदाहरणार्थ, पुरावा न देता बलुचिस्तानमधील भारतीय सहभागाचा दाखला देणे.

पाकिस्तानी लष्कराने बलुचिस्तानमध्ये नरसंहार सुरूच ठेवला आहे. बलुचींमध्ये बंडखोरी करण्यासाठी भारताची गरज नाही. ते मे १९४८मध्ये रावळपिंडीने बळजबरीने ताब्यात घेतलेल्या त्यांच्या देशावरील पाकिस्तानच्या ताब्याशी लढा देत आहेत. बलुचिस्तानमध्ये पाकिस्तानच्या एकूण भूभागाच्या ४४ टक्के भाग आहे आणि तो खनिजांनी समृद्ध आहे.

मिथक २ : 'जम्मू आणि काश्मीर हा वादग्रस्त प्रदेश आहे.'

हे आहे खरे, पण पाकिस्तान जसा विचार करतो तसा नाही. आधी पाहिल्याप्रमाणे, ऑगस्ट १९४८च्या *युनायटेड नेशन्स*च्या ठरावानुसार, पाकव्याप्त काश्मीर रिकामे करण्यासाठी पहिले पाऊल म्हणून पाकिस्तानला ते आवश्यक आहे. पाकिस्तानने असे केल्यावर जम्मू-काश्मीरशी संबंधित सर्व मुद्दे पटलावर येतील; परंतु १८ वर्षांपूर्वी जनरल परवेझ मुशर्रफ आणि पंतप्रधान डॉ. मनमोहन सिंह यांच्यात चर्चा झालेला सौम्य, सच्छिद्र सीमा प्रस्ताव बासनातच राहिला. त्याची अंमलबजावणी झाली असती तर दहशतवाद्यांना जम्मू-काश्मीरमध्ये मोफत प्रवेश मिळाला असता. कालांतराने पाकिस्तानने 'रेंगाळणाऱ्या' रणनीतीने संपूर्ण राज्य काबीज केले असते. मुशर्रफ यांना डॉ. सिंह यांच्या डोळ्यांवर आणखी धूळफेक करण्याआधीच त्यांना पदावरून हटवण्यात आले हे भाग्यच म्हणावे लागेल.

मिथक ३ : 'आम्ही समान लोक आहोत.'

आम्ही समान लोक नाही. पाकिस्तानमध्ये २२० दशलक्ष लोक आहेत : ११० दशलक्ष पंजाबी, ५० दशलक्ष सिंधी, ३५ दशलक्ष पश्तून, १५ दशलक्ष बलूच आणि १० दशलक्ष इतर. लष्कर, नागरी सेवा आणि व्यवसायात पंजाबींचे वर्चस्व आहे. भारतात पंजाबी हे एकूण लोकसंख्येच्या पाच टक्क्यांहून कमी आहेत. नाही, आम्ही समान लोक नाही.

❧

पाकिस्तानी भूमीतून भारतावर झालेल्या प्रत्येक दहशतवादी हल्ल्यानंतर भारतीय वृत्तपत्रांमध्ये लेखांची उधळण होते. काही लेख प्रसिद्ध दैनिकांच्या पहिल्या पानांवर तर काही संपादकीय पानावर असतात. सर्व लेख सावधगिरीवर भर देतात. अद्याप पाकिस्तानला दोष देऊ नका, असा ते एकसूर लावतात. सोबतच, टेलिव्हिजन स्टुडिओमध्ये सुनियोजित वादविवाद सुरू होतात. ताज्या दहशतवादी हल्ल्यात पाकिस्तानी सहभागाबाबत निष्कर्षापर्यंत जाऊ नये असे पॅनेलचे सदस्य मंद स्वरात दर्शकांना आवाहन करतात.

या सुनियोजित मोहिमेचे एकच उद्दिष्ट आहे : भारतावरील दहशतवादी हल्ल्याशी पाकिस्तानचा काही संबंध आहे हा समज कमी करणे. ते 'गैर-देशी' हस्तकांना दोष देतात ज्यांच्यावर आमचे नियंत्रण नाही, असा दावा पाकिस्तानी सैन्याचे जनरल निर्विकार चेहऱ्याने करतात.

अंतर्गत राजकीय अनागोंदी आणि दहशतवादी हिंसाचारात अडकलेल्या पाकिस्तानसारख्या बदमाश राष्ट्रासाठी समज असमानतेने महत्त्वाची आहे. इस्लामाबादचे अस्तित्व भारताच्या विरोधी असण्यावर आहे आणि तरीही तो अट्टहासाने भारताचे लक्ष वेधून घेतो. चीनसोबत पाकिस्तानचे नाते हे विक्रेत्यासारखे आहे. त्यातून बीजिंगला भौगोलिक स्थावर मालमत्ता मिळते.

भारतात दुहेरी भूमिका बजावणे हा आयएसआयचा आदेश आहे. भारतीय नागरी आणि लष्करी लक्ष्यांविरुद्ध दहशतवादी गटांना आर्थिक मदत करणे हे त्याचे प्रमुख कार्य आहे. आयएसआयने अनेक दशकांपासून पोसलेल्या जिहादी गटांनी केलेल्या दहशतवादी हल्ल्यांनंतर पाकिस्तानला विश्वासार्ह पुरावे उपलब्ध करून देणारे भारतीय मत बनवणाऱ्यांचा ताफा तयार करणे ही त्याची समांतर भूमिका आहे.

हे मतनिर्माते कोण आहेत आणि ते कसे गुप्तपणे वापरले जातात? यातील पहिल्या श्रेणीत पत्रकार आणि निवृत्त लष्करी अधिकारी आहेत. वृत्तपत्रातील स्तंभ आणि दूरदर्शनवरील वादविवादांमध्ये पाकिस्तानचा बचाव करण्यासाठी त्यांच्यावर अवलंबून राहता येते. दुसऱ्या श्रेणीत चित्रपट निर्माते, कलाकार आणि लेखक आहेत जे सतत लोकांशी संपर्क आणि क्रीडा संबंध शोधतात - भारतावरील दहशतवादी हल्ल्यांची पर्वा न करता. भारत सरकारच्या प्रतिसादावर टीका करताना पाकिस्तान प्रायोजित दहशतवादासाठी ('परंतु पाकिस्तानही दहशतवादाचा बळी आहे') निमित्त शोधणारे विरोधी राजकारणी तिसऱ्या स्तरावर लपलेले आहेत. चौथ्या आणि शेवटच्या स्तरावर माजी भारतीय मुत्सद्दी आहेत.

ते ट्रॅक-२ विशेषज्ञ आहेत, जे दोहा आणि बँकॉकमधील शांतता चर्चासत्रांना उत्सुकतेने उपस्थित राहतात.

आयएसआय आपल्या दहशतवादी गटांचे जशा उदारतेने पालनपोषण करते, तशाच उदारतेने आपल्या भारतीय माफीवाद्यांचे पालनपोषण करते. भारतातील बडबड करणारे वर्ग पाकिस्तानी खोटेपणाला बळी पडतात. १९८०च्या दशकात त्यांनी पाकिस्तानमधील प्रीसॅटेलाइट टीव्ही मालिका बघितल्या. २०००च्या दशकात परवेझ मुशर्रफ किंवा अतिप्रिय इम्रान खान यांच्याशिवाय दिल्लीत कोणतीही आंतरराष्ट्रीय नेतृत्व शिखर परिषद पूर्ण झाली नाही.

भारतीय उच्चभ्रू वर्गातील बहुतांश कार्डधारक सदस्य अस्पष्ट पार्श्वभूमीचे आहेत. ते नेटवर्किंग पार्ट्यांचे आयोजन करतात जिथे वैचारिक वैविध्याचे राजकारणी दिल्लीच्या उर्वरित नवश्रीमंतांसोबत मिसळतात. काही वर्षांपूर्वीपर्यंत, उरी आणि पुलवामा हल्ल्यांपूर्वी, पाकिस्तानी पाहुण्यांना अनेकदा आमंत्रित केले जायचे. कराचीतील मानवाधिकार कार्यकर्ते, इस्लामाबादचे टीव्ही अँकर, रावळपिंडीचे निवृत्त लष्करी अधिकारी, पेशावरचे क्रिकेटपटू आणि लाहोरमधील सामाजिक फुलपाखरे. उरी आणि पुलवामा घटनेपासून ते आता संपले आहे.

तथापि, पाकिस्तान आणि वाढत्या प्रमाणात चीनने अजूनही भारताच्या मतनिर्मात्यांच्या एका महत्त्वपूर्ण वर्गाला उद्ध्वस्त करण्यात यश मिळवले आहे, हे नंतर आलेल्या भारतीय सरकारांवर वाईटरित्या प्रतिबिंबित होते. यूपीए-१ आणि यूपीए-१च्या दहा वर्षांच्या काळात, आयएसआयला देशात खोलवर प्रवेश करण्यासाठी वातावरण विशेषतः अनुकूल होते. *अमन की आशा* पार्ट्या आणि सांस्कृतिक देवाणघेवाण या दशकात बहरल्या होत्या, पण २६/११च्या मुंबई दहशतवादी हल्ल्याने त्यात व्यत्यय आणला. पण तोही तात्पुरता धक्का होता.

पाकिस्तान प्रायोजित दहशतवादाबाबत मोदी सरकारच्या सुरुवातीला विसंगत धोरणामुळे भारतातील जे लोक पाकिस्तानच्या बाजूने बोलत राहिले, त्यांना प्रोत्साहन मिळाले. उरी दहशतवादी हल्ल्यानंतर लगेचच सप्टेंबर २०१६मध्ये केरळमध्ये मोदींची दोन पाठपुरावा करणारी भाषणे भारतातील 'शांतता व्यावसायिकांनी' उत्स्फूर्तपणे स्वीकारली. ते आनंदाने एकसुरात म्हणाले, की मोदी सरतेशेवटी त्यांनी वर्षानुवर्षे शिफारस केलेल्या समजूतदार मार्गाचा पुरस्कार करत आहेत. तो म्हणजे 'धोरणात्मक संयम'.

धोरणात्मक संयम म्हणजे नेमके काय? थोडक्यात, याचा अर्थ पाकिस्तान प्रायोजित दहशतवादाला गंभीर लष्करी किंवा आर्थिक सूड न घेता प्रत्युत्तर देणे. अशा संयमाचा भारताला फायदा काय? तर अखंड आर्थिक वाढ. परंतु अमेरिका आणि इस्रायलने - फक्त दोन उदाहरणे सांगायचे तर - हे दाखवून दिले आहे, की आर्थिक वाढ आणि दहशतवादाविरुद्ध लष्करी कारवाई परस्परांना अपवर्जनीय नाहीत.

द्वैत हेतूने भरलेले असले तरी पंतप्रधानांच्या सूक्ष्म भाषणाने निराश झालेल्यांनी उरी दहशतवादी हल्ल्यानंतर मोदींनी पाकिस्तानला कठोर, स्पष्ट संदेश द्यावा अशी अपेक्षा केली होती. आता बास झाले हे खरेच पुरेसे होते का? धोक्याची लाल रेषा ओलांडली

गेली होती. पाकिस्तानला धडा शिकवलाच पाहिजे. त्यांनी पाकिस्तानी जनतेला 'गरिबी आणि बेरोजगारीविरुद्ध' लढण्यासाठी मोदींनी केलेल्या थेट आवाहनाला एक पळपुटेपणा मानले. त्यांनी उरी हल्ल्यासाठी थेट लष्करी कारवाईची अपेक्षा केली होती, गरिबी आणि बेरोजगारीबद्दल अपमान नाही. त्यामुळे त्यांना माजी पंतप्रधान मनमोहन सिंह यांच्या दहा वर्षांच्या आठवणी आणि इजिप्शियन रिसॉर्ट शर्म अल-शेख इथल्या शिखर परिषदेत बलुचिस्तानबाबत त्यांनी केलेल्या दिलगिरीच्या वक्तव्याची आठवण झाली.

तीन दिवसांनंतर, २९ सप्टेंबर, २०१६ रोजी भारतीय कमांडोंनी अनेक पाकिस्तानी दहशतवादी छावण्या उद्ध्वस्त करण्यासाठी पीओकेमध्ये हल्ला केल्याने मोदींच्या भाषणाचा अर्थातच मोठ्या प्रमाणावर चुकीचा अर्थ लावला गेला. मोदींच्या केरळ भाषणातील पहिल्या ९५ टक्के भागाचा लोकांनी पाकिस्तानच्या दहशतवादाला प्रोत्साहन दिल्याचा तीव्र निषेध केला होता. आपल्या भाषणाच्या शेवटच्या पाच टक्के भागात, जेव्हा ते गरीबी आणि बेरोजगारीवरील युद्धात पाकिस्तानशी स्पर्धा करण्याविषयी बोलत होते, तो भाग भारतातील *अमन की आशा* कार्यकर्त्यांच्या लहान परंतु प्रभावशाली समुदायाने पाकिस्तानी दहशतवादाविरुद्ध काहीही न केल्याबद्दल धोरणात्मक संयमी अभिव्यक्ती म्हणून गृहित धरला.

२९ सप्टेंबर, २०१६ रोजी झालेला सर्जिकल कमांडो स्ट्राइक आणि २७ फेब्रुवारी, २०१९ रोजी पाकिस्तानवरील बालाकोट हवाई हल्ल्याने मोदींचा हेतू स्पष्ट झाला. युद्ध आणि सामरिक पक्षाघाताच्या दरम्यान, भारताने हे दाखवून दिले, की त्याच्याकडे अनेक पर्याय आहेत जे पाकिस्तानच्या दहशतवादाला प्रोत्साहन देण्यासाठी मोठी किंमत मोजायला लावू शकतात.

विभाग १०

माध्यमे

प्रकरण ३०

प्रकाशझोतात 'भारत'

ब्रिटीश फिल्ममेकर डॅनी बॉयल दिग्दर्शित *स्लमडॉग मिलियनेअर* या चित्रपटाने परदेशात धुमाकूळ घातला होता. फ्रेडा पिंटो, अनिल कपूर आणि देव पटेल अभिनीत या चित्रपटातील एक पोट ढवळून काढणारं दृश्य आहे. एक मूल मलमूत्राने भरलेल्या गटारात पडते. ते दृश्य परदेशी दूरचित्रवाणी वाहिन्यांवर ढोंगी भयाने पुन्हा दाखवले गेले. (खरं तर ते मलमूत्र पीनट बटर आणि चॉकलेट सॉसचं मिश्रण होतं!)

पुस्तकांनाही अशीच वागणूक मिळते. कॅथरीन बू यांच्या *बिहाइंड द ब्युटीफुल फॉरएवर्स : लाइफ, डेथ अँड होप इन ए मुंबई अंडरसिटी* या पुस्तकात त्यांनी तीन वर्षे मुंबईच्या झोपडपट्टीत राहण्याचे अनुभव सांगितले आहेत, कोणतेही गंभीर तपशील सोडलेले नाहीत. २०१२मध्ये या पुस्तकाला आंतरराष्ट्रीय प्रसिद्धी मिळाली.

अरुंधती रॉय यांच्या *द मिनिस्ट्री ऑफ अटमोस्ट हॅपिनेस*चे परदेशात तितकेच उत्स्फूर्त स्वागत झाले कारण त्यांनी भारतातील काश्मीर, माओवाद, गरिबी, सांप्रदायिकता, हिंसाचार अशा संकटांच्या स्मशानभूमीतून महत्प्रयासाने मुशाफिरी केली. रॉय यांची भारताबद्दलची कटू निराशेची भावना परदेशी प्रकाशकांना भुरळ पाडते.

सुजाता गिडला यांच्या *अँट्स अमंग इलेफंट्स : ॲन अनटचेबल फॅमिली अँड द मेकींग ऑफ मॉडर्न इंडिया* या पुस्तकात त्यांचे काका सत्यमूर्ती यांची कथा सांगितली आहे. ते एक माओवादी नेता होते आणि त्यांनी मध्य भारतातील जंगलातून भारतीय राज्याशी लढा दिला. *द इकॉनॉमिस्ट*ने[३५] एका भव्यदिव्य परीक्षणात गिडला (एक दलित ख्रिश्चन) यांचे वर्णन 'एका जबरदस्त नवीन लेखकाचे आगमन' असे केले आहे. या मासिकाने पुढे म्हटले, '*अँट्स अमंग द इलेफंट्स* एक मनोरंजक, परिणामकारक आणि अखेरीस ज्ञानवर्धक संस्मरण आहे. कॅथरीन बू यांच्या *बिहाइंड द ब्युटीफुल फॉरएवर्स* यानंतर हे भारतावर आधारित सर्वांत उल्लेखनीय अकाल्पनिक लिखाण आहे.'

---

३५ २९ जुलै, २०१७

बॉयल, बू, रॉय, गिडला अशी नावे सहजच जिभेवर येतात. द *इकॉनॉमिस्ट*ने शशी थरूर यांच्या *अॅन एरा ऑफ डार्कनेस : द ब्रिटीश एम्पायर इन इंडिया* या पुस्तकावर हर्ष व्यक्त केला नव्हता. या पुस्तकात ब्रिटनच्या भारतावरील सत्तेदरम्यान केलेल्या अत्याचारांची त्यांनी चिरफाड केली होती. थरूर यांच्या पुस्तकाच्या ब्रिटीश आवृत्तीचे शीर्षकसुद्धा ब्रिटीश संवेदनशीलतेला कमी आक्षेपार्ह वाटेल असे देण्यात आले. *अॅन एरा ऑफ डार्कनेस* याचे रूपांतर *अॅन इंग्लोरियस एम्पायर : वॉट द ब्रिटीश डीड इन इंडिया* असे करण्यात आले. या पुस्तकाच्या ब्रिटीश प्रकाशनासाठी बीबीसीला दिलेल्या मुलाखतीत, एका सदस्याने थरूर यांनी ब्रिटीश साम्राज्याच्या क्रूरतेचे आणि त्यामुळे भारतावर झालेल्या आर्थिक विध्वंसाचे केलेले तपशीलवार वर्णन नाकारले.

भारतावरील समीक्षेला महत्त्व द्यावे का? याचे ठाम उत्तर नाही असे आहे. भारतामध्ये अनेक दोष आहेत – हिंसा, गरिबी, बलात्कार, भ्रष्टाचार, जातीयवाद. भारतीय आणि परदेशी पत्रकार, लेखक यांनी त्यांच्यावर प्रकाश टाकणे योग्य आहे.

धनबादच्या कोळसा खाणीपासून ते मुंबईच्या झोपडपट्ट्यांपर्यंत भारताचं अंतरंग चित्रपट निर्मात्यांनी दाखवणेदेखील तितकेच योग्य आहे. सूर्यप्रकाश जंतूंचा नाश करतो. भारताच्या अपूर्णतेवर तो प्रखरपणे पडला पाहिजे, तरच बदल घडेल. समस्या मात्र शिल्लक आहे.

*गुगल*ने प्रायोजित केलेल्या ३० दशलक्ष जागतिक स्पर्धेचा भाग म्हणून चंद्राच्या पृष्ठभागावर उतरण्यासाठी रोबोटिक अंतराळयान बनवणाऱ्या बेंगळुरूमधील बुद्धिमान 'टीम इंडस'वरील चित्रपट कोठे आहेत? *टीम इंडस* हा जपान आणि इस्रायलच्या संघांसह केवळ पाच संघांपैकी एक होता, ज्यांनी अंतिम फेरीत प्रवेश केला; परंतु शेवटचे अडथळे पार करण्यात तो कमी पडला. अग्रगण्य अवकाशशास्त्रज्ञ होमी भाभा आणि विक्रम साराभाई यांच्यावरील *रॉकेट बॉईज* या उत्कृष्ट वेब सिरीजप्रमाणे या कथाही भारतीय (आणि परदेशी) लेखकांनी व चित्रपट निर्मात्यांनी सांगायला हव्यात. भारतातील तंत्रज्ञान स्टार्टअप्सच्या कथाही कुठे आहेत, जो तंत्रज्ञान-चालित स्टार्टाप्सचे जगातील तिसरे सर्वांत मोठे केंद्र आहे? *द न्यू यॉर्क टाइम्स*, *द गार्डियन* किंवा द *इकॉनॉमिस्ट*च्या पानांवर तुम्हाला या कथा फार सापडणार नाहीत.

भाभा आणि *साराभाई* यांच्या जीवनकार्याचा मागोवा घेणारी *रॉकेट बॉईज* ही वेब मालिका नियमाला अपवाद आहे. भारताविषयी सकारात्मक, उदात्तीकरण करणाऱ्या कथा चित्रपटात किंवा साहित्यात प्रतिबिंबीत होत नाहीत. तथापि, जागतिक स्तरावर भारताचे चित्रण कसे केले जाते याबद्दल भारतीय अतिसंवेदनशील आहेत. दशकभर चाललेले व्हिएतनाम युद्ध, इराकवरील बेकायदेशीर आक्रमण, आफ्रिकन गुलामांच्या व्यापाराचे ऐतिहासिक गुन्हे, कु क्लक्स क्लानने आफ्रिकन-अमेरिकन लोकांचा विसाव्या शतकात केलेला नरसंहार आणि शाळांमध्ये वारंवार बंदुकी हातात नाचवत केलेला हिंसाचार या घटना तिकडे होत असताना, आपल्या देशाचे वर्णन कसे केले या सर्व गोष्टींकडे अमेरिकन लोकांनी लक्ष दिले नाही. ब्रिटीशांना त्यांच्या देशाला *क्रूर वसाहतवादी* म्हणून कसे चित्रित केले जाते याची पर्वा नाही. चिनी लोकांना त्यांचा देश आंतरराष्ट्रीय कायदा मोडणारा आणि मानवी हक्कांचा गैरवापर करणारा म्हणून दाखवला जातो याची पर्वा नाही.

टीका हा माध्यमांचा प्राण आहे. चांगली पत्रकारिता तथ्यांवर आधारित बातम्या आणि मत व्यक्त करत असते. लोकशाहीतील मतमतांतरांमधील वैविध्य कथनाला समांतर असते. जर तथ्ये फिरवली गेली, तर बाजार वर्तमानपत्र, वेबसाइट किंवा दूरदर्शन चॅनलला शिक्षा करेल. राज्यातील इतर सरकारप्रमाणे मोदी सरकारलाही जबाबदार धरले पाहिजे. टीका तीव्र आणि निर्भय असावी. हे उदारमतवादी लोकशाहीचे वैशिष्ट्य आहे.

∽

आंतरराष्ट्रीय स्तरावर भारताला वाईट प्रसिद्धी का मिळते? याचे उत्तर इतिहास आणि संस्कृतीच्या जटिल स्तरांमध्ये सामावले आहे. काश्मीरचे जागतिक माध्यमातील वृत्तांकन हे भारताविषयीचे पाश्चात्त्य अहवाल किती चुकीचे आणि पक्षपाती असू शकतात, याचे उदाहरण आहे.

उदाहरण पहिले : द *न्यू यॉर्क टाइम्स*[३६] संपादकीय मंडळाने लिहिले, 'भारत सरकारचा काश्मीरचा अर्ध-स्वायत्त दर्जा रद्द करण्याचा निर्णय, सोबत मोठा सुरक्षितता बंदोबस्त, हे धोकादायक आणि चुकीचे आहे. रक्तपात होणार हे निश्चित आहे. काश्मिरींना त्यांचे भवितव्य ठरवता यावे यासाठी संयुक्त राष्ट्राने सार्वमत घेण्याची शिफारस केली, पण तसे कधीच झाले नाही.'

न्यू यॉर्क टाइम्स कोणत्या आत्मविश्वासाने हे प्रतिपादन करते ते लक्षात घ्या, 'रक्तपात होणार हे निश्चित आहे.'

कोणत्याही सार्वमताचा विचार होण्याआधीच संयुक्त राष्ट्रसंघाने पाकिस्तानसमोर पाकव्याप्त काश्मीर रिकामे करण्याची पूर्वअट ठेवली होती, या वस्तुस्थितीचा उल्लेख न करता संयुक्त राष्ट्रसंघाने 'सार्वमत घेण्याची शिफारस' केल्याचा वृत्तपत्राचा संदर्भ सर्वांत वाईट आहे.

उदाहरण दुसरे : *रॉयटर्स*ने बातमी दिली (९ ऑगस्ट २०१९), 'शुक्रवारी श्रीनगर या मुख्य शहरात जम्मू आणि काश्मीरसाठी दिल्लीने विशेष अधिकार काढून घेण्याचा निषेध करणाऱ्या किमान १०,००० लोकांवर पोलिसांनी अश्रुधुराचा आणि गोळ्यांचा वापर केला, असे पोलीस अधिकारी व दोन साक्षीदारांनी सांगितले.'

*रॉयटर्स*चे स्रोत काय होते? तर एक अनामिक पोलीस अधिकारी आणि दोन निनावी 'साक्षीदार'. '१०,००० लोकांचा जमाव' ही बातमी विश्वासार्ह, स्वतंत्र भारतीय पत्रकारांच्या वास्तविक वृत्तांद्वारे नाकारली गेली. *रॉयटर्स*ची बातमी व्यावसायिक पत्रकारितेच्या मानकांची पूर्तता करणारी नव्हती.

*न्यू यॉर्क टाइम्स*च्या संपादकीय मंडळाला अनेकदा चुकीच्या भाष्यासाठी माफी मागावी लागली आहे. *बीबीसी* आणि *अल झजीरा*चे काश्मीरचे संपादकीय वार्तांकन तितकेच प्रखर आहे. काश्मीरमध्ये दहशतवादाला खतपाणी घालण्याच्या पाकिस्तानच्या दुष्ट भूमिकेवर दोन्हींपैकी कोणीही पुरेसा जोर देत नाही. संदर्भाशिवाय केलेली अशी पत्रकारिता या क्षेत्रातील व्यावसायिकतेचा मानदंड घसरवणारी ठरते.

---

३६ ५ ऑगस्ट, २०१९

परदेशी माध्यमांसाठी भारतातील घडामोडी नेहमीच आकृष्ट करणाऱ्या असतात. दिवंगत *व्ही. एस. नायपॉल* यांनी लिहिल्याप्रमाणे, भारत एक मोठी, वैविध्यपूर्ण लोकशाही आहे, इथे अनेक बंडखोरी होतात. त्याच वेळी ती जोरकसपणे प्रवाहीदेखील असते. पाश्चात्य पत्रकारांना यातून सहजपणे खाद्य मिळते. *चार्ली हेब्दो* या फ्रेंच मासिकावर इस्लामी दहशतवाद्यांनी हल्ला केल्यावर, त्यातील अनेक कर्मचारी मारले गेल्यानंतर आणि प्रकाशनाला अखेरीस मालकी बदलण्यास भाग पाडल्यानंतर ते त्यांचा धडा कठोरपणे शिकले आहेत. कोणता धडा? तर भारतावर टीका करणे अधिक सुरक्षित आहे. भारतीय पलटवार करत नाहीत.

पाश्चात्य माध्यमांना एक अमूल्य अतिरिक्त साधनस्रोत प्रदान करतो, तो म्हणजे भारतीय पत्रकार. भारत किती जातीयवादी आणि सांप्रदायिक आहे हे लिहिण्यासाठी अशी संपादकीय भरती केली जाऊ शकते. पाश्चिमात्त्य पत्रकारांनी तेच लेख लिहिल्यास त्यांच्यावर वर्णद्वेषाचा आरोप केला जाईल. मात्र भारतीय पत्रकार उपयुक्त सरोगेट म्हणून काम करतात. भारत सरकारने महत्त्वाच्या राजकीय आणि आर्थिक मुद्द्यांवर वेळेवर माहिती देण्यासाठी दैनंदिन ब्रीफिंग न आयोजित करून, आंतरराष्ट्रीय माध्यमांना काश्मीरवरील अहवालात नेहमीप्रमाणे चुकीची माहिती आणि विपर्यास करण्याची परवानगी देऊन समस्या वाढवली आहे.

पाश्चिमात्त्य देशांसाठी भारत एक विचित्र समस्या आहे. उगवत्या चीनला त्याच्या निरंकुशतावादासाठी धारेवर धरले जाऊ शकते; परंतु भारत एक वैविध्यपूर्ण, कर्णकर्कश, अजूनही गरीब लोकशाही असलेला, दुसऱ्या महायुद्धानंतर सध्याची जागतिक व्यवस्था निर्माण केल्यापासून पाश्चिमात्त्य देशांनी ज्या सर्व गोष्टींचा सामना केला त्यापेक्षा वेगळा आहे. ब्रिटनमधील *चॅथम हाउस* आणि यूएसमधील *हेरिटेज फाउंडेशन* यांसारख्या विचारवंत संस्थांना तपशीलवार अंदाजांवरून माहीत आहे, की २०३०पूर्वी भारत जगातील तिसरी सर्वांत मोठी अर्थव्यवस्था असेल.

क्वाडचे वाढते महत्त्व आणि पाश्चात्त्य नेत्यांनी भारताला त्याच्या भू-सामरिक कक्षेत खेचण्यासाठी केलेले अथक प्रयत्न असूनही, वॉशिंग्टनमधील प्रभावशाली समर्थक गट प्रगतिशील भारतापासून सावध आहेत. आशियाई, लोकशाही आणि वैविध्यपूर्ण असा भारत. वसाहतवादी लुटीचा अवलंब न करता, शतकानुशतके अटलांटिकपार गुलामगिरी आणि इतर खंडातील स्थानिक लोकांचा नरसंहार न करता भारताने साधलेला विकास पाहून ते अस्वस्थ होतात. त्यांचा स्वतःचा उदय या अत्याचारांपासून मुक्त नव्हता.

अमेरिका नेहमीच व्यवहारी आणि व्यवहारवादी राहिली आहे. कम्युनिस्ट चीनच्या उदयाचा सामना करण्यासाठी तसेच चीन-रशिया अक्षाच्या धोक्याचा सामना करण्यासाठी भारताची गरज आहे. भारत-चीन आणि इतरत्र पसरत असलेल्या सोव्हिएत कम्युनिझमच्या संभाव्य वर्चस्वाच्या भीतीशी लढण्यात सात दशके घालवल्यानंतर, वॉशिंग्टनला आता युतीचा भागीदार म्हणून लष्करीदृष्ट्या आक्रमक रशियाद्वारे समर्थित जागतिक आर्थिक व तांत्रिक शक्तीवर चीनचे वर्चस्व निर्माण होण्याची शक्यता वाटते आहे.

पाश्चिमात्त्य देश भारताकडे स्वातंत्र्यानंतर 'एक अविश्वसनीय, नेहरूवादी, स्वतःला अतिशहाणा समजणारा, अलिप्त, डावीकडे झुकणारा देश' म्हणून पाहत होते.

त्यांचे आकर्षण धोरणात्मक दृष्टीने आयतं हत्यार म्हणून पाकिस्तानकडे उपलब्ध होते. चीनचा उदय आणि रशियाची सावली पाश्चात्त्यांच्या मनामध्ये एकाग्र झाली आहेत. भारत-प्रशांत क्षेत्रामध्ये दक्षता घेण्यात मदत करण्यासाठी पश्चिमेला भारताची गरज आहे. पश्चिमी देश मान्य करतात, की भारताची ग्राहक बाजारपेठ पुढील दशकात जगातील सर्वांत मोठी असेल, ज्याची लोकसंख्या कमी होऊ लागली आहे आणि ती वृद्ध होण्यास सुरुवात झाली आहे, अशा चीनच्याही पुढे. जागतिक शक्तीचे बदलते संतुलन आणि त्यांच्या शतकानुशतके प्रदीर्घ जागतिक वर्चस्वाचा होणारा तोटा, पाश्चिमात्त्य देशांच्या ऐतिहासिक आत्म-प्रतिमेला क्षीण करतो.

सिडनी विद्यापीठातील सहयोगी प्राध्यापक, *साल्वाटोर बेबोन्स* यांनी, उदयोन्मुख भारताप्रती पश्चिमेकडील शैक्षणिक उच्चभ्रूंच्या विरोधाच्या मूळ कारणाचे विश्लेषण[३७] केले आहे :

> पाश्चिमात्त्य भारताचा द्वेष का करतात? द्वेष हा एक कठोर शब्द आहे आणि खरे सांगायचे तर, अनेक अमेरिकन, युरोपियन आणि ऑस्ट्रेलियन लोक भारतावर प्रेम करतात. त्यांच्यापैकी अधिकांना भारताबद्दल काहीच माहिती नाही. पण वैयक्तिक पाश्चिमात्त्य लोक भारताबद्दल काहीही विचार करत असले तरी, 'पश्चिम' पूर्णपणे भारतविरोधी आहे आणि तो संस्थात्मक द्वेष दिवसेंदिवस अधिकच प्रबळ होत आहे.
>
> भारतीयांना त्यांच्या शालेय पाठ्यपुस्तकांमधून याची खूप माहिती असेल, ज्यात वसाहतवादी काळातील भारतविरोधी कथा आहेत. अधिक अचूकपणे सांगायचे तर, ब्रिटीश (तसेच फ्रेंच आणि पोर्तुगीज) वसाहतवाद विशेषत: हिंदूविरोधी होते, ही प्रवृत्ती शेवटी फाळणीच्या हिंसाचारास कारणीभूत ठरली.
>
> आधुनिक भारताच्या स्वातंत्र्याच्या पहिल्या अर्ध्या शतकात, पाश्चात्त्य हिंदुत्ववाद तुलनेने निःशब्द होता. पण अलीकडे लीसेस्टर, टोरंटो आणि न्यू जर्सी यांसारख्या ठिकाणी त्याला तोंड फुटले आहे. या तिन्ही ठिकाणी, मूळ कारण एकच आहे : जागतिक इस्लामवादी आणि पाश्चात्त्य उच्चभ्रू यांच्यातील अनौपचारिक युती. इस्लामी अतिरेकाशी संबंधित गटांनी हिंदूविरोधी पाश्चात्त्य लोकांना भारतीय आणि भारताप्रती त्यांच्या आक्रमकतेचे समर्थन करण्यास पटवले आहे.
>
> अनेक भारतीयांना या अपवित्र युतीमागे पाकिस्तानचा (किंवा चीनचाही) हात दिसतो. हे म्हणजे प्रभावाची दिशा समजून न घेण्यातील चूक आहे. भारताचा द्वेष करण्यासाठी इस्लामी अतिरेक्यांद्वारे पाश्चात्त्य उच्चभ्रूंना फसवले जात नाही. पाश्चात्त्य उच्चभ्रू लोक इस्लामी अतिरेक्यांना त्यांच्या स्वतःच्या हिंदुत्ववादासाठी धक्का देणारे सैन्य म्हणून वापरत आहेत. आपण हे सर्व नाटक

---

३७ फर्स्टपोस्ट, ७ नोव्हेंबर, २०२२

आधी पाहिले आहे. पाश्चिमात्त्य उच्चभ्रूंनी त्यांच्या गटांमध्ये दीर्घ काळापासून एक लहान; परंतु बोलक्या यहूदी-विरोधी अल्पसंख्याकांना आश्रय दिला आहे. होलोकॉस्टच्या भीषणतेनंतर, उघड यहूदी-विरोध पश्चिमी देशांमध्ये अस्वीकार्य बनला. यामुळे यहूदी-विरोधी उच्चभ्रूंना आपली मुक्ताफळे बदलण्यास भाग पडले. यहूदी-विरोधी अपशब्द बोलण्याऐवजी त्यांनी झिओनिस्ट आणि इस्रायलविरोधी भाषेचा आधार घेतला. त्यांना अरब जगतात आणि इराणमध्ये इस्रायलच्या विरोधासाठी तयार राजकीय मित्र सापडले.

आज, संपूर्ण इंग्रजी भाषक जगामध्ये विद्यापीठ परिसरांमध्ये, तुम्हाला पाश्चात्त्य धर्मनिरपेक्षतावादी आणि अतिरेकी इस्लामवाद्यांच्या विचित्र युतीद्वारे झिओनिस्ट विरोधी, इस्रायलविरोधी निदर्शने आयोजित केलेली आढळतील. जे लोक पुरोगामी-सामाजिक मुद्द्यांवर महिलांचे हक्क आणि समलिंगी विवाह यांसारख्या बाबींवर गंभीरपणे असहमत आहेत, ते इस्रायलची बदनामी करण्यासाठी आणि परिसरामध्ये इस्रायली लोकांना बोलण्यापासून रोखण्यासाठी मिळून काम करतात. त्यांनी एकत्रितपणे इस्रायलला लक्ष्य करत बहिष्कार, निर्गुंतवणूक आणि निर्बंध मोहीम आयोजित केली आहे.

आणि आता त्यांच्याकडे एक नवीन लक्ष्य आहे : भारत. इस्रायलप्रमाणेच इस्लावाद्यांनी भारताला प्रामुख्याने राजकीय कारणांसाठी लक्ष्य केले. ते एका शतकाहून अधिक काळ भारतीय राष्ट्रवादाला लक्ष्य करत आहेत आणि ते हिंदूविरोधी असतीलच असे नाही. त्यांची राजकीय उद्दिष्टे आहेत आणि ती साध्य करण्यासाठी ते संघर्ष करण्यास तयार आहेत. प्रतिबंधित *पॉप्युलर फ्रंट ऑफ इंडिया* ही अशा प्रकारच्या भारतविरोधी दहशतवादाची प्रतिनिधी आहे. ते तसे हिंदूविरोधी नाहीत; त्यांचा हिंदुत्ववाद त्यांच्या राजकीय उद्दिष्टांवर आधारित आहे, अतार्किक वैयक्तिक पूर्वग्रहाने प्रेरित नाही.

पाश्चात्त्य हिंदूद्वेषी विचारवंतांचे हेतू खूप वेगळे आहेत; पण भारतविरोधी चळवळी यशस्वी होण्यासाठी त्यांनी दिलेला आदर महत्त्वाचा आहे. उदाहरणार्थ, *२०२१ वैश्विक हिंदुत्वाचा अंत* ही परिषद डझनभर विद्यापीठ संशोधन संस्थांनी सहप्रायोजित केली होती. या परिषदेच्या आयोजकांनी ४० व्यावसायिक संघटना आणि '६०+ सामुदायिक संस्थांकडून' समर्थनाची विधानं प्राप्त केली. ती कोणत्याही अर्थाने सामान्य शैक्षणिक परिषद नव्हती. तो संघटित हिंदूविरोधी गोतावळा होता. परिषदेच्या आयोजकांनी प्रकाशित केलेल्या मुख्य माहिती पत्रकात 'हिंदुत्वाला आव्हान देणे म्हणजे हिंदूविरोधी नाही' यावर जोर देण्यात आला आहे. 'झायोनिझमला आव्हान देणे हे ज्यूविरोधी नाही' या यहूदी-विरोधी संकल्पनेशी याचा समानार्थ स्पष्ट आहे. डावपेच सारखेच आहेत कारण संस्था आणि अनेक व्यक्ती समान आहेत. पाश्चिमात्त्य उच्चभ्रूंची यहूदी-विरोधी भूमिका हिंदूद्वेषींनी स्वीकारली आहे, जे (अगदी यहूदी-विरोधींच्या समान) मुख्य प्रवाहातील वृत्त माध्यमांना त्यांच्या बाजूने आणण्यासाठी संस्थात्मक समर्थन गोळा करत असतात.

हिंदू नागरी समाज संघटनांनी हिंदुत्वाचं उच्चाटन करणारी जागतिक परिषद आणि त्याला प्रवृत्त करणाऱ्या हिंदूद्वेषी भावनांना उद्ध्वस्त करण्याचे योग्यच आवाहन केले. या संघटनांची मात्र हिंदुत्वविरोधी युक्ती चुकली आहे. त्याऐवजी, त्यांनी इस्लामोफोबियाच्या मॉडेलवरील या चिखलफेकीला 'हिंदूफोबिया' हे बिरुद जोडले आहे. पण हिंदुत्ववाद हा फोबिया नाही. अनेक लोक खरोखर मुस्लीमांना घाबरतात; ते हिंदूंना घाबरत नाहीत.

हिंदुविरोधी पाश्चात्त्य विचारवंतांना भारताच्या उदयाची भीती वाटत नाही; तर द्वेष वाटतो. इस्रायलच्या यशाने यहूदी-विरोधी जसे नाराज आहेत, त्याचप्रमाणे भारताच्या यशाने पाश्चात्त्य विरोधी हिंदुत्ववादी नाराज आहेत. सशक्त आणि स्वतंत्र हिंदूबहुल देशाची कल्पना ते स्वीकारू शकत नाहीत. त्यांच्या पूर्वजांनी शतकानुशतके केले होते तसे ते भारताला दुबळे आणि गरीब ठेवणे पसंत करतील.

मे २०१४मध्ये मोदी पंतप्रधान बनण्याच्या काही आठवड्यांपूर्वी, पाश्चात्त्य माध्यमांमध्ये त्यांच्यावर कडवट टीका करणारे अनेक लेख प्रकाशित झाले. २६ मे रोजी त्यांच्या शपथविधीच्या दिवशी भारतात प्लेग उद्भवेल असे चित्र रंगवण्यात आले. रॉजर बॉयस यांनी *लंडन टाइम्स*मध्ये लिहिले, 'असे दिसते, की जणू भारतात मोठ्या बदलाला सुरुवात होत आहे. आपण त्यांच्या लोकशाही निवडीचा आदर करू शकतो आणि केला पाहिजे. आम्ही आमच्या भारतीय मित्रांनादेखील इशारा देऊ शकतो, की जर त्यांनी स्वतः हा अंदाज बांधलेला नसेल तर, श्री. मोदी संभवतः त्यांच्यासाठी मोठे त्रासदायक ठरू शकतात.'

यातील गर्भित अर्थ लक्षात घ्या, ' ...जर त्यांनी स्वतः हा अंदाज बांधलेला नसेल.' यातून बॉयस यांचे अढीबाज, वर्णद्वेषी प्रतिक्षेप प्रकट होतात.

*द इंडिपेंडंट*चे भारतीय वंशाचे संपादक *अमोल राजन* यांनी लिहिले, 'नरेंद्र दामोदरदास मोदींवरील आरोपपत्र परिचित आणि सुप्रसिद्ध आहे. हिंदू राष्ट्रवादाची दुर्गंधी त्यांना व्यापते.'

कृष्णवर्णी असल्याने, राजन एक उपयुक्त सरोगेट ठरले.

२०१४च्या लोकसभा निवडणुकीच्या प्रचाराच्या मध्यावर *द इकॉनॉमिस्ट*च्या मोदींवरील कुप्रसिद्ध कव्हर स्टोरीने भारतीयांना सल्ला दिला, 'श्री (राहुल) गांधी यांच्या नेतृत्वाखालील काँग्रेस-प्रणीत सरकारची शक्यता आम्हाला वाटत नाही. पण कमी त्रासदायक पर्याय म्हणून आम्ही भारतीयांना याची शिफारस केली पाहिजे.'

पाश्चिमात्त्य माध्यमांद्वारे काँग्रेसवरील वृत्तांकनामधील तफावत सुस्पष्ट आहे. घोटाळ्यांच्या मालिकांनी भरलेल्या यूपीएच्या १० वर्षांच्या कार्यकाळाला हलकेच झेलले गेले. गांधी घराण्याला - अचानक श्रीमंत झालेल्या रॉबर्ट वाड्रासह - पाश्चात्त्य माध्यमांनी लहान मुलांसमान काळजीपूर्वक हाताळले. वाड्रा यांच्या जमिनींच्या सौद्यांवर कोणतेही कठोर प्रश्न विचारले गेले नाहीत. सोनिया किंवा राहुल यांच्या परदेशातील गुप्त दौऱ्यांवर

किंवा मालमत्तेनं समृद्ध *नॅशनल हेराल्ड* वृत्तपत्राच्या अपारदर्शक संपादनावर अद्याप कोणतीही शोधपत्रकारिता करण्यात आलेली नाही. यातील ७६ टक्के हिस्सा सोनिया आणि राहुल गांधी यांच्या मालकीचा आहे. ही अनुपस्थित पत्रकारिताच म्हणावी लागेल.

हे असे का असावे? इंग्लिश-भाषक माध्यमांवर भारताच्या जुन्या व्यवस्थेतील स्वतःला महान समजणाऱ्या लोकांचा अवास्तव प्रभाव पडतो. यामध्ये शिक्षणतज्ज्ञ, पत्रकार, वकील, स्वयंसेवी संस्था आणि कार्यकर्त्यांचा डावीकडे झुकणारा गुप्त राजकीय गट आहे. यूपीए सरकारच्या भ्रष्टाचारावर किंवा काँग्रेसशासित राज्यांतील शेतकरी आत्महत्यांबद्दल हा भेसळयुक्त गट क्वचितच संतापला आहे. तो आपला राग राखून ठेवतो – सहानुभूतीनं ऐकणाऱ्या जगातल्या लोकांच्या कानी पोहोचेल असा – मोदींचा भारतीय लोकशाहीला जो 'धोका' आहे त्यासाठी हा राग व्यक्त होतो. भारतीयांनी भारतीयांचे वाभाडे काढणे हा साम्राज्यवादाच्या काळातील खेळ आहे, ज्यामध्ये स्थानिक भरती केलेले लोक परदेशात ओळख मिळवण्याचा प्रयत्न करत असतात.

संबंध संपलेले भारतीय वंशाचे सुप्रसिद्ध लोक याला खतपाणीच घालत असतात. *सलमान रश्दी* आणि *अनिश कपूर* यांचा समावेश असलेल्या एका गटाने स्वाक्षरी केलेल्या द *गार्डियन*मधील पत्राने भारतीयांना इशारा दिला, की मे २०१४मध्ये मोदींचा विजय 'भारतासाठी वाईट ठरेल'. हा संकेत घेऊन, बॉलीवूडमधील लोकप्रिय अभिनेत्यांच्या एका गटाने लोकांना 'धर्मनिरपेक्ष सरकार'साठी मत देण्याचे आवाहन करणारे निवेदन जारी केले.

डेव्हिड कोहेन नावाच्या एका अमेरिकन पत्रकाराने लिहिले, 'अमेरिकेप्रमाणेच भारतातही सांस्कृतिक अभिजात वर्ग आहेत, जे युरोपमधील त्यांच्या पूर्वीच्या वसाहतवादी स्वामींच्या संमतीची आतुरतेने वाट पाहतात. भारतीय सांस्कृतिक अभिजात वर्ग मोदींचा तितकाच तिरस्कार करतो, जितका अमेरिकन सांस्कृतिक अभिजात वर्गाने (रोनाल्ड) रेगन यांचा तिरस्कार केला. ते मोदींकडे पाहून नाक मुरडतात आणि इंग्रजी बोलू न शकणाऱ्या सामान्य चहा विक्रेत्याचं नेतृत्व त्यांच्या नाकाला झोंबतं. (चिनी किंवा रशियन नागरिकांना, स्वतःच्या वारशाचा अभिमान आहे; पण आपले नेते इंग्रजी बोलत नाहीत याची त्यांना लाज वाटते अशी कल्पना आपण करू शकता का?)

'मोदी पाकिस्तानद्वारे प्रायोजित दहशतवादाविरोधात कठोर भूमिका घेतात. या संदर्भात, अमेरिकन लोकांनी हे लक्षात ठेवलं पाहिजे, की इस्लामवादी 'पश्चिमेविरुद्ध' लढत नाहीत. इस्लामवादी सर्व गैर-इस्लामी समाजांविरुद्ध लढत आहेत. ज्याला आपण दहशतवादाविरुद्धचे युद्ध म्हणत होतो, त्याआधी आपल्या नेत्यांनी त्याचं नाव घेण्याची हिंमत गमावण्याआधीपासून भारत त्यामध्ये आघाडीवर आहे. रीगन यांच्या माजी सोव्हिएत युनियनविरुद्धच्या भूमिकेची आठवण करून देणारे – पाकिस्तानविरुद्ध ठाम पवित्रा असलेले मोदी हे एक मौल्यवान नैसर्गिक मित्र असले पाहिजेत.'

मी १८ एप्रिल, २०१४ रोजी द *टाइम्स ऑफ इंडिया*मध्ये, सार्वत्रिक निवडणुकीच्या काही आठवडे आधी लिहिले, 'वॉशिंग्टन आणि लंडनला आर्थिकदृष्ट्या उदारमतवादी मोदी सरकारसोबत व्यवसाय करायला आवडेल; परंतु मोदींच्या रूपाने ते अशा माणसाशी व्यवहार करण्याची शक्यता आहे जो पाश्चिमात्त्य देशांसोबत भारताचे राजकीय, आर्थिक

आणि लष्करी संबंध यांच्यामध्ये गुणात्मक बदल घडवून आणेल. उदाहरणार्थ, मोदींच्या नेतृत्वाखालील सरकार, टाटा आणि महिंद्रासारख्या तांत्रिकदृष्ट्या सक्षम भारतीय कंपन्यांना स्वदेशी संरक्षण उपकरणे विकसित करण्यासाठी प्रोत्साहित करेल, ज्यामुळे लढाऊ विमाने, पाणबुड्या, तोफखाना आणि इतर प्रगत शस्त्रास्त्रांवर अब्जावधी डॉलर्सचे परकीय चलन वाचेल. परकीय संरक्षण खरेदी जिथे केली जाईल, ती पारदर्शक असेल. त्याची प्रक्रिया जलद होईल.'

जवळपास दहा वर्षांनंतर नेमके हेच घडले आहे. 'जी-२०'चे भारताकडे आलेले अध्यक्षपद नवीन जागतिक व्यवस्था कशी आकार घेत आहे याची झलक देते.

समाजमाध्यमांमुळे (सोशल मीडियामुळे) पंतप्रधानांना भारतीय आणि परदेशी माध्यमांना मोठ्या प्रमाणात टाळणे शक्य झाले आहे. यामुळे पारंपरिक माध्यमांसोबतचे नाते आणखी तणावपूर्ण झाले आहे. दुर्लक्ष केल्याने दूरस्थ आणि अलिप्त दिसणाऱ्या पंतप्रधानांना पत्रकार प्रिय वाटत नाहीत.

अशा पक्षपातीपणाला मोदी सरकारने कसे उत्तर द्यावे? उत्तर देऊ नये. त्याऐवजी सरकारने आपली धोरणे संरचित दैनंदिन माध्यमांना संबोधित करणे आवश्यक आहे, विशेषत: भारताने आयोजित केलेल्या जागतिक शिखर परिषदेपर्यंत अनेक जी-२० बैठकीदरम्यान भारतावरील ठळक दृष्टिक्षेपासह करणे आवश्यक आहे. याची छाननी तीव्र ठरेल.

प्रत्येक महत्त्वाच्या मंत्रालयाकडे एक नियुक्त प्रवक्ता असणे आवश्यक आहे, जो प्रसारमाध्यमांना माहिती देईल. मतभेद हे लोकशाहीचे मूलभूत तत्त्व आहे. सरकारकडून संरचित दैनंदिन माहिती देण्याचा प्रोटोकॉल नसल्यामुळे, वास्तविक कामगिरीकडे दुर्लक्ष होण्याची जोखीम आहे; तर उच्चस्तरीय नेत्यांपर्यंत फारसे पोहोचू शकत नाहीत अशा नाराज भारतीय आणि परदेशी माध्यमांद्वारे या निर्णयातील त्रुटी फुगवून सांगितल्या जातात.

परदेशी वार्ताहर वास्तव समजून घेतात. भारताच्या लोकशाहीला माध्यमं, नोकरशाही, स्वयंसेवी संस्था, कार्यकर्ते, विरोधी पक्षांद्वारे शासित राज्ये, पोलिस आणि सार्वजनिक बुद्धिजीवी यांच्यात इतके ऑक्टोपससारखे हात आहेत, की मतभिन्नता धोक्यात येत नाही. पण न्यू यॉर्क आणि लंडनमधील त्यांच्या संपादकांना भारताविषयी वाईट बातमीला जगात चांगली प्रसिद्धी मिळते या तत्त्वावर काम चालणाऱ्या बातम्या हव्या असतात. अमेरिकन आणि ब्रिटीश वृत्तपत्रांसाठी लिहिणारे भारतीय पत्रकार त्यांच्या संपादकांना हवे ते देतात : बलात्कार, दंगली, जातिवाद आणि जातीयवादाच्या कथा. तथापि परदेशी माध्यमं काय लिहितात याची भारतीयांनी काळजी करण्याचे कारण नाही.

१९४७मध्ये वसाहतवादाखालील नैतिक अध:पतन झालेल्या भारताचा साक्षरता दर १२ टक्के होता, सरासरी आयुर्मान ३२ वर्षे आणि रु. २.७० लाख कोटी किरकोळ जीडीपी होता. आज भारतातील साक्षरता ७९ टक्के आहे, सरासरी आयुर्मान ७० वर्षे आहे आणि जीडीपी ३.७५ ट्रिलियनपेक्षा जास्त आहे. हा आधीच्या वसाहतवादी ब्रिटनच्या जीडीपीपेक्षा खूपच मोठा आहे. हे असे घडणे अपेक्षित नव्हते, असे आश्चर्यात बुडलेल्या पाश्चिमात्त्य

पत्रकारांनी लिहिले. जागतिक दर्जाच्या टेक स्टार्टअप्ससह जगातील सर्वांत वेगाने वाढणाऱ्या ग्राहक बाजारपेठेत विदेशी थेट गुंतवणुकीत (एफडीआय) अब्जावधी डॉलर्सची गुंतवणूक करण्यासाठी जागतिक टेक आणि ग्राहक कंपन्या आता दिल्लीत रांगेत उभ्या आहेत.

जुने हक्कदार भारतीय उच्चभ्रू भारताकडे बौद्धिक वसाहतीच्या दृष्टिकोनातून पाहतात. ते इतिहासाच्या चुकीच्या बाजूने आहेत – बुरहान वानीसारख्या पाकिस्तानद्वारे समर्थित दहशतवाद्यांचे कौतुक करणे, चीनपुढे लोटांगण घालणे आणि आंतरराष्ट्रीय संमेलनांमध्ये भारताला कमी लेखण्याचे काम ते करत आहेत. भारत म्हणजे अनेकानेक आवाजांना मंच उपलब्ध करून देणारी मुक्त लोकशाही आहे. त्यामुळे तिची बदनामी करण्याची प्रत्येकाला संधी मिळते. हीच भारतीय लोकशाहीची खरी ताकद आहे.

प्रकरण ३१

खदखद

२०२०च्या दिल्ली दंगलीनंतर मोदी सरकारवर आंतरराष्ट्रीय स्तरावर टीकेची झोड उठली. ब्रिटनचे डाव्या विचारसरणीचे *द गार्डियन* नाराज झाले. त्याने घोषित केले, 'ही घटना घडण्याची तत्काळ कारणे म्हणजे – नरेंद्र मोदी यांच्या अन्यायकारक नागरिकत्व (दुरुस्ती) कायद्याचे परिणाम, या महिन्यात दिल्लीच्या नागरी निवडणुकीत सत्ताधारी भारतीय जनता पक्षाने केलेली भाषणे; कपिल मिश्रा यांच्यासारख्या भाजपा नेत्यांद्वारे जमावाला भडकावणे, कायद्याचा निषेध करण्यासाठी राजधानीच्या उत्तर-पश्चिम भागात रस्ता अडवणाऱ्या मुस्लिमांच्या गटाला बळजबरीने हुसकावणे ही होती.'

*वॉल स्ट्रीट जर्नल*च्या तीन बातमीदारांनी (हे सर्व भारतीय वंशाचे होते) असे वृत्त दिले, '(इंटलिजन्स ब्युरो ऑफिसर) अंकित शर्मा घरी परतत होते, तेव्हा दंगलखोरांच्या एका गटाने दगडफेक करण्यास सुरुवात केली आणि त्यांच्या घराच्या जवळच्या रस्त्यावर हा गट चालून गेला, असे त्यांच्या भावाने सांगितले.'

*वॉल स्ट्रीट जर्नल*च्या पत्रकारांनी नंतर शर्मा यांचा भाऊ अंकुर शर्मा यांचा हवाला दिला, 'ते लोक दगड, सळ्या, चाकू आणि तलवारी घेऊन आले होते; त्यांनी 'जय श्री राम' असा जयघोष केला. प्रसार भारतीला दिलेल्या मुलाखतीत, अंकुर शर्मा यांनी *वॉल स्ट्रीट जर्नल*च्या बातमीचं खंडन केलं, 'मी *वॉल स्ट्रीट जर्नल*ला असे विधान कधीही दिले नाही. माझ्या भावाला आणि माझ्या कुटुंबाला बदनाम करण्याचा हा डाव आहे. *वॉल स्ट्रीट जर्नल* खोटे बोलत आहे.'

बहुतांश आंतरराष्ट्रीय पत्रकारांनी नागरिकत्व (दुरुस्ती) कायदा एक तर वाचलेला नाही किंवा त्यांना तो समजला नाही. दोष निदान अंशतः भारत सरकारचा आहे. सरकारने 'सीएए'मध्ये गर्भित अर्थाचा परिच्छेद दिला आहे, ज्यामध्ये इस्लामला सोडून, जलदगती नागरिकत्वासाठी पात्र असलेल्या सहा धर्मांचा उल्लेख केला आहे. इस्लामच्या बहिष्काराचे कारण सरकारने कष्टपूर्वक स्पष्ट केले आहे. मुख्यतः तीन मुस्लीमबहुल देश पाकिस्तान, अफगाणिस्तान आणि बांग्लादेशातील आधीपासून (३१ डिसेंबर, २०१४ पूर्वी) भारतात

राहत असलेल्या राज्यविहीन गैर-मुस्लीम निर्वासितांना उद्देशून असलेला हा कायदा अर्थातच मुस्लीम, भेदभाव झालेले अहमदिया आणि शिया यांच्यासाठी समावेशक नाही.

'सीएए'चा सध्याच्या भारतीय नागरिकांशी, मुस्लीम किंवा गैरमुस्लिम यांच्याशी काही संबंध नाही. त्याचा संबंध परदेशातून आलेल्या गैरमुस्लिम निर्वासितांशी आहे. सरकारचा हेतू नेहमीच स्पष्ट होता. तीन शेजारील इस्लामिक देशांतील परदेशी मुस्लिमांना बाहेर काढणे. त्याद्वारे दोन देशांतर्गत संदेश पाठवणे. एक म्हणजे, भारतीय मुस्लिमांना; दुसरा, भाजपाचा मुख्य मतदार असलेल्या भारतीय हिंदूंना.

आता मुद्दे अधिक गुंतागुंतीचे झाले आहेत. 'सीएए'च्या शेपटीतील डंख म्हणजे ऐतिहासिक चूक सुधारण्याच्या उद्देशाने आहे. ५०० वर्षांपासून, हिंदूंनी शांतपणे (आणि अनेकदा इतके शांतपणे नाही) पहिले मुघल आक्रमणकर्ते आणि नंतर ब्रिटीश वसाहतवाद्यांनी त्यांच्यावर गाजवलेले वर्चस्व पाहिले. त्यांच्यावर दंडात्मक कर आकारण्यात आला, त्यांना सतत सार्वजनिक अपमान सहन करावा लागला आणि मुघल व ब्रिटीश अशा दोन्ही साम्राज्यांत त्यांच्यावर हिंसाचार झाला.

स्वातंत्र्य मिळाल्यावर फाळणीच्या वेळी जातीय दंगलींनी ग्रासलेल्या देशाला एकत्र आणण्याच्या प्रयत्नात काँग्रेसने भारतात मागे राहण्याचा निर्णय घेतलेल्या मुस्लीमांना शांत करण्यासाठी झुकते माप दिले. त्यांना त्यांचा वैयक्तिक कायदा शरिया ठेवण्याची परवानगी दिली होती; मात्र हिंदू वैयक्तिक कायदा संहिताबद्ध होता. ८० टक्के हिंदू बहुसंख्य जाती, भाषा आणि प्रदेशानुसार इतके विभाजित झाले होते, की त्या वेळी प्रभावीपणे युक्तिवाद करण्यासाठी भारत हा जगातील एकमेव देश होता, जिथे बहुसंख्य समुदायांना नोकऱ्या आणि शिक्षणात भेदभाव केला जात होता; तर अल्पसंख्याकांना प्राधान्य दिले जात होते.

संयमी हिंदू पटकन पेटून उठत नाहीत. पण मुघलांच्या २०० वर्षांच्या विध्वंसानंतर, हजारो मंदिरे उद्ध्वस्त झाल्यावर आणखी २०० वर्षांच्या ब्रिटीश वसाहतवादामुळे जेव्हा भारताच्या अर्थव्यवस्थेचे अतोनात नुकसान झाले. शेवटी मुस्लिम-प्रथम धर्मनिरपेक्षतेकडे झुकणाऱ्या काँग्रेस सरकारच्या ५५ वर्षांच्या कार्यकाळानंतर, अगदी संयमी हिंदूनाही नकोनकोसे झाले होते.

२०१४ आणि २०१९मधील मोदी यांच्या प्रचंड विजयामागे ही कारणमीमांसा आहे. ज्या मवाळ हिंदूंनी पूर्वी काँग्रेसला मतदान केले होते, त्यांनी मोदींमध्ये एक हिंदू नेता पाहिला जो त्यांना त्यांच्याच देशात न्याय आणि सन्मान देऊ शकेल. जो केवळ मुस्लीम आणि ख्रिश्चन आक्रमणकर्त्यांनीच नव्हे तर त्यांच्या स्वातंत्र्योत्तर शासक वर्गानेही नाकारला होता.

त्यामुळे एका अर्थाने मोदींचा उदय हा नायपॉल यांच्या *वाउंडेड सिविलायझेशन*च्या मवाळ हिंदूंचा शांततापूर्ण उठाव आहे. यातील आघाडीवर कडव्या हिंदूंचा समावेश असू शकतो. पण त्यांना पाठीशी घालणाऱ्या मूक बहुसंख्याकांमध्ये सामान्य हिंदूंचा समावेश आहे. म्हणूनच २०१९च्या लोकसभा निवडणुकीत भाजप आणि त्याच्या एनडीए मित्रपक्षांनी एकत्रितपणे ४५ टक्के मतांचा वाटा जिंकला... जवाहरलाल नेहरूंच्या १९५२मधील ४४.९९ टक्के मतांपेक्षाही जास्त.

एक संरचना पेलण्यासाठी चार खांब आवश्यक असतात. त्यातला एक काढला, की संरचना झुकते. लोकशाहीतील चार स्तंभ म्हणजे कार्यकारी (सरकार), विधीमंडळ (संसद आणि राज्यांच्या विधानसभा), न्यायपालिका आणि माध्यमे. यातील प्रत्येक स्तंभाने अशांततेचे क्षण अनुभवले आहेत. आणीबाणीच्या काळात कार्यकारी, न्यायपालिका आणि आता सर्वोच्च न्यायालयाच्या न्यायाधीशांची निवड करण्याच्या कॉलेजियम प्रणालीवर वाढत्या प्रमाणात; आणि राज्यांच्या विधानसभा नियमितपणे विसर्जित केल्या गेल्या, आणि राष्ट्रपती राजवट लागू केली गेली तेव्हा हे क्षण अनुभवले आहेत.

स्वातंत्र्यापूर्वी आणि नंतरही माध्यमांना अनेक आव्हानांचा सामना करावा लागला आहे. वसाहतवादी राजवटीत, मुख्य प्रवाहातील वृत्तपत्रे बऱ्याचदा ब्रिटीश व्हॉईसरॉयचे गुणगान करत असत. इतर अनेक राष्ट्रवादी असले तरी त्यांना वसाहतवाद्यांच्या रागाचा सामना करावा लागला. स्वातंत्र्यानंतर आणीबाणीने नवा नीचांक दाखवला. बहुतांश वृत्तपत्रे ढेपाळली आणि त्यांनी शरणागती पत्करली.

१९७० आणि १९८०च्या दशकाचा उत्तरार्ध हा भारतीय माध्यमांचा सुवर्णकाळ होता. आणीबाणी उठली होती. नवीन प्रकाशने सुरू झाली. विशेष रविवारची वर्तमानपत्रे उदयाला आली. तसेच विशेष नियतकालिकेदेखील. १९९०च्या दशकात, दूरदर्शन नवजात परंतु तटस्थ होते. बातम्या अद्याप सहेतुक राजकीय आणि व्यावसायिक हितसंबंधांच्या ओलिस बनलेल्या नव्हत्या. माध्यमांची घसरण केव्हापासून सुरू झाली? १९९०च्या दशकाच्या उत्तरार्धात जेव्हा भाजपच्या नेतृत्वाखालील पहिले सरकार सत्तेवर आले, तेव्हा त्याची बीजे पेरली गेली. याच सुमारास सोनिया गांधी यांनी सीताराम केसरी यांना काँग्रेस अध्यक्षपदावरून दूर केले.

१९८४मध्ये भाजपाचे दोन खासदार होते. १९९९मध्ये त्यांची संख्या १८२ होती. १९८४मध्ये काँग्रेसचे ४१४ खासदार होते. २०१४ मध्ये, हीच संख्या ४४ आणि २०१९मध्ये ५२ होती. या संख्यांमध्येच अनेक दशकांपासून विकसित झालेल्या मतभेदांचे संकेत मिळतात. या राजकीय भोवऱ्यात माध्यमे ओढली गेली. १९८० आणि १९९०च्या दशकातील वरिष्ठ संपादक राजकीयदृष्ट्या (तुलनेने) तटस्थ होते. पेड न्यूज ही संकल्पना फारशी अस्तित्वात नव्हती. मी माझी पहिली मीडिया कंपनी *स्टर्लिंग न्यूजपेपर्स प्रायव्हेट लिमिटेड* १९८०मध्ये सुरू केली. आमच्या पत्रकारांनी न घाबरता किंवा पक्षपात न करता आणि सरकारी हस्तक्षेपाशिवाय संशोधन, मुलाखती, लेखन आणि संपादन केले. त्या काळात देशातील फारच कमी संपादक राजकीय पक्ष, व्यावसायिक घराणी, परदेशी गुप्तचर संस्था व सत्तेचे दलाल या बाह्य प्रभावांना बळी पडले.

खरा बदल २०००च्या दशकात झाला. तोपर्यंत *इंडियन एक्स्प्रेस* समूहाने आमच्या जवळपास शंभरेक संपादक, लेखक, डिझायनर्स आणि विपणन कर्मचाऱ्यांसह स्टर्लिंग न्यूजपेपर्सचे अधिग्रहण केले होते. त्यानंतर लगेचच मी एक नवीन मीडिया फर्म स्थापन केली आणि नव्या पिढीतील तरुण संपादकांची, वार्ताहरांची नियुक्ती करण्यास सुरुवात केली.

पण परिस्थिती बदलली होती. २००४मध्ये काँग्रेसच्या नेतृत्वाखालील यूपीए सरकार पुन्हा सत्तेवर आले. अधिकाधिक पत्रकार राजकारणी आणि व्यापारी घराण्यांच्या संपर्कात येऊ लागले होते. १९९८ ते २००४ या काळात, एनडीएची सत्ता असताना आणि लालकृष्ण

आडवाणी गृहमंत्री आणि नंतर (२०००पासून) उपपंतप्रधान असताना, आमच्या एका प्रकाशनात ते १० वर्षांहून अधिक काळ नियमित स्तंभलेखक असतानाही त्यांच्याशी भेट घेण्याचे माझ्या मनात आले नाही. राजकारण्यांना एक हात अंतरावर ठेवण्याचा दृष्टिकोन आम्ही नेहमीच जपला होता.

मे २००४मध्ये काँग्रेसच्या नेतृत्वाखालील यूपीए सरकारने सत्तेवर आल्यानंतर लगेचच आम्हाला यूपीए मंत्र्यांच्या मुलाखती घेण्यासाठी आमंत्रणे येऊ लागली. अर्थमंत्री पी. चिदंबरम यांनी आमच्या दिल्ली ब्युरो चीफला सांगितले, की विशेष मुलाखतीसाठी आमची विनंती ते आनंदाने मान्य करतील. चिदंबरम यांच्या नॉर्थ ब्लॉक ऑफिसमध्ये आम्ही मुलाखत घेतली. त्यानंतर पुढील काही महिने व वर्षांमध्ये तत्कालीन उद्योग-वाणिज्य मंत्री कमलनाथ, माजी पेट्रोलियम मंत्री मणिशंकर अय्यर, जम्मू-काश्मीरचे तत्कालीन मुख्यमंत्री मुफ्ती मोहम्मद सईद यांच्या विशेष मुलाखती झाल्या, त्यांनी त्यांच्या श्रीनगर इथल्या निवासस्थानी मुलगी मेहबुबासोबत भोजनाचे आयोजन करून आम्हाला आमंत्रित केले. व्यवसायिकदृष्ट्या आवश्यक मर्यादेच्या पलिकडे आम्ही त्यांच्यापैकी कोणाशीही भेटीचा प्रयत्न केला नाही.

पण २००५पासून दिल्ली आणि श्रीनगरच्या प्रत्येक प्रवासात मला पत्रकार-राजकारणी यांच्यातील परस्परसंवादात वेगळे बदल झाल्याचे दिसले. याच सुमारास पेड न्यूजचा विळखा महामारी बनला. अनेक पत्रकार राजकीय नेत्यांचे जनसंपर्क मध्यस्थ झाले. जनसंपर्क पत्रकारितेवर मात करणार हे अपरिहार्य होते. २००८-०९मध्ये राडिया टेप्स रेकॉर्ड करण्यात आल्या होत्या. २०१०च्या सुरुवातीला अनधिकृत आवृत्ती प्रसारित केल्या गेल्या आणि शेवटी *आउटलुक* व *ओपन* या दोन साप्ताहिक मासिकांनी नोव्हेंबर २०१०मध्ये त्या प्रकाशित केल्या. त्यांनी राजकारणी आणि पत्रकार यांच्यातील संबंध उघड केले.

असे हितसंबंध आणखी बळकट झाले आहेत. मे २०१४मध्ये पंतप्रधान मोदींनी पदभार स्वीकारल्यापासून ते अधिक विषारी बनले आहेत. मुखवटे सरकले आहेत. ढोंग सोडून देण्यात आलं आहे. नैतिक पत्रकारितेच्या तत्त्वांचे उल्लंघन केल्याबद्दलची लाज वाफेसारखी उडून गेली आहे. सशुल्क बातम्या आणि खासगी करार या आता समस्या राहिलेल्या नाहीत. त्यांचा उल्लेख करणेदेखील शक्य नाही इतक्या त्या सामान्य आहेत. पत्रकारितेचे राजकारणीकरण हा खरा कर्करोग आहे. अनेक दूरचित्रवाणी वाहिन्या सरकारच्या वृत्तसंस्था बनल्या आहेत.

~

मोदी हे परिपूर्ण पंतप्रधान राहिले नाहीत. त्यापासून दूरच गेले आहेत. त्यांच्या पंतप्रधानपदाच्या सुरुवातीच्या काळात मी लिहिले होते, 'सर्वांत यशस्वी नेते स्वत:पेक्षा अधिक हुशार लोकांभोवती असतात. याउलट मोदींना त्यांच्यापेक्षा हुशार नसलेल्या लोकांनी घेरले आहे. हे कदाचित त्यांच्या पंतप्रधानपदातील सर्वांत मोठे अपयश आहे.'

कथित भ्रष्ट विरोधी नेत्यांवरील खटल्यांना गती देण्यासाठी कायदा मंत्रालयाला कामाला लावण्यात मोदी अपयशी ठरले आहेत. खटल्यांमध्ये गोंधळ होऊ दिला जातो कारण

सरकार-नियुक्त सरकारी वकील एक तर न्यायालयात हजर होत नाहीत किंवा सुनावणीच्या वेळी कमकुवत युक्तिवाद करतात. हे सर्व कुठवर जाईल? मोदींच्या भ्रष्टाचारविरोधी अजेंड्याला रोखण्याची ताकद असलेल्या जुन्या परिसंस्थेकडून जाणीवपूर्वक विलंब? ती जुनी, भ्रष्ट परिसंस्था आणि मोदींनी निर्माण केलेली नवीन परिसंस्था यांच्यातील गुंता; पण त्यावर पूर्ण नियंत्रणाचा अभाव? किंवा आणखी काही भयंकर?

सत्य काहीही असो, ही स्थिती पुढे चालू राहू शकत नाही. मोदींचा असा विश्वास आहे, की सूक्ष्म-आर्थिक योजनांपेक्षा व्यापक-आर्थिक धोरणे निवडणुकीच्या दृष्टीने कमी महत्त्वाची आहेत. ते पुरातन पद्धतीचे निष्पादक आहेत. त्यांना एक प्रकल्प द्या – नवीन किंवा जुना – आणि वारंवार पुनरावलोकन आणि सूक्ष्म-व्यवस्थापनासह तो पूर्ण करण्यासाठी ते पाठपुरावा करतील. विकासाच्या क्षेत्रांमधील निष्कर्षांनी समीक्षकांच्या अपेक्षा ओलांडल्या आहेत.

२०२४च्या लोकसभा निवडणुकीकडे मोदींचे लक्ष लागले आहे. गरिबांसाठी कल्याणकारी लाभ, मोठ्या प्रमाणावर पायाभूत सुविधा प्रकल्प, परराष्ट्र धोरणाचे नेतृत्व आणि पिळदार हिंदुत्व यांचा एकत्रित मिलाप त्यांना तिसरी संधी देईल असा विश्वास आहे. तो कदाचित बरोबर असेल. विरोधी पक्षही खासगीत असेच मानतात. त्यामुळे ही खदखद आहे. कडवट टीका शीर्ष व्यक्तीकडून होते म्हणजे राहुल गांधी यांच्याकडून! त्यांना मोदींच्या सततच्या निवडणूक लोकप्रियतेचा सर्वाधिक फटका बसत आहे.

दरम्यान, भारतीय प्रसारमाध्यमांमध्ये दोन तट पडले आहेत : एका बाजूला मोदींची सतत खुशामत करणारी माध्यमे आहेत; तर दुसऱ्या बाजूला त्यांच्यावर उघडपणे राग व्यक्त करणारी विरोधी माध्यमे आहेत. मोदी सरकारच्या कामगिरीवर साहजिकच समीक्षात्मक नजर टाकली पाहिजे; परंतु पक्षपात न करता.

∞

नोबेल पारितोषिक विजेते अमर्त्य सेन यांनी २०१९च्या लोकसभा निवडणुकीत भाजपाच्या नेतृत्वाखालील एनडीएच्या दणदणीत विजयानंतर लगेचच एका अग्रगण्य दैनिकात लिहिले, 'जगभरातील वृत्त माध्यमांमध्ये (*न्यू यॉर्क टाइम्स*, द *वॉशिंग्टन पोस्ट*, द *वॉल स्ट्रीट जर्नल*, द *गार्डियन*, द *ओब्जर्वर*, *Die Zeit* आणि *Haaretz*पासून *बीबीसी* ते *सीएनएन*पर्यंत) भाजपाचे विजय मिळवण्याचे मार्ग आणि माध्यमांवर मोठ्या प्रमाणावर टीका झाली आहे. यामध्ये भारतीय नागरिकांच्या गटांबद्दल, विशेषतः आदराने वागवले जाण्याचा पूर्ण अधिकार असलेल्या मुस्लीमांबद्दल (गांधी-टागोरांच्या समजुतीनुसार) द्वेष आणि असहिष्णुता भडकावण्याचा समावेश आहे.

सेन यांच्या वक्तव्यातून पाश्चात्त्य मतांच्या पायाशी झुकणारे मन प्रतिबिंबित होते. परदेशी माध्यमे भारतीय राजकारण, भारतीय लोकशाही, भारतीय निवडणुका आणि भारतीय समाज यांविषयी जे काही लिहितात, त्या तुलनेत हे सत्तेच्या अधीन आहे.

सोशल मीडियाच्या आगमनानंतर, वाचक आणि दर्शक संपादकीय मतांचे वास्तविक मध्यस्थ बनले आहेत. एकतर्फी प्रवचनाची सवय असलेले सुरक्षित चौकटीतील संपादक

माध्यमांच्या या लोकशाहीकरणामुळे अस्वस्थ आहेत. *द न्यू यॉर्क टाईम्स* आणि *द वॉशिंग्टन पोस्ट* यांसारख्या वर्तमानपत्रांना; *सीएनएन, बीबीसी* यांसारख्या दूरचित्रवाणी नेटवर्कला संपादकीय माफी मागण्यास आणि दुरुस्ती नोंदवण्यास भाग पाडून तथ्यात्मक त्रुटी काही तासांत ऑनलाइन मागवणे अनिवार्य ठरत आहे. तरीही ही तीच माध्यमे आहेत, ज्यांना सेन आणि त्यांचे भारतातील समविचारी नमन करतात.

निरोगी लोकशाहीत दोन भक्कम राष्ट्रीय पक्ष असणं जितकं अत्यावश्यक आहे, तितकीच डावी आणि उजवी अशी दोन बळकट द्वंद्वात्मक मतं असणं आवश्यक आहे. भारताला आता भेडसावणारी समस्या अशी आहे, की काँग्रेसच्या उपेक्षितपणामुळे भाजपाची शासन आणि कायदे बनवण्याची मक्तेदारी राहिली आहे. प्रादेशिक पक्ष दक्ष होऊन काम करत नाहीत; तर व्यत्यय आणणारे पक्ष म्हणून काम करतात.

१९७०च्या दशकाच्या उत्तरार्धात इंदिरा गांधींच्या अपयशाप्रमाणेच भाजपाचे यशही अपयशी ठरू शकते. सत्ता कधीच शाश्वत नसते किंवा असू नये. भाजपा मात्र घराणेशाहीने चालत नाही. भाजपा किंवा आरएसएसचे नेतृत्व पालकांकडून मुलगा किंवा मुलगी यांच्याकडे जात नाही. नरेंद्र मोदींची घराणेशाही नाही. मोहन भागवतांचीही घराणेशाही नाही. लोकशाहीचे रक्षण करण्यासाठी तेदेखील पुरेसे संरक्षण नाही. भारताला प्रबळ विरोधी पक्षाची गरज आहे. काँग्रेस पक्ष जोपर्यंत एखाद्या कौटुंबिक उद्योगाप्रमाणे चालवला जातो, तोपर्यंत राहुल यांच्या पुनरुत्थानानंतरही असा प्रबळ विरोधी पक्ष लढा देऊ शकत नाही.

महात्मा गांधींना याची पूर्वकल्पना होती म्हणून त्यांनी स्वातंत्र्याच्या काही काळापूर्वी 'काँग्रेस विसर्जित केली पाहिजे' असे म्हटले होते. काँग्रेसने इंग्रजांना हुसकावून लावण्यासाठी चांगली सेवा देणाऱ्या वैयक्तिक नेत्यांचे गुणगान गायले; परंतु लोकशाहीची सेवा करण्यासाठी ही बाब उपयुक्त नाही असा त्यांचा अर्थ होता. गांधीजी बरोबर बोलले होते. स्वतंत्र भारताची सेवा करण्यासाठी त्यांचे म्हणणे पुनर्रेखित करणे आवश्यक होते.

भारत मे २०२४मध्ये अठराव्या लोकसभेची निवडणूक घेण्याची तयारी करत असताना, मोदी इतिहासाच्या उंबरठ्यावर उभे आहेत. त्यांनी भाजपाला विजय मिळवून दिला, तर पूर्ण पाच वर्षांच्या कालावधीसाठी लागोपाठ तीन सार्वत्रिक निवडणुका जिंकणारे नेहरू यांच्यानंतरचे ते दुसरे पंतप्रधान ठरतील.

अनुवादक परिचय

सौ. सविता म्हसकर गेली दहा वर्षे अनुवाद क्षेत्रात कार्यरत आहेत. आजवर त्यांनी १२ पुस्तकांचे अनुवाद केले असून, त्यात बॉलिवूड अभिनेत्री शिल्पा शेट्टी लिखित 'द ग्रेट इंडियन डाएट' आणि अभिनेता इमरान हाश्मी लिखित 'द किस ऑफ लाइफ' या पुस्तकांचा समावेश आहे. याव्यतिरिक्त गॅरी चॅपमन (फाइव्ह लव लँग्वेजे्स), डेल कार्नेगी (हाउ टू स्टॉप वरिंग अँड स्टार्ट लिव्हिंग), सी. जेम्स जेन्सीन (बियाँड द पॉवर ऑफ युअर सबकॉन्शस माइंड), कॅन ब्लँचर्ड आणि क्लेअर डियाझ-ऑर्टिझ (वन मिनिट मेंटर), एम. जे. डिमार्को (द मिलियनेअर फास्टलेन) या परदेशी लेखकांच्या पुस्तकांचाही अनुवाद त्यांनी केला आहे.

गेली १२ वर्षे त्या 'पुणे आकाशवाणी केंद्रावर' हंगामी 'वृत्तनिवेदिका आणि भाषांतरकार' म्हणूनही कार्यरत आहेत. त्याचबरोबरीने 'व्हॉइस ओव्हर' क्षेत्रातही त्या काम करतात. त्यांनी आजवर ५ ऑडिओ बुक्स आणि ई-लर्निंग प्रकल्पांसाठी आपला आवाज दिलेला आहे.

अनुवादकाचे मनोगत

अनुवाद क्षेत्रात काम करताना आता जवळजवळ एक दशकाचा कालावधी लोटला आहे. आकाशवाणीच्या पुणे केंद्रावर हंगामी 'वृत्तनिवेदिका आणि भाषांतरकार' म्हणून काम करत असताना, आपण भाषांतरकार अर्थात अनुवादक बनू शकतो हा विश्वास डोकावू लागला. या विश्वासाला दोन गोष्टींमुळे बळ मिळालं. पहिलं माझे स्वर्गवासी वडील आणि दुसरी माझी अत्यंत जवळची मैत्रीण, मंजुषा आमडेकर. बाबांनी लहानपणापासूनच इंग्रजीचा पाया भक्कम करून घेतला होता, इंग्रजी उत्तम व्हावं म्हणून त्यांनी खूप मेहनत घेतली होती आणि मंजुषाने आत्मविश्वास चेतवला आणि मग त्यानंतर मागे बघितलंच नाही. अर्थात आकाशवाणी केंद्रावरचा बातम्यांचा अनुवाद आणि पुस्तकांचा अनुवाद यात बऱ्याच बाबतीत फरक आहे. पुस्तकांचा अनुवाद म्हणजे परकाया प्रवेश, तर आकाशवाणीत तितकीच तटस्थता. अनुवाद क्षेत्राने मला भरभरून दिलं, मुख्य म्हणजे आत्मिक समाधान. वेगवेगळे विषय डोळ्यांखालून गेल्यामुळे अनेक क्षेत्रांची नव्याने ओळख झाली. तत्त्वज्ञान, आहाराच्या योग्य सवयी, प्रेमाच्या भाषा, पैसे कमावण्याचे झटपट मार्ग कितीतरी विषयवैविध्य!

या सगळ्यांतही 'मोदी – आव्हान २०२४चे' हे पुस्तक माझ्या खूप जवळचं असं आहे. मंजुल पब्लिशिंग हाउसच्या श्री. चेतन कोळींनी, 'या पुस्तकाचा अनुवाद कराल का' असं विचारल्यावर माझा आनंद गगनात मावेनासा झाला. खरं तर सुरुवातीला विश्वासच बसला नाही. या पुस्तकाच्या अनुवादासाठी माझी निवड झाली आहे, हे खरंच वाटत नव्हतं! क्षणाचाही विचार न करता मी होकार कळवला. अनुवादासाठी अत्यंत कमी वेळ होता. जवळजवळ चारशे पानी पुस्तकाचं शिवधनुष्य केवळ दीड-दोन महिन्यांत पेलायचं होतं. मी 'शिवधनुष्य' हा शब्द मुद्दामच वापरला आहे आणि त्याला कारणही तसंच आहे. पुस्तक वाचायला सुरुवात केल्यावर, 'हे पुस्तक म्हणजे मोदींची आरती' असणार असं वाटत होतं; परंतु जसजसं ते पुढे सरकत गेलं, तसतसं त्यातले पदर उलगडायला सुरुवात झाली. हे पुस्तक 'मोदी स्तुती' नाही, तर पंतप्रधानपदावर असल्यापासून किंबहुना ते गुजरातचे मुख्यमंत्री असल्यापासूनचा सगळा लेखा-जोखा आहे. निःसंशयपणे, मोदींचं राजकीय कर्तृत्व हे आजपर्यंतच्या कोणाही राजकीय नेत्यापेक्षा उत्तुंगच आहे; परंतु माणूस असल्याकारणाने त्यांच्या हातूनही काही चुका घडल्या, त्यांच्यातही काही अभाव, त्रुटी

आहेत; हे सगळं मूळ लेखकाने प्रामाणिकपणाने मांडलं आहे. ३१ प्रकरणांच्या या पुस्तकात आनुषंगिक जागतिक घडामोडी, परराष्ट्रनीती, राजकीय कूटनीती, देशांतर्गत आणि जागतिक अर्थव्यवस्था, जातिव्यवस्था, धर्मनिरपेक्षता यांचा साद्यंत ऊहापोह करण्यात आला आहे.

या पुस्तकाचा अनुवाद म्हणजे शोधप्रवास होता. आंतरराष्ट्रीय घडामोडींच्या अनुषंगानं अनेक संदर्भ तपासावे लागले. एका एका ओळीतील विवेचन समजून घेताना, आधी त्याचे तपशील, वाक्यातील बारकावे, त्या माहितीच्या मागे असलेलं राजकारण, राजकीय नेत्यांची त्यामागची भूमिका हे सारं सारं आधी समजून घ्यावं लागलं आणि म्हणूनच ते 'शिवधनुष्य' होतं!

पुस्तकाच्या आवाक्याच्या मानाने त्याच्या अनुवादासाठीची कालमर्यादा अतिशय कमी होती आणि याच दरम्यान दोन अतिशय दुःखद घटना घडल्या. माझे वडील आणि माझ्या सासुबाई यांना देवाज्ञा झाली. दोन्ही अतिशय जवळच्या व्यक्ती गमावल्याने दुःख अणि दडपण तर होतंच; परंतु हे पुस्तक पूर्ण करायचंच असा निर्धार केला. श्री. चेतन कोळींनीही या बाबतीत खूपच सहकार्य केलं. त्यांनी पुस्तकावर बारकाईने संपादकीय संस्कारही केले.

ज्यांच्यामुळे मी या क्षेत्रात आत्मविश्वासाने पाय ठेवू शकले, त्या माझ्या वडिलांच्या आणि मला प्रोत्साहन देणाऱ्या माझ्या सासुबाईंच्या पवित्र स्मृतींना हे पुस्तक सादर समर्पित!

– सौ. सविता म्हसकर